CANARESE POETICAL ANTHOLOGY

CANARESE POETICAL ANTHOLOGY

F. KITTEL

GYAN

Published by

GYAN

Gyan Publishing House
5, Ansari Road
Daryaganj, New Delhi-110002
Phone: 011-47034999, 9811692060
E-mail: books@gyanbooks.com

Distribution Network
gyanbooks.com
India, USA, Canada, UK, Australia, France

ISBN : 978-81-212-3189-3 (PB)

2nd Impression 2020

Printed at: Gyan Press, Delhi.

Canarese Poetical Anthology
Author: F. Kittel

CANARESE

POETICAL ANTHOLOGY

THIRD, THOROUGHLY REVISED AND ENLARGED
EDITION OF THE "MINOR CANARESE POETICAL ANTHOLOGY"

ಕರ್ನಾಟಕ

ಕಾವ್ಯಮಾಲೆ

ಮೂರನೆಯ ಛಾಪೆ

ಅಯುಕ್ತಂ ಯದಿಹ ಪ್ರೋಕ್ತಂ
ಪ್ರಮಾದೇನ ಭ್ರಮೇಣ ವಾ ।
[illegible] ಬುದ್ಧ್ಯಾ ದಯಾವನ್ತಃ
ಸಂತಃ ಸಂಶೋಧಯನ್ತು ತತ್ ॥

MANGALORE
PUBLISHED BY C. STOLZ
BASEL MISSION BOOK & TRACT DEPOSITORY
1874

PRINTED BY STOLZ & HIRNER

PREFACE

THE present volume of selections from Canarese poetry has been prepared not only with regard to the want of schools, but also with the aim to cultivate a taste for good poetry in the reader. It comprises a great many subjects that are dear to poets, some of which have been introduced twice or thrice with the object of showing the manner in which they have been treated by different authors.

Purety and freedom from sectarianism, to these characteristics of true poetry, regard has throughout been paid. Nothing that might give offence, has been adduced, and undue exaggerations have been pointed out as such. In some instances, from obvious reasons, a few words have been altered; but all these alterations appear in different type, and are to be looked upon as *mere expletives.* In some other instances it has been thought advisable simply to omit such portions of a verse[1] as appeared to be inconsistent with a higher culture of the mind.

---

[1] The omissions in the prose of the Râjaçêkhara Vilâsa chiefly occur for economizing space; the words in *square*-brackets which it contains, are different readings.

The **Glossary** contains all the words of the text. Although the exigencies of space have not admitted many explanations, it is expected that no serious difficulties will remain where the text is clear. Two or three verses offer some words the meaning of which (if there be no mistakes) is obscure[1].

The Standard Grammar, the rules of which have been referred to in the notes, is Kêçava's Çabdamaṇidarpaṇa[2]. Not only to make the text to harmonize in a higher degree with the grammar, but also from philological reasons, the two ancient letters ṟ (ಱ), ḻ (ೞ) have been reproduced[3] as far as it has been possible. Both were still in use (at least among poets) at Kêçava's time: the first one, undoubtedly, still in the 15th century A. D., and in works of poetry (for instance, Jaimini's Bhârata) even much later. Regarding the ḻ the editor's only guide has been the Çabdamaṇidarpaṇa; for the ṟ he has consulted the **Nâcirâji** commen-

---

1) In some instances the present imperfection of our Canarese Lexicography (see, for instance, ಅರ್ಕ್ಕ, ಎಕ್ಕಲ and ಒಲ್ಲು in Reeve-Sanderson) will be obvious to the intelligent student; the preservation of old Canarese letters would often be of great help in coming to a decision as to the meaning of a word. To further the understanding of Canarese words, references, very often in full, have been added. ಅಡವಣಿವರೆ, p.201, may mean "reaching down to the foot-print" (ಅಡೆವಣಿ= ಕೆಸಱೊಳಾದ ಪಜ್ಜೆ): or is ಪಱೆ[3], a drum, one of the compound-members? After ಉಬ್ಬೇಱ್ read ಉಬ್ಬೇೞ್. ಜೋನೆಗವಳಿ probably is ಜೋನೆಗ-ಪಱಿ, Yavana (Muhammadan) cloth. 2) Mangalore, Basel Mission Press' edition. 3) They may be pronounced like r (ರ) and ḷ (ಳ). Dr. Gundert calls ಱ a cerebral r (German r), and ೞ a cerebropalatal l (Malayâḷam and English Dictionary).

tary[1]) on the **Amara Kôsha** and the **Çabdamañjari.** Instead of "pushpa" and "bâshpa" there ought to have been printed "puṟpa" and bâṟpa", forms still to be found in manuscripts of the 14th century.

Regarding the authors whose works have been quoted, the following remarks may be of service:

1. **Sarvajña.** This person, a Çaiva and at the time when he wrote, no doubt, a Li*n*gâita, has composed a number of so-called Vacanas in the Tripadi metre. At the end of a MS. in my possession he states: "Formerly I was Çiva's servant; my name was Pûdatta (*i. e.* Pushpadatta,-danta); they used to honour me in Kailâsa. The Pûdatta of that period came as Vararuci, at school was called Sarvaj*n*a, and that man am I. When sister Mallamma told Basava Arasa (a Brahman, her husband) about her misfortune of having no children, he went to Çiva of Kâçi. Basava Arasa of Mâsûru (in the Zillah of Dhâravâḍa) asked a child of Çiva, and obtained it from Kâçi's Çiva . . . . It was born (by way of adultery) of a widow, a Mâḷava woman . . . . at Ambalûru in the potters' street . . . . I told (my parents): 'My father is not a Brahman and my mother not a Mâḷava woman! I am Çiva's beloved son, noty our son!'" etc. Sarvaj*n*a's Vacanas are arranged under various head-

---

1) **Through the kindness of Dr. A. C. Burnell the editor has had two Jaina copies of this work. One of them concludes as follows: ಸೌಮ್ಯಸಂವತ್ಸರದ ವೈಶಾಖಬಹುಳಸಪ್ತಮಿಶುಕ್ರವಾರದಲ್ಲಿ ಪದುಮಣನು ಬರದ ನಾಚಿರಾಜಿಸಮಾಪ್ತಂ. A Canarese commentary on the Amara Kôsha was printed at Bangalore first in 1845; another edition in 1872; and in 1878 Mr. L. Rice's edition appeared with meanings also in English. It is to be regretted that none of the editions contains the words arranged in alphabetical order.**

ings. They appear to have been published by him not as a whole, as such a circumstance alone can explain the differences at present existing between the manuscripts. The two native editions[1] I have, vary to a great extent, as do also the two manuscripts in my possession; the riddles, for instance, occur only in one of *these*. It has, therefore, been impossible in the list of contents to refer the verses of the text to their proper places among the Vacanas[2].

Sarvaj*n*a's age is not exactly known; his prophetical sentences (kâla j*n*âna), however, throw some light on it (Ch. 20 in one of the MSS.). He mentions in them that the Turks, reigning over Vijayanagara, will cut off the head of Râma Râja (of Ānegundi, called also Vidyânagara and Kalyâṇapura), and that afterwards Vîra Basavanta Dêva will restore Vidyânagara's greatness. 1564 A. D. Râma Râja, the 7th prince of the house of Narasi*m*ha, was killed at Taḷa Kôṭe; and according to the similar prophesy of the Canna Basava Purâṇa (ch. 63, v. 64), Vîra Basavanta Râya was to be born Kali 4683 *i.e.* 1582 A.D., and to begin to rule after the fall of the Turks. The Purâṇa which was composed 1585 A.D. (ch. 63, v. 77), was still expecting the great Râya. Sarvaj*n*a's own words are: "The husband of the elder sister of Candra having come, having become a man, for one sixty years (there will be) sandhâna of

---

1) One lithographed at Dhâravâḍa, 1866; the other printed at Bengaḷûru, 1872. 2) A good selection from the Vacanas is found in the Canarese Poetical Anthology (prâkkâvya mâlikâ) by the late Rev. G. Würth, published in 1867, the readings of which have not unfrequently been made use of in the present volume; also with regard to the Someçvara Çataka.

the kingdom. At the Madhurâ of the Kâvêri[1] an assembly (sabhâ) of the dêva (king) will come into existence; the son of Çiva . . . . Basavanta Dêva, will come. The kings of the south will be ruined, the proud Turks will die; they whose authority has been ruined, having been slain, further on the royal power will belong to Ça*n*kara. People who have the name of a woman and the head of a monkey will rule over the kingdom of Sa*n*gama[2]. . . . Monkeys with the face of a woman will come and ascend the fortress (durga) of Ra*n*ga[3]. . . . People with the face of a monkey will come near, ascend Çrîra*n*ga, and go to the North. . . . . . Vidyânagara will be built, and the great Vîra Vasavanta will come (to rule). The town of Ra*n*ga, of the form of a woman and the face of a monkey, they will take in (their) virtue (puṇya), and blow away (?) the lion (singa; Tippû=tiger). People with trowsers and hats, men with faces of maidens will rule over Çrîra*n*ga" etc. If it were not for the, to me, very confused statements that follow afterwards (the MS. also breaking off abruptly), it might be guessed Sarvajṇa had brought in the English as taking Çrîra*n*ga from Tippû (1799 A. D.). I think it pro-

1) Râma Râja's second successor, Timma Râya, 1570 A. D. settled at Candragiri, eleven miles from Tirupati, from which place the family held a nominal sway over a part of the South. 1640 Çrî Raṅga, the son of Canna, made a grant to the English of the site of the city of Madras (Cannapaṭṇa), and six years afterwards had to fly before the Sultan of Gôlakoṇḍe who had invaded the Karṇâṭaka. 2) Perhaps Kappaḍi Saṅgama on the Kṛishṇa (belonging to Kalyâṇa), where Basava of Kalyâṇapura died. 3) After Râma Râja's fall his family, for a time, took up its abode at Çrîraṅgapaṭṇa; 1610 the place became the seat of government of Râya Oḍeyar of Maisûru.

bable that Sarvajna's so-called prophesy is based on that of the C. B. Purâṇa; many of his similes remind one of those of the Dâsa Padas.

2. The translator of **Jaimini Bhârata** (that seems to have been in existence before the 7th century) was Lakshmîça of the Bharadvâja family, a son of Aṇṇama, of Dêvapura (Amarapura, Surapura, ch. 1, v. 11; 34, v. 40. 41. 47). This place, called also Dêvaṇâpura, is in the Bâṇâvâra Tâlûk of Maisûru, where he executed his work about 180 years ago (about 1693 A. D.)[1].

3. The author of the **Canarese Râmâyaṇa** quoted in this volume, calls himself Kumâra Vâlmîki and has dedicated his work to the Narasimha (Narakêsari) of Torave (Ch. 1, v. 10) in the district of Sôlâpura. He praises Kumâra Vyâsa, the author of a Canarese Bhârata, and himself (Ch. 1, v. 18; 113, v. 70), and then adds: "The author of the beautiful Bhârata work is indeed the excellent Kumâra Vyâsa, the author of the everlasting (Canarese)

---

[1] This date is assigned to him by H. Narasimmiah, proprietor of the Vichara Durpana Press, Bangalore, in his prospectus regarding a new edition of Lakshmîça's work, 1873. Mr. Narasimmiah has no doubt made proper inquiries before printing the statement. Some of the most recent Canarese forms of Lakshmîça are: v. 198 ಎಱಗುತಿವೆ, ಕಱೆವುತದೆ, ಇಟ್ಟಣಿಸಿವೆ (cf. v. 596); v. 260 originally ಮದನನೃಪ (instead of -ನೃಪಂ); v. 262 ವಾರಿಯುನ್ನೀಂಟೆ (*i. e.* ವಾರಿಯುನೀಂಟೆ); v. 508 ಸರಸ (*i. e.* ಸರಸಂ); v. 331 ಒತ್ತುಗಳಲಿ (*i. e.*-ಳಲ್ಲಿ); v. 332 ತೋಱುತಿವೆ; v. 334 ತಿರುಗುತಿದೆ, ಕೂಗುತಿವೆ; etc. He at least partly belongs still to the H. Period, in which forms like ಇಹ, ಬಹ, ಅಹ, ಬೇಹ, etc. had taken the place of ಇರ್ಪ, ಬರ್ಪ, ಅಪ್ಪ, ಬೇೞ್ಪ, etc. To this period, for instance, decidedly belongs the Jaina commentator (not Nishṭhûra Sańjayya) on the Çabdamaṇidarpaṇa MS. mentioned in note 2 ad No. 10. The form ಅಂಥ (such) *e. g.* is always properly written by him ಅಂತಹ (*i. e.* ಅಂತೆ ಅಹ).

Râmâyaṇa is Kumâra Vâlmîki" (v. 19; 113, v. 71). The work has 113 chapters (no Uttara Kâṇḍa). Verses 66 and 67 of ch. 113 are: "The young prince (Râma) tied the brilliant royal insignia to Bharata (his brother), the military insignia he put to Çatrughna (another brother), and having bestowed the administration of the land on his other brother (Lakshmaṇa), the niçâṭagharaṭṭa Torave's king Narahari nourished the earth. Welfare came to the world, the tree of welfare bore fruits for the gods, and victorious welfare is obtained by those who read, write or hear (the story); for all devotees joy is contained in the poetry regarding. . . . Narakêsari, the king of Torave".

4. The author of the **Canarese Bhârata** of this volume says (Ch. 1, v. 6): "The Vîranârâyaṇa (an idol at Gadagu) is the poet, the writer is Kumâra Vyâsa, the learned men who hear, are Sanaka and the others" . . . In verse 7 he invokes Gadagu's Vîranârâyaṇa, and in verse 9 calls himself his slave. His verse 11 is: "Under the burden of the poets of the Râmâyaṇa the king of serpents was pressed down; in the mass of Râma-tales there was no interstice to place one's feet. Will he (Kumâra Vyâsa) take into account the inferior poets? Do not think: 'it is enough'! Is he not like (Vyâsa's son) Çuka? Does not the poet Kumâra Vyâsa make dance the others, and laugh (at them)?"

I think the authors of Nos. 3 and 4 may have been nearly contemporaneous with Lakshmîça of Dêvapura. Their language is of an inferior character.

5. Regarding the Canarese **Dâsa Padas**, composed by extreme Vaishṇavas, it is not missing the truth to assume that none of those existing are older than 288 years, *i. e.*

older than the Canna Basava Purâṇa (of 1585 A. D.). Their language, however, does not appear to put one of them even so far back. Purandara Dâsa has been said to have visited Ānegundi before its downfall, about the middle of the 16th century, at the time of Krishṇa Râya[1], the father-in-law of the unfortunate Râma Râya. But it is more than questionable whether, for instance, his "Jack-fruit of the Franks" and his "Mango of Goa"[2] allow the truth of that tradition: French expeditions to India commenced A. D. 1604; Goa was seized by the Portuguese A. D. 1510, but a good many years were required to make Goa mangoes a common article of commerce.

6. The pantheistic treatise, called **Anubhavâmṛita**, was composed by Ranganâtha (Çrîranga), a son of Mâlinga of the Sahavâsi family, a pupil of guru Sahajânanda, and an ardent follower of the Mallikârjunalinga of the lovely Çrîgiri or Çrîçaila (Ch. 1, v. 2. 3; 13, v. 34. 35). The tradition or rather guess that he wrote about 200 years ago (about 1670 A. D.) does not seem to meet with any serious objection.

7. At the time of Agastya and Vibhîshaṇa (Râvaṇa's brother), the legend says, Rêṇukêça (Rêvaṇa Prabhu, Rêṇukâcârya, cf. v. 17)[3] was born in the Kollipâkîça, who among

[1] See "Lieder Kanaresischer Sänger" von Dr. H. Mögling, Zeitschrift der Morgenländischen Gesellschaft, 1860. [2] *Indian Antiquary*, Vol. II., p. 308. [3] Cf. the Can. Bas. P. ch. 59, v. 21 seq., where Rêvaṇa Siddha appears as one of the four first âcâryas, and the words at the end of the chapters in the Râghavâṅka Kâvya. The Pañcâcârya Vamçâvaḷi states that the said personage was Rêṇuka in the dvâpâra age and Rêvaṇârya in the kali age, and that his throne-seat (pîṭha) is Kadaḷîpuri (I., 1. 18) or, in Canarese, Bâḷehaḷḷi (note ad v. 18). According to the said Purâṇa (ch. 55, v. 23) the king Râjêndra Coḷa gives his daughter in marriage to Rêvaṇa Siddha.

other feats broke the power of Bijjaḷa (Râya of Kalyâṇapura), obtained the son Rudramuniça (Rudramunîndra),[1] and when 1400 (îrêḷnûru) years were completed, re-entered the Kollipâkîça (Râja Çêkh. V. I., v. 53-56). In guru Rudramunîndra's race (va*m*ça), in his hand-lotus (*i. e.* as his spiritual son), the renowned Annadânîça[2] was born (v. 57-60). His disciple was the dêçika Rêvaṇa Siddha who lived in the maṭha of Anugûru (the village of that name near Maisûru? v. 60-63). His disciple was the dêçika Cikavîra Dêva (cf. v. 6) whose disciple was Shaḍakshari Dêva, the composer of the Canarese **Râjaçêkhara Vilâsa**, a Tamiḷa one having been done before by Mallaṇârya (Malhaṇa, v. 64-76). Shaḍakshari completed his work A. D. 1657 (XIV., v. 184), 17 years after Madras had been founded by the English.

8. The Li*n*gâita Virûpâksha Paṇḍita ârâdhya, a pupil of Siddha Vîrêça of the Hiri Maṭha (chief or old convent) at Vidyânagara (ch. 1, v. 21 seq.), finished his **Canna Basava Purâṇa**, as has been stated above, 1585 A. D. (ch. 63, v. 77), about 20 years after Vidyânagara's (Ânegundi's) capture by the Muhammadans. [Of Siddha Vîrêça's teacher it is stated that he became the guru of 700 vara khalindharas (fakîrs?), went to Makhya (Mekka?), caused rain (maḷe) to fall at the time of a drought, was revered by the Sultân

[1] At Canna Basava's time and immediately after his death again there is a guru Rudramuni introduced in the Can. Bas. P.; his famous disciple was Muktimuni (ch. 62, v. 35; v. 37 seq.); Muktimuni's disciple was Digambarasu Mukti Muni who founded Bâḷehaḷḷi near Honnûru in the Male dêça (Bâḷe Honnûru on the Bhadra?) (v. 40 seq.). [2] Invoked in the Râghavâṅka Kâvya, ch. 19, v. 96.

(Suritâḷa), and hence was called Maḷeya Mallêça *i. e.* the Mallêça of the rain. Can. Bas. P. 1, v. 18. 19.]

9. **Sômêçvara** (Sôma, Sômanâtha), an ârâdhya Brâhmaṇa (Lingâita), was an inhabitant of Pâlkurike (in the Gôdâvari district) and died at Kaḷḷeya (Bas. P. ch. 1, v. 14. 16; Can. Bas. P. ch. 62, v. 59). His Çiva-idol was at Puligiri Nagari (Som. Çataka, v. 1, or Hulikal Paṭṇa)[1]. He lived before the Canarese Basava Purâṇa was finished (this work being very probably founded on a composition of his, Bas. P. ch. I., 14 seq.), *i. e.* before 1369 A. D.[2] (see No. 10), at the time of one of the nine Hoysaḷa Ballâḷas whose capital was Haḷe Bîḍu (Can. Bas. P. 62, v. 59, *i. e.* Dvârâvatîpura, Dvârâsamudra)[3].

10. **Kêçava Râja** or **Kêçi Râja** the author of the **Çabdamaṇidarpaṇa**, certainly belongs to a comparatively early time. The author of the Basava Purâṇa, (Bhîma, a son of Çiva Kavi, ch. 1, v. 17), who finished his composition A. D. 1369 (ch. 61, v. 92), says (ch. 1, v. 10.): "By the grace of Keçi of Koṇḍagûḷi, of Siri Paṇḍita, of Çivalenka Mancana Paṇḍita and of guru Mallikârjuna Paṇḍita, by the exalted understanding which they have presented in beautiful language (ukti) I will utter the work" . . . In the next verse he states he was going to do so also by the grace of the poet Hari, and this Hari's (spiritual) son Râghava. Fur-

1) Cf. Huligere's Sômêçvara's idol in Bas. P. ch. 51, v. 76; ch. 53, v. 21; C. Bas. P. ch. 57, v. 35 seq. 2) 1336 A. D. the kingdom of Ânegundi (Vidyânagara, Hampe) was founded; cf. No. 1. 3) *Indian Antiquary*, vol. II., p. 302. A. D. 1310 Dvârâsamudra was destroyed by the Muhammadans. Sômeçvara is mentioned also by the author of the Râjaçêkhara Vilâsa (I., 18) and by that of the Râghavânka Kâvya (I., 13).

ther in the Basava Purâṇa (9, v.42; cf. 58, v.4; cf. also Can. Bas. P.57, v.34) a Kêçi Râja appears as one of the chief devotees of Çiva at Kalyâṇapura in Basava's time[1], and is called Çiva's clerk (sênabôva); he is further introduced as partaking, with many others, of a wonderful çiva prasâda (59, v.5); and at last, Kêçi Râja, the great one (mahânta), goes with Basava to Sa*n*gamêçvarapura (Kappaḍi Sa*n*gama, 61, v.9). Is this personage the Kêçi of Koṇḍagûḷi, and the author of the grammar? (Kêçirâja ayya is mentioned among the poets of Çiva also in Çaraṇalîlâm*r*ita, p.3, Bĕngaḷûru, 1871.)

Regarding the Bhîma of the Çabdamaṇidarpaṇa, p.302, I remark that the above-mentioned Râghava[2] mentions "the

---

[1] Among the devotees enumerated in ch. 9 appear also "the spotless Leṅka Mañci Dêva, Çiva's collector of customs (suṅkiga, v.39)" and "Siripati Paṇḍita, surnamed Çiva, Çiva's poet" (v.43). See also Kêçi Râja in Can. Bas. P. 1, v.17. [2] Râghava was born at Hampe where, at the time of his youth, he went to the court of king Dêvarâjêndra (Râgh. Kâvya, ch.3, v.1-18). — These remarks have been presented with the intention of inciting further inquiries. With the same view I refer to a publication of 124 pages in Canarese, called viçva k*r*iti parîkshaṇa, by Hiraṇyagarbha kavi çirômaṇi, lithographed at Dhâravâḍa, 1873. He says (p.5) that after the Jaina Nêmicandra, the author of the Canarese Lîlâvati Prabandha (p.8), the 10 poets flourished who are mentioned by Kêçava (Kêçi) Râja (Çabdama*n*idarpa*n*a, p.4). P.10 (cf. p.46) he introduces the Jaina Argaḷa Dêva as the author of the Canarese Candraprabha Prabandha. Pages 47-65 contain the 3rd chapter of the mentioned Lîlâvati (that concludes, however, with stating only that the work has been composed by Kavi Râja Kuñjara); in pages 65-90 follows an extract from the Candraprabha Purâṇa, at the end of which Argaḷa Dêva appears as its author. P.121 Hiraṇyagarbha adduces two verses from the Lîlâvati Prabandha (I., 11; III., 86) that are quoted in the

unrivalled Bhîma, Bâṇa, Mayûra and Kâḷidâsa" (Râghavânka's Kâvya, ch. 17, v. 25). At the time when Râghava did so, he was at Orungal where king Rudra Pratâpa or Pratâpa Rudra reigned, and composed a tale of Viçvêçvara in the Shaṭpadi metre at which he remarked: "Before (me) none has ever praised with these Shaṭpadis, by me they have also been invented (nirmita); therefore, oh! the name of virgin-poetry (mîsal kavitva) will be an ornament to this composition." "Such was his resolution, and he gave it that name" (ch. 18, v. 3). Hari, Râghava's guru who was at the same time his *uncle*, lived at Haḷebîḍu (see No. 9), and, as it would appear according to the Canna Basava Purâṇa (ch. 62, v. 51 seq.), under the Hoysaḷa Ballâḷa Vishṇuvardhana (! *i.e.* Biṭṭa Ballâḷa?), and died at Pampâkshetra (Hampe, Ānegundi). Râghava died at Bêlûru (Vêlâpura) at the time of the peerless teacher (anupamâcârya) Padma arasa who constructed a tank there at the command of the king Biṭṭa Ballâḷa (Râgh. Kâvya, ch. 19, v. 6. 26 seq.; Can.

Çabdamaṇidarpaṇa (with regard to ಅಯ್ and ಅರ under rule 217), his recension of the grammar, in this case at least, coinciding with MS. No. III. of the Mangalore edition and with a Jaina MS. that, about a year ago, I received, through the kindness of Dr. A. C. Burnell, for collation. He further states there that the author of the Lîlâvati bears also the name of Sujanôttamsa, but in p. 5 makes two different persons of this Sujanôttamsa (*i. e.* Nêmicandra) and the Sujanôttamsa of the grammar. He thinks the Lîlâvati to be older than a thousand years. The work of Argaḷa Dêva, he says, was composed 648 years ago (*i. e.* 1225 A. D.), and cites its last verse to prove his statement. The Kanda verse runs as follows: êkâdaçaçatamumma | ttêkâdaçamâge çakanṛipâbdam saumya || prâkaṭavarshada caitrasi | taikâdaçiyandu negaḷdudî kṛitiratnam ||

Bas. Pur. ch. 62, v. 56 seq.). Pratâpa Rudra Dêva was king of Oru*n*gal when the Mahammadans conquered it in the beginning of the 14th century (A. D. 1323); after its fall fugitives founded the Ânegundi sa*m*sthâna; cf. No. 9.

11. **Nâgavarma**, the author of a prosody in Canarese, was an open Jaina, as two of his other works—a Nighaṇṭu and a Kâvyâvalôkana—fully prove. The prosody, at present current under his name and frequently met with in various fragmentary forms, according to my view, is not his, for firstly, though in full and older copies the concluding words at the end of each chapter (. . . çrîmad bhagavad Arha paramêçvara etc.) still point to the author having been a Jaina, the text undoubtedly is of a Çaiva tendency[1]; 2, the formation of Shaṭpadi verses too is taught in them (vide under No. 10), and in some copies in such a manner as to create the impression of literary smuggling; 3, through the kindness of Mr. L. Rice I have received four more or less fragmentary manuscripts of Nâgavarma's prosody, one of which has a wording of its own, and is not Çaiva, but decidedly *Jaina*. This MS. (Mr. Rice's No. B.) introduces only the Sanscrit metres.

Complete (Çaiva) copies declare Nâgavarma to be a native of Ve*n*gi Vishaya, and to belong to the Kauṇḍiṇya gôtra.

---

1) But Nâgavarma may have found it advisable to accommodate his work to circumstances. With Kêçava's Çabdama*n*idarpa*n*a, however, the Çaivas (Lingâitas) certainly have meddled; see, for instance, the ತೋಂಟದ ಸ್ವಾಮಿಗಳ್, in p. 125 of the Mangalore edition, who (tôṭa svâmi was a Lingâita guru at Kaggere after the death of Prauḍha Râya of Vidyânagara, perhaps at the time of king Narasiṅga (A. D. 1490; Can. Bas. P. ch. 63, v. 44 seq.). The said instance, of course, is not in the Jaina MS. mentioned under No. 10, note 2.

In his **Kâvyâvalôkana** many quotations (also original verses?) occur that are also found more or less in each of the recensions of the Çabdamaṇidarpaṇa known to me. The question, therefore, arises: Which is prior, Nâgavarma or Kêçi Râja? This is not the proper place to discuss that question; but we recommend it to the consideration of all the friends of Canarese literature.

Nâgavarma's Nighaṇṭu[1] (according to I., v. 2) is based on **Vararuci, Halâyudha, Bhâguri** and the **Amara Kôsha. Halâyudha** wrote before **Hêmacandra.** Hêmacandra composed his Kôsha about 1190 A. D.[2]

Finally the editor advices the student to pay regard to the list of additions and emendations and to make the necessary alterations at once, and expresses the hope that the present Anthology will indeed prove to be "a collection of flowers".

Mercara, 23*rd January*, 1874.

F. Kittel.

---

1) Of this work too I have had a copy through the kindness of Dr. A. C. Burnell. 2) See Prof. A. Weber's Indische Streifen, p. 227, and Indische Metrik, pp. 193-202. Dr. Dâji makes the year of Hêmacandra's death to be 1172. (Bombay J. ix., p. 224.)

CONTENTS

Canarese Poetical
ANTHOLOGY
ಕರ್ನಾಟಕ ಕಾವ್ಯಮಾಲೆ

1. A EULOGY ON THE CANARESE LANGUAGE

ಕನ್ನಡ ಭಾಷೆಯ ಸ್ತುತಿ

ಭಾಮಿನಿಷಟ್ಪದಿ

ಕನ್ನಡದ ನುಡಿಯೆಂದುಪೇಕ್ಷಿಸ
ಲಿನ್ನು ಹಿರಿಯರಿಗುಚಿತವಲ್ಲಿದು.
ಕನ್ನಡಿಯೆ ದರ್ಪಣವದಲ್ಲದೆ? ಭೇದವೇನಿದಕೇ? ॥ 1 ॥

ಪದಚ್ಛೇದಂ. ಕನ್ನಡದ ನುಡಿ ಎಂದು ಉಪೇಕ್ಷಿಸಲ್ ಇನ್ನು ಹಿರಿಯರಿಗೆ ಉಚಿತ ಅಲ್ಲ ಇದು. ಕನ್ನಡಿಯೆ ದರ್ಪಣ ಅಲ್ಲದೆ? ಭೇದ ಏನು ಇದಕೆ?

ಅನ್ವಯಂ. ಕನ್ನಡದ ನುಡಿ ಎಂದು ಉಪೇಕ್ಷಿಸಲ್ ಇದು ಹಿರಿಯರಿಗೆ ಇನ್ನು ಉಚಿತ ಅಲ್ಲ. ಉಳಿದದು ಯಥಾನ್ವಯಂ.

ಟೀಕು. ಉಪೇಕ್ಷಿಸಲ್ ಇದು ಅಂದರೆ ಉಪೇಕ್ಷಿಸುವದು ಇದು. ಹಿರಿಯರಿಗೆ ಇನ್ನು ಅಂದರೆ ಬುದ್ಧಿವಂತರಾದಂಥವರಿಗೆ ಇನ್ನು (ಬುದ್ಧಿವಂತರಾದ ಮೇಲೆ ಇನ್ನು). ಕಡೆಯ ಕೇ ಎಂಬ ದೀರ್ಘಾಕ್ಷರ ಛಂದಸ್ಸಿಗೋಸ್ಕರವಾಗಿ ಬೇಕು.

ಸುಲಿದ ಬಾಳೆಯ ಹಣ್ಣಿನಂದದಿ
ಕಳೆದ ಸಿಬರಿನ ಕಬ್ಬಿನಂದದ (ಸಿಗುರಿನ)
ಯಟಿದ ಉಷ್ಣದ ಹಾಲಿನಂದದಿ ಸುಲಭವಾಗಿರ್ದಾ ।

ಲಳಿತವಹ ಕನ್ನಡದ ನುಡಿಯಲಿ
ತಿಳಿದು ತನ್ನೊಳು ತನ್ನ ಮೋಕ್ಷವ,
ಘುಱಿಸಿ ಕೊಂಡರೆ ಸಾಲದೇ? ಸಂಸ್ಕೃತದಲಿನ್ನೇನೂ? || 2 ||

ಪ. ಹಣ್ಣಿನ ಅಂದದಿ, ಕಬ್ಬಿನ ಅಂದದಿ, ಹಾಲಿನ ಅಂದದಿ. ಲಳಿತ ಅಹ. ಸಂಸ್ಕೃತದಲಿ ಇನ್ನು ಏನು. ಅ. ತನ್ನೊಳು ತನ್ನ ಮೋಕ್ಷವ ತಿಳಿದು. ಟೀ. ಅಂದದಿ ಅಂದರೆ ಅಂದದಿಂ, ಸೂತ್ರ 107; ಕೆಲವರು ಅಂದದಲ್ಲಿ ಎಂತ ಟೀಕಿಸುತ್ತಾರೆ. ಮೋಕ್ಷವ ಅಂದರೆ ಮೋಕ್ಷವಂ, ಸೂ. 104. 106. ಇಂ ಎಂಬದು ಇ ಎಂದು ಆದದಱಿಂದಲೂ ವಂ ಎಂಬುದು ವ ಎಂದು ಆದದಱಿಂದಲೂ ಹೊಸಗನ್ನಡದಲ್ಲಿ ಬಿಂದುಲೋಪವು ಕೆಲವೆಡೆಯಲ್ಲಿ ಬರುವದು. ಇರಿ (ಇರಿಂ), ಅವ (ಅವಂ), ಅದ (ಅದಂ), ಬಂದ (ಬಂದಂ), ಅಕ್ಕ (ಅಕ್ಕಂ), ಕೊಂಡೆ (ಕೊಂಡೆಂ) ಎಂಬಿವೂ ಅಂತೆ. ಸುಲಭವಾಗಿರ್ದ ಅಂದರೆ ಸುಲಭವಾಗಿದ್ದ; ರೇಫೆ ಅರ್ಧದಕಾರವಾಯಿತು. ಅಹ=ಆಗುವ. ಮೂಱನೆಯ ಆಱನೆಯ ಚರಣದ ಕಡೆಯು ಅಕ್ಕರ ಛಂದಸ್ಸಿಗೋಸ್ಕರ ದೀರ್ಘ; ಇದು ಎಲ್ಲಾ ಷಟ್ಪದಿಗಳಲ್ಲಿ ಕ್ರಮ.

2. WHAT IS TO BE AVOIDED IN, AND WHAT IS REQUIRED FOR, WRITING GOOD CANARESE POETRY

ಒಳ್ಳೆ ಕಾವ್ಯವನ್ನು ರಚಿಸುವದಕ್ಕೆ ಬೇಡಾದದೂ ಬೇಕಾದದೂ

ವೈರಿಪದಮಪಶಬ್ದಮಚಮ
ತ್ಕಾರಮಧಮೋಪಮೆ ವಿಯತಿ ಪದ
ಪೂರಕಂ ದುಸ್ಸಂಧಿಯನಿಬದ್ಧಂ ವಿರುದ್ಧಾರ್ಥಂ ।
ನೀರಸಂ ಶೈಥಿಲ್ಯವರ್ಣಂ
ಕಾರಕವಿರಹಿತಂ ಕ್ರಿಯಾಳಂ
ಕಾರಹೀನಮೆನಿಪ್ಪ ಪ್ರೊಳ್ಳಂ ತೂಱಿ, ಕಳೆದಿಂತೂ || 3 ||

ಪ. ವೈರಿಪದಂ ಅಪಶಬ್ದಂ ಅಚಮತ್ಕಾರಂ ಅಧಮ-ಉಪಮೆ ವಿಯತಿ ಪದಪೂರಕಂ ದುಸ್ಸಂಧಿ ಅನಿಬದ್ಧಂ ವಿರುದ್ಧ-ಅರ್ಥಂ ನೀರಸಂ ಶೈಥಿಲ್ಯ-ವರ್ಣಂ ಕಾರಕ-ವಿರಹಿತಂ ಕ್ರಿಯಾ-ಅಳಂಕಾರ-ಹೀನಂ ಎನಿಪ್ಪ. . . . ಕಳೆದು ಇಂತು. ಅ. ಯಥಾನ್ವಯಂ. ಟೀ. ತೂಱಿ ಕಳೆದು ಎಂಬ ಕ್ರಿಯೆಗೆ ಮಱುಶ್ಲೋಕದ ರಚಿಸುವೆಂ ಎಂಬದಱಲ್ಲಿ ಇರುವ (ಕವಿಯಾದ) ನಾನು ಎಂಬದು

ಕರ್ತೃ. ಪೊಳ್ಳಂ ಎಂಬುದು ಕರ್ಮ, ಸೂ. 93. ಎನಿಪ್ಪ ಎಂತಲೂ ಎನಿಪ ಎಂತಲೂ=ಎನಿಸುವ, ಸೂ. 232. ಹದಿಮೂಱು ಪೊಳ್ಳೆನಿಸುವ ವಿಷಯಗಳ ತಾತ್ಪರ್ಯ ನಿಘಂಟುವಿನಲ್ಲಿ ಕಾಣಿಸುತ್ತದೆ.

ಸರಸ-ಮೃದುತರ-ಯಮಕ-ಗಮಕ-ವಿ
ಸರ-ಸಮಾಸ-ಪ್ರಾಸ-ದೇಶೀ-
ಸರಣಿ-ಶಬ್ದಾರ್ಥೋಪಮಾ-ಚಾತುರ್ಯ-ಮಾಧುರ್ಯಾ- ।
ಸರಳ-ಪದಶಯ್ಯಾ-ದೃಢ-ವ್ಯಾ
ಕರಣ-ಯುತ-ಲಾಲಿತ್ಯ-ನಿಯಮಾ
ಕ್ಷರ-ಸಲಕ್ಷಣ-ಭಾವಮಾಗಿರೆ ರಚಿಸುವೆಂ ಕೃತಿಯಾ. || 4 ||

ಟೀ. ಸರಸ-ಮೃದುತರ-ಯಮಕವೂ ಗಮಕ-ವಿಸರ-ಸಮಾಸವೂ ಪ್ರಾಸವೂ ದೇಶೀ-ಸರಣಿ-ಶಬ್ದಾರ್ಥ-ಉಪಮೆಯೂ ಚಾತುರ್ಯ-ಮಾಧುರ್ಯ-ಸರಳ-ಪದಶಯ್ಯೆಯೂ ದೃಢ-ವ್ಯಾಕರಣವೂ ಯುತವಾದಂಥ (ಮತ್ತು) ಲಾಲಿತ್ಯ-ನಿಯಮ-ಅಕ್ಷರ-ಸಲಕ್ಷಣವಾದಂಥ ಭಾವಂ ಆಗಿ ಇರೆ ಕೃತಿಯ ರಚಿಸುವೆಂ. ಇರೆ=ಇರುವಂತೆ; 3ನೆಯ ಸೂತ್ರದಲ್ಲಿ ಬಗೆವುಗೆ ಎಂತಲೂ ಅದಱ ವೃತ್ತಿಯಲ್ಲಿ ಮನಂಬುಗುವಂತೆ ಎಂತಲೂ ನೋಡು; ಸೂ. 246. 249. ಕೃತಿಯ=ಕೃತಿಯಂ.

ಪಾಲೊಳಪ್ಪಿನ ವಿವರವಱಿವ ಮ
ರಾಲವಂ ಕಂಡುಬ್ಬಿ, ಲೋಕಂ
ಲಾಲಿಸುವ ಪೋಲ್, ಶುನಕ ಮೊಗೆವಾಲಂ ಕುಡಿದು, ಪೋಗೇ, ।
ಆಲಿಗೊಳುತಂ ಬಡಿವರಲ್ಲದೆ
ಲಾಲಿಸುವರೇ? ಸುಕವಿಯೆಂದೊಡೆ
ಮೇಲಹುದು ಕೃತಿ; ಕುಕವಿಯೆಂದೊಡದೇನ್ ಅಹುದು ತನಗೇ? ||5||

ಪ. ಪಾಲೊಳ್ ಅಪ್ಪಿನ ವಿವರವ ಅಱಿವ..ಕಂಡು, ಉಬ್ಬಿ, ಲೋಕಂ....ಬಡಿವರ್ ಅಲ್ಲದೆ...ಸುಕವಿ ಎಂದೊಡೆ ಮೇಲ್ ಅಹುದು ಕೃತಿ; ಕುಕವಿ ಎಂದೊಡೆ ಅದು ಏನ್.... ಅ. ಮರಾಲವಂ ಲೋಕಂ ಕಂಡು ಉಬ್ಬಿ ಲಾಲಿಸುವ ಪೋಲ್...ಕೃತಿ ಮೇಲ್ ಅಹುದು... ತನಗೆ ಅದು ಏನ್ ಅಹುದು. ಟೀ. ಆಲಿಗೊಳುತಂ ಎಂದಾದಿಯಾಗಿ ಲಾಲಿಸುವರೇ ಎಂದಂತವಾದ ಇದಕ್ಕೆ ಲೋಕರೆಂಬ ಶಬ್ದ ಕರ್ತೃವಾಗಿದೆಂತ ಊಹಿಸ ಬೇಕು. ಶುನಕ....ಪೋಗೆ= ಶುನಕಂ....ಪೋಗಲಾಗಿ; ಪೋಗೆ ಎಂದು ಪೋಗಲ್ ಎಂತ ಹೇಳಿದರೆ ಹಳೆಗನ್ನಡದಲ್ಲಿ ಬಾರದು, ಸೂ. 249. ಆಲಿಗೊಳುತಂ=ಆಳಿಗೊಳುತುಂ, ಸೂ. 236. ಎಂದೊಡೆ (ಎಂದಡೆ)=ಎಂ

ದರೆ, ಸೂ. 250. ಅಹುದು=ಆಗುವದು. ಮೊಗೆವಾಲ್ = ಮೊಗೆ-ಪಾಲ್, ಸೂ. 67. ಮರಾಳದ ಗುಣ ಸುಕವಿಯಲ್ಲಿರ ಬೇಕು, ಶುನಕನದು ಇರ ಬಾರದು. ಮರಾಳಕೆ ಹಾಲಿನೊಳಗಿನ ನೀರನ್ನು ಬಿಟ್ಟು, ಹಾಲನ್ನೇ ಮಾತ್ರ ತೆಕ್ಕೊಳ್ಳುವ ಅಱಿವು ಇರುತ್ತದಂತೆ, ಹ್ಯಾಗೋ ಹಾಗೆಯೇ ಕವಿಯ ಕೃತಿ ಬಱಿದು ಹಾಲಾಗಿರ ಬೇಕು; ಆದರೆ ಹಾಲನ್ನು ಕದ್ದು ಕೊಂಡು ಹೋದದಲ್ಲದೆ ಹಾಲನ್ನು ಕದ್ದು ತರುವದು ಸಹ ಅಯೋಗ್ಯ.

ಪ್ರಾಸ-ಯತಿ-ಗಣ-ಗದ್ಯ-ಪದ್ಯ-ಸ
ಮಾಸ-ಯುತ-ವಸ್ತುಕದ ಮುಂದೆ ವಿ
ಳಾಸಮೇ ಸಾಮಾನ್ಯ-ವರ್ಣ-ಕವಿಯ ಕವಿತೆಯೆಂದೂ, |
ಓಸರಿಸದಿರಿ! ಬಱಿಯ ಕನ್ನಡ
ಬಾಸೆಯೆಂದೆನಲಾಗದಿಳೆಗಿದು
ಲೇಸೆನಿಪ ವೇದ-ಪ್ರಮಾಣಮೆನಿಪ್ಪುದಂತಹುದೂ. || 6 ||

ಪ. ಓಸರಿಸದೆ ಇರಿ....ಬಾಸೆ ಎಂದು ಎನಲ್ ಆಗದು, ಇಳೆಗೆ ಇದು ಲೇಸು ಎನಿಪ ವೇದ-ಪ್ರಮಾಣಂ ಎನಿಪ್ಪದು, ಅಂತೆ ಅಹುದು. ಅ. ಮುಂದೆ ಸಾಮಾನ್ಯ-ವರ್ಣ-ಕವಿಯ ಕವಿತೆ ವಿಲಾಸಮೇ? ಟೀ. ಹೇಳಿದ ಆಱು ವಿಷಯಗಳು ಯುತವಾದ ವಸ್ತುಕದ. ಸಾಮಾನ್ಯ ವರ್ಣವೆಂತ ಸಾಮಾನ್ಯ ಕುಲವೆಂತಾಗಲಿ ಸಾಮಾನ್ಯ ವರ್ಣನೆಯು ಶಕ್ತಿ ಎಂತಾಗಲಿ ಟೀಕಿಸ ಬಹುದು; ಹ್ಯಾಗೂ ಇದು ಒಂದು ತೆಱನ ದೈನ್ಯದ ಮಾತು. ಇರಿ=ಇರಿಂ, ಸೂ. 230. ಎನಿಪ್ಪುದು (ಎನಿಪುದು)=ಎನಿಸುವದು, ಸೂ. 232. ಕವಿ ತನ್ನ ಕೃತಿ ವೇದಪ್ರಮಾಣವಾದದು ಎನುವದು ಅನರ್ಥ; ವೇದಕ್ಕಾಗಲಿ ಬೇಱೊಂದು ಕೃತಿಗಾಗಲಿ ಯಾವದಾನೊಂದು ಪ್ರಮಾಣ ಬರ ಬೇಕಾದರೆ ಅದಱದಱಲ್ಲಿಯ ಅರ್ಥದಿಂದಲೇ ಬರ ಬೇಕಲ್ಲದೆ ಬೇಱೆ ರೀತಿಯಾಗಿ ಬರಲಿಕ್ಕಿಲ್ಲ.

3. SOME CHARACTERISTIC FEATURES OF CANARESE POETRY

ಒಳ್ಳೆ ಕನ್ನಡಕಾವ್ಯದ ಹಲವು ಲಕ್ಷಣಗಳು

ಚಂಪಕಮಾಲೆ

ಗಮಕಸಮಾಸದಿಂ, ಱಿ-ೞಿ-ಕುಳ-ಕ್ಷಳದಿಂ, ಶ್ರುತಿಸಹ್ಯ-ಸಂಧಿಯಿಂ,
ಸಮುಚಿತವಾಗಿ ಬರ್ಪ ಸತಿಸಪ್ತಮಿಯಿಂ, ಸಮಸಂಸ್ಕೃತೋಕ್ತಿ
[ಯಿಂ, |

ವ-ಮ-ಹ-ಪ-ಭೇದದಿಂ, ವಿರಹಿತಾವ್ಯಯ-ಸಂಸ್ಕೃತಲಿಂಗದಿಂ, [ಪದೋ

ತ್ತಮ-ಶಿಥಿಲತ್ವದಿಂ, ಯತಿಯಲಂಘನದಿಂದಱಿದಲ್ತೆ ಕನ್ನಡಂ?

|| 7 || (ಯತಿವಿಲ—)

ಆ. ಯತಿಯ ಅಲಂಘನದಿಂದೆ ಕನ್ನಡಂ ಅಱಿದು ಅಲ್ತೆ? ಟೀ. ಹೇೞಿದ ಒಂಬತ್ತು ವಿಷಯಗಳಿಂದೆ ಕನ್ನಡಂ ತಿಳಿದು ಬಂದು ಉಂಟಲ್ಲವೇ? ಸಮಾಸದಿಂ=ಸಮಾಸದಿಂದೆ, ಸೂ. 107. ಇಲ್ಲಿ ಸೂಚಿಸಿರುವ ವ ಮ ಹ ಪ ಎಂಬ ಅಕ್ಷರಗಳ ಭೇದವನ್ನು ಕುಱಿತು ಸೂ. 65; 67; 170; 293 ನೋಡು; ಇದಱ ಅಱಿವಿಲ್ಲದೆ ಕಾವ್ಯವೋದಲಾಗದು.

4. THE METRES OCCURRING IN THIS ANTHOLOGY

ಈ ಕಾವ್ಯಮಾಲೆಯಲ್ಲಿರುವ ಛಂದಸ್ಸಿನ ವಿವರವು

1. Sanscrit Vṛitta Metres

ಸಂಸ್ಕೃತವೃತ್ತಛಂದಸ್ಸು ಅಂದರೆ ನಾಲ್ಕು ಪದಕ್ಕೂ ಒಂದೇ ಪ್ರಕಾರ ತಪ್ಪದೆ ಬರುವ ಅಕ್ಷರಗಣರೂಪನೇಮಕವುಳ್ಳ ಛಂದಸ್ಸು.
ಮೂಱು ಮೂಱು ಅಕ್ಷರಗಳು ಒಂದು ಗಣವೆನಿಸುತ್ತವೆ.

a. ದ್ರುತಪೂರ್ವವಿಲಂಬಿತಂ. ಇದು ಪದಪದದಲ್ಲಿ 12 ಅಕ್ಷರದ್ದು.

ದ್ರುತಪೂರ್ವವಿಲಂಬಿತಂ

ನ-ಭ-ಭ-ರಂಗಳುಮೊಂದಿರೆ ಪಾದದೊಳ್,
ಶುಭಕರಂ ಯತಿ ನಿಲ್ತಿರೆ ರಂಧ್ರದೊಳ್, |
ಪ್ರಭು-ಕವೀಂದ್ರ-ಸಹಾಯದಿನಾದುದುಂ,
ಭಗವತೀ, ದ್ರುತಪೂರ್ವವಿಲಂಬಿತಂ. || 8 ||

ಟೀ. ನ ಭ ಭ ರ ಎಂಬಿವು ಗಣಗಳ ಹೆಸರು; ನ=ಲಘು ಲಘು ಲಘು (⏑⏑⏑); ಭ=ಗುರು ಲಘು ಲಘು (—⏑⏑); ರ=ಗುರು ಲಘು ಗುರು (—⏑—). ಇಂತು ⏑⏑⏑ | —⏑⏑ | —⏑⏑ | —⏑— | ಎಂಬ ಈ ಗಣಗಳು ಒಂದೊಂದು ಪಾದದಲ್ಲಿ (ಪದ

ದಲ್ಲಿ) ಒಂದಿ ಇದ್ದರೆ ಮತ್ತೆ ಯತಿ (ಅಂದರೆ ಉಸುರಿನ ಸ್ಥಾನ) ರಂಧ್ರದಲ್ಲಿ ಅಂದರೆ 9ನೆಯ ಅಕ್ಷರದಲ್ಲಿ ನಿಲ್ತು (=ನಿಂತು) ಇದ್ದರೆ (ಪಿಂಗಳನೆಂಬ) ದೊಡ್ಡ ಕವೀಂದ್ರರ ಸಹಾಯದಿಂ ಹೀಗೆ ಆದುದು ಸಹಿತವಾಗಿ, ಶೋಭೆಯುಳ್ಳವಳೇ, ದ್ರುತಪೂರ್ವವಿಲಂಬಿತಂ ಎನಿಸುತ್ತದೆಂತ, ನಾಗವರ್ಮನೆಂಬ ಕವಿ ತನ್ನ ಹೆಂಡತಿಗೆ ಹೇಳುತ್ತಾನೆ.

b. ಮತ್ತೇಭವಿಕ್ರೀಡಿತಂ. ಇದು ಪದಪದದಲ್ಲಿ 20 ಅಕ್ಷರದ್ದು.

ಮತ್ತೇಭವಿಕ್ರೀಡಿತಂ

ಶ್ವಸನೇಂದು-ಜ್ವಲನಂ ದಿವಂ ಧರೆ ಜಲಂ ದೈತ್ಯಾರಿ-ಕಾಮಾಂತಕ-
ಪ್ರಸರೋದ್ಯದ್-ಗಣಮುಂ ತ್ರಯೋದಶ-ಯತಿ-ಪ್ರಸ್ತಾರಮಾಗಿ
[ರ್ದೊಡೀ |
ವಸುಧಾ-ಚಕ್ರದೊಳೆಯ್ದೆ ಸಂದುದು, ಕರಂ ಮತ್ತೇಭವಿಕ್ರೀಡಿತಂ
ಪೆಸರಾಯ್ತಿಂತಿದು, ಪಿಂಗಳಾಹಿ-ವರನಿಂ, ವ್ಯಾಲೋಲ-ನೀಲಾಲಕೀ!
[|| 9 ||

ಟೀ. ಶ್ವಸನಗಣ=ಲಘು ಲಘು ಗುರು (∪∪—); ಇಂದುಗಣ=ಗುರು ಲಘು ಲಘು (—∪∪); ಜ್ವಲನಗಣ=ಗುರು ಲಘು ಗುರು (—∪—); ದಿವಗಣ=ಲಘು ಲಘು ಲಘು (∪∪∪); ಧರೆಗಣ=ಗುರು ಗುರು ಗುರು (———); ಜಲಗಣ=ಲಘು ಗುರು ಗುರು (∪——); ದೈತ್ಯಾರಿ=ಲಘು (∪); ಕಾಮಾಂತಕ=ಗುರು (—). ಹೇಳಿದ ∪∪— | —∪∪ | —∪— | ∪∪∪ | ——— | ∪—— | ∪— ಎಂಬ ಈ ಪ್ರಸರ-ಉದ್ಯದ್-ಗಣವು ಸಹ, 12 ಅಕ್ಷರದಲ್ಲಿ ಯತಿಯು ಎಣಿಕೆ ಆದರೆ, ಈ ಭೂಮಿಯಲ್ಲಿ ಪಿಂಗಳನಾಗನೆಂಬ ವರಕವಿಯಿಂದೆ ಚನ್ನಾಗಿ ಸಂದಿತು, ನೆಟ್ಟನೆ ಮತ್ತೇಭವಿಕ್ರೀಡಿತಂ ಎಂತ ಪೆಸರಾಯಿತು, ಇಂತು ಇದು, ವ್ಯಾಲೋಲ-ನೀಲ-ಅಲಕವುಳ್ಳ ಹೆಂಡತಿಯೇ!

c. ಉತ್ಪಲಮಾಲೆ. ಇದು ಸಹ ಪದಪದದಲ್ಲಿ 20 ಅಕ್ಷರದ್ದು.

ಉತ್ಪಲಮಾಲೆ

ಶೀತಕರಾನಿಲೇಂದ್ರಪುರ-ಚಂದ್ರ-ಶಶಾಂಕ-ಹುತಾಶನಂ ಲ-ಗೋ
ಪೇತಮೊಡಂಬಡುತ್ತಮಿರೆ, ರಂಧ್ರದೊಳೊಪ್ಪಿರೆ ಕೂಡೆ ವಿಶ್ರಮಂ, |

ಸಾತಿಶಯೋಕ್ತಿಯಿಂದಿದು ವಿರಾಜಿಸುಗುಂ ಕವಿ-ರಾಜಹಂಸನಿಂ
ಭೂತಳದೊಳ್ ನೆಗೞ್ತೆವಡೆದುತ್ಪಲಮಾಲೆ, ವಿಲೋಲ-ಲೋಚನೇ!
[|| 10 ||

ಟೀ. ಶೀತಕರಗಣ=ಗುರು ಲಘು ಲಘು (—∪∪); ಅನಿಲಗಣ=ಗುರು ಲಘು ಗುರು (—∪—); ಇಂದ್ರಪುರಗಣ=ಲಘು ಲಘು ಲಘು (∪∪∪); ಚಂದ್ರಗಣ=ಗುರು ಲಘು ಲಘು (—∪∪); ಶಶಾಂಕಗಣ=ಗುರು ಲಘು ಲಘು (—∪∪); ಹುತಾಶನಗಣ=ಗುರು ಲಘು ಗುರು (—∪—); ಲ=ಲಘು (∪); ಗ=ಗುರು (—). ಇಂತು —∪∪ | —∪— | ∪∪∪ | —∪∪ | —∪∪ | —∪— | ∪— ಎಂಬವುಗಳ ಉಪೇತಂ ಒದಂ ಬಡುತ್ತಂ ಇರೆ, ಕೂಡೆ ರಂಧ್ರವೆಂಬ 9ನೆಯ ಅಕ್ಷರದಲ್ಲಿ ಯತಿಯೆಂಬ ವಿಶ್ರಮ ಒಪ್ಪಿ ಇರೆ, ಸಾತಿಶಯ-ಉಕ್ತಿಯಿಂದೆ ಇದು ಉತ್ಪಲಮಾಲೆ ಕವಿ-ರಾಜಹಂಸನಿಂದೆ ಭೂತಳದೊಳ್ ನೆಗೞ್ತೆ-ಪಡೆದು ವಿರಾಜಿಸುಗುಂ, ವಿಲೋಲ-ಲೋಚನೆಯಾದ ಹೆಂಡತಿಯೇ!

d. ಚಂಪಕಮಾಲೆ. ಇದು ಪದಪದದಲ್ಲಿ 21 ಅಕ್ಷರದ್ದು.

ಚಂಪಕಮಾಲೆ

ತ್ರಿದಶ-ರವೀಂದು ಭಾಸ್ಕರ-ಗಣ-ತ್ರಿತಯಾಗ್ರದೊಳಾಗೆ ಚಲ್ವುವೆ
ತ್ತುದನಲದಿಂ, ತ್ರಯೋದಶದೊಳಾಗಿರೆ ವಿಶ್ರಮಣಂ, ನಿರಂತರಾ |
ಭ್ಯುದಯತರಂ ಕರಂ ನಿನಗಶೋಕ-ಮಹೀರುಹ-ಪಲ್ಲವೋಲ್ಲಸತ್-
ಪದ-ಯುಗೆ, ನಿಚ್ಚಮೋದು, ಗಡ, ಚಂಪಕಮಾಲೆಯನೊಲ್ದು, ಲೀ
[ಲೆಯಿಂ! || 11 ||

ಟೀ. ತ್ರಿದಶಗಣ=∪∪∪; ರವಿಗಣ=∪—∪; ಇಂದುಗಣ=—∪∪ (ಭಾಸ್ಕರಗಣ=∪—∪; ಇದರ ತ್ರಿತಯ=∪—∪ | ∪—∪ | ∪—∪) ಮೂಱಾದ ಇವಱ ಅಗ್ರದೊಳ್ ಆಗೆ, (ಆ ತ್ರಿದಶ-ರವಿ-ಇಂದು ಎಂಬ ಗಣಗಳು) ಅನಲದಿಂದೆ ಚಲ್ವು-ಪೆತ್ತುದು ಅಂದರೆ ಚೆಲ್ವು ಹುಟ್ಟಿದವಾಗಿವೆ; ಅನಲಗಣ=—∪—. ಇಂತು ∪∪∪ | ∪—∪ | —∪∪ | ∪—∪ | ∪—∪ | ∪—∪ | —∪— ಎಂಬ ಗಣಗಳಿರುವಲ್ಲಿ 13ನೆಯ ಅಕ್ಷರದಲ್ಲಿ ಯತಿಯೆಂಬ ವಿಶ್ರಮಣವು ಆಗಿರೆ, ಚನ್ನಾಗಿ ನಿರಂತರ-ಅಭ್ಯುದಯತರವಾದದು ನಿನಗೆ ಆಯಿತು, ಅಶೋಕ-ವೃಕ್ಷ-ಪಲ್ಲವದಂತೆ ಉಲ್ಲಸತ್-ಪದ-ಯುಗವುಳ್ಳ ಹೆಂಡತಿಯೇ! ನಿಚ್ಚಂ ಓದು, ಗಡ, ಚಂಪಕಮಾಲೆಯನ್ನು, ಒಲ್ದು, ಲೀಲೆಯಿಂ!

e. ಸ್ರಗ್ಧರೆ. ಇದು ಸಹ ಪದಪದದಲ್ಲಿ 21 ಅಕ್ಷರದ್ದು.

ಭೂಮಿ-ಜ್ವಾಲೇಂದು-ದೇವಾಧಿಪಪುರ-ಗಣದಿಂ ಮುಂತೆ ತೋಯ-
[ತ್ರಯಂಗಳ್
ತಾಮೆತ್ತಲ್ ಬಂದು ಚಲ್ವಾಗಿರೆ, ಹಯ-ನಿಕರ-ಸ್ಥಾನದೊಳ್ ನಿಲ್ವಿನಂ ವಿ
ಶ್ರಾಮಂ, ಛಂದಕ್ಕಲಂಕಾರಮಿದೆನೆ ಜನಕಾನಂದಮಂ ಮಾಡುಗುಂ,
[ಸ್ರುಗ್-
ಧಾಮ-ಪ್ರೋದ್ದಾಮ-ಕೇಶಾನ್ವಿತೆ, ಬಗೆ, ಪೆಸರಿಂ ಸ್ರಗ್ಧರಾ-ನಾಮ-
ವೃತ್ತಂ! || 12 ||

ಟೀ. ಭೂಮಿಗಣ=___; ಜ್ವಾಲಗಣ=_∪_; ಇಂದುಗಣ=_∪∪; ದೇವಾಧಿಪಪುರಗಣ=∪∪∪; (ಇವಱಿಂದೆ ಮುಂತೆ ಮೂಱು ತೋಯಗಣಂಗಳು ತಾವು ಎತ್ತಲ್ ಬಂದು ಚಲ್ವಾಗಿ ಇರೆ) ತೋಯಗಣ=∪__. ಇಂತು ___ | _∪_ | _∪∪ | ∪∪∪ | ∪__ | ∪__ | ∪__ ಎಂಬ ಗಣಗಳ ಹಯ-ನಿಕರವೆಂಬ 7ನೆಯ 7ನೆಯ ಅಕ್ಷರದಲ್ಲಿ ವಿಶ್ರಾಮವೆಂಬ ಯತಿ ನಿಲ್ವಿನಂ (=ನಿಲೆ), ಛಂದಕ್ಕೆ ಅಲಂಕಾರಂ ಇದು ಎನೆ ಜನಕೆ ಆನಂದಮಂ ಮಾಡುಗುಂ, ಪೆಸರಿಂ (ಅದು) ಸ್ರಗ್ಧರಾ-ನಾಮ-ವೃತ್ತಂ, ಬಗೆ, ಸ್ರಜ್ಜಿನ ಧಾಮವಾದಂಥ ದೊಡ್ಡ ಕೂದಲುಳ್ಳ ಹೆಂಗಸಿಯೇ!

f. ಮಹಾಸ್ರಗ್ಧರೆ. ಇದು ಪದಪದದಲ್ಲಿ 22 ಅಕ್ಷರದ್ದು.

ಮಹಾಸ್ರಗ್ಧರೆ

ಮರುದಾಕಾಶ-ದ್ವಯೇಂದ್ರಾನಿಲ-ಹುತವಹ-
[ಯುಗ್ಮಾಂಗಜನ್ಮಾಂತಕರ್ಗಳ್
ಬರೆ, ಪಕ್ಷ-ಸ್ಥಾನದೊಳ್ ನಿಲ್ತಿರೆ ವಿರತಿ, ಮಹಾಸ್ರಗ್ಧರಾ-
[ನಾಮ-ವೃತ್ತಂ. ।
ಗುರು-ವಿದ್ಯಾ-ಪ್ರೇಮಿ, ಅಭ್ಯಾಸದೆ ವಿಲಸಿತೆ, ಚಾರ್ವಾನನೇ,
[ಕಾವ್ಯ-ಮೋದಾ
ಸ್ಫುರಿತ-ಪ್ರೋದ್ಭಾಸಿ, ಕಾಂಚೀ-ಖಚಿತ-ರಶನಿ-ಯುಕ್ತಾಂಗನೇ, ಕೇಳ್,
ಪ್ರಿಯಾಖ್ಯೇ! || 13 ||

ಟೀ. ಮರುದ್ಗಣ=⏑⏑—; ಆಕಾಶಗಣ=——⏑ (ಇವಱ ದ್ವಯ ಅಂದರೆ ಎರಡು ಗಣ); ಇಂದ್ರಗಣ=⏑⏑⏑; ಅನಿಲಗಣ=⏑⏑—; ಹುತವಹಗಣ=—⏑— (ಇದಱ ಯುಗ್ಮ ಅಂದರೆ ಎರಡು ಗಣ); ಅಂಗಜಸ್ಮಾಂತಕಗಣ=—. ಇಂತು ⏑⏑— | ——⏑ | ——⏑ | ⏑⏑⏑ | ⏑⏑— | —⏑— | —⏑— | — ಎಂಬ ಗಣಗಳು ಬರೆ, ಪಕ್ಷ (ಅಂದರೆ ಎರಡು; ಪದದ ಅರ್ಧ ಅರ್ಧ ಎಂತಲೂ ಪದದ ಅಂತ ಅಂತವೆಂತಲೂ ಆಗ ಬಹುದು; ಇದಱಿಲ್ಲನುಮಾನವದೆ) ಎಂಬ ಸ್ಥಾನದೊಳ್ ವಿರತಿ ನಿಲ್ತು ಇರೆ, ಮಹಾಸ್ರಗ್ಧರಾ-ನಾಮ-ವೃತ್ತವಾಯಿತು. ಆ ಮೇಲೆ ಕವಿ ತನ್ನ ಹೆಂಡತಿಯುನ್ನು ಸ್ತುತಿಸುವ ಮಾತು ಬರುತ್ತವೆ. ಚಾರು-ಆನನೇ. ಮೋದ-ಆಸ್ಫುರಿತ. ಯುಕ್ತ-ಅಂಗನೇ. ಪ್ರಿಯಾ-ಆಖ್ಯೇ.

೯. ಉತ್ಸಾಹ.

ಸಂಸ್ಕೃತವೃತ್ತವಾದರೆ ಅದಱ ಉದಾಹರಣೆ ನಾಗವರ್ಮನ ಛಂದಸ್ಸಿನ ಗ್ರಂಥದಲ್ಲಿ ಇಲ್ಲಾಗುತ್ತದೆ. ಅದನ್ನು ರಘಳೆ ಎಂಬ ಛಂದಸ್ಸಿನಲ್ಲಿ ಸೇರಿಸ ತಕ್ಕದು; ಆದರೀ ಗ್ರಂಥದ್ದು ವೃತ್ತಜಾತಿಯ ರಘಳೆ; ಒಂದೊಂದು ಪದವಲ್ಲಿ —⏑ | —⏑ | —⏑ | —⏑ | —⏑ | —⏑ | —⏑ | — ಎಂಬ ಗಣಗಳು ನಿತ್ಯದಲ್ಲಿ ಬರ ಬೇಕು. ಒಂದೊಂದು ಗಣದಲ್ಲಿ ಮೂಱು ಮೂಱು ಮಾತ್ರೆ; ಅಂದರೆ ಗುರುವಿರುವಲ್ಲಿ ಎರಡು ಮಾತ್ರೆ, ಲಘುವಿರುವಲ್ಲಿ ಒಂದು ಮಾತ್ರೆ. ಇಂತದು ಮಾತ್ರಾಗಣಗಳಲ್ಲಿಯೂ ಸೇರುತ್ತದೆ. || 14 ||

2. Sanscrit Mâtrâ Metres.

ಸಂಸ್ಕೃತಮಾತ್ರಾಛಂದಸ್ಸೆಂದರೆ ಅರ್ಧ ಅರ್ಧ ಪದಕ್ಕೂ ಅದೇ ಸಂಖ್ಯೆಯ ಗಣಗಳೂ ಗಣಗಳ ಅದೇ ಸಂಖ್ಯೆಯ ಮಾತ್ರೆಗಳೂ ಬರ ಬೇಕಾದಲ್ಲಿ ಗಣಗಳ ರೂಪಕ್ಕೆ ಹೆಚ್ಚು ಕಡಿಮೆ ಬೀಱುವ ಛಂದಸ್ಸು. ಇದಕ್ಕೆ ಕಂದಪದವೆಂಬದು ಉದಾಹರಣೆ. ಇದು ಆರ್ಯಾ-ಛಂದಸ್ಸಿನ ಒಂದು ಭೇದ.

ಕಂದಂ.

ಪನ್ನೆರಡು ಮಾತ್ರೆ ಮೊದಲೊಳ್,
ಸನ್ನುತಪಿಪ್ಪತ್ತು ಮಾತ್ರೆಯೆರಡನೆಯಡಿಯೊಳ್, |
ಇನ್ನಿಪ್ಪವುಮಿಾ ತೆಱದಿಂ;
ಬಿನ್ನಣಮೇಂ? ಕಂದ-ಲಕ್ಷಣಂ, ಕಮಲ-ಮುಖೀ! || 15 ||

ಟೀ. ಮೊದಲಿನ ಚರಣದಲ್ಲಿ (ಪದದಲ್ಲಿ) 12 ಮಾತ್ರೆ, ಎರಡನೆಯ ಚರಣದಲ್ಲಿ ಸನ್ನುತವಾದ 20 ಮಾತ್ರೆ, ಇನ್ನು ಇರುವ ಚರಣಗಳು ಇದೇ ಪ್ರಕಾರದಿಂದೆ ಅವೆ.—ಒಂದೊಂದು ಗಣಕ್ಕೆ ನಾಲ್ಕು ನಾಲ್ಕು ಮಾತ್ರೆ. ಇಂತಾದರೆ

∪∪∪∪ | ∪∪∪∪ | ∪∪∪∪

∪∪∪∪ | ∪∪∪∪ | ∪∪∪∪ | ∪∪∪∪ | ∪∪— | ಇದೇ ಎರಡು ಬಾರಿ.

ಆದರೆ ಇಷ್ಟಲ್ಲದೆ ನಾವು ಲಘುಗಳ ಮೇಲೆ ಬರೆದ ಗಣಗಳು ∪∪— | —∪∪ | —— | ∪—∪ | ∪∪∪∪ ಎಂಬ 5 ಪ್ರಕಾರದ ರೂಪಗಳನ್ನು ಧರಿಸ ಬಹುದು; ಮತ್ತೆ

ಕಂದಂ

ಗಿರಿಶಂ ಧೂರ್ಜಟಿ ಶರ್ವಂ
ಪುರಾರಿ ಮಖರಿಪುವೆನಿಪ್ಪಿವೈದು ಗಣಂಗಳ್ ।
ಬರೆ, ಶಶಿಪುರ-ವಿಷಯಾದ್ರಿಯೊ
ಳರದಿರ್ಕೆ ಪುರಾರಿಯೆಂಬ ಗಣಮಬ್ಜ-ಮುಖೀ! ॥ 16 ॥

ಟೀ. ಗಿರಿಶಂ=∪∪—; ಧೂರ್ಜಟಿ=—∪∪; ಶರ್ವಂ=——; ಪುರಾರಿ=∪—∪; ಮಖರಿಪು=∪∪∪∪ ಎನಿಪ್ಪ ಇವು ಐದು ಗಣಗಳು ಕಂದಕ್ಕೆ ಸಂದು ಬರುತ್ತಿರಲಾಗಿ, ಶಶಿಪುರ ಅಂದರೆ ∪∪∪∪ ಎಂಬದು ವಿಷಯ-ಅದ್ರಿಯಿಂದ ಎಣಿಸುವ ಸ್ಥಾನದಲ್ಲಿ (ವಿಷಯ=5; ಅದ್ರಿ=1) ಅಂದರೆ ಅರ್ಧ ಅರ್ಧ ಪದದ 6ನೆಯ ಸ್ಥಾನದಲ್ಲಿ ಇರ ತಕ್ಕದು; ಅದಲ್ಲದೆ ಆ ಸ್ಥಾನದಲ್ಲಿ ಇರದೆ (ಅಂದರೆ ತಡೆಯದೆ) ಪುರಾರಿ ಅಂದರೆ ∪—∪ ಎಂಬ ಗಣವು ಕೂಡ ಇರ್ಕೆ (=ಇರಲಿ). ಇಂತಾದರೆ

1 2 3
∪∪∪∪ | ∪∪∪∪ | ∪∪∪∪ |
4 5 6
∪∪∪∪ | ∪∪∪∪ | ∪∪∪∪ | ∪∪∪∪ | ∪∪— |

1 2 3
∪∪∪∪ | ∪∪∪∪ | ∪∪∪∪ |
4 5 6
∪∪∪∪ | ∪∪∪∪ | ∪—∪ | ∪∪∪∪∪ | ∪∪— ‖ 6ನೆಯ ಸ್ಥಾನದಲ್ಲಿ ∪∪∪∪ ಎಂಬದಕ್ಕೆ ಪ್ರತಿಯಾಗಿ ∪—∪ ಎಂಬದೊಂದಲ್ಲದೆ ಮತ್ತೊಂದೂ ಬರ ಬಾರದು. ಮತ್ತೆ ಮಾತ್ರೆಗಳ ಲೆಖ್ಖವನ್ನೂ ಗಣಗಳದನ್ನೂ ತಿರಿಗಿ ಹೇಳುತ್ತಾನೆ, ಏನಂದರೆ

ಕಂದಂ

ಇಂತಾದ ಗಣದ ಮಾತ್ರಾ-
ಸಂತತಿ ನಾಲ್ಕಕ್ಕುಮಂತವರ್ಕೊಂದೊಂದ |
ರ್ಕಂತೈದು ಗಣಂಗಳ್ ಬ
ರ್ಕುಂ, ತೊದಳೇಂ, ಕಂದ-ಜಾತಿಯೊಳ್, ಕಮಳ-ಮುಖೀ. || 17 ||

ಟೀ. ಇಂತಾದ ಒಂದೊಂದು ಗಣದಲ್ಲಿರುವ ಮಾತ್ರೆಗಳ ಒಟ್ಟು ನಾಲ್ಕು ಮಾತ್ರೆಗಳದು ಅಕ್ಕಂ (=ಆಗುವದು); ಅಂತೆ ಅವರ್ಕೆ (ಅಂದರೆ ಅವಱೊಳಗೆ) ಒಂದೊಂದರ್ಕೆ ಆಗುವದು; ಅಂತು (ಹಿಂದೆ ತಿಳಿಸಿದ) ಐದು ಗಣಂಗಳ್ ಬರ್ಕುಂ ಕಂದ-ಜಾತಿಯೊಳ್; ತೊದಳೇಂ, ಕಮಳ-ಮುಖೀ? ಅದಲ್ಲದೆ

ಕಂದಂ

ಜ-ಗಣಂ ವಿಷಮದೊಳಾಗದು;
ಜ-ಗಣಂ ಮೇಣ್ ನ-ಗಣಮಕ್ಕೆಯಾಱನೆಯೆಡೆಯೊಳ್; |
ತ್ರಿಗುಣದೊಳವಿಷಮ-ಸಾಧ್ಯಂ;
ಬಗೆಯೆ, ಚತುಃಷಷ್ಟಿ-ಮಾತ್ರೆ ಕಂದದ ಲೆಕ್ಕಂ. || 18 ||

ಟೀ. ಜ-ಗಣ ಅಂದರೆ ∪—∪ ವಿಷಮ ಅಂದರೆ 1, 3, 5, 7 ಎಂಬ ಓಜೆಯಾದ ಸ್ಥಾನದಲ್ಲಿ ಬರ ಬಾರದು; ಆಱನೆಯ ಸ್ಥಾನದಲ್ಲಿ ಜ-ಗಣ ಅಂದರೆ ∪—∪ ಆಗಲಿ, ನ-ಗಣ ಅಂದರೆ ∪∪∪∪ ಆಗಲಿ ಬರ ಬೇಕು; (ಆಱನೆಯದನ್ನು ಕಳೆದು ಬಿಟ್ಟು) ಅವಿಷಮ ಸ್ಥಾನಗಳಂ ಮೂಱು ಬಾರಿ (=2, 4, 8) ತೆಗೆಯ ಬಹುದು; ಬಗೆಯುವಲ್ಲಿ ಕಂದದ ಲೆಕ್ಕವು 64 ಮಾತ್ರೆಗಳದಾಗಿದೆ. ಎಂತೆಂದರೆ

1 2 3
∪∪— | ∪—∪ | ∪∪— =12 ಮಾತ್ರೆ
4 5 6 7 8
∪—∪ | ∪∪— | ∪—∪ | ∪∪— | ∪∪— | =20 ಮಾತ್ರೆ
1 2 3
∪∪— | ∪—∪ | ∪∪— =12 ಮಾತ್ರೆ
4 5 0 7 8
∪—∪ | ∪∪— | ∪∪∪∪ | ∪∪— | — — || =20 ಮಾತ್ರೆ.

ಇದಕ್ಕೆ ಇನ್ನೊಂದು ವಿಷಯವನ್ನು ಅಗತ್ಯವಾಗಿ ಕೂಡಿಸಿ ಹೇೞಬೇಕು; ಏನಂದರೆ ಅರ್ಧ ಅರ್ಧ ಪದದ ಕಡೆಯ ಎರಡು ಮಾತ್ರೆಗಳು ಯಾವಾಗಲೂ ಗುರುರೂಪವಾಗಿ (ಅಂದರೆ —) ಇರ ಬೇಕೇ ಬೇಕು. ಹೀಗಾಗುವಲ್ಲಿ ಒಂದು ಅವಿಷಮ ಸ್ಥಾನಕ್ಕೆ ಅಂದರೆ ಎಂಟನೆಯದಕ್ಕೆ ⏑⏑— ಅಥವಾ — — ಎಂತ ಬೀೞುತ್ತದೆ.

3. Canarese Mâtrâ Metres.

ಕನ್ನಡದ ಮಾತ್ರಾಚಂಧಸ್ಸೆಂದರೆ ಸಂಸ್ಕೃತವಾದದಕ್ಕೆ ಕೆಲವು ವಿಷಯದಲ್ಲಿ ಸಮ ಬಿದ್ದರೂ ಸ್ವಲ್ಪ ವ್ಯತ್ಯಾಸ ಉಂಟು.

A. ಷಟ್ಪದಿಗಳು. ಇವಱಲ್ಲಿ ಮುರಾರಿ (⏑—⏑) ಎಂತ ಆರಂಭಿಸುವ ಒಂದು ಗಣ ಎಂದೂ ಬರ ಬಾರದು.

a. ಸಾಧಾರಣರೂಪ

ಕಂದಂ

ತೋಱುವ ಮಾತ್ರೆಯ ಷಟ್ಪದಿ
ಗಾಱಾಱಡಿಯೆರಡಱಲ್ಲಿಯೊಂದೇ ನಿಯಮಂ; ।
ಮೂಱಕ್ಕೊಂದು ತದರ್ಧಂ,
ಬೇಱೀಶಂ ಕಡೆಯೊಳಿರ್ಪನಿಂತಿದು ಸಿದ್ಧಂ! ॥ 19 ॥

ಟೀ. ತೋಱುವ (=ಪ್ರಖ್ಯಾತವಾದ) ಮಾತ್ರೆಯ ಷಟ್ಪದಿಗೆ ಆಱು ಆಱು ಅಡಿ (=ಚರಣ) ಅವೆ; (ಒಂದೊಂದು ಅರ್ಧಭಾಗದ ಆರಂಭದ) ಎರಡು ಅಡಿಯಲ್ಲಿ ಒಂದೇ ನಿಯಮ: ಆದರೆ ಮೂಱನೆಯ ಅಡಿಯೊಂದಕ್ಕೆ ಅವಲ್ಲಿ ಒಂದರ ಅರ್ಧವೂ ಬೇಱೆ (=ಅದಲ್ಲದೆ) ಕಡೆಯಲ್ಲಿ ಈಶನೆಂಬ ಒಂದು ಗುರುವೂ ಬರುವದು.

b. ಭಾಮಿನಿಷಟ್ಪದಿ. ಇದು ಮೂಱು ನಾಲ್ಕು ಎಂಬ ಗತಿಯ ಮಾತ್ರಾಗಣಗಳದು.

ಭಾಮಿನಿಷಟ್ಪದಿ

ಮೊದಲೆರಡು ನಾಲ್ಕೈದೆನಿಪ ಸ
ತ್ಪದದೆ ಮನು-ಸಂಖ್ಯಾತ-ಮಾತ್ರೆಯು;
ತುದಿಯ ಮೂಱಾಱನೆಯೊಳಿರ್ಪತ್ತೆರಡು ಮಾತ್ರೆಗಳೂ; ।

ಒದವಿದೀ ಪರಿಯಾಱು ಪಾದಕೆ
ಪುದಿದ ಮಾತ್ರೆಯು ನೂಱೆರಡು; ಕೇಳ್,
ಇದುವೆ ಭಾಮಿನಿಯೆಂದೆನಿಪ ಷಟ್ಪದಿಯ ಲಕ್ಷಣವೂ! || 20 ||

ಟೀ. ಮೊದಲು ಎರಡು ನಾಲ್ಕು ಐದು ಎಂಬ ಈ ಪದಗಳ ಒಂದೊಂದಱಲ್ಲಿ ಕೂಡಿ ಮನುವಿನಿಂದ ಸಂಖ್ಯಾತವಾದ ಅಂದರೆ 14 ಮಾತ್ರೆ ಅವೆ; ಕಡೆಯಲ್ಲಿಯೂ ಮೂಱನೆಯದಕ್ಕೂ ಆಱನೆಯದಕ್ಕೂ ಒಂದೊಂದಕ್ಕೂ 23 ಮಾತ್ರೆಗಳು ಅವೆ; ಈ ಪರಿ ಒದವಿದ ಆಱು ಪಾದಕ್ಕೆ ಪುದಿದ ಮಾತ್ರೆಗಳು ನೂಱೆರಡು.—ಇದು ಸರಿ; ಆದರೆ ಸಾಕಲ್ಲ! ಹ್ಯಾಗಂದರೆ ಆಯಾ 14 ಮಾತ್ರೆಗಳೂ 23 ಮಾತ್ರೆಗಳೂ ಗಣಗಳಲ್ಲಿಯೇ ಬರ ಬೇಕು; ಎಂತೆಂದರೆ

ᴗᴗᴗ | ᴗᴗᴗᴗ | ᴗᴗᴗ | ᴗᴗᴗᴗ 4 ಗಣಗಳಲ್ಲಿಯು 14 ಮಾತ್ರೆ
ᴗᴗᴗ | ᴗᴗᴗᴗ | ᴗᴗᴗ | ᴗᴗᴗᴗ
ᴗᴗᴗ | ᴗᴗᴗᴗ | ᴗᴗᴗ | ᴗᴗᴗᴗ | ᴗᴗᴗ | ᴗᴗᴗᴗ | — | 6 ಗಣಗಳಲ್ಲಿಯು 21 ಮಾತ್ರೆಯೂ ಒಂದು ಗುರುವೂ.

ಒಂದು ಗಣದಲ್ಲಿ ಎರಡು ಲಘುವಿಗೆ ಒಂದು ಗುರು ಬೇಱೆ ಬಹುದು; ಆದರೆ ಹೀಗೆ ಆಗುವ ಒಂದು ಗಣ ᴗ— ಎಂತ ಆರಂಭಿಸಲೇ ಬಾರದು.

c. ವಾರ್ಧಕಷಟ್ಪದಿ. ಇದು ಐದೈದು ಎಂಬ ಗತಿಯ ಮಾತ್ರಾಗಣದ್ದು.

ವಾರ್ಧಕಷಟ್ಪದಿ

ಲೀಲೆಯಿಂ ವಾರ್ಧಕದ ಷಟ್ಪದಿಯ ಮೊದಲ ಪದ
ದೇೞಿಗೆಯುಮಿರ್ಪತ್ತು ಮಾತ್ರೆಯಿಂದೆಸೆದಿರ್ಕು
ಮಾಲಲಿತಮೆನಿಪ ಮೂಱುಮಾಱನೆಯ ಪಾದಗಳ್ ಮೂವತ್ತೆರಡು [ಮಾತ್ರೆಯಿಂ |
ಮೇಲೆನೆ ವಿರಾಜಿಸುಗುಮಿಂತಾಱು ಪಾದಂಗ
ಳಾಲಿಸಲ್ ಮಾತ್ರೆಗಳ್ ನೂಱ ನಾಲ್ವತ್ತಱಿಂ
ಮೇಲೆ ನಾಲ್ಕೆಸೆದಪುವು ಛಂದೋಂಬುರಾಶಿಯೊಳ್. ನೀಂ ಕೇಳ್ಪುದಿಂ [ದು-ವದನೇ! || 21 ||

ಟೀ. ವಾರ್ಧಕದ ಷಟ್ಪದಿಯ ಮೊದಲ ಎರಡು ಚರಣಗಳ ಏೞಿಗೆಯುಂ ಇಪ್ಪತ್ತು ಇಪ್ಪತ್ತು ಮಾತ್ರೆಯಿಂದೆ ಎಸೆದು ಇರ್ಕುಂ (ಇರುವದು). ಆಲಲಿತವು ಎನಿಸುವ ಮೂಱನೆಯ ಆ

ಬನೆಯ ಪಾದಗಳು ಮೂವತ್ತೆರಡು ಮೂವತ್ತೆರಡು ಮಾತ್ರೆಯಿಂ, ಹೆಚ್ಚಾಯಿತೆಂಬಂತೆ, ವಿರಾಜಿಸುವದು. ಇಂತು ಆಱು ಪಾದಗಳು ಅವೆ. ಆಲಿಸಿದರೆ ನೂಱ ನಾಲ್ವತ್ತು ಮಾತ್ರೆಗಳಿಂದೆ ಮೇಲೆ ಆಗಿ ಆ ಎರಡು ಗುರುವಿನಲ್ಲಿಯ ನಾಲ್ಕು ಮಾತ್ರೆಗಳು ಎಸೆಯುತ್ತವೆ ಛಂದಸ್ಸಿನ ಅಂಬುರಾಶಿಯೊಳ್. ಎಂತೆಂದರೆ

∪∪∪∪∪ | ∪∪∪∪∪ | ∪∪∪∪∪ | ∪∪∪∪∪ 4 ಗಣಗಳಲ್ಲಿಯು 20 ಮಾತ್ರೆ

∪∪∪∪∪ | ∪∪∪∪∪ | ∪∪∪∪∪ | ∪∪∪∪∪

∪∪∪∪∪ | ∪∪∪∪∪ | ∪∪∪∪∪ | ∪∪∪∪∪ | ∪∪∪∪∪ | ∪∪∪∪∪ | — | 6 ಗಣಗಳಲ್ಲಿಯು 30 ಮಾತ್ರೆಯೂ ಒಂದು ಗುರುವೂ.

ಒಂದು ಗಣದಲ್ಲಿ ಎರಡು ಲಘುವಿಗೆ ಒಂದು ಗುರು ಬೀೞ ಬಹುದು; ಆದರೆ ಹೀಗೆ ಆಗುವ ಒಂದು ಗಣ ∪— ಎಂತ ಆರಂಭಿಸಲೇ ಬಾರದು.

B. ತ್ರಿಪದಿ. ಇದು 3 ಚರಣದ್ದು; ಆದರೆ ಮೊದಲಿನ ಚರಣದ ಎರಡನೆಯ ಅರ್ಧದಲ್ಲಿಯೂ ಪ್ರಾಸಿನ ಅಕ್ಷರ ಬರ ಬೇಕು.

ತ್ರಿಪದಿ

ಬಿಸರುಹೋದ್ಭವ-ಗಣಂ* ರಸ-ದಶ-ಸ್ಥಾನದೊಳ್;
ಬಿಸರುಹ-ನೇತ್ರೇ, ಗಣಮೆ ಬರ್ಕುೞಿದವು,
ಬಿಸರುಹ-ನೇತ್ರೇ, ತ್ರಿಪದಿಗೇ! || 22 ||

ಟೀ. ಬಿಸರುಹೋದ್ಭವಗಣವೆಂಬುದು 4 ಪ್ರಕಾರವಾಗಿದೆ, ಎಂತೆಂದರೆ — — | ∪∪— | —∪ | ∪∪∪ ಎಂಬವು. ಇವುಗಳಲ್ಲಿ ಒಂದು ಗಣ ಯಾವಾಗಲೂ ರಸವೆಂಬ 6ನೆಯ ಸ್ಥಾನದಲ್ಲಿಯೂ ದಶವೆಂಬ 10ನೆಯ ಸ್ಥಾನದಲ್ಲಿಯೂ ಬರ ಬೇಕು. ಬೇಱೆ ಕಡೆಯಲ್ಲಿ ತ್ರಿಪದಿಗೆ ಉೞಿದವು ಗಣಗಳೇ ಬರ್ಕುಂ (ಬರುವದು) ಅಂದರೆ ವಾರ್ಧಕ ಷಟ್ಪದಿಯ ಐದೈದು ಮಾತ್ರೆಯ 4 ಗಣಗಳು ಮೊದಲಿನ ಚರಣದಲ್ಲಿ ಯಾವಾಗಲೂ ಬರ ಬೇಕು; ಆ ಮೇಲೆ ಆ 6ನೆಯ 10ನೆಯ ಸ್ಥಾನಗಳನ್ನು ಬಿಟ್ಟು ಇಂಥ ಗಣಗಳು ಕೂಡಿದರೆ ತಿರಿಗಿ ಬರ ತಕ್ಕದು, ಆದರೆ 2ನೆಯ ಚರಣದ 17 ಮಾತ್ರೆಗೂ 3ನೆಯ ಚರಣದ 18 ಮಾತ್ರೆಗೂ ಹೆಚ್ಚು ಕಡಿಮೆ ಆಗ ಬಾರದು; ಹಾಗಾದರೆ ಈ ಎರಡು ಚರಣಗಳಲ್ಲಿ 5 ಮಾತ್ರೆಯ ಗಣಕ್ಕೆ ಸ್ಥಳವಿರದಲ್ಲಿ ∪∪∪∪ | —∪∪ | ∪∪— | — — ಎಂಬಿವುಗಳಲ್ಲಿ ಒಂದು ಬೀೞ ಬಹುದು. ಇಲ್ಲಿ ಛಾಪಿಸಿದ ತ್ರಿಪದಿಯ ರೂಪ ಎಂತೆಂದರೆ

1 2 3 4

⏑⏑⏑— | ⏑⏑⏑— * ⏑⏑⏑— | —⏑— 4 ಗಣಗಳಲ್ಲಿಯ 20 ಮಾತ್ರೆ

5 6 7 8

⏑⏑⏑⏑ | — — | ⏑⏑⏑— | ⏑⏑⏑⏑ 4 ಗಣಗಳಲ್ಲಿಯ 17 ಮಾತ್ರೆ

9 10 11

⏑⏑⏑⏑ | — — | ⏑⏑⏑— || 3 ಗಣಗಳಲ್ಲಿಯ 13 ಮಾತ್ರೆ.

ತ್ರಿಪದಿಯಲ್ಲಿ ಬಹಳ ಸುಭಗತಿ ಇಲ್ಲದ ಕಾರಣ ಕಾವ್ಯಗಳಲ್ಲಿ ಅಪರೂಪವಾಗಿ ಬರುತ್ತದೆ; ಆದರೆ ಸರ್ವಜ್ಞನೆಂಬ ಕವಿ ಇದಱಲ್ಲಿಯೇ ತನ್ನ ಆಲೋಚನೆಗಳನೆಲ್ಲಾ ಬರಹರೂಪುಗೊಳಿಸಿದ್ದಾನೆ.

C. ರಗಳೆ. ಐದೈದು ಮಾತ್ರೆಗಳ ಗಣಗಳಿಂದ ನಾಲ್ಕು ಚರಣವಾಗಿ ಉಂಟಾದ ಇದಱ ಒಂದು ವಿಧವು ಈ ಗ್ರಂಥದ ದಾಸರ ಪದಗಳಲ್ಲಿ ಕಾಣಿಸುತ್ತದೆ. ಮೊದಲಿನ ಮತ್ತೆ ಮೂಱನೆಯ ಚರಣದಲ್ಲಿ ಅಂಥವಾದ 4 ಗಣಗಳಿರುವಲ್ಲಿ ಎರಡನೆಯ ಮತ್ತೆ ನಾಲ್ಕನೆಯದಱಲ್ಲಿ 3 ಪೂರ್ಣಗಣಗಳೂ ಒಂದಾಗಲಿ ಮೂಱಾಗಲಿ ಮಾತ್ರೆಗಳೂ ಇರುತ್ತವೆ. ಒಂದು ಉದಾಹರಣೆ ಏನಂದರೆ

1 ⏑⏑⏑⏑⏑ | ⏑⏑⏑⏑⏑ | ⏑⏑⏑⏑⏑ | ⏑⏑⏑⏑⏑

2 ⏑⏑⏑⏑⏑ | ⏑⏑⏑⏑⏑ | ⏑⏑⏑⏑⏑ | ⏑ |

3 ⏑⏑⏑⏑⏑ | ⏑⏑⏑⏑⏑ | ⏑⏑⏑⏑⏑ | ⏑⏑⏑⏑⏑

4 ⏑⏑⏑⏑⏑ | ⏑⏑⏑⏑⏑ | ⏑⏑⏑⏑⏑ | ⏑⏑⏑ ||

ಈ ರಗಳೆಯಲ್ಲಿ ಸಹ ⏑ — ಎಂತ ಆರಂಭಿಸುವ ಒಂದು ಗಣ ಬರಲೇ ಬಾರದು.

5. THERE IS ONE OMNISCIENT GOD, ETC.

ಸರ್ವಜ್ಞನಾದ ದೇವರು ಒಬ್ಬನೇ ಇತ್ಯಾದಿ

ತ್ರಿಪದಿ

ಒಬ್ಬನಲ್ಲದೆ ಜಗಕೆಯಿಬ್ಬರುಂಟೇ? ಮತ್ತೆ
ಯೊಬ್ಬ ಸರ್ವಜ್ಞ-ಕರ್ತ ಜಗಕ್ಕೆಲ್ಲ
ವೊಬ್ಬನೇ ದೇವ, ಸರ್ವಜ್ಞ! || 23 ||

ಟೀ. ಕರ್ತ=ಕರ್ತಂ, ದೇವ=ದೇವಂ, ಸೂ. 105. ಸರ್ವಜ್ಞನೆಂಥ ಈ ತ್ರಿಪದಿಗಳನ್ನು ರಚಿಸಿದವನ ಹೆಸರು.

ಗುಡಿಯ ಬೋದಿಗೆ ಕಲ್ಲು, ನಡುರಂಗ ತಾ ಕಲ್ಲು,
ಕಡೆಮೂಲೆಸೆಱಗು ತಾ ಕಲ್ಲು; ವರವನು
ಕೊಡುವಾತ ಬೇಱೆ, ಸರ್ವಜ್ಞ! || 24 ||

ಟೀ. ನಡುರಂಗ=ನಡುರಂಗಂ, ಕೊಡುವಾತ=ಕೊಡುವಾತಂ, ಸೂ. 105. ಕವಿಯು ಮೂಲಗ್ರಂಥದಲ್ಲಿ ತಾ ಎಂಠಿತ್ತೋ? ತಾಂ ಎಂಠಿತ್ತೋ? ತಿಳಿಯದು; ಎರಡೂ ಛಂದಸ್ಸಿಗೆ ತಕ್ಕದು. ಸೂ. 224.

ಭ್ರಷ್ಟ-ದೈವಕೆ ಬಾಯ ಬಿಟ್ಟಲ್ಲಿ ಫಲವಿಲ್ಲ;
ಸೃಷ್ಟಿಗೀಶ್ವರನ ಭಜಿಸಿದರೆ ಮುಂದಕೆ
ಯಿಷ್ಟಾರ್ಥವೀವ, ಸರ್ವಜ್ಞ! || 25 ||

ಟೀ. ಬಾಯ=ಬಾಯಂ, ಸೂ. 93. ಸೃಷ್ಟಿಗೆ ಈಶ್ವರನ=ಸೃಷ್ಟಿಯ ಈಶ್ವರನಂ, ಸೂ. 136; 93. ಇಷ್ಟ-ಅರ್ಥವ ಈವ=ಇಷ್ಟ-ಅರ್ಥವಂ ಈವಂ, ಸೂ. 106; 104; 217.

ಆದಿಯಾ ದೇವರಂ ಭೇದಿಸಲಿಕಱಿಯದೇ,
ಹಾದಿಯಾ ಕಲ್ಲಿಗೆಡೆ ಮಾಡಿ, ನಮಿಸುವ
ಮಾದಿಗರ ನೋಡು! ಸರ್ವಜ್ಞ! || 26 ||

ಟೀ. ಕಲ್ಲಿಗೆ ಎಡೆ. ಮಾದಿಗರ=ಮಾದಿಗರಂ.

ಇಂದುವಿನೊಳುರಿಯುಂಟೆ? ಸಿಂಧುವಿನೊಳಱಬುಂಟೆ?
ಸಂದ ವೀರನೊಳು ಭಯವುಂಟೆ? ಭಕ್ತಗೆ
ಸಂದೇಹವುಂಟೆ? ಸರ್ವಜ್ಞ! || 27 ||

ಟೀ. ಇಂದುವಿನೊಳ್ ಉರಿ ಉಂಟೆ? ಸಿಂಧುವಿನೊಳ್ ಅಱಬು ಉಂಟೆ? ಸಂದ ಎಂಬದಕ್ಕೆ ಸಲ್ ಎಂಬದು ಧಾತು, ಸೂ. 237.

ಮೂಱಿಕ್ಕೆ ಆಱಿಕ್ಕು, ಆಱು ಹನ್ನೆರಡಕ್ಕು,
ಹೇೞುವಾ ಗೊಡ್ಡು ಹೈನಕ್ಕು, ಪಾಪಂ
ಪಾಱೊ ಕಾಲಕೆ. ಸರ್ವಜ್ಞ! ‖ 28 ‖

ಟೀ. ಆಱು ಅಕ್ಕು=ಆಱು ಅಕ್ಕುಂ, ಸೂ. 227; 243. ಪಾಱೊ=ಪಾಱುವ; ಈ ರೂಪ ಕೆಲವು ಗ್ರಂಥಗಳಲ್ಲಿ ಬಹು ಬಾರಿ ಉಂಟು; ಬೇಱೆ ಎಡೆಯಲ್ಲಿ ಪಾಱೊ ಎಂಬಂತೆ ಬರೆಯುವದು ಕಾಣುತ್ತದೆ; 30ನೆಯ ಶ್ಲೋಕದಲ್ಲಿ ಕರಗೊದೆ ಎಂತುಂಟು.

6. SIN IS NOT REMOVED BY OUTWARD MEANS

ಬಹಿರುಪಾಯಗಳಿಂದ ಪಾಪ ಹೋಗದು

ತ್ರಿಪದಿ

ಮೀಪರೇ ಪೋಪರೇ? ಪಾಪವೇನ್? ಅದು ಕೆಸಱೆ?
ಮೀಪರೆ ಮೆಯ್ಯ ಮಲ ಪೋಪುದೇಂ? ಪಾಪ
ಲೇಪಿಸಲಕ್ಕುಂ. ಸರ್ವಜ್ಞ! ‖ 29 ‖

ಟೀ. ಮೀಪರೇ ಎಂಬಲ್ಲಿ ರೇ ಎಂಬುದು ಛಂದಸ್ಸಿಗಾಗಿ ದೀರ್ಘ; ಮೀಪರೆ=ಮೀಯುವರೆ, ಮೀಯಲಿಕ್ಕೆ, ಮಿಂದರೆ; ಮೀಪ ಎಂಬದಕ್ಕೆ ಕೂಡಿದ ಅರೆ ಎಂಬುದು ಹಳೆಗನ್ನಡದ ಒಡಂ (ಅಲೊಡಂ) ಎಂಬದಕ್ಕೂ, ಸೂ. 246, ಒಡೆ ಎಂಬದಕ್ಕೂ, ಸೂ. 250, ಸರಿ. ಹಳೆಗನ್ನಡದ ಪ್ರಕಾರ ಮೀಪ ಎಂತಲ್ಲ ಮೀವ ಎನ ತಕ್ಕದು, ಸೂ. 221; ಓ ಎಂಬ ಸ್ವರದ ಮೇಲೆ ಮಾತ್ರ ವಕಾರ ಪಕಾರವಾಗುವದು, ಸೂ. 232. ಮಲ=ಮಲಂ. ಪೋಪುದು ಸೂ. 232.

ಹಿರಿದು ಪಾಪವ ಮಾಡಿ, ಹರಿವ ನೀರೊಳು ಮುೞುಗೆ,
ಕರಗೊದೇ ಪಾಪ? ತಾ ಮುನ್ನ ಮಾಡಿದ
ದೆರೆಯ ಕಲ್ಲೆಂಟೆ, ಸರ್ವಜ್ಞ? ‖ 30 ‖

ಟೀ. ತಾ ಮುನ್ನ ಮಾಡಿದದು (ನೀರಿಗೆ ಕರಗುವ) ಎರೆಯ ಕಲ್ಲೆಂಟೆ?

ಮುನ್ನ ಮಾಡಿದ ಪಾಪ ಹೊನ್ನಿಲೇ ಪೋಪುದೇ?
ಹೊನ್ನಿನ ಪುಣ್ಯವದು ಬೇಱಿ. ಪಾಪ ತಾ
ಮುನ್ನಿನಂತಿಹುದು. ಸರ್ವಜ್ಞ! ‖ 31 ‖

ಟೀ. ಹೊನ್ನಿಲೇ=ಹೊನ್ನಿನಲ್ಲೇ. ಮುನ್ನಿನ ಅಂತೆ ಇಹುದು=.....ಇರುವದು; ಇದಕ್ಕೆ ವ್ಯಾಕರಣಾಧಾರವಿಲ್ಲ.

7. LOVE OF TRUTH PURIFIES

ಸತ್ಯದ ಪ್ರೀತಿ ಶುದ್ಧೀಕರಿಸುತ್ತದೆ

ತ್ರಿಪದಿ

ಕಪ್ಪೆಗಳು ಮೀನುಗಳು ಇಪ್ಪುದದು ತೀರ್ಥವೇ?
ತುಪ್ಪವೋಗರಕೆ ಸಲುವದು; ಸತ್ಪುರುಷ
ನಿಪ್ಪುದೇ ತೀರ್ಥ, ಸರ್ವಜ್ಞ! || 32 ||

ಟೀ. ಇಪ್ಪುದು ಅದು=ಇರ್ಪುದು ಅದು (ಸೂ. 232)=ಇರುವದು ಅದು. ಸತ್ಪುರುಷಂ ಇಪ್ಪುದೇ ತೀರ್ಥ ಎಂಬಲ್ಲಿ ಇಪ್ಪುದು ಎಂಬುದು ಪುಲ್ಲಿಂಗಕ್ಕೆ ಪ್ರಯೋಗಿಸೆ ಪಟ್ಟಿತು, ಸೂ. 225; 227. ತುಪ್ಪ ಓಗರಕೆ ಸಲುವದು (ಅಂದರೆ ತುಪ್ಪವಿಲ್ಲದೆ ಓಗರವೂ ಓಗರವಲ್ಲ) ಹ್ಯಾಗೋ ಹಾಗೆಯೇ ಕಪ್ಪೆ ಮೀನುಗಳ ನೀರಲ್ಲ, ಸತ್ಯ ಕೂಡಿದ ಪುರುಷನೇ ತೀರ್ಥ; ಅಂಥವನ ಸತ್ಯದಿಂದ ಮತ್ತೊಬ್ಬನ ಮಲ ಸಹ ತೊಳೆದು ಹೋಗ ಬಹುದು, ಅವನು ತಾನು ಸತ್ಯದಿಂದ ನಿರ್ಮಲನಾದದರಿಂದಲೇ.

ಸತ್ಯ-ಸದ್ಗುಣ ತೀರ್ಥವುತ್ತಮರ ನಡೆ ತೀರ್ಥ,
ಸತ್ಯರ ಸಂಗವದು ತೀರ್ಥ; ಹರಿವ ನೀರ್
ಎತ್ತಣದು ತೀರ್ಥ, ಸರ್ವಜ್ಞ? || 33 ||

ಟೀ. ಸತ್ಯ-ಸದ್ಗುಣಂ ತೀರ್ಥಂ, ಉತ್ತಮರ. ಎತ್ತಣ, ಸೂ. 110; 111; ಇದು ಷಷ್ಟಿಯ ರೂಪು.

ಓದಿ, ಬೂದಿಯ ಪೂಸಿ, ತೇದು, ಕಾವಿಯ ಹೊದೆದು,
ಹೋದಾತ ಯೋಗಿಯೆನ ಬೇಡವಿಂದ್ರಿಯವ
ಕಾದಾತ ಯೋಗಿ. ಸರ್ವಜ್ಞ! || 34 ||

ಟೀ. ಹೋದಾತಂ ಯೋಗಿ ಎನ ಬೇಡ! ಇಂದ್ರಿಯವಂ ಅಂದರೆ ಇಂದ್ರಿಯಂಗಳಂ; ಬಹುವಚನಕ್ಕೆ ಏಕವಚನ ಬಂತು. ಕಾದಾತ=ಕಾದಾತಂ.

ಮನವ ಘನದಲಿ ಕಟ್ಟಿ, ಘನವ ಮನದಲಿ ಕಟ್ಟಿ,
ಮನವದುವೆ ಪಾಪಕೆಳಸದಾ ಯೋಗಿಗೆ
ವನವಾಸ ಯಾಕೆ, ಸರ್ವಜ್ಞ? ॥ 35 ॥

ಟೀ. ಮನವ=ಮನವಂ. ಘನದಲಿ=ಘನದಲ್ಲಿ (ಅಂದರೆ ಬಿಗುತೆಬಿದಲ್ಲಿ; ಆ ಮೇಲಿನ ಘನವ ಅಂದರೆ ಘನವಂ ಎಂಬದನ್ನು ಮಾನಭಾವವಂ ಎಂತ ಹೇಳ ಬೇಕು), ಸೂ. 119. ಮನಂ ಅದುವೆ (ಅಂದರೆ ಅದೇ, ಸೂತ್ರ 55) ಪಾಪಕೆ ಎಳಸದ ಆ ಯೋಗಿಗೆ. ವನವಾಸ=ವನವಾಸಂ.

8. A PURE HEART IS REQUIRED

ನಿರ್ಮಲಹೃದಯವೇ ಬೇಕು

ಮತ್ತೇಭವಿಕ್ರೀಡಿತಂ

ಪಿಡಿಯೊಳ್ ತುಂಬಿರೆ ಪಂಕ, ಮೇಲೆ ತೊಳೆಯಲ್, ತಾಂ ಶುದ್ಧನೇ?
[ಮಾಡುತಂ
ಕಡುಪಾಪಂಗಳ, ಮಾಯಲಾತ ಶುಚಿಯೇ? ಕಾಕಾಳಿಗಳ್
[ಮಾಯವೇ? ।
ಗುಡಪಾನಂಗಳೊಳದ್ದೆ, ಕೆಯ್ಪೆಸೊರೆ ತಾಂ ಸ್ವಾದಪ್ಪುದೇ?
[ಬಾಹ್ಯದೊಳ್
ಮಡಿಯೇ? ನಿರ್ಮಲ-ಚಿತ್ತವಯ್! ನರನೆಲಾ, ಕೇಳ್ಸೊಳ್ಪುದೀ
[ಬುದ್ಧಿಯಾ! ॥ 36 ॥

ಟೀ. ಪಿಡಿಯೊಳ್ ಪಂಕಂ ತುಂಬಿ ಇರೆ (=ಇರಲಾಗಿ, ಒಬ್ಬನು) ಮೇಲೆ (=ಮೇಲ್ಭಾಗವನ್ನು) ತೊಳೆಯಲ್ (ಸೂ. 249), ತಾಂ (ಆ ಮನುಷ್ಯನು ತಾನು) ಶುದ್ಧನೇ? (ಶುದ್ಧಮೇ ಎಂತ ಪಾಠಾಂತರ, ಹೀಗಾದರೆ ಪಿಡಿ ಎಂತ ಕರ್ತೃ ಆಗುತ್ತದೆ, ಇದು 249ನೆಯ ಸೂತ್ರಕ್ಕೆ ವಿರೋಧ). ಕಡುಪಾಪಂಗಳ (=ಕಡುಪಾಪಂಗಳಂ) ಮಾಡುತಂ (=ಮಾಡುತುಂ) ಮಾಯಲ್ ಆತ (=ಆತಂ). ಅದ್ದೆ ಎಂಬದಕ್ಕೆ ಸೊರೆ (=ಸೋರೆ) ಎಂಬುದು ಕರ್ತೃ, ಹಾಗಾದರೆ 249ನೆಯ ಸೂತ್ರದ ಪ್ರಕಾರ ಅದ್ದಲ್ ಎಂತ ಸರಿ ಆಗುತ್ತಿತ್ತು, ಯಾಕಂದರೆ ಇಲ್ಲಿ ಎರಡು ಕರ್ತೃಗಳಿಲ್ಲ. ಆದರೆ ಹೊಸಗನ್ನಡ ಬೆರಿಕೆಯಾದ ಕಾವ್ಯದೊಳಗೆ ಆ ಸೂತ್ರವನ್ನು ತಪ್ಪಿಸುವದುಂಟು. ಸ್ವಾದು ಅಪ್ಪದೇ ಎಂಬಲ್ಲಿ ಅಪ್ಪುದು ಎಂಬದು ಒಂದು ತೆಲಿನ ರೂಪು; ಅದು ಶಬ್ದಮಣಿದರ್ಪಣದಲ್ಲಿ ಪ್ರಯೋಗಿಸ ಪ

ಟ್ಟದೆ; 249ನೆಯ ಸೂತ್ರ ನೋಡು. ಅದಱ ರೂಪವನ್ನು ಉಂಟಾಗಿಸುವದಕ್ಕೆ 243ನೆಯ ಸೂತ್ರವನ್ನೂ 232ನೆಯದನ್ನೂ ಕೂಡಿಸಿ ಟೀಕಿಸ ಬೇಕು. ಚಿತ್ತಂ ಅಯ್ (ಐ). ಕೇಳ್ವು=ಕೇಳ್, ಸೂ. 236; 221. ಓವುದು ಎಂಬುದು ವಿಧಿರೂಪಕ್ಕೆ ಸರಿ, ಸೂ. 225; 227.

9. GOD IS THE PRESERVER OF ALL

ದೇವರು ಜಗತ್ಪ್ರೇರಕನು

ಮತ್ತೇಭವಿಕ್ರೀಡಿತಂ

ಗಿಡ ವೃಕ್ಷಂಗಳಿಗಾರು ನೀರನೆಱೆವರ್? ನಿತ್ಯಂ ಮಹಾ-ಬೆಟ್ಟಗಳ್
ಕಡುಕಾರ್ಪರ್ಜ್ಣ್ಯಾದಿ ಕೇಳ್ವವೇ? ನೆಲ-ಜಲಾಗ್ನಿರ್-ವಾಯುವಾಕಾಶಮಂ।
ಪಡೆದಂಡಂಗಳನಾವ ಸಾಕುವ? ಜಗತ್ತು-ಪ್ರೇರಕಂ ನೀನ್ ಇರಲ್,
ಕೊಡುವರ್ ಕೊಂಬರು ಮರ್ತ್ಯರೇ? ನರನೆಲಾ, ಕೇಳ್ಳೋವುದೀ
[ಬುದ್ಧಿಯಾ! ||37||

ಪ. ವೃಕ್ಷಂಗಳಿಗೆ ಆರು (ಆರ್, ಸೂ. 151) ನೀರಂ ಎಱೆವರ್? ನೆಲ-ಜಲ-ಅಗ್ನಿಸ್-ವಾಯು-ಆಕಾಶಮಂ ಪಡೆದ ಅಂಡಂಗಳಂ ಆವ (=ಆವಂ). ಟೀ. ಕೇಳ್ವವೇ=ಕೇಳುವವೇ; ಹಳೆಗನ್ನಡದಲ್ಲಿ ಕೇಳು ಎಂತಲ್ಲ ಕೇಳ್ ಎಂತಲೇ ಧಾತು. ನಿತ್ಯದಲ್ಲಿ ಮಹಾ ಬೆಟ್ಟಗಳ್ ಕೊಡು ಕೊಡೆಂತ ಕೂಗಿ ದೇವರಿಂದ ನೀರನ್ನು ಕೇಳುವವೇ? ಕೇಳದಿದ್ದರೂ ನಿತ್ಯದಲ್ಲಿ ಸಿಕ್ಕುತ್ತದೆ. ಅಂಡಂಗಳ್=ಅಂಡಾಂಡಂ ಅಂದರೆ ಭೂಮಿಸಂಬಂಧವಾದದೆಲ್ಲಾ; ಇದು ನೆಲ ಮೊದಲಾದ ಪಂಚಭೂತಂಗಳಿಂದ ಉಂಟಾಗಿರುತ್ತದೆಂತ ಹೇಳುವದುಂಟು. ನೆಲ....ಆಕಾಶಮಂ=ನೆಲ....ಆಕಾಶವನ್ನು, ಸೂ. 106. ಸಾಕುವ=ಸಾಕುವಂ, ಸೂ. 217; 221. ಇರಲ್=ಇರೆ. ಕೊಡುವರ್=ಕೊಡುವವರ್ (ಕೊಡುವವರು), ಸೂ. 73; ಕೊಂಬರು=ಕೊಂಬವರ್; ಈ ಪ್ರಕಾರವಾಗಿ ಅರ್ ಎಂಬ ಹಳೆ ರೂಪೂ (ಸೂ. 97) ಅರು ಎಂಬ ಹೊಸತೂ ಒಂದೇ ಶ್ಲೋಕಪಾದದಲ್ಲಿ ಬೆರಿಕೆಯಾಯಿತು. ಇಂಥಾ ಬೆರಿಕೆ ಎಂತೂ ಚೆಲೋದಲ್ಲ. ಕೊಂಬದು ಎಂಬುದೂ ವ್ಯಾಕರಣದ ನೆಲೆಯಿಲ್ಲದ ರೂಪು; ಅದು 245ನೆಯ ಸೂತ್ರದ ಮೇಲೆ ಕಟ್ಟಲಾಯಿತು. ಕೊಳ್ವುದೆಂತ ಅಷ್ಟ.

10. THINK OF YOUR SALVATION BEFORE YOU DIE!

ಸಾಯುವದಕ್ಕಿಂತ ಮುಂಚೆ ಮೋಕ್ಷವನ್ನು ಧ್ಯಾನಿಸಿ ಕೊಳಿರಿ!

ತ್ರಿಪದಿ

ಎಂಣೆಬೆಂಣೆಯ ರಿಣವು, ಅಂನ-ವಸ್ತ್ರದ ರಿಣವು,
ಹೊಂನುಹಂಣ ರಿಣವು ತೀರಿದಾ ಕ್ಷಣದಿ
ಮಂಣುಪಾಲೆಂದ ಸರ್ವಜ್ಞ. || 38 ||

ಟೀ. ರಿಣವು=ರಿಣಂ; ಅದಲ್ಲದೆ ರಿಣವುಂ (ರಿಣವೂ) ಎಂತಾಗ ಬಹುದು, ಸೂ. 122 b. ಕ್ಷಣದಿ ಎಂತ ಕವಿಯ ಮೂಲಕೃತಿಯಲ್ಲಿದ್ದದಾದರೆ ಕ್ಷಣದಲ್ಲಿ ಎಂತ ಟೀಕಿಸ ಬೇಕು; 2ನೆಯ ಶ್ಲೋಕ ಸರಿ ನೋಡು. ಎಂದ=ಎಂದಂ. ಸರ್ವಜ್ಞ ಎಂಬದು ಇಲ್ಲಿ ಸಹ ಸಂಬೋಧನೆಯಾದರೆ ಎಂದ ಎಂಬದಕ್ಕೆ ಯಾರೂ ಸತ್ಪುರುಷನು ಕರ್ತೃವಾಗಿರ ಬೇಕು; ಆದರೆ ಸರ್ವಜ್ಞಂ ಎಂದಂ ಎಂತ ಟೀಕಿಸುವದು ಉಚಿತ.

ಸತ್ತು ಹೋದರೆ ನಿನಗದೆತ್ತಣದು ಮೋಕ್ಷವಯ್?
ಸತ್ತು ಹೋಗದತಿಜೀವಿರಲು, ಮೋಕ್ಷದ
ಗೊತ್ತು ತಿಳಿಯೆಂದ ಸರ್ವಜ್ಞ. || 39 ||

ಪ. ನಿನಗೆ ಅದು ಎತ್ತಣ ಅದು ಮೋಕ್ಷಂ ಅಯ್? ಸತ್ತು ಹೋಗದೆ ಅತಿಜೀವಂ ಇರಲು (ಇರಲ್). ಗೊತ್ತು ತಿಳಿ! ಎಂದ. (ಗೊತ್ತು ಎಂತ ನಮ್ಮ ಪ್ರತಿಯಲ್ಲಿದ್ದರೂ ಮೂಲದಲ್ಲಿ ಗೊತ್ತ ಎಂತಿರ ಬಹುದು, ಇದು 134ನೆಯ ಸೂತ್ರಕ್ಕೆ ಸರಿ.)

11. DEATH KNOWS NO REGARD

ಜನರು ಬೇಕು ಬೇಡೆಂಬದನ್ನು ಮೃತ್ಯು ಬಗೆಯುದು

ರಗಳೆ

ಅಂತಕನ ದೂತರಿಗೆ ಕಿಂಚಿತ್ತು ದಯವಿಲ್ಲ.
ಚಿಂತೆಯನು ಬಿಟ್ಟು ಸಿರಿದನನು ನೆನೆ, ಮನವೆ! || ಪಲ್ಲವ ||
ದಿವ-ರಾತ್ರಿಯೆಂನದೇ, ವಿಷಯ-ಲಂಪಟನಾಗಿ,

ಸವಿಯೂಟಗಳನುಂಡು, ಬೆಮಿಸ ಬೇಡ! |
ಅವನ ಕೊಂದಿವನ ಕೊಂದರ್ಥವನು ಘಟಿಸುವಡೆ
ಜವನ ದೂತರು ಬರುವ ಹೊತ್ತ ನೀನ್ ಅಱಿಯ? || 40 ||

ಟೀ. ಘಟಿಸುವಡೆ=ಘಟಿಸುವೊಡೆ, ಘಟಿಸಲೊಡಂ, ಘಟಿಸಲೊಡನೆ, ಸೂ. 246.

ಮೊಂನೆ ಮದಿವಾದೆನಯ್, ಕಱಿವದೊಂದೆರಡೆಂಮೆ,
ನಿಂನೆ ಕೊಂಡೆ ಕ್ಷೇತ್ರ, ಫಲವು ಬಹುದು, |
ಹೊಂನು ಹಣವುಂಟೆನಗೆ, ಸಾಯಲಾಱೆನು ಎನಲು,
ಬೆಂನ ಬಿಡುವಳೆ ಮೃತ್ಯು? ವೆರ್ಥ-ಜೀವಾತ್ಮ! || 41 ||

ಪ. ಮದಿವೆ ಆದೆನು ಅಯ್'; ಕಱೆವದು. ಟೀ. ಕೊಂಡೆ=ಕೊಂಡೆಂ (ಕೊಂಡೆನು), ಸೂ. 217. ಕ್ಷೇತ್ರ=ಕ್ಷೇತ್ರವಂ. ಫಲವು=ಫಲಂ. ಬಹುದು=ಬರ್ಪುದು. ಎನಲು=ಎನೆ. ಮೃತ್ಯು ಎಂಬುದು ಬರುವದೊಂದು ಇರವು; ಆದರೆ ಕವಿತ್ವದಲ್ಲಿ ಅದು ಒಬ್ಬ ಸ್ತ್ರೀ ಎಂತ ಹೇಳುವದು ಉಂಟು. ಅಂತಕನೆಂತಲೂ ಮರಣ; ಈ ಪಕ್ಷದಲ್ಲಿ ಮರಣವು ಒಬ್ಬ ರಾಜಪುರುಷನೆಂತ ಕವಿ ಭಾವಿಸಿ ಕೊಳ್ಳುತ್ತಾನೆ.

ಹೊಸ ಮನೆಯ ಕಟ್ಟಿದೆನು, ಗೃಹಶಾಂತಿ ಮನೆಯೊಳಗೆ,
ಬಸುಱು ಹೆಂಡತಿ, ಮಗನ ಮದುವೆ ನಾಳೆ, |
ಹಸನಾಗಿಯದೆ ಬದುಕು, ಸಾಯಲಾಱೆನು ಎನಲು,
ಕುಸುರಿದಱಿಯದೆ ಬಿಡರು ಯಮನವರು ಬೇಗ! || 42 ||

ಟೀ. ಹೆಂಡತಿ ಬಸುಱಾಗಿದೆ. ಕುಸುರಿದಱಿಯದೆ=ಕುಸುರಿ ತಱಿಯದೆ, ಸೂ. 167. ಯಮನೆಂಬಲ್ಲಿ 41ನೆಯ ಶ್ಲೋಕದ ಟೀಕಿನಲ್ಲಿ ಕಾಣಿಸಿದ ಕವಿತ್ವದ ರೀತಿ ತಿರಿಗಿ ಬಂತು. ಯಮನ ಅವರು (ಆಳುಗಳು) ಬೇಗ ಕುಸುರಿ—.

ಪುತ್ರ ಹುಟ್ಟಿದ ದಿವಸ, ಹಾಲಿನೂಟದ ಹಬ್ಬ,
ಮತ್ತೊಬ್ಬ ಮಗನ ಉಪನಯನ ನಾಳೆ, |
ಅಱ್ತಿಯಾಗಿದೆ ಬದುಕು, ಸಾಯಲಾಱೆನು ಎನಲು,
ಮೃತ್ಯು ಹೆಡತಲೆಯಲ್ಲಿ ನಗುತಿರ್ಪಳಯ್ಯ! || 43 ||

ಅಟ್ಟಡಿಗೆಯುಣಲಿಲ್ಲ, ಇಷ್ಟ-ದರುಸನವಿಲ್ಲ,
ಕೊಟ್ಟ ಸಾಲವ ಕೇಳ ಹೊತ್ತನಱಿಯೆ. |
ಕಟ್ಟೆ ತುಂಬಿದ ಮೇಲೆ ಚಣಮಾತ್ರವಿರಲಿಲ್ಲ.
ಅಷ್ಟಱೊಳು ಸಿರಿದನಂ ಸ್ಮರಿಸುತಿರು, ಮನವೆ! || 44 ||

ಟೀ. ಸಾವು ಫಕ್ಕನೆ ಬರುವದಱಿಂದ ನೀ ಅಟ್ಟ ಅಡಿಗೆಯ ಉಣ್ಣದೆ, ಇಷ್ಟ-ದರುಸನ ಇಲ್ಲದೆ, ಕೊಟ್ಟ ಸಾಲವ ಕೇಳಲಿಕ್ಕೆ ಹೊತ್ತಂ ಅಱಿಯದೆ ಹೋಗ ಬೇಕು.

12. WISE MEN, WISDOM, AND WISE WORDS

ಜ್ಞಾನಿಗಳೂ ಜ್ಞಾನವೂ ಜ್ಞಾನವಾಕ್ಯಗಳೂ

ತ್ರಿಪದಿ

ಜ್ಞಾನವುಳ್ಳವನೊಡಲು ಭಾನುವಿನ ತೆಱನಿಹುದು;
ಜ್ಞಾನವಿಲ್ಲದನ ಕಾಯವು ಹಾೞೂರ
ಸ್ಥಾನದಿಂ ಕಡೆಯೆ, ಸರ್ವಜ್ಞ! || 45 ||

ಟೀ. ತೆಱನಿಹುದು=ತೆಱಂ ಇಹುದು (ತೆಱವಾಗಿರುವದು); ನ=ಮ, ವ, ಸೂ. 93 (ಮರನಿರ್ದುದು); 106. ಇಲ್ಲದನ=ಇಲ್ಲದವನ. ಕಾಯವು=ಕಾಯಂ. ಸ್ಥಾನದಿಂ ಎಂಬಲ್ಲಿ ಆರಂಭದ ಒತ್ತಕ್ಷರದಿಂದೆ ಹಿಂದಿನ ಚರಣಕ್ಕೆ ಒಂದು ಮಾತ್ರೆ ಹೆಚ್ಚಾಗುತ್ತದೆ; ಠಾನದಿಂ ಎಂತಾಗಲಿ ಠಾಣದಿಂ ಎಂತಾಗಲಿ ಮೂಲಪ್ರತಿಯಲ್ಲಿದ್ದರ ಬಹುದು. ಹಾೞೂರ ಸ್ಥಾನದಿಂದೆ ಕಡೆಯಾಗಿರುವದೆಂದರೆ ಅದಱಿಂದೆ ಹೆಚ್ಚು ಕೆಟ್ಟದಾಗಿರುವದು.

ಕುಱಿ ಕಬ್ಬಿನೊಳು ಹೊಕ್ಕು, ಅಱಿವದೇ ತನಿರಸವ,
ಹೊಱಗಣ ಸೋಗೆಯಗಿವಂತೆ? ಜಾಣಿನಾ
ಕುಱುಹು ಬೇಱಿಂದ ಸರ್ವಜ್ಞ. || 46 ||

ಅ. ಕುಱಿ ಕಬ್ಬಿನೊಳು (ಕಬ್ಬಿನೊಳ್) ಹೊಕ್ಕು, ಹೊಱಗಣ ಸೋಗೆಯ ಅಗಿವಂತೆ (ಆದರೆ) ತನಿರಸವ ಅಱಿವದೇ? (ಅಱಿಯಲಿಕ್ಕಿಲ್ಲ!) ಟೀ. ಜಾಣು (ಜ್ಞಾನ) ಮೇಲ್ಭಾಗದಲ್ಲಿರದು. ಒಂದು ಕಣಿಯೊಳಗೆ ಆೞವಾಗಿ ಅಗಿಯಗಿದಂತೆ ಅದನ್ನು ಹುಡುಕಿ ಕೊಳ್ಳ ಬೇಕು ಎಂತಲೂ ಹೇೞ ಬಹುದು.

ಮಾತಿನಾ ಜ್ಞಾನವೇ ತೂತಾದ ಮಡಿಕೆಯೇ.
ಪಾತಕನ ಹೆಸರೆ ಮೂಱು ಲೋಕದೊಳಗೆ
ಯಾತಕ್ಕು ಬೇಡ. ಸರ್ವಜ್ಞ! || 47 ||

ಟೀ. ಯಾತಕ್ಕೆ=ಏತರ್ಕೆ, ಸೂ. 112; ಯಾತಕ್ಕು (ಯಾತಕ್ಕೂ)=ಏತರ್ಕುಂ.

ಮಾತ ಬಲ್ಲಾತಂಗೆ ಮತ್ತೊಂದು ಮಾಣಿಕವು;
ಮಾತುಗಳಱಿಯದಧಮರಿಗೆ ಮಾಣಿಕವು
ತೂತು ಬಿದ್ದಂತೆ. ಸರ್ವಜ್ಞ! || 48 ||

ಟೀ. ಮತ್ತೊಂದು ಮಾಣಿಕಂ (ಸಿಕ್ಕಿದಂತುಂಟು); ಅಧಮರಿಗೆ (ಇದ್ದ) ಮಾಣಿಕಂ.

ಹೊಲಬನಱಿಯದ ಮಾತು ತಲೆ ಬಾಗಿಯೆದ್ದಂತೆ;
ಹೊಲಬಱಿತು ಬಂದ ನುಡಿದರೆಯಾ ಮಾತು
ಫಲಪಕ್ವದಂತೆ. ಸರ್ವಜ್ಞ! || 49 ||

ಟೀ. ಹೊಲಬಂ ಅಱಿಯದ ಮಾತು (ಕೇಳಿಸುವಲ್ಲಿ ಕೇಳುವವನ) ತಲೆ (ಆಲೈಸುವದಕ್ಕೋಸ್ಕರ ಒಂದು ಕ್ಷಣ ಮಾತ್ರ) ಬಾಗಿ (ಮತ್ತೆ, ಹರಟಿ ಬಡೆಯುವದಕ್ಕೆ ಇನ್ನಾಲೈಸುವದು ಯಾತಕ್ಕೆ? ಎಂತ, ಬೇಗ ತಿರಿಗಿ) ಎದ್ದಂತೆ ಆಗುವದು; ಅಥವಾ ನೆಲದಲ್ಲಿ ಬಿದ್ದು ಕಾಣುವದು ಪಕ್ವವಾದ ಹಣ್ಣೋ? ಕಾಯೋ? ನೋಡೋಣೆಂತ, ತಲೆ ಬಾಗಿ, ಬಱಿದು ಕಾಯೆಂತ, ಬೇಗ ತಿರಿಗಿ ಎದ್ದಂತೆ ಆಗುವದು.

ಉದ್ದುರುಟು ಮಾತಾಡಿಯಿದ್ದವನು ಹೋಗಾಡಿ
ಯುದ್ದ ಮರದ ತುದಿಯನೇಱಿ ಕೆಯ್ ತಪ್ಪಿ
ಬಿದ್ದು ಸತ್ತಂತೆ. ಸರ್ವಜ್ಞ! || 50 ||

ಟೀ. ಉದ್ದವೂ ಉರುಟೂ ಆದಂಥ ಮಾತು.

ತಪ್ಪ ಸಾಧಿಸುವನಲ್ಲಿಪ್ಪವನೆ ಕಡುಹೆಡ್ಡ;
ಸರ್ಪನುಱಿಹೆಡೆಯ ನೆರಳಲ್ಲಿ ಸೇರಿದ
ಕಪ್ಪೆಯಂತಕ್ಕು. ಸರ್ವಜ್ಞ! || 51 ||

ಟೀ. ಇಪ್ಪವನೆ=ಇರ್ಪವನೆ. ಕಪ್ಪೆಯ ಅಂತೆ ಅಕ್ಕು (ಅಕ್ಕುಂ).

13. COMPARISONS

ಸಾಮತೆಗಳು

ರಗಳೆ

ಅಹುದಾದರಹುದೆನ್ನಿಯಲ್ಲಾದರಲ್ಲೆನ್ನಿ!
ಬಹು ಜನರು ನೆಱೆ ತಿಳಿಯೆ ಪೇೞಿ ಮತ್ತಿದನು! || ಪಲ್ಲವ ||

ಟೀ. ತಿಳಿಯಲಿಕ್ಕಾಗಿ ಇದನು ಮತ್ತೆ ಪೇೞಿ (ಪೇೞಿಂ, ಸೂ. 229)! ಎನ್ನಿ=ಎನಿಂ; ದ್ವಿತ್ವಾಕ್ಷರ ಹೊಸಗನ್ನಡದು, ಸೂ. 70.

ದೇವರಿಲ್ಲದ ದೇಶ ಭೂತ-ಗಣದ ನಿವೇಶ;
ಭಾವವಿಲ್ಲದ ಭಕುತಿಯದು ಕುಹಕ-ಯುಕುತಿ; |
ಹೇವವಿಲ್ಲದ ಹೆಣ್ಣು ಗಜುಗ ಬೆಳೆದಾ ಕಣ್ಣು;
ಸೇವೆಯಱಿಯದ ದಣಿಯು ಕಲ್ಲಿನಾ ಕಣಿಯು. || 52 ||

ಧರ್ಮವಿಲ್ಲದ ಅರಸು ಮುಱಿದ ಕಾಲಿನ ಗೊರಸು;
ನಿರ್ಮಳಿಲ್ಲದ ಮನಸು ತಾ ಕೊೞಚೆಹೊಲಸು; |
ಶರ್ಮವಿಲ್ಲದ ಗಂಡು ಕರಿಯ ಬನಕೆಯ ತುಂಡು;
ಮರ್ಮವಿಲ್ಲದ ಮಾತು ಬಡಮೊಗೆಯ ತೂತು. || 53 ||

ಮಕ್ಕಳಿಲ್ಲದ ಸಿರಿಯು ಕೊೞೆತ ತೆಂಗಿನ ಕಾಯು;
ಸೌಕ್ಯವಿಲ್ಲದ ಊಟವದು ಕಾಳಕೂಟ; |
ಬಕ್ಕಲಿಲ್ಲದ ಊರು ಕೊೞೆತು ನಾರುವ ನೀರು;
ಸೊಕ್ಕಿ ನಡೆಯುವ ಭೃತ್ಯನವ ಕೂರಕೃತ್ಯ. || 54 ||

ಪ. ಭೃತ್ಯಂ ಅವ (ಅವಂ) ಕೂರ್ ಅಕೃತ್ಯ (ಅಕೃತ್ಯಂ).

ಕಂಡು ಕರೆಯದ ನೆಂಟ ವೊನೆಯು ಕೆಟ್ಟಿಹ ಕಂಟ;
ಉಂಡು ನಗೆದಿಹ ಮೋೞೆಯದುವೆ ಕಹಿ ಸೋರೆ; |

ದಂಡಿಗಂಜುವ ಬಂಟನೊಡಕುಹರವಿಯ ಕಂಟ;
ಗಂಡಗಂಜದ ನಾರಿಯವಳೆ ಹೆಮ್ಮಾರಿ. || 55 ||

ಪ. ಬಂಟಂ ಒಡಕು-ಹರವಿಯ. ಟೀ. ನಗೆದಿಹ=ನಗೆದು ಇರುವ. ಅದುವೆ=ಅದೇ.

ಬಿಟ್ಟು ಆಡುವ ಗೆಣೆಯು ಹಚಿಕುತೊಗಲಿನ ಮಿಣಿಯು;
ಕೊಟ್ಟು ಪೇಟಿುವ ದಾತನವ ಹೀನ-ಜಾತ. || 56 ||

14. IMPROBABILITIES AND IMPOSSIBILITIES

ಆಗುವಂತೆ ಕಾಣದದೂ ಆಗ ಕೂಡದದೂ

ರಗಳೆ

ಪಾಪಿ ಬಲ್ಲನೆ ಪರರ ಸುಖ-ದುಃಖದಿಂಗಿತವ?
ಕೋಪಿ ಬಲ್ಲನೆ ದಾನ-ಧರ್ಮಗಳ ಗುಣವ? || ಪಲ್ಲವ ||
ಕತ್ತೆ ಬಲ್ಲುದೆ ಹೊತ್ತ ಕಸ್ತುರಿಯ ಪರಿಮಳವ?
ಮೃತ್ಯು ಬಲ್ಲಳೆ ವೇಳ್ಯ ಹೊತ್ತೆಂಬುದ? |
ತೊತ್ತು ಬಲ್ಲಳೆ ಮಾನವಭಿಮಾನವೆಂಬುದನು?
ಕೊತ್ತಿ ಬಲ್ಲುದೆ ಹಾಲು ಮಿಾಸಲೆಂಬುದನು? || 57 ||

ಟೀ. ಶಾನು ಹೊತ್ತ (ಶಾನು ಹೊತ್ತು ಕೊಂಡು ಹೋಗುವ). ಬಲ್ಲನು, ಬಲ್ಲಳು, ಬಲ್ಲುದು, ಬಲುದು ಎಂಬ ರೂಪುಗಳಲ್ಲಿ ಬಲ್ ಎಂಬ ಗುಣವಚನಕ್ಕೆ ಆಖ್ಯಾತವಿಭಕ್ತಿಗಳು ಕೂಡಿದಂತಾಯಿಹು, ಸೂ. 219.

ಹೇನು ಬಲ್ಲುದೆ ಮುಡಿದ ಹೂವಿನಾ ಪರಿಮಳವ?
ಶ್ವಾನ ಬಲ್ಲುದೆ ರಾಗ-ಭೇದಂಗಳ?
ಮಿಾನು ಬಲ್ಲುದೆ ನೀರು ಚವುಳು ಸೋದೆಂಬುದನು?
ಹೀನ ಬಲ್ಲನೆ ದಾನ-ಧರ್ಮಗಳ ಗುಣವ? || 58 ||

ಹೇಡಿ ಬಲ್ಲನೆ ರಣದ ಸಾಹಸದ ಶೌರ್ಯವನು?
ಕೋಡಗವು ಬಲ್ಲುದೇ ರತ್ನಬೆಲೆಯ? ।
ಮೂಢ ಬಲ್ಲನೆ ಜ್ಞಾನ-ದೃಢಭಕ್ತಿಯೆಂಬುದನು?
ಕಾಡ ಕಪಿ ಬಲ್ಲುದೇ ಮಾಣಿಕದ ಬೆಲೆಯ? ॥ 59 ॥

ಕೋಣ ಬಲ್ಲುದೆ ವೇದವನ್ನೋದಿ ಪಠಿಸಲಿಕೆ?
ಗೋಣಿ ಬಲ್ಲುದೆಯೆತ್ತಿನಾ ದುಃಖವ? ।
ಪ್ರಾಣ ತೊಲಗಿದ ಹೆಣನು ಕಿಚ್ಚಿಗಂಜಲು ಬಲುದೆ?
ಕ್ಷೋಣಿಯೊಳು ಕುರುಡ ಬಲ್ಲನೆ ಹಗಲನಿರುಳ? ॥ 60 ॥

ಟೀ. ವೇದವನ್ನು ಓದಿ; ಹಳೆಗನ್ನಡದಲ್ಲಿ ವೇದವನೋದಿ ಎಂತ ದ್ವಿತ್ವವಿಲ್ಲದೆ ಉಂಟು.

ಬದಿರ ಕೇಳುವನೆ, ಸಂಗೀತವನು ಪಾಡಿದರೆ?
ಚದುರಮಾತುಗಳಾಡುವನೆ ಮೂಕನು? ।
ಆಧಾರವಿಲ್ಲದವನಮೃತಾಂನ ಸವಿದಾನೆ?
ಮಧುರ-ವಚನವ ನುಡಿವನೇ ದುಷ್ಟ-ಮನುಜ? ॥ 61 ॥

15. THE ADVENTURES OF KING NALA

ನಳರಾಯನ ಕಥೆ

ಭಾಮಿನಿಷಟ್ಪದಿ

ಯಾತಟಿಾಯುಸವಿದು? ಜಗದ್-ವಿ
ಖ್ಯಾತನೆಲ್ಲಾ ರಾಯರಲಿ ನಳ
ನಾತಗಾದ ವಿಪತ್ತ ಬಲ್ಲಿಯ್? ಕೇಳ! ಪೂರ್ವದಲೀ ।
ಆತ ದಾಯಾದ್ಯರಿಗೆ ಕಪಟ-

ದ್ಯೂತದಲಿ ಸಾಮ್ರಾಜ್ಯ-ಲಕ್ಷ್ಮಿಯ

ಸೋತು, ಸತಿ-ಸಹಿತಡವಿಗುಱಿಯಾದನು, ಕಣಾ! ಎಂದಾ. || 62 ||

ಪ. ಯಾತಱ (ಏತಱ) ಆಯಸ ಇದು? ಜಗದ್-ವಿಖ್ಯಾತಂ ಎಲ್ಲಾ ರಾಯರಲಿ ನಳಂ; ಆತಗೆ ಆದ ವಿಪತ್ತು. ಸತಿ-ಸಹಿತ ಅಡವಿ-ಗುಱಿ. ಟೀ. ಯಾತಱ ಎಂದೂ ರಾಯರಲಿ ಎಂದೂ ಆತಗೆ ಎಂದೂ ಆತ ಎಂದೂ ದಾಯಾದ್ಯರಿಗೆ ಎಂದೂ ದ್ಯೂತದಲಿ ಎಂದೂ ಆದನು (ಆದಂ ಎಂಬುದು ಛಂದಸ್ಸಿಗೆ ವಿರೋಧ) ಎಂದೂ ಎಂದ ಎಂದೂ ಇಷ್ಟೆಲ್ಲಾ ಹೞಗನ್ನಡವಲ್ಲ. ಈ ಮೊದಲಾದ ರೂಪುಗಳಿಂದ ಈ ಕನ್ನಡದ ರಾಮಾಯಣ ರಚಿಸಲಾಗಿ ಬಹಳ ವರ್ಷ ಹೋಗಲಿಲ್ಲೆಂತ ತಿಳಿಯುತ್ತದೆ. ಇಲ್ಲಿಯ ನಳನ ಕಥೆಯನ್ನು ಜಾಬಾಲಿಮುನಿ ಎಂಬವನು ಅಡವಿಯಲ್ಲಿರುವ ರಾಮನಿಗೆ ಹೇೞುತ್ತಾನೆ. ರಾಯ, ನಿನ್ನದು ಇದು ಯಾತಱ ಆಯಾಸ? ಎಂತ ಅವನ ಮೊದಲಿನ ಮಾತು. ಬಲ್ಲಯ್, ಸೂ. 219 (57ನೆಯ ಶ್ಲೋಕ ಟೀಕು ನೋಡು). ಎಂದ = ಜಾಬಾಲಿ ಎಂದ. ಲಕ್ಷ್ಮಿಯ (ಲಕ್ಷ್ಮಿಯಂ) ಸೋತು (ಸೋಲ್ತು, ಸೂ. 221) ಎಂಬ ಇಂಥ ಕರ್ಮ 74ನೆಯ ಶ್ಲೋಕದಲ್ಲಿ ಉಂಟು, ಧರೆಯಂ ಗೆಲ್ದು ಎಂದು.

ಬಿಸುಟನಯ್ ಬೞಿಕಡವಿಯೊಳಗಾ

ಯಸವ ಸೈರಿಸಲಾಱದಾದನು

ರಿಸಿಯ ದೆಸೆಯಿಂದವನು ದಮಯಂತಿಯನು; ವಿಪಿನದಲೀ ।

ನುಸುಳಿದನು; ಬೞಿಕೊಬ್ಬನೇ ಸಂ

ದಿಸಿದ ಕರ್ಕೋಟಕನ ದೆಸೆಯಿಂ

ದಸುವ ನೀಗದೆ, ಸಾರಿದನು ಋತುಪರ್ನ-ಭೂಪತಿಯಾ. || 63 ||

ಅ. ಬೞಿಕ ಅವನು (ನಳಂ) ಅಡವಿಯೊಳ್ ಆಯಸವ ಸೈರಿಸಲಾಱದೆ, ಆದನು ರಿಸಿಯ ದೆಸೆಯಿಂದ (ಅಂದರೆ ರಿಸಿಗಳಿದ್ದಲ್ಲಿಂದ) ದಮಯಂತಿಯನು ಬಿಸುಟಂ, ಅಯ್. ಒಂದು ಪಾಠಾಂತರವಿರುವದೇನಂದರೆ—ಸೈರಿಸಲಱಿಯದಾ ಮಹಾ ಎಂತ; ಇದಱಲ್ಲಿ ದಾ ಮಹಾ ಎಂತ ಛಂದೋಬದ್ಧಂ, ದೆ ಮಹಾ ಎಂತ ಆದೀತು; ಸ್ವಲ್ಪ ಗಲಿಬಿಲಿ ಬಿದ್ದಂತೆ ಕಾಣುತ್ತದೆ. ಆದ ಅನು = ಆದ ವೇಳೆ. ಋತುಪರ್ಣನೆಂತ ಬರೆಯುವದು ಶುದ್ಧ; ಅವನು ಅಯೋಧ್ಯೆಯ ರಾಜನು.

ನಳನ ಮನೆಯುವನೆಂದರಾತನ

ಸಲಹಿ ಕೊಂಡಿರ್ದನು, ಕಣಾ ನೃಪ-

ತಿಳಕ, ನಿಮ್ಮನ್ವಯದ ಋತುಪರ್ನ-ಕ್ಷಿತೀಪಾಲಾ. ।

ಬಱಿಕಲಾ ದಮಯಂತಿ ಭಾರಿಯ
ಬಱಲಿಕೆಯನನುಭವಿಸಿ, ತಂದೆಯ
ನಿಳಯವನು ಸಾರಿದಳು. ಸೀತಾ-ರಮಣ, ಕೇಳ್! ಎಂದಾ. || 64 ||

ಪ. (ಜನರು ಆತಂ) ನಳನ ಮನೆಯವನು ಎಂದರೆ (ಎಂದ ಮೇಲೆ) ಆತನ (=ಆತನಂ). ಟೀ. ಕೊಂಡು ಇರ್ದನೆಂಬದಕ್ಕೆ ಕ್ಷಿತೀಪಾಲ ಎಂಬದು ಕರ್ತೃ; ಹೀಗೆ ಕ್ರಿಯೆಯನ್ನು ಹಿಂದೆ ಕರ್ತೃವನ್ನು ಮುಂದೆ ಇಡುವದು ಕವಿತ್ವದಲ್ಲಿ ದೋಷವಲ್ಲ; ಬೇಱೆ ವಿಷಯದಲ್ಲೂ ಗದ್ಯಕ್ಕೆ ತಕ್ಕ ಅನ್ವಯವನ್ನು ಪದ್ಯದಲ್ಲಿ ತಪ್ಪಿಸುವದುಂಟು; 63ನೆಯ ಶ್ಲೋಕದಲ್ಲಿ ಕರ್ಮವು ಕ್ರಿಯೆಯ ಮೇಲೆ ಬಂದದು ಕಾಣುತ್ತದಲ್ಲವೇ? ದಮಯಂತಿಯ ತಂದೆ ವಿದರ್ಭದ ಭೀಮರಾಜನೆನುತ್ತಾರೆ; ಭೀಷ್ಮಕನೆಂತಲೂ ಹೇಳುತ್ತಾರೆ.

ಅಳಿಯನನು ಕಾಣದೆ ವಿದರ್ಭನು,
ತೊಱಲಿಚಿದನನುಚರರ ನಾನಾ
ಹಱಿವದಲಿ, ಹಳ್ಳಿಯಲಿ, ನಗರಂಗಳಲಿ ನಗ-ಕುಲದಾ |
ಬಱಿಗಳಲಿ. ಬಱಿಕವರು ಕಾಣದೆ,
ಹೊಱಲ ಸಾರ್ದರು. ಭೀಷ್ಮಕನು ಮಗ
ಳುಱಿವ ಕಾಣದೆ ಕಂಡನೊಂದನುಮಾನ-ಸಾಧನವಾ. || 65 ||

ಟೀ. ವಿದರ್ಭನು=ಭೀಮರಾಜನು. ಒಂದು ಅನುಮಾನ-ಸಾಧನವ ಕಂಡನು. ಬಱಿಕ ಅವರು ಎಂದಲ್ಲಿ ಅವರು ಎಂಬ ರೂಪು ಛಂದಸ್ಸಿಗೆ ಬೇಕಾದ್ದಱಿಂದ ಕವಿ ತಾನು ಹೊಸಗನ್ನಡದವನೆಂತ ತಿರಿಗಿ ತೋಱುತ್ತದೆ; ಅವರ್ ಎಂತ ಹಱೆರೂಪು, ಸೂ. 97. ಸಾರ್ದರ್ ಎಂತಲೂ ಸಾರ್ದರೂ ಎಂತಲೂ ಛಂದಸ್ಸಿಗೆ ಸರಿ.

ಸೃಜಿಸಿದನು ಸುದ್ದಿಯನು ನೃಪ ಭೂ
ಭುಜರ ನಗರಂಗಳಲಿ, ನಿಷಧನ
ನಿಜದ ವನಿತೆಗೆ ಪುನಃಸೊಯಂವರವೆಂದು, ಚರರಿಂದಾ. |
ನಿಜವಱಿಯದಱಿಯಾಶೆಯಲಿ ಭೂ
ಭುಜರು ಬರುತಿರ್ದರು, ಕಣ್ವಾ ಕೇಳ್
ಅಜ-ಕುಮಾರ-ಕುಮಾರ, ಬಱಿಕಾ ಕುಂಡಿನೀಪುರಕೇ. || 66 ||

ಪ. ನಿಜವ ಅಱಿಯದೆ ಅಱಿಯಾಶೆಯಲಿ. ಅ. ನೃಪ (ನೃಪಂ) ಭೂಭುಜರ ನಗರಂಗಳಲಿ, ನಿಷಧನ . . . . ಎಂದು, ಸುದ್ದಿಯನು (ಸುದ್ದಿಯಂ ಎಂತ ಛಂದೋದೋಷ) ಚರರಿಂದ ಸೃಜಿಸಿದನು. ಬೞಿಕ ಭೂಭುಜರು (ಈ ರೂಪ ಛಂದಸ್ಸಿಗೆ ಬೇಕು) ನಿಜ . . . . ಆ ಕುಂಡಿನೀಪುರಕೆ (ಇದು ವಿದರ್ಭದ ರಾಜಧಾನಿ) ಬರುತ ಇರ್ದರು. ಅಜ ಅಂದರೆ ರಘುವಿನ ಕುಮಾರನೂ ದಶರಥನ ಪಿತನೂ; ದಶರಥನ ಕುಮಾರನು ರಾಮನು.

ಸೋಕಿತೇ ಕಡುನಿಂದ್ಯೆ ಪುಣ್ಯ

ಶ್ಲೋಕರಿಗೆ? ನಳ-ಭೂಪನೀ ನರ-

ಲೋಕದೊಳಗುತ್ತಮನೆಲಾ, ತತ್-ಪತ್ನಿ ಕೀರ್ತ್ಯರಿಗೂ ।

ನಾಕು ಮಡಿ ಮಿಗಿಲೆಂಬ ನಾಣ್ನುಡಿ

ಕಾಕ ಬಳಸಿತೆ? ಎಂದು, ನಿಮ್ಮಿ

ಕ್ಷ್ವಾಕು-ಕುಲದವನಿಪನು ಸುಯ್ದನು, ಚಿಂತೆಯೊಳ್ ಮುೞುಗೀ. ॥ 67 ॥

ಟೀ. ಇಕ್ಷ್ವಾಕು-ಕುಲದ ಅವನಿಪನು ಅಂದರೆ ಋತುಪರ್ಣನು; ಅವನು ರಾಮನ ವಂಶದವನಂತೆ. ಪುಣ್ಯಶ್ಲೋಕರಿಗೆ ಕಡುನಿಂದ್ಯೆ ಸೋಕಿತೇ? ಅಂದರೆ ಅವರು ನಳನನ್ನೂ ಅವನ ಪತ್ನಿಯನ್ನೂ ಹೊಗೞಿದ್ದು ಸುಳ್ಳಾಯಿತೇ? ಬಳಸಿತೆಯೆಂದು ಎಂತ ಸಂಧಿ ಮಾಡ ಬಾರದು, ಸೂ. 56. ತತ್-ಪತ್ನಿ = ಅವನ ಪತ್ನಿ.

ಅಱಿದನಿದನಾಂ ನೋಡ ಬೇಕೆಂ

ದರಸನುತ್ತಮ-ವಾಜಿ ಹೂಡಲಿ

ವರ-ವರೂಥಕ್ಕೆನಲು, ತಂದನು ಸೂತನುರು-ಹಯವಾ. ।

ಅರಸ, ಕೇಳ್ ಅಯ್! ನಳ-ಮಹೀಪತಿ

ತುರಗವಿದು ನಾಳಿನಲಿ ಕುಂಡಿನಿ

ಪುರಿಗೆ ಪರಿಗತವಾಗದೆನೆ, ಋತುಪರ್ಣನಿಂತೆಂದಾ— ॥ 68 ॥

ಪ. ಅಱಿದಂ ಇದಂ ಆಂ. ಟೀ. (ಋತುಪರ್ಣನೆಂಬ) ಅರಸಂ, ಅಱಿದಂ ಇದಂ (ಅಂದರೆ ಪುನಃಸ್ವಯಂವರ ಆಗುವದೆಂತ ಸುದ್ದಿಯ ಮೇಲೆ ತಿಳಿದ ಇದನ್ನು) ಆಂ (ನಾನು) ನೋಡ ಬೇಕೆಂದು, ಉತ್ತಮ.

ನಳನು ಬಲ್ಲವನಶ್ವ-ಹೃದಯವ
ನಿಳೆಯೊಳೆಂದು, ಸಮಸ್ತರಾ ನೃಪ-
ತಿಳಕನನು ಕೊಂಡಾಡುವರು; ನೀನ್ ಅಶ್ವ-ಲಕ್ಷಣದಾ ।
ಹೊಲಬ ಬಲ್ಲಯ್? ಬಲ್ಲೆನೆನೆ, ಕ
ಣ್ಗಳಿಗೆ ಸೊಗಸುಪಕರಿಸುವಶ್ವಾ
ವಳಿಯ ತಂದನು; ಹೂಡಿದನು ಹೊಂದೇರಿನಲಿ ಹಯವಾ. ‖ 69 ‖

ಪ. ಬಲ್ಲವಂ ಅಶ್ವ-ಹೃದಯವಂ ಇಳೆಯೊಳ್ ಎಂದು, ಸಮಸ್ತರ್ ಆ. ಸೊಗಸು ಉಪಕರಿಸುವ ಅಶ್ವ-ಆವಳಿಯ. ಟೀ. ಬಲ್ಲಯ್ ಎಂಬಲ್ಲಿ ಋತುಪರ್ಣನೆಂದದು ತೀರಿತು; ಬೞಿಕ ನಳನು ಕರ್ತೃ.

ಏಱಿದನು ನೃಪನಾ ರಥವನು
ಬ್ಬೇಱಿ ನಳನಬ್ಬರಿಸೆ, ಕಣ್ಣೆವೆ
ಜಾಱೆ ಜಾಱಿದವಶ್ವ-ಚಯ ಪವಮಾನ-ವೇಗದಲೀ. ।
ತೂಱಿ ಬಿದ್ದುದು ಮಕುಟ, ತಡೆ, ಹಯ
ವೇಱಿದಂತಿರೆ ಪಥವನೆನೆ; ನಳ
ನೂಱು ಯೋಜನ ಮುಂಚಿತೆನಲಬ್ಬರಿಸಿದನು ಹಯವಾ. ‖ 70 ‖

ಅ. ನೃಪಂ ಆ ರಥವಂ ಏಱಿದನು; ಉಬ್ಬೇಱಿ. (ಋತುಪರ್ಣನು) ತಡೆ! (ಯಾಕೆಂದರೆ) ಹಯಂ ಪಥವಂ ಏಱಿದಂತೆ ಇರೆ ಮಕುಟ ತೂಱಿ ಬಿದ್ದುದು ಎನೆ. ಟೀ. ಕಣ್ಣ ಎವೆ ಜಾಱೆ (ಜಾಱುವಂತೆ) ಅಶ್ವ-ಚಯ (-ಚಯಂ) ಜಾಱಿದವು (ಸೂ. 137). ನಳನು, (ರಥವು ಮಕುಟ ಬಿದ್ದಲ್ಲಿಂದ). . . . ಮುಂಚಿತು ಎನಲ್ (ಮುಕ್ತ್ತಾ) ಅಬ್ಬರಿಸಿದನು.

ಇವನು ತಾ ನಳನಲ್ಲಲೇ? ಎಂ
ದವನಿಪತಿಯನುಮಾನ-ಮುಖದಿಂ
ದಿವನಱಿಯಲು ಬೇಕೆನುತ, ಘುಮ್ಮಿಕ್ಕಿದನು ಧರೆಗೇ. ।
ಹವಣನದನಱಿದೀತ, ಕಡಿಯಾ

ಱವನು ಸೆಳೆದಿಳೆಗಿೞಿದುದೇನ್, ಐ?

ಅವನಿಗವತರಿಸಿದ ಕಥಾಂತರವೇನು? ಹೇೞ್! ಎಂದಾ. || 71 ||

ಪ. ಎಂದು ಅವನಿಪತಿ ಅನುಮಾನ-ಮುಖದಿಂದ, ಅವನಂ ಅಱಿಯಲು ಬೇಕು ಎನುತ, ಧರೆಗೆ ಧುಮ್ಮಿಕ್ಕಿದನು. (ಬೞಿಕ) ಈತ (ಈತಂ ಅಂದರೆ ನಳಂ ಋತುಪರ್ಣನ) ಹವಣಂ ಅದಂ ಅಱಿದು, ಕಡಿಯಾಣವನು ಸೆಳೆದು, (ಅವನಿಗೆ ನೀನು) ಇಳೆಗೆ .... ಎಂದ (ಎಂದಂ). ಎಲೇ ಎಂಬದಱ ಮೇಲೆಯೂ ಐ ಎಂಬದಱ ಮೇಲೆಯೂ ಯಕಾರ ಹುಟ್ಟ ತಕ್ಕದಲ್ಲ, ಸೂ. 56.

ನಲನು ನೀನ್, ಅಹುದೆನಲು, ಕಣ್ಗಳ

ಜಲದ ಝೂಡಿಯಲಪ್ಪಿ, ತುರಗಾ

ವಲಿಯ ಹೃದಯವನಱಿದನಾತನಿನಕ್ಷ-ಹೃದಯವನೂ |

ನಲ ತದೀಯ-ನೃಪಾಲನಿಂದಱಿ

ದೊಲವು ಮಿಗೆ, ರಥವೇಱಿ, ಭೂಮಿಪ-

ತಿಲಕರಿಬ್ಬರು ಸಾರಿದರು ಭೀಷ್ಮಕನ ಪಟ್ಟಣವಾ. || 72 ||

ಪ. ಝೂಡಿಯಲಿ ಅಪ್ಪಿ, ತುರಗ-ಆವಲಿಯ ಹೃದಯವಂ ಅಱಿದಂ ಆತನಿಂ. ಅಕ್ಷ-ಹೃದಯವನು (ಹೃದಯವಂ; ಆದರೆ ಈ ರೂಪು ಛಂದಸ್ಸಿಗೆ ಆಗದು) ನಲ (ನಲಂ) ತದೀಯ-ನೃಪಾಲನಿಂದೆ ಅಱಿದು, (ಬೞಿಕ) ಒಲವು. ಟೀ. ನಲನು (ನಳಂ ಎಂಬದು ಪ್ರಾಸಿಗೂ, ಸೂ. 5; 16; ಛಂದಸ್ಸಿಗೂ ವಿರುದ್ಧ) ಎಂಬದನು ಹಿಡಿದು ಆತನಿಂ ಎಂಬದಱ ವರೆಗೆ ಋತುಪರ್ಣನೇ ಕರ್ತೃ. ಆ ಮೇಲೆ ಅಱಿದು ಎಂಬದಱ ವರೆಗೆ ನಲ (ನಲಂ) ಕರ್ತೃ. ಛಂದಸ್ಸಿಗೋಸ್ಕರ ಬಂದ ಎನಲು=ಎನಲ್.

ಬಂದ ನೃಪರೊಳಗೀತನೇ ನಳ

ನೆಂದಱಿದು, ಭೀಷ್ಮಕನು ತನ್ನಯ

ನಂದನೆಯನೊಲಿದಿತ್ತನಯ್ ಬೞಿಕಾ ಮಹೀಪತಿಗೇ. |

ಬಂದ ಭೂಪರು ಹರಿದರೀತನ

ತಂದು ನಿಲಿಸಿದನಖಿಳ-ಸಂಪದ

ದಿಂದ ನೈಷಧ-ನಗರಿಯಲಿ. ನರನಾಥ, ಕೇಳ್! ಎಂದಾ. || 73 ||

ಟೀ. ತನ್ನಯು=ತನ್ನಯಿ, ಸೂ. 53. ಒಲಿದು=ಒಲ್ದು. ಹರಿದರ್. (ಭೀಷ್ಮಕಂ) ಈತನ (ಈತನಂ) ಅಖಿಳ-ಸಂಪದದಿಂದ ನೈಷಧ-ನಗರಿಯಲಿ ನಿಳಿಸಿದಂ.

ಜನಪನಾ ದಾಯಿಗನ ಮಱುಜೂ
ಜಿನಲಿ ಗೆಲ್ದನು ಧರೆಯನಾಳ್ದನು,
ಜನಪರಲಿ ಮಿಗಿಲೆನಿಸಿ, ರಾಜ್ಯವ, ಕೇಳು, ಪೂರ್ವದಲೀ. || 74 ||

ಅ. ಧರೆಯಂ ಗೆಲ್ದನು; ಜನಪರಲಿ ಮಿಗಿಲೆನಿಸಿ, ರಾಜ್ಯವ ಆಳ್ದನು ಪೂರ್ವದಲಿ, ಕೇಳ್. ಟೀ. ಧರೆಯಂ ಗೆಲ್ದನು ಎಂಬದಕ್ಕೆ 62ನೆಯ ಶ್ಲೋಕದ ಲಕ್ಷ್ಮಿಯು ಸೋತು ಎಂಬದನ್ನು ಸರಿ ನೋಡು.

16. BHIMA OF THE WOLF-BELLY AND THE GLUTTONOUS GIANT BAKA

ವೃಕೋದರನಾದ ಭೀಮನೂ ತಿನಾಳಿಯಾದ ಬಕನೂ

ಭಾಮಿನಿಷಟ್ಪದಿ

ಪರಿಪರಿಯ ಬಹು-ಭಕ್ಷ್ಯ-ಪಾಕದ,
ಪರಿಮಳದ ಶಾಕಾದಿಗಳ ಬ
ಗ್ಗರಣೆಗಳ ಸೌರಭಕೆ ತಿಳಿದುದು ನಿದ್ರೆ ಪವನಜನಾ. |
ತರಣಿ ಸುಱಿದನು ಪೂರ್ವ-ಶೈಲದ
ಶಿರದ ಬಱಿಯಲಿ. ಭೀಮ ಕುಂತಿಯ
ಕರೆದು, ಕಳುಹಿದನಾ ವಿಪ್ರನ ಗೃಹಕ್ಕೆ ವಹಿಲದಲೀ. || 75 ||

[ಕುಂತಿಯೂ ಭೀಮ (ವೃಕೋದರ) ಮೊದಲಾದ ಅವಳ ಮಕ್ಕಳೂ ದುರ್ಯೋಧನನ ಹಗೆಗೆ ತಪ್ಪಿಸಿ ಕೊಳ್ಳುವದಕ್ಕೋಸ್ಕರ ಓಡಿ, ತಿರುಕರ ತೆರೆ ಹಾಕಿ ಕೊಂಡು, ಏಕಚಕ್ರೆ ಎಂಬ ಪಟ್ಟದಲ್ಲಿರುವಾಗ ಅದಱ ಬಱಿಯಲ್ಲಿ ಬಕ ಎಂಬ ರಾಕ್ಷಸನಿದ್ದು, ಆ ಪಟ್ಟದವರು ತನಗೆ ದಿನಾಲು ತೆಱತೆಱನ ಬಹಳ ಅನ್ನವನ್ನು ಒಬ್ಬನಿಂದ ಕಳುಹಿಸಿ ಕೊಡ ಬೇಕೆಂತ ಬಲಾತ್ಕಾರ ಮಾಡಿ, ಅನ್ನವನ್ನುಂಡ ಮೇಲೆ ತೆಕ್ಕೊಂಡು ಬಂದವನನ್ನು ಸಹ ತಿಂದು ಬಿಡುತ್ತಿರಲು, ಒಮ್ಮೆ ಅನ್ನವನ್ನು ತೆಕ್ಕೊಂಡು ಹೋಗುವದಕ್ಕೆ (ಮಗನ ಹೆಸರಿನಲ್ಲಿ) ಒಬ್ಬ ಬಡ ಬ್ರಾಹ್ಮಣನ ಸರ್ತಿ ಬಂತು. ಇವನಿಗೆ ಬಹು

ದುಃಖವಿರಲಾಗಿ ಭೀಮನು, ಅನ್ನವನ್ನು ನಾನು ತೆಕ್ಕೊಂಡು ಹೋಗುತ್ತೇನೆಂತ, ಪ್ರಾತಃಕಾಲದಲ್ಲಿ ತನ್ನ ತಾಯಿಯನ್ನು ಆ ಬ್ರಾಹ್ಮಣನ ಮನೆಗೆ ಕಳುಹಿದನು; ಅಂದಾದದು ಈ ಕಡೆಯ ಶ್ಲೋಕಗಳಲ್ಲಿ ಹೇಳಿ ಅದೆ]. ಅ. ಪವನಜನ ನಿದ್ರೆ ತಿಳಿದುದು. ಆ ವಿಪಿರನ ಗೃಹಕ್ಕೆ ವಹಿಲವಲಿ ಕಳುಹಿದಂ. ಟೀ. ಶಾಕಾದಿಗಳ ಒಗ್ಗರಣೆಗಳ ನಡುವೆ ಸಂಧಿಗೋಸ್ಕರ ಬಿಂದು ಹಾಕುವದು ಸಹಜವಲ್ಲದ ಕಾರಣ ಹಾಕಲಿಲ್ಲ; ಶಾಕಾದಿಗಳೊಗ್ಗರಣೆಗಳೆಂದರೆ ಚೆಲೋದು. ತರಣಿ ಒಬ್ಬ ಪುರುಷನೆಂತ ಭಾವಿಸುವದು ಕಾವ್ಯದಲ್ಲಿ ರೂಢಿ.

ಏನಿ? ಬಂದಿರಿ, ತಾಯೆ? ಚಾಪಳ
ವೇನೆನಲು; ತೆಗೆ! ಹೂಡು ಬಂಡಿಯ
ನೇನು ಜಂಜಡ ಬೇಡ! ಭಕ್ಷ್ಯವ ಹಿಡಿಸು ಕುನಿಕಿಲಲೀ! |
ಭಾನುವುದಿಸಿದನೆನಲು; ಘನ-ಸುಂ
ಮಾನದಲಿ ಸಾಧನ-ಸಮಗ್ರುವ
ಸೂನು-ಸಹಿತಡಕಿದನು, ಭಾರಿಯ ಬಂಡಿ ಜವ ಜಡಿಯೇ. || 76 ||

ಟೀ. ಏನಿ=ಏನಿರಿ; ಹೊಸಗನ್ನಡದ ಈ ರೂಪ ಮಾನಾಭಿಪ್ರಾಯದ್ದು. ಚಾಪಳವೇನ್? (ಅಂದರೆ ಹೊತ್ತುಚೆ ಬಂದಿರಿ; ನಿಮ್ಮ ಮತ್ತು ಭೀಮನ ಕಡೆಯಲ್ಲಿ ಚಾಪಳವಾಯಿತೋ? ಏನು? ಎಂತ ಆ ವಿಪ್ರನು) ಎನಲು (ಎನೆ); (ಕುಂತಿ) ತೆಗೆ! ಏನು=ಏನುಂ, ಏನೂ. ಸೂನು-ಸಹಿತ=ಸೂನು ಸಹಿತವಾಗಿ. ಜವ=ಜವವಾಗಿ. ಜಡಿಯೆ=ಜಡಿಯುವಂತೆ.

ನಳನಳಿಪ ಬಹು-ವಿಧದ ಭಕ್ಷ್ಯಾ
ವಳಿಯ ಹೆಡೆಗೆಗಳೋರಣಿಸಿ ಮಂ
ಡಳಿಸಿ ಹೂಡಿದ ಹಾಲುತುಪ್ಪದ ಹಲವು ಹರವಿಗಳಾ, |
ಬಳಸಿ ಮುಚ್ಚಿದ ವಿವಿಧ-ಶಾಕಾ
ವಳಿಯ, ಬೋನದ ಬಿಗಿದ ಕುನಿಕಿಲ,
ಕಳವೆಯಕ್ಕಿಯ ಕೂಟಿ ರಾಸಿಯ ಬಂಡಿ ಜೋಡಿಸಿತೂ. || 77 ||

ಟೀ. ಹೆಡೆಗೆಗಳ, ಓರಣಿಸಿ. ಹೆಡೆಗೆಗಳ ಎಂದೂ ಹರವಿಗಳ ಎಂದೂ ಶಾಕಾವಳಿಯ ಎಂದೂ ರಾಸಿಯ ಎಂದೂ ಎಂಬ ಷಷ್ಠಿಗಳು ಬಂಡಿ ಎಂಬದಕ್ಕೆ ಸಂಬಂಧಿಸುತ್ತವೆ.

ಮರಳಿ ಬಂದಳು ಕುಂತಿ. ಭೀಮನ
ಕರೆದಳೇಱ್, ಅಯ್, ಪಾರಣೆಗೆ! ಕಾ
ತರಿಸದಿರು! ಖಳನೊಡನೆ ಸದೆವುದು, ಸತ್ವದನುವಱಿದೂ! |
ಬಱಿವ ಬಱಿದೇ ಬೀಯ ಮಾಡದಿ
ರುರವಣೆಯನಱಿದಾನುವದು! ಸಂ
ಹರಿಸು ದೈತ್ಯನನೆಂದು, ತಾಯ್ ಹರಸಿದಳು ನಂದನನಾ. || 78 ||

ಟೀ. ಕರೆದಳ್. ಏಱ್. (ನೀನು ನಿನ್ನ) ಸತ್ವದ ಅನುವ ಅಱಿದು, ಖಳನೊಡನೆ (ಇದ್ದ ಅವನಂ) ಸದೆವುದು (ಅಥವಾ ಖಳನ=ಖಳನಂ, ಅಂದರೆ ಒಡನೆ ಖಳನಂ ಸದೆವುದು). ಬಱಿದೇ ಬೀಯ ಬಱಿವ ಮಾಡದಿರು! ಉರವಣೆಯಂ ಅಱಿದು ಆನುವದು! ಸದೆವುದು ಎಂದೂ ಆನುವದೆಂದೂ ವಿಧಿರೂಪಂಗಳು.

ಹರುಷ ಮಿಗೆ, ಹರಿತಂದು, ಬಂಡಿಯ
ಶಿರದ ಹಲಿಗೆಯನಡರಿದನು; ಬಲು
ಹುರಿಯ ಹಗ್ಗವ ಹಿಡಿದು, ಜಡಿದನು ಹೂಡಿದೆತ್ತುಗಳಾ. || 79 ||

ಪೌರಜನವೆಯ್ತರಲು, ಬಂಡಿಯ
ನೂರ ಹೊಱವಂಡಿಸಿದನೆಲ್ಲರು
ದೂರದಲ್ಲಿರಿ! ಸಾಯ್ವವನೆ ತಾ? ಸಾಕು ದೈತ್ಯನಲೀ! |
ಸಾರಿ ನೀವೆಂದೆನುತ, ಹೂಡಿದ
ಹೋರಿಗಳ ಹೊಯ್ದುಬ್ಬರಿಸಿ, ರಣ
ಧೀರ-ಮಾರುತಿ ಮಿಕ್ಕು, ಹರಿಸಿದನಸುರನಿದ್ದೆಡೆಗೇ. || 80 ||

ಪ. ಹೊಱವಂಡಿಸಿದನು. ಎಲ್ಲರು. ಸಾರಿ ನೀವು! ಹೊಯ್ದು, ಅಬ್ಬರಿಸಿ. ಟೀ. ಇರಿ=ಇರಿಂ. ಸಾಯ್ವವನೆ ತಾ=(ಭೀಮನಾದ) ತಾನು ಸಾಯುವವನೇ? (ತಾನು ಸಾಯುವವನಲ್ಲ!)

ಎಡೆಯುಲೇ ಭಕ್ಷ್ಯಾದಿಗಳ ಬಱಿ
ಹೆಡೆಗೆಯುಱಿದವು; ಕೂಱಿಕೊಳರ್ಧವ

ಹೊಡೆದು ಸುರಿದನು ಹಾಲುತುಪ್ಪದ ಹರವಿಯೋಜೆಯಲೀ; |
ಕುಡಿದು ಪಕ್ಕಲೆನೀರನೊಯ್ಯನೆ
ನಡಿಸಿ ತಂದನು. ಕಂಡು ದನುಜನ,
ನುಡಿದನೆಲವೋ, ಕುನ್ನಿ! ಕೂೞಿದೆ ತಿನ್ನು! ಬಾರೆನುತಾ. || 81 ||

(ಭೀಮನೆಂಬ ವೃಕೋದರನು, ಅಂದರೆ ನುಂಗುವ ತೋಳದ ಹೊಟ್ಟೆಯವನು, ತನ್ನ ಪಾರಣೆಯಿಂತ, ತಾ ತೆಕ್ಕೊಂಡು ಹೋಗುವ ಆಹಾರದಲ್ಲಿ ದೊಡ್ಡ ಪಾಲನ್ನು ದಾರಿಯಲ್ಲೇ ನುಂಗಿ ಬಿಟ್ಟನು). ಪ. ಪಕ್ಕಲೆನೀರನು ಕುಡಿದು, ಒಯ್ಯನೆ (ಬಂಡಿಯನ್ನು). ಬಾರ್ ಎಂಬದಕ್ಕೆ 238ನೆಯ ಸೂತ್ರದ ಪ್ರಯೋಗದ ಅಂಶ ನೋಡು.

ಕಂಡು ಖಳ, ಬೆಱಗಾದನಿವನು
ದ್ದಂಡತನವಚ್ಚರಿಯೆಲಾ! . . .
. . . . |
ಬಂಡಿ ತುಂಬಿದ ಕೂೞನಿವನಿಂ
ದುಂಡು, ಬದುಕಲಿಯೂರ ಪಾರ್ವರ
ಹಿಂಡುವೆನುವಿವಸಹಿತೆನುತ, ಹಲು ಮೊಱೆದನಮರಾರೀ. || 82 ||

ಪ. ಬೆಱಗಾದನು. ಇವನ ಉದ್ದಂಡತನ ಅಚ್ಚರಿ (ಅಚ್ಚರಿಯಾಗಿದೆ), ಎಲಾ! ಕೂೞಂ ಇವಂ ಇಂದು ಉಂಡು, ಬದುಕಲಿ! ಊರ ಪಾರ್ವರ ಹಿಂಡುವೆನು, ಇವ-ಸಹಿತ ಎನುತ. ಟೀ. ಹಿಂಡುವೆನುವಿವಸಹಿತ ಎಂಬದು ಒಳ್ಳೆ ತೆಱನಲ್ಲದ ಹೊಸಗನ್ನಡ. ಹಿಂಡುವೆನಿವಸಹಿತ ಎಂತ ಹ್ಯಾಗೂ ಇರ ತಕ್ಕದು; ಎಂ ಎಂತಾಗಲಿ ಎನು ಎಂತಾಗಲಿ ಇರುವಲ್ಲಿ ಸಂಧಿಗೆ ವಕಾರ ಹುಟ್ಟುವದು ಚೆಲೋದಲ್ಲ; ಅದಲ್ಲದೆ ಇವಸಹಿತ (ಅಂದರೆ ಇವನು ಸಹಿತವಾಗಿ) ಎಂಬದು ಒಂದು ತೆಱದ ಅರಿಸಮಾಸ.

ಮತ್ತೆ ಶೇಷಾಂನದಲಿ ತೋಱುತ,
ತುತ್ತುಗಳ ತೂಗುತ್ತ, ಮಾರುತಿ
ಮೆತ್ತಿ ಕೊಂಡನು ಬಾಯೊಳವನನು ಬೆರಲಲೇಡಿಸುತಾ. |
ಇತ್ತಲೆನ್ನಯ ಹಸಿವು ಹೆಚ್ಚಿದೆ;

ತುತ್ತು ಹೊಗದೊಳಗಿವನ ತೊಡಗಲ

ದೆತ್ತಲಕಟಾ, ವಿಧಿಯೆನುತ, ಮುಱಿದೆದ್ದನಮರಾರೀ. || 83 ||

ಪ. ಶೇಷ-ಅನ್ನದಲಿ. ಬಾಯೊಳ್, ಅವನನು (ಅವನಂ) ಬೆರಲಲಿ. ಹೆಚ್ಚಿ ಇದೆ (ಇದೆ ಎಂಬುದು ಹೊಸಗನ್ನಡ). ಹೊಗದು ಒಳಗೆ; ಇವನ (ಇವನಂ) ತೊಡಗಲ್ ಅದು ಎತ್ತಲ್? ಅಕಟಾ, ವಿಧಿ! ಟೀ. ತುತ್ತು (ನನ್ನ ಬಾಯೊಳಗೆ) ಹೊಗದು (ಎಲ್ಲಾ ಅವನದಱೊಳಗೆ ಹೋಗುತ್ತದೆ). ಎನ್ನಯ=ಎನ್ನಯಿ. ತೊಡಗಲ್=ತೊಡಗಿದದು. ಮುಱಿದು ಎದ್ದಂ ಅಮರಾರಿ ಎಂಬುದು ಅನುಮಾನದ್ದು; ಮುರಿದು ಎಂತಲೂ ಆಗ ಬಹುದು. ಜನರು ಅವನು ಒಂದು ಮರವನ್ನು ಮುಱಿದು ಎದ್ದು ಭೀಮನ ಮೇಲೆ ಬಿದ್ದನೆಂತ ಹೇೞುತ್ತಾರೆ. ಕವಿ ಈ ಹೇೞಿಕೆಯನ್ನು ಬರುವ ಶ್ಲೋಕದ ಮೇಲೆ ಗ್ರಹಿಸ ಬೇಕೆಂತ ನೆನಸಿ ಬರೆದಿದ್ದರೆ ಮರವನ್ನು ಮುಱಿದುಕೊಂಡು ಭೀಮನ ಮೇಲೆ ಎಱಗಿದನೆಂತ ತಿಳುಕೊಳ ಬಹುದು; ಇಂತಾದರೆ ಎರಡು ಕೈಯ್ಯನು ಬಲಿದು ಇತ್ಯಾದಿ ಯಾತಕೆ?

ಎರಡು ಕೈಯ್ಯನು ಬಲಿದು ಮುಷ್ಟಿಯೊ

ಳೆಱಗಿದನು ಖಳ ಬೆಂನನೇನ್? ಎಂ

ದಱಿಯನಿತ್ತಲು ಭೀಮ ಬಲುದುತ್ತುಗಳ ತೋಟಿಯಲೀ, |

ಮರನ ಮುರಿದೆಱಗಿದರೆ ಪುನರಪಿ

ಮುರಿದು ನೋಡಿದು! ಬಹೆನು; ನಿಲ್ಲೆನು

ತರೆಗೆಲಸ ಪೂರಯಿಸಲೆಂದನು, ನಗುತ, ಕಲಿ-ಭೀಮಾ. || 84 ||

ಪ. ಮುಷ್ಟಿಯೊಳ್, ಎಱಗಿದನು ಖಳ ಬೆನ್ನಂ; ಏನ್? ಎಂದು ಅಱಿಯಂ. ಇತ್ತಲು. ನಿಲ್ಲು (ನಿಲ್)! ಎನುತ, ಅರೆಗೆಲಸ. ಟೀ. ಖಳ (ಖಳಂ) ಎರಡು ಕೈಯ್ಯನು ಮುಷ್ಟಿಯೊಳ್ ಬಲಿದು, (ಭೀಮನ) ಬೆನ್ನಂ (ಬೆನ್ನಿನಲ್ಲಿ) ಎಱಗಿದನು. ಬಲುದುತ್ತು=ಬಲಿತು ತುತ್ತು, ಸೂ. 179; 65. ಮರನ ಎಂಬಲ್ಲಿ ಭೀಮನ ಮಾತಿನ ಆರಂಭ. (ನೀನು) ಮರನ (ಮರವ, ಮರವಂ) ಮುರಿದು (ಅಂದರೆ ಬಾಗಿಸಿ, ಅದಱಲ್ಲಿ) ಎಱಗಿದರೆ. ಭೀಮನು, ತಾನೊಂದು ಮರದ ಸಾಮ್ಯದವನೆಂತ, ಹೇೞುತ್ತಾನೆ; ಅದು ಖಳನಿಂದ ಸ್ವಲ್ಪ ಬೊಗ್ಗಿ ಮತ್ತೆ ಕೂಡಲೇ ನೆಟ್ಟಗಾದ ಹಾಗಾಯಿತು. ಇನ್ನೊಂದು ಬಾರಿ ಹಾಗೆ ಮಾಡುವದು ನಿನ್ನಿಂದಾಗದು ಎನ್ನುತ್ತಾನೆ. (ಮೂಲಕಥೆ ಎಂತಾದರೇನು? ಈ ಶ್ಲೋಕದ ಅರ್ಥ ನಾವು ಸೂಚಿಸಿದಂತೆ ಆಗುತ್ತದೆ). ಬಹೆನು=ಬರ್ಪೆಂ, ಬರುವೆನು. ಅರೆಗೆಲಸ=(ಭೀಮನು ತಾನು ಉಣ್ಣುವ ಆ) ಅರೆಗೆಲಸ ಪೂರಯಿಸಲಿ!

ಅರಸ, ಕೇಳ್, ಅಯ್, ನಿಮ್ಮ ಭೀಮನ

ಪರಿಯನಾ ಪರಿ ಬಂಡಿ ತುಂಬಿದ

ಸರಕನೆಲ್ಲವ ಸಂತವಿಟ್ಟನು ತನ್ನ ಜಠರದಲೀ; |
ವರ-ಸಮಾಧಾನದಲಿ ಕೆಯ್ದೊಳೆ
ದುರವಣಿಪ ತೇಗಿನ ತರಂಗದ
ಪರಬಲಾಂತಕನೆದ್ದು, ನಿಂದನು ಸಿಂಹ-ನಾದದಲೀ. || 85 ||

ಪ. ಪರಿಯುಂ! ಆ ಪರಿ. ಸರಕಂ ಎಲ್ಲವ. ಕೆಯ್-ದೊಳೆದು (ಕ್ರಿಯಾಸಮಾಸ). ಟೀ. ಈ ಕಥೆಯನ್ನು ಜೈಮಿನಿ ಜನಮೇಜಯರಾಯಗೆ ಹೇೞಿದ್ದು. ಉರವಣಿಪ=ಉರವಣಿಸುವ, ಸೂ. 232. ನಿಂದನು=ನಿಲ್ತಂ, ಸೂ. 237; 241. ತೇಗಿನ ತರಂಗದ= ಅವನ ತೇಗು ಒಂದು ತರಂಗದಂತೆ ಉಕ್ಕೇೞ್ ಬಂತು.

ಖಾತಿಗೊಳ್ಳದ ಮುನ್ನ ಪವನಜ
ನೋತು ಕೊಟ್ಟನು ತನ್ನ ಹೊಯ್ಗಳ
ನಾತನೀತನು ಮುಳಿದ ಬೞಿಕವನೇನ ಮಾಡುವನೋ? || 86 ||

ಹಿಡಿದರೊಬ್ಬರನೊಬ್ಬರುರದಲಿ
ಹೊಡೆದು, ಹಿಂಗಿದರುಲಿದು; ಹೆಮ್ಮರ
ನುಡಿಯೆ ಹೊಯ್ದಾಡಿದರು; ತಿವಿದರು ತೋಳ ಬಲುಹಿನಲೀ; |
ಕೊಡಹಿದನು ಕಲಿ-ಭೀಮನವನು
ಗ್ಗಡದ ಸತ್ವದಿಯುಂಡ ಕೂೞಿನ
ಕಡುಹ ತೋೞಿಂದೊೞಲಿ, ತುಡುಕಿದನನಿಲನಂದನನಾ. || 87 ||

ಪ. ಪವನಜಂ ಓತು. ಹೊಯ್ಗಳಂ; ಆತಂ ಈತನು (ಈತಂ). ಒಬ್ಬರು ಉರದಲಿ. ಕಲಿಭೀಮಂ; ಅವಂ (ಆ ಬಕಂ) ಉಗ್ಗಡದ. ತೋೞು! ಎಂದು ಒೞಲಿ ತುಡುಕಿದಂ ಅನಿಲ ನಂದನನ (-ನಂ). ಟೀ. ಖಾತಿಗೊಳ್ಳದ ಎಂತ ಕ್ರಿಯಾಸಮಾಸದ್ದು. ಓತು ಎಂಬದಕ್ಕೆ ಓ ಧಾತು, ಸೂ. 241. ನುಡಿಯೆ=ನುಡಿಯುವಂತೆ. ಸತ್ವದಿ ಎಂತ ಸತ್ವದಿಂ; ಕೆಲವರು ಸತ್ವದಲ್ಲಿ ಎಂತು ಟೀಕಿಸುತ್ತಾರೆ. ಬಕಂ ಎನುತ್ತಾನೆ-(ನೀನು) ಉಗ್ಗಡದ ಇತ್ಯಾದಿ.

ಸಿಕ್ಕಿದನು ಕಲಿ-ಭೀಮನೆನೆ, ಕೆ
ಯ್ಯಿಕ್ಕಿ, ಕೊಟ್ಟನು ಮೆಯ್ಯನಸುರನ

ಹೊಕ್ಕು ತಿವಿದನು ತಿರುಗಿ, ಬದಿಯೆಲು ನುಗ್ಗು ನುಸಿಯಾಗೇ; ।
ಬಿಕ್ಕುಳಿಯ ತಾಳಿಗೆಯ ಮೂಗಿನೊ
ಳೊಕ್ಕ ರುಧಿರದ ಧಾರೆ ಬಿಗಿದುಱಿ
ಡೊಕ್ಕರಿಸಲಸು ನೀಗಿತಸುರನ ತನುವ ನಿಮಿಷದಲೀ. ‖ 88 ‖

ಪ. ಮೆಯ್ಯಂ; ಅಸುರನ (-ನಂ). ಬದಿಯ ಎಲು. ಬಿಗಿದು, ಉಱಿ ಡೊಕ್ಕರಿಸಲ್, ಅಸು ನೀಗಿತು. ಟೀ. (ಯಾರಾದರೂ) ಕಲಿ-ಭೀಮಂ ಸಿಕ್ಕಿದನು ಎನೆ (ಎನುವಂತೆ ಅವನು) ಕೆಯ್ ಇಕ್ಕಿ, ಮೆಯ್ಯಂ ಕೊಟ್ಟನು. ಆಗೆ=ಆಗುವಂತೆ. ಮೂಗಿನೊಳ್ ಒಕ್ಕ ರುಧಿರದ ಧಾರೆ ಬಿಕ್ಕುಳಿಯ ತಾಳಿಗೆಯ (ತಾಳಿಗೆಯಂ) ಬಿಗಿದು, ಉಱಿ. ಒಕ್ಕ ಎಂಬದಕ್ಕೆ ಉಗುಧಾತು, ಸೂ. 239.

ಕೊಂದು, ದನುಜನ ಪೆಣನ ಬಂಡಿಯ
ಹಿಂದೆ ಬಂಧಿಸಿ, ಪುರದ ಬಾಹೆಗೆ
ತಂದು, ಬಿಟ್ಟನು. ತನತನಗೆ ಜನ-ಜಾಲ ಜೋಡಿನಲೀ ।
ಬಂದು, ಕಂಡುದು ಪೆಣನ. ವಿಪ್ರವಿ
ರಿಂದು ಧನ್ಯರು, ವಿಪ್ರ-ಜಾತಿಗೆ
ಸಂದುದಿನ್ನಗ್ಗಳಿಕೆಯೆಂದುದು ನೆರೆದ ಪೌರ-ಜನಾ. ‖ 89 ‖

ಟೀ. ಬಿಟ್ಟನೆಂಬದಕ್ಕೆ ಭೀಮನು ಕರ್ತೃ. ಕಂಡುದು ಎಂಬದಕ್ಕೆ ಜನ-ಜಾಲ (-ಜಾಲಂ) ಕರ್ತೃ. ಕಂಡುದು, ಸಂದುದು ಎಂಬಿವಕ್ಕೆ ಸೂ. 240; 237. ಎಂದುದು ಎಂಬುದು ಯಥಾಕ್ರಮಂ, ಸೂ. 221; 225. (ವಿಪ್ರವಿರ್, ಸೂ. 97.)

17. SUN-RISE

ಸೂರ್ಯೋದಯ

ಭಾಮಿನಿಷಟ್ಪದಿ

. . . . . ತೀರಿದುದು ತಮದೊ
ಬ್ಬುಳಿ; ತಮಿಸ್ರೆಯ ತಾರಕೆಯ ಮೆ
ಯ್ವೆಳಗು ಮಸುಳಿದುದಬಿಲು ನಿಂದುದು ಚಕ್ಕವಕ್ಕಿಗಳಾ; ‖ 90 ‖

ರಜನಿಯೆಂಬ ಮದೋತ್ಕಟದ ದಿಗ್-
ಗಜದ ಕುಂಭಸ್ಥಳಕೆ ಮೋಹಿದ
ವಿಜಿತ-ಬಲನಂಕುಶದ ತಲೆಮಾಣಿಕವಿದೆಂಬಂತೇ ।
ಗಜಗಲಿಸಿತಿನ-ಬಿಂಬ ಮೂಡಲು;
ಗಜರಿದವು ಬೞಿಕಖಿಳ-ವಾದ್ಯ-
ವ್ರಜ; ವಿದೇಹ-ನೃಪಾಲನುಪ್ಪವಡಿಸಿದನೊಲವಿನಲೀ. ॥ 91 ॥

ಪ. ಮಸುಳಿದುದು; (ಜಕ್ಕವಕ್ಕಿಗಳ) ಅೞಲು. ವಿಜಿತ-ಬಲನ ಅಂಕುಶದ. ಗಜಗಲಿಸಿತು ಇನ-ಬಿಂಬ (-ಬಿಂಬಂ). ಟೀ. ಜಕ್ಕವಕ್ಕಿಗಳು ಸೂರ್ಯೋದಯಕ್ಕೆ ಮೆಚ್ಚುತ್ತಾವೆ. ಕವಿ ಭಾವಿಸುವದೇನಂದರೆ—ರಜನಿಯೆಂಬದು ಒಂದು ದಿಗ್ಗಜ; ಅದನ್ನು ಗೆದ್ದವನ (ವಿಜಿತಬಲನ) ಅಂಕುಶದ ತಲೆಯಲ್ಲಿ ಒಂದು ಮಾಣಿಕವುಂಟೆಂಬಂತೆ ಇನ-ಬಿಂಬ ಎಸೆಯಿತು. ಮೂಡಲ್= ಮೂಡಲಲ್ಲಿ, ಸೂ. 121. ವ್ರಜ=ವ್ರಜಂ. ಗಜರಿದವು, ಸೂ. 137.

18. DECLENSION OF A NEUTER IN THE SINGULAR

ನಪುಂಸಕನಾಮಪದದ ಏಕವಚನವಿಭಕ್ತೀಕರಣ

ಕಂದಂ

ಮರನಿರ್ದುದು. ಮರನಂ ಕಡಿ!
ಮರದಿಂ ಮಾಡಾನೆಯಂ! ಮರಕ್ಕೆಱೆ ನೀರಂ! ।
ಮರದತ್ತಣಿನೆಲೆಯುದಿರ್ದುದು.
ಮರದದು ಪಣ್. ಮರದೊಳಿರು! ತಳರ್ತಿರು ಮರನೇ! ॥ 92 ॥

ಪ. ತಳರ್ತು ಇರು! (ತಳರ್ ಎಂಬ ಧಾತುವಿನದು). ಉದಿರ್ದುದು ಎಂಬುದಱ ರೇಫೆ ಶಿಥಿಲತ್ವಾದ್ದು, ಸೂ. 44.

19. BY GOD'S GRACE A POOR MAN CAN BECOME GREAT

ದೇವರೊಲ್ಮೆಯಿಂ ಬಡವನು ಬಲ್ಲಿದನಾಗುವನು

ಮತ್ತೇಭವಿಕ್ರೀಡಿತಂ

ಉಡು-ರಾಜಂ ಕಳೆಗುಂದಿ, ಪೆರ್ಚದಿಹನೇ? ನ್ಯಗ್ರೋಧ-ಬೀಜಂ ಕೆಲಂ
ಸಿಡಿದುಂ ಪೆರ್ಮರನಾಗದೇ? ಎಳೆಗಱಿಂ ತಾಂ ದೊಡ್ಡಿತೆತ್ತಾಗದೇ?
ಮಿಡಿ ಪಣ್ಣಾಗದೆ? ದೇವರೊಲ್ಮೆಯಿರಲುಂ ಕಾಲಾನುಕಾಲಕ್ಕೆ ತಾಂ
ಬಡವಂ ಬಲ್ಲಿದನಾಗನೇ? ನರನೆಲಾ, ಕೇಳ್ದೊಪುದೀ ಬುದ್ಧಿಯಾ! || 93 ||

ಟೀ. ಇಹನೇ=ಇರ್ಪನೇ, ಇರುವನೇ. ಸಿಡಿದುಂ=ಸಿಡಿದರೂ. ದೊಡ್ಡಿತು ಎತ್ತು. ಇರಲುಂ ಎಂಬದಱ ಉಮುವಿಧಿ ವಚನದಾದಿಯಲ್ಲಿ ಇರ ತಕ್ಕದು, ಮತ್ತೆ ದೇವರ ಒಲ್ಮೆ ಇರಲ್ (ಇರೆ) ಎಂಬಂತೆ.

20. A POET'S PROPER PLACE

ಕವಿಗೆ ತಕ್ಕ ಸ್ಥಾನ

ಮತ್ತೇಭವಿಕ್ರೀಡಿತಂ

ರವಿಯಾಕಾಶಕೆ ಭೂಷಣಂ; ರಜನಿಗಾ ಚಂದ್ರಂ ಮಹಾಭೂಷಣಂ;
ಕುವರರ್ ವಂಶಕೆ ಭೂಷಣಂ; ಸರಸಿಗಂಭೋಜಾತಗಳ್ ಭೂಷಣಂ;
ಹವಿಯಜ್ಞಾಳಿಗೆ ಭೂಷಣಂ; ಸತಿಗೆ ಪಾತಿವ್ರತ್ಯವೇ ಭೂಷಣಂ;
ಕವಿಯಾಸ್ಥಾನಕೆ ಭೂಷಣಂ. ನರನೆಲಾ, ಕೇಳ್ದೊಪುದೀ ಬುದ್ಧಿಯಾ!
|| 94 ||

ಟೀ. ಅಂಭೋಜಾತಂಗಳ್ ಎಂತ ಶುದ್ಧಂ, ಸೂ. 103. ಕವಿ ಆಸ್ಥಾನಕೆ.

21. A FOREST (THE KHANDAVA FOREST) ON FIRE

ಕಾಡಿಗೆ ಕಿಚ್ಚು ಹತ್ತಿದ್ದು

ಭಾಮಿನಿಷಟ್ಪದಿ

ತನುಗಿಡಿಯ ಧಳ್ಳುಱಿಯ ನಾಲಿಗೆ
ಕೊನೆಗಳಲ್ಲಾಡಿದವು; ಕಡುಲಾ
ಗಿನಲಿ ಲಂಬಿಸಿ ಚುಂಬಿಸಿದುದುರಿ ಲಲಿತ-ನಂದನವಾ. || 95 ||

ಹೊದಱಿನಲಿ ಭುಗುಭುಗಿಲು ಭುಗಿಲೆಂ
ದೊದೆದುದುರಿಯಂಬರವನೊಣಗಿದ
ಬಿದಿರ ಮೆಳೆಯಲಿ ಧಗಧಗಿಸಿ, ಛಟಛಟಛಟನೆ ಛಟಿಸೀ. |
ಕದಳಿ-ಖರ್ಜೂರಾದಿ-ತರು-ಜಾ
ಲದಲಿ ಸಿಮಿಸಿಮಿ ಸಿಮಿಸಿ, ಮಾರುತ
ನೊದಗೆ, ಗಹನೋದರದೊಳಗೆ ಝೂಡಿಸಿತು ಘನ-ವಹ್ನೀ. || 96 ||

ಪ. ಒದೆದುದು ಉರಿ ಅಂಬರವಂ, ಒಣಗಿದ. ಸಿಮಿಸಿ ಮೊದಲಾದದಕ್ಕೆ ವಹ್ನಿ ಎಂಬುದು ಕರ್ತೃ.

ಜಂಬು-ಚೂತ-ಪಲಾಶ-ವಟ-ದಾ
ಳಂಬ-ಬಿಲ್ವ-ತಮಾಲ-ಚಂಪಕ-
ನಿಂಬ-ಬಕುಳ-ಕಪಿತ್ಥ-ಕುಟಜವಶೋಕ-ಪುನ್ನಾಗಾ- |
ತುಂಬುರರಳಿ-ಲವಂಗ-ಪೂಗ-ಕ
ದಂಬ-ಗುಗ್ಗುಳ-ಸಾಲ-ತಿಲಕೌ
ಡುಂಬರಾದಿ-ದ್ರುಮ-ಕುಲವನಾಲಿಂಗಿಸಿತು ವಹ್ನೀ. || 97 ||

ಪ. ಕುಟಜವ, ಅಶೋಕ. ತುಂಬುರು-ಅರಳಿ. ಟೀ. ಕುಟಜವ (ಕುಟಜವಂ) ಎಂಬಲ್ಲಿ ಒಂದನೆಯ ಸಮಾಸದ ಕರ್ಮ ಬಂತೆಂತ ನೆನಸ ಬೇಕು; ಎರಡನೆಯದರ ಕರ್ಮರೂಪ ಕುಲವಂ ಎಂಬಲ್ಲಿ ಕಾಣಿಸುತ್ತದೆ. ವಹ್ನಿ ಕರ್ತೃವಾಗಿದೆ.

ಧರಣಿಪತಿ, ಕೇಳ್! ಶರಭ-ಮೃಗಪತಿ-
ಕರಿ-ಕಲಭ-ಶಾರ್ದೂಲ-ಶೂಕರ-
ಕರಡಿ-ಕಾಸರ-ಶಲ-ಮೃಗಾದನ-ಖಡ್ಗ-ಗೋಮಾಯೂ, |
ಎರಲೆ-ಮೊಲ-ಸಾರಂಗ-ವಾನರ
ನುರುಕುರಂಗ-ಪ್ರಮುಖ-ಮೃಗ-ಕುಲ
ವುಱುಬಿ ಬಿದ್ದುದು ಧಳ್ಳುಱಿಯ ಬೆಳ್ಳಾರವಲೆಗಳಲೀ. || 98 ||

ಪ. ವಾನರಂ, ಉಱು-ಕುರಂಗ...ಕುಲಂ. ಟೀ. ವಾನರಂ ಎಂತಿದ್ದ ಕಾರಣ ಈ ಮೃಗಗಳ ಹೆಸರುಗಳು ಒಂದೇ ಸಮಾಸವಾಗಿವೆಂತ ಹೇಱಲಾಗದು. ಗೋಮಾಯು ಎಂಬಲ್ಲಿಯೂ ವಾನರಂ ಎಂಬಲ್ಲಿಯೂ ಛೇದ ಇರ ತಕ್ಕದ್ದು. ಪ್ರಮುಖ=ಪ್ರಮುಖವಾದ. ಎಲ್ಲಾ ಮೃಗಗಳಿಗೂ ಉಱುಬಿ ಬಿದ್ದುದೆಂದು ಕ್ರಿಯೆ. ಬಿದ್ದುದು=ಬಿದ್ದಿದು, ಸೂ. 240.

ಶುಕ-ಮರಾಳ-ಮಯೂರ-ಟಿಟ್ಟಿಭ-
ಪಿಕ-ಚಕೋರ-ಕಪೋತ-ವಾಯಸ-
ಬಕ-ಪದಾಯುಧ-ಚಕ್ರವಾಕ-ಕಳಿಂಗ-ಕಲವಿಂಕಾ- |
ಕುಕಿಲ-ಸಾರಸ-ಕಾಕರಿಪು-ಚಾ
ತಕ-ಭರದ್ವಾಜಾದಿ-ಪಕ್ಷಿ-
ಪ್ರಕರ ಬಿದ್ದುದು ಬಿಗಿದ ಕೇಸುರಿಕಣ್ಣಿವಲೆಗಳಲೀ. || 99 ||

ಹರಡೆ ಗೀಜಗ ಮರಗೊಡಲೆ ಕಾ
ಬುರುಲೆ ಲಾವುಗೆ ಗೌಜು ಪಾರಿವ
ನಿರಿಲೆ ಸಾಳು ವಚೆಲಿ ಮಿಲಿಗ ಚೆಂಬೋತ ಮಿಾಂಬುಲಿಗ |
ಮರಕುಟಿಗ ಕಬ್ಬಕ್ಕಿ ಕೊಟ್ಟುಗ
ವರಲೆ ಕೊಂಚೆ ಕಪಿಂಜ ಗಿಂಚಲು
ಗರಿಗ ಮೊದಲಾದಖಿಳ-ಖಗ-ಕುಳ ಬಿದ್ದುದುರಿಯೊಳಗೇ. || 100 ||

ಇಲ್ಲಿಯ ಕೆಲವು ಹೆಸರುಗಳಲ್ಲಿ ಅನುಮಾನವದೆ.

ಝುಳಕೆ ತಿಳಿಗೊಳದುದಕ ಕಾದು
ಚ್ಛಳಿಸಿದವು; ತನಿಗುದಿದು ಮತ್ಸ್ಯಾ
ವಳಿಗಳಂಬುಜದೆಸಳು ಸೀದವು; ತುಂಬಿಗಳು ಸಹಿತಾ |
ಹಿಳಿದು, ಸಿಡಿದವು; ಚಾರು-ಚಂದ್ರೋ
ತ್ಪಳ-ರಚಿತ-ಸೋಪಾನ-ರತುನಾ
ವಳಿಯ ರಾಶಿಗಳದ್ದಲಾದವು ಬಿದ್ದ ಕಿಡಿಗಳಲೀ. || 101 ||

ಪ. ತಿಳಿಗೊಳದ ಉದಕ ಕಾದು ಉಚ್ಛಳಿಸಿದವು; ಮತ್ಸ್ಯ-ಆವಳಿಗಳ್ ತನಿಗುದಿದು, ಅಂಬುಜದ ಎಸಳು ಸೀದವು. ಟೀ. ಉಚ್ಛಳಿಸಿದವು, ಸೀದವು ಎಂಬವಕ್ಕೆ 137ನೆಯ ಸೂತ್ರ ನೋಡು.

ಇಟ್ಟಣಿಸಿ, ಛಿಟಛಿಟಿಸಿ, ಶಿಖಿ ಪುಟ
ವಿಟ್ಟುದೊಣಗಿಲುಹೊದಱಿನಲಿ; ಮಿಗೆ
ತೊಟ್ಟ ಕಬ್ಬೊಗೆಝುಗೆಯ ಹೊರಳಿಯ ಕಿಡಿಯ ಗಡಣದಲೀ |
ಹುಟ್ಟಿದುರಿ ಹೆಮ್ಮರನ ಸುತ್ತಲು
ಕಟ್ಟಿತಲ್ಲಿಯ ತೊಡಕಿನಲಿ ಭುಗಿ
ಲಿಟ್ಟು, ಕವಿದುದು ತುದಿಗೆ ಬಹು-ಶಾಖೋಪಶಾಖೆಗಳಾ. || 102 ||

ಪ. ಪುಟವಿಟ್ಟುದು ಒಣಗಿಲು. ಹುಟ್ಟಿದ ಉರಿ. ಕಟ್ಟಿತು; ಅಲ್ಲಿಯ. ಬಹು-ಶಾಖೆ-ಉಪಶಾಖೆಗಳ ತುದಿಗೆ.

ಹೊಗೆಯ ಹಬ್ಬುಗೆ ಸೊರ್ಗ-ಲೋಕವ
ನುಗಿದುದುರಿನಾಲಿಗೆಯ ಗರವೊ
ಟ್ಟಗೆಯ ತೊಟಿಲಿಕೆ ತೆರಳಿಚಿತು ತೆತ್ತೀಸುಕೋಟಿಗಳಾ. |
ಹಗಲ ತಡಿತಕೆ ಹೊಕ್ಕುದೋ ಕಡೆ
ಮುಗಿಲ? ಕಾಣೆನು ದಿವವನೆತ್ತಣ
ಗಗನಮಣಿ ನಕ್ಷತ್ರ ಚಂದ್ರಮರರಸ, ಕೇಳ್! ಎಂದಾ. || 103 ||

ಪ. ಲೋಕವಂ ಉಗಿದುದು; ಉರಿನಾಲಿಗೆಯು. ಕಾಣೆನು ದಿವವಂ; ಎತ್ತಣ ಗಗನಮ ಣೆ. . ಚಂದ್ರಮರ್? ಅರಸ. ಟೀ. ಕವಿಗಳು ಯಾವಾಗಲೂ ಹೆಚ್ಚಿನ ಮಾತು ಹೇಳುವರು; ಯಾಕಂದರೆ ಸೊರ್ಗಲೋಕಕ್ಕೆ ಹೊಗೆ ಏರಿ ಹೋಗುವದುಂಟೇ? ಹೊಕ್ಕದೋ ಎಂಬದಕ್ಕೆ ಹೊಗೆಯೆಂತ ಕರ್ತೃ. ತೆತ್ತೀಸುಕೋಟಿಗಳ ಎಂಬದು ನಮಗೆ ಅನುಮಾನದ್ದು. ಅದು, ಗೆತ್ತು (ಗಿಡು ಎಂಬ ಧಾತುವಿನದು) ಈಸು ಕೋಟಿಗಳ (ಕೋಟಿಗಳಂ) ಎಂತ, ಅಂದರೆ ಇಷ್ಟೆಲ್ಲ (ಮಹಾ) ಕೋಟಿಗಳನ್ನು ಗೆತ್ತು ಎಂತ, ಆಗುವದೋ? ತೆತ್ತು ಎಂಬದಕ್ಕೆ ತಿಡು ಎಂಬ ಧಾತು. ಒಂದು ವೇಳೆ ಬತ್ತೀಸು ಎಂತಿರ ಬಹುದು.

ಛಿಳಛಿಳಲುಛಿಳ-ರವದಿ, ಘುಲಿಘುಲಿ
ಘುಲಿಘುಲಿ-ಧ್ವನಿ-ಮಯದಿ, ಕಪಿಗಳ
ಕಿಳಕಿಳಾಯತ-ರವದಿ, ಮೃಗ-ಸಂಕುಳದ ಕಟಿಕಟಿದೀ, ।
ಹಿಳಿದುರಿವ ಹೆಬ್ಬಿದಿರ ಗಂಟಿನ
ಠಳಠಳತ್ಕಾರದಿ ದಿಶಾ-ಮಂ
ಡಳದ ಮೂಲೆಗಳೊಡೆದುದದ್ಭುತವಾಯ್ತು ವನ-ದಹನಾ. ॥ 104 ॥

ಪ. ಕಿಳಕಿಳ-ಆಯತ-ರವದಿ. ಮೂಲೆಗಳ್ ಒಡೆದುದು; ಅದ್ಭುತ. ಟೀ. ಒಡೆದುದು ಎಂಬದಕ್ಕೆ 225ನೆಯ ಸೂತ್ರವನ್ನೂ 227ನೆಯದನ್ನೂ ನೋಡು.

ಆ ಮಹಾ-ವನ-ವಹ್ನಿ ಭೂತ-
ಸ್ತೋಮ-ಸಂಹೃತಿ-ಕರ್ಮ-ಶೌರ್ಯೋ
ದ್ದಾಮವವಗಾಹಿಸುತ ಬರುತಿರೆ, ಮುಂದೆ ಚೋಣಿಯಲೀ ।
ಧೂಮವಿಟಿದುದು; ಹುತ್ತಿನಲಿ ನಿ
ಸ್ಸೀಮ-ಜನಿತ-ಜ್ವಾಲೆಗಳ ಝುಳ
ವಾ ಮಹೋರಗ-ಚಯವ ಚುಂಬಿಸಿತರಸ, ಕೇಳ್! ಎಂದಾ.
॥ 105 ॥

ಪ. ಶೌರ್ಯ-ಉದ್ದಾಮವ (-ವಂ) ಅವಗಾಹಿಸುತ. ಮಹಾ-ಉರಗ.

ಹೂಸಿ, ಹುತ್ತಿನ ಮಣ್ಣ ರಂಧ್ರಿಸಿ,
ಕಾಸಿದವು ಫಣಿ-ಕುಲವ; ಮೇಣ್ ಜೊ
ಳ್ಳಾಸದಲಿ ಡಾವರಿಸಿದವು ಕಿಡಿ ಧೂತ-ಧೂಮದಲೀ; ।
ಅಸುರದ ಕಬ್ಬೊಗೆಯ ಕವಚದ
ಕೇಸುರಿಗಳೊಳ ಬಿದ್ದುದುರಿ ಹೊಱ
ಸೂಸಿ, ಹಿಡಿದವು ಹಾವುಗಳ, ಬಲು ಹೊದಱ ಹೊರಳಿ
[ಗಳಾ. ‖ 106 ‖

ಪ. ಕೇಸುರಿಗಳ್ ಒಳ (ಒಳಗೆ) ಬಿದ್ದುದು; ಉರಿ. ಟೀ. ಕುಲವ ಎಂಬದಱ ವರೆಗೆ ಜ್ವಾಲೆಗಳು ಕರ್ತೃ. ಕಿಡಿ ಡಾವರಿಸಿದವು, ಉರಿ ಹಿಡಿದವು ಎಂಬವಕ್ಕೆ ಸೂ. 137. ಬಿದ್ದುದು= ಬೀೞ್ಕುಂ, ಸೂ. 227. ಹಾವುಗಳ (-ಳಂ) ಮತ್ತೆ ಅವು ಹೊಕ್ಕಂಡ . . . ಹೊರಳಿಗಳ (-ಳಂ) ಹಿಡಿದವು.

ಹೆಡೆಯ ಮಣಿಗಳ ಕಂಡು, ಸೂಸಿದ
ಕಿಡಿಗಳಹಹಾ! ಎನಲು, ಶಿರಗಳ
ಕೊಡಹಿ, ಮಱುಗಿದರುರಗಿಯರು, ಮಱಿಗಳಿಗೆ ಮೆಯ್ ಚಾಚೀ; ।
ಕಡುಹೊಗೆಯ ಕೇಸುರಿಯ ಕಿಡಿಗಳ
ಗಡಣದಲಿ ಕಾರೆದ್ದು, ಮೆಯ್ಗಳ
ಕೊಡಹಿ, ಬಿಸುಸುಯ್ಯುತ್ತ ಮುಗ್ಗಿದವಹಿಗಳುರಿಯೊ
[ಳಗೇ. ‖ 107 ‖

ಪ. ಮಱುಗಿದರ್ ಉರಗಿಯರು, ಮುಗ್ಗಿದವು ಅಹಿಗಳ್.

22. THREE RIDDLES (LIGHTNING AND THUNDER, SUN-RAYS, RUNNING WATER)

ಮೂಱು ಒಗಟೆ

ತ್ರಿಪದಿ

ಮರನೊತ್ತಿ ಬೇಯುವದು, ಉರಿ ತಾಗಿ ಬೇಯದದು,
ಪುರಗಳ ನುಂಗಿ ಬೊಗಳುವದು. ಲೋಕದಲಿ,
ನರ, ಇದೇನ್? ಎಂಬೆ, ಸರ್ವಜ್ಞ. || 108 ||

ಟೀ. ಎಂಬೆ=ಎಂಬೆಂ, ಎನುವೆಂ; ಸರ್ವಜ್ಞನಾದ ನಾನೆಂಬೆಂ.

ಉರಿ ಬಂದು ಬೇಲಿಯನು ಹರಿದು ಹೊಕ್ಕದ ಕಂಡೆ;
ಬಱಿಯದು, ಬೇಗೆಯಱಿಯದದು. ಕವಿ-ಕುಲವೆ
ಅಱಿದಿದಂ ಪೇೞ್ಗಿ, ಸರ್ವಜ್ಞ! || 109 ||

ಟೀ. ಹೊಕ್ಕದ=ಹೊಕ್ಕದಂ. ಕಂಡೆ=ಕಂಡೆಂ. ಪೇೞ್ಗಿ=ಪೇೞ್ಗಿಂ.

ಕಾಲಿಲ್ಲದೇ ಹರಿಗು, ತೋಳಿಲ್ಲದೇ ಹೊಱುಗು,
ನಾಲಿಗೆಯಿಲ್ಲದುಲಿವದದು. ಕವಿ-ಕುಲದ
ಮೇಲುಗಳೆ, ಪೇೞಿ! ಸರ್ವಜ್ಞ! || 110 ||

23. BHIMA STARTS FOR A HUNT IN COMPANY WITH THE PULINDAS

ಪುಳಿಂದರ ಸಂಗಡ ಭೀಮನು ಬೇಟೆಗೆ ಹೊಱಟದು

ಭಾಮಿನಿಷಟ್ಪದಿ

ಬಂದನೊಬ್ಬನು ಪವನಸುತನ ಪು
ಳಿಂದನಟವೀ-ತಟದ ಖಗ-ಮೃಗ-

ವೃಂದದಿಕ್ಕೆಯ ಹಕ್ಕೆಯಾಡುಂಬೊಲದ ಸೋಹೆಗಳಾ ।
ನಿಂದ ನೆಲೆ ನೀರ್ದಾಣ ಹೆಜ್ಜೆಗ
ಳಂದ ಭೇದಿಸಿ, ಜೀಯ! ಚಿತ್ತವಿ
ಸೆಂದು, ಬಿನ್ನಹ ಮಾಡಿದನು ಕಲಿ-ಭೀಮಸೇನಂಗೇ. || 111 ||

ಟೀ. ಅಡವೀತಟದ (ಮತ್ತು) ಖಗ-ಮೃಗ-ವೃಂದದ ಇಕ್ಕೆಯ ಹಕ್ಕೆಯ (ಮತ್ತು ಖಗ ಮೃಗಗಳ) ಆಡುಂಬೊಲದ ಸೋಹೆಗಳ ನೆಲೆ. ನಿಂದ ನೆಲೆ=ಆ ಪುಳಿಂದ ತಾ ಬಂದು ನಿಂದಾ ನೆಲೆ. ನೆಲೆ ನೀರ್ದಾಣ ಎಂಬದನ್ನು ಆ ಪುಳಿಂದನು ಹತ್ತಿರ ಬಂದು ನಿಂದ ನೆಲೆ ನೀರ್ದಾಣವಾಗಿತ್ತೆಂತ ಟೀಕಿಸ ಬಹುದು; ಅಥವಾ (ಹೇೞಿದ ಲಕ್ಷಣಗಳ) ನೆಲೆಯಾದ ನೀರ್ದಾಣ ಎಂತ ಟೀಕಿಸ ಬಹುದು. ಕಡೆಯ ಟೀಕನ್ನು ತಕ್ಕೊಳುವಲ್ಲಿ ನೀರ್ದಾಣ ದ್ವಿತೀಯೆಯೆಂತ ಅಱಿಯ ಬೇಕು.

ಇದೆ ಮಹಾ-ಕಾಂತಾರವತಿ-ದೂ
ರದಲಿ; ವೃಕ ಶಾರ್ದೂಲ ಕೇಸರಿ
ಕರಡಿ ಕಳಭ ಕ್ರೋಡ ಖಿಳಿ ಲೂಲಾಯ ಸಾರಂಗಾ ।
ಮದದ ರಹಿಯಲಿ, ಮಾನಿಸರು ಸೊಂ
ಕಿದರೆ, ಸೆಡೆಯವು, ಹೊಲನ ಹೊದಱಿ
ಕ್ಕಿದವುದೀಹದ ಹಿಂಡಿನಂತಿರೆ. ಜೀಯ! ಚಿತ್ತವಿಸೂ! || 112 ||

ಟೀ. ಕರಡಿ ಎಂಬಲ್ಲಿ ರಕಾರ ಪ್ರಾಸಕ್ಕರವಾಗಿರುವದು ಅಬದ್ಧ. ಮಾನಿಸರು ಸೊಂಕಿದರೆ ವೃಕ ಮುಂತಾದ ಮೃಗಂಗಳು (ತಮ್ಮ) ಮದದ ರಹಿಯಲಿ ಸೆಡೆಯವು, ಯಾತಱ ಅಂತಿರೆ ಅಂದರೆ ಹೊಲನ ಇತ್ಯಾದಿ. ಹೊಲನ (=ಹೊಲದ) ಹೊದಱ್ ಇಕ್ಕಿದ (ಅಂದರೆ ಹೇರಳವಾಗಿರುವ) ವುದೀಹದ ಹಿಂಡಿನ ಅಂತಿರೆ ಎಂಬಲ್ಲಿ ತಪ್ಪಿರ ಬಹುದು; ಹೊದಱ್ ಇಕ್ಕಿದ ಅವುದುತ್ತಿಹ (ಔಡುತ್ತಿಹ) ಎಂಬಂತೆ ಸರಿ ಆಗ ಬಹುದು; ಅಥವಾ ಅವದೋಹದ ಹಿಂಡಿನ ಎಂತಲೂ ತಕ್ಕದು. ಅವದೋಹದ ಹಿಂಡು=ಹಾಲು ಕಱೆಯುವ ಆಕಳ ಹಿಂಡು. ಅಂತಿರೆ, ಸೂ. 316.

ಮೇಹುಗಾಡಿನೊಳವಱ ಮೆಯ್ ಮಿಗೆ
ಸೋಹಿದರೆಸುವ್ವಲೆಯ ಸುಬ್ಬಲೆ
ಯಾಹವದಲೇ ತೋಳ ತೆಕ್ಕೆಯ ತೋಟ ತೇಗುವರೇ ।

ತೋಹಿನಲಿ ತೊದಳಾಗಿ ಗೋರಿಯ
ಗಾಹಿನಲಿ ಗುಱಿಗಡಬಡಿಸೆ ಬಲು
ಸಾಹಸಕ್ಕಂಜುವೆವು; ನೀನೇೞ್! ಎಂದನಾ ಶಬರಾ. || 113 ||

ಇದಱಲ್ಲಿ ಕೆಲವು ಮಾತು ತಿಳಿಯದದಱಿಂದೆ ಟೀಕಿಸೆವು. ತಿಗೆಯುವರೆ ಎಂದಿದ್ದೀತೇ?

ಕಂಡ ಮೃಗ ಮೆಯ್ದುಗೆಯದಿಕ್ಕೆಯ
ಹಿಂಡುಹೊಱಹಿನ ಹುಲಿಯ, ಮೇಕೆಯ,
ಮಿಂಡವಂದಿಯ, ಲಾವಣಿಗೆಯ ಲುಲಾಯ-ಲಾಲನೆಯಾ, |
ತೊಂಡುಮೊಲನ, ತೊಡಂಕುನವಿಲಿನ,
ಖಂಡೆಯದ ಮೊಳೆ ನೆಡೆದ ಖಡ್ಗದ
ಹಿಂಡುಗಳ ತೋಱಿಸುವೆನೇೞ್! ಎಂದನಿಲಜಗೆ ನುಡಿದಾ. || 114 ||

ಟೀ. ಹುಲಿಯ, ಮೇಕೆಯ ಎಂದು ಮೊದಲಾದ ಷಷ್ಟಿರೂಪಂಗಳು ಹಿಂಡುಗಳ (-ಳಂ) ಎಂಬದಱ ಸಂಬಂಧದಲ್ಲಿ ಅವೆ. ಹಿಂಡುಹೊಱಹಿನ ಹುಲಿಯು ಎಂದರೆ ಹಿಂಡಾಗಿ (ರಾಸಿಯಾಗಿ) ಪ್ರಕಾಶಿಸುವ ಹುಲಿಯು. ಮಿಂಡವಂಡಿ=ಮಿಂಡ ಪಂದಿ.

ಅಂಗಚಿತ್ರವನಿತ್ತನಾ ಶಬ
ರಂಗೆ; ಬಲೆಗಳ ತೆಗಿಸಿದನು; ಹಸು
ರಂಗಿಯನು ತೊಟ್ಟನು, ಜಡಾಳಿಸಿ ಪದದೊಳೆಕ್ಕಡವಾ. || 115 ||

ಸಿಡಿಲುಗಳ ಗರ್ಜನೆಯ, ಗಗನವ
ತುಡುಕುವಾಗುಳಿಕೆಗಳ ಮೊಱೆಹಿನ,
ಮಿಡುಕುಗಳ ನಾಯ್ ನೂಕಿದವು ಹಾಸದ ವಿಳಾಸದಲೀ. || 116 ||

ಹೆಸರ ನಾಯ್ಗಳು ಹಾಸ ಹಱಿದು
ಬ್ಬಸದಲೂಳಿದವದರಿ, ಹಿಡಿಮೃಗ
ಮಸಗಿದವು; ಹದವಿಲುಗಳೊದೆದವು ಹೆದೆಯ ಹಱಿವಿನಲೀ; |

ನುಸುಳಿದವು ಮೊಲನುರಿಯ, ಹೊಗೆಗಳ
ದೆಸೆವಿಡಿದು; ಕೆದಱಿದವು ಹೊಲದಲಿ
ಹಸು ಬಹರಡಿಗಳೇನನೆಂಬೆನು ಶಕುನ-ಸೂಚನವಾ? ||117||

ಪ. ಹಱಿದು ಉಬ್ಬಸದಲಿ ಉಳಿದವು; ಅದರಿ. ಮೊಲಂ ಉರಿಯ. ಬಹರ ಅಡಿಗಳ. ಏನಂ. ಬಹರ=ಬರ್ಪರ, ಬರುವವರ.

ಪೊಗರೊಗುವ ಹೊಂಗಱಿಯ ಬಿಲುಸರ
ಳುಗಳ ಹೊದೆಗಳ ನಡೆದುದಡವಿಯ
ಬೆಗಡುಗೊಳಿಸುತ ಮುಂದೆ ಮುಂದೆ ಪುಳಿಂದ-ಸಂದೋಹಾ.
||118||

ಬಂಡಿಗಳ ಬೆಳ್ಳಾರವಲೆಗಳ,
ಖಂಡವಲೆಗಳ, ತಡಿಕೆವಲೆಗಳ,
ಗುಂಡುವಲೆಗಳ, ಬೀಸುವಲೆಗಳ, ಕಾಲುಗಣ್ಣಿಗಳಾ, |
ದಂಡಿವಲೆಗಳ, ತೊಡಕುವಲೆಗಳ,
ಹಿಂಡುವಲೆಗಳ, ಮಯಣದಂಟಿನ,
ಮಂಡವಿಗೆಬಲೆಗಳ ಕಿರಾತರು ಕೆದಱಿತಗಲದಲೀ. ||119||

ಪ. ನೆಡೆದುದು, ಅಡವಿಯ ಬೆಗಡುಗೊಳಿಸುತ, ಮುಂದೆ. ಕೆದಱಿತು ಅಗಲದಲಿ. ಟೀ. ಹೊದೆಗಳ ಎಂಬ ಷಷ್ಟಿ ಪುಳಿಂದ-ಸಂದೋಹ ಎಂಬ ಕರ್ತೃವಿಗೆ ಸಂಬಂಧಿಸುತ್ತದೆ; ಈ ಪ್ರಕಾರವಾಗಿ ಷಷ್ಟ್ಯಿಯ ಸಂಬಂಧಪದವನ್ನು ವಿಂಗಡಿಸುವದು ಉಚಿತವಲ್ಲ. ನಡೆದುದು ಎಂತ ಕ್ರಿಯೆ. ಸಂದೋಹ ಅಡವಿಯ ಬೆಗಡುಗೊಳಿಸುತ ಮುಂದೆ ಮುಂದೆ ನಡೆದುದು. ಕಿರಾತರು ಕೆದಱಿತು= ಕಿರಾತರು ಕೆದಱುಗುಂ, ಸೂ. 227.

ಏನನೆಂಬೆನು? ಜೀಯ! ಹೊಕ್ಕನು
ಕಾನನವನನಿಲಜನು. ಶಬರ-ವಿ
ತಾನವಿಕ್ಕಿದ ವೇಡೆಗಳ ಬೆಳ್ಳಾರಸುತ್ತುಗಳಾ |

ಕಾನನವನಲೆದಿನ-ಶಿಲೋಚ್ಚಯ-
ಸಾನುವಿನ ಗಹ್ವರದ ಗಂಡ-
ಸ್ಥಾನ-ದೀರ್ಘ-ದ್ರೋಣಿಗಳಲಡಿಸಿದರು ಮೃಗ-ಕುಲವಾ. || 120 ||

ಪ. ಕಾನನವಂ ಅಲೆದು, ಇನ-ಶಿಲಾ-ಉಚ್ಚಯ-ಸಾನುವಿನ. ದ್ರೋಣಿಗಳಲಿ ಅಡಿಸಿದರು.

24. ON THE SEA-BEACH

ಸಮುದ್ರವರ್ಣನೆ

ವಾರ್ಧಕಷಟ್ಪದಿ

ಮಕರ-ಕರ್ಕಟ-ಕಮಠ-ಶಾಲೂರ-ಕಿಂಚುಲಕ-
ನಿಕರದಿಂ, ತಿಮಿ-ತಿಮಿಂಗಿಳ-ಮುಖ್ಯ-ಜಲಚರ-
ಪ್ರಕರದಿಂ, ಮೊಸಳೆ ನೀರಾನೆ ನೀರ್ವಾವು ನೀರುಡುಗಳ ಸಮೂಹ [ದಿಂದಾ, |
ಅಕಳಂಕ-ರತ್ನಂಗಳೇಱ್ಗೆಯಿಂದೆಯ್ತಪ್ಪ
ಸಕಲ-ಭಂಗದ ಸುೞಿಯ ಸವ್ವಳಿಗಳಿಂದೊಳಗೆ
ತಕಪಕನೆ ಕುದಿವ ಬಡಬಾಗ್ನಿಯ ಕಳಾಪದಿಂದಾ ಕಡಲ್ ಕಣ್ಗೆಸೆದು ದೂ. || 121 ||

ಪ. ಏಱ್ಗೆಯಿಂದೆ, ಎಯ್ತಪ್ಪ ..... ಸವ್ವಳಿಗಳಿಂದೆ, ಒಳಗೆ ... ಕಳಾಪದಿಂದೆ ಆ.

ಅಡಿಗಡಿಗೆ ನಡೆವ ಪೆರ್ವಡಗುಗಳ ಬೆಡಗುಗಳ,
ಘುಡುಘುಡಿಸುತೇೞ್ವ ಮತ್ಸ್ಯಾಳಿಗಳ ಕೇಳಿಗಳ,
ಬಿಡಬಿಡದೆ ನಡೆತಪ್ಪ ಏಱಿಗಳ, ರೋಱಿಗಳುಗುೞ್ವ ನವ-ರತ್ನಂ [ಗಳಾ, |

ಎಡೆಯೆಡೆಯೊಳಡಿಕಿಱಿದ ದೋಣಿಗಳ ಸೇಣಿಗಳ,
ಸಿಡಿಸಿಡಿದುರುಳ್ವ ಜಲ-ಬಿಂದುಗಳ ಪೊಂದುಗಳ,
ತಡಿತಡಿಗಡರ್ವ ಜಲದೊತ್ತುಗಳ ಮುತ್ತುಗಳ ಪದಪಿನಿಂ ಕಡಲೆಸೆ
ದುದೂ. || 122 ||

ಟೀ. ಬೆಡಗುಗಳ, ಕೇಳಿಗಳ ಎಂದು ಮೊದಲಾದ ಷಷ್ಠಿಗಳು ಪದಪಿನಿಂ ಎಂಬುದಕ್ಕೆ ಸಂಬಂಧಿಸುತ್ತವೆ. ನೀರಿನ ರೋಚಿಗಳು ನವ-ರತ್ನಗಳನ್ನು ಉಗುಳ್ವಂತಾಯಿತು, ಅಂಥಾ ನವರತ್ನಗಳ. ಜಲದೊತ್ತುಗಳು ಮುತ್ತುಗಳಂತೆ ಎಸೆದವು, ಅಂಥಾ ಮುತ್ತುಗಳ. ಘುಡುಘುಡಿಸುತ, ಬಿದಬಿಡದೆ, ಸಿಡಿಸಿಡಿದು ಎಂಬ ರೂಪುಗಳ ವಿಷಯವನ್ನೂ ಅಡಿಗಡಿಗೆ, ಎಡೆಯೆಡೆಯೊಳ್, ತಡಿತಡಿಗೆ ಎಂಬವುಗಳದನ್ನೂ 195ನೆಯ ಸೂತ್ರದ ಮೇಲೆ ತಿಳಿಯ ಬೇಕು.

25. A PROCESSION IN A DECORATED TOWN

ಒಂದು ಮೆಱವಣಿಗೆ

ವಾರ್ಧಕಷಟ್ಪದಿ

. . . . . . ನೆಗಟ್ದಿವಲ್ಲಲ್ಲಿ ನಾನಾ-ಪಟ್ಟೆ-ಜಲ್ಲಿ-ಕನ್ನಡಿ-ಕಳಸದಿಂ |
ನಿಳಯನಿಳಯದ ಮುಂದೆ ಬಲ್ಗುರುಜುಗಳ್; ನಡುವೆ
ತೊಳೆಪ ಮಣಿ-ಗುಡಿ-ತೋರಣಂಗಳಿಂ, ಪನ್ನೀರ
ಚಳೆಯದಿಂದಗರು-ಧೂಪದ ಪೊಗೆಗಳಿಂ ಬೀದಿಬೀದಿಗಳು ಚಲುವಾ
[ದವೂ. || 123 ||

ಪಚ್ಚೆಗಳ ಕಂಬಂಗಳಿಂ, ಪವಳವಲಗೆಗಳ
ಮುಚ್ಚುಗಗಳಿಂ, ನೀಲ-ಮಣಿಯ ಲೋವೆಗಳಿಂ, ವಿ
ಯಚ್-ಚರಾಂಗಣಕಾರ್ದ ವಜ್ರ-ವೈಡೂರ್ಯ-ಮಾಣಿಕ್ಯದೊಳ್ ನೆಲೆ
[ನೆಲೆಗಳಿಂ, |
ಅಚ್ಚ ಮುತ್ತಿನ ಗುದಿಗಳಿಂ, ಜಲ್ಲಿ ಪಟ್ಟೆಗಳ

ಕುಚ್ಚುಗಳ ಸಂದಣಿಗಳಿಂ ಕೇರಿಕೇರಿಯೊಳ್
ಪೆರ್ಚಿದವು ಗೃಹಗೃಹ-ದ್ವಾರಂಗಳೊಳ್ ಮಹಾ-ಮೇರುವೆಗಳೇನ್
[ಎಂಬೆನು? || 124 ||

ಪ. ನೆಗೞ್ದುವು (ಕಲ್ಯಾಣಪುರದೊಳ್) ಅಲ್ಲಲ್ಲಿ. ಬಲ್-ಕುರುಜುಗಳ್. ಚಳೆಯದಿಂದೆ, ಅಗರು. ಪವಳ-ಪಲಗೆ. ವಿಯಚ್-ಚರ-ಅಂಗಣಕೆ ಏಱ್ದ. ಟೀ. ಆದ ಪದಯುಗಳೊಟ್ಟರಣಕ್ಕೆ ಸೂ. 195. ಪಟ್ಟಿಗಳ ಎಂದಾದಿಯಾದಕ್ಕೆ. ಮೇರುವೆಗಳ್ ಎಂಬುದು ಕರ್ತೃ, ಪೆರ್ಚಿದವು ಎಂಬುದು ಕ್ರಿಯೆ. (ತಮತಮ್ಮ) ವಜ್ರ-ವೈಡೂರ್ಯ-ಮಾಣಿಕ್ಯದೊಳ್ (ಉದ್ಧವಾಗಿದ್ದು) ವಿಯಚ್-ಚರಗಳ ಅಂಗಣಕೆ (ಅಂಗಣದೊಳ್) ಏಱ್ದ (ಮುಟ್ಟಿದ). ಕವಿ ನೆನಸುವದೇನು-ವಿಯತ್ತಿನಲ್ಲಿ ಪಕ್ಷಿಗಳು ಆಡುವ ವಿಶಾಲವಾದ ಬೈಲೆಂಬ ಅಂಗಣದೊಳಗೆ ಕಲ್ಯಾಣದ ನೆಲೆನೆಲೆಗಳು ಏಱಿ ಏಱ್ದಂತಾಯಿತು (ಹೋಗಿ ಕಾಣದಂತಾಯಿತು).

ತವಕದಿಂದೊಯ್ಯಲೆಂದೆಯ್ತಂದ ಪುಷ್ಪಕದ
ನಿವಹವೋ? ಪೇೞ್! ಎನಲ್, ಪುರದೊಳೆಲ್ಲೆಲ್ಲಿಯುಂ
ನವ-ಕುರುಜುಗಳ್-ಮಹಾ ಮೇರುವೆಯೊ?-ಮೆಱೆದವೇನ್ ಎಂಬೆ
[ನಾನ್ ಅಚ್ಚರಿಯನೂ? || 125 ||

ಪ. ತವಕದಿಂದೆ ಒಯ್ಯಲೆ ಎಂದು ಎಯ್ತಂದ.

ವಿರಚಿಸಿದ ಸಾರಣೆಯ ಕಾರಣೆಯ ಧಾರುಣಿಯ,
ಪರಿವಿಡಿಯೊಳೋರಣದ ತೋರಣದ ಪೂರಣದ,
ಸರದ ಪೂಗಂಪುಗಳ ಸೊಂಪುಗಳ ಪೆಂಪುಗಳ, ಸಿರಿಗಂಧ ಪನ್ನೀ
[ರೊಳೊ |
ಬೆರಸಿರ್ದ ಚಳೆಯದ, ಸುನಿಳಯದ, ಸಕಳವೆಡೆಯೊ
ೞರದೆ ಬರ್ಪಾರತಿಯ ಮೂರುತಿಯರಾರತಿಯ
ತರತರದ ಕೇರಿಗಳ, ಭೂರಿಗಳ ಭೇರಿಗಳ ರಭಸದಿಂ ಪುರಮೆಸೆ
[ದುದೂ. || 126 ||

ಪ. ಪರಿವಿಡಿಯೊಳ್ ಓರಣದ. ಬರ್ಪ ಆರತಿಯ ಮೂರುತಿಯರ, ಆರತಿಯ. ಅ. (ಅಂಥವುಗಳ) ಪುರಂ ರಭಸದಿಂ ಎಸೆದುದು.

ಪಟಹ ನಿಸ್ಸಾಳ ಗಿಡಿಬಿಡಿ ಭೇರಿ ಡೌಡೆ ಜೇ
ಗಟೆ ಕರಡೆ ಕಂಸಾಳ ದೋಳ್ ಮೌರಿ ಟುಮುಕು ತಂ
ಬಟಮೆಸೆವ ವೀರಣ ಡಮಾನ ಚಂಬಕ ಬುರುಗುಗಾಳೆ ಹೆಗ್ಗಾಳೆ
[ಗಜವರ್ಾ।
ಪಟು-ಕಹಳೆಯುಂ ಕೊಂಬುಗಾಳೆ ಪೊಂಗಾಳೆಯು
ತ್ಕಟ-ತಾಳ ಮದ್ದಳೆಗಳೆಂಬ ಬಹು-ವಾದ್ಯದು
ಬ್ಬಟೆಯಖಿಳ-ದೆಸೆಯೊಳಾವರಿಸಲಾ ಕುವರನ ಸು-ಪುಷ್ಪಕಂ ಪೊಱ
[ಮಟ್ಟುದೂ. ॥ 127 ॥

ಟೀ. ಆ ಕುವರನೆಂದರೆ ಕಲ್ಯಾಣದ ಬಿಜ್ಜಳರಾಯನ ಪ್ರಧಾನಿಯಾದ ಬಸವನೆಂಬವನ ನಾಗಲಾಂಬಿಕೆಯೆಂಬ ಸಹೋದರಿಯ ಚನ್ನಬಸವನೆಂಬ ಮಗನು; ನಾಗಲಾಂಬಿಕೆಯನ್ನು ಬಿಜ್ಜಳರಾಯನು ಇಟ್ಟು ಕೊಂಡಿದ್ದನೆಂದು ಜೈನರ ಮಾತು.

ಪೇೞಲೇಂ? ಪುರ-ಮುಖ್ಯ-ಸತಿಯರೆಡ ಬಲದೊಳಂ
ಥಾಳಿಸಲ್ ಧವಳ-ಚಮರಂಗಳಂ, ಬಿಜ್ಜಳ-ನೃ [ದಿಂದಂ।
ಪಾಳಕಂ ಕಾಲ್ನಡೆಯೊಳಖಿಳ-ಮಂತ್ರಿ-ಪ್ರಮುಖ-ಪರಿಜನದ ಗಡಣ
ಓಳ್ಳೆಸಿ ಬಂದಂ. ॥ 128 ॥

26. A GOOD POET NEVER DESPAIRS

ಸುಕವಿ ಎಂದೂ ನಿರಾಶೆಯವನಾಗನು

ಮತ್ತೇಭವಿಕ್ರೀಡಿತಂ

ಚರಿಪಾರಣ್ಯದ ಪಕ್ಷಿಗೊಂದು ತರು ಗೊಡ್ಡಾಗಲ್, ಫಲಂ ತೀವಿದಾ
ಮರಗಳ್ ಪುಟ್ಟವೆ? ಪುಷ್ಪಮೊಂದು ಬೞಲಲ್, ಭೃಂಗಕ್ಕೆ ಪೂವಿಲ್ಲ
[ವೇ? ।

ನಿರುತಂ ಸತ್ಕವಿಗೊರ್ವರ್ ಗರ್ವ-ವಿಭು ತಾನುಂ ಲೋಭಿಯಾಗಲ್, [ನಿಜಂ
ಧರೆಯೊಳ್ ದಾತರು ಪುಟ್ಟರೇ? ನರನೆಲಾ, ಕೇಳ್ದೊಪ್ಪುದೀ ಬುದ್ಧಿಯಾ!
|| 129 ||

27. THE LION DOES NOT MIND THE BARKING OF THE DOG

ಸಿಂಹಕ್ಕೆ ನಾಯಿಯ ಬೊಗಳಾಟದ ಚಿಂತೆ ಇಲ್ಲ

ಮತ್ತೇಭವಿಕ್ರೀಡಿತಂ

ಕುರುಡಂ ಕನ್ನಡಿಯಂ, ಕವೀಂದ್ರರ ಮಹಾ-ದುರ್ಮಾರ್ಗಿಗಳ್, ತ್ಯಾಗಿ [ಯಂ
ಬಱಿಡಂ, ಬಾಲರ ಮುಗ್ಧ-ಬಂಜೆ, ಬಕ ತಾಂ ಪೂರ್ಣೇಂದುವಂ, ಕಾ [ವ್ಯದ ।
ಚ್ಚರಿಯಂ ಪಾಮರ, ಪಾಪಿಗಳ್ ಸುಜನರುಂ, ಮಾಣಿಕ್ಯ ಮಂಡಕ್ಕೆ ತಾಂ
ಜಱಿಯಲ್, ಸಿಂಹಕೆ ಗಾವಸಿಂಗವೆಣೆಯೇ? ಕೇಳ್ದೊಪ್ಪುದೀ ಬುದ್ಧಿಯಾ!
|| 130 ||

ಟೀ. ಕುರುಡಂ ಎಂದು ಮೊದಲಾದ ಕರ್ತೃಗಳಿಗೆ ಜಱಿಯಲ್ ಎಂದು ಕ್ರಿಯೆ. ಮಂಡಕ್ಕೆ ಎಂಬುದಕ್ಕೆ ಪ್ರತಿಯಾಗಿ ಮಂಟಪಕ್ಕೆ ಎಂತ ಮೂಲಪ್ರತಿಯಲ್ಲಿದೆ; ಈ ರೂಪು ಛಂದಸ್ಸಿಗೆ ವಿರೋಧವಾದ್ದಱಿಂದ ಬೇರ್ಪಡಿಸಲಾಯಿತು. ಮಂಡವೆಂದರೆ ಶೃಂಗಾರ; ಮಾಣಿಕ್ಯ ಉಱಿದ ಶೃಂಗಾರಕ್ಕೆ ಜಱಿಯು ಬಾರದೆಂಬಂತೆ.

28. SIGNS OF A BAD CLERK

ದುರ್ಗಣಿಕನ ಲಕ್ಷಣ

ಮತ್ತೇಭವಿಕ್ರೀಡಿತಂ

ಅಣು-ಮಾತ್ರಂ ನದರಿಲ್ಲದಾಣ್ಮನೆಡೆಗಂ ಲಂಚಕ್ಕೊಡಂಬಟ್ಟು, ಬ
ಪ್ಪಣಮಂ ಕೊಂಡತಿ-ದ್ರವ್ಯಮಂ ಕೆಡಿಸಿ, ಚಾಡೀ ಕೇಳಿ, ದ್ರೋಹಂ [ಗಳಂ ।

ಎಣಿಸುತ್ತೆಲ್ಲರ ಬಾಳ್ಗೆ ನೀರನೆಱೆದಾರುಂ ಕಾಣದೇ ಭಕ್ಷಿಪಾ
ಗಣಿಕಂ ಹೆಗ್ಗಣಕಂ ಸಮಂ! ನರನೆಲಾ, ಕೇಳ್ಗೊಲ್ಪುದೀ ಬುದ್ಧಿಯಾ!
|| 131 ||

ಪ. ನದರು (ನಜರು) ಇಲ್ಲದ ಆಣ್ಮನ ಎಡೆಗಂ (ಎಡೆಗಾದರೂ). ಕೊಂಡು, (ರಾಜ್ಯದ) ಅತಿ-ದ್ರವ್ಯಮಂ. ಎಱೆದು, ಆರುಂ. ಟೀ. ಹೆಗ್ಗಣಕಂ=ಹೆಗ್ಗಣಕಾದರೂ; ಸೂ. 122b; 314.

29. BHIMA HUNTS IN COMPANY WITH THE PULINDAS (see No. 23)

ಭೀಮನು ಪುಳಿಂದರ ಸಂಗಡ ಬೇಟೆಯಾಡಿದದು

ಭಾಮಿನಿಷಟ್ಪದಿ

ಬೊಬ್ಬೆಗಳ ಪಟಹದ ಮೃದಂಗದ
ಸಬ್ಬಲಗ್ಗೆಯ ಸೋಹಿನಲಿ ಸುೞಿ
ವಬ್ಬರಕೆ ಹಿಂಡೊಡೆದು, ಹಾಯ್ದುವು; ಸೂಸಿದವು ದೆಸೆಗೇ; |
ತೆಬ್ಬಿದವು ಬೆಳ್ಳಾರವಲೆ; ಹೞಿ
ದುಬ್ಬಿ ಹಾಯ್ದರೆ ವೇಡೆಯವರಿಗೆ
ಹಬ್ಬವಾಯ್ತೇನ್ ಎಂಬೆನಗಣಿತ-ಮೃಗ-ನಿಪಾತನವಾ? || 132 ||

ಟೀ. ಬೆಳ್ಳಾರವಲೆ ತೆಬ್ಬಿದವು; (ಹಿಂಡು ಇದನ್ನು) ಹೞಿದು, ಉಬ್ಬಿ.

ಹೊಕ್ಕು, ತಿವಿದರು ಸಬಳದಲಿ ಜಡಿ
ವೆಕ್ಕಲನನಳವಿಯಲಿ ಹರಿಣನ
ನಿಕ್ಕಿದರು ನಾರಾಚದಲಿ; ಸೈವರಿದು, ಸೈರಿಭನಾ |
ಸೊಕ್ಕಿದರು ಸುರಗಿಯಲಿ; ಹೊದಱಿಲಿ
ಹೊಕ್ಕು, ಹುಲಿಗಳ ಕೆಣಕಿ, ಖಡ್ಗದ
ಲಿಕ್ಕಡಿಯ ತೋಱಿದರು; ತೂಱಿದರಖಿಳ-ಮೃಗ-ಕುಲವಾ. | 133 |

ಪ. ಜಡಿವ ಎಕ್ಕಲನಂ; ಅಳವಿಯಲಿ. ಸೊಕ್ಕಿದರು=ಸೊಂಕಿದರು.

ಕಳಚಿ ಹಾಸವನುಬ್ಬರಿಸಲ
ವ್ವಳಸಿ, ಕಂಠೀರವನ ಮೋಱೆಗೆ
ನಿಲುಕಿದವು; ಕದುಬಿದವು; ಹಾಯ್ದವು; ಹಣುಗಿ ತುಡುಕಿದವು; ।
ಸೆಳೆದವುಡಿದಕ್ಕಳಸಿಯೆಡ ಬಲ
ಬಳಸಿದವು ಮೆಲುವಾಯಿದವು; ವೆ
ಗ್ಗಳಸಿದವು; ಕುಸುಬಿದವು ಕುನ್ನಿಗಳಖಿಲ-ಮೃಗ-ಕುಲವಾ. ॥ 134 ॥

ಪ. ಕಳಚಿ ಹಾಸವಂ, ಉಬ್ಬರಿಸಲ್, ಅವ್ವಳಸಿ. ಸೆಳೆದವು; ಉಡಿದು, ಅಕ್ಕಳಿಸಿ, ಎಡ. ಟೀ. ಕುನ್ನಿಗಳ್ ಎಂಬುದು ಎಲ್ಲಾ ಕ್ರಿಯೆಗೆ ಕರ್ತೃ.

ಘೂಾಯವಡೆದೆಕ್ಕಲನ ರಭಸದ,
ಜಾಯಿಲನಗಳ ಗರ್ಜನೆಯು, ಘೂ
ರಾಯದೇಱಿನ ಕರಡಿ ಕಾಡಾನೆಗಳ ಕಳಕಳದಾ, ।
ನೋಯಲೊಱಲುವ ಶರಭ ಸಿಂಹ ಲು
ಲಾಯ ವೃಕ ಶಾರ್ದೂಲ ಶಶ ಗೋ
ಮಾಯು ಮೊದಲಾದಖಿಳ-ಮೃಗ-ರವ ತುಂಬಿತಂಬರವಾ. ॥ 135 ॥

ಟೀ. ಜಾಯಿಲನ (ಜಾಯಿಲದ) ಅಗಳ (ಅಗಳವಾದ) ಗರ್ಜನೆಯು. ರಭಸದ, ಗರ್ಜನೆಯು, ಕಳಕಳದ ಈ ಷಷ್ಠಿಗಳು ರವ ಎಂಬದಕ್ಕೆ ಸಂಬಂಧಿಸುವಂತೆ ಕಾಣುತ್ತದೆ; ಇಂಥದು ವ್ಯಾಕರಣಕ್ಕೆ ಸರಿ ಅಲ್ಲ; ರವ ಎಂಬದು ಸಹ ಷಷ್ಠಿ ರೂಪ ಧರಿಸಿ ಬೇಱೆ ಕರ್ತೃಪದವೊಂದಕ್ಕೆ ಸಂಬಂಧದಲ್ಲಿಡೆ ಪಡ ಬೇಕಾಗುತ್ತಿತ್ತಲ್ಲ?

ಮುಳುದೊಡಕಿನೊಳು ಕೂದಲೊಂದೇ
ಸಿಲುಕಿ ನಿಂದವು ಚಮರಿ ಮೃಗ; ಮಱ
ಗಳಗೆ ಮೊಲೆಗೊಡುತಿಱುಕಿನಲಿ ಹುದುಗಿದವು ಹುಲ್ಲೆಗಳೂ. ॥ 136 ॥

ಪಡೆ ಬೆದಱೆ, ಹದಿತಳಸಿ ಪವನಜ,
ಹಿಡಿದು, ಬೀಸಿದನಾನೆಗಳನವ

ಗಡಿಸಿ, ಸಿಂಹವ ಸೀೞಿದನು; ಹಾಯ್ದೆತ್ತುವೆಕ್ಕಲನಾ |
ಮಡದಲುಱಿ ಗಟ್ಟಿಸಿದ; ಮುಷ್ಟಿಯೊ
ಳಡಸಿ ತಿವಿದನು ಹುಲಿಯ; ಕರಡಿಯ
ಕೊಡಹಿದನು; ಕೊಂದನು ವನಾಂತದೊಳಖಿಳ-ಮೃಗ-
[ಕುಲವಾ. ‖ 137 ‖

ಪ. ಮುಳು-ತೊಡಕಿನೊಳು (-ತೊಡಕಿನೊಳು). ಇಱುಕಿನಲಿ. ಆನೆಗಳಂ ಅವಗಡಿಸಿ. ಹಾಯ್ದು ಎತ್ತುವ. ಮಡದಲಿ ಉಱೆ. ಟೀ. ಗಟ್ಟಿಸಿದ=ಗಟ್ಟಿಸಿದಂ.

30. NIGHT-FALL

ರಾತ್ರ್ಯಾಗಮ

ಭಾಮಿನಿಷಟ್ಪದಿ

ಸಿಲುಕಿದುದು ಜನ-ದೃಷ್ಟಿ ಬಲುಗ
ತ್ತಲೆಯ ಬಂಧದೊಳಂಧಕಾರದ
ಜಲಧಿಯಲಿ ಜಗವದ್ದುದೇನ್ ಎಂಬೆನು ಮಹಾದ್ಭುತವಾ? |
ನಲಿನಮಿತ್ರನ ಬೇಹುಕಾಱರ
ಸುೞಿವೊ ತಿಮಿರದ ಪಾಳೆಯದೊಳನೆ,
ನಿಲಯನಿಲಯದ ಸೊಡರು ತಳಿತುದು ಕೂಡೆ ನಗರಿಯಲೀ. ‖ 138 ‖

ಪ. ಬಂಧದೊಳ್; ಅಂಧಕಾರದ. ಅದ್ದುದು. ಏನ್. ಪಾಳೆಯದೊಳ್? ಎನೆ.

31. A BEAUTIFUL RIVER (GANGES) AND FOREST

ಚೆಲುವಾದ ಹೊೞೆಯೂ ಹಱುವೂ

ವಾರ್ಧಕಷಟ್ಪದಿ

ತೆಱೆತೆಱೆದ ಕಲ್ಲೋಲ-ಮಾಲೆಗಳ ಲೀಲೆಗಳ,
ಬೆಱೆಬೆಱೆವ ರಾಜಹಂಸಾಳಿಗಳ ಕೇಳಿಗಳ,

ಪರಿಪರಿಯ ನೀರ್ವನಿಗಳಾಕರದ ಸೀಕರದ, ನೊರೆಯ ಬೊಬ್ಬುಳಿ
[ಯ ಸುೞಿಯಾ, |
ಮೊಱೆಮೊಱೆದು ಘೂರ್ಮಿಸುವ ಪರಿವುಗಳ ಮುರಿವುಗಳ,
ತಿರಿತಿರಿಗಿ ಸುೞಿವ ಜಲ-ಜಂತುಗಳ ಗಂತುಗಳ,
ನೆರೆನೆರೆದು ಮುನಿ-ಜನಂ ಸೇವಿಸುವ ಭಾವಿಸುವ ಗಂಗೆಗವನಿಜೆ ಬಂ
[ದಳೊ. || 139 ||

ಟೀ. ಗಂಗೆಗೆ ಬಂದ ಆ ಅವನಿಜೆ (ಭೂಜಾತೆ) ಸೀತೆ ಎಂಬವಳು. ಯುಗಳೋಚ್ಚಾರಣಕ್ಕೆ 195ನೆಯ ಸೂ. ನೋಡು. ಸೇವಿಸುವ=ಅದಱ ನೀರನ್ನು ಕುಡಿಯುವ; ಭಾವಿಸುವ=ಅದಱಲ್ಲಿ ಮೀಯುವದೂ ಅದಱ ದಂಡೆಯ ಮರನೆೞಲೊಳಗೆ ಕುಂಡ್ರುವದೂ ಶರೀರಸೌಖ್ಯಕರವಾದದೆಂದು ನೆನಸುವ. ನಿಜ ಮುನಿ ಜನರಿಗೆ ಅಂದರೆ ಬುದ್ಧಿಯಲ್ಲಿ ಬೇಱೊಬ್ಬರಿಗಿಂತ ಮುಂದೆ ಇರುವವರಿಗೆ ಹೊಱೆಯ ಇತರವಾದ ಸೇವನೆಯೂ ಭಾವನೆಯೂ ಇರ ಕೂಡದು.

ತೆಂಗೆಳೆ ಕವುಂಗು, ಪನಸ, ದ್ರಾಕ್ಷೆ, ಜಂಬು, ನಾ
ರಂಗ, ಜಂಬೀರ, ಖರ್ಜೂರ, ಕಿತ್ತಳೆ, ಮಾತು
ಳಂಗ, ತಿಂತ್ರಿಣಿ, ಚೂತ, ನೆಲ್ಲಿ, ಬಿಲ್ವ, ಕಪಿತ್ಥಮೆಂಬ ನಾನಾ-ತರು
[ಗಳೊ, |
ತೊಂಗುವ ಫಳಾವಳಿಯ ಭಾರಂಗಳಾವಗಂ
ಪಿಂಗದಿವನಿಳೆಗಿೞಿಪ ಬೇಕೆಂದು, ಬಾಗಿ, ಬಂ
ದಂಗನೆಯ ಕಣ್ಗೆಸೆದವಿಕ್ಕೆಲದೊಳಾ ಜಾಹ್ನವೀ-ನದಿಯ ತಟ-ಬನ
[ದೊಳೊ. || 140 ||

ಪ. ತೆಂಗು, ಎಳೆ. ಭಾರಂಗಳ್ ಆವಗಂ ಪಿಂಗದೆ (ಪಿಂಗದಂಥವಾಗಿದ್ದು), ಇವಂ ಇಳೆಗೆ ಇೞಿಪ. ಬಂದು, ಅಂಗನೆಯ (ಸೀತೆಯ) ಕಣ್ಗೆ ಎಸೆದವು ಇಕ್ಕೆಲದೊಳ್. ಟೀ. ತರುಗಳು ಎಂಬದು ಕರ್ತೃ.

ಇೞಿದು ರಥದಿಂದ ಮಂದಾಕಿನಿಯ ವರ-ತಟಕೆ,
ಒೞಿಕ ನಾವಿಕರೊಡನೆ ನಾವದೊಳ್ ಗಂಗೆಯಂ

ಕಳೆದು, ನಿರ್ಮಲ-ತೀರ್ಥದೊಳ್ ಮಿಂದು, ಸೌಮಿತ್ರಿ ಮತ್ತೆ ಭೂ
[ಜಾತೆ ಸಹಿತಾ ।
ಒಳಗೊಳಗೆ ಮಱುಗಿ, ಬಿಸುಸುಯ್ದು, ಚಿಂತಿಸುತ ಮುಂ
ದಳೆದುಗ್ರ-ಮೃಗ-ಪಕ್ಷಿ-ಗಡಣದಿಂ ಘೂರ್ಮಿಸುವ
ಹಱಿವಮಂ ಪೊಕ್ಕನಡಿಯಿಡುವಡಸದಳಮೆಂಬ ಕರ್ಕಶದ ಮಾರ್ಗ
ದಿಂದಾ. ‖ 141 ‖

ಪ. ಮುಂದಳೆದು, ಉಗ್ರ. ಪೊಕ್ಕಂ ಅಡಿ ಇಡುವಡೆ ಅಸದಳ. ಟೀ. ಸೌಮಿತ್ರಿ ಎಂಬ ಲಕ್ಷ್ಮಣನು ಕರ್ತೃ. ಮಿಂದು, ಸೂ. 237. ಭೂಜಾತೆ ಸಹಿತ=ಭೂಜಾತೆ ಸಹಿತವಾಗಿ. (ರಾಮನಿಲ್ಲೆಂದು) ಮಱುಗಿ. ಇಡುವಡೆ=ಇಡುವರೆ, ಇಡುವದಕ್ಕೆ.

ಶಕುನಿ-ಚಿತ್ಕಾರ-ಘೋಷಣ-ಮಯಂ ತೃಣ-ಮಯಂ
ವಿಕಿರದುಪಲಾಳಿ-ಕರ್ಕಶ-ಮಯಂ ಶಶ-ಮಯಂ
ಪ್ರಕಟ-ಕಂಟಕ-ಶೀರ್ಣ-ತರು-ಮಯಂ ರುರು-ಮಯಂ ವಿವಿಧೋಗ್ರ-
[ಜಂತು-ಮಯವೂ ।
ನಕುಲ-ಮೂಷಕ-ಸರೀಸೃಪ-ಮಯಂ ದ್ವಿಪ-ಮಯಂ
ಸಕಲ-ಭೂ-ವಿಷಮ-ಸಂಕುಲ-ಮಯಂ ಬಿಲ-ಮಯಂ
ವೃಕ-ಶೂಕರ-ವ್ಯಾಘ್ರ-ಚಯ-ಮಯಂ ಭಯ-ಮಯಂ ತಾನೆನಿಸಿ,
[ಕಾಡಿರ್ದುದೂ. ‖ 142 ‖

ಪ. ವಿಕಿರದ ಉಪಲ-ಆಳಿ. ವಿವಿಧ-ಉಗ್ರ. ಟೀ. ಕಾಡು ಎಂಬುದು ಕರ್ತೃ.

32. BHIMA ON HIS HUNT IS ATTACKED BY A SERPENT (see No. 29)

ಬೇಟೆಯಾಡುವ ಭೀಮನಿಗೆ ಹಾವಿನಿಂದ ಕಷ್ಟ ಬಂದದು

ಭಾಮಿನಿಷಟ್ಪದಿ

ಈತನುಱುಬೆಗೆ ಬೆದಱಿತುರು-ಸಂ
ಘಾತದಲಿ ಹೆಬ್ಬಂದಿಯೊಂದು; ವಿ

ಘಾತದಲಿ ಹಾಯ್ದುದು; ಕಿರಾತ-ವ್ರಜವನೊಡೆದುೞಿದೂ |
ಈತನೞಿಯಟ್ಟಿದನು; ಶಬರ-
ವ್ರಾತವುೞಿದುದು ಹಿಂದೆ; ಭೀಮನ
ಭೀತಿಯಲಿ ಹೊಕ್ಕುದು ಮಹಾ-ಗಿರಿ-ಗಹನ-ಗಹ್ವರವಾ. || 143 ||

ಪ. ಆತನ ಉಱುಬೆಗೆ. ವ್ರಜವಂ ಒಡೆದು, ಉೞಿದು, ಈತಂ (=ಭೀಮಂ). ಭೀಮಂ ಅಭೀತಿಯಲಿ.

ಮುಡುಹು ಸೊಂಕಿದೊಡುಲಿದು, ಹೆಮ್ಮರ
ನುಡಿದು, ಬಿದ್ದುದು; ಪಾದ-ಘಾತದೊ
ಳಡಿಗಡಿಗೆ ನೆಗ್ಗಿದುದು ನೆಲನುಬ್ಬರದ ಬೊಬ್ಬೆಯಲೀ |
ಜಡಿದುದಬ್ಜಭವಾಂಡವೆನಲವ
ಗಡೆಯ ಭೀಮನ ಕಳಕಳಕೆ ಕಿವಿ
ಯೊಡೆದು, ತಿಳಿದುದು ನಿದ್ರೆ ಮುರಿದಿಕ್ಕೆಯ ಮಹೋರಗನಾ. | 144 ||

ಪ. ಸೊಂಕಿದೊಡೆ ಉಲಿದು. ನೆಲಂ; ಉಬ್ಬರದ. ಜಡಿದುದು ಅಬ್ಜಭವಾಂಡಂ ಎನಲ್, ಅವಗಡೆಯ. ಮುರಿದ ಇಕ್ಕೆಯ ಮಹಾ-ಉರಗನ. ಟೀ. ಮುರಿದ ಇಕ್ಕೆಯುವನಾದ ಮಹೋರಗನ ನಿದ್ರೆ ತಿಳಿದುದು. ಉರಗನೆಂದು ಕವಿತ್ವದ ಪುಲ್ಲಿಂಗ.

ತೆಕ್ಕೆ ಸಿಡಿಲಿತು ತಱಗೆಲೆಯ ಹೊದ
ಱಿಕ್ಕರಿಸೆ ಮೆಯ್ ಮುರಿಯಲನಿಲಜ
ನೆಕ್ಕತುಳದಲಿ ಮೇಲೆ ಹಾಯ್ದನು, ಕಾಣದಹಿ-ಪತಿಯಾ; |
ಸಿಕ್ಕಿದವು ಹೆದ್ದೊಡೆಗಳುರಗನ
ತೆಕ್ಕೆಯಲಿ; ಢೆಂಢಣಿಸಿ ಫಣಿ-ಪತಿ,
ಡೊಕ್ಕರಕೆ ಹಬ್ಬಿದನು; ಬಿಗಿದನು ಭಟನ ಪೇರುರವಾ. || 145 ||

ಪ. ತಱಗು-ಎಲೆಯ ಹೊದಱ್; ಇಕ್ಕರಿಸೆ ಮೆಯ್ ಮುರಿಯಲ್ (ಮುರಿಯೆ), ಅನಿಲಜಂ. ಕಾಣದೆ ಅಹಿ.

ಭಟ ಮರುಳೆ ಸಂತೈಸಿ ಕೊಂಡಟ
ಮಟಿಸಿ, ಗದೆಯಲಿ ಹೊಯ್ದು, ಬಿಗುಹಿನ
ಕಟಕವನು ಬಿಚ್ಚಿದನು; ಹೆಚ್ಚಿದನಾಕಿ, ಬೊಬ್ಬಿಡುತಾ. ।
ಪುಟದ ಕಂತುಕದಂತೆ ಫಣಿ ಲಟ
ಲಟಿಸಲಾಕಿತು; ಗಿಡಿಗನೆಟಿಕೆಯ
ಪುಟದ ಗಿರಿಯಂದದಲಿ ಗಿರಿಗಿರಿಗುಟ್ಟಿದನು ಭೀಮಾ. ॥ 146 ॥

ಝಾಡಿಸಲು ಝಾಡಿಸಲು, ಬಿಗುಹತಿ
ಘೂಡಿಸಿತು; ಕೊಡಹಿದೊಡೆ ಮಿಗೆ ಮೆ
ಯ್ಗೂಡಿ ಬಿಗಿದುದು. ಭುಜಗ-ವಳಯದ ಮಂದರಾದ್ರಿಯೆನೇ ।
ರೂಢಿಸಿದ ಭುಜ-ಬಲದ ಸಿರಿಯ
ಕ್ಕಾಡಿತೇ ತನಗೆನುತ, ಖಾಡಾ
ಖಾಡಿಯಲಿ ಕಾತರಿಸಿ, ಕಳವಳಿಸಿದನು ಕಲಿ-ಭೀಮಾ. ॥ 147 ॥

ಟೀ. ಮಂದರಾದ್ರಿಗೆ ಭುಜಗವೊಂದನ್ನು ಸುತ್ತಿ, ಶ್ರೀ ಬರಲಿ ಎಂತ, ಸಮುದ್ರವನ್ನು ಹಾಲನ್ನು ಕಡಿವಂತೆ ಕಡಿದರೆಂಬ ಕಾವ್ಯವುಂಟು; ಆ ಕಾವ್ಯವನ್ನು ಈ ಕವಿ ಸೂಚಿಸುತ್ತಾನೆ. ಇಂಥಾದು ಒಳ್ಳೆ ಉಪಮೆಯಲ್ಲ, ವಾಸ್ತವವಾದದೇ ಉಚಿತ. ಕವಿಕೀರ್ತಿ ವಾಸ್ತವವಾದ ಉಪಮೆಗಳಲ್ಲಿಯೇ ಉಂಟು.—ಭೀಮನು ಕಾದಿದ ಸರ್ಪ ಕಡೆಯಲ್ಲಿ ದಯೆಯಿಂದ ಅವನನ್ನು ಬಿಟ್ಟಿತಂತೆ.

33. THREE RIDDLES (FIRE, GUITAR-STRING, PEPPER)

ಮೂಱು ಒಗಟು

ತ್ರಿಪದಿ

ಉಱಿದರೆಯು ಏಱಿಲ್ಲ, ಹಱಿದರೆಯು ಕೀಱಿಲ್ಲ,
ತಿರಿಗೂಱಿ ಕೊಂಡ ರಿಣವಿಲ್ಲ. ಕವಿಗಳ
ಳಱಿದರೇ, ಪೇೞಿ! ಸರ್ವಜ್ಞ! ॥ 148 ॥

ಟೀ. (ಯಾಗದಲ್ಲಿ) ತಿರಿಯಾದ ಕ[illegible]ಂ ತೆಕ್ಕೊಂಡರೂ ಅದಱ ಮೇಲೆ ರಿಣ ಬಾರದು.

ಆಡೆಂದರಾಡದದು, ಆಡ ಮರನೇಱುವದು,
ಕೂಡದೆ ಕೊಂಕಿ ನಡೆಯುವದು, ಕಡಿದರದು
ಬಾಡದದ ಪೇಟಿ! ಸರ್ವಜ್ಞ! || 149 ||

ಟೀ. ಮರನೇಱ ಕೂಡವಿದ್ದರೆ ಕೊಂಕಿ. (ಕೋಡದೆ ಎಂತ ಪಾಠಾಂತರ)

ಕಚ್ಚಿದರೆ ಕಚ್ಚುವದು, ಕಿಚ್ಚಲ್ಲ, ಚೇಳಿಲ್ಲ.
ಅಚ್ಚರಿಯಲ್ಲ! ಅರಿದಲ್ಲ ಈ ಮಾತು!
ನಿಚ್ಚಯಂ ಬಲ್ಲಿ. ಸರ್ವಜ್ಞ! || 150 ||

34. UNPROFITABLE THINGS

ಪ್ರಯೋಜನವಿಲ್ಲದ್ದು

ರಗಳೆ

ಪಿತನೊಳಗೆ ಸೇರದಿಹ ಸುತನಿಂದ ಫಲವೇನು?
ಪತಿ-ಸೇವೆಗೊದಗದಿಹ ಸತಿಯಿದ್ದರೇನು? || 151 ||

ಸಾಯವಿಲ್ಲದ ನಾಯ ಸತ್ಯವಾದರೆಯೇನು?
ಬಾಯ ಸವಿಯಿಲ್ಲದೆ ರಸಾಯನದಲೇನು? |
ಕಾಯ ಕುಂದಿದ ಮೇಲೆ ಜೀವದಾಶೆಯದೇನು?
ಮಾಯವಾದಿಯ ಮಾತು ಮತ್ತೆ ದೃಢವೇನು? || 152 ||

ಟೀ. ಮತ್ತೆ ದೃಢವೇನು=ಮತ್ತೆ (ಹಿಂದು ಬಾರಿ) ದೃಢವಾದರೇನು?

ಋಣವ ಮಾಡಿದ ತಾತ ಗುಣವಂತನಹರೇನು?
ಭಣಿತಿ ತಪ್ಪಿದ ತಾಯಿ ರಕ್ಷಿಣಿಯಾದ್ದೇನು? |
ಎಣಿಕೆ ಬಾರದ ಮನುಜ ಕರಣೀಕನಹರೇನು?
ಫಣಿ-ರಾಜನೊತ್ತಿನೊಳು ಹಣವಿದ್ದರೇನು? || 153 ||

ಸಿರಿಯು ನಿಲ್ಲದ ಗೃಹದ ಪರಿಯ ಸೌಖ್ಯವದೇನು?
ಮಱೆಯಾದ ಮನುಜನೊಳು ವೆವಹಾರವೇನು? || 154 ||

ವಾರಿಯಿಲ್ಲದ ಊರ ಸೇರಿರ್ದು ಫಲವೇನು?
ಚೋರನೊಡನೇ ದಾರಿ ನಡೆಯುವದದೇನು? |
ಬೇರು ಇಲ್ಲದ ವೃಕ್ಷವೇಱಿ ನೋಡುವದೇನು?
ಮಾರಿ ಮನೆಯೊಳಗಿರಲು, ಸಾಕಾರವೇನು? || 155 ||

35. DO NOT ASSOCIATE WITH THE BAD

ದುರ್ಜನರ ಸಂಗ ಬಿಡ ಬೇಕು

ರಗಳೆ

ದುರ್ಜನರ ಸಂಗವಂ ತ್ಯಜಿಸು, ಮನವೇ! ಸಾಧು-
ಸಜ್ಜನರ ಸಂಗವನು ಭಜಿಸಿ, ಸುಖಿಸೆಲವೊ! || ಪಲ್ಲ ||

ದುಷ್ಟ-ಬಗ್ಗದ ಕೆಯ್ಯ ಮುಟ್ಟಿ ಹಿಡಿತರ ಬಹುದು;
ಅಟ್ಟಿ ಬಹ ಮದ-ಕರಿಯ ಕಟ್ಟ ಬಹುದು; |
ಕೃಷ್ಣ-ಸರ್ಪನ ಹುತ್ತ ಕಲಕಿ ಜೀವಿಸ ಬಹುದು;
ದುಷ್ಟಾತ್ಮರಾದವರ ಬಿಟ್ಟು ಕಳೆ, ಮನವೆ! || 156 ||

ಚೇಱಿ ಬಾಲದ ಉರಿಯ ಜಾಲೆ ತಾಳಲು ಬಹುದು;
ಕಾಳುಮೂಳರ ಸಂಗ ಮಱೆದು ಕಳೆ, ಮನವೆ! || 157 ||

ಹರಿವ ಗರಗಸಿನಲ್ಲಿ ಶಿರವನೊಡ್ಡಲು ಬಹುದು;
ಬೆರಸಿ ಬಹ ಕಾಡ್ಗಿಚ್ಚ ಧರಿಸ ಬಹುದು; |
ಸರಿಸದಲಿ ನಿಂತು ಕೇಸರಿಯ ಕೆಣಕಲು ಬಹುದು;
ಮಱಿಸಿ ಕೊರಲನು ಕೊಯ್ವ ನರರ ಮಱೆ, ಮನವೆ! || 158 ||

ಒಂದು ಜಾತಿಗೆ ವಿಷವು ಪುಚ್ಛದೊಳಗಿಹುದು; ಮ
ತ್ತೊಂದು ಜಾತಿಗೆ ದಂತದೊಳಗೆ ವಿಷವು; ।
ಒಂದು ಜಾತಿಗೆ ಮೆಯ್ಯ ಅಂದವೆಲ್ಲವು ವಿಷವು;
ಹಿಂದೆಯಾಡುವ ನುಡಿಯು ಘೋರ-ವಿಷ, ಮನವೆ! ॥ 159 ॥

ತೀರ ಕಂಡರೆ ತೊಲಗು ಮಾರೆಯ್ದನಾ ಕ್ಷಣದಿ!
ವಾರುವಗೆ ಕಡೆ ಸಾರು ಈರೆಯ್ದನು!
ದಾರಿಯನು ಬಿಡು ಗಜಕೆ ಮಾರುಸಾವಿರವನ್ನು!
ಊರ ಬಿಡು! ದುರ್ಜನರ ಸೇರದಿರು, ಮನವೆ! ॥ 160 ॥

ಟೀ. ಕ್ಷಣದಿ ಎಂಬುದು ಇಲ್ಲಿ ಕ್ಷಣದಲ್ಲಿ ಎಂತ ಆಗುತ್ತದೆ. ಮಾರೆಯ್ದನು=ಎಯ್ದು ಮಾರನ್ನು. ಅಧ್ವದ ದ್ವಿತೀಯೆ ಈ ಪದದಲ್ಲಿ ಮೂರು ಬಾರಿ ಉಂಟು, ಸೂ. 128. ದುರ್ಜನರ ಸೇರುವದಕ್ಕಿಂತ ಊರ ಬಿಡುವದೇ ವಾಸಿ.

36. A TANK

ಒಂದು ಕೆಱೆ

ಭಾಮಿನಿಷಟ್ಪದಿ

ಬಱಿಕ ಬಱಲಿದು, ಸಾರಿದರು ಪೂ
ಗೊಳಸನಾ ಚಂಡಾಂಶುವಿನ ಮೆ
ಯ್ಯುಳದ ಝಾಡಿಯ ಜೋಡಿಯಧ್ವ-ಶ್ರಮದ ಭಾರದಲೀ. ।
ತಿಳಿಗೊಳನ ತಂಪಗಿವ ತೆಕ್ಕೆಯ
ತೊಱಲಿಕೆಯ, ತಾವರೆಯ ತನಿ ಪರ
ಮಳದ ಏಸರದ ಹಸರದಲಿ ತೀಡಿದುದು ತಂಗಾಳೀ. ॥ 161 ॥

ಮೊಱೆವ ಮಱಿದುಂಬಿಗಳ ಸೊಗಸಿನ
ಸರಸಿಗಿೞಿದರು. ತಮ್ಮೊಳೊಬ್ಬೊ
ಬ್ಬರ ನಿರೀಕ್ಷಿಸಿ, ವಾರಿ-ಕೇಳಿಗೆ ಮಾಡಿದರು ಮನವಾ. || 162 ||

ಪ. ಪೂಗೊಳನಂ, ಆ. ಜೋಡಿಯ ಅಧ್ವ. ತಂಪು ಅಗಿವ. ಟೀ. ಬೞಿಕ (ದಾರಿಗರು) . . . ಚಂಡಾಂಶುವಿನ ಮೆಯ್-ಝಳದ ಝಾಡಿಯ (ಭಾರದಲ್ಲಿ, ಮತ್ತು) ಜೋಡಿಯ (ಅದಱ ಜೋಡಿಯಲ್ಲಿ ಹುಟ್ಟಿದ) ಅಧ್ವ-ಶ್ರಮದ ಭಾರದಲ್ಲಿ. ಹಸರದಲಿ ತೀಡುವ ತಂಗಾಳಿಯನ್ನು ವರ್ಣಿಸುತ್ತಾನೆ, ಅದು ಯಾತಱದು ಅಂದರೆ ತಿಳಿಗೊಳನ . . . . ತೊಱಲಿಕೆಯದೂ ತಾವರೆಯ . . . . ವಿಸರದದೂ. (ಮೀಯೋಣೋ? ಎಂತ) ತಮ್ಮೊಳ್ ಒಬ್ಬೊಬ್ಬರ ನಿರೀಕ್ಷಿಸಿ. ಬಱಲಿದು ಎಂದಬದ್ಧಂ, ಬಱಲ್ದು ಎಂದು ಶುದ್ಧಂ; ಹೊಸಗನ್ನಡದಲ್ಲಿ ಬಱಲಿ ಎನ ತಕ್ಕದು.

37. A PALACE

ಒಂದು ಅರಮನೆ

ವಾರ್ಧಕಷಟ್ಪದಿ

ನೀಲ-ರನ್ನಂಗಳಿಂ ನೆಲೆಗಟ್ಟು, ಪಳಕುಗಳ
ಸಾಲೆಸೆವ ಭಿತ್ತಿಗಳ್, ವಜ್ರದೊಳ್ ಕಂಬಂಗ
ಳಾಲಲಿತ-ಪಚ್ಚೆಗಳ ತೊಲೆ, ರನ್ನಬೋದುಗೆಗಳು, ಪ್ರವಾಳಂಗ
[ಳಿಂದಾ|
ಮೇಲೆಸೆವ ಜಂತೆಗಳ್, ತೋರ್ಪ ನವ-ಪುಷ್ಯರಾ
ಗಾಲಿಯಿಂ ಸವೆದ ಬಾಗಿಲ್ ಪೊಂಗದಂಗಳಿಂ;
ಪೇೞಲಚ್ಚರಿಯಾದುದರಮನೆಯು, ಬಲು ಯುಕ್ತಿಯಿಂದ ನಿರ್ಮಿತಮಾ
[ಗಿರೇ. || 163 ||

ಪ. ಕಂಬಂಗಳ್, ಆಲಲಿತ. ನವ-ಪುಷ್ಯರಾಗ-ಆಲಿಯಿಂ. ಟೀ. ನೆಲೆಗಟ್ಟು ಎಂದು ಮೊದಲಾದ ಕರ್ತೃಗಳಿಗೆ (ಅಲ್ಲಿ) ಇದ್ದವು ಎಂಬ ಕ್ರಿಯೆ ಊಹಿಸಿ ಕೊಳ್ಳ ಬೇಕು. ನೀಲ-ರಂನಂಗಳಿಂ (ನಿರ್ಮಿತಮಾದ). ಸವೆದ (ಮತ್ತು) ಪೊಂಗದಂಗಳಿಂ (ಕೂಡಿದ್ದಾದ) ಬಾಗಿಲ್.

ಎಸೆದವಲ್ಲಲ್ಲಿ ವಾಸ್ತು-ಕ್ರಮಂಬಿಡಿದು ರಂ
ಜಿಸುವ ಮಜ್ಜನ-ಶಾಲೆಯುಂ, ಸೂಪ-ಶಾಲೆ, ಶೋ
ಭಿಸುವ ಭೋಜನ-ಶಾಲೆಯಾಮಂತ್ರ-ಶಾಲೆ, ನರ್ತನ-ಶಾಲೆ, ವಸ್ತ್ರ-
[ಶಾಲೇ, ।
ಮಿಸುಪ ಹಯ-ಶಾಲೆ, ಗಜ-ಶಾಲೆಯೋಲಗ-ಶಾಲೆ,
ಪೊಸ ಗೀತ-ಶಾಲೆಯೊಪ್ಪುವ ಶಯನ-ಶಾಲೆ; ಭಾ
ವಿಸಲರಸುರೀವಿಗುಳ್ಳನಿತು ಶಾಲೆಗಳೊಪ್ಪಿದವು ರಂನ-ರಂಜನದೊಳೂ.
|| 164 ||

ಪ. ಭಾವಿಸಲ್ ಅರಸು-ರೀವಿಗೆ ಉಳ್ಳ ಅನಿತು. ಟೀ. ಕ್ರಮಂ-ಪಿಡಿದು.

ಸಕಲ ಕೋಶದ ಗೃಹಂಗಳ್, ತೈಲ-ಘೃತ-ಗುಡ-
ಪ್ರಕರ-ರಸಭಾಂಡದುಗ್ರಾಣದೊಳ್ವನೆಗಳುಂ,
ಸುಕರ-ಧಾನ್ಯದ ಕಣಜಗಳ್, ಸರ್ವ-ವಿನಿಯೋಗದವರಿಪ್ಪ ಚಾವಡಿ
[ಗಳೂ; ।
ಪ್ರಕಟತರ-ತರು ಲತೆಗಳಿಂ ರಂನಜಗಲಿ-ರ
ಮ್ಯಕ-ಸರಸಿ-ಕೃತಕಾದ್ರಿಗಳು ತರತರದೊಳರ
ಲ್ಕಕಳಂಕ, ಕೇಳ್, ಈ ವನಂ ಮೆಱೆದುದನಿತು ಲೋಕದ ವನಮ
[ನುಱಿ ಜಱಿಯುತಾ. || 165 ||

ಪ. ರಸಭಾಂಡದ ಉಗ್ರಾಣದ ಒಳ್ವನೆಗಳುಂ. ತರದೊಳ್ ಇರಲ್ಕೆ, ಅಕಳಂಕ (ಅಕಳಂಕನಾದ ಶಿಷ್ಯನೇ), ಕೇಳ್! ಟೀ. ಕಡೆಯಲ್ಲಿ ಚಾವಡಿಗಳೊಳಗೆ ಬರೆದ ಚಿತ್ರಗಳನ್ನು ವರ್ಣಿಸುತ್ತಾನೆ; ಅವು ಒಂದ ವನದ ರೂಪಾಗಿವೆ; ಹ್ಯಾಗಂದರೆ ರನ್ನಜಗಲಿಗಳೂ ರಮ್ಯಕವಾದ ಸರಸಿಗಳೂ (ಕೂಡ ಬರೆದಿರುವ) ಕೃತಕ-ಅದ್ರಿಗಳು ಪ್ರಕಟತರ-ತರು ಲತೆಗಳಿಂದ ತರತರದೊಳ್ ಇದ್ದವು.

ತರತರದೊಳೆಸೆವ ಬಾಗಿಲ ಗೋಪುರಂಗಳೊಳ್
ಕರುವಿಟ್ಟ ಪುತ್ತಳಿಗಳಿಂ, ಭಿತ್ತಿಭಿತ್ತಿಯೊಳ್
ಬರೆದ ನಾನಾ-ತೆಱದೊಳೆಸೆವ ಬೊಂಬೆಗಳಿಂದ, ಕಸ್ತೂರಿ-ಕುಂಕುಮ
[ದೊಳೂ ।

ಪೊರೆದ ಸಾರಣೆಗಳಿಂ, ಕಾರಣೆಗಳಿಂ, ಚಿತ್ರ
ತರ-ಪಟ್ಟೆ ಜಲ್ಲಿ ಕನ್ನಡಿ ಕಲಸ ಮುತ್ತುಗಳ
ಪರಿಪರಿಯ ರನ್ನಗಳ ಕುಚ್ಚುಗಳ ಮೇಲ್ಕಟ್ಟನಿಂ ಕರಂ ಚೆಲ್ವಾದುದೂ.
|| 166 ||

ಟೀ. ಮುತ್ತುಗಳ (ಮತ್ತಿ) ಪರಿಪರಿಯ ರನ್ನಗಳ ಕುಚ್ಚುಗಳ (ಕೊಚ್ಚುಗಳ ಎಂತಲೂ ಸರಿ). ಆದುದು ಎಂಬದಕ್ಕೆ ಅರಮನೆ ಎಂಬುದು ಕರ್ತೃ; ಆದುದು ಎಂತ ಅಚ್ಚ ಹಳೆಗನ್ನಡವಲ್ಲ, ಸೂ. 242.

ಬಾಗಿಲ್ಗಳಾಱೆಸೆದವರಮನೆಗೆ, ಹೇಮ-ಮಯ
ಮಾಗಿ ತೋರ್ಪವು; ವಿಶಾಲಂಗಳಿಂದವೞಿವೞಿ
ಮೇಗೆ ಮುಗಿಲಂ ಮುಟ್ಟುವುಪ್ಪರಿಗೆಗಳ್ ಮೆರೆದವಾಱು, ಮಣಿ-ಖ
[ಚಿತಮಾಗೀ; |
ಭೂ-ಗಗನ-ಪಾತಾಳದರಮನೆಗಳದಱೊಡನೆ
ತೂಗೆ, ಸರಿ ಬಾರವೆಂದೆಲ್ಲರುಂ ಪೊಗೞ್ದಿದರ್. || 167 ||

ಪ. ಬಾಗಿಲ್ಗಳ್ ಆಱು ಎಸೆದವು. ಮನೆಗಳ್, ಇದಱೊಡನೆ ತೂಗೆ, ಸರಿ. ಟೀ. ಗಗನದಲ್ಲೂ ಪಾತಾಳದಲ್ಲೂ ಅರಮನೆಗಳವೆಂತ ನೆನಸುವದು ಕವಿಗಳ ಅತಿಮನೋರಥ; ಈ ವಿಷಯದಲ್ಲಿ ಬುದ್ಧಿವಂತರು ನಕ್ಕರೂ, ಕವಿತ್ವವೆಂತ, ತಪ್ಪ ಹೊಱಿಸಲಾಗದು. ಆದರೂ ವಾಸ್ತವವಾದ ಪ್ರಮಾಣವೇ ಶ್ರೇಷ್ಠ. ಇದಱ ಅವಱ ಅವಱ ಎಂಬದಕ್ಕೆ ಸೂ. 96; 110.

38. THERE ARE THINGS THAT HAVE NO PARALLELS

ಏನೂ ಈಡಾಗದದು

ಮತ್ತೇಭವಿಕ್ರೀಡಿತಂ

ಸರಿಯೇ ಸೂರ್ಯಗೆ ಕೋಟಿ ಮಿಂಚುಬುಱುಗಳ್? ನಕ್ಷತ್ರಮೆಷ್ಟಾ
[ದಡಂ
ದೊರೆಯೇ ಚಂದ್ರಗೆ? ಜೀವ-ರತ್ನಕೆಣೆಯೇ ಮಿಕ್ಕಾದ ಪಾಷಾಣವಾ|

ಉರಗೇಂದ್ರಂಗೆ ಸಮಾನವೊಳ್ಳೆಯೆ? ಸುಪರ್ಣಂಗೀಡೆ ಕಾಕಾಳಿ? ಸ
ಕ್ಕರೆಗುಪ್ಪಂ ಸರಿ ಮಾಳ್ಪಿರೇ? ನರನೆಲಾ, ಕೇಳ್ಪೋಪುದೀ ಬುದ್ಧಿಯಾ!
|| 168 ||

ಪ. ಪಾಷಾಣಂ? ಅ. ಟೀ. ನಕ್ಷತ್ರಂ ಎಷ್ಟು ಆದಡಂ=... ಆದೊಡಂ (ಒಡೆ=ಅಡೆ=ಅರೆ).

39. FIRE IN AN ARMY

ಒಂದು ಪಡೆಗೆ ಕಿಚ್ಚು ಬಿದ್ದದು

ವಾರ್ಧಕಷಟ್ಪದಿ

ಛತ್ರ ಚಾಮರ ಹರಿಗೆ ಹಕ್ಕರಿಕೆ ಹಲ್ಲಣ, ವಿ
ಚಿತ್ರದ ಪತಾಕೆ ಸೀಗುರಿ ಸಿಂಧ ಸೀಸಕ ತ
ನುತ್ರ ರಂಜಿಕೆ ಪಾಶ ವಸ್ತ್ರ ವಾಹನ ವಾದ್ಯ ಕೆಯ್ದು ಬತ್ತಳಿಕೆ ಬಂಡೀ |
ಪತ್ರ ಬಂಧುರ ಬಾಣ ಕೋದಂಡ ರಥ ರಥಾಂ
ಗ ತ್ರಿವೇಣುಕ ಯುಗಾಕ್ಷಂಗಳುರಿಗೊಳೆ, ಪಾಂಡು
ಪುತ್ರ-ಸೇನೆಯೊಳೆಲ್ಲರುಂ ಬೆದಱಿದರ್, ಕೆಟ್ಟು ಕೆದಱಿದರ್ ಕಿಡಿಯು
[ರುಬೆಗೇ. || 169 ||

ಟೀ. ಉರಿಗೊಳೆ (ಉರಿಗೊಳಲಾಗಿ) ಎಂಬದು ಛತ್ರ ಎಂದು ಮೊದಲಾದ ಕರ್ತೃಗಳಿಗೆ ಕ್ರಿಯೆ.

ಹೊಗೆಹೊಗೆದು ಹೊಗೆ, ಸುತ್ತಿ ಹೊಗಲು,-ದೆಸೆದೆಸೆಗಳುಂ
ಮೊಗೆಮೊಗೆದು, ಮೊಗಸಿ, ಪಲ ಮೊಗದೊಳವ್ವಳಿಸಿ, ಪುಟ
ನೆಗೆನೆಗೆದು, ನೆಗಟ್ದಿ ಸೋನೆಗಳಾಗಿ ಸುರಿವ ಗಿರುಗಿಡಿಗಳ ತುಷಾರ
[ದಿಂದಾ |

ಧಗಧಗದ್ಧಗನೆ ಹೊಗುವ ಜ್ವಾಲ-ಮಾಲೆಗಳ
ಭುಗಿಭುಗಿಲ್ಭುಗಿಲೆಂದು ಡಾವರಿಸಿ, ಸೀವರಿಸಿ,
ತಗುತಗುಱ್ದು, ತಗುಱ್ದೆಲ್ಲರಂ ದಹಿಸ ತೊಡಗಿದುದು ದಳ್ಳುಱಿ ನರನ
[ಬಲದೊಳೂ. || 170 ||

ಟೀ. ದೆಸೆದೆಸೆಗಳುಂ ಎಂದು ಮುಂತಾದ ಇದೆಲ್ಲಕ್ಕೆ ದಳ್ಳುಱಿ ಎಂಬುದು ಕರ್ತೃ. ನರಂ=ಅರ್ಜುನಂ. ನೆಗಱ್ದು, ತಗುಱ್ದು ಎಂಬಲ್ಲಿ ಶಿಥಿಲತ್ವ ಅದೆ.

ಕಟ್ಟುಗ್ರ-ಕೋಪದಿಂ ಮುಳಿದಂದು ರಾಘವಂ
ತೊಟ್ಟ ಬಾಣದ ಮೊನೆಯ ದಳ್ಳುಱಿಯ ಝಳಕೆ ಕ
ಗ್ಗೆಟ್ಟು ಸಿಡಿಮಿಡಿಗೊಂಬ ಸಾಗರದ ಜೀವಾಳಿಯಂತೆ, ಪಾಂಡವನ
ಸೇನೆ ।
ಅಟ್ಟಿ ಸುಡುವನಲ-ಧೂಮ-ಜ್ವಾಲೆಗೊಡನೆ ಗೋ
ಳಿಟ್ಟು, ಹೊದಕುಳಿಗೊಂಡು, ಹೊರಳುತಿರಲುಬ್ಬೆಗಂ
ಬಟ್ಟು ಪಾರ್ಥಂ, ಚಿಂತಿಸಿದನೆತ್ತಣದ್ಭುತಮಿದೆಂದು, ಪಾವಕನುಱಿಬೆ
[ಗೇ. || 171 ||

ಪ. ಸುಡುವ ಅನಲ. ಜ್ವಾಲೆಗೆ ಒಡನೆ. ಇರಲ್, ಉಬ್ಬೆಗಂಬಟ್ಟು. ಜೀವ-ಆವಳಿ. ಟೀ. ರಾಘವಂ=ರಾಮಂ; ಇವನು ಲಂಕಾದ್ವೀಪದ ಈಚೆಯ ಸಾಗರವನ್ನು ದಾಟುವದಕ್ಕಿಂತ ಮುಂಚೆ ತಡೆವ ಸಾಗರಕ್ಕೆ ಮುಳಿದು, ಅದಱೊಳಗೆ ಒಂದು ಉರಿಬಾಣ ಎಸೆದಾಗ ಸಾಗರಕ್ಕೂ ಅದಱೊಳಗಣ ಜೀವಾಳಿಗೂ ಬಹಳ ಕಷ್ಟ ಬಂತಂತೆ; ಹ್ಯಾಗೋ, ಹಾಗೆಯೆ ಆ ಸೇನೆ.

40. A BATTLE

ಒಂದು ಕಾಳಗ

ವಾರ್ಧಕಷಟ್ಪದಿ

ಧರಣಿ-ಮಂಡಲಮಂ ಚತುರ್ಬಲಂ, ಪಿಶ್ಸಂತ-
ಸರಣಿ-ಮಂಡಲಮಂ ಧ್ವಜ-ಚ್ಛತ್ರ-ಚಾಮರಂ,
ತರಣಿ-ಮಂಡಲಮಂ ಚಮೂ-ಪದ-ಹತೋದ್ಧೂತ-ರೇಣು-ವ್ರಜಂ
[ಮುಸುಕಲೂ; || 172 ||

ಅರ್ಬುದ-ಗಜಂ ಪತ್ತು ಕೋಟಿ ಸು-ವರೂಥಮೆರ
ಡರ್ಬುದ-ತುರಂಗಮಂ ಕೂಡಿದ ಪದಾತಿ ಮೂ
ಱರ್ಬುದಂ ಜೋಡಿಸಿದುದಾಹವ-ಪ್ರಾಥರ್ ಸುಬುದ್ಧಿ ಮೊದಲಾದ ಭ
[ಟರೂ. || 173 ||

ಪ. ಜೋಡಿಸಿದುದು; ಆಹವ-ಪ್ರಾಘರ್. ಟೀ. ತುರಂಗಮಂ ಎಂಬುದು ಪ್ರಥಮೆ.

ಚಿತ್ರ-ಶೋಭಿತಮಾದ ಮಣಿ-ಮಯ-ವರೂಥಮಂ
ಚಿತ್ರಾಂಗದೆಯ ತನೂಭವನಡರ್ದಂ; ಕೂಡೆ
ಚಿತ್ರಮಾದುದು ಸಮರಮೆರಡು ಘಟ್ಟನ ಚೂಣಿ ಸಂದಣಿಸಿತುರವಣೆ
[ಯೊಳೂ; |
ಮಿತ್ರ-ಮಂಡಲವನೊಡೆದೆಯ್ದುವತಿ-ಭರದಿಂದ
ಮಿತ್ರ-ಭಟರಂ ತಾಗಿದರ್ ಕಡುಗಲಿಗಳಾಗ
ಮಿತ್ರ-ಭಾವದ ನೇಹದಿಂದೆ ಮಱುಗದೆ ಮಾಣವಂಭೋರುಹಂಗಳ್
[ನಲೂ. || 174 ||

ಪ. ಸಮರಂ; ಎರಡು. ಮಂಡಲವಂ ಒಡೆದು ಎಯ್ದುವ. ಕಡುಗಲಿಗಳ್; ಆಗ. ಮಾಣವು ಅಂಭೋ—. ಟೀ. ಚಿತ್ರಾಂಗದೆಯ ತನೂಭವಂ=ಅರ್ಜುನನ ಹೆಂಡತಿಯಾದ ಚಿತ್ರಾಂಗದೆ ಎಂಬವಳ ಮಗನಾದ ಬಭ್ರುವಾಹನಂ. ಅಂಭೋರುಹಂಗಳ್ ಮಿತ್ರನ (ಸೂರ್ಯನ) ಕಷ್ಟವ ನೋಡಿ ಇವನ ಮೇಲೆ ತಾವು ಪಡುವ ಮಿತ್ರ-ಭಾವದ ನೇಹದಿಂದೆ.

ತೇರ ವಂಗಡದ ಜರ್ಝಾ-ರವಂ, ಗಜದ ಘೀಂ
ಟಾ-ರವಂ, ಹಯದ ಹೇಷಾ-ರವಂ, ನಡೆವ ಸೇ
ನಾ-ರವಂ, ವಾದ್ಯದ ಮಹಾ-ರವಂ, ಬಹಳ-ಕಹಳಾ-ರವಂ, ಸಂಗಡಿ
[ಸಿದಾ |
ಜ್ಯಾ-ರವಂ, ಭಟರ ಬಾಹಾ-ರವಂ, ದಱಿದ ಬಂ

ಭಾ-ರವಂ, ರಣ-ಕಿಲಕಿಲಾ-ರವಂ, ಪಟಹ-ಢ
ಕ್ಕಾ-ರವಂ, ಪುದಿದ ನಾನಾ-ರವಂ ಕಿವಿಗತಿ-ಕಠೋರಮಂ ತೀವಿತಂ
[ದೂ. || 175 ||

ಟೀ. ಕಠೋರಮಂ ಎಂದು ಕಠೋರವಾಗಿ ಎಂದಿನ ಬೇಕು. ಸೂ. 128.

ಸಿಂಧ ಸೀಗುರಿ ಛತ್ರ ಚಾಮರ ಪತಾಕೆಗಳ್
ಸಂದಣಿಸಿ, ಗಗನಮಂ ಮುಸುಕಲ್ಕೆ, ತವೆ ಮೂಡಿ
ದಂಧಕಾರಂಗಳಂ ಕೆಡಿಸಿದವು ರತ್ನಾಭರಣ-ಕಾಂತಿಗಳ್ ಭೂಪರಾ; |
ಕೆಂಧೂಳ್ ಅಡರ್ದು, ನಭಮಂ ಮುಸುಕಿತಾಗ ಸುರ
ಸಿಂಧು-ಪ್ರವಾಹಮುತ್ತುಂಗ-ಶೋಣಾಚಲದ
ಬಂಧುರ-ತಟ-ಪ್ರದೇಶದೊಳೊಪ್ಪುವಜ್ಜರದ ನಿಧಿಯೆಂಬ ತೆಱನಾ
[ಗಲೂ. || 176 ||

ಪ. ಮುಸುಕಿತು; ಆಗ. ಪ್ರವಾಹಂ ಉತ್ತುಂಗ ... ಪ್ರದೇಶದೊಳ್ ಒಪ್ಪು-ವಜ್ಜರದ. ಟೀ. ಕೆಂಧೂಳ್ ಆಕಾಶದಲ್ಲಿ ಉತ್ತುಂಗ-ಶೋಣ-ಅಚಲದಂತಾಯಿತು; ಇದಱ ತಟ-ಪ್ರದೇಶದೊಳ್ ಸುರಸಿಂಧುಪ್ರವಾಹಂ ಒಪ್ಪುವಜ್ಜರದ ನಿಧಿಯೆಂಬಂತೆ ಹರಿದಂತಾಯಿತು. ಸುರಸಿಂಧುವೆಂಬ ಆಕಾಶದ ಗಂಗೆಯೆಂಬದು ಕವಿತ್ವದ ವಾಸ್ತವವಲ್ಲದುದೂ ಅನುಚಿತವೂ ಆದ ಉಪಮೆ. ಇಂಥಾದನ್ನು ಸತ್ಕವಿಗಳು ತ್ಯಜಿಸುವವು.

ಚೂಣಿಯೊಳ್ ಬೆರಸಿ, ಪೊಯ್ದಾಡಿದರ್ ತಮತಮಗೆ
ಬಾಣ ತೋಮರ ಪರಶು ಚಕ್ರಾಸಿ ಮುದ್ಗರ ಕೃ
ಪಾಣ ಡೊಂಕಣಿ ಕುಂತ ಸುರಗಿ ಶಲ್ಯಹ ಶಕ್ತಿ ಮೊದಲಾದ ಕೈಯ್ದುಗ
[ಳೊಳೂ;|
ಕ್ಷೀಣಮಿಲ್ಲದೆ, ಚಾರಿ-ಚಳಕ-ಚಾಳೆಯ ಚದುರ್-
ಪಾಣಿ-ಲಾಘುವ ಪಂಥ ಪಾಡುಗಳನಱಿದು, ಬಿಂ
ನಾಣದಿಂ ಘಾಯಗಾಣಿಸಿದರತಿ-ಬಲರಲ್ಲಿ ನಾನಾ-ಪ್ರಹಾರದಿಂದಾ.
|| 177 ||

ಪ. ಘಾಯ-ಗಾಣಿಸಿದರ್ ಅತಿ-ಬಲರ್ ಅಲ್ಲಿ. ಟೀ. ಹೇಱಿದ ಕೈದುಗಳೊಳು (ಕೈದುಗಳಿಂದ, ಸೂ. 135) ತಮತಮಗೆ ಪೊಯ್ದು ಆಡಿದರ್. ಲಾಘವ (ಮತ್ತೆ) ಪಂಥ ಪಾಡುಗಳಂ ಅಱಿದು.

ತೂಳಸಿದರಾನೆಯಂ ಜೋದರುರವಣಿಸಿ ದು
ವ್ವಾಳಿಸಿದರುಬ್ಬೆದ್ದು ರಾವುತರ್ ತೇಜಿಯಂ;
ಕೇಳಿಸಿದರಾಹವದ ನಾಟ್ಯಮಂ ರಂಗದೊಳ್ ಚಟುಳ-ಪಟು-ಭಟ-ರ
[ಥಿಕರೂ; |
ಏಱಿಸಿದರಾಳ್ತನದ ಪಂಥಮಂ ಕಾಲವರ್;
ಬೀಱಿಸಿದರಹಿತರಂ ಪೊಯ್ದಾಡಿ; ತಲೆಯಂ ನಿ
ವಾಳಿಸಿದರಾಳ್ದಂಗೆ, ಕೆಯ್ದುಗಳ ಹೋರಟೆಯ ಖಣಿ-ಕಟಿಲ-ರಭಸದಿಂ
[ದಾ. || 178 ||

ಪ. ಜೋದರ್; ಉರವಣಿಸಿ.

41. BHIMA ON A TOUR OF SPOLIATION (DIGVIJAYA) FOR THE INTENDED KING-SACRIFICE (RAJASUYA) OF YUDHISHTHIRA

ಭೀಮನು ಯುಧಿಷ್ಠಿರನ ರಾಜಸೂಯಕ್ಕಾಗಿ ದಿಗ್ವಿಜಯ ಮಾಡಿದ್ದು

ಭಾಮಿನಿಷಟ್ಪದಿ

ಆಳು ನಡೆದುದು ಚೂಣಿಯಲಿ; ಗೋ
ಪಾಳನೆಂಬನ ಮುಱಿಯೆ, ತೆತ್ತುದ
ಹೇೞಲಱಿಯೆನು ಸಂಖ್ಯೆಯನು. ಮುಂದತ್ತಪಾಳಕನಾ |
ಜಾಳಿಸಿದನಾ ಕಾಶಿರಾಜನ
ಧಾಳಿಯಲಿ ಕೊಂದನು; ಸುಪಾರ್ಶ್ವನ
ಮೇಲೆ ನಡೆದನು; ಗಯನ, ಮತ್ಸ್ಯನ ಗೆಲಿದನಾ ಭೀಮಾ. || 179 ||

ಟೀ. ಭೀಮನು ಗೋಪಾಳ ಮುಂತಾದ ರಾಜರನ್ನು ಅಧೀನ ಮಾಡುತ್ತ ಬಂದನು. ಮುಂದೆ ಅತ್ತ್ರಪಾಳಕನ ಎಂತ ಭೇದಿಸ ಬೇಕೆಂಬಂತೆ ಕಾಣುತ್ತದೆ (ಈ ಹೆಸರಿನೊಬ್ಬ ರಾಜನಿದ್ದನೋ? ನಾವಱಿಯೆವು).

ನಡೆದು ಮುಂದೆ, ವಿದೇಹನನು ಸದೆ
ಬಡಿದು, ಮತ್ತೆ ಕಿರಾತ-ಬಲವವ
ಗಡಿಸಿ, ಕಾದಿತನಂತವದಱೊಳಗೇಱಿ ಮಾನಿಸರೂ ।
ಒಡೆಯರವದಿರ ವಂಗಡವ ಹುಡಿ
ಹುಡಿಯ ಮಾಡಿ, ನಿಷಾಧ-ವರ್ಗವ
ಕೆಡಹಿ, ನಿಷಧನ ಹೊಯ್ದು, ಸೆಳೆದನು ಸಕಲ-ವಸ್ತುಗಳಾ. ‖ 180 ‖

ಪ. ಕಾದಿತು (ಭೀಮನ ಆಳುಗಳ ಬಲವೆಂತ ಇದಕ್ಕೆ ಕರ್ತೃ); ಅನಂತಂ ಅದಱೊಳಗೆ (ಕಿರಾತ-ಬಲದೊಳಗೆ) . . . ಒಡೆಯರ್, ಅವದಿರ. ಟೀ. ಅವಡಿರ ಎಂಬದು ಅಶುದ್ಧ, ಅವಂದಿರ ಎಂದು ಶುದ್ಧ, ಸೂ. 97.

ಮಲೆತು ಕಾದಿದ ದಂಡಧಾರನ
ಗೆಲಿದು, ಮಗಧೇಶನ ಗಿರಿವ್ರಜ
ದೊಳಗೆ ಪಾಳೆಯ ಬಿಟ್ಟುದವನಿದಿರಾಗಿ ನಡೆತಂದೂ, ।
ದೞವ ಹೇೞಿದನಾತನಲ್ಲಿಂ
ದಿೞಿದು, ಕರ್ಣನ ಗೆಲಿದು, ಕಪ್ಪವ
ಸೆಳೆದು ಕೊಂಡದ್ರಿಯಲಿ ಸದೆದನು ಬಹಳ-ವನಚರರಾ. ‖ 181 ‖

ಪ. ಬಿಟ್ಟುದು; ಅವಂ (=ಮಗಧೇಶಂ) ಇದಿರಾಗಿ . . . . ಹೇಳಿದನು; ಆತಂ (=ಭೀಮಂ) ಅಲ್ಲಿಂದೆ (ಗಿರಿವ್ರಜದಿಂ) . . ಕೊಂಡು, ಅದ್ರಿಯಲ್ಲಿ. ಟೀ. ದೞವ ಹೇೞಿದಂ ಎಂಬದನ್ನು (ಗಿರಿವ್ರಜದಲ್ಲಿ) ದೞವಿರಲಿ! ಎಂತ ಹೇೞಿದಂ ಎಂಬಂತೆ ಟೀಕಿಸ ತಕ್ಕದು: ಹ್ಯಾಗೆಂದರೆ ಆಗಿನ ಮಗಧೇಶನು (ಜರಾಸಂಧನೆಂಬವನು ಸತ್ತಿದ್ದನು) ಶಾಂತನಾಗಿ ಕರ ಕೊಡಲಿಕ್ಕೆ ಒಪ್ಪಿದನಂತೆ.

ಸೂಱೆಗೊಂಡಲ್ಲಿಂದ ನಡೆದನು,
ಮೀಱಿ ಗಂಗಾ-ಸಂಗಮವ; ಕೆ

ಯ್ಮಾಟಿಲಟಿ'ಯದೆ, ಸಂಧಿಗವನೀಶ್ವರರು ವಶವಾಯ್ತು. |
ಹೇಱಿಸಿದನನುಪಮದ ವಸ್ತುವ
ನಾಱುಸಾವಿರ ಬಂಡಿಯಲಿ; ನಡೆ
ದೇಱಿ, ಹೊಯ್ದನು ವಾಸುದೇವನ, ಪೌಂಡ್ರಕಾಹ್ವಯನಾ. || 182 ||

ಪ. ಸಂಧಿಗೆ (=ಸಂಗಮಕ್ಕೆ) ಅವನೀಶ್ವರರು, ಸೂ. 136. ಪೌಂಡ್ರಕ-ಆಹ್ವಯನ.
ಟೀ. ಈ ವಾಸುದೇವನೆಂಬ ರಾಜನು ಪುಂಡ್ರದೇಶದ ಅರಸನಾದದಱಿಂದ ಪೌಂಡ್ರಿಕನೆನಿಸಿದನು.

ಪುರವರವನಲ್ಲಿಂದಮೌಲ್ಯದ
ತೆರಳಿಕೆಯ ಮಾಡಿದನು; ಮೂಡಲು
ಹರಿದು, ಮುಱಿದು ಸಮುದ್ರಸೇನನ ಸರ್ವಗವತೆಯಲೀ, |
ತೆರಳಿಯಲ್ಲಿಂದಿಂದ್ರಸೇನನ
ನೊರಸಿ, ಭಂಡಾರವನು ಹೇಱಿಸಿ,
ಮರಳಿ, ವಂಗನನಪ್ಪಳಿಸಿದನು, ಲುಬ್ಧಿಕರು ಸಹಿತಾ. || 183 ||

ಪ. ಪುರವರವಂ ಅಲ್ಲಿಂದೆ ಅಮೌಲ್ಯದ. ಪುರವರವಂ=ಪುರವರ+ಅವಂ (ಭೀಮಂ) ಎಂದ ಹಾಗೆ ಕಾಣುತ್ತದೆ. ಸರ್ವ-ಕವತಿ.

ಸಾರಲೋಹಿತನೆಂಬ ಸಾಗರ-
ತೀರ-ವಾಸಿಗಳೊಳ ಕುರುವದ ವಿ
ಕಾರ-ಚೋಜಿಗ-ಚೀನ-ಭೋಟಕರನು, ನಿವಾಸಿಗಳಾ |
ಓರೆ ಬಾಗಿನ ಕುರುವ ಕೊಳ್ಳದ
ಗೌರಿಕರನಪ್ಪಳಿಸಿ, ಮಲೆಯ ವಿ
ಹಾರಿಗಳ ಬಱಿಗೆಯ್ದು, ತುಂಬಿಸಿದನು ಸುವಸ್ತುಗಳಾ. || 184 ||

ಈ ಶ್ಲೋಕದ ಟೀಕೆ ಮಾಡಲಿಕ್ಕೆ ಚನ್ನಾಗಿ ಬಾರದಿದ್ದರೂ ಛಾಪಿಸಿದ್ದೇವೆ; ಅದಱಲ್ಲಿ ಸ್ವಲ್ಪ ತಪ್ಪು ಇರುವದು ನಿಶ್ಚಯ. ಸಂಸ್ಕೃತದ ಭಾರತವನ್ನು ವಿಚಾರಿಸಿದರೆ, ಭೀಮನು ವಂಗರಾಜನನ್ನೂ ಸಮುದ್ರಸೇನನನ್ನೂ ಚಂದ್ರಸೇನನನ್ನೂ ತಾಮ್ರಲಿಪ್ತನನ್ನೂ ಕರ್ವಟಾಧಿಪತಿಯನ್ನೂ ಸು

ಹ್ಮರ ರಾಜನನ್ನೂ ಸಾಗರವಾಸಿಗಳಾದ ಸರ್ವ ಮ್ಲೇಚ್ಛರನ್ನೂ ಜಯಿಸಿ, ಲೌಹಿತ್ಯವೆಂಬಲ್ಲಿಗೆ ಹೋಗಿ, ಅಲ್ಲಿಯವರಿಂದಲೂ ಕಪ್ಪ ತೆಕ್ಕೊಂಡು, ಇಂದ್ರಪ್ರಸ್ಥಪಟ್ಣಕ್ಕೆ ಹಿಂದಿರಿಗಿದನೆಂತ, ಸಂಕ್ಷೇಪವಾಗಿ ಕಾಣುತ್ತದಷ್ಟೇ (II, 29, v. 1095 seq.). ಹಾಗಾದರೆ ಕನ್ನಡಕವಿ ತನ್ನ ಕಲ್ಪಿದ ಕೆಲವು ಮಾತುಗಳನ್ನು ಕೂಡಿಸಿದ್ದಾನೆ. ಕುರುವ, ಕುರುವು=ಕುಟುಂಬು?

ಧಾಳಿ ಹರಿದುದು; ಪಂಚಗೌಳವ
ರಾಳವೊಡ್ಡಿಯ, ರಂಧ್ರಜಾಳಾಂ
ದ್ರಾಳಿಗಳನಪ್ಪಳಿಸಿ, ಹೂಡಿಸಿದನು ಮಹಾ-ಧನವಾ. |
ಮೇಲು ದುರ್ಗದ ಪಾರ್ವತೇಯರಿ
ಗಾಳು ಹರಿದುದು; ಸಂದಿಗೊಂದಿಯ
ಶೈಲ-ಗುಹೆಗಳೊಳಱಿಸಿ, ಹಿಡಿದನು ಬಹಳ-ಧನ-ಯುತರಾ. ‖ 185 ‖

ಇದು ಮೊದಲಾದ ಮೂಱು ಶ್ಲೋಕಗಳು ಸಹ ಸಂಸ್ಕೃತಭಾರತದಲ್ಲಿರವು. ಪ. ರಂಧ್ರ-ಜಾಳ-ಅಂದ್ರ (ಅಂಧ್ರ?)-ಆಳಿಗಳಂ. ಪಾರ್ವತೇಯರು=ಪರ್ವತಗಳಲ್ಲಿರುವ ಜನರು. ಸಂದಿಗೊಂದಿ=ಸಂದಿಗಿಂದಿ, ಅಂದರೆ ಬಹಳ ಸಂದಿಗಳ.

ಅಱಿಸಿದನು ನಾವೆಗಳಲಬ್ಧಿಯ;
ಕುಱುವದಲಿ ಕೊಬ್ಬಿದ ಧನಾಢ್ಯರ
ಮುಱಿದು, ಮರಳಿದು, ಕೆಲ ಬಲದಲಾ ದ್ವೀಪ-ಪಾಲಕರಾ |
ಸೆಱೆವಿಡಿದು, ತನಿ ಸೂಱೆಯಲಿ ಪಡೆ
ನೆಱೆ ದಣಿಯಲಾ ಮ್ಲೇಂಛ-ವರ್ಗವ
ತಱಿದು, ಶೋಧಿಸಿ, ತೆಗೆದನಲ್ಲಿಯ ಸಾರ-ವಸ್ತುಗಳಾ. ‖ 186 ‖

ಪ. ನಾವೆಗಳಲಿ ಅಬ್ಧಿಯ. ಟೀ. ಪ್ರಾಸಾಕ್ಷರಕ್ಕನುಗುಣವಾಗಿ ಕುಱುವದಲಿ ಎಂತಿರ ಬೇಕು; ನಮಗೆ ಈ ಮಾತಿನ ನಿಶ್ಚಯವಿಲ್ಲದದಱಿಂದ ನಿಶ್ಚಯಿಸ ಕೂಡದು. ಇದೇ ಮಾತು 184ನೆಯ ಶ್ಲೋಕದಲ್ಲಿ ಎರಡು ಬಾರಿ ಅದೆ. ಮರಳಿದು=ಮರಳ್ದು. ಮುಱಿದು . . . . ದಣಿಯಲ್ (ದಣಿಯೆ) ಎಂಬದಕ್ಕೆ ಪಡೆ ಕರ್ತೃ.

ಆ ಮಹಾಭೋಟಕ-ಮಹಾಹ್ವಯ-
ಧಾಮದಲಿ ದಸ್ಯುಗಳನತಿ-ನಿ

ಸ್ತ್ರೀಮಯ-ವನ-ಕರೂಷರನು ತಾಗಿದನು ವಹಿಲದಲೀ; |
ಹೇಮ-ಮುಕ್ತಾ-ರಜತ-ಚಂದನ-
ರಾಮಣೀಯಕ-ವಸ್ತು-ನಿಚಯದ
ಸೀಮೆಗಳನಾನಱಿಯೆನಳವಡಿಸಿದನು ಕಲಿ-ಭೀಮಾ. || 187 ||

ಪ. ಸೀಮೆಗಳಂ, ಆಂ (ಅವನೆಲ್ಲಾ) ಅಱಿಯೆಂ, ಅಳವಡಿಸಿದನು. (ಕರೂಷರು) ಕಾರೂಷರೆಂಬವರು ಪೂರ್ವ ಸಮುದ್ರತೀರದಲ್ಲಿದ್ದ ಒಂದು ಜನಾಂಗ (Bh. II, 51. v. 1864 seq.).

42. THE INSTABILITY OF THE PRESENT LIFE

ಇಹಜೀವದ ಅಸ್ಥಿರತ್ವ

ರಗಳೆ

ಆರು ಹಿತವರು ನಿನಗೆ ಮೂಱು ಮಂದಿಗಳೊಳಗೆ?
ನಾರಿಯೋ? ಧಾರುಣಿಯೊ? ಬಲು ಧನದ ಸಿರಿಯೊ? || ಪಲ್ಲವ ||
ಅನ್ಯರಲಿ ಜನಿಸಿರ್ದ ಅಂಗನೆಯ ಕರೆತಂದು,
ತನ್ನ ಮನೆಗವಳ ಯಜಮಾನಿಯೆನಿಸೆ, |
ಭಿನ್ನವಿಲ್ಲದೆಯರ್ಧ-ದೇಹವೆನಿಸುವ ಸತಿಯು
ಕಣ್ಣಿನಲಿ ನೋಡಲಮ್ಮಳು ಕಾಲ-ವಶದಿ. || 188 ||

ಟೀ. ಎನಿಸೆ ಎಂಬುದಱ ವರೆಗೆ ಯಾರೊಬ್ಬ ಪುರುಷನು ಕರ್ತೃ. (ಅಂಥ) ಸತಿಯು (ಅವನನ್ನು) . . . ನೋಡಲ್ ಅಮ್ಮಳು.

ಮುನ್ನ ಶತ-ಕೋಟಿ ರಾಯರು ಆಳಿದಾ ನೆಲನ
ತನ್ನದೆಂದೆನುತ, ಶಾಸನವ ಬರೆಸಿ, |
ಬಿನ್ನಣದ ಮನೆಗಟ್ಟಿ, ಕೋಟೆ ಕೊತ್ತಳವಿಕ್ಕಿ,
ಚನ್ನಿಗನು ಅಸುವಱಿಯೆ, ಹೊಱಗೆ ಹಾಕುವರು. || 189 ||

ಉದ್ಯೋಗ ವೆವಹಾರ ನೃಪ-ಸೇವೆ ಕುಶಲ-ಗತಿ
ಚುದ್ರತನ ಕಳವು ಪರ-ತಾಪದಿಂದ
ಬುದ್ಧಿಯಿಂದಲಿ ಘಟಿಸಿ ಸಿಕ್ಕಿರ್ದ ಅರ್ಥವನು
ಸದ್ಯದಲಿಯಾರ್ ಉಂಬುವರು? ಹೇೞು, ಮನುಜ! ‖ 190 ‖

ಟೀ. (ಯಾರೊಬ್ಬನು) ಉದ್ಯೋಗ ಮೊದಲಾಗಿ ಪರತಾಪ ಕಡೆಯಾದವುಗಳಿಂದ ಬುದ್ಧಿಯೊಡನೆಯೇ.

ಶೋಕವನು ಗೆಯ್ಯುವರು ಸತಿ ಸುತರು ಬಾಂಧವರು;
ಜೋಕೆ ತಪ್ಪಿದ ಬೞಿಕ ಅರ್ಥ ವೆರ್ಥ. |
ಲೋಕದೊಳು ಘಟಿಸಿರ್ದ ಪುಣ್ಯ ಪಾಪಗಳೆರಡು
ಸಾಕಾರವಾಗಿ ಸಂಗಡ ಬಪ್ಪುದಲ್ಲದೆ ‖ 191 ‖

ಟೀ. ಬಪ್ಪುದು, ಅಲ್ಲದೆ. ಈ ಅಲ್ಲದೆ ಎಂಬುದಕ್ಕೆ ಬರುವ ಮಾತು 192ನೆಯ ಶ್ಲೋಕದಲ್ಲಿ ಅವೆ ಎನ ಬಹುದು; ಅಥವಾ ಅಲ್ಲದೆ ಎಂಬುದಕ್ಕೆ ಪ್ರಶ್ನಾರ್ಥ ಕೊಡ ಬಹುದು (=ಅಲ್ತೆ? ಸೂ. 47).

ಅಸ್ಥಿರದ ದೇಹವನು ನೆಚ್ಚಿ, ನಂಬಿರ ಬೇಡ!
ಸೊಸ್ತದಲಿ ನೆನೆ, ಕಂಡ್ಯ, ಪರಮಾತ್ಮನ! ‖ 192 ‖

ಟೀ. ಕಂಡ್ಯ=(ನೀ) ಕಂಡಿಯಾ?

43. SPRING-TIME

ವಸಂತಕಾಲ

ಭಾಮಿನಿಷಟ್ಪದಿ

ತೆಗೆದುದಗ್ಗದ ತಂಪು; ನದಿ ಸರ
ಸಿಗಳ ತಡಿಯಲಿ ಹಜ್ಜೆಯಾದುದು;
ಹಗಲು ಹಾವಸೆ ಹರಿದುದೊಕ್ಕರಿಸಿದುದು ಹಿಮ ಜಲವಾ; |

ಸೊಗಸಿದವು ನೆಟಿಲುಗಳು; ದೂರಕೆ
ಸೆಗಳಕೆಗಳೇಱಿದವು; ತಂಗಾ
ಳಿಗೆ ವಿಹಾರಿಸಿ, ಮೆಯ್ಯ ತೆತ್ತುದು ಕೂಡೆ ಜನ-ನಿಕರಾ. ‖ 193 ‖

ಪ. ಹರಿದುದು; ಒಕ್ಕರಿಸಿದುದು. ಟೀ. (ತಂಪೆಂದು) ನದಿ ಸರಸಿಗಳ. ಹಿಮಂ ಜಲ ವಂ. ತೆತ್ತುದೆಂಬದಕ್ಕೆ ಸೂ. 238.

ಮೊಱೆವ ತುಂಬಿಯ ಗಾಯಕರ, ನಯ-
ಸರದ ಕೋಕಿಲ-ಪಾಠಕರ, ಬಂ
ಧುರದ ಗಿಳಿಗಳ ಪಂಡಿತರ, ಮಾಮರದ ಕರಿ-ಘಟೆಯಾ, ।
ಅರಲಿದಂಬುಜ-ಸತ್ತಿಗೆಯ, ಮಂ
ಜರಿಯ ಕುಸುಮದ ಚಾಮರದ ಚಾ
ತುರ-ವಸಂತ-ನೃಪಾಲ ನಡೆದನು ಪಾಂಡುವಿನ ಮೇಲೆ. ‖ 194 ‖

ಟೀ. ವಸಂತ(ವೆಂಬ) ನೃಪಾಲ ಕರ್ತೃ. ಅವನು ಯಾತಟಿ ಯಾತಟಿವನು ಎಂತ ಆಱು ಮುಖ್ಯ ಷಷ್ಠಿಗಳ ಮೇಲೆ ತಿಳಿಯುತ್ತದೆ.

ಫಳಿತ-ಚೂತದ ಬಿಣ್ಪುಗಳ, ನೆಱೆ
ತಳಿತಶೋಕೆಯ ಕೆಂಪುಗಳ, ಪರಿ
ದಳಿತ-ಕಮಲದ ಕಂಪುಗಳ, ಬನಬನದ ಗುಂಪುಗಳಾ, ।
ಎಳೆ ಲತೆಯ ನುಣ್ಪುಗಳ, ನವ-ಪರಿ
ಮಳದ ಪವನನ ಸೊಂಪುಗಳ ವೆ
ಗ್ಗಳಿಕೆ ಝಳಪಿಸಿ, ಹೊಯ್ದು, ಸೆಳೆದುದು ಜನದ ಕಣ್-ಮನವಾ.
‖ 195 ‖

ಟೀ. (ಅಂಥಂಥವುಗಳ) ವೆಗ್ಗಳಿಕೆ ಎಂತ ಕರ್ತೃ.

ಪಸರಿಸಿತು ಮಧುಮಾಸ; ತಾವರೆ
ಯೆಸಳ ದೋಣಿಯ ಮೇಲೆ ಹಾಯ್ದುವು
ಕುಸುಮ-ರಸದುಬ್ಬರದ ತೊಱೆಯನು, ಕೂಡಿ, ತುಂಬಿಗಳೂ; |
ಒಸರೊ ಮಕರಂದದ ತುಷಾರದ
ಕೆಸಱೊಳದ್ದುವು ಕೊಂಚೆಗಳು, ಹಗ
ಲೆಸೆವ ದಂಪತಿವಕ್ಕಿ, ಸಾರಸ, ರಾಜಹಂಸೆಗಳೂ. || 196 ||

ಅ. ತುಂಬಿಗಳು ಕೂಡಿ, ತಾವರೆಯೆಸಳ (ತಾವರೆಯೆಸಳೆಂಬ) ದೋಣಿಯ ಮೇಲೆ (ಇಪ್ಪು) ... ತೊಱೆಯನು ಹಾಯ್ದುವು. ಟೀ. ಒಸರೊ=ಒಸರುವ.

ಜಗವ ಹೊರೆದುದು ಬಹಳ-ಪರಿಮಳ
ದೊಗುಮಿಗೆಯ ತಂಗಾಳಿ, ವನ-ವೀ
ಥಿಗಳ ವಳಯವ ಹೊಕ್ಕು ಮರಳಿದುದಿಲ್ಲ . . . . || 197 ||

ಟೀ. ಮರಳಿದುದು ಇಲ್ಲ (=ಮರಳಿಲ್ಲ) ಎಂಬದಕ್ಕೆ ಸಹ ತಂಗಾಳಿ ಕರ್ತೃ.

44. A THUNDER STORM

ಸಿಡಿಲೂ ಗಾಳಿಯೂ

ವಾರ್ಧಕಷಟ್ಪದಿ

ತುಱುಗಿತೆತ್ತೆತ್ತಲುಂ ಪ್ರಳಯ-ಕಾಲದ ಮೇಘ
ಮೆಱಗುತಿವೆ ಬಱಿಯ ಬಱಸಿಡಿಲ್ಗಳೆತ್ತೆತ್ತಲುಂ
ಕಱವುತದೆ ಬಿಱುಗಾಳಿ ಧೂಳ್ಗಳೆತ್ತೆತ್ತಲುಂ ಕತ್ತಲೆಗಳಟ್ಟಣಿಸಿವೇ; |
ತೆಱೆಯ ಬಾರದು ಕಣ್ಣು; ಮಱೆದು, ಕಣ್ದೆಱೆಯೆ, ದಿ
ಕ್ಕಱೆಯ ಬಾರದು. ಮಹಾದ್ಭುತಮಿದೆತ್ತಣದೊ? ಜಗ
ದೆಱೆಯನೇ ಬಲ್ಲನೆನುತಿರ್ದುದಾ ಸೈನಿಕಂ ಬಂದಾ ನಭೋತ್ಪಾತಕೇ.
|| 198 ||

ಪ. ಮೇಘಂ; ಎಱಗುತಿವೆ ..... ಸಿಡಿಲ್ಗಳ್; ಎತ್ತೆತ್ತಲುಂ .... ಧೂಳ್ಗಳ್; ಎತ್ತೆತ್ತಲುಂ . . ಇಟ್ಟಣಿಸಿ ಇವೆ; . . ದಿಕ್ಕ ಅಱಿಯ. ಜಗದ ಎಱೆಯನೇ. ನಭಸ್-ಅದ್ಭುತಕೆ.

45. SUN-RISE

ಸೂರ್ಯೋದಯ

ವಾರ್ಧಕಷಟ್ಪದಿ

. . . . ಬೆಳಗುಜಾವಗೋೞಿಗಳುಲಿದವೇನ್ ಎಂಬೆನೊ? |
ಇಂದಿರನ ದೆಸೆ ಕೆಂಪು ಮೂಡೆ, ಕತ್ತಲೆಯೋಡೆ,
ಮಂದಾನಿಲಂ ತಂಪು ತೀಡೆ, ಭ್ರಮರಂ ಪಾಡೆ,
ಬಂದು ಚಕ್ರಂ ಕೂಡೆ, ಕೈರವಂ ಬಾಡೆ, ಕಮಲಂ ಬಿರಿದು ನಗೆಯೊ
[ಳಾಡೇ, |
ಮುಂದೋರ್ವ ಸದ್ಭಾವ-ಯುಕ್ತಾತ್ಮನೀ ಧರೆಗೆ
ಬಂದಿದಕೆ ನೂಱು ಮಡಿಯಾಗಿ ಬೆಳಗಂ ತೋರ್ಪ
ನೆಂದು ಸೂಚಿಸುವಂದದಿಂದುದಯ-ಶೈಲಾಗ್ರದೊಳ್ ದಿನಪನುದಯಿಸಿ
[ದನೊ. || 199 ||

ಪ. ಬೆಳಗು-ಜಾವ-ಗೋೞಿಗಳ್ (ಕೋ-) ಉಲಿದವು. ಈ ಧರೆಗೆ ಬಂದು, ಇದಕೆ (ಈ ಬೆಳಗಿಗೆ) . . . ಸೂಚಿಸುವ ಅಂದದಿಂದೆ ಉದಯ. ಚಕ್ರಪಕ್ಷಿಗಳು ಹೊತ್ತಱಿನಲ್ಲಿ ಕೆಱೆ ಹೊೞೆಗಳಿಂದೆ ಕೂಡಿ ಬಂದು ಆಡುತ್ತವೆ. (ವರ್ತಮಾನದ ಮೇಲೆ ಕೀರ್ತಿಯುಳ್ಳವನಾಗಿ) ಮುಂದೋರ್ವ (ಬರಲಿಕ್ಕಿರುವ).

46. THREE RIDDLES (SPOON, PEACOCK, NET)

ಮೂಱು ಒಗಟಿ

ತ್ರಿಪದಿ

ಅತ್ತಲಂಬಲಿಯೊಳಗೆಯಿತ್ತೊಬ್ಬನೈದಾನೆ;
ಅತ್ತವನೋಡ ಜವನಲ್ಲ; ಅಂಬಲಿಯ
ನೆತ್ತುಂಬನೈಯ, ಸರ್ವಜ್ಞ! || 200 ||

ಟೀ. ಒಂದು ಮೂಲಗ್ರಂಥದಲ್ಲಿದ್ದಂತೆಯೇ ಈ ಒಗಟಿ ಛಾಪಿಸಿದೆ; ತಪ್ಪಿರ ಬಹುದು. ನಾವು ಟೀಕಿಸುವದೆಂತೆಂದರೆ—(ಅವನನ್ನು) ಅತ್ತಲ್ ಅಂಬಲಿಯೊಳಗೆ ಇತ್ತ (=ಕೊಟ್ಟ, ಇಟ್ಟ ಯಾವನಾನೊಬ್ಬನು ಐದಾನೆ (=ಇದ್ದಾನೆ; cf. ಐತೆ=ಇರುತ್ತದೆ). (ಆದರೆ ಅವನು ತನ್ನಿಂದ ತಾನೇ ಆ ಅಂಬಲಿಯೊಳಗೆ ಹ್ಯಾಗೆ ಹೋಗಲಿಲ್ಲವೋ, ಹಾಗೆಯೇ ಅತ್ತ ಅವಂ ಅಂದರೆ ಅತ್ತಲ್ ಅಂಬಲಿಯೊಳಗಿನವಂ ಓಡ (ತಿರಿಗಿ ಓಡಲಿಕ್ಕೂ) ಜವನಲ್ಲ (ಸಮರ್ಥನಲ್ಲ); ಅಂಬಲಿಯಂ ಎತ್ತಿ ಇತ್ಯಾದಿ. ಇದು ಹೌದೋ? ಅಲ್ಲವೋ? ನಾವಱಿಯೆವು. ಆದರೆ ಸರ್ವಜ್ಞನು ನೆನಸುವದು ಸಱಿಟೇ ಸರಿ.

ಹತ್ತು ಸಾವಿರ ಕಣ್ಣು, ನೆತ್ತಿಲಾದರು ಬಾಲ,
ತುತ್ತನೆ ಹಿಡಿದು ತರುತಿಹುದು. ಕವಿ-ಜನರ
ಮೊತ್ತವಿದ ಪೇೞಿ! ಸರ್ವಜ್ಞ! || 201 ||

ಟೀ. ನೆತ್ತಿಲಿ (=ನೆತ್ತಿಯಲ್ಲಿ) ಆದರು (-ರೂ). ಮೊತ್ತವೆ, ಇದ ಪೇೞಿ ಅಂದರೆ ಪೇೞ್+ಅ, ಸೂ. 125; 230 (ವಿಚಾರ).

ಹಲ್ಲು ನಾಲಿಗೆಯಿಲ್ಲ, ಸೊಲ್ಲು ಸೋಜಿಗವಲ್ಲ,
ಕೊಲ್ಲದೆ ಮೃಗವ ಹಿಡಿಯುವುದು ಲೋಕದೊಳ
ಗೆಲ್ಲ ಶಾವಿನೊಳು. ಸರ್ವಜ್ಞ! || 202 ||

ಟೀ. (ಅದಱ) ಸೊಲ್ಲು ಸೋಜಿಗವಾದದ್ದು.

47. UNPROFITABLE, IMPOSSIBLE, AND POSSIBLE THINGS

ಪ್ರಯೋಜನವಿಲ್ಲದದೂ ಆಗ ಕೂಡದದೂ ಆಗ ಬರುವದೂ

ರಗಳೆ

ನಾಳವಿಲ್ಲದ ಘಂಟೆ ಬಾಳವಾಗಿರಲೇನು?
ತೋಳ ಬಲುಹಿಲ್ಲದವ ದೊರೆಯಾದರೇನು? ।
ಹಾಱುಭೂಮಿಯು ತನ್ನ ಮೂಲವಾದರೆಯೇನು?
ಬಾಟಿಲೀಸದ ಮನೆಯ ಬಲವಂತವೇನು? ॥ 203 ॥

ಟೀ. ಬಾದಿಲ್ ಈಸದ.

ತಿದ್ದ ಬಾರದ ತೇಜಿಯುದ್ದವಾಗಿರಲೇನು?
. . . .
ಕದ್ದ ಕಳ್ಳನ ಮಾತು ಬದ್ಧವಾದರೆಯೇನು?
ಮದ್ದನಱಿಯದೆ ಧಾತು ತಿಳದಿದ್ದರೇನು? . ॥ 204 ॥

ಗೊಡ್ಡುದನವಿನ ಕಿರಯವಡ್ಡವಾದರೆಯೇನು?
ಬಡ್ಡುಅರಸಿನ ಬಂಟನೊಡ್ಡೊಕ್ಕರೇನು? ।
ಹೆಡ್ಡನಾದವ ಬಹಳ ಗಡ್ಡವಿರಿಸಿದರೇನು?
ಕಡ್ಡಾಯದಂಗಡಿಯಲಿದ್ದು ಫಲವೇನು? ॥ 205 ॥

ಟೀ. ಬಡ್ಡುಅರಸಿನ ಬಂಟಂ ಒಡ್ಡು ಒಕ್ಕರೆ ಏನು? ಎಂಬುದು ಸಂಶಯದ ಅರ್ಥದ್ದು. ಉಗು (ಒಗು) ಎಂಬ ಧಾತು ಒಕ್ಕು ಎಂತ ಆಗುತ್ತದೆ, ಸೂ. 238.

ಒಕ್ಕಲಿಲ್ಲದ ಊರು, ಮಕ್ಕಳಿಲ್ಲದ ಮನೆಯು,
ಅಕ್ಕಱಿಲ್ಲದ ತವುರು ಇದ್ದು, ಫಲವೇನು? ।
ಚೊಕ್ಕ ಹೆಂಡತಿಯುವಳ್ಗೆ ತಕ್ಕ ವರನಿಲ್ಲದಿರೆ,
ಕುಕ್ಕೆ ತುಂಬಿದ ರೊಕ್ಕವಿದ್ದು ಫಲವೇನು? ॥ 206 ॥

ಟೀ. ಅವಳ್ಗೆ ಎಂಬುದಱಿಲ್ಲಿ ಶಿಥಿಲತ್ವ.

ಬಡಿಗೆಯಿಲ್ಲದ ಚಿನ್ನ ಕಡಗವಾಗುವದೇನೊ?
ಪೊಡವಿ ಕಡಿಯದೆ ಬೆಳೆಯ ನೆಡುವದೇನೊ? ।
ಕಡೆಗೋಲು ಹೊಱತಾಗಿ ಬೆಣ್ಣೆ ತೋಱುವದೇನೊ?
ತುಡುಬು ಬಡಿಯದೆ ದನಿಯ ಕೊಡುವದೇನೊ? ॥ 207 ॥

ಟೀ. ಇದಱ ಮತ್ತೆ 209ನೆಯ ಶ್ಲೋಕದ 2ನೆಯ 4ನೆಯ ಚರಣಂಗಳ ಅಂತ್ಯದಲ್ಲಿ ಎರಡೆರಡು ಮಾತ್ರೆಗಳು ಕಡಿಮೆ.

ಅಡವಿಯೊಳಗಿಹ ವೇಣು ತಿದ್ದಿದರೆ ಮೆಯ್ಗೊಟ್ಟು
ಕಡುಹುಳ್ಳ ದೊರೆಗಳನು ಹೊಱವುತಿಹುದು; ।
ಬಿಡದೆ ಶುಕ-ಪಕ್ಷಿಯನು ಅಡಗಿಸಿಯೆ ಹಾಲೆಱದು,
ಒಡನೆ ಹೇೞದ ನುಡಿಯ ತಾ ನುಡಿವುದು. ॥ 208 ॥

ಅ. ಹಾಲೆಱದು ಅಡಗಿಸಿಯೆ, (ಅದು ತನ್ನ).

ಒಡವೆಯಿದ್ದರೆ ಬಂಟ ಬಿಡದೆ ಸೇವೆಯ ಮಾೞ್ಪ;
ಮಡದಿ ತಾ ಚಲುವಾಗಿ ಅಡಿಗೆ ಮಾಡುವಳು; ।
ಕಡೆಯ ಕಾಲಕೆ ತನ್ನ ದೃಢ-ಬುದ್ಧಿ ಹಿಂಗುವವ
ನೊಡೆಯನನು ಭಜಿಸಲಿಕೆ ಮನವಿಲ್ಲದಿಹನು. ॥ 209 ॥

ಟೀ. ಆದರೆ ಕಡೆಯ ಕಾಲದ ವರೆಗೂ ದೇವರ ಭಕ್ತಿಯಲ್ಲಿ ತನ್ನ ದೃಢಬುದ್ಧಿ ಹಿಂಗುವವನು (ಒಬ್ಬನು ದೇವರಾದ) ಒಡೆಯನನು.

48. A TOWN (MITHILA) AT THE TIME OF THE MARRIAGE OF A PRINCESS (SITA)

ಸೀತಾಸ್ವಯಂವರದಲ್ಲಿ ಮಿಥಿಲಾಪಟ್ಟಣ ಸಿಂಗರಿಸೆ ಪಟ್ಟದು

ಭಾಮಿನಿಷಟ್ಪದಿ

ಕೇಳಿದಯ್, ಕುಶ! ನೆರೆದ ಪೃಥ್ವೀ-
ಪಾಳರಿಗೆ ವಿಪ್ರರಿಗೆ ಮಣಿ-ಮಯ
ದಾಳಯಂಗಳು ಸವೆದವಯ್ ಗಾವುದದಱಿಳತೆಯಲೀ. |
ಕೇಳು, ಲವ! ತದ್-ವಳಯದಲಿ ಪರಿ
ಪಾಳಯಾಯ್ತುೞಿದಖಿಳ-ಭೂಮಿ-
ಪಾಳರವರವರುತ್ತಮಾಧಮ-ಮಧ್ಯಮಂಗಳಲೀ. || 210 ||

ಪ. ಕೇಳ್ ಇದ, ಅಯ್, ಕುಶ! (ಎಂತ ವಾಲ್ಮೀಕಿ ಹೇಳುತ್ತಾನೆ). ಸವೆದವು, ಅಯ್, ಗಾವುದ ಅದಱ. ಆಯ್ತು ಉೞಿದ ಅಖಿಳ. ಉತ್ತಮ-ಅಧಮ.

ಬಲಿದುದನಿತಕೆ ಕೋಟೆ ಪರಿಘಾ
ವಲಿಯ ರಚನೆಯಲಾಳುವೇಱಿಯ
ಹುಲಿಮುಖದ ಮುಗಿಲಟ್ಟಳೆಯ ಸಾಲುಗಳ ಸೊಗಸಿನಲೀ. || 211 ||

ಪ. ಬಲಿದುದು ಅನಿತಕೆ (ಅನಿತರ್ಕೆ, ಸೂ. 114). ಪರಿಘ-ಆವಲಿಯ ರಚನೆಯಲಿ (ಮತ್ತೆ) ಆಳುವೇಱಿಯ. ಟೀ. ಕೋಟೆ ಕರ್ತೃ.

ರಚಿಸಿದರು ಬೞಿಕೆಡೆಗೆಡೆಗೆ ಮಣಿ-
ಖಚಿತ-ದರ್ಪಣ-ಕಲಶ-ಕುಶಲೋ
ಪಚಿತ-ವಿದ್ರುಮ-ವಿಳಸಿತಾಲಂಕಾರ-ತೋರಣದಾ |
ಪ್ರಚುರತರದುಪ್ಪರಿಗೆಗಳ ಹಿಮ-
ರುಚಿಯ ವೀಥಿಯ, ಸೂರ್ಯ-ವೀಥಿಯ
ಲಚಳ-ಸಂಪದದಿಕ್ಕೆಯೆನೆ, ಮಿಥಿಲಾ-ಮಹಾಪುರದಾ. || 212 ||

ಪ. ಕುಶಲ-ಉಪಚಿತ. ವಿಳಸಿತ-ಅಲಂಕಾರ. ಪ್ರಚುರತರದ ಉಪರಿಗೆಗಳ. ಸೂರ್ಯ-ವೀಥಿಯಲಿ ಅಚಳ-ಸಂಪದದ ಇಕ್ಕೆ. ಅ. ಬಚಿಕ ... ಮಿಥಿಲಾ-ಮಹಾಪುರದ ವೀಥಿಯು ರಚಿಸಿದರು. ಈ ವೀಥಿ ಯಾತದ ಯಾತದಿದು ಎಂತ ಷಷ್ಟಿಯಿಂದ ತಿಳಿಯುತ್ತದೆ. ಎನೆ= ಎಂಬಂತೆ.

ಗುಡಿಯ ಪಲ್ಲವ-ಝುಲ್ಲರಿಯ, ಬೆಳು
ಗೊಡೆಯ, ಮಿಳಿರ್ವ ಪತಾಕೆಗಳ, ಪರಿ
ವಿಡಿಯ ಮುತ್ತಿನ ಸೂಸಕದ ಸಡಕುಗಳ, ಸೀಗುರಿಯಾ |
ಇಡಿದ ಮಣಿ-ಮಯ-ಕಲಶದಿಂದೆಸೆ
ವೆಡ ಬಲದ ಸೌಧಗಳಲವನಿಯ
ತೊಡಿಗೆಯೆನೆ ರಂಜಿಸಿತು ಪುರವಾ ಜನಕ-ಭೂಪತಿಯಾ. || 213 ||

ಪ. ಸೌಧಗಳಲಿ, ಅವನಿಯ ತೊಡಿಗೆ ಎನೆ, ರಂಜಿಸಿತು. ಟೀ. ಝುಲ್ಲರಿಯ ಎಂದು ಮೊದಲಾದ ಮುಖ್ಯ ಷಷ್ಟಿಗಳು ಸೌಧಗಳಲ್ಲಿ ಎಂಬದಕ್ಕೆ ಸಂಬಂಧಿಸುತ್ತವೆ. ಸೀಗುರಿಯು ಎಂಬದೂ ಹಾಗೆಯೆ, ಸೀಗುರಿಯ ಸೌಧಗಳಲಿ ಎಂಬಂತೆ; ಸೀಗುರಿಯು ಎಂಬದಕ್ಕೂ ಸೌಧಗಳಲಿ ಎಂಬದಕ್ಕೂ ನಡುವೆ ಇದ್ದದು ಅದದಿದದ ಸೌಧಗಳಲಿ ಎಂಬದಕ್ಕೆ ಮತ್ತೊಂದು ಲಕ್ಷಣವಾಗಿದೆ.

ಹೊರೆದ ಕಸ್ತುರಿ-ಸಾರಣೆಯ, ನವ-
ಪರಿಮಳದ ಪನ್ನೀರ ಛಳೆಯದ,
ಪರಿಸರದ ಕುಂಕುಮದ ನಿಡುಗಾರಣೆಯ, ಕರ್ಪುರದಾ | (ಕೆಳಗಾರಣೆಯ)
ಪರಿಪರಿಯ ಕಡೆಸಾಲ, ಪರಿವಿ
ಸ್ತರದ ಧೂಪದ ಧೂಮ-ಗಂಧೋ
ತ್ಕರ-ಸಮುದ್ರದೊಳದ್ದನೊಲ್ಲದೆ ಪಥದ ಪವಮಾನಾ. || 214 ||
(-ನಲ್ಲದೆ)

ಪ. ಸಮುದ್ರದೊಳ್ ಅದ್ದನು (ಪವಮಾನ). ಟೀ. ಮುಖ್ಯ ಷಷ್ಟಿಗಳು ಧೂಮ-ಗಂಧ-ಉತ್ಕರ-ಸಮುದ್ರದೊಳ್ ಎಂಬದದ ಸಂಬಂಧದಲ್ಲಿವೆ.

ಹೊಳೆವ ಹೇಮ-ಸ್ತಂಭ-ರಚಿತಾ
ಕಳಿತ-ರತ್ನ-ಪ್ರಭೆಯ ಚಂದ್ರೋ
ಪಳದ ಭಿತ್ತಿಯಲೆಸೆದುದಭಿನವ-ಭದ್ರ-ಮಣಿ-ಭವನಾ. ‖ 215 ‖

ಪ. ರಚಿತ-ಆಕಳಿತ. ಚಂದ್ರ-ಉಪಳದ. ಟೀ. ಆ ಭವನ ಸೀತೆಯ ವಿವಾಹದ್ದು.

ಹೇೞಲೇನ್ ಅದ? ಮಂಟಪದ ಚೌ
ಮೂಲೆಯಗಲದ ಲಾಮಚದ ಬ
ಲ್ಲಾಳದಡ್ಡಿಯ, ಬಹಳ-ರತ್ನ-ವಿತಾನದುಪ್ಪರದಾ ।
ಮೇಲುಕಟ್ಟಿನ, ಮಲಯಜ-ಸ್ತಂ
ಭಾಳಿಗಳ ಮಣಿ-ಪುತ್ರಿಕೆಯ ಸಂ
ಭಾಳಿಯಲಿ ಸೊಗಸಿದುದು ಚಪ್ಪರವೆರಡು ಯೋಜನದಾ. ‖ 216 ‖

ಟೀ. ಮುಖ್ಯಪಷ್ಟಿಗಳು ಸಂಭಾಳಿ ಎಂಬದಕ್ಕೆ ಸಂಬಂಧಿಸುತ್ತವೆ. ಎರಡು ಯೋಜನದ ಚಪ್ಪರಂ.

ಬಿಗಿದ ಬಿಂಗಾರಿಗಳ ಮಿಸುನಿಯ
ಜಗಲಿಗಳ, ಮರಕತದ ಸೋಪಾ
ನಗಳ, ಸುತ್ತಣ ಸಾಲಭಂಜಿಕೆಗಳ ವಿಳಾಸದಲೀ ।
ಸೊಗಸಿತಾ ಮಂಟಪ. ‖ 217 ‖

ಮಘುಮಘಿಪ ಮಲಯಜದ ಸಾರದ
ಸೊಗಯಿಸುವ ಸರಸಿಗಳ, ಪನ್ನೀ
ರುಗಳ ಹೊಕ್ಕರಣೆಗಳ, ಸಾದು-ಜವಾದಿ-ಕಸ್ತುರಿಯಾ ।
ಜಗಜಗಿಪ ಹೊಂಬೆಸೆವರಂಜಣಿ
ಗೆಗಳ, ನವ-ಕರ್ಪುರದ ತವಲಾ
ಯಿಗಳ ತಿಂಥಿಣಿ ಮೆಱೆದುದಲ್ಲಿಯ ಸುತ್ತುವಳಯದಲೀ. ‖ 218 ‖

ಟೀ. ಮುಖ್ಯಷಷ್ಟಿಗಳನ್ನು ಶಿಂಥಿಣಿ ಎಂಬದಕ್ಕೆ ಜೋಡಿಸ ಬೇಕು. ಸುತ್ತುವಳಯ=ಸುತ್ತಾಗಿರುವ ವಳಯ.

ತುಡುಕಿ ತೂಳುವ ಸೂತ್ರ-ಯಂತ್ರದ
ಗಡಣದಲಿ ಗತಿಗೊಂಡು ಬೇಡಿದ
ಕೊಡುವ ಮಣಿ-ಪುತ್ರಿಕೆಗಳೆಸೆದವು ವಿವಿಧ-ರಚನೆಯಲೀ; |
ಅಡಕಿ ತುಂಬುವ ಹೇಮ-ಘಟದು
ಗ್ಗಡದ ಹೊಂದೋಣಿಗಳ ಹಂತಿಯ
ಸಡಗರದ ಸೌರಂಭವೆಸೆದುದು ಸುತ್ತುವಳಯದಲೀ. || 219 ||

ಅ. ಸೂತ್ರಯಂತ್ರದ ಗಡಣದಲ್ಲಿ ಗತಿಗೊಂಡು ತುಡುಕಿ ತೂಳುವ (ಮತ್ತೆ) ಬೇಡಿದ (=ಬೇಡಿದದಂ) ಕೊಡುವ ಮಣಿ-ಪುತ್ರಿಕೆಗಳ್. ಟೀ. ಹೇಮ-ಘಟದ (ಮತ್ತೆ) ಉಗ್ಗಡದ ಹೊಂದೋಣಿಗಳ (ಎಂಬಿವೆರಡಱ) ಹಂತಿಯು.

ಎಸೆದುದನುಪಮ-ರಚನೆಯಲಿ ಮಣಿ-
ವಿಸರ-ಖಚಿತ-ವಿವಾಹ-ಕಾಂಚನ-
ವಸತಿ. || 220 ||

ಹೊಯ್ಸಿದನು ಡಂಗುರವ ಜನಕ-ಮ
ಹೀಶನಾ ನೆರೆದಖಿಳ-ವಸುಧಾ
ಧೀಶರರಮನೆಗಳಲಿ, ವೈದೇಹಿಯನು ವರಿಸುವಡೇ. || 221 ||

ಟೀ. ವರಿಸುವಡೆ (ವರಿಸುವೊಡೆ)=ವರಿಸುವಲ್ಲಿ,-ದಕ್ಕೆ.

49. SOME SIGNS OF A GOOD GOVERNMENT

ಒಳ್ಳೆ ಆಡಳಿತೆಯ ಕೆಲವು ಲಕ್ಷಣಗಳು

ಮತ್ತೇಭವಿಕ್ರೀಡಿತಂ

ಒಡೆಯಂಗುತ್ಸವಮಾಗೆ, ಸರ್ವ-ಜನವಾನಂದಂಬಡಲ್, ರಾಜ್ಯ ಜೇಂ
ಕೊಡನೋಲ್ ತುಂಬಿ ತುಳುಂಕೆ, ನಿಚ್ಚ ಫಲಪ್ಪೈರಿಂದುರ್ವಿಯಂ ಬ
[ಲ್ಮೆನಲ್, ।
ಗಡಿ ದುರ್ಗಂಗಳು ಭದ್ರಮಾಗೆ, ಧನ-ಧಾನ್ಯಂ ತೀವೆ ಭಂಡಾರದೊಳ್,
ನಡಿಪಂ ಭಾಗ್ಯದ ಕರ್ತನಯ್! ನರನೆಲಾ, ಕೇಳ್ದೊಳ್ಪುದೀ ಬುದ್ಧಿಯಾ!
॥ 222 ॥

ಟೀ. ನಡಿಪಂ=ನಡಿಸುವಂ, ಸೂ. 232.

50. A BAD BEADLE

ನಿಷ್ಪ್ರಯೋಜಕನಾದ ತಳವಾರ

ಮತ್ತೇಭವಿಕ್ರೀಡಿತಂ

ಕಳವಿಂ ಪೋದುದ, ಪೋಗಿ ಪಜ್ಜೆವಿಡಿದಾ ಮಾರ್ಗಂಗಳಂ ಕಾಣದೇ,
ಪೊೞಲೊಳ್ ಪೊಕ್ಕರ, ಪೋದರಂ, ನುಡಿದ ಮಾತಂ ಕಾಣದೇ, ಪೋ
[ದರಂ ।
ಅಱಿಪನ್ಯಾಯವ ನೋಡದನ್ನ ಬಹುದೇ ದೂಱಿಲ್ಲರಂ ಬಾಧಿಪಾ
ತಳವಾರಂ ಬೆಳ್ವಾರನಯ್! ನರನೆಲಾ, ಕೇಳ್ದೊಳ್ಪುದೀ ಬುದ್ಧಿಯಾ! ॥ 223 ॥
(ಬೆಳ್ವಾರಂ)

ಟೀ. ಕಳವಿಂ ಪೋದುದನ್ನೂ (ಅಳ್ಗೞ್) ಪೋಗಿ ... ಮಾರ್ಗಗಳನ್ನೂ, ಪೊೞಲೊಳ್ ಪೊಕ್ಕರನ್ನೂ ಪೋದರನ್ನೂ ನುಡಿವ ಮಾತನ್ನೂ ಕಾಣದೇ, (ನ್ಯಾಯಸ್ಥಾನದಿಂದ) ಪೋದರನ್ನು ಅಱಿಸುವಂಥ ಅನ್ಯಾಯವ ನೋಡದೆ, ಅನ್ನ ಬಹುದೇ (ಎನ ಬರಲಿಕ್ಕಿರುವಂಥದ್ದೆಲ್ಲಾ ಅಂದರೆ ಬಾಯ್ ಬಂದಂತೆ) ದೂಱಿ, ಎಲ್ಲರಂ.

51. IT IS VERY DIFFICULT FOR A BAD MAN TO CHANGE HIS CHARACTER

ನೀಚನು ಒಳ್ಳೆಯವನಾಗುವದು ಬಹು ದುರ್ಲಭ

ಮತ್ತೇಭವಿಕ್ರೀಡಿತಂ

ಹಿಡಿಯಲ್, ಪಿಂಗದೆ ವತ್ಸರಂ ನಡೆಯದೇ? ದುರ್ಗಂಧಮಂ ಗಾಳಿಯೊಳ್
ತಡೆಯಲ್, ನಾಱದೆ? ನಾಯ ಬಾಲ ಸೆಡೆಯಂ ಕಟ್ಟಲ್ಕೆ, ಚನ್ನಪ್ಪು [ದೇ? |
ಸುಡು! ಚೇಲಿಂ ತೆಗೆಯಲ್ಕೆ, ಸುಮ್ಮನಿಹುದೇ? ಏನ್ ಎಂದಡೆಷ್ಟಾ [ದಡಂ
ಬಿಡ ತನ್ನಂದವ ನೀಚ ತಾಂ. ನರನೆಲಾ, ಕೇಳ್ದೋಪುದೀ ಬುದ್ಧಿಯಾ! || 224 ||

ಟೀ. ಕಟ್ಟಲ್ಕೆ, ಸೂ. 235. ಎಂದಡೆ=ಎಂದೊಡೆ, ಎಂದರೆ. ಎಷ್ಟಾದಡಂ=ಎಷ್ಟಾದೊಡಂ.

52. THE PANDAVAS ARE FRIENDLY RECEIVED BY DHRITARASHTRA IN HASTINAPURA

ಧೃತರಾಷ್ಟ್ರನು ಪಾಂಡವರನ್ನು ಹಸ್ತಿನಾಪುರದಲ್ಲಿ ಪ್ರೀತಿಯಿಂದ ಅಂಗೀಕರಿಸಿದ್ದು

ಭಾಮಿನಿಷಟ್ಪದಿ

ಸೇನೆ ಬಿಟ್ಟುದು ಪುರದ ಬಹಿರೋ
ದ್ಯಾನ-ವೀಥಿಗಳೊಳಗೆ; ಕುಂತೀ-
ಸೂನುಗಳು, ಸುಮ್ಮಾನ ಮಿಗೆ, ನಡೆತಂದರಿಭಪುರಿಗೆ. || 225 ||

ಪೌರ-ನಾರೀ-ಜನದ ತಳಿಗೆಗ
ಳಾರತಿಯ, ಸೇಸೆಗಳ ಲಾಜೆಯ,
ತೋರಮುತ್ತಿನ ಮಱಿಯ, ಮಂಗಳ-ರವದ ಕಳಕಳದಾ, |

ಓರಣದ ತೋರಣದ ಗುಡಿಗಳ
ಚಾರು-ಬೀದಿಗಳೊಳಗೆ ಬಂದರು
ಭೂರಮಣರುತ್ಸಾಹದಲಿ ಧೃತರಾಷ್ಟ್ರನರಮನೆಗೇ. || 226 ||

ಪ. ಬಹಿರು-ಉದ್ಯಾನ. ನಡೆತಂದರ್ ಇಭಪುರಿಗೆ. ಭೂರಮಣರ್. ಟೀ. ಮುಖ್ಯಾಷ್ಟಿಗಳು ಚಾರು-ಬೀದಿಗಳೊಳಗೆ ಎಂಬದಕ್ಕೆ ಸಂಬಂಧಿಸು.

ಇಟಿದರಾನೆಯನಮಳ-ರತ್ನಾ
ವಳಿಯ ಕಾಣಿಕೆಗಳನು ಸುರಿದರು;
ಕುಳ-ಶಿರೋಮಣಿಗೆಱಗಿದರು, ಧೃತರಾಷ್ಟ್ರ-ಭೂಪತಿಗೇ; |
ಕುಳ-ತಿಳಕ! ಬಾ, ಕಂದ! ಭರತಾ
ವಳಿ-ವನದ ಮಾಕಂದ! ಧರ್ಮ-
ಸ್ಥಳ-ಲತಾವಳಿ-ಕಂದ! ಬಾ! ಎಂದಪ್ಪಿದನು ನೃಪನಾ. || 227 ||

ಪ. ಇಟಿದರ್ ಆನೆಯಂ; ಅಮಳ. ಟೀ. ನೃಪನ (ನೃಪನಂ)=ಯುಧಿಷ್ಠಿರನ. ಅಪ್ಪಿದವನು ಧೃತರಾಷ್ಟ್ರನು.

ಬಾ, ಮಗನೆ, ರಿಪು-ರಾಯ-ಮನ್ಮಥ-
ಭೀಮ! ಬಾರೈ, ಭೀಮ-ರಣ-ನಿ
ಸ್ಸೀಮ-ಫಲುಗುಣ! ಬಾ, ನಕುಲ! ಸಹದೇವ, ಬಾ! ಎನುತಾ, |
ಪ್ರೇಮ-ರಸದಲಿ ಬೇಟಿಬೇಟಿಯು
ದ್ದಾಮ-ಭುಜನಪ್ಪಿದನು; ಚಿತ್ತದ
ತಾಮಸದ ತನಿ ಬೀಜ ಮುಸುಕಿತು ಹರ್ಷ-ರಚನೆಯಲೀ. || 228 ||

ಪ. ಬೇಟಿ ಬೇಟಿ (ಅಂದರೆ ಅವರನ್ನು ಬೇಟಿ ಬೇಟಿಯಾಗಿ) ಉದ್ದಾಮ-ಭುಜಂ (-ಭುಜವುಳ್ಳವನು). ಟೀ. ಧೃತರಾಷ್ಟ್ರನಲ್ಲಿ ಆಗಿಂದಾಗ ಸ್ವಲ್ಪ ತಾಮಸಗುಣವಿತ್ತು; ಅದಂದು ಮುಸುಕಿ ಹೋಯಿತು.

ಹರಸಿದನು, ಕಾಣಿಕೆಯ ಕೊಂಡೈ
ವರ ಮಹಾ-ಸತಿಯನು; ಕುಮಾರರ
ನರಸಿಯರನನಿಬರ ವಚೋ-ರಚನೆಯಲಿ ಮನ್ನಿಸಿದಾ; |
ಅರಸ, ಗಾಂಧಾರಿಯನು ವಂದಿಸಿ,
ದರುಸನವ ಕೊಡು! ಹೋಗೆನಲು, ಕಡು
ಹರುಸ ಮಿಗಲೆಯ್ತಂದರಾ ಗಾಂಧಾರಿಯರಮನೆಗೇ. || 229 ||

ಪ. ಕಾಣಿಕೆಯ ಕೊಂಡು, ಐವರ. (ಪಾಂಡವರ) ಕುಮಾರರಂ ಅರಸಿಯರಂ ಅನಿಬರ (ಅನಿಬರಂ). ಮಿಗಲ್. ಟೀ. ಆ ಪಾಂಡವರ ಸತಿ ದ್ರೌಪದಿ ಎಂಬವಳು. ಗಾಂಧಾರಿ ಎಂಬವಳು ಧೃತರಾಷ್ಟ್ರನ ಹೆಂಡತಿ.

ಬಂದು, ಕಾಣಿಕೆಗೊಟ್ಟು, ವಂದಿಸಿ,
ನಿಂದರೆಯ್ವರು; ತನ್ನ ಕೆಳದಿಯ
ರಿಂದ ತರಿಸಿದಳಾರತಿಯನುಪ್ಪಾರತಿಯನೊಲಿದೂ; |
ಚಂದ ಮಿಗೆ, ಸಾವಿರದ ಸಂಖ್ಯೆಯ
ರಿಂದುಮುಖಿಯರ ತಳಿಗೆಯಾರತಿ
ಸಂದಣಿಸಿದವು; ಜಯ-ಸಬುದ ಝೋಂಪಿಸಿದುದಂಬರವಾ. || 230 ||

ಪ. ತರಿಸಿದಳ್ (ಗಾಂಧಾರಿ) ಆರತಿಯಂ. ಸಂಖ್ಯೆಯರ್ (ಸಂಖ್ಯೆಯವರಾದ). ಟೀ. ಒಲಿದು=ಒಲ್ದು.

ಅರಸಿ ಕಾಣಿಸಿ ಕೊಂಡಳೀ ನೃಪ
ರರಸಿಯನು ಸುಕುಮಾರಕರನವ
ರರಸಿಯರ ಸಖಿಯರ ವಿಳಾಸಿನಿಯರ ಪಸಾಯ್ತೆಯರಾ; |
ತರಿಸಿ, ಕೊಟ್ಟಳು ಬೇಱಿಬೇಱಿನಿ
ಬರಿಗೆಯುಡುಗೊಱೆ ಗಂಧ-ಮಾಲ್ಯಾ
ಭರಣವನು ರಾಜೋಪಚಾರ-ವಿಳಾಸ-ವಿಭವದಲೀ. || 231 ||

ಪ. ಅರಸಿ ಕಾಣಿಸಿ ಕೊಂಡಳು ಈ ನೃಪರ (ಪಾಂಡವರ) ಅರಸಿಯನು (-ನೂ) ಸುಕುಮಾರಕರನು (-ನೂ) ಅವರ ಅರಸಿಯರ (ನೂ) ಸಖಿಯರ (ನೂ) ಇತ್ಯಾದಿ. ಗಂಧ-ಮಾಲ್ಯ-ಆಭರಣ. ರಾಜ-ಉಪಚಾರ.

ಬೀೞುಗೊಟ್ಟಳು ಬೞಿಕ, ಕುರು-ನೃಪ
ನಾಳಯಕೆ ಕರೆದೊಯ್ದು; ಕುಂತಿಯ
ಕಾಲಿಗೆಱಗಿದನಿವರನುಚಿತೋಕ್ತಿಯಲಿ ಮನ್ನಿಸಿದಾ. ।
ಬಾಲಮೃಗವ್ರೊಳಗಾಯ್ತಿಲಾ! ತೊಡು
ಕೋಲನೆಂದರು, ನಗುತ ಮನದಲಿ
ಕೌಳಿಕದ ಕುಹಕಿಗಳು, ಕೌರವ-ರಾಯ ಶಕುನಿಗಳೂ. || 232 ||

ಪ. ಇವರಂ ಉಚಿತ-ಉಕ್ತಿಯಲಿ ಮನ್ನಿಸಿದ (-ಂ). ಟೀ. ಕುರು-ನೃಪನೆಂಬ ಹೆಸರು ಯುಧಿಷ್ಠಿರನಿಗೂ ದುರ್ಯೋಧನನಿಗೂ ಆಗುವದಱಿಂದ ಮೊದಲಿನ ಚರಣದಲ್ಲಿ ಸ್ವಲ್ಪ ಸಂಶಯವುಂಟು; ಆದರೆ (ಗಾಂಧಾರಿ) ಕುರುನೃಪನ (-ನಂ ಅಂದರೆ ಯುಧಿಷ್ಠಿರನಂ ಕುಂತಿಭೋಜನ) ಆಳಯಕೆ ಕರೆದೊಯ್ದು, ಬೞಿಕ ಬೀೞುಗೊಟ್ಟಳು; (ಆ ಮೇಲೆ ಅವನು) ಎಂಬಂತೆ ಟೀಕಿಸ ತಕ್ಕದು. ಕೋಲಂ ತೊಡು!—ಈ ಕನ್ನಡದ ಪದಗಳಲ್ಲಿರುವ ವಿವರವು ಸಂಸ್ಕೃತಭಾರತದಲ್ಲಿಲ್ಲ; ಇದಱಲ್ಲಿ ಹತ್ತು ಮಾತಿನ ಸಂಕ್ಷೇಪ ಮಾತ್ರ ಉಂಟು (II, 57, 2014 seq.). ಕುಂತಿ ಎಂಬವನು ಕುಂತಿಯೆಂಬವಳ ಸಾಕುತಂದೆ. ಕೌರವರಾಜ=ದುರ್ಯೋಧನ; ಶಕುನಿ ಗಾಂಧಾರಿಯ ಸಹೋದರನು. ಇವರಿಬ್ಬರು ಪುರುಷರು ಪಾಂಡವರ ವೈರಿಗಳು. ಆದ ಕಾರಣ ಈ ಶ್ಲೋಕದಲ್ಲಿ ಅವರ ವೈಮನಸ್ಯ ಸೂಚಿಸಿ ಅದೆ.

ಖಳರ ಹೃದಯದ ಕಾಳಕೂಟದ
ಪುೞುಕ ಬಲ್ಲರೆ ಮಾನ್ಯರವದಿರ
ಲಳಿತ-ಮಧುರ-ವಚೋ-ವಿಳಾಸಕೆ ಮರುಳುಗೊಂಡರಲೈ. ।
ಅೞುಪಿದರೆ ಮಧುಕರನ ಮಱಿ ಬೊ
ಬ್ಬುಳಿಯ ವನದೊಳಗೇನ್ ಅಹುದು? ನೃಪ-
ತಿಳಕರಿದ್ದರು ಬೇಱೆ ರಚಿಸಿದ ರಾಜ-ಭವನದಲೀ. || 233 ||

ಪ. ಬಲ್ಲರೆ ಮಾನ್ಯರ್? ಅವದಿರ (=ಅವಂದಿರ, ಅವರ). ಬೊಬ್ಬುಲಿ ಎಂತ ಇತ್ತು, ಬೊಬ್ಬುಳಿ (=ಬೊಂಬುಳಿ) ಎಂತ ಊಹಿಸಿ ತಿದ್ದಲ್ಪಟ್ಟಿದೆ.

ಬಂದು ಕಂಡುದು ನಿಖಿಳ-ಪುರಜನ
ವೊಂದು ಕಾಣಿಕೆಯಿತ್ತು ಕೌರವ-
ನಂದನರು; ಸಚಿವರು ಪಸಾಯ್ತ-ನಿಯೋಗಿ-ಮಂತ್ರಿಗಳೂ ।
ಸಂದಣಿಸಿದುದು; ಕವಿ-ಗಮಕಿ-ನಟ-
ವಂದಿ-ಮಾಗಧ-ಮಲ್ಲ-ಗಾಯಕ-
ವೃಂದ ನಾನಾತೆಱದಿನೋಲಗಿಸಿದರು ಧರ್ಮಜನಾ. ॥ 234 ॥

. ಅ. ಕೌರವರು ಬಂದು, ಒಂದು ಕಾಣಿಕೆಯಿತ್ತು, ನಿಖಿಳ-ಪುರಜನವ ಕಂಡುದು ಎಂಬಂತೆ ಕಾಣುತ್ತದೆ. ಟೀ. ಧರ್ಮಜ=ಯುಧಿಷ್ಠಿರ.

53. A BEAUTIFUL COUNTRY

ಚಲ್ವಾದ ಶೀಮೆ

ವಾರ್ಧಕಷಟ್ಪದಿ

ಅಲ್ಲಿಗಲ್ಲಿಗೆ ಬೆಳೆದ ಬೆಳೆಗಳಂ, ಮಱೆಗಳಂ
ದಲ್ಲಿಗಲ್ಲಿಗೆ ನೆಱೆದ ತಳಗಳಂ, ಕೊಳಗಳಂ
ದಲ್ಲಿಗಲ್ಲಿಗೆ ರನ್ನದಟ್ಟೆಗಳಂ, ಕೆಱೆಗಳಂ, ಪರಿವ ಕಾವಲೆಗಳಂದಂ, ।
ಅಲ್ಲಿಗಲ್ಲಿಗೆ ತೋರ್ಪ ಗಿರಿಗಳಂ, ಕರಿಗಳಂ
ದಲ್ಲಿಗಲ್ಲಿಗೆ ನೆರೆದ ಶುಕಗಳಂ, ಪಿಕಗಳಂ
ದಲ್ಲಿಗಲ್ಲಿಗೆ ಗವಾಸ್ಪದಗಳಂ, ನದಗಳಂದಾ ದೇಶಮೊಪ್ಪಿರ್ದುದೂ.
॥ 235 ॥

ಕಂಜ-ಕುಮುದಂಗಳಿಲ್ಲದ ಸರಂ, ಸರದಿಂದೆ
ರಂಜಿಸದ ಶುಕ-ಪಿಕಂ, ಶುಕ ಪಿಕಂಗಳಿಗೆ ಫಲ-
ಮಂಜರಿಯನೀಯದಿಹ ಮಾವು, ಮಾವುಗಳನಪ್ಪದ ಬಳ್ಳಿ, ಬಳ್ಳಿಗಳೊಳೂ ।

ಮಂಜುಳ-ಧ್ವನಿಗೊಡದ ಪರಮೆ, ಪರಮೆಗೆ ಸಂತ
ಸಂ ಜನಿಸದರಲರಲ ನವ-ಪರಿಮಳಂಗಳಿಂ
ದಂ ಜಡಿಯದೆಳೆಗಾಳಿಯೆಳೆಗಾಳಿಯಿಲ್ಲದಿಹ ಬನಮಿಲ್ಲಮಾ ನಾಡೊಳೂ.
|| 236 ||

ಪ. ಅರಲ್, ಅರಲು.

ಒಱೆಯದ ರಸಂಗಳಂ, ಚಂದ್ರಕಾಂತಂಗಳಿಂ
ಮೆಱೆಯದ ಭರಂಗಳಂ, ಕಿವಿಗಮೃತ-ಸಾರಮಂ
ಕಱೆಯದ ಸೊರಂಗಳಂ, ದುರ್ನೀತಿ-ದುರ್ಮಾರ್ಗ-ದುಷ್ಕೀರ್ತಿ-ಸಂತ
[ತಿಯನೂ |
ತೊಱೆಯದ ಜನಂಗಳಂ, ಸುರ-ಪುರೋದ್ಯಾನಮಂ
ಜಱೆಯದ ಬನಂಗಳಂ, ಜಾತಿ-ವೈರಂಗಳಂ
ಮಱೆಯದ ಮೃಗಂಗಳಂ ಕಾಣೆನಾ ದೇಶದೊಳಗೇನ್ ಎಂಬೆನಚ್ಚ
[ರಿಯನೂ? || 237 ||

ಟೀ. ಸುರ-ಪುರ-ಉದ್ಯಾನವೆಂಬುದು ಕವಿತ್ವದ ಮಾತು; ಕವಿಗಳು, ಸುರರೆಂಬ ಜೀವಿಗಳು ಅವೆ, ಅವರಿಗೆ ಪುರಗಳೂ ಉದ್ಯಾನಗಳೂ ಉಂಟು ಎಂತ, ಕವಿತ್ವಶೃಂಗಾರಕ್ಕೋಸ್ಕರವಾಗಿ ಹೇಳಿ, ಒಂದು ದೊಡ್ಡ ಪ್ರಮಾಣ ಮಾಡುವಲ್ಲಿ ಸುರಪುರೋದ್ಯಾನಮಂ ಜಱೆವಂಥ ಬನಂಗಳೆಂದು ಮುಂತಾದ ಉಪಮೆ ಹೇಳುವರು. ಇಂಥಾದು ವಾಸ್ತವವಲ್ಲದದಱಿಂದ ಉಚಿತವಲ್ಲ.

ಶಾಲಿಗೆಱಗಿದ ಗಿಳಗಳಂ ಸೋವ ಪಾಮರೀ-
ಜಾಲದೊಂದುಲಿಪುಮಂ ಕೋಕಿಲ-ನಿನಾದಮಂ
ದೇಳದಂ ಗೆಯ್ದು, ತೊಲಗದೆ ನಿಂದ ಕೀರಾಳಿ ಕಣ್ಗೊಳಿಸಿತೇನ್
[ಎಂಬೆನೂ? || 238 ||

ಸಲಹಿದೀ ಭೂಮಾತೆಗಂ ನಮಿಸಿ ಭಕ್ತಿಯಿಂ,

ನಲಿದು, ಬಾಗಿದವೊ? ಪೇೞ್! ಎಂಬಿನಂ ಕಿಕ್ಕಿಱಿದ
ಫಲ-ಭಾರದಿಂ ಕೊರಲ್ವಾಗಿ, ಕಣ್ಗೊಳಿಸಿರ್ದ ಶಾಲಿಗಳ್ ಕರಮೆಸೆ
[ದವೂ. || 239 ||

ಟೀ. ಉಲಿಪುಮಂ=ಉಲಿಪನ್ನು, ಸೂ. 122b. ಕೀರಾಳಿ=ಕೀರ-ಆಳಿ. ಎಂಬಿನಂ ಎಂಬದಕ್ಕೆ ಸೂ. 246.

ತುಂಡುತುಂಡಾಗಿ ಕತ್ತರಿಸಿ, ಗಾಣದೊಳರೆದು,
ಹಿಂಡಿ, ರಸಮಂ ತೆಗೆದು, ಕಾಸಿ, ಕಾಲ್ದುೞಿತದಂ
ಖಂಡ-ಶರ್ಕರೆಯಾಗೆಯೇಗೆಯ್ದೊಡಂ ಸುಗುಣಮಂ ಬಿಡದ ಸುಜನ
[ರಂತೇ, |
ದಿಂಡುರುಳ್ಚಿದೆವಾಳ್ದಗಿದಿರಾದರಂ ಸುಕೋ
ದಂಡ-ರೂಪಿಂ, ಸ್ವಾಮಿ-ಹಿತರೆನ್ನುತಮ್ಮೊಳು
ದ್ದಂಡತೆಯ ಬಿರಿದೆತ್ತಿ, ತೆನೆಸೋಗೆವಸುರ ಕಬ್ಬಿನ ಕೊರ್ಬು ಕಣ್ಗೆಸೆ
[ದುದೂ. || 240 ||

ಪ. ಕಾಲ್ದುೞಿತು, ಅದಂ, ಖಂಡ-ಶರ್ಕರೆಯಾಗೆ, ಏಗೆಯ್ದೊಡಂ. ದಿಂಡುರುಳ್ಚಿದೆವು ಆಳ್ದಗೆ (ಆಳ್ದಂಗೆ) ಇದಿರಾದರಂ ಸುಕೋದಂಡ-ರೂಪಿಂ, (ನಾವು ಹ್ಯಾಗಾದರೂ) ಸ್ವಾಮಿ-ಹಿತರೆನ್ನುತ, ಅಮ್ಮೊಳ್ (ಅಮ್ಮಿನೊಳ್) ಉದ್ದಂಡತೆಯ ಬಿರಿದು ಎತ್ತಿ. ಟೀ. ತೆನೆಸೋಗೆವಸುರ=ಪಸುರಾದ ತೆನೆಸೋಗೆಯ. ಕಬ್ಬಿನ ಕೊರ್ಬು=ಕೊರ್ಬಿದ ಕಬ್ಬು.

54. SPRING-TIME

ವಸಂತಕಾಲ

ಚಂಪಕಮಾಲೆ

ಎಳವೆೞಿ ದಾಡೆ ಕೆಂದಳಿರ ನಾಲಗೆ ಮಾಮರದಳ್ಳೆಗೊಂಬಿನೊಳ್
ಮಿಳಿರ್ವೆಳವಳ್ಳಿ ಬಾಲಮಲರ್ದೊಂಗಲೆ ಕೇಸರಮೆಂಬಿನಂ ಮನಂ|

ಗೊಳೆ, ಮಧುಮಾಸ-ಕೇಸರಿ ವಿಯೋಗಿಗಳೆಂಬ ಮೃಗಂಗಳಂ ಭ[ಯಂ

ಗೊಳಿಸಿದುದುದ್ಧ-ಕೀರ-ಮದ-ಕೋಕಿಲ-ಗರ್ಜಿತ-ತರ್ಜಿತಂಗಳಿಂ.

|| 241 ||

ಟೀ. ಕವಿ ಮಧುಮಾಸವನ್ನು ಒಂದು ಕೇಸರಿಗೆ ಹೋಲಿಸುತ್ತಾನೆ, ಇದು ವಿಯೋಗಿಗಳೆಂಬ ಮೃಗಗಳನ್ನು ಬೆದಱಿಸುತ್ತದೆ. ವಿಯೋಗಿಗಳೆಂಬವರು ತಮ್ಮ ಊರನ್ನು ಬಿಟ್ಟು ಹೆತ್ತವರೂ ಹೆಂಡಿಯರೂ ಮಕ್ಕಳೂ ಮುಂತಾದ ಆಪ್ತರು ಸಹ ಇಲ್ಲದೆ ಪರಸ್ಥಳದಲ್ಲಿರುವಂಥವರು; ಅಂಥವರು ಮಧುಮಾಸದ ಸೊಗಸನ್ನು ಕಂಡು, ಕೇಳಿ, ಅಯ್ಯಯ್ಯೋ, ನಾವು ಇಷ್ಟನ್ನೆಲ್ಲಾ ಒಂಟಿಗರಾಗಿ ಅನುಭವಿಸುವದು ಯಾತಱದು? ನಾವು ನಮ್ಮವರ ಸಂಗದಲಿದ್ದರೆ ಎಷ್ಟೋ ಸುಖವಾದೀತೆಂತ, ನಿರಾಶೆಯಾಗಿ, ದುಃಖಿಸಿ, ದುಃಖಕ್ಕೆ ಕಾರಣವೆಂತ, ಮಧುಮಾಸಕ್ಕೆ ಬಹಳ ಬೆದಱುವದನ್ನು ಬಿಡರು. ಹೀಗೆ ಕಾವ್ಯದಲ್ಲಿ ಸರಿ. 67ನೆಯ ಸೂತ್ರ ನೋಡು. ಮಾ-ಮರದ ಅಳ್ಳೆಯೆಂಬ.

೫೫. THE RAINY SEASON

ವರ್ಷಕಾಲ

ಭಾಮಿನಿಷಟ್ಪದಿ

ಒಡ್ಡುಮೆಱೆದುದು ಮೇಘ-ಘಟೆ; ಬಿಸಿ
ಲೊಡ್ಡು ಮುಱಿದುದು; ಚಂದ್ರ ಸೂರ್ಯರ
ನಡ್ಡವಿಸಿ, ಹಿಡಿಯಾಳ ಹಿಡಿದವು ಮುಗಿಲ ಚೂಣಿಗಳೂ; |
ಕಡ್ಡಿ ತಡೆವುದೆ ಕಡಲನುಡು-ಗಣ
ದೊಡ್ಡು ಕಾಣೆನು; ಮುಗಿಲ ಬಾಯಿಗೆ
ಲಡ್ಡುಗೆಗಳಾದವು ಸಮಸ್ತ-ಗ್ರಹ-ಸು-ತಾರೆಗಳೂ. || 242 ||

ಟೀ. ಕವಿ ಮೋಡಗಳು ಅರಿಬಲವೆಂತಲೂ ಮುಗಿಲು ಕೂಟ್ವಾಣಗಳೆಂತಲೂ ಹೇಳುತ್ತಾನೆ. ಕಡ್ಡಿ ತಡೆವುದೆ ಕಡಲಂ? ಹ್ಯಾಗೋ, ಹಾಗೆಯೇ ಆ ಬಲ್ಮುಗಿಲಂ ತಡೆಯು ಕೂಡದು. ಮುಗಿಲ ಚೂಣಿಗಳು ಹಿಡಿಯಾಳ ಹಿಡಿದವು ಅಂದರೆ ತಮ್ಮನ್ನು ಹಿಡಿಯಲಿಕ್ಕೆ ಬಂದ (ಕಿರಣಗಳೆಂಬ) ಆಳ (ಆಳುಗಳನ್ನು) ಹಿಡಿದವು.

ಆಳ ಕರೆ! ಕಟಕವನು ಸೂರ್ಯನ
ಮೇಲೆ ಬರ ಹೇಟ್! ಎಂಬ ಮೇಘ-ನೃ
ಪಾಳಕನ ಡಂಗುರವೊ? ಮೊಳಗುವ ಸಿಡಿಲಿನಬ್ಬರವೋ? |
ಆಲಿಕಲ್ಲುಗಳೊ? ಮುಗಿಲ ಮುಂಗುಡಿ
ಯಾಳ ಹೊಯ್ಲಲಿ ಬೀೞ್ವ ತಾರಾ-
ಮಾಳೆಗಳೊ? ಜೀಮೂತ-ಲತೆ ಲಂಬಿಸಿದುದಂಬರವಾ. || 243 ||

ಮಿಂಚಿದವು ದೆಸೆಗಳಲಿ; ಗಮನಕೆ
ಮುಂಚಿದವು ಹಂಸಗಳು; ನಭದಲಿ
ಹೊಂಚಿದುದು ಜೀವನಕೆ ಜೀವನ-ವಿರಹಿ-ನಿಕುರುಂಬಾ. || 244 ||

ಟೀ. (ಜೀಮೂತ-ಲತೆಗಳು) ಮಿಂಚಿದವು (ಎಂಟು) ದೆಸೆಗಳಲಿ. ಹಂಸ ನೀರಿಗೂ ಮೞೆಗೂ ಮೆಚ್ಚದು; ಚಾತಕಗಳ ನಿಕುರುಂಬ ಬೇಸಿಗೆಯಲ್ಲಿ ಜೀವನ-ವಿರಹಿಗಳಂತೆ ಇದ್ದು, ಈಗ ಮೞೆ ಬಂದೀತೆಂತ ಹೊಂಚುತ್ತದೆ; ಚಾತಕ ಮೞೆಯ ಹನಿಯಿಂದಲೇ ಜೀವಿಸುತ್ತದಂತೆ.

ಜನಪ, ಕೇಳ್, ಅಯ್! ಕಾರ್ಮುಗಿಲ ಮುಂ
ಬನಿಗಳೊಳು, ವಹಿಲದಲಿ, ಕೇರಳ-
ಜನಪದದ ತೌಳವದ ಕೊಂಕಣ ವಿಷಮ-ವೀಥಿಯಲೀ, |
ಜಿನುಗಿನಲಿ, ಬಹು ಮೞೆಗಳಲಿ ನನೆ
ನನೆದು, ಸಾಗರ-ತೀರದಲಿ ಬಂ
ದನು ಕಿರೀಟಿ, ವಿಚಾರಿಸುತಲಾ ದ್ವಾರಕೀಪುರವಾ. || 245 ||

ಟೀ. ಕಿರೀಟಿ=ಅರ್ಜುನ. ವಹಿಲದಲಿ .... ವೀಥಿಯಲಿ ಎಂಬದಕ್ಕೆ ಬಂದನು ಎಂಬುದು ಕ್ರಿಯಾಪದ.

56. TWO RIDDLES (SYRINGE OR FOUNTAIN, COCK)

ಎರಡು ಒಗಟೆ

ತ್ರಿಪದಿ

ಆಸನದಲುಂಬುವದು, ಸೂಸುವದು ಬಾಯಲ್ಲಿ,
ಬೇಸಱಿದ ಹೊತ್ತು ಕೊಲುತಿಹುದು. ಕವಿಗಳ
ಸಾಸಿಗಳೆ, ಹೇೞಿ! ಸರ್ವಜ್ಞ! || 246 ||

ಹಲವು ಮಕ್ಕಳ ತಂದೆ, ತಲೆಯಲ್ಲಿ ಕೊಟ್ಟವಗೆ;
ಸಲೆ ಗೞಿಗೆ ಜಾವವಱಿವನ ಹೆಂಡತಿಗೆ
ಮೊಲೆಯಿಲ್ಲ. ನೋಡು! ಸರ್ವಜ್ಞ! || 247 ||

ಪ. ಕೊಟ್ಟ (ಕೊಟ್ಟು) ಅವಗೆ (ಅವಂಗೆ).

57. THE PANDAVAS IN THE ROYAL COURT AT HASTINAPURA (see No. 52)

ಪಾಂಡವರು ಹಸ್ತಿನಾಪುರದ ರಾಜಸಭೆಯಲ್ಲಿದ್ದದು

ಭಾಮಿನಿಷಟ್ಪದಿ

ಆ ದಿವಸವನು ಮಧುರ-ಗೇಯ-ವಿ
ನಾದದಲಿ, ಕವಿ-ವಾದಿ-ವಾಗ್ಮಿ-ವಿ
ನೋದದಲಿ ನೂಕಿದರು, ಮಜ್ಜನ-ಭೋಜನಾದಿಯಲೀ; |
ಆದುದುತ್ಸವವಂದಿನಿರುಳು. ದಿ
ನಾದಿಯಲಿ ಕಂಡನು ಕನಸ, ಪಾ
ಸಾದ-ಶಿಖರವು ಮುಱಿದು ಬಿದ್ದುದನಡವಿ-ಮಧ್ಯದಲೀ. || 248 ||

ಪ. ಆದುದು ಉತ್ಸವಂ ಅಂದಿನ ಇರುಳು. ಬಿದ್ದುದಂ ಅಡವಿ. ಕನಸ ಕಂಡವನು ರಾಜನೆಂತಲೂ ಅರಸನೆಂತಲೂ ಹೆಸರಿರುವ ಯುಧಿಷ್ಠಿರನು.

ಅರಸನುಪ್ಪವಡಿಸಿದನವನೀ
ಶ್ವರ-ವಿಹಿತ-ಸತ್ಕ್ರಿಯೆಗಳನು ವಿ
ಸ್ತರಿಸಿದನು ದುಃಸ್ವಪ್ನ-ಕುಂತ-ವಿಭಿನ್ನ-ಚೇತನನೂ. || 249 ||

ಬಳಿಕ ಪಾಂಡವರು ಮುಂತಾದವರು ಧೃತರಾಷ್ಟ್ರನರಮನೆಯಲ್ಲಿ ನೆರೆದ ಮೇಲೆ "ಕೌರವೇಶ್ವರ (=ದುರ್ಯೋಧನ, v. 218) ಬಂದನರಮನೆಗೆ". ತರುವಾಯ

ಇತ್ತಣಿಮ್ಮಡಿ ಮಾಡಿಸಿದ ಸಭೆ
ಯೆತ್ತ ಬಿಜಯಂಗೆಯ್ದು ನೋಡಿದ
ಡುತ್ತಮವೆಲಾ! ಎಂದನಾ ದುರ್ಯೋಧನನು, ನಗುತಾ. || 250 ||

ಪ. ಇತ್ತಣ ಇಮ್ಮಡಿ. ನೋಡಿದಡೆ (-ದೊಡೆ) ಉತ್ತಮ. ಟೀ. ಪಾಂಡವರಿಗೆ ಬಹು ಚಂದವಾದ ಒಂದು ಸಭೆ ಇತ್ತು, ಅದರಂತೆ ಧೃತರಾಷ್ಟ್ರನು ದುರ್ಯೋಧನನ ಅಪೇಕ್ಷೆಯ ಮೇಲೆ ಹಸ್ತಿನಾಪುರದಲ್ಲಿ ಒಂದನ್ನು ಮಾಡಿಸಿದ್ದನು. ಈ ನಮ್ಮ ಸಭೆ ನಿಮ್ಮದಕ್ಕಿಂತ ಇಮ್ಮಡಿ ಚಂದವೆಂತ, ದುರ್ಯೋಧನನು ಪಾಂಡವರಿಗೆ ಹೇಳುತ್ತಾನೆ. ಇಮ್ಮಡಿ=ಇರ್ಮಡಿ, ಸೂ. 187.

ದೇಸಿಗಾರಿರ ಕೈಮೆಗಳು ಲೇ
ಸೈಸಲೇ, ಬೇರೇನು? ಮಾನುಷ-ದೈವ-ಕೃತಿ! ಎಂತೂ |
ಈಸು ಸಂಪ್ರಿಯ ನಮ್ಮಲುಂಟೇ?
ಲೇಸೆನುತ, ನೃಪನೆದ್ದು, ಕೆಯ್ಗೊಡ
ಲಾ ಸಭೆಗೆ ಧೃತರಾಷ್ಟ್ರ ಬಂದನು ರಾಜ-ಗಣ-ಸಹಿತಾ. || 251 ||

ಪ. ಲೇಸು! ಐಸಲೇ. ಟೀ. ನೃಪಂ=ಯುಧಿಷ್ಠಿರಂ.

ಬಿಗಿದ ನೀಲದ ಸರಿಯ ನೆಲಗ
ಟ್ಟುಗಳ, ವೈಡೂರಿಯದ ಮಣಿ-ಭಿ
ತ್ತಿಗಳ, ವಜ್ರದ ವೇದಿಗಳ, ವಿದ್ರುಮದ ಲೋವೆಗಳಾ, |
ಜಗೆಯ ಲಹರಿಯ ಜಾಳಿಗೆಯ ಪ

ಚ್ಚಿಗಳ ಪ್ರಾಗಾರದ ಸು-ರತ್ನಾ
ಳಿಗಳಲೆಸೆದುದು ರಾಜ-ಸಭೆ ತತ್-ಕ್ರೋಶ-ಮಾತ್ರದಲೀ. || 252 ||

ಕವಿವವರುಣಾಂಶುಗಳ ಲಹರಿಯ
ಲವಣಿ-ಲಾವಣಿಗೆಯಲಿ ನೀಲ-
ಚ್ಛವಿಯ ದೀಧಿತಿ; ಝಳಪಿಸಿತು ದೆಸೆದೆಸೆಯ ಭಿತ್ತಿಗಳಾ |
ತಿವಿದವೆಳೆಮುತ್ತುಗಳ ಚಂದ್ರಿಕೆ;
ಜವಳಿಸಿದವೊಂದೊಂದನೌಕಿದ
ಪವಿರಳಿತ-ಮಣಿ-ಕಿರಣ ವೇಣೀ-ಬಂಧ-ಬಂಧುರದೀ. || 253 ||

ಪ. ಕವಿವ ಅರುಣ-ಅಂಶುಗಳ. ಹೀಗೆ ಭೇದಿಸಿದರೆ ವ ಎಂಬ ಅಕ್ಕರ ಸಂಧಿಗೋಸ್ಕರ ಬಂದದು ಬಿಳ್ಳೀದಲ್ಲ; ಬಂದು ವೇಳೆ ಕವಿದವು ಅರುಣಾಂಶುಗಳ ಎಂತ ಪಠಿಸಿದರೆ ಉಚಿತ; ಇಂತಾದರೆ ಕವಿದವು ಎಂಬದಕ್ಕೆ ದೀಧಿತಿ ಎಂಬದು ಕರ್ತೃ; ಇಂತಲ್ಲವಾದರೆ ದೀಧಿತಿ ಎಂಬದಕ್ಕೆ ಇತ್ತು ಎಂಬ ಕ್ರಿಯನ್ನು ಕಲ್ಪಿಸಿಡ ಬೇಕು. ತಿವಿದ ಎಳೆ ಮುತ್ತುಗಳ ಎಂಬಲ್ಲಿ ವಕಾರದ ಸಂಧಿ ನಿಶ್ಚಯ. ಟೀ. ಅವಿರಳಿತ-ಮಣಿ-ಕಿರಣ ಎಂಬದಕ್ಕೆ ಜವಳಿಸಿದವು ಎಂದೂ ಔಕಿದವು ಎಂದೂ ಎರಡು ಕ್ರಿಯೆ ಉಂಟು.

ಅಲ್ಲಿ ವಿಮಳೋದ್ಯಾನ-ವೀಥಿಗ
ಳಲ್ಲಿ ತಾವರೆಗೊಳದ ರಚನೆಗ
ಳಲ್ಲಿ ಸಿಂಹ-ಮಯೂರ-ಮಧುಕರ-ಶುಕ-ಪಿಕಾನೀಕಾ; |
ಅಲ್ಲಿ ಕೇಳೀ-ಶೈಲ-ಹಿಮ-ಗೃಹ
ವಲ್ಲಿ ವಿವಿಧ-ವಿಳಾಸ-ರಚನೆಗ
ಳಲ್ಲಿ ಹೊಯ್ಕೆಯ್ಯೆನಿಸಿ ಮೆಱೆದುದು ಪಾಂಡವರ ಸಭೆಯೂ. || 254 ||

ಪ. ವಿಮಳ-ಉದ್ಯಾನ-ವೀಥಿಗಳ್; ಅಲ್ಲಿ . . . ರಚನೆಗಳ್; ಸಿಂಹ. ಪಿಕ-ಅನೀಕ. ಟೀ. ಹೊಯ್ಕೆ=ಎಣಿಕ; ಪಾಂಡವರ ಸಭೆ ಈ ಸಭೆಯಲ್ಲಿ ಎಣಿಕವಾಗಿ ರಚಿಸಿದಂತಾಯಿತು.

ಸ್ಥಳವನೇ ಜಳವೆಂದು, ನಿರ್ಮಳ-
ಜಳವನೇ ಸ್ಥಳವೆಂದು, ಬಾಗಿಲ
ನೆಱಿಲ ಭಿತ್ತಿಯ ಹಾಯ್ದು, ಬಾಗಿಲ ಭಿತ್ತಿಯೆಂದಱಿದೂ, |
ಕಳವಳಿಸುವನೆ ಧರ್ಮಸುತನಾ
ಕೊಳನನೇ ಕೊಳನೆಂದು, ಬಾಗಿಲ
ನೆಱಿಲ ಹೊಗಱಿತ ಬಂದು, ಹೊಕ್ಕನು ಬಹಳ ಚೌಕಿಗೆಯಾ. || 255 ||

ವಿಳಸದಾಯವ್ಯಯದ, ವಿಶ್ರುತ-
ವಳಯದುನ್ನತ-ವಾಸ್ತು-ಲಕ್ಷಣ
ದೊಳಗೆ ಸೇರಿದುದೆಂದು ನೃಪ ಕೊಂಡಾಡಿದನು ಸಭೆಯಾ. || 256 ||

ಪ. ಧರ್ಮಸುತಂ (=ಯುಧಿಷ್ಠಿರಂ)? ಆ. ಟೀ. ಯುಧಿಷ್ಠಿರನು ಚಿತ್ರವುಳ್ಳ ಚೌಕಿಗೆಯ ಹುಗುವಲ್ಲಿ ಅವನಿಗೆ ಕಳವಳವಾದಂತಾಯಿತು; ಇದು ಜಳ, ಇದು ಸ್ಥಳ, ಇದು ಗೋಡೆ, ಇದು ನೆಱಿಲು ಎಂದು ನಿಶ್ಚಯವಱಿಯದೆ ಇದ್ದನು. ವಿಲಸದಾಯವ್ಯಯದ ಎಂಬುದು ಸಂಶಯದ್ದು; ವಿಲಸದ್ ಆ ಅವ್ಯಯುದ (=ಸಂತೋಷಕರವಾದ ಆ ಅವ್ಯಯುದ) ಎಂತಲೂ ವಿಲಸದ್-ಆಯ-ವ್ಯಯದ ಎಂತಲೂ ಭೇದಿಸ ಬಹುದು. ವಿಲಸದಾಯವ್ಯಯದ (ಮತ್ತೆ) ವಿಶ್ರುತ-ವಳಯದ ಎಂಬೀ ಷಷ್ಟಿಗಳು ಲಕ್ಷಣ ಎಂಬದಕ್ಕೆ ಸಂಬಂಧಿಸುತ್ತವೆ.

ಗುರು, ನದೀಸುತ, ಕರ್ನ, ಸೈಂಧವ,
ಗುರು-ತನುಜ, ಭಗದತ್ತ, ಬಾಹ್ಲಿಕ
ನುರು-ಯವನ, ಸೌವೀರ, ಕೌಸಲ, ಚೈದ್ಯ, ಮಾಗಧರೂ |
ಅರಸುಗಳು, ನಾನಾ-ದಿಗಂತದ
ಧರಣಿಪರು, ಸಚಿವರು, ಪಸಾಯ್ತರು
ನೆರೆದುದಂದಿನ ದಿವಸದೋಲಗದೊಡ್ಡು ಚಲುವಾಯ್ತೂ. || 257 ||

ಪ. ದಿಗಂತ=ದಿಕ್-ಅಂತ. ನೆರೆದುದು. ಅಂದಿನ. ಟೀ. ಗುರು=ದ್ರೋಣ; ನದೀಸುತ=ಭೀಷ್ಮ; ಕರ್ನ=ಕರ್ಣ; ಸೈಂಧವ=ಸಿಂಧುವಿನ ರಾಜನಾದ ಜಯದ್ರಥ; ಗುರುತನುಜ=ದ್ರೋಣನ ಮಗನಾದ ಅಶ್ವತ್ಥಾಮನ್; ಭಗದತ್ತ=ಪಂಜಾಬಿನ ಯವನರ (ಗ್ರೀಕರ) ರಾ

ಜ; ಬಾಹ್ಲಿಕಂ=ಬಾಹ್ಲಿಕರ ರಾಜನಾದ ಸೋಮದತ್ತಂ; ಉರು-ಯವನ ಎಂಬವನು ಯವನರ ರಾಜರಾದ ವಿತುಲನೆಂತಾಗಲಿ ದತ್ತಮಿತ್ರನೆಂತಾಗಲಿ ಇರ ಬಹುದು; ಇತ್ಯಾದಿ ಅರಸುಗಳು. ಇವರೆಲ್ಲರಿದ್ದರೆಂತ ಕನ್ನಡ ಕವಿ ಹೇೞಿದರೂ ಸಂಸ್ಕೃತ ಭಾರತದಲ್ಲಿ ಇಷ್ಟರ ಮಾತು ಕಾಣದು (II, 57, 2011 seq.).

ಧರಣಿಪತಿ, ಕೇಳ್! ಒಂದು ಹರಿಯಂ
ತರ-ವಿಶಾಲ-ಮಹಾ-ಸಭಾ-ವಿ
ಸ್ತರಣವದೞಲಿ ತೆೞಹ ಕಾಣೆನು; ತೀವಿತವನಿಪರೂ; |
ಹೊೞಗೆ ರಾವ್ತರು ರಥದವರು ಜೋ
ದರು ಪದಾತಿಗಳಿದ್ದುದಂದಿನ
ಸಿರಿ ಸುರೇಂದ್ರನ ಪಾಡಿಗೆಯ್ಮಡಿ ಹತ್ತು ಮಡಿಯೆಂದಾ. || 258 ||

ಪ. ಪದಾತಿಗಳ್ ಇದ್ದುದು; ಅಂದಿನ. ಟೀ. ಕವಿ ಇಲ್ಲಿ, ಒಂದು ದೊಡ್ಡ ಪ್ರಮಾಣ ಹೇೞುತ್ತೇನೆಂತ, ಒಬ್ಬ ಸುರೇಂದ್ರನಿದ್ದಾನೆಂತ ಕಲ್ಪಿಸಿ ವದಿಸುತ್ತಾನೆ; ಇಂಥ ವಾಸ್ತವವಲ್ಲದ ಉಪಮೆ ಉಚಿತವಲ್ಲೆಂತ ಮುಂಚೆ ಹೇೞೋಣವಾಯಿತು, ಶ್ಲೋಕ 237. ಎಯ್ಮಡಿ=ಎಯ್ವಡಿ, ಸೂ. 189.

58. SPRING-TIME

ವಸಂತಕಾಲ

ವಾರ್ಧಕಷಟ್ಪದಿ

ಬಂದೆಡೆಯೊಳುಂ ತನಗೆ ನಿಲವಿಲ್ಲದತಿ-ವೇಗ
ದಿಂದೆ ನಿರುತಂ ಪ್ರಬಲಮಾಗಿ ಬೀಸುವ ಗಾಳಿ
ಚಂದನ-ದ್ರುಮಂಗಳಂ ತೊಡರ್ದಹಿಗಳಾಹಾರಮಂ ಕೊಂಡು ಕೊಂ[ಡು, ಮಿಕ್ಕು, |
ಮಂದತ್ವಮಂ ತಳೆದು, ಮಲಯಾಚಲದ ಸೀಮೆ
ಯಿಂದೆ ಸರಸಿಜದೊಳ್ ಭ್ರಮಿಸುವ ಮೞದುಂಬಿಗಳ
ವೃಂದಮಂ ಕೂಡಿ ಕೊಂಡೆಳೆವೆಲರ್ ಬಂದುದು, ವಿರಹಿಗಳೆದೆಯಾೞ[ವಂತೇ. || 259 ||

ಪ. ತೊಡರ್ದು, ಅಹಿಗಳ ಆಹಾರಮಂ (ಚಂದನವೆಂಬುದಂ). ಟೀ. ಗಾಳಿ ಎಂಬದು ಕರ್ತೃ; ನಿರುತಂ ಪ್ರಬಲಮಾಗಿ ಬೀಸುವ ಗಾಳಿ . . . ತೊಡರ್ದು, . . ಕೊಂಡುಕೊಂಡು, ಮಿಕ್ಕು (ತಕ್ಕ ಮಟ್ಟಿಗೆ ಮಿಕ್ಕು), . . ತಳೆದು, . . . ಕೂಡಿ ಕೊಂಡು, ಎಳೆವೆಲರ್ (ಆಗಿ) ಬಂದುದು. ಇಂಥ ಸೌಖ್ಯಕರವಾದ ಗಾಳಿಯನ್ನು ನಾವು ಒಂಟಿಗರಾಗಿಯೇ ತಿನ್ನ ಬೇಕು, ಅಯ್ಯಯ್ಯೋ! ಎಂತ, ವಿರಹಿಗಳು ದುಃಖ ಪಡುವವರಾದರು; 241ನೆಯ ಶ್ಲೋಕ ನೋಡು.

ಮಿಱುಗುವ ತಳಿರ್ದೋರಣಂಗಳಂ ಕಟ್ಟಿಸುತ,
ಮಱಿಗೋಗಿಲೆಗಳ ಬಾಯ್ಗಳ ಬಲಿದ ಬಂಧನದ
ಸೆಱೆಗಳಂ ಬಿಡಿಸುತ್ತ, ತುಂಬಿಗಳ ಬಳಗಕ್ಕೆ ಕಮಲಗಳ ಸೂಱೆವಿ
[ಡುತಾ, |
ಕಿಱುವೆಲರೊಳೆತ್ತಲುಂ ಸಾಱಿಸುತ, ವಿರಹಿಗಳ
ನೆಱಗಿಸುತ ಜೊನ್ನದ ರಸಂ ಪೇರ್ಚಿದ ವಸಂತ
ಪೊಱಮಟ್ಟು, ಮಾಗಿಯನ್ನುಡುಗಿಸಿ, ಸಮಸ್ತ-ವನ-ರಾಷ್ಟ್ರಮಂ ಕೆ
[ಯ್ಕೊಂಡನೂ. || 260 ||

ಟೀ. ವಸಂತ ಎಂಬ ರಾಜನು ಜಯವಂತನಾಗಿ ವನರಾಷ್ಟ್ರದೊಳಗೆ ಪ್ರವೇಶ ಮಾಡುತ್ತಾನೆ ಎಂತ, ವರ್ಣನೆ. ಹಿಂದೆ ಹೇಱಿದ ಆ ವಿರಹಿಗಳು ದುಃಖದೊಳಗೆ ಅವನ ಪಾದಕ್ಕೆ ಬಿದ್ದ ಹಾಗಾಯಿತು.

ಪೊಸ ಮಾವಶೋಕೆಯೊಳ್, ಮಱಿದುಂಬಿ ಕೋಗಿಲೆಯೊ
ಳೆಸೆವ ಸಂಪಗೆ ಪೊಚ್ಚ ಪೊಂದಾವರೆಯೊಳು, ಪವ
ಡಿಸಿದ ಮಲ್ಲಿಗೆಯಲರ್ ಬೆಳೆತ ಬೆಳದಿಂಗಳೊಳ್, ಗಿಳಿವಿಂಡು ಬನಸಿ
[ರಿಯೊಳೂ |
ಮಸೆದವೊಂದೊಂದಱೊಳ್ ಮಧುಮಾಸಕುದಯಾದ್ರಿ-
ದೆಸೆಯಂತೆ ಖತಿಯಂತೆ ಧನದಂತೆ ಜಸದಂತೆ
ಪಸುರ್ವೆಳಗಿನಂತೆ ಕೆಂಪಸಿತಂ ಪಳದಿ ಪಳುಕು ಪಚ್ಚೆಗಳ ಬಣ್ಣದಿಂ
[ದಾ. || 261 ||

ಪ. ಕೋಗಿಲೆಯೊಳ್, ಎಸೆವ. ಮಸೆದವು ಒಂದು ಒಂದಱೊಳ್ ಮಧುಮಾಸಕೆ; ಉದಯ-ಅದ್ರಿ. ಕೆಂಪು ಅಸಿತಂ. ಉದಯಾದ್ರಿ ಕೆಂಪು, ಖತಿ ಕಪ್ಪು, ಧನ ಹಳದಿ, ಜನ ಬಿಳಿದು, ಪಸುರ್ವೆಳಗು (ಮದಿವೆಯಲ್ಲಿ ಸುಡುವ ಚಂದ್ರಜ್ಯೋತಿ) ಹಸರು. ಇಷ್ಟೆಲ್ಲಾ ವಸಂತಲಕ್ಷಣದ ಬಣ್ಣ.

ತಳಿತೆಸೆವ ತರುಗಳ ನೆೞಲ್ಗಳಂ ಸಾರ್ದು, ಶೀ
ತಳದ ನಿರ್ಮಲ-ವಾರಿಯಂ ನೀಂಟಿ, ನವ್ಯ-ಪರಿ
[ಶ್ರಮವನೂ |
ಮಳದಿಂದ ಸೊಗಸು ತೀಡುವ ತೆಳುವೆಲರ್ಗೆ ಮೆಯ್ಯೊಡ್ಡಿ, ಮಾರ್ಗ-
ಕಳೆದರಧ್ವಗರ್. || 262 ||

ಆ ಚೈತ್ರಮಾಸಮೆಸೆದುದು ಧರ್ಮ-ಜನ-ಕೀರ್ತಿ
ಭೂಚಕ್ರಮಂ ಮುಸುಕಿದಂತೆ, ಬೆಳ್ದಿಂಗಳಿರೆ;
ಯಾಚಕಕರನೆತ್ತಲುಂ ಕೂಗಿ ಕರೆವಂತುಲಿಯೆ ಕೋಗಿಲೆಗಳಿಳೆಯ
[ಜನದಾ |
ಲೋಚನಕುದಯಿಪ ಪೊಸತಂತೆ, ಚೂತಾಂಕುರಂ
ಗೋಚರಿಸೆ; ಪಾತಕ-ಕ್ಷಯದಂತೆ, ಮಾಗಿಯ ವಿ
ಮೋಚನಂ ಕಾಣಿಸಲ್; ಪುಣ್ಯ-ವಾಸನೆಯಂತೆ, ದಕ್ಷಿಣದ ವಾಯು
[ಸುೞಿಯೇ. || 263 ||

ಪ. ಕರೆವಂತೆ, ಉಲಿಯಿ ಕೋಗಿಲೆಗಳ್; ಇಳೆಯು. ಟೀ. ಬೆಳ್ದಿಂಗಳಿರೆ, ಚೈತ್ರಮಾಸಂ ಧರ್ಮ-ಜನ-ಕೀರ್ತಿ ಭೂಚಕ್ರಮುಂ ಮುಸುಕಿದಂತೆ ಎಸೆದುದು; ಈ ಪ್ರಕಾರ ಒಂದೊಂದು ಉಪಮೆಗೆ ಆ ಚೈತ್ರಮಾಸಂ ಎಂತ ತಿರಿತಿರಿಗಿ ಹಾಕ ಬೇಕು. ಮಾಗಿ ಎಂಬ ಶಿಶಿರದ ಮೇಲೆ ವಸಂತ ಬರುತ್ತದೆ. ದಕ್ಷಿಣ ಎಂದರೆ ದಕ್ಷಿಣವೆಂಬ ದಿಕ್ಕೂ ದಾನವೂ ಎಂತ ಆಗುತ್ತದೆ; ಆ ದಕ್ಷಿಣವಾಯು ಚಂದನವಾಸನೆಯುಳ್ಳದು.

59. SUN-RISE

ಸೂರ್ಯೋದಯ

ವಾರ್ಧಕಷಟ್ಪದಿ

ಮೂಡ ದೆಸೆಯೊಳ್ ಕೆಂಪು ದೊರೆಯೆ, ತಾರಕೆ ಪರಿಯೆ,
ಕೂಡೆ ತಂಗಾಳಿ ಮುಂಬರಿಯೆ, ಕಮಲಂ ಬಿರಿಯೆ,
ಪಾಡುವೆಳೆದುಂಬಿಗಳ್ ಮೊಱೆಯೆ, ಚಕ್ರಂ ನೆರೆಯೆ, ನೆಯ್ದಿಲೆಯ [ಸೊಂಪು ಮುಱಿಯೇ, |
ಬೀಡುಗೊಂಡಿರ್ದ ಕತ್ತಲೆಯ ಪಾಳೆಯಮೆತ್ತ
ಲೋಡಿದುದೊ? ನೋಡಿದಪೆನೆಂದು, ಪೂರ್ವಾಚಲದ
ಕೋಡುಗಲ್ಲಂ ಪತ್ತುವ ವೊಲಿರ್ದನಾ ಪ್ರಭೆಯೊಳೌಚಿತ್ಯನಾದಿತ್ಯ [ನೂ. || 264 ||

ಪ. ಪ್ರಭೆಯೊಳ್ ಔಚಿತಂ. (ಆದ) ಆದಿತ್ಯನು. ಟೀ. ಉದಯುದಲ್ಲಿ ಚಕ್ರಪಕ್ಷಿಗಳು ಹೊಱೆ ಕೆಱೆಗಳಲ್ಲಿ ನೆರೆದು ಬಂದು ಆಗುವವು, ಅದು ಅದು ಆಗೆ, ಆ ಸೂರ್ಯನು, ಬೀಡುಗೊಂಡು ಇರ್ದ .... ವೊಲ್ ಇರ್ದಂ. ನೋಡಿದಪೆಂ, ಸೂ. 221.

60. WHO ARE CASTE PEOPLE?

ಜಾತರು ಯಾರು?

ತ್ರಿಪದಿ

ಜಾತಿ-ಹೀನರ ಮನೆಯ ಜೋತಿ ತಾಂ ಹೀನವೇ?
ಜಾತಿ ವಿಜಾತಿಯೆನ ಬೇಡ! ದೇವನೊಲಿ
ದಾತನೇ ಜಾತ! ಸರ್ವಜ್ಞ! || 265 ||

ಯಾತಱಿದು ಹೂವೇನು? ನಾತರದು ಸಾಲದೇ?
ಜಾತಿ ವಿಜಾತಿಯೆನ ಬೇಡ! ದೇವನೊಲಿ
ದಾತನೇ ಜಾತ! ಸರ್ವಜ್ಞ! || 266 ||

61. VAIN THINGS

ಬಱಿದಾದದು

ಮತ್ತೇಭವಿಕ್ರೀಡಿತಂ

ಸುರಚಾಪಾಯತಮಿಂದ್ರಜಾಲದ ಬಲಂ, ಮೇಘಂಗಳಾಕಾರ, ಬಾ
ಲರು ಕಟ್ಟಾಡುವ ಕಟ್ಟೆ, ಸೊಪ್ಪನದ ಧನಂ, ನೀರ್ಗುಳ್ಳೆ, ಗಾಳೀ ಸೊ
[ಡರ್, |
ಪರಿಯುತ್ತಿಪ್ಪ ಮರೀಚಿಕಾ-ಜಲ, ಜಲಾವರ್ತಾಕ್ಷರಂ ಇಂತುವುಂ
ಸಿರಿ ಪುಲ್ಲಗ್ರದ ತುಂತುಱಿಯ್! ನರನೆಲಾ, ಕೇಳ್ಕ್ಡೀಪುದೀ ಬುದ್ಧಿಯಾ!
|| 267 ||

ಪ. ಸುರಚಾಪ-ಆಯತಂ, ಇಂದ್ರಜಾಲದ. ಜಲ-ಆವರ್ತ-ಅಕ್ಷರಂ. ಇಂತುವುಂ ಸಿರಿ= ಇಂತಾದ ಅದೆಲ್ಲವೂ ಸಿರಿ (=ಅದೆಲ್ಲ ಸಿರಿಯೂ).

62. EVENING-TIME

ಸಾಯಂಕಾಲ

ವಾರ್ಧಕಷಟ್ಪದಿ

ಅರಸ, ಕೇಳ್! ಆದುದನಿತಱೊಳಸ್ತಮಯ-ಸಮಯ
ಮರವಿಂದಲರ್ಗಳೊಳ್ ಸೆಱೆಯಾದವಾಱಡಿಗ
ಳಿರದೆ, ಪರಿದವು ಬಿಸಿಲ ಬೀಡುಗಳ್; ಗೂಡುಗೊಂಡವು ಕೂಡೆ ಪ
[ಕ್ಷಿ-ಜಾತೀ; |
ಪಿರಿದೆನಿಪ ಕತ್ತಲೆಯ ರಾಶಿಯಂ ಪೊತ್ತು ಕೊಂ
ಡುರಿವ ಬೆಂಕಿಯ ಕಡೆಯಲುಱಿದ ಕೆಂಗೆಂಡಮೆನೆ,
ತರಣಿ-ಮಂಡಲಮೆಸೆದುದಪರ-ದಿಗ್-ಭಾಗದೊಳ್ ಕೊರಗಿದವು ಕೋ
[ಕಂಗಳೊ. || 268 ||

ಪ. ಆದುದು ಅನಿತಱೊಳ್ .. ಸಮಯಂ; ಅರವಿಂದ-ಅಲರ್ಗಳೊಳ್ ... ಆಱಡಿಗಳ್; ಇರದೆ. ಎಸೆದುದು; ಅಪರ. ಟೀ. ಕೋಕ=ಚಕ್ರಪಕ್ಷಿ; ಇದು ಸೂರ್ಯನ ಮಿತ್ರ.

ಸುಳಲಿತಾಂಬರಮಣಿ-ವಿಭೂಷಣವನುಟಿದು, ಮಂ
ಗಳ-ರಾಗಮಂ ತಾಳ್ದು, ತಾರಾಭರಣವನಾಂ
ತಳೊ ಸಂಜೆವೆಣ್ಣೆನಲ್ ಕೆಂಪಿಡಿದುಡು-ಗಣಂಗಳೆಸೆದವಾಗಸದೊಳಾ
[ಗಾ |
ನಳನಾಳಿ, ನಾಳನಳಿ-ಕುಳ-ಕೀರ ವಿಸರ-ಪರಿ
ಮಳ-ಸಾರ-ಮಧುವೆಂದು, ಬಾಗಿಲ್ಗಳಂ ಪೂಡಿ
ಕೊಳುತಿರ್ಪವೆಂಬಂತೆ ಮುಗಿಯುತಿರ್ದವು; ಕೂಡೆ ತೀವಿದವು ಕತ್ತ
[ಲೆಗಳೊ. || 269 ||

ಪ. ಸುಳಲಿತ-ಅಂಬರಮಣಿ-ವಿಭೂಷಣವಂ ಉಟಿದು . . . ತಾರಾ-ಆಭರಣವಂ . . ಸಂಜೆವೆಣ್? ಎನಲ್, ಕೆಂಪು ಇಡಿದು, ಉಡು. ನಳಿನ-ಆಳಿ, ನಾಳಿನ ಅಳಿ. ಟೀ. ಮಂಗಳವೆಂಬ ಸ್ವಹದ ರಾಗಮಂ. ಕವಿ ಸಂಜೆ ಒಬ್ಬ ಸ್ತ್ರೀ ಎಂತ ಭಾವಿಸಿ ಕೊಳ್ಳುತ್ತಾನೆ. ನಾಳಿನಳಿ ಎಂತ ಮೊದಲೂ ಮಧು ಎಂತ ಕಡೆಯೂ ಆದ ಮಾತನ್ನು ನಳಿನಾಳಿ ನುಡಿಯಿತು; ಎಂತೆಂದರೆ—ನಾಳಿನ (ನಾಳೆ ಬರುವ) ಅಳಿಕುಳಕ್ಕೆ ಕೀರವೆಂಬ ವಿಸರವಾದ ಪರಿಮಳದ ಸಾರವಾದಂಥ ಮಧು (ಇದು ಚನ್ನಾಗಿ ಕಾಪಾಡಲ್ಪಡಲಿ!) ಎಂತ.

63. YUDHISTHIRA IN THE ROYAL COURT IS PREVAILED UPON TO PLAY AT DICE (see No. 57)

ಯುಧಿಷ್ಠಿರನು ಜೂಜಾಡಲಿಕ್ಕೆ ಒಡಂಬಡಿಸೆ ಪಟ್ಟದು

ಭಾಮಿನಿಷಟ್ಪದಿ

ಒಂದು ಕಡೆಯಲಿ ಕವಡಿಕೆಯ ಜೂ
ಜೊಂದು ಕಡೆಯಲಿ ಗದ್ಯ-ಪದ್ಯವ
ದೊಂದು ಕಡೆಯಲಿ ವಾರವಧುಗಳ ಸಾರ-ಸಂಗೀತಾ; |
ಒಂದು ಕಡೆಯಲಿ ತರ್ಕ-ಗೋಷ್ಟಿಯ
ದೊಂದು ಕಡೆಯಲಿ ಕೌರವೇಂದ್ರನ
ಮುಂದೆ ಜಡಿದುದು ರಭಸ ಹಾಸಂಗಿಗಳ ಸಾರಿಗಳಾ. || 270 ||

ಪ. ಜೂಜು; ಒಂದು. ಪದ್ಯಂ ಅದು; ಒಂದು. ಟೀ. ಅಂಥ ರಾಜಸಭೆಯಲ್ಲಿ ವಾರವಧುಗಳು ಸಹ ಇದ್ದದು ನೀಚತನವೇ ಸರಿ. ಜಡಿದುದೆಂಬದಕ್ಕೆ ರಭಸ ಎಂಬದು ಕರ್ತೃ. ಕೌರವೇಂದ್ರ=ದುರ್ಯೋಧನ.

ಆಡಲಱಿಯನು, ಗಡ, ಯುಧಿಷ್ಠಿರ
ನಾಡುವರೆ ಬರ ಹೇೞು! ಮೇಣ್ ತಾ
ನೋಡುತಿರಲಾವಾಡುವೆವು; ಸಭೆಯಲಿ ವಿನೋದದಲೀ |
ಖೋಡಿಯಿಲ್ಲದ ಸರಸ-ನೆತ್ತ್ರವ
ನಾಡಲಱಿಯದ ನೃಪತಿ ಮೃಗವೆಂ
ದಾಡುತಿಹರಱಿವವರು ತಾವಲ್ಲೆಂದನಾ ಶಕುನೀ. || 271 ||

ಪ. ಯುಧಿಷ್ಠಿರಂ; ಆಡುವರೆ (ಆಡುವೊಡೆ). ನೋಡುತ ಇರಲ್, ಆಂ ಆಡುವೆವು. (ಜನರು) ಆಡುತ ಇಹರ್ (=ಹೇೞುತಿಹರ್); ಅಱಿವವರು.

ಅಹುದು, ಹೊಲ್ಲೆಹವಾವುದಾಡಲು
ಬಹುದು ಸು-ಜನರ ಕೂಡೆ; ನೀವೇ
ಕುಹಕ-ವಿದ್ಯಾ-ಸಾರ್ವಭೌಮರು ಶಕುನಿ ಕೌರವರೂ! |
ಸುಹೃದಯರಿಗತಿ-ಕುಟಿಲರಲಿ, ನಿ
ಸ್ಪೃಹರಿಗತಿ-ರಾಗಿಗಳೊಡನೆ ದು
ಸ್ಸಹ, ಕಣಾ, ಸಮ್ಮೇಳವೆಂದನು ಧರ್ಮಸುತ, ನಗುತಾ. || 272 ||

ಪ. ಹೊಲ್ಲೆಹ ಆವುದು. ಟೀ. (ನೀವು) ಸುಜನರ (=ಕಪಟವಿಲ್ಲದವರ) ಕೂಡೆ ಹೊಲ್ಲೆಹ ಆವುದೂ ಆಡಲು ಬಹುದು (ಎಂತ ಯುಧಿಷ್ಠಿರನೆಂಬ ಧರ್ಮಸುತಂ ದುರ್ಯೋಧನ ಶಕುನಿಗಳಿಗೆ ಎನುತಾನೆ). ಸಮ್ಮೇಳಂ ದುಸ್ಸಹ (ಆಗಿದೆ).

ನೀವು ಸುಹೃದಯರಿಂದು ದುರ್ಜನ
ರಾವು; ನೀಂ ನೀರಾಗಿಗಳು ರಾ
ಗಾವಲಂಬರು ನಾವೆಲೇ, ನೀವಱಿಯಿರೇ ನಿಜವಾ! |

ನೀವು ನಾವೆಂಬೀ ಪೃಥಗ್-ಭಾ
ವಾವಲಂಬನವೇಕೆ? ನಿಮ್ಮಲಿ
ನಾವು, ನಮ್ಮಲಿ ನೀವೆ! ಎಂದನು, ನಗುತ, ಕುರುರಾಯಾ. || 273 ||

ಪ. ನಾವು; ಎಲೇ. ಭಾವ-ಅವಲಂಬನಂ. ಟೀ. ಕುರು-ರಾಯ=ದುರ್ಯೋಧನ.

ಇರಲಿ ಬಾಂಧವರಿದಱೊಳೆರಡಿ
ಟ್ಟಿರದೆ ನಿಲಲದು ಲೇಸೆಲಾ, ವಿ
ಸ್ತರಿಸಲೇಕಯ್ ದ್ಯೂತ-ದುರ್ವ್ಯಸನ-ಪ್ರಪಂಚವಿದೂ? |
ತರುಣಿ, ವಿಟ-ಚಾರಣ-ಕುಶೀಲಕ-
ಭರತ-ಗಣಿಕಾಯೋಗ್ಯ-ವಿಷಯಕೆ
ಗರುವರೊಲಿವರೆ? ಎಂದನಾ ಕುರುಪತಿಗೆ ಯಮಸೂನೂ. || 274 ||

ಪ. ಇರಲಿ ಬಾಂಧವರ್! ಇದಱೊಳ್ .. ನಿಲಲ್, ಅದು ಲೇಸು! ಎಲಾ. ಗಣಿಕಾ-ಅಯೋಗ್ಯ. ಟೀ. ಕುರು-ಪತಿ=ದುರ್ಯೋಧನ; ಯಮ-ಸೂನು=ಯುಧಿಷ್ಠಿರ.

ದ್ಯೂತವಿದು ದುರ್ವ್ಯಸನವೆಂಬವ
ನೀತಿವಿದನೇ? ಶ್ರೋತ್ರಿಯರಿಗ
ಖ್ಯಾತಿಯದು, ಯತಿಗಳಿಗೆ, ಮೇಣ್ ರಣ-ಭೀತ-ಭೂಪರಿಗೇ; |
ದ್ಯೂತ-ಮೃಗಯಾ-ಸ್ತ್ರೀವ್ಯಸನ ನೃಪ-
ಜಾತಿಗೋಸುಗವಾದವಿದಱ ರ
ಸಾತಿಶಯವಱಿಯದವ ನರ-ಮೃಗವೆಂದನಾ ಶಕುನೀ. || 275 ||

ಪ. ಶ್ರೋತ್ರಿಯರಿಗೆ ಅಖ್ಯಾತಿ. ರಸ-ಅತಿಶಯವ.

ಅರಸ, ಕೇಳ್! ಕಾಳಗಕೆ ಜೂಜಿಗೆ
ಕರೆದಡೋಸರಿಸಿದಡೆ, ಬಱಿಕವ
ಗರುವನೇ? ಕ್ಷತ್ರಿಯರೊಳಗೆ ನೃಪ-ಧರ್ಮ ನೀನಱಿಯಾ? |

ಕರೆದೆವಾಂ ಜೂಜೆಂಗೆ; ಬೇಕೇ?
ಧರಣಿ-ಪತಿ, ಬಾ! ರಾಜ-ಧರ್ಮವ
ನೊರಸುವರೆ ನಿಲ್ಲೆಂದುಪೇಕ್ಷಿಸಿ, ನುಡಿದನಾ ಶಕುನೀ. || 276 ||

ಪ. ಕರೆದಡೆ (-ದೊಡೆ), ಓಸರಿಸಿದಡೆ (-ದೊಡೆ).

ಭೂರಮಣ, ಕೇಳ್! ಅಖಿಳ-ನೃಪ-ಸಂ
ಹಾರ-ಬೀಜದ ಕರ್ಮ-ಫಲ-ಸಂ
ಸ್ಕಾರವಳ್ಳಿಯನಿಱಿದು ನೂಕಿತು ಧರ್ಮನಂದನನಾ. |
ಧೀರನಲ್ಲಾ? ಧರ್ಮ-ಶಾಸ್ತ್ರ-ವಿ
ಚಾರ-ಸಾರ-ಜ್ಞಾನ-ನಿಷ್ಠೆಯೊ
ಳೋರೆಯುಂಟೇ? ದ್ಯೂತ-ಕೇಳಿಗೆ ಮಾಡಿದನು ಮನವಾ. || 277 ||

ಪ. ಸಂಸ್ಕಾರಂ (ಧರ್ಮನಂದನನ) ಅಳ್ಳಿಯಂ ಇಱಿದು. ಟೀ. ಕರ್ಮ-ಫಲ-ಸಂಸ್ಕಾರವೆಂದರೆ, ಪಾಪಗಳ ಫಲವನ್ನು ಮಾಗಿಸುವದು (ಇದು ದ್ಯೂತವೆಂಬದು). ಹಾಗಾದರೆ ತಾನು ಧೀರನಲ್ಲವಲ್ಲವೋ? ಅದಲ್ಲದೆ ರಾಜಧರ್ಮದ ಮೇಲೆ ಜೂಜಿಗೆ ಅಡ್ಡಿ ಇಲ್ಲ! ಎಂತ, ಯುಧಿಷ್ಠಿರನು ತನ್ನೊಳಗೆ ಆಲೋಚಿಸಿ ಕೊಂಡದು.

ಇಂದು-ವದನೆಗೆ ದಕ್ಷಿಣಾಕ್ಷಿ
ಸ್ಪಂದವಾಯಿತು; ಭೀಮ ಪಾರ್ಥರಿ
ಗಂದು ಕೆತ್ತಿತು ಹೃದಯ, ವಾಮ-ಭುಜಾಕ್ಷಿಗಳು ಸಹಿತಾ; |
ಕಂದಿದವು ಮೋಱೆಗಳು ಗಂಗಾ
ನಂದನ-ದ್ರೋಣಾದಿ-ಸುಜನರಿ
ಗಂಟವೇಱಿತು ಮುಸುಡು ಶಕುನಿ ಸುಯೋಧನಾದಿಗಳಾ. || 278 ||

ಪ. ದಕ್ಷಿಣ-ಅಕ್ಷಿ. ಪಾರ್ಥರಿಗೆ (=ಅರ್ಜುನರಿಗೆ) ಅಂದು. ಭುಜ-ಅಕ್ಷಿಗಳು. ಸುಜನರಿಗೆ; ಅಂದಂ. ಟೀ. ಗಂಗಾನಂದನ=ಭೀಷ್ಮ. ಸುಯೋಧನ=ದುರ್ಯೋಧನ. ಆ ಸುಜನರಿಗೆ ಮೋಱೆಗಳು ಕಂದಿದವು. ಸುಯೋಧನಾದಿಗಳ ಮುಸುಡು. ಆ ಇಂದುವದನೆ ಕುಂತಿಯೆಂಬವಳೆಂಬಂತೆ ತೋಱುತ್ತದೆ.

ಅರಸ, ಕೇಳ್! ಕುಂತೀ-ಕುಮಾರರ
ಸಿರಿಯ ದುಗುಡದ ಹೊತ್ತು ಮಿಗೆ ಗ
ಬ್ಬುರಿಸಿತಯ್ ಧರ್ಮಜನ ಗಾಢದ ಬುದ್ಧಿ-ಪರ್ವತವಾ. || 279 ||

ಟೀ. ಹೇಳಿದ ದುಗುಡದ ಹೊತ್ತು ಯುಧಿಷ್ಠಿರನ (ಧರ್ಮಜನ) ಬುದ್ಧಿ ಎಂಬ ಗಾಢದ ಪರ್ವತವ ಮಿಗೆ ಗಬ್ಬುರಿಸಿತು.

ವ್ಯಸನ-ತೃಷ್ಣೆಯು ಕೀಳುಚಿತ್ತದ
ಮಿಸುನಿಯೊಳು ಬೆರಸಿತು, ಸುಬುದ್ಧಿಯ
ರಸವು ಹಾಱಿತು, ಹುದಿದ ರಾಗದ್ವೇಷ ವಹ್ನಿಯಲೀ ।
ಮುಸುಡ ತಿರುಹಿತು, ತಿಳಿವು ಲಜ್ಜೆಯ
ದೆಸೆಗೆ ದುರ್ಘಟವಾಯ್ತು, ಪರಿಭವ
ದೊಸಗೆಯನು ಸೂಚಿಸಿತು ಲಕ್ಷ್ಮಿಗೆ ಧರ್ಮಜನ ಹೃದಯಾ. || 280 ||

ಟೀ. ಧರ್ಮಜನ ಹೃದಯವು ಲಕ್ಷ್ಮಿಗೆ ಪರಿಭವದ ಒಸಗೆಯನು ಸೂಚಿಸಿ ಕೊಟ್ಟಿತು ಅಂದರೆ (ಮೋಸವುಳ್ಳ ಜೂಜಿನ) ಲಕ್ಷ್ಮಿಗೆ ಒಂದು ಹಬ್ಬ ಬರುವ ಹಾಗಾಯಿತು, ಯಾತಱ ಹಬ್ಬ ಎಂದರೆ ಯುಧಿಷ್ಠಿರನ ಪರಿಭವದದು (ಅವನು ನೀತಿಯನ್ನು ಪರಿಭವಿಸಿದದಱಿಂದ ಹುಟ್ಟುವಂಥದು). ಪರಿಭವದ (ಅಂದರೆ ಜನರ ಸುಖದುಃಖಗಳನ್ನು ಲಕ್ಷಿಸದಂಥ) ಲಕ್ಷ್ಮಿಗೆ ಒಸಗೆಯನು ಸೂಚಿತೆಂತಲೂ ಹೇಳ ಬಹುದು.

64. GREAT PEOPLE AND THEIR MANNERS

ಹಿರಿಯರನ್ನು ಕುಱಿತದು

ತ್ರಿಪದಿ

ಅಟ್ಟಡಿಗೆಯ ರುಚಿಯನು ಹುಟ್ಟು ತಾ ಬಲ್ಲದೇ?
ಶ್ರೇಷ್ಠರೆಂದೆನಲು ಬೇಡಾ! ಅಱಿಹಿನಾ
ಬಟ್ಟೆ ಬೇಱಿಂದ. ಸರ್ವಜ್ಞ! || 281 ||

ಟೀ. ಶ್ರೇಷ್ಠರೆಂದು ಲಘುಮನಸಿನಿಂದ ಎನ ಬೇಡಾ! ಅಱಿಹಿರುವವರೇ ಶ್ರೇಷ್ಠರು.

ಬಲ್ಲೆನೆಂದೆಂಬುವರು ಎಲ್ಲವರು ಹಿರಿಯರೇ?
ಸೊಲ್ಲಿಸಿ ಭೇದವನಱಿದೊಡೆ ಕಿಱಿಯ ತಾ
ನೆಲ್ಲರಿಗೆ ಹಿರಿಯ. ಸರ್ವಜ್ಞ! || 282 ||

ಟೀ. ಮಾತುಗಳ ಭೇದವನಱಿದಿರ ಬೇಕು.

ಈಶತ್ವವಿಲ್ಲದೇ ನೀನೀಶನೆಂತಾದಿ?
ಈಶನೀಶನೆನ ಬೇಡ! ಲೋಕಕೆ ಮಾ
ನೇಶನೇ ಈಶ! ಸರ್ವಜ್ಞ! || 283 ||

ಟೀ. ಮಾನಸಂಪಾದನೆ ಇರ ಬೇಕು.

ಆನೆ ಬೀದಿಯಲಿ ಬರೆ, ಸೋನ ತಾ ಬೊಗಳುವದು;
ಸೋನನಂತಾನೆ ಬೊಗಳೆಯಾನೆಯ ಅಭಿ
ಮಾನವೇ ಹಾನಿ. ಸರ್ವಜ್ಞ! || 284 ||

ಆನೆ ನೀರಾಟದಲಿ ಮೀನ ಕಂಡಂಜುವದೆ?
ಹೀನ-ಮಾನವರ ಬಿಱುನುಡಿಗೆ ಸತ್ಯದ
ಜ್ಞಾನಿಯಂಜುವನೆ?. ಸರ್ವಜ್ಞ! || 285 ||

ಚಂದನವ ಕರಗಿಸಲು, ಬೆಂದು ಪರಿಮಳವಕ್ಕು;
ಸಂದಱಿವನಱಿದ ಸತ್ ಪುರುಷರೆನಿಪರು
ನೊಂದು ಸೈರಿಪರು. ಸರ್ವಜ್ಞ! || 286 ||

ಪ. ಸಂದ (ಅಂದರೆ ಲೋಕದೊಳಗೆ ಪ್ರಸಿದ್ಧವೆಂದು ಸಂದ) ಅಱಿವಂ.

65. GREAT THINGS ARE EFFECTED BY SMALL MEANS

ಸಣ್ಣದಱಿಂದೆ ದೊಡ್ಡದಾಗುವದು

ಮತ್ತೇಭವಿಕ್ರೀಡಿತಂ

ಅಱಿಯಂ ಸೀೞುವಡಾನೆ ಮೆಟ್ಟಲಹುದೇ? ಚಾನಂಗಳಿಂದಲ್ಲದೇ?
ಕಿಱಿದಾಗಿರ್ದಡದೇನ್? ಉಪಾಯಪರನೊರ್ವಂ ಕೋಟಿಗೀಡಕ್ಕು;
[ಹೆಂ |
ಮರನಿರ್ದೇನ್? ಅದಱಿಂದಲೆತ್ತಲಹುದೇ ಬಲ್ಭಾರಮಂ? ಸನ್ನೆ ಸಾ
ವಿರ ಕಾಲಾಳಿನ ಸತ್ವವಯ್! ನರನೆಲಾ, ಕೇಳ್ದೊಪುದೀ ಬುದ್ಧಿಯಾ! || 287 ||

ಟೀ. ಸೀೞುವಡೆ=ಸೀೞುವೊಡೆ, ಸೀೞುವರೆ, ಸೀೞಲಿಕ್ಕೆ.

66. SUN-RISE

ಸೂರ್ಯೋದಯ

ವಾರ್ಧಕಷಟ್ಪದಿ

ಗಾಲಿಯೊಂದೇ ರಥಕೆ; ಜೋಡಾಗಿ ಪೂಡುವರೆ
ಸಾಲದೇೞೇ ಹಯಂ; ನಡಿಸುವರೆ ಸಾರಥಿಗೆ
ಕಾಲಿಲ್ಲ; ಲೋಕ-ಯಾತ್ರೆಯನೊಲ್ಲೆನೆಂದೊಡಾಗದೆ ತನಗೆ ತಿರುಗ
ಲಿಕ್ಕೇ? |
ಕಾಲ-ಗತಿಯಂ ಮೀಱಿ ಬಾರದಿಂತೆಂಬುದಂ
ಮೂಲೋಕಕೆಚ್ಚಱಿಸುವಂತೆ ಪೂರ್ವಾಚಲದ
ಮೇಲೆ ಮೂಡಿದನೆಂದಿನ ವೊಲಬ್ಜ-ಬಾಂಧವಂ, ನಯನಾಂಧಮಂದಡ
[ಗಲೂ. || 288 ||

ಪ. ಯಾತ್ರೆಯಂ ಒಲ್ಲೆಂ ಎಂದೊಡೆ ಆಗದೆ. ಮೂಲೋಕಕೆ ಎಚ್ಚಱಿಸುವಂತೆ. ನಯನ-ಅಂಧಂ ಅಂದು ಅಡಗಲು. ಟೀ. ಪೂರ್ವಾಚಲದಲ್ಲಿ ಸೂರ್ಯನು ಮೆಲ್ಲಮೆಲ್ಲನೆ ಉದಯಿಸಿದ್ದನ್ನು ಕವಿ ಈ ರೀತಿಯಾಗಿ ವರ್ಣಿಸುತ್ತಾನೆ; ಸೂರ್ಯನನ್ನು ಒಬ್ಬ ಪುರುಷನೆಂಬಂತೆ ಮಾಡಿ, ಅವನ ರಥ ಏೞೇ ಹಯಗಳನ್ನು ಪೂಡುವರೆ ಸಾಲದು ಎಂತ ಮೊದಲಾದ್ದನ್ನು ಹೇೞುತ್ತಾನೆ. ಸೂರ್ಯನಿಗೆ ಏೞು ಕುದುರೆಗಳಿವೆ ಎಂಬ ಈ ಭಾವನೆ ಅವನ ಕಿರಣಗಳ ಮೇಲೆ ಹುಟ್ಟಿತು.

67. SUN-SET AND MOON-RISE

ಸೂರ್ಯಾಸ್ತಮಯವೂ ಚಂದ್ರೋದಯವೂ

ವಾರ್ಧಕಷಟ್ಪದಿ

ಬಟ್ಟೆವಿಡಿದವರಿರ್ವರುಂ; ಮಯೂರಧ್ವಜನ
ಪಟ್ಟಣಕೆ ನಡೆತಂದರನ್ನೆಗಂ ದೆಸೆದೆಸೆಯೊ
ಳಟ್ಟಣಿಸಿ ಲೋಕಮಂ ಕಣ್ಗೆಡಿಸುವಂಧಕಾರಂಗಳಂ ನಿಲಲೀಯದೇ,
ಅಟ್ಟಿ, ಹರಿಹರಿದುಱಿ ಬಟಲ್ದು, ಕಾಹುರದಿ ಕ
ಣ್ಗೆಟ್ಟು, ಕಳೆಗುಂದಿ, ಮೆಲ್ಲನೆ ನಭೋ-ಮಾರ್ಗಮಂ
ಬಿಟ್ಟು, ಪಶ್ಚಿಮ-ಗಿರಿಯ ತಪ್ಪಲಂ ಸಾರ್ದನೆನೆ, ರವಿ ಪಡುಗಡಲೊಳಿ
[ಸೆದನು. ‖ 289 ‖

ಮೆಲ್ಲಮೆಲ್ಲನೆ ತರಣಿ ಮುಱುಗಿದಂ; ಪಡುಗಡಲೊ
ಳಲ್ಲಿಗಲ್ಲಿಗೆ ಮೂಡಿದವು ಸಂಜೆ-ದಾರಕೆಗ
ಳೆಲ್ಲೆಲ್ಲಿಯುಂ ತಮಂ ತುಂಬಿದುದು; ತುಂಬಿಗಳೊಡನೆ ಮುಗಿದವಂಬು
[ಜಾಳೀ. ‖ 290 ‖

ಪ. ನಡೆತಂದರ್; ಅನ್ನೆಗಂ. ಅಂಬುಜ-ಆಳಿ. ಟೀ. ಅಂಧಕಾರಂಗಳನ್ನು ಓಡಿಸುತ್ತೋಡಿಸುತ್ತಿದ್ದ ಸೂರ್ಯ ತಾನು ಕಡೆಯಲ್ಲಿ ಆಯಾಸ ಪಟ್ಟನೆಂತ ಕವಿಯ ಮಾತು. ಮಯೂರಧ್ವಜ ರತ್ನಪುರದ ರಾಜನು (25, v. 7.)

ಸುತ್ತಸುತ್ತಲುಮಂಧಕಾರಮಾಗಿರುತಿರಲ್,
ಚಿತ್ತವಿಸು! ತಂಬೆಲರ್ ಬೀಸಿದೊಡೆ, ಪಜ್ಜಳಿಸಿ,
ಮತ್ತುರಿವ ಕಿಚ್ಚಿನೇಱಿಗೆಯಂತೆ ಮೂಡಿದಂ ಚಂದ್ರನಿಂದ್ರನ ದೆಸೆಯೊ
[ಳೂ. ‖ 291 ‖

ಮಱುಗಿದವು ಕೋಕ ಕೋಕನದಂಗಳಾಗ ಬಾ

ಯ್ದಿಱಿದವು ಚಕೋರ-ಕೋರಕ-ಕುಮುದ-ರಾಜಿಗಳ್;
ತುಱುಗಿದ ತಮಿಸ್ರಮಾಲೋಕ-ಲೋಕ-ಸ್ಥಿತಿಗೆ ತೊಲಗಿದವು ದೆಸೆದೆ
[ಸೆಯೊಳೂ; |
ಮೊಱಿದುದು ಸಮುದ್ರಮುದ್ದ್ರವದ ಪೆರ್ಚುಗೆಯಿಂದ
ಲೊಱೆತುದುಡುಕಾಂತ-ಕಾಂತ-ಪ್ರತಿತಿ . . . . . .
. . . . ಚಂದ್ರೋದಯದೊಳೂ. ||292||

ಚಂದ್ರನುದಯಂಗೆಯ್ಯೆ, ದೆಸೆದೆಸೆಗಳೆಲ್ಲಮುಂ
ಚಂದ್ರಿಕೆಗಳಿಂದ ಬೆಳಬೆಳಗಿ, ಬೆಳ್ಳಯೊಲಾಯ್ತು. || 293 ||

ಪ. ತಮಿಸ್ರಂ ಆಲೋಕ. ಸಮುದ್ರಂ . . . ಪೆರ್ಚುಗೆಯಿಂದಲೆ; ಒಱಿತುದು. ಟೀ. ತಮಿಸ್ರಂ ಆಲೋಕ-ಲೋಕ-ಸ್ಥಿತಿಗೆ ತೊಲಗಿದವು=ತಮಿಸ್ರಂ ಚಂದ್ರೋದಯದೊಳಗೆ ಆಲೋಕವಾದ (ಪ್ರಕಾಶವಾದ) ಲೋಕದ ಸ್ಥಿತಿಯನ್ನು ತೊಲಗಿ ಬಿಟ್ಟವು. ಉಡುಕಾಂತನ ಕಾಂತ=ಚಂದ್ರಕಾಂತವೆಂಬ ಕಲ್ಲು; ಈ ಕಲ್ಲು ಚಂದ್ರಕಿರಣ ತಾಗಿ ನೀರ ಬಿಡುತ್ತದೆಂಬ ಕಥೆ ಅದೆ.

68. AN ENCAMPMENT

ಒಂದು ಪಾಳೆಯ

ವಾರ್ಧಕಷಟ್ಪದಿ

ಮೇಲೆಮೇಲಯ್ತಂದು ಕೋಟೆಯಂ ಪತ್ತಿ ಪೊಱ
ಪಾಳೆಯವನೀಕ್ಷಿಸುತ್ತಿರ್ಪರ್ಗೆ ಕಾಣಿಸಿತು,
ಪೇಟಿಲೇನ್ ಅಚ್ಚರಿಯನಿಡಿಕಿಱಿದ ಬಣ್ಣಗೂಡಾರಗಳ ಸಾಲ್ಗಳಿಂದಾ.
|| 294 ||

ಪೊಱೆವ ಗೂಡಾರಗಳ ಬುದ್ಬುದದ, ಪೋಪ ಬ
ಪ್ಪ ಲಘು-ವಾಜಿಗಳ ತೆರೆಗಳ, ಕರಿಯ ಗಿರಿಯ, ಜನ-
ಜಳಚರದ, ಮಿನಗುವಾಯುಧದ ನೊರೆಗಳ, ವಾದ್ಯದಾರ್ಭಟೆಯ ಪೆ
[ರ್ಮೊರಹಿನಾ, |

ಚಳಿಪ ಕೇತನ-ತತಿಯ ಸುಟಿಿಯ, ಸಬಳದ ಸಾಲ
ತೊಳೆತೊಳೆಪ ಪವಳ-ವಳ್ಳಿಗಳಭಯ-ರಸ-ಸಮು
ನ್ಮಿಳಿತ-ವರ-ರಾಜ-ಸೇನಾ-ಸಮುದ್ರವನಾಗ ಪುರ-ಜನಂ ನಿಟ್ಟಿಸಿದುದೂ.
|| 295 ||

ಪ. ಪೇಟಿಲ್ ಏನ್ ಅಚ್ಚರಿಯಂ? ಇಡಿಕಿಟಿದ. ವಳ್ಳಿಗಳ (ಅಭಯ-ರಸವುಳ್ಳ ಅಂದರೆ ನೋಡುವವರಿಗೆ ಅಂಜಿಕೆ ಹುಟ್ಟಿಸದ). ಟೀ. (ಆ ರಾಜನ ಸೇನೆಯ ಪಾಳೆಯ) ಕಾಣಿಸಿತು. ಅದಜೊಳಗಿನ ಸೇನೆ ಒಂದು ಸಮುದ್ರದ ಉಪಮೆಯಿಂದೆ ವರ್ಣಿಸಲಾಯಿತು.

ಎರಡು ತರದೊಳಗೊಪ್ಪುವಂಗಡಿಯ ಮುಂಗಡಿಯ,
ಸುರಿದ ಧಾನ್ಯದ ರಾಸಿಯೊತ್ತುಗಳ ಜೊತ್ತುಗಳ,
ಕರಿ-ತುರಗ-ನಿಚಯದೆಡೆಯಾಟಗಳ ಘಾಟಗಳ, ಪೊಂದೇರ ಸಂದಣಿ
[ಗಳಾ, |
ಅರಮನೆಗೆ ಪೋಪ ನೃಪರಂದಳದ ಗೊಂದಳದ,
ತರುಣಿಯರ ಮಣಿ-ಭೂಷಣಾವಳಿಯ ಗಾವಳಿಯ,
ಪರಮ-ಭೀಷಣ-ಪಟು-ಭಟಾಳಿಗಳ ಕೇಳಿಗಳ ಪಾಳೆಯಂ ಕಣ್ಗೆಸೆ
[ದುದೂ. || 296 ||

ಟೀ. ಪಾಳೆಯಂ ಎಂಬುದು ಕರ್ತೃ.

69. THE BLESSINGS OF GOOD COMPANY

ಸತ್ಸಂಗದ ಸುಫಲ

ತ್ರಿಪದಿ

ಮಾನ-ಹೀನರ ಸಂಗವೇನು ಕೊಟ್ಟರು ಬೇಡ;
ಜ್ಞಾನವುಳ್ಳವರ ಸಂಗ ತಾ ಸಕ್ಕರೆ
ಜೇನು ಸವಿದಂತೆ. ಸರ್ವಜ್ಞ! || 297 ||

ಬಲ್ಲವರ ಒಡನಾಟ ಬೆಲ್ಲವನು ಮೆದ್ದಂತೆ;
ಅಲ್ಲಪಹುದೆಂಬ ಅಜ್ಞಾನೊಡನಾಟ
ಕಲ್ಲು ಹಾದಂತೆ. ಸರ್ವಜ್ಞ! || 298 ||

ಸಜ್ಜನರ ಸಂಗವದು ಹೆಜ್ಜೇನು ಸವಿದಂತೆ;
ದುರ್ಜನರ ಕೂಡವೊಡನಾಟ ಬಚ್ಚಲ
ರೊಜ್ಜಿನಂತಿಹುದು. ಸರ್ವಜ್ಞ! || 299 ||

ಸಜ್ಜನರು ಸಾಯಲೊಡೆ ನಿರ್ಜರರು ಮಱುಗುವರು;
ದೌರ್ಜನ್ಯಕಾರಿ ಸತ್ತರೇನ್? ದೇಹದ
ಕಜ್ಜಿ ಹರಿದಂತೆ. ಸರ್ವಜ್ಞ! || 300 ||

70. A FINE COUNTRY (BHADRAVATI)

ಸೌಂದರ್ಯಶ್ರೀಮೆ

ವಾರ್ಧಕಷಟ್ಪದಿ

ಭೂವಧೂರಮಣ, ಕೇಳ್, ಅಯ್! ಮುಂದೆ ನಡಿಸುವ ಕ
ಥಾ-ವಿಸ್ತರಮನಿನ್ನು ಪಯಣಗತಿಯಿಂದ ಭ
ದ್ರಾವತೀ-ದೇಶಮಂ ಪೊಕ್ಕರನಿಲಜ ವೃಷಧ್ವಜ ಘಟೋತ್ಕಟ-ತನು
[ಜರೂ. || 301 ||

ಟೀ. ಅನಿಲಜ (=ಭೀಮ) ವೃಷಧ್ವಜ (=ಕರ್ಣನ ಮಗ, 2, v. 67) ಘಟೋತ್ಕಟ (=ಭೀಮನ ಮಗನಾದ ಹೈಡಿಂಬಿ) ಎಂಬೀ ಮೂವರು ಆ ದೇಶಮಂ ಪೊಕ್ಕರು.

ಎಲ್ಲಿಯುಂ ಪರಿವ ಪೆರ್ದೊಱೆಯಿಂದ, ಕೆಱೆಯಿಂದ
ಲೆಲ್ಲಿಯುಂ ಕುಸುಮದಾಗರದಿಂದ, ಸರದಿಂದ
ಲೆಲ್ಲಿಯುಂ ರತ್ನ-ಮಯದಿಳೆಯಿಂದ, ಬೆಳೆಯಿಂದ, ಮಣಿ-ಕೃತಕ-ಶೈ
[ಲದಿಂದಾ, |

ಎಲ್ಲಿಯುಂ ಸುೞಿವ ಗೋ-ವ್ರಜದಿಂದ, ಗಜದಿಂದ
ಲೆಲ್ಲಿಯುಂ ಕತ್ತುರಿಯ ಮೃಗದಿಂದ, ಖಗದಿಂದ
ಲೆಲ್ಲಿಯುಂ ವಿರಚಿತ-ಭವನದಿಂದ, ಜನದಿಂದಲಾ ನಾಡ ಸಿರಿ ಮೆಱೆ
[ದುದೂ. || 302 ||

ಅಂಚೆವಿಂಡಾಡದ ಕೊಳಂ, ಕೊಳಗಳೊಳ್ ಸಲೆ ಪ
ಳಂಚಿ ಸುೞಿಯದ ಗಾಳಿ, ಗಾಳಿಗಳ ಬೞಿವಿಡಿದು
ಸಂಚರಿಸದೆಳೆದುಂಬಿ, ದುಂಬಿಗಳ ಬಿಡಯಕಿಂಪೆನಿಸದಚ್ಚಲರಲ
[ರ್ಗಳಾ |
ಗೊಂಚಲೆಱಗಿಸದ ಲತೆ, ಲತೆಗಳಡರದ ತೞ್ಕಿ
ನಿಂ ಚಿಗುರದಾ ಮಾವು, ಮಾವುಗಳ ಚೆಂದಳಿರ್
ಮಿಂಚದ ಬನಂ, ಬನಗಳಿಂ ಬಳಸದೂರ್ಗಳಿಲ್ಲದೆಡೆಯಿಲ್ಲಾವಿಳೆ
[ಯೊಳೂ. || 303 ||

ಪ. ಬಿಡಯಕೆ ಇಂಪು ಎನಿಸದ ಅಚ್ಚ ಅಲರ್, ಅಲರ್ಗಳ. ಊರ್ಗಳ್ ಇಲ್ಲದೆ. ಟೀ. ಈ ಇಲ್ಲದೆ ಎಂಬ ಕ್ರಿಯೆಗೆ ಕೊಳಂ ಎಂದು ಮೊದಲಾದ ಕರ್ತೃಗಳು ಸಂಬಂಧಿಸುತ್ತವೆ.

ಬೆಳೆಯದ ಪೊಲಂಗಳಂ, ಬೆಳ್ದಾವರೆಗಳಲ
ದರ್ಳಯದ ಕೊಳಂಗಳಂ, ಮಣಿ-ಶಿಲಾ-ರೋಚಿಯಿಂ
ಪೊೞಿಯದಚಲಂಗಳಂ, ತರುಣಾರುಣ-ಪ್ರಭಾ-ಲಕ್ಷ್ಮಿಯಿಂ ನಗುವಂ
[ತಿರೇ |
ತಳೆಯದ ಬನಂಗಳಂ, ಕಿವಿಯೊಳಿಡಿದಾಸಱಿಂ
ಕಳೆಯದ ಸೊನಂಗಳಂ, ಮನಕನವರತ-ಸುಖಂ
ಮೊಳೆಯದ ಜನಂಗಳಂ ಮುಳಿದಱಿಸಲಾಂ ಕಾಣೆನಾ ಮಹೀ-ಮಂಡ
[ಲದೊಳೂ. || 304 ||

ಪ. ಬೆಳ್ದಾವರೆಗಳ ಅಲರ್. ತರುಣ-ಅರುಣ-ಪ್ರಭಾ. ಮನಕೆ ಅನವರತ. ಮುೞಿದು, ಅಱಿಸಲ್. ಟೀ. ಬೆಳೆಯದ ಪೊಲಂಗಳಂ ಎಂದು ಮೊದಲಾದದನ್ನು (ಹ್ಯಾಗಾದರೂ ಕಾಣ ಬೇಕೆಂದು) ಮುೞಿದು, ಅಱಿಸಲ್.

ಉರ್ವರೆಯ ಶಾಲಿಗಳ ಪಾಲ್ದೆನೆಗೆ ನಭದಿಂ ಮು
ಗುರ್ವ ಗಿಳಿವಿಂಡುಗಳನುಲಿಯಿಂದ ಪಾಮರಿಯ
ರೆರ್ವಿಸಿದೊಡಿರದೆ ಬಾಂದಳಕೆ ಮಗುಳೇಱ್ವವೋಲ್, ಕಲಮಂಗ [ಳಕ್ಕೆಲದೊಳೂ |
ಕೊರ್ವಿ ನಳನಳಿಸಿ ನಿಲ್ದಱಿತೆ ಬೆಳೆದ ರಸದಾಳಿ
ಗರ್ವುಗಳ ಸೋಗೆಗಳ ಪಸುರುವೊಗರಾಗಸಕೆ
ಪರ್ವುತಿಪ್ಪಾ ನಾಡೊಳೆಲ್ಲಿಯುಂ ದಾರಿಗರ ಕಣ್ಗೆ ಕೌತುಕಮಾದುದೂ.
|| 305 ||

ಟೀ. ಕೊರ್ವಿ ಮೊದಲಾದ ಕ್ರಿಯೆಗಳಿಗೆ ಪಸುರುವೊಗರ್ (ಪಸುರು-ಪೊಗರ್) ಎಂಬುದು ಕರ್ತೃ; ಇಂಥ ಪೊಗರ್ ಪರ್ವುತಿಪ್ಪ ಆ ನಾಡೊಳ್. ವೋಲ್ ಎಂಬದಱ ವರೆಗೆ ಇರುವ ಉಪಮೆ ರಸದಾಳಿ-ಕರ್ವುಗಳ ಸೋಗೆಗಳ ಪಸರುವೊಗರಾಗಸಕೆ ಏಱುತಿದ್ದದಕ್ಕೆ ಹೋಗುತ್ತದೆ. ಗಿಳಿಯ ಬಣ್ಣ ಪಸುರು.

ತಂಬೆಲರ ಸೊಗಸಿಂಗೆ ತಲೆದೂಗುವಂತೆ, ತಳ
ದಂಬುಜದ ಪರಿಮಳಕೆ ಶಿರವನೊಲೆವಂತೆ, ಮಱಿ
ದುಂಬಿಗಳ ಗಾನಕ್ಕೆ ಕೊರಲನೊಲೆದಾಡುವಂತೊಯ್ಯೊಯ್ಯನೊಲೆದಾ [ಡುವಾ, |
ಪೊಂಬಣ್ಣಮೆಸೆವ ಕಳಮ-ಸ್ತ್ರೀಯ ಪರಿಚರ್ಯ
ಮಂ ಬಿಡದೆ ಮಾಳ್ಪ ಕೆಳದಿಯರೆನಲ್, ಕೀರ-ನಿಕು
ರುಂಬಮಂ ಸೋವಲೆಂದಲ್ಲಿರ್ದ ಪಾಮರಿಯರಧ್ವಗರ ನಡೆಗೆಡಿಪರೂ.
|| 306 ||

ಪ. ಕೊರಲಂ ಒಲೆದಾಡುವಂತೆ ಒಯ್ಯೊಯ್ಯನೆ. ಪಾಮರಿಯರ್ ಅಧ್ವಗರ. ಕಳಮವೆಂಬ ಸ್ತ್ರೀ ಪೊಂಬಣ್ಣಮೆಸೆಯುವಂಥದೂ ಹಿಂದೆ ಹೇೞಿದಂತೆ ಒಯ್ಯೊಯ್ಯನೆ ಒಲೆದಾಡುವಂಥದೂ ಆಗಿತ್ತು; ಅಂಥ ಸ್ತ್ರೀಯ ಪರಿಚರ್ಯಮಂ ಇತ್ಯಾದಿ. ಪಾಮರಿಯರ್ ಮುಖ್ಯಕರ್ತೃ. ಸೋವಲ್ = ಸೋವ ಬೇಕು.

ಶಾಳಿಗಳ ಕೆಯಿಗಂಪ, ಪೊಲಗಾವ ಪಾಮರಿಯ
ರೋೞಿಗಳ ಮುಡಿಗಂಪ, ಸತತ-ಕುಸುಮಿತ-ತರು-ಲ
ತಾಳಿಗಳ ಪೂಗಂಪ, ತಿಳಿಗೊಳದೊಳಲರಿರ್ದ ಪೊೞ್ಕೆ ಪೊಂದಾವರೆ
[ಗಳಾ ।
ಧೂಳಿಗಳ ತನಿಗಂಪನುಂಡು ಮತ್ತೆದ್ದ ಭೃಂ
ಗಾಳಿಗಳ ಬಳಗಂ ಪರಿಯಲೊಡನೆ ಸುೞಿವ ತಂ
ಗಾಳಿಗಳ ಕಡುಗಂಪ ಸೇವಿಸುತ, ಪಥಿಕರಾಸರ್ಗಳೆವರಾ ನಾಡೊಳೂ.
|| 307 ||

ಪ. ತಿಳಿ-ಕೊಳದೊಳ್ ಅಲರ್ ಇರ್ದ. ತನಿಗಂಪಂ ಉಂಡು. ಪಥಿಕರ್ ಆಸಱ್ ಕಳೆವರ್. ಟೀ. ಹೇೞಿದ ಗಂಪಂ ಉಂಡು ಮತ್ತು (=ಮದ) ಎದ್ದ ಭೃಂಗ-ಆಳಿಗಳ ಬಳಗಂ ಪರಿಯುವಲ್ಲಿ.

71. THE PLAY AT DICE BEGINS (see. No. 63)

ಜೂಜು ಆರಂಭಿಸಿದದು

ಭಾಮಿನಿಷಟ್ಪದಿ

ಹಲವು ಮಾತಿನಲೇನು? ಭೂಪ-ತಿ
ತಿಲಕ ಸಿಲುಕಿದನವದಿರೊಡ್ಡಿದ
ಬಲೆಗೆ; ಬಂದನು ನೆತ್ತಸಾರಿಯ ಗುೞಿಯ ಗದ್ದುಗೆಗೇ; ।
ಕೆಲದಲನುಜರು, ವಾಮದಲಿ ಮಣಿ-
ವಲಯ-ಮಂಚದಲಂಧನೃಪನಿದಿ
ರಲಿ ಸುಯೋಧನ ಕರ್ನ ಶಕುನಿ ಜಯದ್ರಥಾದಿಗಳೂ. || 308 ||

ಟೀ. ಅವದಿರ=ಅವ್ಂದಿರ, ಅವರ. ಅಂಧನೃಪಂ.

ಹಲಗೆಯಿಕ್ಕಿತು, ಹೊನ್ನ ಸಾರಿಗ
ಳಱುಹಿದವು, ಹೇೞ್ ಒಡ್ಡವನು! ಕಳ
ಕಳವ ನಿಲ ಹೇೞ್! ಎನುತ, ಮಿಗೆ ಗರ್ಜಿಸಿದನಾ ಶಕುನೀ; |
ನೆಲಕೆ ಹಾಯ್ಕಿದನಡಿಗಡಿಗೆ ಮಂ
ಡಳಿಸಿ ಸಾರಿಯ, ಹೂಡಿ ಕುರುಪತಿ,
ಗೆಲಿದ, ಹೋಗೆಂದೊದಱುತಿದ್ದನು, ತೊಡೆಯನಪ್ಪಳಿಸೀ. || 309 ||

ಟೀ. ಕುರುಪತಿ=ದುರ್ಯೋಧನನೆಂತ ಕಾಣುತ್ತದೆ; ಹಾಗಾದರೆ ಅವನು ಯುಧಿಷ್ಠಿರನ ಮನನೆಳಸುವದಕ್ಕೆ ಕಪಟದಿಂದ ಶಕುನಿಗೆ-(ಯುಧಿಷ್ಠಿರನು) ಗೆದ್ದ ಹಾಗಾಯಿತು, (ನೀನು) ಹೋಗು! ಎಂದು ಒದಱಿದನು. ಹಲಗೆ ಇಕ್ಕಿತು=ಹಲಗೆ ಇಕ್ಕಲ್ಪಟ್ಟಿತು; ಅದು ಜನರ ರೂಢಿಯ ಕ್ರಿಯಾರೂಪ. (ಸಾರಿಗಳನ್ನು) ನೆಲಕೆ ಹಾಯ್ಕಿದನೆಂಬದಕ್ಕೆ ಶಕುನಿ ಕರ್ತೃವೆಂಬಂತೆ ಕಾಣುತ್ತದೆ.

ಆಟವಾರಂಭಿಸದು, ಬಱಿಬೊ
ಬ್ಬಾಟವೇತಕೆ? ವಿಜಯ-ಸಿರಿ ವಾ
ಚಾಟರಿಗೆ ಮೆಚ್ಚುವಳೆ? ತೋಱಾ ದ್ಯೂತ-ಕೌಶಲವಾ! |
ತೋಟ ಬೇಕೇ? ಕೆಯ್ಯ ಹೊಯ್! ಬೂ
ತಾಟವೇತಕೆ? ಧರ್ಮನಂದನ
ನಾಟವೊಳ್ಳಿತು! ಬಲ್ಲೆನೆಂದನು ಶಕುನಿ, ನಸು ನಗುತಾ. || 310 ||

ಎನ್ನ ಲೆಕ್ಕಕೆ ಶಕುನಿ, ಭೂಪತಿ,
ನಿನ್ನೊಡನೆ ಕೆಯ್ ಹೊಯ್ದನೊಡ್ಡವ
ನೆನ್ನೊಡನೆ ಹೇೞ್! ಎಂದು, ನುಡಿದನು ಕೌರವರ ರಾಯಾ; |
ನಿನ್ನೊಳಾಗಲಿ! ನಿನ್ನ ಮಾವನೆ
ಮುನ್ನ ಬರಲಿದಕೇನ್? ಎನುತ, ಸಂ
ಪನ್ನ-ಶತರೊಡನಳವಿಗೊಟ್ಟವನೀಶನಿಂತೆಂದಾ— || 311 ||

ಪ. ಕಠರೊಡನೆ ಅಳವಿಗೊಟ್ಟು, ಅವನೀಶಂ (=ಯುಧಿಷ್ಠಿರಂ). ಟೀ. ಭೂಪತಿ= ಯುಧಿಷ್ಠಿರನೆ! ಶಕುನಿ ಗಾಂಧಾರಿಯು ಸಹೋದರನಾಗಿ, ದುರ್ಯೋಧನನ ಮಾವನಾಗಿದ್ದನು.

ಹೇಮ-ಭಾರದ ವಿಮಲ-ರತುನ-
ಸ್ತೋಮವಿದೆ ಪಣವೆನಲು, ಕೌರವ-
ಭೂಮಿಪತಿಯೊಡ್ಡಿದನು ಧರ್ಮಜ ಹೆಸರಿಸಿದ ಧನವಾ. |
ಆ ಮಹಿಪ ಶಕುನಿಗಳು ಸಾರಿ-
ಗ್ರಾಮವನು ಕೆದಱಿದರು; ತಿವಿದುದು
ತಾಮಸಗಳುಬ್ಬೆದ್ದುದಿಬ್ಬರ ಕರಣ-ವೃತ್ತಿಗಳೂ. || 312 ||

ಪ. ತಿವಿದುದು ತಾಮಸಗಳ್; ಉಬ್ಬೆದ್ದುದು. (ಇಲ್ಲಿಲ್ಲದ ಮೂಲಪ್ರತಿಯು ೬೭ನೆಯ ಶ್ಲೋಕದಲ್ಲಿ ಸಾರಿಯು ಕೆದಱು ಎಂತ ಉಂಟು).

ದುಗನ ಹಾಯಿಕು! ತನಗೆ ಹಾಯ್ಕಿತು
ತಿಗನದೆಂಬಬ್ಬರದ, ಹಾಸಂ
ಗಿಗಳ ಬೊಬ್ಬೆಯ, ಸಾರಿಗಳ ಮಣಿ-ಖಟಿಲ-ನಿಃಸ್ವನವಾ |
ಉಗಿವ ಸೆಱಿಗಳ, ಬಳಿದು ಹಾಱಿದ
ಬಿಗುಹುಗಳ, ಬೀದಿಗಳ ತಳಸಾ
ರಿಗಳ ಧಾಳಾಧೂಳಿ ಮಸಗಿತು. ಭೂಪ, ಕೇಳ್! ಎಂದಾ. || 313 ||

ಟೀ. ದ್ಯೂತವು ಈ ಪ್ರಕಾರವಾಗಿ ಆರಂಭಿಸಿದ ಮೇಲೆ ದ್ಯೂತಪ್ರಿಯನಾದ ಯುಧಿಷ್ಠಿರನು ಸೋತುಸೋತು ಹೋದನು. ಧಾಳಾಧೂಳಿ ಕರ್ತೃವಾಗಿದೆ.

72. THE HOT SEASON

ಗ್ರೀಷ್ಮಕಾಲ

ವಾರ್ಧಕಷಟ್ಪದಿ

ಅಲ್ಲಿಂದ ಮುಂದೆ ನಡೆದುದು ಗ್ರೀಷ್ಮ-ಕಾಲದೊಳ್
ಸಲ್ಲಲಿತ-ವಾಜಿ ಪಾರಿಪ್ಲವಕೆ. ಭೂತಳದೊ
ಳೆಲ್ಲಿಯುಂ ಕೆಱೆ ತೊಱೆಗಳೊಱತೆ ಬಱೆತುದು, ನೀರ್ ನೆಱಿಲ್ಗಳನ
[ಱಿಸೆ ಪಾಂಥರೂ; |
ಘಲ್ಲಿಸುವ ಬೇಸಿಗೆಯ ಬಿಸಿಲಿಂದ ಮೂಜಗಂ
ತಲ್ಲಣಿಸಿತಿಳೆಯ ಕಾಹಿಱಿದು, ಪಾತಾಳದಹಿ-
ವಲ್ಲಭನ ಪೆಡೆವಣಿಯ ರುಚಿಗಳಾತಪದಂತೆ ಕಾಣಿಸದೆ ಮೂಣವೆನ
[ಲೂ. || 314 ||

ಪ. ನೆಱಿಲ್ಗಳಂ ಅಱಿಸೆ. ತಲ್ಲಣಿಸಿತು; ಇಳೆಯ. ರುಚಿಗಳ ಆತಪ. ಟೀ. ಆ ವಾಜಿ ಧರ್ಮರಾಯನ ರಾಜಸೂಯಯಾಗಕ್ಕೋಸ್ಕರ ತಿರುಗುವಂಥದು.

ಒಂದು ಕಡೆಯೊಳ್ ಸೋವಲೊಂದು ಕಡೆಯೊಳ್ ತಮಕೆ
ನಿಂದು ಮಱೆಯಾಗಿರ್ಪುದಿನ್ನಿದಂ ಕರಗಿಸುವೆ
ನೆಂದು, ಕನಕಾಚಲವನುರುಪುವನೊ ತರಣಿ ಕಿರಣದೊಳೆನೆ, ಬಿಸಿಲ್ಗ
[ಱೆಯಲೂ; |
ಬೆಂದು ಬೆಂಡಾಗಿ ಕುಲ-ಶೈಲಂಗಳಾಸಱಿಂ
ಕಂದರದ ಮೊಗದಿಂದ ಬಿಡುವ ಬಿಸುಸುಯ್ಯೆಲರ್
ಬಂದಪುದೆನಲ್ಕೆ, ಜಳದಿಂ ಬಿಡದೆ ಬೀಸುತಿರ್ದುದು ಗಾಳಿ ಬೇಸಿಗೆ
[ಯೊಳೂ. || 315 ||

ಪ. (ನಾನು) ಸೋವಲ್ (ಮತ್ತೆ) ಒಂದು ಕಡೆಯೊಳ್ . . . ಮಱೆಯಾಗಿ ಇರ್ಪುದು (ಈ ಮೇರುಪರ್ವತವೆಂಬದು); ಇನ್ನು ಇದಂ . . . ಕನಕಾಚಲವಂ ತರಣಿ (ತನ್ನ ಸಿಟ್ಟಿನಿಂದ) ಉರುಪುವನೊ? ಕುಲ-ಶೈಲಂಗಳ್ ಬೆಂದು ಬೆಂಡಾಗಿ ಆಸಱಿಂ . . . ಬಿಡುವ.

ಅವನಿಯೊಳ್ ಸಕಲ-ಭೂಭೃತ್-ಕುಲದ ಸೀಮೆಗಳ
ನವಗಡಿಸಿ ಪೊಕ್ಕು, ನಿಖಿಳ-ಪ್ರಾಣಿಗಳ್ಗೆ ತಾ
ಪವನೊದಗಿಸುವ ದುರ್ಧರ-ಗ್ರೀಷ್ಮ-ರಾಜಂ ನೆಗಟ್ದ ಚತುರಂಗಮೆನ [ಲೂ, |
ರವಿಯ ಕಡುಗಾಯ್ಪುಗಳ್ತೇರ್ ಎಯ್ದಲೊತ್ತರಿಸಿ
ಕವಿದವು; ಬಿಸಿಲ್ಗುದುರೆಗಳ್, ಕಾದುರಿಯ ಕರಿಗ
ಳವಧಿಯಿಲ್ಲದೆ ಮುಸುಕಿದವು; ಬಹಳ-ತರು-ಗಳಿತ-ದಳ-ದಟಾಳಿಗಳ [ಟಿದವೂ. || 316 ||

ಟೀ. ಕವಿ ಗ್ರೀಷ್ಮಕಾಲವು ಕಾಯ್ಪುಗಳಾದ ತೇರ್, ಬಿಸಿಲ್ಗುದುರೆ, ಉರಿಯಾದ ಕರಿ ಎಂಬ ಬಲಗೂಡಿ ಸೀಮೆಗಳ ಮೇಲೆ ಬಿದ್ದನೆಂತ ಹೇಳುತ್ತಾನೆ; ಅದರಿಂದ ಬಹಳ ತರುಗಳಿಂದ ಗಳಿತವಾದ ದಳಗಳೆಂಬ ದಟ-ಆಳಿಗಳು ಅಟಿದುದು ಸಹ ಆಯಿತು.

73. A FINE TANK AND SHELTERED SPOT

ಚಲ್ವಾದ ಕೊಳವೂ ಮಱಿಯೆಡೆಯೂ

ಪರಿಶೋಭಿಸಿತು ಮುಂದೆ ಹಂಸ-ಕಾರಂಡ-ಮಧು
ಕರ-ಕೋಕ-ಮಧುರ-ಮೃದುತರ-ಕಲಸ್ವನ-ಮದೋ
ತ್ಕರ-ಕಮಲ-ಕುವಲಯ-ವಿರಾಜಿತ-ಶ್ರೀಕರಂ, ಪದ್ಮಾಕರಂ, ಚೆಲ್ವೆನೇ. || 317 ||

ಟೀ. ಹಂಸ ಕಾರಂಡ ಮಧುಕರ ಕೋಕ ಎಂಬವುಗಳ ಮಧುರವೂ ಮೃದುತರವೂ ಆದ ಕಲಸ್ವನದ ಮದದ ಉತ್ಕರದಿಂದಲೂ ಕಮಲ ಕುವಲಯ ಎಂಬವುಗಳಿಂದಲೂ ವಿರಾಜಿತವಾದಂಥ.

ಲಸದಮಲ-ರತ್ನ-ಸೋಪಾನದಿಂ, ಮೀನದಿಂ,
ಬಿಸವನಾಸ್ವಾದಿಸುವ ಚಕ್ರದಿಂ, ನಕ್ರದಿಂ,
ದೆಸೆದೆಸೆಗೆ ಬೀರ್ವ ತನಿಗಂಪಿನಿಂ, ತಂಪಿನಿಂ, ತೊಳೆವ ಹಿಮಕರ- [ಕಾಂತದಾ |

ಪೊಸ ಸಣ್ಣಿಗೆಯೊಳಡಿದ ಪುಳಿನದಿಂ, ನಳಿನದಿಂ
ದೊಸೆದು ಬಿನದಿಪ ಹಂಸ-ಕೇಳಿಯಿಂದೋಳಿಯಿಂ
ದೆಸೆವ ನೀರ್ವಕ್ಕಿಗಳ ಸಂಗದಿಂ, ಭೃಂಗದಿಂದಾ ಕೊಳಂ ಕಣ್ಗೆಸೆದು
[ದೂ. || 318 ||

ಟೀ. ಕೊಳಂ ಎಂಬುದು ಕರ್ತೃ.

ತಳದೊಳೊಪ್ಪುವ ಪಸುರೆಸಳ ರೋಚಿಯಿಂ, ನಡುವೆ
ತೊಳೆಪ ಕೆಂದಳದ ದೀಧಿತಿಯಿಂದ, ಮೇಲೆ ಕ
ಣ್ಗೊಳಿಪ ಹೊಂಗೇಸರದ ಕಾಂತಿಯಿಂದೆಱಗುವಸಿತಾಳಿಯ ಮರೀಚಿ
[ಯಿಂದಾ |
ಹೊಱಹೊಱೆವ ಕೋಕನದ-ಪಂಕ್ತಿಗಳ ಬಣ್ಣಮು
ಜ್ಜ್ವಳದಿಂದ್ರಚಾಪದಾಕಾರಮಂ ಸಂತತಂ
ಪಱಿವಂತೆ ಕೊಳದೊಳಾರಾಜಿಸಿತು . . . . . . || 319 ||

ಪ. ಕಾಂತಿಯಿಂದೆ, ಎಱಗುವ ಅಸಿತ-ಅಳಿಯ. ಟೀ. ಬಣ್ಣಂ ಎಂಬುದು ಕರ್ತೃ.

ಕಳ-ಹಂಸಮಾಕೀರ್ಣಮಾಗಿರ್ದು ಕಾಳಗದ
ಕಳಮಲ್ಲ, ವಿಷ-ಭರಿತಮಾಗಿರ್ದು ಸರ್ಪ-ಸಂ
ಕುಳಮಲ್ಲ, ಕುಮುದ-ಯುತಮಾಗಿರ್ದು ಖಳರಂತರಂಗದಾಳಾಪಮ
[ಲ್ಲಾ, |
ಅಱಿದುಱಿದ ಭಂಗ-ಮಯಮಾಗಿರ್ದು ಮುಱಿದ ನೃಪ-
ದಱಮಲ್ಲ, ಬಹು-ವಿಚಾರ-ಸ್ಥಾನಮಾಗಿರ್ದು
ತಿಳಿಯಲ್ಕುಪದ್ರವ-ಸ್ಥಳಮಲ್ಲಮೆನಿಸಿರ್ದುದಾ ವಿಮಲ-ಸರಸಿ ಕಣ್ಗೇ.
|| 320 ||

ಪ. ಹಂಸಂ ಆಕೀರ್ಣಂ ಆಗಿ ಇರ್ದು. ಖಳರ ಅಂತರಂಗದ ಆಳಾಪಂ. ತಿಳಿಯಲ್ಕೆ, ಉಪದ್ರವ-ಸ್ಥಳಂ. ಟೀ. ಶ್ಲೇಷಾಲಂಕಾರವು ಅಂದರೆ ಒಂದೇ ಮಾತಿನಲ್ಲಿ ಎರಡು ಅರ್ಥವ

ತೋಱಿಸುವದು ಇಲ್ಲಿ ಉಂಟು. ಕಳ=ಮೃದುವಾದ ಧ್ವನಿಯೂ ಕಣಿವೂ. ವಿಷ=ನೀರೂ ಹಾವಿನ ವಿಷವೂ. ಕುಮುದ=ನೈದಿಲೆಯೂ ದುಷ್ಟ ಮುದವೂ. ಭಂಗ=ನೀರ ತೆರೆಯೂ ಮುಱಿದ ಭಾವವೂ. ವಿಚಾರ=ವಿಚಿತ್ರವೂ ನ್ಯಾಯವಿಚಾರವೂ.

ಬೀಸದದು ಬಿಱುಗಾಳಿ, ಬಿಸಿಯ ಬಿಸಿಲವನಿಯಂ
ಕಾಸದು, ದವಾಗ್ನಿ ಫುಲ್ಲಗಳೊಳೊಂದನಾದೊಡಂ
ಬೇಸದು, ಮುಗಿಲ್ಗಳತಿ-ಭರದಿಂ ಸಿಡಿಲ್ ಮಿಂಚುಗಳ ಕೂಡಿ ಪೇರ್ಮಱಿಯನೂ ।
ಸೂಸದು, ದಳದ ಪೂದಳಿರ್ಗಳಿಂಪಿನ ಸೊಂಪು
ಮಾಸದು, ತರುಗಳಲ್ಲಿ ಪರ್ಣಾಗ್ರಗಳಂ ಬೀಯ
ಲೀಸದು ಸಮಸ್ತ-ಋತು-ಸಮಯಂಗಳ್ಯೇಕಾಂತ-ಕಾಂತಿಯಿಹ ಚಲು ಬನದೊಳೂ. ॥ 321 ॥

ಪ. ಪೂದಳಿರ್ಗಳ ಇಂಪಿನ. ತರುಗಳ್ ಅಲ್ಲಿ. ಟೀ. ಸಮಸ್ತಋತುಸಮಯಂಗಳ್ ಎಂಬ ಕಾಲವನ್ನು ಎಲ್ಲಾ ಕ್ರಿಯೆಗೆ ಹಚ್ಚ ಬೇಕು.

ಅಂಚೆಗಳ್ ತೊಲಗವಾ ಮಱಿಗಾಲದೊಳ್, ಕೋಗಿ
ಲಿಂಚರವನುಱಿದಿರವು ಮಾಗಿಯೊಳ್, ಬೇಸಗೆಯೊ
ಳುಂ ಚಿಗುರಿದೆಳೆ ಪುಲ್ ಮೃಗಂಗಳಗೆ ಬೀಯದಗಲದು ಚಕ್ರವಾಕಮಿರುಳೊ, ।
ಹೊಂಚದು ಪಗಲ್ ಗೂಗೆ, ಸಂಪಗೆಯಲರ್ಗಳಂ
ಚೆಂಚರೀಕಂಗಳಡರದೆ ಮಾಣದೆಸೆವ ಕಮ
ಲಂ ಚಂದ್ರನುದಯಕುತ್ಪಲಮಿನ-ಕಿರಣಕೆ ಬಾಡದು ಬನದೊಳ್ಯೇವೇಱ್ವೆನೂ? ॥ 322 ॥

ಪ. ಕೋಗಿಲೆ ಇಂಚರವಂ ಉಱಿದು ಇರವು. ಬೀಯದು, ಅಗಲದು. ಮಾಣದು, ಎಸೆವ ಕಮಲಂ ಚಂದ್ರನ ಉದಯಕೆ (ಮತ್ತೆ) ಉತ್ಪಲಂ ಇನ-ಕಿರಣಕೆ. ಬನದೊಳ್. ಏವೇಱ್ವೆನು (ಏನು ಹೇಱುವೆನು).

74. CANDRAHASA'S CHILDHOOD SPENT IN KUNTALA

ಬಾಲನಾದ ಚಂದ್ರಹಾಸನು ಕುಂತಳದಲ್ಲಿದ್ದದು

ವಾರ್ಧಕಷಟ್ಪದಿ

ಇನ್ನೊರೆವೆನಾಲಿಸಾದೊಡೆ, ಪಾರ್ಥ! ಧಾರ್ಮಿಕಂ
ಮುನ್ನೊರ್ವನುಂಟು, ಕೇರಳ-ದೇಶದವನಿಪಂ,
ಸನ್ನುತ-ಗುಣೋದಯಂ, ಮೇಧಾವಿಯೆಂಬವಂ, ಬಲ-ಯುತಂ. ಬ
[ಟಿಕವಂಗೇ ।
ತನ್ನ ಪಟ್ಟದ ರಾಣಿಯೊಳ್ ಬಹಳ-ಭಾಗ್ಯ-ಸಂ
ಪನ್ನನೆಡದಂಘ್ರಿಗಱುವೆರಲಾಗಿ ದಿವದೊಳು
ತ್ಪನ್ನನಾದಂ, ಮೂಲ-ನಕ್ಷತ್ರದಿಂದರಿಷ್ಟಾಂಶದೊಳ್, ಸು-ಕುಮಾ
[ರನೂ. ‖ 323 ‖

ಪ. ಇನ್ನು ಒರೆವೆಂ, ಆಲಿಸು! ಆದೊಡೆ, ಪಾರ್ಥ (ಇದು ನಾರದನೆಂಬವನು ಪಾರ್ಥ ಅಂದರೆ ಅರ್ಜುನ ಮೊದಲಾದವರಿಗೆ ತಿಳಿಸಿದ ಕಥೆ). ಸಂಪನ್ನಂ ಎಡದ ಅಂಘ್ರಿಗೆ ಅಱು-ಬೆರಲಾಗಿ ದಿವದೊಳ್ ಉತ್ಪನ್ನಂ ಆದಂ. ಮೂಲ-ನಕ್ಷತ್ರದಿಂದೆ ಅರಿಷ್ಟ-ಅಂಶದೊಳ್.

ಪುತ್ರೋತ್ಸವಂ ಮಾಡಿ, ಕೆಲವು ದಿನಮಿರೆ ನೃಪಂ,
ಶತ್ರುಗಳ್ ಬಂದು ನಿಜ-ನಗರಮಂ ಮುತ್ತಿದೊಡೆ,
ಕ್ಷತ್ರ-ಧರ್ಮದೊಳವರೊಡನೆ ಯುದ್ಧ-ರಂಗದೊಳ್ ಪೊಯ್ದಾಡಿ, ಮ
[ಡಿಯೆ; ಕೇಳ್ದು, ।
ಚಿತ್ರಭಾನು-ಪ್ರವೇಶಂಗೈದಳಂದು ಶತ
ಪತ್ರ-ಲೋಚನೆ, ಪತಿವ್ರತೆಯಾಗಿ. ಬಱಿಕಾ ಧ
ರಿತ್ರೀಶ್ವರನ ರಾಜ್ಯಮಂ ತೆಗೆದು ಕೊಂಡಹಿತರಾಳ್ದರದನೇವೇೞ್ವೆ
[ನೂ? ‖ 324 ‖

ಪ. ತೆಗೆದು ಕೊಂಡ ಅಹಿತರ್ ಆಳ್ದರ್ ಅದಂ. ಟೀ. ಶತಪತ್ರಲೋಚನೆಯೆಂಬವಳು ಆ ಮೇಧಾವಿಯೆಂಬ ಅರಸನ ಹೆಂಡತಿ. ಏವೇೞ್ವೆಂ ಎಂಬುದಕ್ಕೆ ನೂ. 177.

ಬಱಿಕೊರ್ವ ಧಾತ್ರಿ ಶಿಶುವಂ ಕೊಂಡು, ಪೊಱಮಟ್ಟು,
ತೊಱಲಿ ಬಱಲುತ ಮೆಲ್ಲಮೆಲ್ಲನೆಯ್ತಂದು, ಕುಂ
ತಳ-ನಗರಮಂ ಪೊಕ್ಕಳಲ್ಲಿ ಸಾಕಿದಳರ್ಭಕನನತಿ-ಸ್ನೇಹದಿಂದಾ. |
ಎಳೆಯಂಗೆ ಬೇಕಾದುದಿಲ್ಲದಿರೆ, ಮಱುಗುವಳ್;
ಪೊಱಲೊಳಗೆ ತಿರಿದು, ಹರಿದಱಲುವಳ್; ಮುದ್ದಿಸಿ, ಪ
ಸುಳೆಯಭಿನಯಂಗಳ್ಗೆ ಹಿಗ್ಗಿ, ಬಿಸುಸುಯ್ವಳವಳನುದಿನದೊಳಾರ್ತೆ
[ಯಾಗೀ. || 325 ||

ಪ. ಪೊಕ್ಕಳ್; ಅಲ್ಲಿ ಸಾಕಿದಳ್ ಅರ್ಭಕನಂ ಅತಿ. ಹರಿದು ಅಱಲುವಳ್. ಪಸುಳೆಯ ಅಭಿನಯಂಗಳ್ಗೆ. ಬಿಸುಸುಯ್ವಳ್ ಅವಳ್.

ಇಡೆ ತೊಟ್ಟಿಲಿಲ್ಲಾಡಿಸುವರಿಲ್ಲ, ನಿನಗೆ ಪೊಂ
ದೊಡಿಗೆಯಿಲ್ಲಿರೆ ನಿಳಯಮಿಲ್ಲ, ಬಿಡದೆಱೆವ ನೀ
ರ್ಗುಡಿವಾಲ್ಗಳೆಣ್ಣೆ ಬೆಣ್ಣೆಗಳಲ್ಲ, ಲಾಲಿಸಿ ನಲಿವ ತಂದೆ ತಾಯ್ಗಳಿಲ್ಲಾ; |
ಪೊಡವಿ-ಪತಿ-ಕೇರಳಾಧೀಶ್ವರಂ ತನಯನಂ
ಪಡೆದನಿದಕೀಗ ನಿನ್ನಂ ನೋಡುವೆನ್ನ ಕಂ
ಣೊಡೆಯದಿರದಕಟೆಂದು, ಬಿಸುಸುಯ್ದಱಲ್ದು, ಮಱುಗುವಳಾಕೆ ದಿನ
[ದಿನದೊಳೂ. || 326 ||

ಪ. ಇಡೆ (=ನಿನ್ನನ್ನು ಇಡಲಿಕ್ಕೆ) ತೊಟ್ಟಿಲಿಲ್ಲ, ಅಲ್ಲಾಡಿಸುವರ್ ಇಲ್ಲ, ನಿನಗೆ ಪೊಂದೊಡಿಗೆ ಇಲ್ಲ, ಇರೆ (=ಇರಲಿಕ್ಕೆ). ನೀರ್ ಕುಡಿ-ಪಾಲ್ಗಳ್ ಎಣ್ಣೆ. ಪಡೆದಂ, ಇದಕೆ ಈಗ ನಿನ್ನಂ ನೋಡುವ ಎನ್ನ ಕಣ್ ಒಡೆಯದೆ ಇರದು.

ಮೊಳೆವಲ್ಲೊಗುವ ಜೊಲ್ಲು, ದಟ್ಟಡಿ, ತೊದಳ್ನುಡಿಯು,
ತೊಳತೊಳಗುತಿಹ ಸೊಬಗು ಮೆಱೆವ ನಗೆ, ಮೊಗೆದ ಬಗೆ
ಪೊಱೆವ ಕಣ್, ಮಿಸುಪ ನುಣ್ಗದಪಿನೆಣೆ, ಜೆಲ್ವ ಪಣೆ, ಕುರುಳು,
[ಜೋಲ್ವಂಬೆಗಾಲೂ, |

ಸುಱಿನಾಭಿ, ಮಿಗೆ ಶೋಭಿಪಧರದೆಡೆ, ಬಟ್ಟುದೊಡೆ,
ನಳಿತೋಳ್, ಇಡಿದ ಧೂಳಿ ಸೊಗಯಿಸುವ ವರ-ಶಿಶುವ
ನಲಿದಾಡಿಸುವ ರೂಢಿಯಿಲ್ಲೆಂದು, ನೆಱಿ ನೊಂದು, ಮಱುಗುವಳಜ
[ಸ್ರಮವಳೂ. ‖ 327 ‖

ಪ. ಮೊಳೆ-ಪಲ್, ಒಗುವ. ನುಣ್-ಕದಪಿನ ಎಣೆ. ಶೋಭಿಪ ಅಧರದ ಎಡೆ. ಮಱುಗುವಳ್ ಅಜಸ್ರಂ. ಸೊಗಯಿಸುವ ಎಂಬದಕ್ಕೆ ಜೊಲ್ಲು ಮೊದಲಾದ ಕರ್ತೃಗಳವೆ.

ಬಾಲಕನ ಲೀಲೆಯಂ ಕಂಡು, ಹಿಗ್ಗುವಳೊಮ್ಮೆ;
ಲಾಲನೆಗಳಿಲ್ಲೆಂದಱಿಲ್ದು, ಮಱುಗುವಳೊಮ್ಮೆ;
ಪಾಲಿಸಿದಳಿಂತು ನಡೆ ನುಡಿಗಳಂ ಕಲಿಪಲ್ಲಿಪರಿಯಂತಮಾ ಶಿಶು
[ವನೂ. ।
ಮೇಲೆ ರುಜೆ ಬಂದಡಸೆ, ವಿಧಿ-ವಶದೊಳಾ ಧಾತ್ರಿ
ಕಾಲನರಮನೆಗೆಯ್ದಿದಳ್. ಬಱಿಕ ಪಸುಳೆಗೆ ನಿ
ರಾಲಂಬಮಾಗಲಾ ಪಟ್ಟಣದೊಳೆಲ್ಲರ್ಗೆ ಕಾರುಣ್ಯಕೀಡಾದನೂ.
‖ 328 ‖

ಪ. ಕಾಲನ (ಮರಣವೆಂಬ ಪುರುಷನ) ಅರಮನೆಗೆ ಎಯ್ದಿದಳ್. ಕಾರುಣ್ಯಕೆ ಈಡು.

ಚೆಲ್ವ ಶಿಶು ಬೀದಿಯೊಳ್ ಬಂದು, ದೇಶಿಗನಾಗಿ
ನಿಲ್ವಿನಂ, ಕಂಡ ಕಂಡಬಲೆಯರ್ ಕರೆಕರೆದು,
ಮೆಲ್ವ ತನಿವಣ್ಗಳಂ ಕಜ್ಜಾಯ ಸಕ್ಕರೆಗಳಂ ಕುಡುವರೆತ್ತಿ ಕೊಂ
[ಡೂ, ।
ಸೊಲ್ವ ಮಾತುಗಳನಾಲಿಸಿ, ಮುದ್ದುಗೆಯ್ವೊರವ
ರುಲ್ವುದಕ-ಮಜ್ಜನಂಗೆಯ್ಸಿ, ಮಡಿಯಂ ಪೊದಿಸಿ,

ಮೆಲ್ಪಾಸಿನೊಳ್ ಮಲಗಿಸುವರಲ್ತಿಯಿಂದೊಸೆದು, ತಮ್ಮ ಮಕ್ಕಳು
[ಗಳೊಡನೇ. ‖ 329 ‖

ಪ. ನಿಲ್ವ ಇನಂ, ಸೂ. 246. ಕಂಡ ಅಬಲೆಯರ್. ಕುಡುವರ್; ಎತ್ತಿ. ಮುದ್ದುಗೆಯ್ವರ್ ಅವರ್; ಉಲ್ವ ಉದಕ. ಟೀ. ಮಕ್ಕಳುಗಳು ಎಂಬ ರೂಪ ಒಂದು ಪ್ರಕಾರದ್ದು; 101ನೆಯ ಸೂತ್ರ ಸರಿ ನೋಡು.

ಆಡುವೆಳೆಮಕ್ಕಳೊಡನಾಡುವಂ, ಲೀಲೆ ಮಿಗೆ
ನೋಡುವಚ್ಚರಿಗಳಂ ನೋಡುವಂ, ಬಾಲಕರ
ಕೂಡೆ ಮನೆಮನೆಗಳೊಳಗಾಡುತಿಹನೆಲ್ಲರ್ಗೆ ಮುದ್ದು ಮೋಹಿಸುತಿ
[ರ್ಪನೂ; ।
ಪಾಡುವರ ನೋಡುವರ ನಾಡ ಸಾಧನೆಗಳಂ
ಮಾಡುವರನರ್ಥದಿಂ ಬೇಡುವರ ನೆರವಿಯೊಳ್
ಕ್ರೀಡಿಸುವನಾ ಪುರದ ರೂಢಿಸಿದ ಬೀದಿಯೊಳ್ ಪಸುಳೆ, ಪರಪುಟ್ಟ
[ನಾಗೀ. ‖ 330 ‖

ಪ. ಆಡುವ ಎಳೆ. (ಊರವರು) ನೋಡುವ (ಡೊಂಬರಾಟ ಮುಂತಾದ) ಅಚ್ಚರಿಗಳಂ. ಆಡುತಿಹಂ, ಎಲ್ಲರ್ಗೆ. ಮಾಡುವರ ಅನರ್ಥದಿಂ. ಟೀ. ಹೊಸಗನ್ನಡದಲ್ಲಿ ಪಾಡುವವರ ನೋಡುವವರ ಮಾಡುವವರ ಬೇಡುವವರ ಎಂತ ಹೇಳುವರು.

75. A TOWN (BHADRAVATI) AND ITS GARDEN

ಒಂದು ಪಟ್ಟಣವೂ ಅದರ ಉಪವನವೂ

ವಾರ್ಧಕಷಟ್ಪದಿ

ನಳನಳಿಪ ತರುಣತೆಯ ಸೊಂಪುವೆತ್ತರುಣತೆಯ
ತಳಿರಿಡಿದ ತೋರಣದ ಚೆಲ್ವನಾಂತೋರಣದ,
ತೊಳಪ ಕಲಶದ ಗುಡಿಯ, ಸಾಲ್ದಳೆದ ಕನ್ನಡಿಯ, ಸಾಲ ಸೀಗುರಿ-
[ಚಮರಿಯಾ ।

ಚಳಿತ-ಲೀಲಾಸ್ವದ, ಪತಾಕೆಗಳ ಲಾಸ್ವದ, ಪ
ವಳ ಮುತ್ತುಗಳ ಗೊಂಚಲಗಳೊತ್ತುಗಳ್‌ಲಿ ಗೊಂ
ದಳದ ಬಗೆ ಕಣ್ಗಳಿಂಬಿಗೆ ಕೌತುಕಂಗಳಿಂ ಬೀದಿಗಳೊಳೆಸೆದಿರ್ಪುವೂ.
|| 331 ||

ಪ. ಸೊಂಪು-ಪೆತ್ತ (ಪೆಱು ಎಂಬ ಧಾತುವಿನದು) ಅರುಣತೆಯ ತಳಿರ್ ಇಡಿದ .. ಚೆಲ್ವಿಂ ಆಂತ ಓರಣದ. ಸಾಲ್-ತಳೆದ. ಲೀಲಾ-ಆಸ್ವದ. ಗೊಂಚಲಗಳ ಒತ್ತುಗಳಲಿ. ಕಣ್ಗಳ ಇಂಬಿಗೆ. ಬೀದಿಗಳೊಳ್. ಟೀ. ಓರಣದ ಎಂದು ಮೊದಲಾದ ಷಷ್ಠಿಗಳು ಒತ್ತುಗಳಲಿ ಎಂಬದಕ್ಕೆ ಸಂಬಂಧಿಸುತ್ತವೆ. ಬಗೆ (=ಬಗೆಗಳ್) ಎಂಬದು ಕರ್ತೃ.

ಮೇಲೆ ನಿಚ್ಚಂ ಪರಿವ ದಿನ-ಮಣಿಯ ಮಣಿ-ರಥದ
ಗಾಲಿಗಳ ನೇಮಿಗಳ ಪೊಯ್ಲಿಂದಲೊಡೆಯೆದ್ದ
ಸಾಲ ಹೊಂಗೋಟೆದೆನೆಗೊನೆಗಳಿಂದೇೞ್ವ ಧೂಳ್ ಅಲ್ಲಿಗಲ್ಲಿಗೆ ನಭ
[ದೊಳೂ |
ಸ್ಥೂಲ-ದಂಡಾಕೃತಿಯನಾಂತ ವೋಲ್, ಪ್ರಾಕಾರ-
ಜಾಲಮಂ ಮೀರ್ದ ಹೇಮದ ಡೆಂಕಣಿಯ ಕೆಯ್ಗ
ಳಾಲಿಗಚ್ಚರಿಯಾಗಿ ತೋಱುತಿವೆ; ತನಯ, ನೋಡೀ ನಗರದೆಡ್ದೆಸೆ
[ಯೊಳೂ. || 332 ||

ಪ. ಪೊಯ್ಲಿಂದಲೆ ಒಡೆ (=ಸಂಗಡ) ಎದ್ದ. ಹೊಂ-ಕೋಟೆ-ತೆನೆ-ಕೊನೆಗಳಿಂದೆ. ದಂಡ-ಆಕೃತಿಯಂ ಆಂತ. ಕೆಯ್ಗಳ್ ಆಲಿಗೆ. ಟೀ. ಕೆಯ್ಗಳ್ ಎಂಬದು ಕರ್ತೃ; ಅವು ಯಾತರ ವೋಲ್ ಇದ್ದವೆಂತ ಹೇೞಿದೆ. ಆ ಉಪಮೆ ಸೂರ್ಯನೆಂಬ ಪುರುಷನ ರಥದ ದೆಸೆಯಿಂದ ಏಱುವ ಧೂಳಿನದು; 288ನೆಯ, 289ನೆಯ, 315ನೆಯ ಶ್ಲೋಕ ಸರಿ ನೋಡು. ತನಯ=ಮಾತಾಡುವ ಭೀಮನ ಸಂಗಡ ಇರುವ ಕರ್ಣನ ಮಗ.

ಆವೆಡೆಯೊಳುಂ ಛಿದ್ರಮಿಲ್ಲೆನಿಸಿ ವಿವಿಧ-ದ್ರು
ಮಾವಳಿಯ ನಿಬಿಡ-ಪತ್ರದ ಛಾಯೆಗಳ ಸೊಂಪು
ಧೀವಿದಾರಾಮಂಗಳೆಂದುಮೀ ಪುರಜನರ್ಗೆಂ ವಿಲಾಸವನೀವವೋ?
|| 333 ||

ನಿಚ್ಚಳದೊಳೆಸೆವ ತಿಳಗೊಳನ ಕಲಕಾಡಿ, ಬಂ
ದಚ್ಚಲರ ಧೂಳಿಗಳ ಚೆಲ್ಲಾಡಿ, ಸಲೆ ಮದಂ
ಪೆರ್ಚೆ, ತರು-ಲತೆಯನಣೆದಾಡಿ, ಮಱಿದುಂಬಿಗಳ ಕೂಡಿ ಕೊಂಡೀ
[ಬನದೊಳೂ |
ನಿಚ್ಚಲೆಳೆವೆಲರೆಂಬ ಸೊಕ್ಕಾನೆ ತಾನೆ ತಂ
ನಿಚ್ಚೆಯಿಂ ತಿರುಗುತಿದೆ; ತೊಲತೊಲಗಿ ವಿರಹಿಗಳ್
ಬೆಚ್ಚರದೊಳೆಂದೆತ್ತಲುಂ ಪೂಯಲಿಡುವಂತೆ ಕೂಗುತಿವೆ ಕೋಗಿಲೆ
[ಗಳೂ. ||334||

ಪ. ದ್ರುಮ-ಆವಳಿಯ. ಸೊಂಪು-ಕೀವಿದ ಆರಾಮಂಗಳ್ (ಇದು ಕರ್ತೃ). ವಿಲಾಸವಂ ಈವವೋ? ಬಂದು, ಅಚ್ಚ ಅಲರ. ನಿಚ್ಚಲ-ಎಳೆ-ಎಲರ್ ಎಂಬ. ಬೆಚ್ಚರದೊಳ್ ಎಂದು (ಎಂದುಂ) ಎತ್ತಲುಂ. ಟೀ. ಎಲರನ್ನು ಒಂದು ಸೊಕ್ಕಾನೆ ಎಂತ ಹೇಳಿದೆ; ಆ ಎಲರ್ ಎಂಬದಕ್ಕೆ ಕಲಕಾಡಿ ಎಂದು ಮೊದಲಾದ ಕ್ರಿಯೆ ಹೋಗುತ್ತವೆ. ದುಃಖ ಪಡುವ ವಿರಹಿಗಳನ್ನು ಕುಱಿತು 259ನೆಯ ಶ್ಲೋಕ ನೋಡು.

ಮಿಗೆ ಮುತ್ತಿ ಮೊಱೆವ ತುಂಬಿಗಳ ತಿಂಥಿಣಿಯನೇ
ಮುಗಿಲೆಂದು, ಸುೞಿವ ಗಾಳಿಗೆ ಬಿಡದೆ ನರ್ತಿಪ ಲ
ತೆಗಳ ಕುಡಿಗೊನರ ನುಣ್ಬೂಗರನೇ ಮಿಂಚೆಂದು, ಸೊಗಯಿಸುವ
[ಪೂಗಳಿಂದಾ |
ಪೊಗುವ ಮಕರಂದ-ಬಿಂದುಗಳನೇ ಮೞೆಗಳೆಂ
ದೊಗೆವ ಸಂತಸದೊಳಾವಗಮಿರ್ದು ಕುಣಿವ ಸೋ
ಗೆಗಳ ಬಳಗಂಗಳಂ, ಮಗನೆ, ಕಂಡಯ್, ತಳಿತ-ನಗರೋಪವನದೆಡೆ
[ಯೊಳೂ. ||335||

ಪ. ನುಣ್-ಪೂಗರನೇ. ಮೞೆಗಳ್ ಎಂದು, ಒಗೆವ ಸಂತಸದೊಳ್ ಆವಗಂ ಇರ್ದು. ನಗರ-ಉಪವನ. ಟೀ. ಮೞೆಗಾಲಕ್ಕೆ ಮೆಚ್ಚುವ ಸೋಗೆಗಳ್ ಮೞೆಗಾಲವುಂಟೆಂಬಂತೆ ಕುಣಿದಾಡುತ್ತಿದ್ದವು. ಕಂಡೆಯ್=ಕಂಡಿ, ಸೂ. 217.

ತರುಣ-ಪಲ್ಲವದ ವಿಸ್ತಾರದಿಂ, ನೇರದಿಂ
ಸ್ವರಗೆಯ್ವ ಕಲ-ಪಿಕೋಚ್ಚಾರದಿಂ, ಸಾರದಿಂ
ಸುರಿವ ಪೂದೊಂಗಲ ತುಷಾರದಿಂ, ಸ್ವೈರದಿಂ ಸಲ್ಲಾಪಕೆಳಸಿ ಬಳಸೇ
ಮೊಱೆವ ತುಂಬಿಗಳ ಝೋಂಕಾರದಿಂ, ತೋರದಿಂ
ಪರಿಪಕ್ವಮಾದ ಫಲ-ಭಾರದಿಂ, ಕೀರದಿಂ
ಕರಮೆಸೆಯುತಿರ್ಪ ಸಹಕಾರದಿಂ ತೀರದಲ್ಲೆಲ್ಲಿಯುಂ ನಂದನದೊ
[ಳೂ. || 336 ||

ಪ. ಪಿಕ-ಉಚ್ಚಾರದಿಂ. ಸಲ್ಲಾಪಕೆ ಎಳಸಿ. ತೀರದು ಎಲ್ಲೆಲ್ಲಿ. ಟೀ. ತೀರದು (=ತೀರುವದಿಲ್ಲ) ಎಂಬುದಕ್ಕೆ ಚೆಲ್ವು ಎಂಬಂತೆ ಒಂದು ಕರ್ತೃ ಊಹಿಸ ಬೇಕು.

ಕುದ್ದಾಲ-ಹತಿಯನುಱೆ ತಾಳ್ದೆಮ್ಮನಿನ್ನೆಗಂ
ಮುದ್ದುಗೆಯ್ದು ವಸುಧೆ ಬೆಳೆಯಿಸಿದಳೆಂದು, ತುಱು
ಗಿರ್ದ ತನಿವಣ್ಗಳಿಂದೆಸೆವ ಪೆರ್ಗೊನೆಗಳಂ ಸಲೆ ಸಮರ್ಪಿಸಲೊಡ
[ರ್ಚೆ, |
ಎದ್ದಿರದೆ, ಬಾಗಿದವೊ ಕದಳಿಗಳ್ ಧರಣಿಗೆನ
ಲಿರ್ದಪರೆ ಮಱೆದು ಮಮತಾರ್ಥಮಂ ಮಾಡಿದರ
ನುದ್ದಾಮ-ಗುಣ-ಜೀವಿಗಳ್? ತನುಜ, ನೋಡೆಂದನಾ ಭೀಮಸೇನ
[ನಂದೂ. || 337 ||

ಪ. ತಾಳ್ದು ಎಮ್ಮಂ ಇನ್ನೆಗಂ. ತನಿ-ಪಣ್. ಸಮರ್ಪಿಸಲ್ ಒಡರ್ಚೆ. ಧರಣಿಗೆ ಎನಲ್. ಅ. ಉದ್ದಾಮ-ಗುಣ-ಜೀವಿಗಳ್ (ತಮಗೆ) ಮಮತಾ-ಅರ್ಥಮಂ ಮಾಡಿದರಂ (—ದವರಂ) ಮಱೆದು ಇರ್ದಪರೆ? ಟೀ. ಧರಣಿಗೆ ಎಂಬುದಱ ವರೆಗೆ ಕದಳಿಗಳ್ ಎಂಬುದು ಕರ್ತೃ. ಇರ್ದಪರ್, ಸೂ. 221.

ಕಡುಗೆಂಪೆಸೆವ ತಳಿರ ತನಿಗೆಂಡಮಂ ಕಲಕಿ,
ನಡೆದು, ಮೊನೆಮುಗುಳ ಶಸ್ತ್ರಂಗಳಂ ಪಾಯ್ದು, ಮಾ

ಮಿಡಿಯ ರಾಜಿಪ ವಜ್ರ-ಮುಷ್ಟಿಯಂ ಪಿಡಿದು, ಲತೆಗಳ ಕೊನರ ಚಾ
[ಟಿಯಿಂದಾ |
ಬಡಿದು, ಕೋಗಿಲೆಯ ನಿಡುಸರದ ಬೊಬ್ಬೆಯೊಳಾಲ್ದು,
ಬಿಡದೆ, ಬನದರಸಿಯೋಲಗದೊಳುತ್ಸವದಿಂದ
ಲಡಿಗಡಿಗೆ ತೂಣಗೊಂಡವನಂತೆಸೆವ ಮಂದ-ಮಾರುತವ ನೋಡೆಂದ
[ನೂ. || 338 ||

ಪ. ಬನದ ಅರಸಿಯು ಓಲಗದೊಳ್ ಉತ್ಸವದಿಂದಲೆ. ಟೀ. ಇದು ಮಾರುತದ ಆಟದ ವರ್ಣನೆ. ಅದು ... ಕಲಕಿ ... ನಡೆದು ...... ಬಿಡದೆ ... ಎಸೆವಂಥದು; ಯಾವನಂತೆ ಅಂದರೆ ಬನದ ಇತ್ಯಾದಿ. ಬನವನ್ನು ಒಬ್ಬ ಅರಸಿ ಎಂತ, ಕವಿ ಹೇಳುತ್ತಾನೆ.

ಮುಡಿವಾಳ ಲಾಮಂಚಗಳ ಬೇರ್ಗಳಿಂ ಬೇರ್ಗ
ಳಡಿದಗರು-ಚಂದನಂಗಳ ಕೊಂಬಿನಿಂ ಕೊಂಬು,
ತೊಡರಿದಚ್ಚೆಸಳ ಮಲ್ಲಿಗೆ ಜಾಜಿಗಳ ಪೂಗಳಿಂ ಪೂಗಳೊಂದುಗೂಡೀ, |
ಕಡುಗಂಪುವಡೆದುದಾಮೂಲಾಗ್ರಮುಂ; ಬನದ
ನಡುವೆ ಪುಟ್ಟಿರ್ದಹ ಮರಂಗಳೆಲ್ಲಾ ಸೊಂಕಿ
ದೊಡೆ, ತಂಬೆಲರ್ಗೆ ಪರಿಮಳವನೀಯ್ಯದ ಕುಜಂ ನಂದನದೊಳೊಂ
[ದಿಲ್ಲನೇ. || 339 ||

ಪ. ಬೇರ್ಗಳಿಂ ಬೇರ್ಗಳ್, ಇಡಿದ ಅಗರು. ತೊಡರಿದ ಅಚ್ಚ ಎಸಳ. ಪೂಗಳಿಂ ಪೂಗಳ್. ಕಡು-ಕಂಪು-ಪಡೆದುದು ಆಮೂಲ-ಅಗ್ರಮುಂ. ಪುಟ್ಟಿ ಇರ್ದ ಅಹ (ಆದ). ಟೀ. ಇದು ಮಾರುತದ ಪರಿಮಳದ ವರ್ಣನೆ. ಆಯಾ ಬೇರ್ಗಳಿಂ (-ಒಡನೆ) ಬೇರ್ಗಳ್, ಆಯಾ ಕೊಂಬಿನಿಂ ಕೊಂಬು, ಆಯಾ ಪೂಗಳಿಂ ಪೂಗಳ್ ಒಂದುಗೂಡಿ (ಇರುವಲ್ಲಿ) ಮೂಲ ಮುಂತಾದದು ಸಹ ಕಡುಗಂಪುವಡೆದುದು. (ಇದಬಿ ಕಂಪು ಮತ್ತೆ) ... ಮರಂಗಳೆಲ್ಲ (ತಮತಮಗೆ) ಸೊಂಕಿದೊಡೆ. ಮರಂಗಳೆಲ್ಲ ದ್ವಿತೀಯೆ ಎಂದರೆ ಸೊಂಕು ಎಂಬ ಕ್ರಿಯೆಗೆ ತಂಬೆಲರ್ ಎಂಬ ಕರ್ತೃ ಊಹಿಸಿ ಕೊಳ್ಳ ಬೇಕು. ತಂಬೆಲರ್ ಎಂಬದು ಅಪರೂಪ; ತಂ(ಪು)+ಎಲರ್=ತಂಬೆಲರ್, ಸೂ. 176.

ಈ ವನದ ನಡುನಡುವೆ ತೊಳತೊಳಗುತಿರುತಿಹ ಸ
ರೋವರ-ವರದೊಳೇ ದಳೆದಳೆದು ಬೆಳೆಬೆಳೆದ ರಾ

ಜೀವದಲರಲರ ತುಱಿತುಱಿದುವಿಡಿದಿಡಿದ ಬಂಡನೊಡನೊಡೆ ಸವಿದು,
ಸವಿದೂ, |
ಅವಗಮಗಲದೆ, ಯುಗಯುಗಮಾಗಿ ನೆರೆನೆರೆದು,
ತೀವೆ ಸೊಗಸೊಗಸಿ, ನಲಿನಲಿದು, ಮೊಱೆಮೊಱೆವ ಭೃಂ
ಗಾವಳಿಯ ಗಾವಳಿಯ ಕಳಕಳಂಗಳ ನೋಡು! ನೋಡು! ರವಿತ
[ನಯ-ತನಯ! || 340 ||

ಪ. ರಾಜೀವದ ಅಲರಲರ. ತುಱಿದು, ಇಡಿದು ಇಡಿದ. ಭೃಂಗ-ಆವಳಿಯ. ಟೀ. ಇದು ಭೃಂಗಗಳ ವರ್ಣನೆ. ಅವು ಆ ರಾಜೀವದ ಅಲರ್ಗಳನ್ನು ತುಱಿದು ... ಸವಿದು ... ಅಗಲದೆ..... ಮೊಱೆಮೊಱೆವಂಥವು. ರವಿತನಯ=ಕರ್ಣ.

ಬೇಱೆಬೇಱೆನಿತೆಲ್ಲಮಂ ಕರ್ನ-ತನಯಂಗೆ
ತೋಱುತಿರ್ದಂ ಭೀಮನನ್ನೆಗಂ ಬಿಸಿಯ ಬಿಸಿ
ಲೇಱಿದುದು; ಭದ್ರಾವತಿಯೊಳುಳ್ಳ ತೇಜಿಗಳ ಚಪಲತೆಯ ಸೌರಂ
[ಭದಾ |
ಮಾಱಿದ ಜವಂಗಳಂ ಕಂಡು ಕಾಲ್ಗೆಟ್ಟೆಱೆಯ
ಲಾಱದೊಯ್ಯನೆ ನಡೆವ ತೇರ್ಗುದುರೆಯಂ ಕಂಡು,
ನೂಱೆಲೆಗೆಳೆಯನುಗ್ರ-ಕೋಪದಿಂದುರಿಯನುಗುಱದೆ ಮಾಣನೆಂಬಂ
[ತಿರೇ. || 341 ||

ಪ. ಇನಿತು ಎಲ್ಲಮಂ. ಭೀಮಂ; ಅನ್ನೆಗಂ. ಕಾಲ್ಗೆಟ್ಟು ಎಱೆಯಲ್. (ನೂಱೆಲೆ=ಕಮಲಪುಷ್ಪ). ಗೆಳೆಯಂ ಉಗ್ರ. ಟೀ. ಕವಿ ಸೂರ್ಯನು ಒಬ್ಬ ರಥದ ಪುರುಷನೆಂದು ಭಾವಿಸಿ, ಇವನು ತನ್ನ ತೇರಿನ ಕುದುರೆಯ ಆಲಸ್ಯವನ್ನು ಕಂಡು ಕೋಪ ಪಟ್ಟನೆಂತ, ಹೇಳುತ್ತಾನೆ; 288ನೆಯ, 289ನೆಯ, 318ನೆಯ, 332ನೆಯ ಶ್ಲೋಕ ಸರಿ ನೋಡು.

76. THE RAINY SEASON

ವರ್ಷಕಾಲ

ವಾರ್ಧಕಷಟ್ಪದಿ

ಭೂಭುಜ-ಲಲಾಮ, ಕೇಳ್! ಇಂದ್ರತನಯನ ತುರಗ
ಮಾ ಭೀಷಣನ ಸೀಮೆಯಂ ಕಳೆದು, ಬರೆ, ಮುಂದೆ
ಶೋಭಿಸಿತು ವರುಷಾಗಮಂ, ಧರೆಯ ಬೇಸಿಗೆಯ ಬೇಸಱಿಂ ತವೆ
[ತವಿಸುತಾ. |
ಲಾಭಿಸುವ ಚಾತಕ-ಪ್ರೀತಿಯಂ ಕಂಡಸೂ
ಯಾ-ಭರವನಂಚೆಗಳ್ ತಾಳಲಾಱದೆ, ಘನ-
ಕ್ಷೋಭದಿಂದೋಡಿದವು, ಪರರ ಸಿರಿಯಂ ಸೈರಿಸದ ವಿಜಾತಿಯ ಜನ
[ಮೆನೇ. || 342 ||

ಪ. ವರುಷ-ಆಗಮಂ. ಕಂಡು, ಅಸೂಯಾ-ಭರವಂ ಅಂಚೆಗಳ್. ಟೀ. ಇಂದ್ರತನಯ=ಅರ್ಜುನ. ಭೀಷಣನೆಂಬುವನು ಒಬ್ಬ ರಾಕ್ಷಸ. ಚಾತಕಗಳ ಮತ್ತು ಹಂಸಗಳ (ಅಂಚೆಗಳ) ಭಾವವನ್ನು ಕುಱಿತು 244ನೆಯ ಶ್ಲೋಕ ನೋಡು. ಘನ=ಮೋಡವೂ ಅಧಿಕವೂ; ಇದಱಲ್ಲಿ ಶ್ಲೇಷಾಲಂಕಾರ.

ಎದ್ದವು ಮುಗಿಲ್ಗಳೆಣ್ದೆಸೆಗಳೊಳ್, ಥರಥರದೊ
ಳದ್ದವು ಗಿರಿಗಳಂತೆ, ಮಿಂಚಿದವು ದಿಗ್-ವಧುಗ
ಳುದ್ದಂಡದಿಂದ ಪರ್ಜನ್ಯನಂ ಸೆಣಿಸಿ ನೋಡುವ ಚಲಾಪಾಂಗದಂತೇ, |
ಸದ್ದಾತೃವಾಗಿ ತನ್ನ ಪೊಲಿರದ ಲೋಭಿಯಂ
ಗದ್ದಿಸುವ ತೆಱದಿಂದ ಮೊಱಗಿದವು; ಹಂಸಾಳಿ
ಸೌದರ್ಗವಾಗಸಕೆ; ಚಾತಕ ಶುಕ ದ್ವಿಪ ಕೃಷಿಕ ಶಿಖಿಗಳ್ಗೆ ಮುದಮೊ
[ದವಿತೂ. || 343 ||

ಪ. ಮುಗಿಲ್ಗಳ್ ಎಣ್-ದೆಸೆಗಳೊಳ್. ಚಲ-ಅಪಾಂಗ. ಸದ್-ದಾತೃ. ಟೀ. ಮುಗಿಲ್ಗಳ ಮಿಂಚನ್ನು ದಿಗ್-ವಧುಗಳ ಚಲವುಳ್ಳ ಅಪಾಂಗಕ್ಕೆ ಹೋಲಿಸಿದಂತೆ ಆಯಿತು; ಈ ವಧುಗಳು ಪರ್ಜನ್ಯನನ್ನು ಸೆಣಿಸಿ ನೋಡಿದರು; ಯಾಕೆ ಸೆಣಿಸಿ ನೋಡಿದರು? ಪರ್ಜನ್ಯನು ಮೋಡಗ

ಳಿಂದ ಜನರು ತಮ್ಮನ್ನು ಇನ್ನು ಕಾಣದಂತೆ ಮಾಡುತ್ತಾನೆ. ಕವಿ ಮಳೆಗಾಲವನ್ನು ಪರ್ಜನ್ಯನೆಂದು ಒಬ್ಬ ಪುರುಷನನ್ನು ಭಾವಿಸಿದಂತಾಯಿತು; ದಿಕ್ಕುಗಳೆಂಬ ಪುರುಷರಿಗೆ ವಧುಗಳಿದ್ದಾರೆಂತಲೂ ಭಾವಿಸಿದಂತಾಯಿತು. ಇಂಥ ಉಪಮೆಗಳು ವಾಸ್ತವಪ್ರಿಯರಿಗೆ ಬಹಳ ಸೊಗಸವು.

ವರ-ನೀಲಕಂಠ-ನೃತ್ಯದಿನವನಿಪ-ವನದ
ಚ್ಚರಿಯುಮಂ, ಕುವಲಯಾನಂದಕರಮಾದ ಘನ-
ಪರಿಶೋಭೆಯಿಂದ ಚಂದ್ರೋದಯವನಾಲೋಕ-ಚಂಚಲೋದ್ಭಾಸ
[ದಿಂದಾ |
ತರುಣಿಯ ಕಟಾಕ್ಷದಿಂ ರಾಜಹಂಸ-ಪ್ರಭಾ-
ಹರಣದಿಂ ಪರಶುರಾಮ-ಪ್ರತಾಪವನಧಿಕ
ತರ-ವಾಹಿನೀ-ಘೋಷದಿಂ ನೃಪನ ಯಾತ್ರೆಯಂ ಪೋಲ್ದು, ಕಾರೆಸೆದಿ
[ದುರ್ಗದೂ. || 344 ||

ಪ. ನೃತ್ಯದಿಂ ಅವನಿಪ-ವನದ ಅಚ್ಚರಿಯುಮಂ, ಕುವಲಯ-ಆನಂದಕರ. ಚಂದ್ರ-ಉದಯವಂ, ಆಲೋಕ-ಚಂಚಲ-ಉದ್ಭಾಸದಿಂದ. ಪ್ರತಾಪವಂ, ಅಧಿಕತರ. ಟೀ. ಕಾರ್ ಎಂಬದು ಕರ್ತೃ; ಇದು ಹಲವನ್ನು ಪೋಲ್ದು ಎಸೆದು ಇರ್ದುದು; ಯಾವಯಾವವಂ ಎಂದರೆ ಹಿಂದಿನ ದ್ವಿತೀಯಿಗಳ ಮೇಲೆ ತಿಳಿಯುತ್ತದೆ. ನೀಲಕಂಠವೆಂಬ ನವಿಲ ವಿಷಯವು 335ನೆಯ ಶ್ಲೋಕದಲ್ಲಿ ಅದೆ. ಆಲೋಕ-ಚಂಚಲ-ಉದ್ಭಾಸದಿಂದ (ಮತ್ತೆ) ತರುಣಿಯ ಕಟಾಕ್ಷದಿಂ (ಮತ್ತೆ) ರಾಜಹಂಸ-ಪ್ರಭಾ-ಹರಣದಿಂ ಆ ಕಾರ್ ಪರಶುರಾಮನ ಪ್ರತಾಪವಂ ಪೋಲ್ದಿತು ಎಂತ ಉಂಟು. ಇದು ಸ್ಪಷ್ಟವಾದ ಉಪಮೆಯಲ್ಲ, ಹ್ಯಾಗಂದರೆ ಪರಶುರಾಮನ ರಮ್ಯವಾದ ಪ್ರತಾಪವೆಂದರೆ ಮಹಿಮೆ ಏನು? ಆ ಕಾರ್ ಆಲೋಕದ (ಅಂದರೆ ಬೆಳಕಿನ) ಚಂಚಲವಾದ (ಅಂದರೆ ಮೋಡಗಳಿಂದ ಒಮ್ಮೆ ತೋರಿ ಒಮ್ಮೆ ಅಡಗುವ) ಉದ್ಭಾಸದಿಂದ ಎಸೆದುದು (ಚಂಚಲವೆಂತ ಮಿಂಚೆಂತಲೂ ಆಗುತ್ತದೆ, ಇಂತಾದರೂ ಸರಿ); ಪರಶುರಾಮನು ಆಲೋಕ (ಅಂದರೆ ತೇಜಸ್ಸುಳ್ಳ) ಚಂಚಲದ (ಅಂದರೆ ಸಿರಿಯ) ಉದ್ಭಾಸದಿಂದ ಎಸೆದನು. ಆ ಕಾರ್ ತರುಣಿ ಎಂಬ ಪುಷ್ಪಗಳ ಕಟಾಕ್ಷದಿಂದ ಎಸೆದುದು, ಪರಶುರಾಮನು ಅಂಬೆ ಎಂಬ ತರುಣಿ ಆದವಳಿಗೆ ತೋರಿಸಿದ ಕಟಾಕ್ಷದಿಂದಲೋ (**Mhbh. VI, 6047 seq.**)? ಯಾತರಿಂದಲೋ? ಎಸೆದನು. ಕಾರ್ ರಾಜಹಂಸಗಳ (ಅಂದರೆ ಅಂಚೆಗಳ) ಪ್ರಭೆಯ ಹರಣದಿಂದ ಎಸೆದುದು; ಪರಶುರಾಮನು ರಾಜಹಂಸಗಳೆಂಬ ಕ್ಷತ್ರಿಯರ ಹರಣದಿಂದ ಎಸೆದನು. (ತರುಣಿ ಎಂಬುದು ಪರಶುರಾಮನು ಕೊಂದ ತಾಯಿಗೂ ಗಂಡನು ಕೊಲ್ಲಲ್ಪಟ್ಟ ಅವಳೇ ತಾಯಿಗೂ ಹೋಗ ಬಹುದು ಏನು?). ಇಂಥ ಕವಿತ್ವ ರುಚಿಕರವಲ್ಲ, ಅದರಿಂದ ಆ ಚಂದವಾದ ಮಳೆಗಾಲದ ಸಹಜವಾದ ಮಹಿಮೆ ಕೆಡುತ್ತದೆ.

ಜಾತ-ನವ-ಶಾಡ್ವಲದ ಸೊಂಪಿಡಿದೆಸೆವ ನೆಲದ,
ಪೂತೆಸೆವ ಜಾಜಿಗಳ, ವರ-ಕುಟಜ-ರಾಜಿಗಳ,
ಕೇತಕಿಯ ಧೂಳಿಗಳ ಕೆದಱುತಿಹ ಗಾಳಿಗಳ, ಲಸದಿಂದ್ರಗೋಪ-ಚ
[ಯದಾ, |
ಕಾತೆಳೆಯ ಮಾವುಗಳ ಬನಬನದ ಠಾವುಗಳ,
ನೂತನ-ಸುವಾರಿಗಳನೆಡೆಗೊಂಡ ದಾರಿಗಳ
ಭೂತಳದ ಸಿರಿ ಮೆಱೆಯೆ, ಮುಗಿಲಯ್ದೆ ಮಱೆಗಱೆಯೆ, ವರುಷ
[ರ್ತು ಚೆಲ್ವಾದುದೂ. || 345 ||

ಪ. ಸೊಂಪು ಇಡಿದು ಎಸೆವ. ಪೂತು ಎಸೆವ. ಲಸದ್-ಇಂದ್ರ. ಕಾತು (ಕಾಯ್ತು) ಎಳೆಯ. ವರುಷ-ಋತು. ನೆಲದ ಎಂದು ಮೊದಲಾದ ಮುಖ್ಯ ಷಷ್ಠಿಗಳು ಭೂತಳ ಎಂಬದಕ್ಕೆ ಸಂಬಂಧಿಸುತ್ತವೆ.

77. THE GARDEN OF RAJASEKHARA, KING OF COROMANDEL

ರಾಜಶೇಖರನೆಂಬ ಚೋೞಮಂಡಲದ ರಾಜನ ತೋಟ

ಕಂದಂ

ಅಂತೆಸೆವ ಮೇರು-ಗಿರಿಗೆ ಸ
ಮಂತೊಪ್ಪುವ ದಕ್ಷಿಣಾಶೆಯೊಳ್, ಘನ-ಧರಣೀ- |
ಕಾಂತೆಯ ಸೀಮಂತದ ರ
ತ್ನಂ ತಾನೆನೆ, ಚೋೞಮಂಡಲಂ ಸೊಗಯಿಸುಗುಂ. || 346 ||

ಟೀ. ಕವಿ ಹಿಂದೆ ಹೇೞಿದಂತೆ ಎಸೆವ. ದಕ್ಷಿಣ-ಆಶೆಯೊಳ್ (ದಿಕ್ಕಿನೊಳ್). ಭೂಮಿ ಒಬ್ಬ ಸ್ತ್ರೀ ಎಂತ ಕವಿಯು ಉಪಮೆಯುಲ್ಲುಂಟು.

ವಚನಂ|| (ಮತ್ತಮಲ್ಲಿ ತರು-ಸಂತಾನ ಪೊಗಲಾಡುದಱಿಂ) ಕಾವೇರಿ ಕಣ್ಗೊ
[ಪ್ಪುಗುಂ. |

ವಚನಂ|| ಇಂತಖರ್ವ (ಇಂತು ಅಖರ್ವ) ವಿಭವಾಸ್ಪದಮಾದ (ವಿಭವ-ಆಸ್ಪದಂ ಆದ) ಚೋೞ-ದೇಶದ ಮಧ್ಯದಲ್ಲಿ

ಚಂಪಕಮಾಲೆ

ಕ್ಷಿತಿ-ವಧು ತಾಳ್ದಲಂಕೃತಿಯೆ ಎಂದೆನಿಸಿರ್ಪುದು ಸಾರ-ವಸ್ತು-ಸಂ
ಗತಿ-ಮಣಿ-ಹರ್ಮ್ಯ-ಸಂಹತಿ-ಸುರೇಂದ್ರಪುರಾಕೃತಿ-ಲೋಕ-ನೇ
[ತ್ರ-ನಿ |
ವೃತಿಕರ-ರಾಜಪದ್ಧತಿ-ಸದಾಶ್ರಿತ-ಸಂತತಿ-ದತ್ತ-ನಿರ್ಜರ-
ಸ್ಥಿತಿ-ನುತಿವೆತ್ತ ಧರ್ಮವತಿಯೆಂಬ ಪುರಂ ವಿತತ-ಪ್ರಭಾವದಿಂ.
|| 347 ||

ಪ. ತಾಳ್ದ ಅಲಂಕೃತಿಯೆ ಎಂದು ಎನಿಸಿ ಇರ್ಪುದು. ನುತಿ-ಪೆತ್ತ. ಟೀ. ಧರ್ಮವತಿ ಎಂಬ ಪುರಂ ಕರ್ತೃ. ಸಾರವಸ್ತುಸಂಗತಿಯಿಂದಲೂ ... ಸಂಹತಿಯಿಂದಲೂ ... ಆಕೃತಿಯಿಂದಲೂ .... ರಾಜಪದ್ಧತಿ ಸದಾ ಆಶ್ರಿತವಾದಂಥ ಸಂತತಿಯಿಂದಲೂ ಕೊಡಲ್ಪಟ್ಟ ನಿರ್ಜರರ ಸ್ಥಿತಿಯನ್ನೂ ನುತಿಯನ್ನೂ ಪೆತ್ತ ಧರ್ಮವತಿ. ಕವಿ ಒಂದು ದೊಡ್ಡ ಪ್ರಮಾಣ ಮಾಡುವದಕ್ಕೋಸ್ಕರ ಒಂದು ಸುರರ ರಾಜನ ಪುರವುಂಟು ಎಂದೂ ಈ ಸುರರೆಂಬ ನಿರ್ಜರರ ಸ್ಥಿತಿ ನುತಿಗಳುಂಟೆಂತಲೂ ಕಲ್ಪಿಸಿದ್ಧಾನೆ. ಇದು ವಾಸ್ತವವಲ್ಲದದಱಿಂದ ಒಪ್ಪದು.

ಚಂಪಕಮಾಲೆ

ಕಳ-ರವಮಿಲ್ಲದಿರ್ಪ ಪಿಕನಂಚೆಗಳಾಡದ ಪೂಗೊಳಂ, ಫಳಾ
ವಳಿ ಬಳೆಸಿಲ್ಲದಿರ್ಪ ಪೊಸ ಮಾವಿನಿಮಾತುಗಳಾಡದಿರ್ಪ ಪೆ |
ಣ್ಗಿಳಿಯಳಿ-ರಾಜಿ ರಾಜಿಸದ ತಾವರೆ, ಪೂಗುಡಿ ಮೂಡಿ ತೋಱದಿ
ರ್ಪೆಳಲತೆ, ಮಲ್ಲಿತಲ್ಲದೆಲರಿಲ್ಲೆನೆ, ತದ್-ವನಮೇಂ ಮನೋಜ್ಞಮೋ!
|| 348 ||

ಪ. ಪಿಕಂ, ಅಂಚೆಗಳ್. ಪೊಸ ಮಾವು, ಇನಿ-ಮಾತುಗಳ. ಪೆಣ್-ಗಿಳಿ, ಅಳಿ-ರಾಜಿ. ಮಲ್ಲಿಕು ಅಲ್ಲದ ಎಲರ್ ಇಲ್ಲ ಎನೆ.

ವ. | ಮತ್ತಮಲ್ಲಿ

ಮಹಾಸ್ರಗ್ಧರೆ

ಅರನೇಱಲ್ ನಿಂಬೆ ಕಂಕೆಲ್ಲಿ ಪಲಸು ಬಕುಳಂ ಬಾಳೆ ಪೇರೀಳೆ ತಾಳೇ-

ತರು ತೆಂಗುಂ ಗೌಂಗು ಸಪ್ತಚ್ಛದ-ಕದಳಿ ತಮಾಲಂ ಲಸಚ್-ಚಂಪ
[ಕಂ ಪಾ |
ದರಿ ಪುನ್ನಾಗಂ ರಸಾಲಂ ತಿಲಕ-ಕುರುವಕಂ ಕರ್ಣಿಕಾರಂ ಕದಂಬಂ
ಶಿರಿಸಂ ಶ್ರೀಪರ್ಣಿ ದಾಳಿಂಬ-ಮರಮಮರ್ದು, ಸಾಲ್ಗೊಂಡು, ಕಣ್ಗೊ
[ಪ್ಪುತಿರ್ಕುಂ. || 349 ||

ಪ. ಮರಂ ಅಮರ್ದು. ಟೀ. ಅರನೇಱಿಲ್, ಸೂ. 177. ಅಮರ್ದು ಎಂಬಲ್ಲಿ ಶಿಥಿಲತ್ವ.

ಚಂಪಕಮಾಲೆ

ಎಳೆನನೆ ತೀವಿ ತೋರ್ಪ ಮೊನೆಮಲ್ಲಿಗೆ, ತಾವರೆ ತೀವಿ ತೋರ್ಪ
[ತಂ
ಗೊಳಮಳಿ ತೀವಿ ತೋರ್ಪ ಮಧುದೂತಿಯಲರ್ ತವೆ ತೀವಿ ತೋ
[ರ್ಪ ಪಾ |
ಟಳಿ, ಗಿಳಿ ತೀವಿ ತೋರ್ಪ ಪೊಸಮಾವು, ತಳಿರ್ ಬಿಡೆ ತೀವಿ ತೋ
[ರ್ಪ ಮಂ
ಜುಳತರಮಾದಶೋಕೆ ಮೆಱೆದಿರ್ಪುದು ತದ್-ವನ-ಮಧ್ಯ-ದೇಶದೊ
[ಳ್. || 350 ||

ಪ. ತಂಗೊಳಂ, ಅಳಿ. ಮಧುದೂತಿ, ಅಲರ್. ಮಂಜುಳತರಂ ಆದ ಅಶೋಕೆ.

ವ. || ಮತ್ತಮಲ್ಲಿ

ಕಂದಂ

ಬಲವರ್ಪಾಱಿಡಿ, ಬಗ್ಗಿಪ
ಕಲಕಂಠಂ, ತೊಂಡುಗೆಡೆವ ಗಿಳಿ, ಪೂತೆಸೆದಿ |
ರ್ಪಲರ್ಜೊಂಪಂ, ಕಾತೊಱಗುವ
ಫಲಾಳಿ ತಳ್ತಿರೆ, ರಸಾಲ-ಭೂರುಹಮೆಸೆಗುಂ. || 351 ||

ಪ. ಬಲ-ಬರ್ಪ ಆಱಿಡಿ. ಎಸೆದು ಇರ್ಪ ಅಲರ್ಜೊಂಪಂ. ಟೀ. ಅಲರ್ಜೊಂಪಂ ಎಂಬಲ್ಲಿ ಶಿಥಿಲತ್ವ.

ಮತ್ತೇಭವಿಕ್ರೀಡಿತಂ

ಅಲರ್ಗಂಪಿಂಗೆಱಿಗಿರ್ದ ತುಂಬಿಗಳ ಬಂಬಲ್ ಕಾರ್ಮುಗಿಲ್, ಪಲ್ಲವಾ
ವಳಿ ವಿದ್ಯುತ್-ಪ್ರಚಯಂ, ಪಿಕ-ಪ್ರಕರ-ನಾದಂ ಮೇಘ-ನಾದಂ, ನಿ
[ರಾ |
ಕುಲಮೊಂದಿರ್ಪ ಶುಕಾಳಿ ಶಕ್ರಧನುವೆಂಬಂತಾಗೆ, ಮೇಘಾಗಮಂ
ಬೊಲದೇಂ ಸೂಸಿದುದೋ ಮರಂದ-ರಸ-ವೃಷ್ಟಿ-ವ್ರಾತಮಂ ಮಾಮ
[ರಂ? || 352 ||

ಪ. ಅಲರ್-ಕಂಪಿಂಗೆ ಎಱಗಿ ಇರ್ದ. ಎಂಬಂತೆ ಆಗೆ. ಮೇಘ-ಆಗಮಂ-ಪೋಲ್ ಅದು (ಮಾಮರಂ). ಟೀ. ಹೇೞಿದಂತೆ ಆಗೆ ಮಾಮರದಿಂದ ಮೞೆಗಾಲ ಬಂದ ಹಾಗಾಯಿತು. ಅಲರ್ಗಂಪಿಂಗೆ ಎಂಬಲ್ಲಿ ಶಿಥಿಲತ್ವ.

ಕಂದಂ

ಮಲ್ಲಿಗೆ ಮಾಮರದೆಳೆದಳಿ
ರಲ್ಲಿ ಮುಗುಳ್ತಡರೆ, ಮುಗುಳ್ಗಳೆಸೆದವು ಸಂಧ್ಯಾ- |
ಸಲ್ಲಲಿತ-ತಾರಕಾಳಿವೊ
ಲಲ್ಲಿಱಿವಾಱಿಡಿಗಳಱಿವ ತಮಮೆನಿಸಿರ್ಕುಂ. || 353 ||

ಪ. ಮಾಮರದ ಎಳೆ-ತಳಿರಲ್ಲಿ ಮುಗುಳ್ತು ಅಡರೆ, ಮುಗುಳ್ಗಳ್. ತಾರಕಾ-ಆಳಿ (-ಯ) ಪೋಲ್; ಅಲ್ಲಿ ಇಱಿವ. ತಮಂ ಎನಿಸಿ ಇರ್ಕುಂ. ಟೀ. ಮುಗುಳ್ತಡರೆ ಎಂಬಲ್ಲಿ ಶಿಥಿಲತ್ವ.

ವ.|| ಮತ್ತಮಲ್ಲಿ

ಚೆಂದಳಿರದು ಮಾಂದಳಿರೆನೆ,
ಸಂದಣಿಸಿದ ಪಣ್ಗಳಳಿಗಳೆನೆ, ತಾನುಂ ಮಾ |
ಕಂದಮೆನಿಸಲ್ ನೆಗೞ್ದಿದ
ಚಂದಮನಾಂತಂತೆ ನೇಱಿಲಲ್ಲೆಸೆದಿರ್ಕುಂ. || 354 ||

ಪ. (ನೇಱಿಲ) ಚೆಂ-ತಳಿರ್ ಅದು ಮಾಂ-ತಳಿರ್ ಎನೆ. ಪಣ್ಗಳ್ ಅಳಿಗಳ್ ಎನೆ. ಚಂದಮಂ ಆಂತ ಅಂತೆ ನೇಱಿಲ್ ಅಲ್ಲಿ. ಟೀ. ನೇಱಿಲ್ ಎಂಬುದು ಮಾಮರದಂತೆ ಕಾಣಿಸುತ್ತದೆ.

ಮಿಡಿ ಪಚ್ಚೆಯ ಪರಲೆನೆ, ಕೆಂ
ಪಿಡಿದರೆವಣ್ ಪದ್ಮರಾಗಮೆನೆ, ತನಿವಣ್ ಕ |
ರ್ಪಿಡಿದಿಂದ್ರನೀಲಮೆನೆ, ಮಣಿ-
ಗಡಣಮನಾಂತಂತೆ ನೇೞಿಲೆಸೆದುದು ಬನದೊಳ್. || 355 ||

ಪ. ಕೆಂಪು ಇಡಿದ ಅರೆ-ಪಣ್. ತನಿ-ಪಣ್. ಕರ್ಪು ಇಡಿದ ಇಂದ್ರ. ಟೀ. ನೇೞಿಲ್ ಎಂಬುದು ಇದಱ ಮೇಲೆ ಮಣಿಯುಳ್ಳದೆಂತ ಕಾಣಿಸುತ್ತದೆ.

ಅಮರ್ದಿನಿದನಿದಱಿನಿದನೆಲೆ,
ಅಮರರೆ, ಸರಿ ನೋೞ್ಪುದೆಂದು,ನಿಜ-ರಸಮನಿಳಾ- |
ರಮೆ ಮರಕತ-ಕಳಶದೆ ತುಂ
ಬಿ, ಮೇಲೆ ನೀಡಿದಪಳೆಂಬ ವೋಲ್ ತೆಂಗೆಸೆಗುಂ. || 356 ||

ಪ. ಅಮರ್ದ (ಅಮರ್ದನ) ಇನಿದಂ ಇದಱ ಇನಿದಂ, ಎಲೆ, ಅಮರರೆ, (ನೀವು) ಸರಿ ನೋೞ್ಪುದು! ಎಂದು ನಿಜ-ರಸಮಂ ಇಳಾ-ರಮೆ. ಟೀ. ಇದು ತೆಂಗುಮರದ ವರ್ಣನೆ. ಅದನ್ನು ಕವಿ ಭೂಮಿ ಎಂಬ ಸ್ತ್ರೀಗೆ ಸರಿ ಮಾಡಿ, ಅವಳನ್ನು ಹೇೞಿದ ಮಾತುಗಳನ್ನು ನುಡಿಸುತ್ತಾನೆ. ಕವಿ ಅಮರ್ದು ತಿನ್ನುವ ಅಮರರನ್ನು ಕಲ್ಪಿಸಿ ಇಡುವದು ದೊಡ್ಡ ಮಾತಾಡುವದಕ್ಕೋಸ್ಕರವಷ್ಟೇ, 347ನೆಯ ಶ್ಲೋಕ ನೋಡು. ಮರಕತ=ಪಚ್ಚೆ. ನೋೞ್ಪುದು=ನೋಡುವದು, ಸೂ. 18; 19; 183.

ಬಿಡದಾಲವಾಲ-ಜಲದೊಳ್
ಕಡುಗೆಂಪಿಡಿದಿಡಿದ ಬೀಜ-ರದನದ ಚಲ್ವಂ |
ನಡೆ ನೋೞ್ಪಂತಿರೆ ತೋರ್ಕುಂ,
ಪಡಿನೆೞಲಿಂಬಾಗೆ ಬಾಗಿ, ರಸ-ದಾಳಿಂಬಂ. || 357 ||

ಪ. ಬಿಡದೆ ಆಲವಾಲ. ಪಡಿನೆೞಲ (ಪಡಿನೆೞಲಿಗೆ) ಇಂಬು ಆಗೆ. ಅ. ರಸದಾಳಿಂಬಂ ಬಿಡದೆ, ಪಡಿನೆೞಲ ಇಂಬಾಗೆ (ಇಂಬಾಗುವಂತೆ) ಬಾಗಿ, ಕಡು-ಕೆಂಪು ಇಡಿದಿಡಿದ (ತನ್ನ) ಬೀಜ-ರದನದ (ಬೀಜವೆಂಬ ರದನದ) ಚಲ್ವಂ ಆಲವಾಲ-ಜಲದೊಳ್ ನಡೆ ನೋೞ್ಪ ಅಂತಿರೆ ತೋರ್ಕುಂ.

ಜಲದ ಜಲದಕ್ಕೆ ಜಲವತ್-
ಫಲಮೀವುದು ತೆಂಗಿದರ್ಕೆ ಕುಡದಾಯ್ತೆನ್ನಂ |

ಸಲಪಿದಿಳಿಗೆಂದೆಱಗಿ, ನವ-

ಫಲಂಗಳೀವಂತೆ ಬಾಗಿ, ಬಾಳೆಗಳೆಸೆಗುಂ. || 358 ||

ಪ. ಕುಡದೆ ಆಯ್ತು ಎನ್ನಂ ಸಲಪಿದ ಇಳೆಗೆ ಎಂದು. ಟೀ. ಬಾಳೆಗಿಡಗಳೆನುವದೇನು— (ಉದ್ಧವಾದ) ತೆಂಗು ಜಲದಕ್ಕೆ ಫಲವ ಕೊಡ ಬೇಕಾದದಱಿಂದ ಎನ್ನಂ ಸಲಪಿದ (ಈ ಪ್ರಿಯು) ಇಳೆಗೆ ಕೊಡಲಿಲ್ಲ (ಆದರೆ ತೆಂಗು ಇಳೆಗೆ ಸಲ್ಲಿಸಲಾಗದ ಈ ಹಂಗನ್ನು ನಾನು ಸಲ್ಲಿಸು ವೆನು) ಎಂದು.

ಬನಗಟ್ಟಿಲೆಯುಂ ಕಮಳಾ

ಪ್ತನ ಕದಿರುಂ ಕಾದಿ, ಮಡಿವುತಳಯುಂ ಚಾಂಪೇ ।

ಯ-ನಿಕಾಯಮಾದುದಲ್ಲದೊ

ಡೆ ನಸುಂ ತದ್-ದ್ವಯಕೆ ಪಗೆತನಂ ಸಮನಿಪುದೇ? || 359 ||

ಪ. ಬನ-ಕಟ್ಟಿಲೆಯುಂ ಕಮಳ-ಆಪ್ತನ. ಮಡಿವುತ ಅಳಿಯುಂ .. ನಿಕಾಯಂ (ನಿಕಾಯಮುಂ) ಆದುದು; ಅಲ್ಲದೊಡೆ. ಚಾಂಪೇಯಕ್ಕೂ (=ಸಂಪಗೆಗೂ) ಅಳಿಗೂ ಪಗೆತನ ಉಂಟು, ಅಳಿ ಸಂಪಗೆಯಲ್ಲಿ ಕೂತರೆ ಸಾಯುವದೆಂತ, ಜನರ ಮಾತು. ಈ ಪಗೆತನದ ಕಾರಣವು ಕಾವ್ಯ ಮಾರ್ಗವಾಗಿ ಹೇಳಿದೆ; ಪರಸ್ಪರಯುದ್ಧದಲ್ಲಿ ಸತ್ತ ಕತ್ತಲೆ ಅಳಿಯಾಯಿತು, ಸೂರ್ಯನ ಕಿರಣ ಸಂಪಗೆಯಾಯಿತು.

ಮತ್ತೇಭವಿಕ್ರೀಡಿತಂ

ಕೊಳನೊಂದಿರ್ದುದು ಕಣ್ಗೆ ಕೌತುಕಮನೀವುತ್ತಲ್ಲಿಯತ್ಯುದ್ಧ-ನಿ

ರ್ಮಳ-ಪಾನೀಯದಿನುರ್ವಿ ಬರ್ಪ ತೆರೆಯಿಂ, ಕೆನ್ನೈಯ್ದಿಲಿಂ, ನೆಯ್ದಿ [ಲಿಂ ।

ದಳಯಿಂದಂ, ಕಳ-ಹಂಸೆಯಿಂ, ಕಮಳದಿಂ, ಕೋಕಂಗಳಿಂ, ಮೀಂ [ಗಳಿಂ,

ಚಳ-ಶೈವಾಲದಿನಿತ್ತರಂಬಿಡಿದ ಭೂಜಾತಾಳಿಯಿಂ, ಪಾಳಿಯಿಂ.

|| 360 ||

ಪ. ಕೊಳಂ ಒಂದು. ಅಲ್ಲಿ, ಅತಿ-ಶುದ್ಧ. ಪಾನೀಯದಿಂ, ಉರ್ವಿ. ಶೈವಾಲದಿಂ ಇತ್ತ ರಂ-ಪಿಡಿದ ಭೂಜಾತ-ಆಳಿಯಿಂ.

78. CHANDRAHASA IS BROUGHT TO THE NOTICE OF DUSHTA-BUDDHI, MINISTER AT KUNTALA (see No. 74)

ದುಷ್ಟಬುದ್ಧಿ ಎಂಬ ಪ್ರಧಾನಮಂತ್ರಿಗೆ ಚಂದ್ರಹಾಸನ ಗೊತ್ತಾದದು

ವಾರ್ಧಕಷಟ್ಪದಿ

ಕುಂತೀಕುಮಾರ, ಕೇಳ್! ಆ ಮಹಾ-ಪಟ್ಟಣದೊ
ಳಿಂತರ್ಭಕರೊಳಾಡುತಿಹ ಪಸುಳೆಗೆಯ್ದು ವರು
ಷಂ ತುಂಬಿತಾ ಸಮಯದೊಳ್ ಪ್ರಬಲದಿಂ ಪ್ರವರ್ತಿಪ ದುಷ್ಟಬುದ್ಧಿ [ಯೆಂಬಾ |
ಕುಂತಳೇಂದ್ರನ ಮಂತ್ರಿ ತನ್ನ ಮನೆಯೊಳ್ ವಿಪ್ರ-
ಸಂತರ್ಪಣಂಗೆಯ್ದೊಡಾ ದ್ವಿಜರ್ ಭೋಜನಾ
ನಂತರದೊಳೆಯ್ದೆ ಸತ್ಕೃತರಾಗಿ, ಕುಳ್ಳಿರ್ದು, ಪರಸುತಲ್ಲಿರುತಿರ್ದರೂ.
|| 361 ||

ಪ. ಇಂತು ಅರ್ಭಕರೊಳ್. ಪಸುಳೆಗೆ ಎಯ್ದು. ತುಂಬಿತು; ಆ. ಭೋಜನ-ಅನಂತರದೊಳ್.

ಅಲ್ಲಿ ಕೆಳೆಯರೊಳಾಡುತಿರ್ದ ಶಿಶುವಂ ಕಂಡ
ರುಲ್ಲಾಸದಿಂದೆಸೆವ ವಿಪ್ರವಿರ್ ಬಾಲಕನ
ಸಲ್ಲಲಿತ-ರಾಜ-ಲಕ್ಷಣಕೆ ಬೆಱಗಾದರವನಂಗಮಂ ನೋಡಿ ನೋಡೀ, |
ನಿಲ್ಲದನುರಾಗದಿಂದಾರ ಸುತನೀ ತರುಣ
ನೆಲ್ಲಿಂದ ಬಂದನೆಂದಾ ದುಷ್ಟಬುದ್ಧಿಯುಂ
ಮೆಲ್ಲನೆ ವಿಚಾರದಿಂ ಕೇಳ್ದೊಡಾ ವಿಪ್ರರ್ಗೆ ನಗುತಾತನಿಂತೆಂದನೂ—
|| 362 ||

ಪ. ಕಂಗರ್; ಉಲ್ಲಾಸದಿಂದೆ. ಬೆಱಗಾದರ್; ಅವನ. ನಿಲ್ಲದೆ, ಅನುರಾಗದಿಂದೆ.

ಈ ಪರಿಯೊಳನಿತಿಲ್ಲನಾಥರಾಗಿಹ ಬಾಲ
ರೀ ಪುರದೊಳೆತ್ತಣವನಾರ ಸುತನೆಂದಱಿಯೆ

ವೀ ಪಸುಳೆಯಂ, ರಾಜ-ಕಾರ್ಯದೊಳಗಿಹೆವಿದಱ ಚಿಂತೆ ನಮಗೇ
[ತಕೆನಲೂ; ।
ಆ ಪಾರ್ವರೆಂದಿರ್ದೊಡಂ ಚಾರು-ಲಕ್ಷಣದೊ
ಳೀ ಪೊೞಲ್ಗೀ ಕುಂತಳಾಧೀಶನಾಳ್ವನ್ನ
ಮೀ ಪೊಡವಿಗೊಡೆಯನಹನೀತನಂ ನೀನ್ ಇರಿಸಿ ಕೊಂಡು, ರಕ್ಷಿ
[ಪುದೆಂದರೂ. ॥ 363 ॥

ಪ. ಈ ಪರಿಯೊಳ್ ಎನಿತು ಇಲ್ಲಿ ಅನಾಥರ್ ಆಗಿ ಇಹ ಬಾಲರ್, ಈ ಪುರದೊಳ್! ಎತ್ತ ಣವಂ? [ಹೇೞಿದಂತೆ ಛೇದವಾದರೆ, ಈ ಪರಿಯೊಳ್ ಇಲ್ಲಿ, ಈ ಪುರದೊಳ್, ಎನಿತು ಅನಾಥರಾಗಿಹ ಬಾಲರ್! ಎಂತ ಅನ್ವಯಿಸ ಬೇಕು. ಬೇಱೆಯಾಗಿ ಛೇದಿಸಿದರೆ ಇಂತಾಗುತ್ತದೆ—ಈ ಪರಿಯೊಳ್ ಎನಿತು (ಎನಿತುಂ) ಇಲ್ಲ! ಈ ಪುರದೊಳ್ ಅನಾಥರಾಗಿಹ ಬಾಲರ (ಬಾಲರ್ಲ್ಲಿ) ಎತ್ತಣವಂ?] ಇಹೆವು; ಇದಱ; ಅಹಂ (ಆಗುವಂ); ಈತನಂ. ಟೀ. ಆಳ್ವ ಅನ್ನಂ, ಸೂ. 246.

ಕ್ರೂರ-ನಕ್ರ-ಕುಲದೊಳಡಿದಿರ್ದ ಪೆರ್ಮಡು ಗ
ಭೀರ-ನಿರ್ಮಲ-ಜಲದೊಳೆಸೆವಂತೆ, ಮನದೊಳ್ ಕ
ಠೋರತರ-ಭಾವಮಂ ತಳೆದು, ಬಹಿರಂಗದೊಳ್ ವಿನಯಮುಳ್ಳಾತ
[ನಾಗೀ, ।
ಚಾರು-ಲಕ್ಷಣದ ಶಿಶುವಂ ನೋಡಿ, ಧರೆಯ ವೃಂ
ದಾರಕರ ನುಡಿಗೊಪ್ಪಿದೋಲ್ ಇರ್ದು, ಬೞಿಕ ಸ
ತ್ಕಾರದಿಂದಾ ವಿಪ್ರರಂ ಕಳುಹಿದಂ ದುಷ್ಟಬುದ್ಧಿ ನಿಜ-ಭವನದಿಂದಾ.
॥ 364 ॥

ಟೀ. ದುಷ್ಟಬುದ್ಧಿಯ ಭಾವವನ್ನು ಆ ನಕ್ರ (ನೆಗಱೆ) ಅಡಗಿರುವ ಆೞವಾದ ಮಡುವಿಗೆ ಸಮ ಮಾಡಿದಂತಾಯಿತು; ಒಳಗೆ ಬೇಱೆ, ಮೇಲೆ ಬೇಱೆ. ಒಪ್ಪಿದೋಲ್=ಒಪ್ಪಿದ ಓಲ್ ಎಂತುಂಟು; ಒಪ್ಪಿದ ಪೋಲ್ ಎಂತ ಶುದ್ಧಂ, ಸೂ. 214.

79. NEAR THE SEA-SHORE

ಸಮುದ್ರವರ್ಣನೆ

ವಾರ್ಧಕಷಟ್ಪದಿ

ಎಲೆ, ಮಹೀಶ್ವರ! ನಾಗನಗರಮಂ ಪೊಱಮಟ್ಟ
ನಿಲಸುತಂ ಪಯಣ-ಗತಿಯೊಳ್ ಬರುತ, ಕಂಡನಗ-
ಕುಲದ ಪರಿಘಾತ-ಚಯ-ಶಮನೌಷಧಿಯನತುಲ-ಕಲ್ಲೋಲ-ನಿರವಧಿ
[ಯನೂ, |
ಜಲ-ಜಂತು-ಚಾರಣ-ವಿಧಿಯನಿಳಾ-ಮಂಡಲವ
ಬಳಸಿದ ಪರಿಧಿಯನಪಹೃತಗಣಿತ-ಸುಧೆಯನವಿ
ರಳ-ಘೋಷದುದಧಿಯನನೇಕ-ರತ್ನ-ಪ್ರತತಿಗಳ ನಿಧಿಯನಂಬುಧಿಯ
[ನೂ. || 365 ||

ಪ. ಪೊಱಮಟ್ಟು ಅನಿಲಸುತಂ (ಭೀಮಂ) . . . ಕಂಡಂ ಅಗ-ಕುಲದ ಪರಿಘಾತ-ಭಯ-ಶಮನ-ಔಷಧಿಯಂ, ಅತುಲ. ವಿಧಿಯಂ, ಇಳಾ. ಪರಿಧಿಯಂ, ಅಪಹೃತ-ಅಗಣಿತ-ಸುಧೆಯಂ, ಅವಿರಳ-ಘೋಷದ. ಟೀ. ಇಲ್ಲಿಯ ಶ್ಲೇಷಾಲಂಕಾರದ ಎರಡನೆಯ ಅರ್ಥವನ್ನು ಕುಱಿತು ಎನ ತಕ್ಕದೇನಂದರೆ—ಅಗ-ಕುಲದ ಪರಿಘಾತ-ಚಯದ ಶಮನವು ಆದ ಔಷಧಿ ಎಂಬ ಹೆಸರನ್ನು ಸಮುದ್ರಕ್ಕಿಡುವದು ಅಬದ್ಧವೇ ಸರಿ; ಪಾಪದ ಸಮೂಹವನ್ನು ಪರಿಹರಿಸಲಿಕ್ಕೆ ಸಮುದ್ರದಲ್ಲೇನು ಶಕ್ತಿ? ಅಗ ಎಂಬುದಕ್ಕೆ ಪ್ರತಿಯಾಗಿ ದೇಹರೋಗವೆಂದರೆ ಆದೀತು. ಅದಲ್ಲದೆ ಅಪಹೃತ-ಅಗಣಿತ-ಸುಧೆ ಎಂದರೆ ಅದೇನು? ಮೊದಲು ಅದೆಲ್ಲಿಂದ ಅಪಹೃತವಾದದೆಂತ ಕೇಳ ಬೇಕು; ಆ ಮೇಲೆ ಅದು ಸುಧೆಯೋ? ಸಮುದ್ರದ ನೀರನ್ನು ಕುಗಿಯಿರಿ! ಬಱಿ ಓಕರಿಕೆಯೂ ಹೊಟ್ಟೆನೋವೂ ಬರುವದು. ಒಂದನೆಯ ಅರ್ಥ ನಿಘಂಟುವಿನ ಮೇಲೆ ಮೂಡುತ್ತದೆ.

ಘುಱಿಘುಱಿಸುತೇೞ್ವ ಬೊಬ್ಬುಳಿಗಳಿಂ, ಸುೞಿಗಳಿಂ
ಸೆಳೆಸೆಳೆದು ಸಱಿವ ಪೆರ್ದೆರೆಗಳಿಂ, ನೊರೆಗಳಿಂ
ಪೊಱೆವ ತುಂತುಱಿನ ನೀರ್ವನಿಗಳಿಂ, ಧ್ವನಿಗಳಿಂ, ವಿವಿಧ-ರತ್ನಂಗ
[ಳಿಂದಾ, |
ಬಳೆ ಕೊಂಬ ನಾನಾ-ಪ್ರವಾಹದಿಂ, ಗ್ರಾಹದಿಂ

ದಳತೆಗಳವಡದೆಂಬ ಪೆಂಪಿನಿಂ, ಗುಂಪಿನಿಂ
ದಳದ ಪವಳದ ಮಿೞ್ದರ್ ಕುಡಿಗಳಿಂ, ತಡಿಗಳಿಂದಾ ಕಡಲ್ ಕಣ್ಗೆಸೆದು
[ದೂ. ‖ 366 ‖

ಪ. ಗ್ರಾಹದಿಂದೆ, ಅಳತೆಗೆ ಅಳವಡದು ಎಂಬ.

ದಿವಸಾಧಿಪತಿಯಂತನಂತ-ರತ್ನಂ, ರಾಜ-
ನಿವಹದಂತಪರಿಮಿತ-ವಾಹಿನೀ-ಸಂಗತನು
ಪವನಾಳಿಯಂತೆ ವಿದ್ರುಮ-ಲತಾ-ಶೋಭಿತಂ ತಾನ್ ಎಂದುದಧಿ ಮೆ
[ಱೆದುದೂ. ‖ 367 ‖

ಪ. ಅಂತೆ ಅನಂತ-ರತ್ನಂ. ನಿವಹದಂತೆ ಅಪರಿಮಿತ. ಸಂಗತಂ, ಉಪವನ-ಆಳಿ. ಎಂದು, ಉದಧಿ.

ಚಿಪ್ಪೊಡೆದು ಸಿಡಿವ ಮುತ್ತುಗಳಲ್ಲದಿವು ಮಗು
ೞ್ದುಪ್ಪರಿಸುವೆಳೆಮೀನ್ ಬಿದಿರ್ವ ಶೀಕರಮಲ್ಲ
ವೊಪ್ಪುವ ಸುಲಲಿತ-ಶಂಖದ ಸರಿಗಳಲ್ಲದಿವು ಬೆಳ್ನೊರೆಗಳೊಟ್ಟಲಲ್ಲಾ;|
ತಪ್ಪಲೊಳಗಣ ರನ್ನವೆಳಗಲ್ಲದಿವು ತೊಡ
ರ್ದಿಪ್ಪ ಕೆಂಬವಳಮಲ್ಲಿವು ಪಯೋನಿಧಿಯ ಕೆನೆ
ಯೊಪ್ಪಮಲ್ಲದೆ ನೀರ್ಮೊಗೆಯಲಿಱಿವ ಮೇಘಂಗಳಲ್ಲೆನಿಸಿತಾ ಕಡ
[ಲೊಳೂ. ‖ 368 ‖

ಟೀ. (ಇವು) ಬಿದಿರ್ವ ಶೀಕರಂ ಅಲ್ಲ, ಚಿಪ್ಪೊಡೆದು ಸಿಡಿವ ಮುತ್ತುಗಳ್ ಅಲ್ಲದೆ (=ಮತ್ತೆ) ಇವು ಮಗುೞ್ದು ಉಪ್ಪರಿಸುವ ಎಳೆಮೀನ್; ಇವು ಒಪ್ಪುವ ಸುಲಲಿತ-ಶಂಖದ ಸರಿಗಳ್ ಅಲ್ಲದೆ, ಬೆಳ್-ನೊರೆಗಳ ಒಟ್ಟಿಲ್ ಅಲ್ಲ; ಇವು ತಪ್ಪಲೊಳಗಣ (ತಪ್ಪದೊಳಗಣ ಎಂತ ಪಾಠಾಂತರಂ) ರನ್ನ-ಬೆಳಗು ಅಲ್ಲದೆ, ತೊಡರ್ದು ಇಪ್ಪ ಕೆಂ-ಪವಳಂ ಅಲ್ಲ; ಇವು ಪಯೋ-ನಿಧಿಯ (=ಹಾಲಿನ ಪಾತ್ರೆಯ) ಕೆನೆಯ ಒಪ್ಪಂ ಅಲ್ಲದೆ, ನೀರ್ಮೊಗೆಯಲ್ ಇತ್ಯಾದಿ. ಶೀಕರವೂ ಬೆಳ್ನೊರೆಯೂ ಕೆಂಬವಳವೂ ಮೇಘಂಗಳೂ ಸಹ ಅವೆ ಎಂತ, ಕವಿ ತನ್ನ ವರ್ಣನೆಯಿಂದ ಸೂಚಿಸುತ್ತಾನೆ.

ಕ್ರೂರ-ಕರ್ಕಟಕ-ಕಟಕಂ, ಕಮಠ-ಮಠಮಿಡಿದ
ನೀರಾನೆಗಳ್ ನೆಗೞ್ವೆಡೆ, ಮುದಮುದಯಿಪ ಶಾ
ಲೂರ-ಕುಲ-ರಾಜಿ ರಾಜಿಪ ಗೃಹಂ, ನಿಬಿಡ-ಗಂಡೂಪದ-ಪದಂ, ಪೆ[ರ್ಚಿದಾ |
ಘೋರ-ಸಮುದಗ್ರದ ಗ್ರಾಹ-ಚಯ-ಭವನಮುಂ,
ಭೂರಿ-ಭೀಕರ-ಮಕರ-ಮಹಿ, ತಿಮಿ-ತಿಮಿಂಗಿಲ-ಕ
ಠೋರತರ-ರಾಜೀವ-ಜೀವ-ಪ್ರತತಿ-ವಾಸಮಾ ಸಮುದ್ರದೊಳೆಸೆದು[ದೂ. || 369 ||

ಪ. ಕಮಠ-ಮಠಂ, ಇಡಿದ. ಟೀ. ಕಟಕಂ, ಮಠಂ ಎಂದು ಆದಿ ಆಗಿ ವಾಸಂ ಎಂದು ಅಂತವು ಆದ ಪ್ರಥಮೆಗಳ್ ಕರ್ತೃಗಳ್. ಭವನಮುಂ=ಭವನವೂ, ಸೂ. 314.

ಸುೞಿದೊಂದು ಮೀನ ಮೀನ್ ನುಂಗಿತಾ ಮೀನನಾ
ಗಳೆ ನುಂಗಿತೊಂದು ಮೀನ್; ಆ ಮೀನ ನುಂಗಿದುದು
ಬೞಿಕೊಂದು ಮೀನ್; ಅದಂ ಮತ್ತೊಂದು ಮೀನ್ ನುಂಗಿತಾ ಮೀ[ನ ನುಂಗಿತೊಂದೂ; |
ತೊೞಲುತೊಂದೊಂದನೊಂದಿಂತು ನುಂಗಲ್ ತಿಮಿಂ
ಗಿಳಮೆಲ್ಲಮಂ ನುಂಗುತಿರ್ಪುದೆನೆ, ಬೆದಱಿ ಮೀ
ನ್ಗಳ್ ತಿರುಗುತಿರ್ದವೆಱಕೆಗಳೊಡನೆ ಮುಂಪೊಕ್ಕ ಗಿರಿಗಳೆಡೆಯಾಡು[ವಂತೇ. || 370 ||

ಪ. ತಿರುಗುತ ಇರ್ದವು, ಎಱಕೆಗಳೊಡನೆ. ಟೀ. ಆ ಮೀನುಗಳಿಂದ ದೊಡ್ಡ ಜಲಚಲನವಾದದಱಿಂದ ತಾವು ಸಮುದ್ರದೊಳಗೆ ಮುಂಪೊಕ್ಕ ಎಱಕೆಗಳೆಂಬ ಅಗಲವಾದ ಕೆಳಭಾಗಳಿಂದ ಗಿರಿಗಳೇ ಎಡೆಯಾಡಿದಂತೆ ಆಯಿತು. ಹೀಗೆ ಟೀಕಿಸುವದು ಉತ್ತಮ; ಬೇಱೆ ಕಥೆ ಬೇಡ.

ಆ ಮಹಾಂಭೋಧಿಯಂ ನೋಡಿ, ಹರ್ಷಿತನಾಗಿ,
ಭೀಮಸೇನಂ ಬೞಿಕ ನಲವಿನಿಂ ದ್ವಾರಕೆಯ

ಸೀಮೆಗೆಯ್ತಂದು, ನಗರ-ದ್ವಾರಮಂ ಪೊಕ್ಕು, ಬರೆ, ರಾಜ-ಮಾರ್ಗ
[ದೊಳಗೇ |
ಸಾಮಜ-ಗಿರಿಯ ಹಯ-ತರಂಗದ ನೆರವಿದೊಱೆಯ
ಚಾಮರ-ಶಫರಿಯ ಬೆಳ್ಗೊಡೆನೊರೆಯ ಭೂಷಣ-
ಸ್ತೋಮ-ಮಣಿ-ಗಣದ ಕಳಕಳರವದ ಜನದ ಸಂದಣಿಯ ಕಡಲಂ
[ಕಂಡನೂ. || 371 ||

ಟೀ. ನಿಜಸಮುದ್ರವನ್ನು ವರ್ಣಿಸಿದ ಮೇಲೆ ದ್ವಾರಕೆಯೆಂಬ ಪಟ್ಟಣದೊಳಗಣದನ್ನು ಸಹ ವರ್ಣಿಸುತ್ತಾನೆ. ನೆರವಿ ಎಂಬ ತೊಱೆಯ, ಬೆಳ್-ಕೊಡೆ ಎಂಬ ನೊರೆಯ.

80. AUTUMN

ಶರತ್ಕಾಲ

ವಾರ್ಧಕಷಟ್ಪದಿ

ತುರಗಂ ನಡೆದುದು ಮಣಿಪುರದಿಂ ಶರದ್-ದಿನದೊ
ಳರಸಂಚೆ ಸಂಚರಿಸ ತೊಡಗಿದವು; ನದಿಗಳು
ಬ್ಬರಮಡಗಿ, ತಿಳಿದು, ಪರಿದವು; ಬೆಳತುದಾಗಸಂ; ಮೆಱೆದವುಡು-
[ರಾಜಿ ಕೂಡೇ. |
ತರಣಿ ಶಶಿಗಳ ಕಿರಣಮಯ್ದೆ ನಿರ್ಮಲವಾದು
ವರವಿಂದದಲರನಱಿಸಿದವಳಿಗಳೆಣ್ದೆಸೆಯ
ತರುಣಿಯರ ನವ-ಭೂಷಣಾವಾಸಮೆಂಬಂತೆ ಗಿರಿ-ನಿಕರಮೆಸೆದಿರ್ದುದೂ.
|| 372 ||

ಪ. ಶರದ್ದಿನದೊಳ್; ಅರಸಂಚೆ. ನಿರ್ಮಲಂ ಆದುವು; ಅರವಿಂದದ ... ಅಱಿಸಿದವು ಅಳಿಗಳ್. ಭೂಷಣ-ಆವಾಸ. ಟೀ. ದೆಸೆಯ ತರುಣಿಯರ ಕುಱಿತು 343ನೆಯ ಶ್ಲೋಕ ನೋಡು. ತುರಗಂ ಎಂಬುದು ಧರ್ಮರಾಯನ ಅಧ್ವರದ್ದು.

ಕಱೆಕಱೆದ ತಮ್ಮ ಮಱೆವನಿಗಳಿಂ ಶಶಿಕಾಂತ
ದೊಱೆತೆವೊನಲುಱೆ ವೆಗ್ಗಳಸೆ, ನಾಚೆ, ಬೆಳ್ಪಾದ

ತೆಱದಿಂ ಮುಗಿಲ್ಗಳಿರೆ, ಬೆಳ್ದಿಂಗಳೊಪ್ಪಿದುದು; ಬೆಳಸುಗಳ ಪಣ್ದಿನೆಗ
[ಳಾ |
ಮಿಱುಪ ಹೊಂಬಣ್ಣದ ಹರಿದ್ರ-ಲೇಪನದಿಂದ
ಮೆಱೆವ ಮೆಯ್-ಸಿರಿಯ ಮಾಂಗಲ್ಯದಿಂ ಭೂ-ಮಾತೆ
ನೆಱೆ ಶೋಭಿಸುವ ಶರತ್-ಕಾಲದೊಳ್ ತಿರುಗಿತಧ್ವರ-ಹಯಂ ಧರೆ
[ಯ ಮೇಲೆ. || 373 ||

ಟೀ. ಶಶಿಕಾಂತದ ಒಱತೆ-ಪೊನಲ್ ಎಂಬದನ್ನು ಕುಱಿತು ೨೪೨ನೆಯ ಶ್ಲೋಕ ನೋಡು. ಮುಗಿಲ್ಗಳ್ ನಾಚಿ ಬೆಳ್ಪಾದ ತೆಱದಿಂ ಇರೆ.

81. CHANDRAHASA, BY DUSHTABUDDHI'S ILL-WILL, IS TAKEN TO THE FOREST TO BE MURDERED (see No. 78)

ದುಷ್ಟಬುದ್ಧಿ ಚಂದ್ರಹಾಸನನ್ನು ಕಾನನಕ್ಕೆ ಒಯ್ಯಲೂ ಕೊಲ್ಲಲೂ ಹೇಳಿದದು

ವಾರ್ಧಕಷಟ್ಪದಿ

ಈ ಕುಂತಳೇಂದ್ರಂಗೆ ಸುತರಿಲ್ಲ, ರಾಜ್ಯಮೆನ
ಗೇಕಾಧಿಪತ್ಯಮಾಗಿರ್ದಪುದು, ಮುಂದಿವಂ
ಭೂಕಾಂತನಾದಪಂ, ಗಡ! ವಿಪ್ರರೆಂದ ನುಡಿ ತಪ್ಪದೆನ್ನಾತ್ಮಜರ್ಗೇ |
ಬೇಕಾದ ಸಂಪದಂ ಬಯಲಾಗಿ ಪೋಪುದೆಂ
ದಾ ಕುಮತಿ ಬೇಱೊಂದುಪಾಯಮಂ ಚಿಂತಿಸಿ, ಭ
ಯಾಕಾರದೊಡಲ ಚಂಡಾಲರಂ ಕರೆಸಿ, ಬೆಸಸಿದನಾರುಮಱಿಯದಂ
[ತೇ— || 374 ||

ಪ. ರಾಜ್ಯಂ ಎನಗೆ ಏಕ-ಆಧಿಪತ್ಯಂ ಆಗಿ ಇರ್ದಪುದು. ತಪ್ಪದು; ಎನ್ನ. ಭಯ-ಆಕಾರದ ಒಡಲ. ಆರುಂ=ಆರೂ.

ಕಾನನಾಂತರದೊಳೀ ತರಳನಂ ಕೊಂದು, ನೀ
ವೇನಾದೊಡಂ ಕುಱುಪ ತಂದೆನಗೆ ತೋರ್ಪುದೆಂ

ದಾ ನರೇಂದ್ರನ ಮಂತ್ರಿ ಬೆಸಸಿದೊಡೆ, ಪಶು-ಘಾತಕಿಗಳಾಡುತಿಹ ಶಿ
[ಶುವನೂ || 375 ||

ಟೀ. ಪಶುಘಾತಕಿಗಳ್ (ಅಂದರೆ ಆ ಚಂಡಾಲರು) ಆಡುತ ಇಹ.

ಒಯ್ದು, ಪಸುಳೆಯನರಣ್ಯದೊಳಿರಿಸಿ, ಮಱುಗಿ, ಬಿಸು
ಸುಯ್ದು, ಪಶು-ಘಾತಕಿಗಳಾ ದುಷ್ಟಬುದ್ಧಿಯಂ
ಬಯ್ದು, ಶಿಶು-ವಧೆಗಱುಕಿ, ನಿಂದು, ನೋಡುತ, ಕಂಡರರ್ಭಕನೆಡದ
[ಕಾಲೊಳೂ |
ಎಯ್ದಲ್ಲದೊಂದು ಬೆರಲಿರ್ಪುದಂ. ಬಱಿಕದಂ
ಕೊಯ್ದು, ಕುಱುಪಂ ಕೊಂಡು, ತಮ್ಮ ದಾತಾರನೆಡೆ
ಗೆಯ್ದಿ, ತೋಱಿದೊಡವನವರ್ಗಳಂ ಮನ್ನಿಸಿ, ಮಹೋತ್ಸವದೊಳಿ
ರುತಿರ್ದನೂ. || 376 ||

ಪ. ಶಿಶು-ವಧೆಗೆ ಅಱುಕಿ. ತೋಱಿದೊಡೆ, ಅವಂ ಅವರ್ಗಳಂ.

ಬಸಿವ ನೆತ್ತರ ಘಾಯದೆಡದಡಿಯ ವೇದನೆಗೆ
ಪಸುಳೆ ದೇವಾ! ಎಂದೊಱಲ್ದಱುತಿರಲ್; ಕಣ್ಣೊ
ಳೊಸರ್ವ ಬಾಷ್ಪಂಗಳಂ ಕಂಡು, ಮಿಗೆ ಪಕ್ಕಿಗಳ್ ನೊಂದು, ಕಡು
[ಶೋಕದಿಂದಾ |
ಪಸಿವು ನೀರಡಿಕೆಯಂ ತೊಱೆದಲ್ಲಿ ನಿಂದುಪಚ
ರಿಸುತಿರ್ದವಾ ಶಿಶುವನೆಂದೊಡೆಲೆ, ಪಾರ್ಥ, ಕೇಳ್!
ವಸು-ಮತಿಯೊಳಾರ್ತರಂ ನೋಡಿ, ಮಿಗೆ ಮಱುಗದಿಹ ಮಾನವಂ
[ಪಾಪಿಯಲ್ಲೈ? || 377 ||

ಪ. ಘಾಯದ ಎಡದ ಅಡಿಯ. ಒಱಲ್ದು ಅಱುತ. ತೊಱೆದು, ಅಲ್ಲಿ ನಿಂದು ಉಪಚರಿಸು
ತ. ಎಂದೊಡೆ, ಎಲೆ. ಆರ್ತರಂ. ಟೀ. ಪಕ್ಷಿಜಾತಿ ಆ ಶಿಶುವಂ ಸಾಕಿತೆಂತ ಹೇಳುತ್ತದೆ.

ಗಱಿಗೆದಱಿ ಕೊಡೆವಿಡಿದು ನಿಂದವು ಬಿಸಿಲ್ಗೆ ನವಿ
ಲೆಱಕೆಯಂ ಬೀಸಿ, ಬಿಜ್ಜಣವಿಕ್ಕಿತಂಚೆ; ತುಂ
ತುಱುನುದಿರ್ಚಿತು ಸಾರಸಂ, ಸಲಿಲದೊಳ್ ನನೆದ ಪಕ್ಕಂಗಳಂ ಬಿದಿ
[ರ್ಚೆ; |
ಮಱುಗಿ, ಮೆಲ್ನುಡಿಯಲುಪಚರಿಸಿದುವು ಗಿಳಿಗಳ
ಕ್ಕಱೊಳಳಿಗಳರ್ಭಕನ ರೋದನದ ಕೂಡಱುವ
ತೆಱದೊಳ್ ಮೊಱೆದವಲ್ಲಿ, ಕಱುಬರಿರ್ದುರ್ಗಿಂದೆ ಕಾಡೊಳ್ಳತೆನಿ
[ಸುವಂತೇ. || 378 ||

ಪ. ಗಱಿ-ಕೆದಱಿ. ಬಿಸಿಲ್ಗೆ ನವಿಲು; ಎಱಕೆಯಂ. ಗಿಳಿಗಳ್; ಅಕ್ಕಱೊಳ್ ಅಳಿಗಳ್. ಕೂಡೆ ಅಱುವ.

ಕೋಗಿಲೆಯ ನಿಡುಸರಂ, ಪಾರಿವದ ಕಲ್ಲುಣಿಸು,
ಗೂಗೆಗಳ ಕಣ್ದೊಳಸು, ಬಕನ ಮೌನದ ಬೆಱಗು,
ನಾಗದ ನಿರಾಹಾರಮಳಿಗಳ ಪರಿಭ್ರಮಣಮಿಭದ ಸೀತ್ಕಾರಂಗಳೂ |
ಪೋಗಲಡಿಯಿಡಲಱಿಯವಾರಯ್ವ ಜನಮಿಲ್ಲ
ದಾ ಗಹನ-ಗಂಹರದೊಳಱುವ ಶಿಶುವಂ ನೋಡ
ಲಾಗಿ, ಬಂದೆಡೆಗೊಂಡ ದುಃಖಾತಿರೇಕಮೆಂಬಂತೆ ಕಾಣಿಸುತಿರ್ದು
[ದೂ. || 379 ||

ಪ. ಪೋಗಲ್ ಅಡಿ ಇಡಲ್ ಅಱಿಯವು; ಆರಯ್ವ ಜನಂ ಇಲ್ಲದ ಆ. ಟೀ. ಆ ಪಕ್ಷಿ ಮೃಗಗಳ ಅಂತಃಕರಣ ಬಂದವಾಗಿ ಇಪ್ಪಿದರೂ ಆ ಶಿಶು ಹೊರಟು ಹೋಗಲಿಕ್ಕೆ ಹೊಸ ಅಡಿಯನ್ನು ಇಡಲಾರದು. ಆ ಶಿಶುವೇ ದುಃಖದ ಅತಿರೇಕವೆಂಬಂತಾಯಿತು.

82. WINTER

ಹಿಮಕಾಲ

ಚಂಪಕಮಾಲೆ

ನೆಗೆದುಡು-ಜಾಲದಂತೆ ಪೊಸ ಮೊಲ್ಲೆಯ ಬಲ್ಮುಗುಳೊಪ್ಪೆ, ಪದ್ಮಮಂ
ಮಿಗೆ ತೊಱೆದಲ್ಲಿ ಲಕ್ಷ್ಮಿ ನಿಲೆ, ನೆಯ್ದಿಲೊಳುರ್ಬಿದ ಮರ್ಬು ಪಿಂ [ಗಿದಂ |
ತಗಲಿರೆ, ಕಾರ್ಮುಗಿಲ್ ನೆಗಿಱೆ, ಜೊನ್ನದ ಪೋಲ್ ಪೊಸ ಮಂಜು- [ವಾರ್ಧಿ ಪೆ
ರ್ಚುಗೆಯನಮರ್ಚೆ, ತಾಳ್ದನುದಿತೋದಯಮಂ ಹಿಮ-ಕಾಲ-ಚಂದ್ರ [ಮಂ. || 380 ||

ಪ. ಬಲ್-ಮುಗುಳ್ ಒಪ್ಪೆ. ಪಿಂಗಿದಂತೆ ಅಗಲಿ ಇರೆ. ಪೆರ್ಚುಗೆಯಂ ಅಮರ್ಚೆ. ಟೀ. ಇದು ಹಿಮಕಾಲದ ಚಂದ್ರೋದಯದ ವರ್ಣನೆ. ಆ ಕಾಲದ ಮೊಲ್ಲೆಯ ದೊಡ್ಡ ಮುಗುಳ್ ಉಡುಗಳಂತೆ ಇದ್ದವು, ಸೂರ್ಯನಿಗೆ ಅರಳಿದ್ದ ಪದ್ಮ ಚಂದ್ರನಿಗೆ ಮುಚ್ಚಿ ಕೊಂಡ ಮೇಲೆ ಅದಱ ಲಕ್ಷ್ಮಿ ಎಂಬ ಚಲ್ವ ರೂಪು ಬೇಱೆ ಕಡೆಗೆ ಹೋಯಿತು, ಚಂದ್ರನಿಗೆ ಅರಳಿದ ನೈದಿಲ ಮರ್ಬು ಅಗಲಿತು; . . . ಮಂಜುವೆಂಬ ಸಮುದ್ರ ಉದ್ಭವಿಸಿತು.

ಮತ್ತೇಭವಿಕ್ರೀಡಿತಂ

ಇಳೆಯಂ ಮುರ್ಚೆ, ಮುಸುಂಕಿ, ನಿಶ್ಚಲತೆಯಿತ್ತಾಶಾಧಿಪರ್ ಗೊಂ [ಟುಗೊಂ
ಟೊಳೆ ಸಾರ್ವಂತಿರೆ ಮಾಡಿ, ವಹ್ನಿ-ಸಖನಾನೆಂಬೊಂದಹಂಕಾರಮಂ|
ತಳೆದಾ ಮಾರುತನಂ ಕರಂ ಪಿಡಿದು, ತನ್ನೆಯ್ಕಿಲ್ಗಳಿಂ ನಾಂದಿ, ಸಂ
ಚಳನಂ ಮಾಡಿ, ತದಾಪ್ತನುರ್ಕ ಮುಱಿದೇಂ ಪರ್ಬಿತ್ತೊ ಹೈಮಾ [ಗಮಂ? || 381 ||

ಪ. ನಿಶ್ಚಲತೆ ಇತ್ತು, ಆಶಾಧಿಪರ್ (ಅಂದರೆ ದಿಕ್ಕು ದಿಕ್ಕಿನಲ್ಲಿ ಇದ್ದಾರೆಂತ ಕವಿ ನೆನಸುವ ಪುರುಷರು, 348ನೆಯ ಶ್ಲೋಕ ನೋಡು). ವಹ್ನಿಸಖಂ (ಅಂದರೆ ಬೆಂಕಿಯೆಂಬ ದೊಡ್ಡ ಪುರುಷನ ಸಖನು) ಆಂ (ಅವನ ಹತ್ತಿರ ನಾನು ಛಳಿ ಕಾಸಿಕೊಳ್ಳುವೆನು) ಎಂಬ ಒಂದು ಅಹಂಕಾರಮಂ ತಳೆದ ಆ ಮಾರುತನಂ (ಅಂದರೆ ಗಾಳಿಯಂ). ತದ್-ಆಪ್ತನ (ಆ ಗಾಳಿಯ ಆಪ್ತನ ಅಂದರೆ ಬೆಂಕಿಯು). ಹೈಮ-ಆಗಮಂ. ಟೀ. ಪರ್ಬಿತ್ತೊ = ಪರ್ಬಿತೊ, ಸೂ. 226.

ಕಂದಂ

ಪಗೆಯ ಕಳೆಯುಡುಗಿದುದು, ಗಡ,
ಪಗೆಯಂ ಕೆಳೆಗೊಂಡ ನಳಿನಿ ಕೊರಗಿದಳೆಂದೇ ।
ನಗುವುದೆನೆ, ನೆಯ್ದಿಲೆ ಪಗಲ್
ಮುಗಿಯದು, ಬೆಳ್ದಿಂಗಳೆಂದು ಭಾವಿಸಿ ಹಿಮಮಂ. ॥ 382 ॥

ಟೀ. ನೈದಿಲೆ ಹಿಮವನ್ನು ಬೆಳ್ದಿಂಗಳೆಂದು ಹಗಲಲ್ಲೂ ಮುಚ್ಚದು, ಇಂತಿಂತಾಯಿತೆಂತಲೇ ನಗೆಯ (ಅರಳಿರ) ಬೇಕಲ್ಲ? ಎಂಬಂತೆ. ನೈದಿಲೆಯ ಪಗೆ ಸೂರ್ಯನು.

ಮರದೊಳೆಸೆವೊಂದು ನೆವದಿಂ
ಮರನಡರ್ದಂ ಶಿಖಿ; ದಿವಾಕರಂ ನೀರ್ವೊಕ್ಕಂ ।
ಪರಿಗತ-ಬಿಂಬ-ವ್ಯಾಜದಿ
ನರರೆ, ಹಿಮಾಗಮ-ಮಹೀಶನೇಂ ಕಡುಗಲಿಯೋ? ॥ 383 ॥

ಪ. ನೀರ್-ಪೊಕ್ಕಂ ಪರಿಗತ-ಬಿಂಬ-ವ್ಯಾಜದಿಂ; ಅರೆಅರೆ. ಕಡು-ಕಲಿ. ಟೀ. ಹಿಮ-ಆಗಮ ಎಂಬ ರಾಜನು ಶಿಖಿಯನ್ನೂ ದಿವಾಕರನನ್ನೂ ಗೆದ್ದದು. ಮರ ಹತ್ತುವದೂ ನೀರ ಪುಗುವದೂ ಅಪಜಯದ ಕುರುಹು. ಪರಿಗತ-ಬಿಂಬ-ವ್ಯಾಜದಿಂ=(ನನ್ನ) ಬಿಂಬ ಆಕಾಶವನ್ನು ಸುತ್ತಿ ನಡೆದು ಬಂತೆಂಬ ನೆವದಿಂ.

ರಯದಿಂ ಮುಸುಂಕುತಿರ್ಪ ತಿ
ಶಯ-ಹಿಮಮಂ ಕಳೆಯಲೆಂದಿನಂ ಶಿಖಿಯ ಸಮಾ ।
ಶ್ರಯಮೆಸಗಿ, ಕಳೆಯನೆನಲಾ
ಶ್ರಯಾಶನಾಶ್ರಯದಿನಿಷ್ಟಮೇಂ ಸಮನಿಪುದೇ? ॥ 384 ॥

ಪ. ಇರ್ಪ ಅತಿಶಯ. ಕಳೆಯಲ್ ಎಂದು, ಇನಂ. ಕಳೆಯಂ ಎನಲ್, ಆಶ್ರಯ-ಆಶನ. ಟೀ. ಸೂರ್ಯನು ತಾನು ಶಿಖಿ ಸಮಾಶ್ರಯಿಸಿದರೂ ಹಿಮಮಂ ಕಳೆಯನು (ಕಳೆಯ ಕೂಡದು) ಎನಲ್ (ಎಂದಾಗ), ಆಶ್ರಯಾಶನ (ಅಂದರೆ ಅಗ್ನಿ ಎಂಬ ದಿಕ್ಕಿನ) ಆಶ್ರಯದಿಂ. ಈ ದಿಕ್ಕಿನಲ್ಲಿ ಇನ ಹಿಮಗಾಲದೊಳು ಮೂಡುವನು.

ಪುದಿದ ಹಿಮಮೊಡಲೊಳಿರ್ಪಿತಂ
ದುದರಾಗ್ನಿಯನೆಯ್ದೆ ನಂದೆವೊಯ್ದುದು; ನಿಜಮ ।

ಲ್ಲದೊಡೆಂತು ತೋರ್ಪುದೋ, ಪೇೞ್,
ಮೊದಲಿಲ್ಲದ ಪೊಗೆ ಪೊದಟ್ದಿ ಜನದಾನನದೊಳ್? || 385 ||

ಪ. ಒಡಲೊಳ್ ಇೞಿತಂದು, ಉದರ-ಅಗ್ನಿಯಂ. (ಅದು) ನಿಜಂ ಅಲ್ಲದೊಡೆ, ಎಂತು. ಟೀ. ಜನರ ಹೊಟ್ಟೆಯೊಳಗಿನ ಬೆಂಕಿ ಹಿಮದಿಂದ ನಂದದಱಿಂದ ಅದಱ ಕುಱುಪಾಗಿ ಜನರ ಉಸುರು ಹೊಗೆಹೊಗೆಯಾಗಿ ಹೊಱಡುತ್ತದೆ ಎಂಬ ಆಲೋಚನೆ.

ಮಹಾಸ್ರಗ್ಧರೆ

ನಡುಕಂ ಕೆಯ್ಮೆಱೆ, ದಂತ-ಚ್ಛದಮೊಡೆದು ಹುಹು-ಧ್ವಾನಮುಂ [ಪೊಣ್ಮೆ,ಮೆಯ್ಯೊಳ್
ಬಿಡದೆತ್ತಂ ತೋಱೆ ರೋಮೋದ್ಗಮಮಮರ್ದಿರೆ ಸೀತ್ಕಾರಮಂಗೆ [ಯ್ವೆರಲ್ಕಾಲ್ ।
ಕಡಿವೆತ್ತಂತಾಗೆ, ತಟ್ಟಿತ್ತೆಯ್ಕಿಲ ಭರದೆ ಪಡಲ್ಪಟ್ಟು ಗೇಣಾಗಿ ಪಾಂಥರ್-
ತೊಡೆ ತೋಳ್ಗಳ್ ಕೂಡೆ, ಜಾನು-ಪ್ರಹಿತ-ಶಿರರದೇನಿರ್ದರೋ ಶೀತ-[ಭೀತರ್? || 386 ||

ಪ. ರೋಮ-ಉದ್ಗಮಂ, ಅಮರ್ದು ಇರೆ ಸೀತ್ಕಾರಂ, ಅಂಗೆಯ್-ಬೆರಲ್ ಕಾಲ್ ಕಡಿ-ಪೆತ್ತಂತೆ ಆಗೆ. ಶಿರರು, ಅದು ಏನ್, ಇರ್ದರೋ? ಟೀ. ದಾರಿಗರಿಗೆ ಹಿಮದಿಂದಾದದನ್ನು ವರ್ಣಿಸುತ್ತಾನೆ. ಪಾಂಥತೊಡೆ ಎಂಬುದು ಕವಿಯ ಆಲೋಚನೆಯ ಪ್ರಕಾರ ಒಂದು ತತ್ಪುರುಷ ಸಮಾಸವಿದ್ದಂತೆ ಕಾಣುತ್ತದೆ, ಯಾಕಂದರೆ ತೋಳ್ಗಳ್ ಎಂಬುದು ದ್ವಿತೀಯೆ ಅಲ್ಲ, ಕೂಡೆ ಎಂಬುದು ರೂಢಿಯಿಂದ ಸಕರ್ಮಕ್ರಿಯೆಯಲ್ಲ. ಗೇಣಾಗಿ=ಗೇಣುಷ್ಟಾಗಿ. ಜಾನುವಿಗೆ ಪ್ರಹಿತವಾದ ಶಿರದವರು. ಅಮರ್ದಿರೆ ಎಂಬಲ್ಲಿ ಶಿಥಿಲತ್ವ.

ಸ್ವಾಗತಂ

ಗೇರ ಪಣ್ಣನಿದು ಕೆಂಡಮೆನುತ್ತಂ,
ಸಾರಿ, ಮೇಲೆ ತೃಣಮಿಟ್ಟದನೂದಲ್, ।
ಸೇರಿ, ಬಾಯ ಪೊಗೆ ತಟ್ಟಿರೆ, ಕಂಡಾ
ದಾರಿಗಂ ಮುದದಿನೂದುತಮಿರ್ದಂ. || 387 ||

ಟೀ. ಬೆಂಕಿ ಬೇಕೆಂತ ಬಹಳ ಆಸೆ ಪಡುವ ಒಬ್ಬ ದಾರಿಗನು ಕಣ್ಣು ಕುಕ್ಕಿ ಕೆಂಪಾದ ಗೇರ ಹಣ್ಣು ಒಂದು ಕೆಂಡವೆಂದೂ ಊದಿ ತನ್ನ ಬಾಯ ಉಸುರು ಅದಱ ಹೊಗೆ ಎಂದೂ ನೆನಸುತ್ತಾನೆ.

ಕಂದಂ

ಚಳಿಗಾಱದೆ ಪೇರಾಲದ
ಕೆಳಗಿರ್ಪನಿತಱೊಳ್ ಚಪಳ-ಕಪಿ ನಿಡುಗೋಡಂ |
ಸೆಳೆದಲುಗೆ, ಸೂಸುವೆಲೆವನಿ
ಗಳನೊರ್ವಂ ನನೆದು, ನಡುಗಿ, ಸಿಡಿಮಿಡಿಗೊಂಡಂ. || 388 ||

ಟೀ. ಚಳಿಗೆ ಆಱದೆ=ಚಳಿ ತಾಳಲಾಱದೆ. ಮತ್ತೊಬ್ಬ ದಾರಿಗನಿಗೆ ಒಂದು ಚಪಳ-ಕಪಿಯಿಂದ ಬಹಳ ಮೋಸ ಬಂತು.

ಇಡಿದಿಂಧನದೊಳ್ ಫಣಿಯೊಳ
ಗಡಂಗೆ, ಮಣಿಗಂಡು, ಕೆಂಡಮೆಂದೊರ್ವಂ ಕೆ |
ಯ್ದುಡುಕೆ, ಮೊಱೆದೇಱೆ, ಭಯದಿಂ
ಕಡುಚಳಿಯಿಂದೊರ್ಮೆ ಸೆಡೆದು, ನಡುಗುತಿರ್ದಂ. || 389 ||

ಟೀ. ಮತ್ತೊಬ್ಬ ದಾರಿಗನಿಗೆ ಇಂಧನದೊಳಗೆ (ಸೌದೆಯೊಳಗೆ) ಅಡಂಗಿರುವ ಹಾವಿನಿಂದ ಮೋಸ ಬಂತು. ಒರ್ಮೆ=ಕೂಡಿ, ಒಂದೇ ಹೊತ್ತಿಗೆ. (ಆ ಹಾವು) ಮೊಱೆದು ಏಱೆ.

ಹಾದಿಯೊಳೂದಿದನೊರ್ವಂ,
ಬೂದಿ ಕರಂ ಪಾಱೆ, ಕೆಂಡಮಂ; ಕಂಡಮಿದೆಂ |
ದಾದರಿಸಿ, ಕುಕ್ಕಿ ಕೊಕ್ಕಿಂ,
ಮೇದುದದಂ ಕಾಗೆ. ಮಾಗೆಯೇನ್ ಅತಿಶಯಮೋ? || 390 ||

ಪ. ಮೇದುದು ಅದಂ ಕಾಗೆ. ಟೀ. ಒಂದು ಕಾಗೆಗೆ ಸಹ ಮೋಸ ಬಂತು.

ಪುಲ್ಲಿಕ್ಕಿ, ಪೋಗೆ ಪಥಿಕರ್,
ಮೆಲ್ಲನೆ ಸುಡಲಾಱದಗ್ನಿ ಹಿಮ-ಸಮಯ-ಮಹೀ- |
ವಲ್ಲಭನತ್ತ್ರಾಣಿನಗಿದೇಂ
ಪುಲ್ಲಂ ಕರ್ಚಿದುದೊ? ಪೇೞ್! ಎನಲ್, ತಱ್ತ್ರಿಸೆಗುಂ. || 391 ||

ಪ. ಸುಡಲ್ ಆಱದೆ, ಅಗ್ನಿ. ಅಗಿದು, ಎಂ, ಫಲ್ಲಂ. ಟೀ. ಅಗ್ನಿ ಹಿಮಕ್ಕೆ ಬಲ ಸೋತು, ಅಗಿದು, ಹುಲ್ಲು ಕಚ್ಚಿದಂತೆ ಆಯಿತು. ಹುಲ್ಲು ಕಚ್ಚುವದು ಅಪಜಯ ಪಟ್ಟವರ ಕುಱುಪು.

ಗಱಿಗೆದಱಿ, ಬಿದಿರ್ದು, ಕೊಕ್ಕಿಂ
ದಿಱಿದಿಱಿದೆಳೆವಿಸಿಲನೆಳಸಿ, ಸೇಡುಂಗೊಂಡೇಂ |
ತುಱುಗಿರ್ದುವೊ, ತುದಿಗೋಡೊಳ್
ಮಱಿ ಬೆರತಿರೆ, ನೋಡಿ ಬಾಡುತಂ ವಿಹಗಂಗಳ್? || 392 ||

ಪ. ಕೊಂಕಿಂದೆ ಇಱಿದು ಇಱಿದು, ಎಳೆ-ಬಿಸಿಲಂ ಎಳಸಿ, ಸೇಡುಂಗೊಂಡು, ಏಂ. ಟೀ. ವಿಹಗಂಗಳ್ ಎಂಬುದು ಕರ್ತೃ. ಪಕ್ಷಿಗಳಿಗಾದ ಕಷ್ಟ ವರ್ಣಿಸುತ್ತಾನೆ. ಅವು ಸೇಡುಂಗೊಂಡು ತಮ್ಮ ಮಱಿಗಳೊಂದಿಗೆ ತುದಿಗೊಂಬಿನೊಳ್ ಇರುವಾಗ ಇವಱ ಬದಂತನ ನೋಡಿ, ಬಾಡಿ, ಗುಂಪುಗುಂಪಾಗಿ ಕೂಡಿ ಕೊಂಡವು.

ಸ್ರಗ್ಧರೆ

ಏಱುತ್ತಂ ಮೆಲ್ಲನಲ್ಲಿಂ, ಮಱಿಯಮರ್ದಿರೆ, ಕಿಱುಪೊಟ್ಟೆಯೊಳ್ ಸು
[ರ್ಕುವೆತ್ತಾ
ಬಾಳಂ ಮೇಣ್ ಬಳ್ಕೆ, ನೋಡುತ್ತಸವಸದೆ ಬಿಸಿಲ್ಗೆತ್ತು, ಜೀರ್ಣ-
[ಚ್ಛದಂಗಳ್ |
ಮೇಳಂಗೊಂಡೊಪ್ಪಿ, ಶಾಖಾಗ್ರದೊಳಡರ್ದಲುಗಲ್, ಸೂಸೆ ಮೇಲ್
[ಎಯ್ಕಿಲೆತ್ತಂ,
ನಾಳೀಜಂಘಂ ಕರಂ ಪಲ್ದೆಱೆದು, ನಡುಗಿ, ಪಱಿಚ್ಚಿಂದು, ಪುರ್ಬಿಕ್ಕಿ
[ತಾಗಳ್. || 393 ||

ಪ. (ನಾಳೀಜಂಘಂ=ಕಾಗೆ) ಮೆಲ್ಲನೆ ಅಲ್ಲಿಂ (ಆ ಪಕ್ಷಿಗಳಿದ್ದ ಮರದಿಂ), ಮಱಿ ಅಮರ್ದು ಇರೆ, . . . ಸುರ್ಕು-ಪೆತ್ತು, ಆ (ಅಂದರೆ ಎಲ್ಲರಿಗೆ ಗೊತ್ತಿರುವ ಅದಱ ಆ) ಬಾಳಂ ಮೇಣ್ (ಮೇಲಕ್ಕೆ) ಬಳ್ಕೆ (ಬಾಗಿರಲಾಗಿ), (ಇತ್ತೂ ಅತ್ತೂ) ನೋಡುತ್ತ, ಅಸವಸದೆ ಬಿಸಿಲ್-ಗೆತ್ತು (ಗಿಱು ಎಂಬ ಧಾತುವಿನದು), . . . ಅಡರ್ದು, ಅಲುಗಲ್, ಸೂಸೆ (ತನ್ನ) ಮೇಲ್ ಎಯ್ಕಿಲ್ ಎತ್ತಂ, ಇತ್ಯಾದಿ. ಟೀ. ಇದು ಪ್ರತ್ಯೇಕವಾಗಿ ಕಾಗೆಯ ಕಷ್ಟ. ಅಮರ್ದು ಎಂಬಲ್ಲಿಯೂ ಅಡರ್ದು ಎಂಬಲ್ಲಿಯೂ ಶಿಥಿಲತ್ವ.

ಮೂಡಣೆಲರೂದೆ, ಜವದಿಂ
ದೋಡುಗುಮೀ ಹಿಮ-ಸುಧಾಬ್ಧಿಯಗ್ರದೊಳೆನಿಪೊಂ ।
ದಾಡಂಬರಮಂ ಜನದೊಳ್
ಮಾಡಿ, ಕರಂ ತರಣಿ ತಳರ್ದುದಂಬರ-ತಳದೊಳ್. ॥ 394 ॥

ಪ. ಮೂಡಣ ಎಲರ್. ಓಡುಗುಂ ಈ ಹಿಮ-ಸುಧಾ-ಅಬ್ಧಿಯ ಅಗ್ರದೊಳ್ ಎನಿಪ ಒಂದು. ತಳರ್ದುದು ಅಂಬರ. ಟೀ. ತರಣಿ ಎಂಬುದಕ್ಕೆ ಸೂರ್ಯನೆಂತಲೂ ನಾವೆಯೆಂತಲೂ ಆಗುತ್ತದೆ. ಸೂರ್ಯನು ತಾನು ಒಂದು ನಾವೆಯೆಂಬ ಆಡಂಬರವನ್ನು ಮಾಡಿತು; ಮೂಡಲ ಗಾಳಿ ಊದಲಾಗಿ, ಅದು ಹಿಮವೆಂಬ ಸುಧೆಯ ಸಮುದ್ರದ ಅಗ್ರದೊಳ್ (=ಮೇಲೆ) ಜವದಿಂದೆ ಓಡಿದಂತೆ ಆಯಿತು.

83. KULINDAS HUNT IN THE FOREST IN WHICH CHANDRAHASA HAS BEEN EXPOSED (see No. 81)

ಚಂದ್ರಹಾಸನನ್ನು ಇಟ್ಟು ಬಿಟ್ಟ ಕಾನನದಲ್ಲಿ ಕುಳಿಂದರು ಬೇಟೆಯಾಡಿದದು

ವಾರ್ಧಕಷಟ್ಪದಿ

ದಿನಪನು ಪಟಳದಿಂದ ನೆಲೆಗೆಟ್ಟು, ಪಲವು ರೂ
ಪನೆ ತಾಳ್ದು, ವನ-ವಾಸದುರು-ತಪದ ಸಿದ್ಧಿಯಿಂ
ಘನತೆಯಂ ಪಡೆದು, ಮಿಗೆ ಪಗೆಯಾದ ಪಗಲಂ ತೊಲಗಿಪಂಧಕಾರ [ಮೆನಲೂ, ।
ಅನುಪಮದ ಕಾರೊಡಲ ಬೇಡಪಡೆ ಬೇಟೆಗೆ ವಿ
ಪಿನದೊಳೆಯ್ತರುತಿರ್ದುದಬ್ಬರದ ಬೊಬ್ಬೆಗಳ
ನಿನದದಿಂ, ಜೀವಿಗಳ ಕೊಲೆಗೆಳಸಿದಂತಕನ ದೂತ-ಸಂಘಾತದಂತೇ.
॥ 395 ॥

ಪ. ದಿನಪನು ಪಟಳದಿಂದ ಎಂತ ಛೇದಿಸ ಬಗುಗು [ಉಸಟಳ—ಹೆಚ್ಚುವಿಕೆ (ಸಂಕಟ) ಎಂತಲೂ ಉಂಟು, 436 ಶ್ಲೋಕ ನೋಡು]. ತೊಲಗಿಪ ಅಂಧಕಾರಂ (ಆಯ್ತು). ಎಯ್ತರುತ ಇರ್ದುದು; ಅಬ್ಬರದ. ಕೊಲೆಗೆ ಎಳಸಿದ. ಟೀ. ಆ ಬೇಡರ ಪಡೆ ಹಗಲನ್ನು ತೊಲಗಿಸುವ ಆ ಅಂಧಕಾರದಂತೆ ಇತ್ತು; ಇದು (ಹಗಲಲ್ಲಿ) ವನವಾಸದ ಉರು-ತಪದ ಸಿದ್ಧಿಯಿಂ ಘನತೆಯ

ಪಡೆದಿತ್ತೆಂಬ ಉಪಮೆ ಹಗಲುಹೊತ್ತು ಕಾಡಿನೊಳಗೆ ಕತ್ತಲೆ ಉಂಟೆಂತ ಸೂಚಿಸುತ್ತದೆ. ಸೂರ್ಯನು (ಅಂಧಕಾರದ) ಪಟಲದಿಂದ (ಅಂದರೆ ಮುಚ್ಚುವಿಕೆಯಿಂದ) ನೆಲೆಗೆಟ್ಟು ಇತ್ಯಾದಿ.

ತಪ್ಪುತಪ್ಪಲೊಳಲ್ಲಿಗಲ್ಲಿ ಮಂಜುಗಳೆಸೆವ
ಕಪ್ಪುಕಪ್ಪನೆಯ ಗಿರಿಗಳ ಪರ್ಬುಗೆಗಳಂತೆ,
ಬಪ್ಪುಬಪ್ಪೆಳೆನಾಯ್ಗಳಂ ಹಾಸೊಳಾಂತು, ಬಂದುದು ಶಬರಸೇನೆ; ಬ
[ಟಿಕಾ |
ಸೊಪ್ಪುಸೊಪ್ಪುಗಳ ಮೆಳೆಮೆಳೆಗಳಂ ಸೋವುತ್ತ,
ತಪ್ಪುತಪ್ಪದೆ ಶರಶರಂಗಳಂ ತೆಗೆದೆಚ್ಚು,
ತೊಪ್ಪುತೊಪ್ಪನೆ ಮೃಗಮೃಗಂಗಳಂ ಕೆಡಹಿದರ್ ಕಾನನದೊಳೇವೇ
[ಟಿಪ್ಪಿನೂ? || 396 ||

ಟೀ. ಎಚ್ಚು ಎಂಬುದು ಇಸು ಎಂಬ ಧಾತುವಿನದು, ಸೂ. 238.

ಸೊಕ್ಕಾನೆಗಳ ಸೊಗಡನುರ್ವ-ಕತ್ತುರಿಯ ಮೃಗ
ದಿಕ್ಕೆಗಳನಲ್ಲಲ್ಲಿ ಪುಣುಗಿನ ಜವಾದಿಗಳ
ಬೆಕ್ಕುಗಳ ಬಿಡಯದಾಡುಂಬೊಲನನಱಿಸುವ ಕಿರಾತರಂಗ-ಛವಿ
[ಗಳೂ, |
ಅಕ್ಕಱಿಂದವರವರ ತನು-ಪರಿಮಳಂಗಳ್ಗೆ
ತುಕ್ಕುವೆಳೆದುಂಬಿಗಳ ಬಳಗಂಗಳೆಂಬಂತೆ,
ಪೊಕ್ಕುಪೊಕ್ಕಡವಿಯೊಳ್ ಕಣ್ಗೆ ಕಾಣಿಸುತಿರ್ದವೇನ್ ಎಂಬೆನಚ್ಚರಿ
[ಯನೂ? || 397 ||

ಪ. ಸೊಗಡಂ, ಉರ್ವ. ಇಕ್ಕೆಗಳಂ, ಅಲ್ಲಿ ಅಲ್ಲಿ. ಆಡುಂಬೊಲನಂ ಅಱಿಸುವ ಕಿರಾತರ ಅಂಗ-ಛವಿಗಳು, ಅಕ್ಕಱಿಂದೆ ಅವರ ಅವರ. ಟೀ. ಅದದನ್ನು ಅಱಿಸುವ ಕಿರಾತರ ಅಂಗ-ಛವಿಗಳು ಯಾತಱಿಂತೆ ಕಾಣಿಸುತಿರ್ದವು ಎಂತ ಹೇಱಿ ಅದೆ.

ಇದೆ ಪಂದಿ ಕೆದಱಿದ ನೆಲಂ! ನೋಡಲಿದೆ ದಂತಿ
ಕದಡಿದ ಕೊಳಂ! ತೋಱಿಲಿದೆ ಪುಲಿಯುಗಿದ ಮೃಗದ

ಮೆದುೞತ್ತಲಿದೆ ಸಿಂಗಮೆಱಗಿದಾನೆಯ ತಲೆಯ ಮುತ್ತುದಿರಿ ನೆತ್ತ
[ರೊಡನೇ! |
ಇದೆ ವನ-ಮಹಿಷನುದ್ದಿ ಕೊಂಡ ಮರದಿಗುಡಿತ್ತ
ಲಿದಿಕೊ ಸಾರಂಗಮಿಕ್ಕಡಿ ಗೈದ ಪಾವಿತ್ತ
ಲಿದೆ ಪುಲ್ಲೆಗಳ ಪಕ್ಕೆವಱಗಳಕ್ಕೆಗಳೆಂದು, ಪರಿದರ್ ಪುಳಿಂದರಂದೂ.
|| 398 ||

ಪ. ಮೆದುೞ್! ಇತ್ತಲ್. ಮುತ್ತು, ಉದಿರಿ (=ಉದಿರ್ಚಿ, ನೆತ್ತರೊಡನೆ ಉದಿರ್ಚಿ ಎಂಬಂತೆ). ಮರ-ತಿಗುಡು! ಇತ್ತಲ್ ಇದು ಇಕೊ.

ನಡೆ! ಪಜ್ಜೆವಿಡಿ! ಪೋಗು! ತಡೆ! ನಿಲ್ಲು! ಜಡಿ! ಬೊಬ್ಬೆ
ಗೊಡು! ಪೊದಱೊಳಡಗು! ಕೆಯ್ಗೆಡದಿರೆಸೆ! ನಿಡುಸರಳ
ತೊಡು! ಕೆಲಕೆ ಸಿಡಿಯದಿರ್! ಪೊಡೆ! ಸಾರ್ಚು! ತುಡುಕು! ಮೊ
[ಗಸಡಗು! ಮರಕಡರೊಡರ್ಚೂ! |
ಅಡಗಿ ಪೊಯ್! ಜಡಿ! ಕೋಲನಿಡು! ಮುಂದುಗಡೆ ನಾಯಿ
ವಿಡು! ಕೂಡೆ ಪಡಿ ತಱಸು! ಸೆಡೆಯದಿರ್! ಕೆಡಪೆಂಬ
ನುಡಿಗಳಡಿಗಡಿಗೆ ಕಿವಿಗಿಡಿದುದೆಲ್ಲೆಡೆಯೊಳಂದಡವಿಯೊಳ್ ಕಡುಪೊ
[ಸತೆನೇ. || 399 ||

ಉಬ್ಬಿದುರದೇಱದೆಗೆದೊಡಲ, ಬಾಗಿದ ಬೆನ್ನ,
ಹಬ್ಬುಗೆಯ ಪಚ್ಚಳದ, ಸೆಳೆದ ಬಾಲದ ಕೊನೆಯ,
ಕೊಬ್ಬಿದ ಕೊರಲ, ಸಣ್ಣ ಜಂಘೆಗಳ, ಕೊಂಕುಗುರ, ಮಡಿಗಿವಿಯ,
[ಕಿಡಿಗಣ್ಗಳಾ, |
ಹೆಬ್ಬಲ್ಲ, ಬಿಡುವಾಯ್ಯ, ಜೋಲ್ವ ಕೆನ್ನಾಲಿಗೆಯ
ಗಬ್ಬಿನಾಯ್ಗಳ ಹಾಸನುಗಿದು ಬಿಡೆ; ಪಂದಿಗಳ
ನಬ್ಬರಿಸಿ, ತುಡುಕಿದುವು; ಕೇಸರಿಗಡರ್ಚು, ಮೇಲ್ವಾಯ್ದು, ಪುಲಿ
ಯಂ ಕೊಂದುವೂ. || 400 ||

ಟೀ. ಉಬ್ಬಿದ ಉರದ, ಎಱೆ-ತೆಗೆದ ಒಡಲ ಮೊದಲಾದ ಪಕ್ಷಿಗಳು ಗಬ್ಬಿನಾಯ್ಗಳ ಎಂಬದಕ್ಕೆ ಸಂಬಂಧಿಸುತ್ತವೆ. ಬಿಡೆ ಎಂಬದಕ್ಕೆ ಶಬರರೆಂಬುದು ಕರ್ತೃ.

ಬಿಡದೆ ಕುತ್ತುರ್ಗಳಂ ಸೋವಿದರ್; ತೀವಿದರ್
ಗಿಡಗಳ; ಪೊದರ್ಗಳಂದೆಬ್ಬಿಸಿದರುಬ್ಬಿಸಿದ
ರೊಡನೊಡನೆ ಖಗ-ಮೃಗ-ವ್ರಾತಮಂ; ಪಾತಮಂ ಮಾಡಿದರ್ ಕೂ
[ಡೆ ಕೂಡೇ ।
ಸಿಡಿಗುಂಡು ಬಡಿಗೋಲ್ಗಳುಱುಬೆಯಿಂದಿಱುಬೆಯಿಂ
ದಿಡುವ ರಣೆ ನೇಣ್ ಉರುಲ್ಗೊಲೆಗಳಂ, ಬಲೆಗಳಂ,
ಜಡಿದಾರ್ದು ಬೊಬ್ಬೆಯಬ್ಬರದಿಂದ, ಶರದಿಂದ ಕಾಡೊಳ್ ಕಿರಾತ
[ರಂದೂ. ‖ 401 ‖

ಪ. ಬಡಿ-ಕೋಲ್ಗಳ ಉಱುಬೆಯಿಂದ, ಇಱುಬೆಯಿಂದ ಇಡುವ.

ಕುತ್ತುಱೊಳ್ ಪುದುಗಿರ್ದ ಪುಲಿ ಪೊಱಮಡಲ್, ಕಂಡು,
ಕಿತ್ತು ಕೂರ್ಗಣೆಗಳಂ, ಪೂಡಿ, ಲುಬ್ಧಕರೀರ್ವ
ರಿತ್ತತ್ತಲಿರ್ದು, ಸರಿಸದೊಳೆಚ್ಚೊಡದಱೊಡಲನುಚ್ಛಳಿಸಿದಂಬು
[ತಾಗೀ, ।
ಇತ್ತಂಡಮುಂ ವ್ಯಾಘ್ರದೊಡನಿಳೆಗುರುಳ್ದರು
ದ್ವೃತ್ತದಿಂದುಭಯ-ಜನಮೇಕಾರ್ಥಕೆಳಸಿದೊಡೆ,
ಮತ್ತೆ ಲೇಸಾದಪುದೆ? ಜಗದೊಳೀ ಮೂವರುಪಹತಿ ಚಿತ್ರಮಲ್ಲೆಂ
[ದನೂ. ‖ 402 ‖

ಪ. ಎಚ್ಚೊಡೆ, ಅದಱ. ಉರುಳ್ದರ್: ಉದ್ವೃತ್ತದಿಂದೆ. ಟೀ. ತಾಗಿ=ತಾಗಿದವರಾಗಿ.

84. THE YOUTH OF RAJASEKHARA AND HIS FRIEND MITAVACHANA (see No. 77)

ರಾಜಶೇಖರ ಮಿತ್ರವಚನ ಎಂಬಿವರ ಯೌವನಕಾಲ

(ಚೋಳಮಂಡಲದ ಧರ್ಮವತಿಯೆಂಬ ಪುರದೊಳ್ ಸತ್ಯೇಂದ್ರಚೋಡನೆಂಬ ನೃಪನಿರ್ದಂ; ಅವಂಗೆ ಅಮೃತಮತಿಯೆಂಬ ಸತಿಯುಂ ಪತಿಮೋಹಿಯೆಂಬ ಪ್ರಧಾನಮಂತ್ರಿಯುಂ ಇರ್ದರ್. ಪತಿಮೋಹಿಗೆ ಮಿತವಚನನೆಂಬ ಕುಮಾರಂ, ಸತ್ಯೇಂದ್ರಂಗೆ ರಾಜಶೇಖರನೆಂಬ ಕುಮಾರಂ).

ವ || ಇಂತು (ಆ ಕುಮಾರರ್) ಬಳೆವುತ್ತಮಿರೆಯಿರೆ,

ಚಂಪಕಮಾಲೆ

ಜನಪತಿ-ಪುತ್ರನಂ ಶುಭ-ಮುಹೂರ್ತದೊಳೋರಗೆಗೊಂಡ ಮಂ
[ತ್ರಿ-ಪು
ತ್ರನೊಳೊಡಗೂಡಿ, ಮಂಗಳ-ವಿಳಾಸಮೊಡಂಬಡೆ, ಸರ್ವ-ವಿದ್ಯೆ ಸಂ|
ಜನಿಪ ವೊಲೋದಲಿಟ್ಟು, ಮುದಮೊಂದಿರೆ, ಕಲ್ತರನೂನ-ವಿದ್ಯೆಯಂ,
ಘನತರ-ಶಸ್ತ್ರ-ಶಾಸ್ತ್ರ-ಹಯ-ಹಸ್ತಿ-ವಿಶೇಷಕ-ವಾಹಕತ್ವಮಂ.
|| 403 ||

ಟೀ. ಪುತ್ರನಂ=ಪುತ್ರನುಂ. ಕೂಡಿದ ಮೇಲೆ ಮಂಗಳ-ವಿಳಾಸಂ ಒಡಂಬಡಲಾಗಿ. ಓದಲ್ ಇಟ್ಟು ಎಂಬದಕ್ಕೆ ತಾವು ಓದಲ್ ಇಟ್ಟು ಅಂದರೆ ಓಬಿ ಎಂತ ಟೀಕಿಸ ಬಹುದು, ಅಲ್ಲದಿದ್ದರೆ ಪರಕರ್ತೃವನ್ನೂಹಿಸ ಬೇಕು.

ವ || ಇಂತು ಪರಿಣತಾಖಿಳ-ರಾಜವಿದ್ಯಾ-ವಿಶಾರದರೆನಿಸಿ,

ಕಂದಂ

ಸಮ-ಚರಿತರ್, ಸಮ-ವಿನಯರ್,
ಸಮಾನ-ವಯಸರ್, ಸಮ-ಪ್ರಭರ್, ಸಮ-ವಿದ್ಯರ್, |
ಸಮ-ರೂಪರ್, ಸಮ-ಗುಣರು
ತ್ತಮ-ನೃಪಸುತ ಮಂತ್ರಿಪುತ್ರರಿರ್ವರ್ ಬಳೆದರ್. || 404 ||

ಅವರಿರ್ವರಿರವನುರ್ವರೆ
ಯವರೀಕ್ಷಿಸುತಂ, ಸಹೋದರರ್, ನಿಜಮೆಂಬರ್; |
ವಿವಿಧ-ವಿಳಾಸದಿನಾ ನೃಪ-
ಯುವತಿಯುಮಾ ನೃಪನುಮಟ್ಕಿಱಿಂ ಸರಿಗಾಣ್ಬರ್. || 405 ||

ಪ. ಅವರಿರ್ವರ ಇರವಂ ... ನಿಜಂ! ಎಂಬರ್; ವಿವಿಧ-ವಿಳಾಸದಿಂ ಆ ನೃಪ-ಯುವತಿಯುಂ ಆ ನೃಪನುಂ. ಟೀ. ಆ ನೃಪಯುವತಿ= ಅಮೃತಮತಿ ಎಂಬ ಹೆಂಡತಿ.

(ವ || ಬೞಿಕಂ)

ಚಂಪಕಮಾಲೆ

ವಿತತ-ಮಹೋತ್ಸವಂಬೆರಸು ಸತ್ಕುಲ-ಸದ್ಗುಣ-ಸದ್ವಯಸ್-ಸಮುಂ
ನತಮತಿ-ಯುಕ್ತೆಯಂ, ಕಮಲಲೋಚನೆಯೆಂಬ ಮನೋಜ್ಞ-ಕನ್ಯೆ [ಯಂ |
ಮಿತವಚನಂಗೆ ಚೋೞ-ಧರಣೀಪತಿ ಮಾಡಿ, ವಿವಾಹಮಂ ಸಮ-
ಸ್ಥಿತಿ-ಪೃಥು-ಸಂಪದಂಗೊಳಿಸಿ, ರಂಜಿಸಿದಂ, ಬುಧ-ಕಲ್ಪಭೂರುಹಂ.
|| 406 ||

ಟೀ. ಮಹೋತ್ಸವಂಬೆರಸು (-ವಂವೆರಸು ಎಂತಲೂ ಸರಿ) ಎಂಬುದು ಒಂದು ಪ್ರಕಾರದ (ಅವ್ಯಯದ) ರೂಪ; ಅದು ಕಾವ್ಯದಲ್ಲಿ ಬಹಳ ರೂಢಿ; ಬೆರಸೆಂಬುದನ್ನು ಸಹಿತ ಎಂಬುದರಂತೆ ಪ್ರಯೋಗಿಸುತ್ತಾರೆ; ವಿತತ-ಮಹೋತ್ಸವಂ ಬೆರಸಲಾಗಿ ಎಂತ ಇಲ್ಲಿಯ ವಚನದ ಅರ್ಥ. ಬುಧರಲ್ಲಿ ಕಲ್ಪಭೂರುಹನಾದವಂ.

(ವ || ಕಾಲಕ್ರಮದಿಂ)

ಕಂದಂ

ಧರಣೀತಳ-ಭಾರಮನೀ
ತರುಣಂ ತಳೆಯಲ್ಕೆ ನೆಱೆದನೀತನ ಭುಜ-ಭೂ |
ಧರದೊಳಿದನಿೞಿಪಿಯಿಾಕನ
ಚರಣೈಕ-ಧ್ಯಾನಮಾಂತು, ಸುಖದಿಂದಿರ್ಪೆಂ || 407 ||

ಪ. ಭಾರಮಂ ಈ ತರುಣಂ ತಳೆಯಲ್ಕೆ ನೆಱೆದಂ; ಈತನ ... ಇದಂ ಇಱುಪಿ.
ಟೀ. ಇದನ್ನು ಸತ್ಯೇಂದ್ರಂ ಪತಿವೋಹಿಗೆಂದದು.

ಎಂದೊಡಮಾತ್ಯನೊಡಂಬ
ಟ್ಟೆಂದನಿಳಾರಮಣ! ಕಜ್ಜಮಿದು ಲೇಸು! ಸದಾ |
ನಂದ-ನಿಧಿ-ನಂದನಂಗೊಲ
ವಿಂದಂ ಬಗೆದಂತೆ ಮಾೞ್ಪುದತುಳೋತ್ಸವಮಂ! || 408 ||

ಟೀ. ಇದು ಆ ಅಮಾತ್ಯನ ಉತ್ತರ.

ವ|| ಎಂಬ ಹಿತೋಕ್ತಿಯನವಧರಿಸಿ, ... ಅತುಳ-ಸಂಭ್ರಮಂ ಬೆರಸು . . . ಸತ್ಯೇಂದ್ರ-ಕ್ಷಿತೀನಾಥನಾದರದಿಂದಾತ್ಮಭವಂಗೆ ಪಟ್ಟಮನಮಂದೋತ್ಸಾಹದಿಂ ಕಟ್ಟಿದಂ.

85. THE WINTRY AND COLD SEASONS

ಹೇಮಂತಶೈಶಿರಕಾಲ

ವಾರ್ಧಕಷಟ್ಪದಿ

ಭೂಮಿ-ಪತಿ, ಕೇಳ್! ಬೞಿಕ ಸೌರಾಷ್ಟ್ರದಿಂದ ಸು
ತ್ರಾಮಪುತ್ರಂ ಕೃಷ್ಣ-ಸಹಿತ ಕುದುರೆಗಳ ಕೂ
ಡಾ ಮಹಾನದವನುತ್ತರಿಸಿ, ನಡೆತರುತಿರ್ದನಾ ಪಥದೊಳೆಯ್ಕಿಲಿಂದಾ|
ಹೇಮಂತ-ಶೈಶಿರದ ಮಾಗಿ ಮಡಲಿಡೆ, ತರಣಿ
ಸೋಮನೆನಂತಿರೆ, ಬಿಸಿಲ್ ಬೆಳ್ದಿಂಗಳೋಲ್ ಆಗೆ,
ತಾಮರಸ-ರಾಜಿ ನಸಿದವು; ಕುಗ್ಗಿದವು ಕೋಗಿಲೆಯ ಕಂಠ-ಕಲ-
[ರವಗಳೂ. || 409 ||

ಟೀ. ಸುತ್ರಾಮಪುತ್ರಂ=ಅರ್ಜುನಂ. ಬೆಳ್ದಿಂಗಳೋಲ್ ಎಂಬುದು ಅರ್ಧ ಹೊಸಗನ್ನಡ, ಬೆಳ್ದಿಂಗಳ ವೋಲ್ ಎಂಬುದು ಶುದ್ಧಂ.

ಬಾಲೆಯರ್ ಚಿತ್ರದಸುವಾಸನೆಯ ಪುಷ್ಪದಿಂ,
ರೋಲಂಬ-ರಾಜಿ ಸೊಕ್ಕಾನೆಗಳ ಸೊಗಡಿಂದ
ಕಾಲಮಂ ಕಳೆವೊಲಾದುದು, ಪೂಗಳಿಲ್ಲದೆ; ಮಸುಳ್ದವಿನ-ಶಶಿ-ರುಚಿ [ಗಳೂ;।
ಜ್ವಾಲೆ ಶೀತಳಮಾದುದು . . . .
ಮೂಲೋಕಮಂ ವಾಗಿ ನಡುಗಿಸಿತು, ಮೇಣ್ ಉಡುಗಿಸಿತು ಪೆರ್ಚಿ [ದೆಯ್ಸಿಲಿಂದಾ. || 410 ||

ಟೀ. (ಚಿತ್ರದ ಅಸುವಾಸನೆಯ). ಕಳೆವೊಲ್=ಕಳೆವ ಪೊಲ್.

ನೆಱೆಲೋಭಿ ವಿತ್ತಮಂ ಸುಯಿದಾನಮಂ ಮಾಳ್ಪಿ
ತೆಱದಿಂದ . . . .
. . . . ಇಡಿದ ಶೈಶಿರದ ಶೀತಳಕೆ ಪಗಲಿರುಳ್ ತಮ್ಮ ಗೂಡುಗಳನೂ।
ಪೊಱಮಟ್ಟು ಪಾಱಲೊಲ್ಲದೆ ವಾಯಸ-ಪ್ರತತಿ,
ಗಱಿಗಳಂ ಪೊದಿಸಿ, ಮಗ್ಗುಲೊಳಿಟ್ಟು ಕೋಗಿಲೆಯ
ಮಱಿಗಳಂ, ಮೆಯ್ಯೊಳ್ ಪುದುಗಿ ಕೊಂಡು, ಮಱುಕದಿಂದೆಯ್ದೆ ಪಾ ಲಿಸುತಿರ್ದವೂ. || 411 ||

ಭವನಮಂ ತೀವಿರ್ದ ಹಿಮವನುಂ ತಮವನುಂ
ತವಿಸುವುತ್ಸವದಿಂದಲವಗಡಿಸಿ, ಜವಗೆಡಿಸಿ,
ಭವಣಿಗೊಂಡಭ್ರದೊಳ್ ತೊಱಲುತ್ತ ಬಱಲುತ್ತ ಬಂದೊಡಂ, ಮ ತ್ತೆ ಬಿಡದೇ।
ಕವಿಯಲ್; ಪ್ರತಾಪದೇೞಿಗೆ ನಂದಿ, ಮಿಗೆ ಕುಂದಿ,
ರವಿ ತಣ್ಣಗಾದನೆನೆ ಕಾಣಿಸಿತು . . . . . ಆ ಶೈಶಿರದೊಳೂ.|| 412 ||

ಪ. ತವಿಸುವ ಉತ್ಸವದಿಂದಲೆ. ಟೀ. ಬಂದೊಡಂ ಎಂಬದಱ ವರೆಗೆ ಸೂರ್ಯ ಕರ್ತೃ. ಕವಿಯಲ್ ಎಂಬದಕ್ಕೆ ಹಿಮ ತಮಗಳು ಕರ್ತೃ.

86. THE KULINDAS' CHIEF, KULINDAKA, DUSHTABUDDHI'S VASSAL, FINDS CHANDRAHASA, ADOPTS HIM, AND TAKES HIM TO HIS CAPITAL CHANDRANAVATI (see No. 83)

ಕುಳಿಂದಪತಿಯಾದ ಕುಳಿಂದಕನು ಚಂದ್ರಹಾಸನನ್ನು ಕಂಡು, ಸ್ವೀಕರಿಸಿ, ಚಂದ್ರನಾವತಿಯೆಂಬ ತನ್ನ ಪಟ್ಟಕ್ಕೆ ತೆಕ್ಕೊಂಡು ಹೋದದು

ವಾರ್ಧಕಷಟ್ಪದಿ

ಪುಲಿ ಕರಡಿ ಕರಿ ಸಿಂಗ-ಸಾರಂಗಮೞ ಪಂದಿ
ಮೊಲ ಪುಲ್ಲೆ ಕಾಡೆಮ್ಮೆ ಚಮರಿಗಳ್ ಮೊದಲಾದ
ಪಲವು ಮೃಗ-ಜಾತಿಯಂ, ಕ್ರೌಂಚ-ಶಿಖಿ-ತಿತ್ತಿರಿ-ಕಪೋತಾದಿ-ಪಕ್ಷಿಗ [ಳನೂ ।
ಕೊಲುತ ಬಹ ಬೇಡರ್ಗೆ ಸಿಕ್ಕದೋಡಿದುದೊಂದೆ
ರಲೆ; ಕುಳಿಂದಕನೆಂಬ ದೊರೆ ಕಂಡು, ತನ್ನ ಚಾ
ಪಲ-ಹಯದೊಳದಱ ಬೞಸಂದನತಿವೇಗದಿಂ, ಬಿಲ್ವಿಡಿದು, ಕೊಲ್ವೆ [ನೆಂದೂ. ॥ 413 ॥

ಆ ಕುಳಿಂದಂ ದುಷ್ಟಬುದ್ಧಿಯ ನಿಯೋಗದಿಂ
ದಾ ಕಾನನದ ನಾಡ ವಳಿತಮಂ ಕೈಕೊಂಡು,
ಭೂಕಾಂತನಾಗಿಹಂ ಚಂದನಾವತಿಯೆಂಬ ಪುರದೊಳವನಲ್ತ್ತಿಯಿಂ [ದಾ ।
ಈ ಕಿರಾತ-ಪ್ರಕರದೊಡನೆ ಪೊಱಮಟ್ಟು, ಮೃಗ
ಯಾ-ಕಾಮನಾಗಿ, ಬಂದಿರ್ದವಂ ಸಿಡಿದೋಡು
ವಾ ಕುರಂಗದ ಬೆನ್ನನೆಯ್ದಿದಂ, ತೇಜಿಯ ಜವಂ ಗಾಳಿಯಂ ಮುಂಚ [ಲೂ. ॥ 414 ॥

ಹರಿಣನಂ ಬೆಂಬತ್ತಿ ಬರಲಾ ಕುಳಿಂದಕಂ
ಪಿರಿಯೊಡೆಯ! ಎನುತಮೞುತಿಹ ಬಾಲನಂ ಕಂಡು, ॥ 415 ॥

ಪ. ಪುರದೊಳ್; ಅವಂ. ಬಂದು ಇರ್ದು, ಅವಂ. (ಪಿರಿಯೊಡೆಯ=ಪಿರಿಯ ದೇವ).

ಇೞಿದು ನಿಜ-ವಾಜಿಯಂ, ಸಾರ್ದು, ಮೆಯ್ದಡವಿ, ಬರ
ಸೆೞೆದು, ಬಿಗಿಯಪ್ಪಿ, ಕಂಬನಿದೊಡೆದು, ಕೂಡೆ ಸ
ಗ್ಗಳೆಯ ನೀರಿಂದ ಕಾಲ್ದುದಿಯೊಳ್ ಬಸಿವ ನೆತ್ತರಂ ತೊಳೆದು, ಮೋ
[ಹದಿಂದಾ ।
ಗಳದೊಳುಬ್ಬುವ ಗದ್ಗದಂಗಳಂ ಸೈಪಿಟ್ಟು,
ತಿಳುಪಿ, ಲಾಲಿಸಿದಂ ಕುಳಿಂದಕಂ ಸೌಭಾಗ್ಯ-
ನಿಳಯದೆಱಕೆಯ ವಸುವನೊದವಿದಗ್ಗದ ಪುಣ್ಯದೊಡಲೊಲೆಸೆವಾ ಶಿ
[ಶುವನೂ. ‖ 416 ‖

ಪ. ಮೆಯ್-ತಡವಿ. ಕಂಬನಿ-ತೊಡೆದು. ನಿಳಯದ ಎಱಕೆಯ ವಸುವಂ ಒದವಿದ ಅಗ್ಗದ ಪುಣ್ಯದ ಒಡಲ ಒಲ್ ಎಸೆವ. ಟೀ. ಒಡಲೊಲ್=ಒಡಲ ಪೊಲ್. ಆ ಶಿಶು ಯಾತಱಂತೆ ಎಸೆಯಿತು? ಅಗ್ಗದ ಪುಣ್ಯದ (=ಶೃಗಾರದ) ಶರೀರದಂತೆ. ಆ ಶರೀರ ಯಾವ ವಸುವಂ (=ಐಶ್ವರ್ಯವಂ) ಒದವಿತ್ತು (=ಪ್ರಾಪ್ತಿಸಿ ಕೊಂಡಿತ್ತು)? (ಒಂದು) ಸೌಭಾಗ್ಯವುಳ್ಳ ನಿಳಯದ ಎಱಕೆಯ (=ಮಾಡಿನ) ವಸುವಂ. ಒಡಲು ತನ್ನೊಳಗಣ ಆತ್ಮದ ಎಱಕೆ ಎನ ಬಹುದು.

ಪತ್ತು ವಿಧಮುಂಟು ಸುತರದಱೊಳೌರಸ-ಪುತ್ರ
ನುತ್ತಮಂ; ಮೇಣ್ ಆತನಿಲ್ಲದೊಡೆ ಮಿಕ್ಕವೊಂ
ಬತ್ತು ಬಗೆಯೊಳಗೊಂದು ತೆಱದ ಮಗನಾದೊಡಂ ಬೇಕೆಲಾ, ಮಾ
[ನವಗೇ! ।
ತತ್ತನಯರೊಳ್ ತನ್ನ ತಾನೆ ದೊರೆಕೊಂಡವಂ
ದತ್ತ-ನಂದನನಿವಂ ತನಗೆಂದವಂ ಮುದದೊ
ಳೆತ್ತಿ ಕೊಂಡಶ್ವಮನಡರ್ದು, ಪರಿಜನ-ಸಹಿತ ನಿಜ-ಪುರಕೆ ಬರುತಿ
[ರ್ದನೂ. ‖ 417 ‖

ಪ. ಸುತರ್; ಅದಱೊಳ್ ಔರಸ. ತತ್-ತನಯರೊಳ್. ನಂದನಂ; ಇವಂ ತನಗೆ (ಇಂಥವನು) ಎಂದು, ಅವಂ. (ಔರಸ ಮೊದಲಾದ ಪುತ್ರರನ್ನು ಕುಱಿತು ಯಾಜ್ಞವಲ್ಕ್ಯಧರ್ಮದ 2ನೆಯ ಅಧ್ಯಾಯದ 128ನೆಯದು ಮುಂತಾದ ಶ್ಲೋಕಗಳನ್ನು ನೋಡು).

ಮೃಗಯಾ-ವ್ಯಸನದಿಂದ ಕಾನನಕೆ ತಾಂ ಕೃಷ್ಣ
ಮೃಗದ ಕೂಡೆಯ್ದಿದೊಡೆ ದೊರೆಕೊಂಡನೀ ಕೃಷ್ಣ
ಮೃಗ-ಛಾವದರ್ಭಕಂ, ಪಾಪಕೆಳೆಸಿದೊಡಾಯ್ತು ಪುಣ್ಯಮೆನುತಲ್ಲಿ
[ಮಡಿದಾ |
ಮೃಗ-ಜಾತಿಗಳನವರವರ್ಗೆ ಬೆಚ್ಚಿಸಿ, ನೆರೆದ
ಮೃಗದ ಜೀವಿಗಳೆಲ್ಲರಂ ಕಳುಹಿ, ನಿಜ-ಪುರಕೆ
ಮೃಗಧರನೊಲೆಸೆವ ಶಿಶುವಂ ಕೊಂಡು ಪರಿಜನದೊಡನೆ ಬಂದನು
[ತ್ಸವದೊಳೂ. || 418 ||

ಟೀ. ಮೃಗದ ಜೀವಿ=ಬೇಡನು. ಮೃಗಧರನೊಲ್=ಮೃಗಧರನ ಪೊಲ್.

87. A KIRATA MESSENGER FROM THE PULINDA KING KALAMEGHA COMES TO RAJASEKHARA'S MAGNIFICENT COURT IN DHARMAVATI, AND IN CONNEXION WITH THE STORY OF A PRECIOUS GEM HE HAS BROUGHT, DESCRIBES THE HOT SEASON IN WHICH HIS MASTER WITH THE KIRATAS STARTED FOR A HUNT (see No. 84)

ರಾಜಶೇಖರನ ಬಳಿಗೆ ಕಿರಾತದೂತನು ಬಂದದು

ವ|| ಮತ್ತಂ ಮಣಿ-ಮಕುಟಂಗಳೊಂದೊಂದನೊರಸೆ ಸಂದಣಿಗೊಂಡು, ... ಮಣಿಮಣಿದಸಘ್ರ್ಯ-ಕರಿ-ತುರಗ-ರಥ-ರತ್ನಾದಿಗಳಂ ಕಪ್ಪಂಬಿಡಿದಂತಃಕರುಣಂಬಡೆಯಲೆಂದು, ನಿಂದಂಗ-ವಂಗ-ಕಳಿಂಗ-ತ್ರಿಲಿಂಗ-ಮಗಧ-ಮಾಳವ-ಗೌಳ-ಪಾಂಚಾಳ-ನೇಪಾಳ-ಹಿಂದೂಳ-ಕೇರಳ-ಕಾಶ್ಮೀರ-ಸೌವೀರ-ವಿದರ್ಭ-ಬರ್ಬರ-ಗುರ್ಜರಾದಿ-ದೇಶಾಧೀಶ್ವರರಿಂ | . . . . . ಬಂಜೆಸಿದುದಾ ರಾಜೇಂದ್ರನೊಡ್ಡೋಲಗಂ. |

ಮತ್ತೇಭವಿಕ್ರೀಡಿತಂ

ಪೆಱಸಾರ್, ಗುರ್ಜರ! ಕುಳ್ಳಿರಿಲ್ಲಿ, ಮಗಧ-ಕ್ಷ್ಮಾಪಾಲ! ನೀಂ ಕಾಣ್ಕೆಯಂ
ನೆಱೆ ನೀಡಂಗ! ಕಳಿಂಗ, ಪಿಂಗು! ಕಡೆ ನಿಲ್, ಕರ್ಣಾಟಕಾಧೀಶ!
[ಬಂ |
ದೆಱಗೈ, ಕೇರಳ! ಪಾಂಡ್ಯ, ನೀಂ ಗಱಿಪದಿರ್! ಪಾಂಚಾಳ, ಲಾಱಿಂಗೆ
[ನೀಂ
ತೆಱಿಪಂ ಮಾಡೆನುತಲ್ಲಿ ಕಂಚುಕಿಗಳಾಗಳ್ ಗರ್ಜಿಸುತ್ತೊಪ್ಪಿದರ್.
|| 419 ||

ಇದು ಕಾಶ್ಮೀರ-ಮಹೀಶನಿತ್ತ ಮದವನ್-ಮಾತಂಗ-ಸಂಘಾತಮಿಂ
ತಿದು ಕಾಂಭೋಜ-ನರೇಂದ್ರನಟ್ಟಿದ ಹಯ-ವ್ರಾತಂ! ಧರಾಧೀಶ, ನೋ|
ಡಿದು ಪಾಂಚಾಳನಲಂಪಿನಿಂ ಕಳುಪಿದುದ್ಯದ್-ರತ್ನ-ಸಂತಾನಮಿಂ
ತಿದು ನೇಪಾಳ-ನೃಪಾಳ-ದತ್ತ-ವಿಳಸನ್-ಮುಕ್ತಾವಳೀ-ಭೂಷಣಂ!
|| 420 ||

ವ|| ಎಂದು, ದೂತರ್ ಬೇಱೆಬೇಱೆ ಚಪ್ಪನ್ನ-ದೇಶದರಸರ್ ಕಳು
ಪಿದ ಕಪ್ಪಂಗಳನೊಪ್ಪಿಸುತ್ತಮಿರ್ಪನೆಗಂ . . . . ಬಂದಂ ಪ್ರತೀಹಾ
ರಕಂ; ಅಂತು ಬಂದು, ನಿಂದು, ನಿಜ-ನಿಟಲ-ತಟ-ಘಟಿತ-ಕರ-ಪುಟ
ನಾಗಿ, ದೇವಾ! ಬಿನ್ನಪಮಿಾಗಳೊರ್ವನಪೂರ್ವಾಗತ-ಕಿರಾತ-ದೂತ
ನಭಿನವ-ಕಾರ್ಯ-ವಿಜ್ಞಾನೋತ್ಸುಕಂ ದ್ವಾರ-ದೇಶದೊಳ್ ಬಂದಿ
ರ್ದಪನೆಂಬುದುಮವನಿಪನಪಾಂಗ-ಪ್ರೇರಣೆಯಿಂ ಬರವೇೞ್! ಎಂ
ಬುದುಂ (ಬಂದು ಇರ್ದಪಂ ಎಂಬುದುಂ ಅವನಿಪಂ ಅಪಾಂಗ-ಪ್ರೇರಣೆಯಿಂ ಬ
ರವೇೞ್ ಎಂಬುದುಂ ಎಂಬಲ್ಲಿ ಎಂಬುದುಂ ಎಂಬುದುಂ ಎಂಬುದು=ಎನೆಯೂ ಎನೆ
ಯೂ) ಅವಂ ಪೋಗಿ, ತಳ್ವದಾ ಕ್ರವ್ಯಾದ-ನಾಮ-ವ್ಯಾಧನಂ ಪೊಗಿಸಿ
ದಾಗಳ್

ಕಂದಂ

ತಳಿರ ತಲೆಗಟ್ಟು, ದಂತದ
ಬಳೆ, ಕತ್ತುರಿಬೊಟ್ಟು, ಮುತ್ತಿನೇಕಾವಳಿ, ಬಿಲ್, ।
ಪೊಱೆವಂಬು, ಬೆನ್ನ ನಿಡುಬ
ತ್ತಳಿಕೆ ವಿರಾಜಿಸೆ, ಪುಳಿಂದನಂದೊಳಪೊಕ್ಕಂ. || 421 ||

ಟೀ. ಇದು ಆ ಪ್ರತೀಹಾರಕಂ ತಳ್ವದೆ ಮಹಾ-ಆಸ್ಥಾನದೊಳ್ ಪೊಗಿಸಿದ ಪುಳಿಂದನ ರೂಪಿನ ವರ್ಣನೆ.

ವ|| ಅಂತೊಳಪೊಕ್ಕು, ಮಹಾಸ್ಥಾನಮಮಂ ಕಂಡು, ಕೌತುಕಂಬಟ್ಟವನತ-ಶಿರಸ್ಕಂ ಮೆಲ್ಲನೈತಂದನತಿದೂರದೊಳ್ ಪೈಯಿಕ್ಕಿ, ಮಣಿದು,

ಕತ್ತುರಿವೀಣೆಯನಿಭದಲೆ
ಮುತ್ತಂ ಫಣಿಮಣಿಯನಮರ್ದ ಜೇಂಗೊಡಮಂ ಕಂ ।
ಪೊತ್ತರಿಸುವ ಬಾವನ್ನಮ
ನಿತ್ತಂ ಕಾಣ್ಕೆಯನಿಳಾಧಿಪಂಗೆ ಪುಳಿಂದಂ. || 422 ||

ಟೀ. ಇದು ಪುಳಿಂದನ ಕಾಣ್ಕೆಗಳ ವರ್ಣನೆ. ಅಮರ್ದ ಎಂಬಲ್ಲಿ ಶಿಥಿಲತ್ವ.

ವ|| ಅಂತಿಂತು ತನ್ನ ಕಕ್ಷ-ತಳದೊಳಱುಂಕಿದ ಪೊಂಬುಲಿಯ ಚರ್ಮದ ಕಕ್ಷ-ಪಾಳಿಕೆಯೊಳಳವಟ್ಟ ನಿಗ್ಗವದ ಕರಂಡಕದೊಳಗೆ ಮುದ್ರಿಸಿರ್ದನರ್ಘ್ಯ-ಮಣಿಯಂ, ಬಾಲ-ದಿನಮಣಿಯಂ ತುಡುಂಕುವ ರಾಹುವೆನಿಸಿ ನಿಜ-ಕರಮೆಸೆಯೆ, ತುಡುಂಕಿ, ತೆಗೆದು, ತತ್-ಪಾದ-ಪೀಠದೊಳಱುಪಿದಾಗಳ್

ಆ ಮಣಿ ಮೆಱೆದುದು, ತರುಣ-ನ
ಭೋಮಣಿ-ನಿಜ-ಸು-ಪ್ರತಾಪ-ವಿಜಿತಂ ಪರಿತಂ ।

ದಾ ಮಹಿತ-ರಾಜಶೇಖರ-
ಭೂಮೀಶ್ವರನಂಘ್ರಿ-ಕಮಳಮಂ ಸೇವಿಪ ವೋಲ್. || 423 ||

ಟೀ. ಇದು ಪುಳಿಂದನು ಆ ಕರಂಡಕದೊಳಗಿಂದ ತೆಗೆದ ರಾಜಶೇಖರನ ಪಾದಕೆ ಇಟ್ಟ ಅನರ್ಘ್ಯವಾದ ಮಣಿಯ ವರ್ಣನೆ; ಅದು ಬಾಲ-ಸೂರ್ಯನ ಪ್ರಕಾಶದ ಮೇಲೆ ವಿಜಿತವನ್ನು ಹೊಂದಿದ್ದಾಗಿ ಬಂದು ಆ ಇತ್ಯಾದಿ ಮೆಱೆದುದು.

ವ|| ಇಂತೆಸೆವನರ್ಘ್ಯ-ಮಣಿಯಂ ನೃಪ-ಶಿರೋಮಣಿ ನಿರೀಕ್ಷಿಸಿ, ಕೌತುಕಮನಾಳ್ದತಿಪ್ರಸನ್ನ-ಮಧುರ-ದೃಷ್ಟಿಯಿಂ ನೋಡುವಾಗಳಾ ಕಟಾಕ್ಷಮಭಯಂಗುಡೆ, ಕೈಂಕರ್ಯಮನಪ್ಪುಕೈದವಂ ನಿಜಾಗಮನ-ವಿಜ್ಞಾಪನೋತ್ಕಂಠತೆಯಿಂದಿಂತೆಂದಂ—

ಚಂಪಕಮಾಲೆ

ಸೊಗಯಿಪ ದಕ್ಷಿಣಾಂಬುಧಿಯ ತೀರದೊಳಿರ್ಪುದು ಬೇಡರೊರ್ಗಿನಿಂ
ನಗರಮದೊಂದು; ಸಂದ ಪೆಸರಿಂದೆ ಪುಳಿಂದಪುರಂ; ಪೊಡರ್ಪಿನಿಂ|
ದಗ[illegible]ತ-ಭಾಗ್ಯದಿಂ ಮೆಱೆವನಾ ಪುರದೊಳ್ ಕಲಿ-ಕಾಲಮೇಘ-ನಾ
ಮ-ಗತ-ಕಿರಾತ-ನಾಥನವನೀಶ್ವರ, ನಿನ್ನ ಪದಾಬ್ಜ-ಕಿಂಕರಂ. || 424 ||

ಟೀ. ರಾಜಶೇಖರನ ಕಟಾಕ್ಷಂ ಅವನಿಗೆ ಅಭಯಂ ಕುಡೆ (ಕೊಡಲಾಗಿ), ಆ ಪುಳಿಂದನು ತನ್ನ ಆಗಮನದ ವಿಜ್ಞಾಪನೆಯ ಉತ್ಕಂಠತೆಯಿಂದ ಎನುವದು ಆರಂಭವಾಯಿತು. ಅವಂ, ಈಶ್ವರ, ನಿನ್ನ. ಇದು ಕಾಲಮೇಘನೆಂಬ ಪುಳಿಂದಪುರದ ರಾಜನ ವರ್ಣನೆ.

ಶೂರನನವರತ-ಘನ-ಕಾಂ
ತಾರಾಂತರ-ಚಾರಿ, ಕರ್ಕಶಾಂಗಂ, ಮೃಗಯಾ- |
ಧೀರಂ, ಧೀವರ-ವರನವ
ನೋರಂತೊಪ್ಪಿರ್ದನಿರ್ಪ ಸಮನಂತರದೊಳ್. || 425 ||

ಪ. ಶೂರಂ, ಅನವರತ-ಘನ-ಕಾಂತಾರ-ಅಂತರ-ಚಾರಿ, ಕರ್ಕಶ-ಅಂಗಂ. ಧೀವರ-ವರಂ ಅವಂ (ಅಂದರೆ ಆ ಪುಳಿಂದರಾಜಂ) ಓರಂತೆ. ಇದು ಆ ರಾಜನ ನಿತ್ಯಗುಣಕೃತ್ಯಗಳ ವರ್ಣನೆ.

ದೆಸೆವೆಣ್ಗಳ್ ಬಿಸಿವಿಸಿಲಿಂ
ಬಸವೞಿದುೞಿಪೆಂದು, ಸುಯ್ದು, ಬಿಸುಸುಯ್ಯಲರೆಂ |
ಬೆಸಕಮನೊಡರ್ಚೆ, ಬೀಸಿದು
ದಸದೃಶ-ಸೋಷ್ಣ-ಪ್ರಭಂಜನಂ ಬೇಸಗೆಯೊಳ್. || 426 ||

ಪ. ಬಿಸುಸುಯ್ಯೆ, (ಆ ಬಿಸುಸುಯ್ಯು) ಅಲರ್ (ಅಲರಾಗಿತ್ತು) ಎಂಬ ಎಸಕಮಂ. ಬೀಸಿದುದು ಅಸದೃಶ. ಟೀ. ಇದು ಪುಳಿಂದನು ಬೇಸಿಗೆಗಾಲದ ವರ್ಣನೆ ಮಾಡಿದದಱ ಮೊದಲು; ಅದಱಲ್ಲಿಯ ಬಿಸಿಗಾಳಿ ಕಷ್ಟ ಪಟ್ಟ ದೆಸೆವೆಣ್ಗಳ ಬಿಸುಸುಯ್ಯೆಂಬಂತೆ ಹೇಳುತ್ತಾನೆ.

ಪೊಡವಿಯಱಿತಖಿಳ-ಜಳಮಂ
ಕುಡಿದುಂ ತೃಷೆಯಡಗದಾ ಮರೀಚೀ-ಜಳಮಂ |
ತಡೆಯದೆ ಕುಡಿಯಲ್ ಮಿಗೆ ಬಾ
ಯ್ವಿಡುವಂತಿರೆ ಬಿರಿದ ಬೀಡೆಗಳ್ ಬಿಡದೆಸೆಗುಂ. || 427 ||

ಪ. ಪೊಡವಿ ಅಱಿತು (ಸೂ. 240), ಅಖಿಳ. ಅಡಗದು; ಆ. ಟೀ. ಭೂಮಿಗೆ ಬಹಳ ನೀರಡಿಕೆ ಇರುವದಱಿಂದ ಅದಱ ಬಿರುಕುಗಳು ಯಾತಱಂತೆ ಅವೆ ಎಂತ ಹೇಳುತ್ತದೆ. ಕುಡಿಯಲ್=ಕುಡಿಯಲ್ಕೆ.

ಪುಡಿ ತನಿಗೆಂಡದ ಬುದಿಯ
ಪಡಿ, ನೆಲಮಟ್ಟೊಲೆಯ ತೊಲೆಯೆಲರ್ ಬಿರಯಿಯ ಬಾ |
ಯೆಡೆಯಲರ್ಗಣೆಯುರಿಗಿದು ಸರಿ
ಕಡುವಿಸಿಲೆನಿಸಿರೆ ನಿದಾಘಮೇಂ ಪಸರಿಸಿತೋ? || 428 ||

ಪ. ನೆಲಂ ಅಟ್ಟ ಒಲೆಯ ತೊಲೆ (=ತುಲೆ=ಸಮ), ಎಲರ್ .. ಬಾಯ ಎಡೆಯ ಅಲರ್ಗಣೆ, ಉರಿಗೆ ಇದು (ಈ ಕಡುವಿಸಿಲ್) ಸರಿ. ಟೀ. ಪುಡಿ, ನೆಲಂ ಇತ್ಯಾದಿ ಯಾವದಕ್ಕೆ ಸರಿ ಎನುತ್ತದೆ. ಬಿರಯಿಗಳ ಕಷ್ಟವೆಂಬ ಶಾಪದ ಮಾತು ಹಿಂದೆ ಉಂಟು, ೩೭೫ನೆಯ ಶ್ಲೋಕ.

ದಿನಮಣಿ-ಮಣಿ-ಶಾಣೋಪಲ-
ವಿನಿಹಿತ-ಘೃಷ್ಟಾರ್ಕ-ಕಿರಣ ಖರ-ಖಡ್ಗ-ಲತಾ- |

ಜನಿತ-ಸ್ಫುಲಿಂಗ-ಸಂಘಮಿ
ದೆನೆ ತದ್-ವಿಸ್ಫುರಿತ-ವಹ್ನಿ-ಕಣ-ತತಿಯೆಸೆಗುಂ. || 429 ||

ಟೀ. ದಿನಮಣಿಯ ಮಣಿಯುಳ್ಳ ಶಾಣ-ಉಪಲದಲ್ಲಿ ವಿನಿಹಿತವಾಗಿ ಘೃಷ್ಟವಾದ ಅರ್ಕ-ಕಿರಣವೆಂಬ ಖರವಾದ ಖಡ್ಗದ ಲತೆಯಿಂದ (=ಅಲಗಿನಿಂದ) ಜನಿತವಾದ ಸ್ಫುಲಿಂಗಗಳ ಸಂಘಂ ಇದು ಎನೆ, ತದ್ (ಅಂದರೆ ಅದಱ=ಆ ಸೂರ್ಯನ)-ವಿಸ್ಫುರಿತವಾದ ಇತ್ಯಾದಿ.

ಮತ್ತೇಭವಿಕ್ರೀಡಿತಂ

ಇಳೆ ಕಾಯ್ಪೇಱಿದುದಬ್ಧಿ ನೀರ್ದೆಗೆದುದಾಶಾ-ದಂತಿ ಬಾಯ್ವಿಟ್ಟುದು
ರ್ಕೞಿದರ್ ದಿಗ್-ವರರಂಜಿದರ್ ದಿವಿಜರುರ್ವೀಧ್ರ-ವ್ರಜಂ ಸೀಱ್ದುದು|
ಜ್ಜ್ವಳಮಾದತ್ತಿನ-ಬಿಂಬಮಂಬುಚರಮೆಲ್ಲಂ ಬೇಗೆಗೊಂಡತ್ತು, ಬಾಂ
ಬೊೞೆ ಬತ್ತಿತ್ತು, ಮರೀಚಿ ಪೊಣ್ಮಿದುದರಣ್ಯಂ ಬೆಂದುದಾ ಗ್ರೀಷ್ಮ
[ದೊಳ್. || 430 ||

ಪ. ಏಱಿದುದು, ಅಬ್ಧಿ ನೀರ್-ತೆಗೆದುದು, . . ಬಾಯ್-ಬಿಟ್ಟುದು, ಉರ್ಕೞಿದರ್ ದಿಗ್-ವರರ್ (ಅಂದರೆ ಕವಿ ಉಂಟೆಂತ ಕಲ್ಪಿಸುವ ದೆಸೆವೆಣ್ಗಳ ಗಂಡರು), ಅಂಜಿದರ್ ದಿವಿಜರ್ (ಅಂದರೆ ಕವಿ ಉಂಟೆಂತ ಕಲ್ಪಿಸುವ ಭೂತಮಯಜೀವಿಗಳು), ಉರ್ವೀಧ್ರ. ಉಜ್ಜ್ವಳಂ ಆದತ್ತು ಇನ-ಬಿಂಬಂ, ಅಂಬುಚರಂ. ಆದತ್ತು ಎಂಬಾದಿಗೆ ಸೂ. 226.

ವ|| ಅಂತುಮಲ್ಲದೆ

ಕಂದಂ

ಅಗ-ಶಿಖರಂ ಛಿಱಿಛಿಟಿಲೆನೆ
ಮಿಗೆ ಸಿಡಿದುದು, ಧಗಧಗ-ಸ್ವನಂ ನಿಮಿರೆ ವನಂ| (-ಸ್ವನಮಿರೆ ವನಂ ಭುಗಿ)
ಭುಗಿಲನುರಿದುದು, ಖಗ-ವ್ರಜ-
ಮೃಗ-ತತಿ ಘುರಿಘುರಿಲನೆಯ್ದೆ ಬೆಂದುದು ಬಿಸಿಲೊಳ್. || 431 ||

ಕೊಳದಂಬು ಬತ್ತೆ, ಜುಯ್ಯೆಂ
ದೊಳಗಣ ನಳಿನಾಳಿ ಕರಿಕುವರಿಗುಮೆನುತ್ತಂ, | (-ಕರಕುವರಿ)

ಜಳಜ-ಸಖಂ ಜಳ-ಕಿರಣಾ
ವಳಿಯಂ ಪಿಱಿದಂತೆವೋಲ್ ಮರೀಚಿಕೆ ಮೆಱೆಗುಂ. || 432 ||

ಪ. ಕೊಳದ ಅಂಬು. ನಳಿನಾಳಿ-ಕರಿಕು-ಪರಿಗುಂ ಎನುತ್ತಂ. ಟೀ. ಪ್ರಕಾಶವುಳ್ಳ ಜಳ-ಕಿರಣಗಳ ಆವಳಿಯಿಂದ ನಳಿನಾವಳಿಗೆ ಕರಿಕು ಬರುತ್ತದೆಂತ, ನಳಿನ-ಸಖಂ (ಅಂದರೆ ಸೂರ್ಯಂ) ಹೇೞ್ದು, ಜಳ ಇತ್ಯಾದಿ. ಬೞಿಕ ಕೊಳದ ಹೊೞಗೆ ಮರೀಚಿಕೆ ತೋಱಿ, ಸೂರ್ಯನು ಕೊಳದ ನಳಿನಾಳಿಗೆ ಮಾಡಿದ ಉಪಕಾರವನ್ನು ಸಾಱುತ್ತದೆ.

ವ|| ಮತ್ತಮಲ್ಲಿ

ಉತ್ಪಲಮಾಲಿಕೆ

ನೋಡಿ ಮರೀಚಿಕಾ-ಜಲಮನಂಬುವಿದೆಂದೆಳಸುತ್ತೆ, ಬಂದು, ಕೈ
ನೀಡಿ, ಕಲಂಕಿ, ಪೊಕ್ಕು, ತೆಗೆದಿಕ್ಕುತೆ ಪುಷ್ಕರಮಂ ನಿಜಾಸ್ಯದೊಳ್,
ಬಾಡಿ, ಬಱಿಲ್ದು, ಬಳ್ಪಱಿದು, ಘೀಱಿಡುತಂಗದೊಳೆತ್ತಲುಂ ಪುಗುಳ್
ಮೂಡಿರೆ, ಬಿೞ್ದುದರ್ಕ-ಕರ-ಕಲ್ಪಿತ-ಸಂಜ್ವರನೊಂದು ಕುಂಜರಂ.
|| 433 ||

ಟೀ. ಒಂದು ಕುಂಜರಂ ಎಂಬದು ಕರ್ತೃ. ಅದು ಅಂಥ ಜಲಮಂ ನೋಡಿ . . . (ಕಡೆಯಲ್ಲಿ) ಅರ್ಕ-ಕರ-ಕಲ್ಪಿತ-ಸಂಜ್ವರನಾಗಿ ಬಿೞ್ದುದು (ಬೀಟ್, ಸೂ. 241). ನಿಜ-ಆಸ್ಯದೊಳ್.

ಕಂದಂ

ಬಾಯ್ವಿಡುತೆಯ್ದಿದ ಮಱಿಯಂ
ತಾಯ್ವಿಡಿ ನಡೆ ನೋಡಿ, ಬಾಡಿ, ತಾಪಂ ಮೊದಲಿಂ |
ದಯ್ವಡಿ ನೆಗೞ್ದಿರೆ, ತೆಗೆದೇಂ
ಕಯ್ವಿಡಿದೂದಿದುದೊ ಸೋಷ್ಣ-ಜಳಮಂ ಬಸುಱಿಂ? || 434 ||

ಪ. ತಾಯ್-ಪಿಡಿ (=ತಾಯಿಯಾದ ಆನೆ). ಮೊದಲಿಂದೆ ಅಯ್ದು-ಮಡಿ. ತೆಗೆದು, ಏಂ ಕಯ್-ಪಿಡಿದು, ಊದಿದುದೊ. ಟೀ. ಆ ತಾಯ್ವಿಡಿ ತನ್ನ ಮಱಿಯಂ ತನ್ನ ಸಂತಾಪದಿಂದ ತಂಪು ಪಡಿಸುವಯುಂಟೇ?

ನಡುನೆತ್ತಿ ಬಿರಿದು, ಮುತ್ತುಗ
ಳೊಡೆದುಚ್ಚಳಿಸುತ್ತ ಪಾಱೆ, ಪನಿಗೆತ್ತು ನವಿಲ್, ।
ತುಡುಕೆ, ನಿಜ-ಚಂಚುವಂ ಸುಡೆ,
ಮಿಡುಕಿದುದು, ನಿದಾಘ-ತಪ್ತ-ಕರಿ-ಸಂಕುಳದಾ. || 435 ||

ಅ. ನಿದಾಘ-ತಪ್ತ-ಕರಿ-ಸಂಕುಳದ ನಡುನೆತ್ತಿ ಬಿರಿದು, (ಬಿಱಿಕ ಆನೆಯ ತಲೆಯ) ಮುತ್ತುಗಳ್ ಒಡೆದು. ಪ. ಪನಿ-ಗೆತ್ತು (೧೩೩). ಟೀ. ನವಿಲಿಗೆ ಮೋಸ ಬಂತು.

ತಳಮಂ ಸುಡೆ ನೆಲನಡಿಯಿಡ
ಲಳವಲ್ಲದೆ ನಿಂದ ಸಿಂಧುರಂಗಳ ನೆೞಲೊಳ್ ।
ಬೞಿಗೊಂಡು, ನಿಂದು, ಬಿಸಿಲುಪ
ಟಳಮಂ ಕಳೆಗುಂ ಕ್ಷಣಂ ಮೃಗೇಂದ್ರ-ಕದಂಬಂ. || 436 ||

ಅ. ನೆಲಂ (ಅಡಿಯ) ತಳಮಂ ಸುಡೆ, ಅಡಿ ಇಡಲ್. ಟೀ. ಸಿಂಹಂಗಳು ಸಿಂಧುರಂಗಳೆಡೆಯಲ್ಲಿ ಬಿಸಿಲ ಉಪಟಳವನ್ನು ಕಳೆಯಕ್ಕೆ ನೋಡುತ್ತವೆ.

ಕಡುಗಾದ ಪೆಡೆವಣಿಗೆ ತಲೆ
ಗೊಡಪುತ್ತ್ರಂ, ಭಯಮನುೞಿದು, ಪುಗೆ ಸೋಗೆಯ ಸೊಂ ।
ಪಡರ್ದ ಪೊಸ ಪೀಲಿಯೊಳ್, ಫಣಿ
ಬಿಡದುರಿದುದದೆಂದೊಡದನದಾರ್ ಬಣ್ಣಿಸುವರ್? || 437 ||

ಪ. ಕಡು-ಕಾದ ಪೆಡೆ-ಮಣಿಗೆ ತಲೆ-ಕೊಡಪುತ್ತ್ರಂ. ಸೊಂಪು ಅಡರ್ದ. ಬಿಡದೆ ಉರಿದುದು ಅದು ಎಂದೊಡೆ. ಟೀ. ಪೀಲಿ (=ನವಿಲ್) ಫಣಿ ತಿನ್ನುವ ಜೀವಿ; ಹಾಗಾದರೆ ಅದರ ಹತ್ತರವೂ ಫಣಿ ತನ್ನ ಉರಿಯೊಳಗೆ ಹ್ಯಾಗೆ ಹೋದೀತು? ಸೋಗೆ ಎಂತ ನವಿಲ ಹೆಸರೂ ಅದೆ; ಇಲ್ಲಿ ಅದು ಕಬ್ಬು ಮೊದಲಾದದರ ಸೋಗೆ ಎಂತ ತಿಳಿಯ ಬೇಕು.

ಪೆಡೆಯಂ, ಕೊಡೆಯಂತಿರೆ, ಪಿಡಿ
ದಡಿಯೊಳ್ ನೆೞಲ ನಿಂದ ಮಱಿಯನಾನನದೆಲರಿಂ ।
ಬಿಡದಾಶ್ವಾಸಿಸಿ, ಮಱುಕಂ
ಬಡೆದೋವುತ್ತಿರ್ದುದುರಗಿ ಪರ್ಬಿದ ಬಿಸಿಲೊಳ್. || 438 ||

ಪ. ಪಿಡಿದು, (ಪೆಡೆಯ) ಅಡಿಯೊಳ್. ಮಱಿಯುಂ ಆನನದ. ಮಱುಕಂ-ಪಡೆದು. ಇ ರ್ದುದು ಉರಗಿ. ಟೀ. ಉರಗಿ ತನ್ನ ಮಱಿಗಳನ್ನು ಕಾಪಾಡಿದ ವರ್ಣನೆ.

ಅಳುರ್ವ ಬಿಸಿವಿಸಿಲ ಬೇಗೆಯ
ನಿಳೆ ಸೈರಿಸಲಾಱದಭ್ರ-ಗಂಗಾ-ಜಳದೊಳ್ ।
ಮುೞುಗಲಿರದೆಟ್ಟಿ ವೋಲ್ ಕ
ಣ್ಗೊಳಿಸಿತು ಸುಟ್ಟುಱಿ ಸು-ರೇಣು ಪಸರಿಸೆ ನಭದೊಳ್. ‖ 439 ‖

ಪ. ಬೇಗೆಯಂ ಇಳೆ ಸೈರಿಸಲ್ ಆಱದೆ. ಮುೞುಗಲ್, ಇರದೆ (=ತಡೆಯದೆ). ಟೀ. ಇ ಳೆ ತಾನು ಅಭ್ರಗಂಗೆಯ ಜಳದೊಳ್ ತಂಪೆಂದು ಮುೞುಗುವದಕ್ಕೆ ಎದ್ದಿತು ಎಂಬಂತೆ ಸುರೇ ಣು ಉಱೆ ಸುಟ್ಟು ನಭದೊಳ್ ಪಸರಿಸೆ ಕಣ್ಗೊಳಿಸಿತು. ಇಲ್ಲಿ ಕವಿಯ ವಿಪರೀತವಾದ ಆಲೋಚನೆ ಯೊಂದುಂಟು ಅಂದರೆ ಆಕಾಶಗಂಗೆಯದು.

ಚಂಪಕಮಾಲೆ

ಸಿಡಿದುದು ದಂತಿ-ದಂತಮದು, ಸಂಗಡಮಾಗಿರೆ ಕುಂಭ-ಮೌಕ್ತಿಕಂ;
ಪೆಡೆವಣಿ ಪಾಱಿ, ನೆತ್ತಿ ಬಿರಿದತ್ತಹಿ-ವೃಂದದ; ಸಿಂಹ-ಕೇಸರಂ ।
ಬಿಡದುರಿದತ್ತು; ಪಕ್ಕಿಗಳ ನುಣ್ಗಱಿ ಸೀದುದರಣ್ಯದಲ್ಲಿ ಸಂ
ಗಡಿಸಿದ ಋಕ್ಷ-ರೋಮ-ತತಿ ಬೆಂದುದು. ಬೇಸಗೆಯುಗ್ರಮೆಂತು
[ಟೋ! ‖ 440 ‖

ಪ. ಬಿರಿದತ್ತು ಅಹಿ-ವೃಂದದ. ಸೀದಿದುದು; ಅರಣ್ಯದಲ್ಲಿ. ಟೀ. ದಂತಿಯ ದಂತವೂ ಅದೇ ಪ್ರಕಾರವಾಗಿ ಕುಂಭ-ಮೌಕ್ತಿಕವೂ ಸಿಡಿದುದು; ಅಹಿವೃಂದದ ಪೆಡೆವಣಿ ಪಾಱುವಂತೆ ನೆ ತ್ತಿ ಇತ್ಯಾದಿ.

ವ ‖ ಇಂತಳವಿ-ಗಳಿದಳುರ್ದ ಘನ-ನಿದಾಘ-ಕಾಲದೊಳ್ . . . ಕಾಲಮೇಘಂ ಕಾಲ-ಮೇಘಂಗಳೆ ಮನುಜ-ರೂಪುವಡೆದಂತೆಸೆವತಿ-ಬಳರೆನಿಪ ಕಿರಾತರ್ವೆರಸು ಬೇಂಟೆವೋಗಲೆಂದು, ಸಮದ-ಸಮುತ್ಸುಕ-ಚಿತ್ತನಾಗಿ,

ಮಹಾಸ್ರಗ್ಧರೆ

ಸುಲಿಪಲ್, ಕೊಂಕಿರ್ದ ಪುರ್ಬಂಬುದ-ನಿಭ-ತನು, ಕೆಂಗಣ್ಗಳೊಳ್ [ಮಿಾಸೆ ಚೆಲ್ವಾ
ಗೆ, ಲಸನ್-ಮತ್ತೇಭ-ಮುಕ್ತಾಭರಣಮೆಸೆಯೆ, ಕೂರ್ಪಾಸಮಂ ತೊ [ಟ್ಟು, ಕಟ್ಟು |
ತ್ತೆ ಲತಾ-ಸಂದೋಹದಿಂ ಕೇಶಮನಮರೆ ಧನುರ್-ಬಾಣಮಂ ತಾಳ್ದು, [ಕೆರ್ಪಂ
ನಲವಿಂ ಮೆಟ್ಟುತ್ತೆ, ಕೂರ್ನಾಯ್ವೆರಸಿ, ಶಬರರೊಂದಾಗಿ ಬಂದಂ ಪು [ಳಿಂದಂ. || 441 ||

ಪ. ಪುರ್ಬು, ಅಂಬುದ. ಮತ್ತ-ಇಭ-ಮುಕ್ತಾ-ಆಭರಣಂ. ಕೇಶಮಂ, ಅಮರೆ. ಟೀ. ಇದು ಕಾಲಮೇಘನೆಂಬ ಆ ಪುಳಿಂದರಾಯನು ಬೇಟೆಗೆ ಹೊರಟ ವರ್ಣನೆ.

ವ || ಮತ್ತಮಾಗಳ್

ಚಂಪಕಮಾಲೆ

ಬಿಡುವಲೆ, ಸೊರ್ಕುಮದ್ದು, ಪದವಿಲ್, ಮಿಡಿವಿಲ್ಲಲೆಯಂಬು, ಮಿ [ಟ್ಟೆಪೇ
ರಡಿ, ಬಡಿಕೋಲ್, ತುಪಾಕಮಿಡುಗಲ್ಲೆರೆ, ಪೇರ್ಬಲೆ, ಕೂಳ, ಗಾಳ [ಮಂ |
ಟಿಡುವಲೆ ದೀಹದೇಣನುಡಿಗಲ್ಲಿಯಡಾಯುಧಮಡ್ಡಣಂ ಸೊಡ
ರ್ಗಿಡಿಗಮೆನಿಪ್ಪಿವಂ ಪಿಡಿದು ಬೇಂಟೆಗೆ ಸಂದ ಪುಳಿಂದರೆಯ್ದಿದರ್. || 442 ||

ಪ. ತುಪಾಕಂ, ಇಡುಗಲ್, ಎರೆ. ಗಾಳಂ, ಅಂಟು, ಇಡು-ಬಲೆ (ಆ ಮೇಲೆ ಬರುವ ಬಂದೆರಡು ಶಬ್ದ ನಮಗೆ ಅನುಮಾನದವು). ಅಡಾಯುಧಂ, ಅಡ್ಡಣಂ. ಎನಿಪ್ಪ ಇವಂ. ಟೀ. ಇವು ಪುಳಿಂದರ ಬೇಟೆಯ ಸಾಮಾನುಗಳು.

ವ || ಇಂತೆಯ್ತುರೆ, ಪುಳಿಂದ-ಪತಿ ಪುಳಿಂದಪುರದುತ್ತರ-ದಿಶಾ-ಭಾಗದ ಜೀಮೂತವಸನಮೆಂಬ ಗಿರಿಯ ಸಾರ್ಕೆಗೆಯ್ತುರ್ಪಿನಮಾ ಗಿರಿಯ ತಪ್ಪಲಲ್ಲಿ . . . . . (ನಾನಾವಿಚಿತ್ರಂ) ಒಪ್ಪಿತ್ತು, ಅದೇಂ ಬಣ್ಣಿಪೆಂ?

88. CHANDRAHASA IN CHANDRANAVATI (see No. 86)

ಚಂದ್ರಹಾಸನು ಚಂದ್ರನಾವತಿಯಲ್ಲಿದ್ದದು

ವಾರ್ಧಕಷಟ್ಪದಿ

ಮುಂದೆ ಪರಿತಂದು, ಚರರಱಿಪೆ, ಸಿಂಗರಿಸಿದರ್
ಚಂದನಾವತಿಯ; ಸಂಭ್ರಮದಿಂ ಕುಳಿಂದಕಂ
ಬಂದು, ನಿಜ-ಭವನಮಂ ಪೊಗಲಿದಿರ್ವಂದು, ನಲಿದವನ ಸತಿ-ಮೇಧಾ [ವಿನೀ |
ಕಂದನಂ ತೆಗೆದೆತ್ತಿ ಕೊಳುತ, ಬಿಗಿಯಪ್ಪಿ, ಸಾ
ನಂದದಿಂ ಪೊರೆಯೇಱಿದಳ್, ತನ್ನ ಬಂಜೆತನ
ಮಿಂದು ಪೋದುದು, ಪುತ್ರವತಿಯಾದೆನೆನ್ನ ಪುಣ್ಯ-ದ್ರುಮಂ ಫಲಿಸಿ [ತೆಂದೂ. || 443 ||

ಪ. ಪೊಗಲ್, ಇದಿರ್ವಂದು, ನಲಿದು, ಅವನ.

ಬಱಿಕ ನಗರದೊಳಾದುದುತ್ಸವಂ; ಪಾರ್ವರ್ಗೆ
ನಿಳಯದ ಸಮಸ್ತ-ವಸ್ತುಗಳನೊಲಿದಿತ್ತನೊಂ
ದುಱಿಯದೆ; ವಿದಿತ-ಜಾತ-ಕರ್ಮಮಂ ಮಾಡಿಸಲ್, ಬುಧರುತ್ತರೋ |ತ್ತರವನೂ |
ತಿಳಿದು, ನಿರ್ಮಲ-ಮುಖಾಂಬುಜದಿಂ ಶಶಾಂಕನಂ
ಕಟಿಕಟಿಸಿ ನಗುವನದಱಿಂ ಚಂದ್ರಹಾಸನೆಂ
ದಿಳೆಯೊಳೀತಂಗೆ ಪೆಸರಾಗಲೆಂದುಚ್ಚರಿಸಿ, ನಾಮ-ಕರಣಂಗೈದರೂ. || 444 ||

ಪ. ಮುಖ-ಅಂಬುಜ. ಟೀ. ಚಂದ್ರ-ಹಾಸಂ=ಚಂದ್ರನಂ (ಚಂದ್ರನಿಗೆ) ನಗುವಂ.

ಕತ್ತಲೆಯ ಮನೆಗೆ ಮಣಿ ದೀಪವಾದಂತೆ, ಸಲೆ
ಬತ್ತಿದ ಸರೋವರಕೆ ನವ-ಜಲಮೊದವಿದಂತೆ,
ಬಿತ್ತರದ ಕಾವ್ಯ-ರಚನೆಗೆ ದೇವರ ಸ್ತುತಿ ನೆಗಟ್ದಿಂತೆ, ಭೂತಳದೊ
[ಳೂ |
ಮತ್ತೆ ಸಂತಾನಮಿಲ್ಲದ ಕುಳಿಂದನ ಬಾಟಿಕ್ಕೆ
ಗುತ್ತಮ-ಕುಮಾರನಾದಂ ಚಂದ್ರಹಾಸಂ . . . . || 445 ||

ಮೆಲ್ಲನಿಂತಿರಲೆಂಟನೆಯ ವರುಷಮಾಗಲ್ಕೆ,
ನಿಲ್ಲದುಪನಯನಮಂ ವಿರಚಿಸಿ, ಕುಳಿಂದಂ ಸ
ಮುಲ್ಲಾಸಮಂ ತಾಳ್ದನಂಗ-ಸಹಿತಖಿಳ-ವೇದಂಗಳಂ ನೀತಿಗಳನೂ |
ಸಲ್ಲಲಿತ-ಶಬ್ದಾದಿ-ಶಾಸ್ತ್ರ-ಸಿದ್ಧಾಂತಗ
ಳೆಲ್ಲಮಂ ಗುರು-ಮುಖದೊಳಧಿಕರಿಸಿ, ಬೇಕಾದ
ಬಿಲ್ಲ ವಿದ್ಯೆಯನಱಿದು, ಗಜ-ತುರುಗದೇಱಾಟದೊಳ್ ಚತುರನಾದ
[ನವನೂ. || 446 ||

ಪ. ಮೆಲ್ಲನೆ ಇಂತು ಇರಲ್ (ಅಂದರೆ ಚಂದ್ರಹಾಸನ ಶಿಕ್ಷೆ ಬಲಾತ್ಕಾರವಿಲ್ಲದೆ ಮೆಲ್ಲನೆ ಸಾಗುತ್ತಿರಲ್). ತಾಳ್ದಂ; ಅಂಗ. ಟೀ. ಗಜ-ತುರುಗ-ಏೇರು-ಆಟದೊಳ್ ಎಂತಲೂ ಅರ್ಥವಾದೀತು.

ಷೋಡಶ-ಪ್ರಾಯದೊಳವಂ ಪ್ರಬಲ-ಬಲನಾಗಿ,
ಮೂಡಿದಗ್ಗಲಿಕೆಯಿಂದೆಯ್ದಿ ರಥಿಕರ್ಕಳಂ
ಕೂಡಿ ಕೊಂಡೆಯ್ದಿ, ನಿಜ-ತಾತಂಗೆ ಮಲೆವ ಮನ್ನೆಯರೆಲ್ಲರಂ ಘೂ
[ತಿಸೀ, |
ಮಾಡಿದಂ ದಿಗ್ವಿಜಯಮಂ; ಕುಳಿಂದಕನಾಳ್ವ

ನಾಡಲ್ಲದೆಣ್ದೆಸೆಯ ಸೀಮೆಗಳನೊತ್ತಿದಂ;
ಪೂಡಿಸಿದನವಱವಱ ಮನೆಗಳಸು-ವಸ್ತು-ಜಾಲಂಗಳಂ ತನ್ನ ಪುರಕೇ.
|| 447 ||

ಟೀ. ರಥಿಕರ್ಕಳ್ ಎಂಬದಕ್ಕೆ ಸೂ. 101.

ನಿಳಯಕೆಯ್ತಂದನುತ್ಸವದಿಂ; ಕುಳಿಂದಕಂ
ಬಳಿಕ ತನ್ನಾಧಿಪತ್ಯಮನಾತ್ಮಜಂಗೆ ಮಂ
ಗಳ-ಮುಹೂರ್ತದೊಳತ್ತನಂದಿನಿಂ ಚಂದ್ರಹಾಸಂ ಪಾಲಿಸುವನಿಳೆಯ
[ನೂ. || 448 ||

89. THE KIRATA MESSENGER RELATES HOW TOWARDS THE END OF THE CHASE THE GEM HAD BEEN FOUND, AND HOW THE SERVANTS OF VISHNU SIMHALA, THE KING OF SIMHALA, HAD BEGUN TO QUARREL WITH HIS MASTER AS TO WHOM THE GEM BELONGED. RAJASEKHARA DETERMINES TO HUMBLE SIMHALA (see No. 87)

ತಾನು ತಂದ ಮಣಿ ಹ್ಯಾಗೆ ಸಿಕ್ಕಿತೆಂದೂ ಸಿಂಹಳರಾಯನ ಆಳುಗಳು ತಮ್ಮ ಯಜಮಾನನದೆಂತ ಜಗಳಾಡಿದರೆಂದೂ, ಆ ದೂತನು ವರ್ಣಿಸಿದ ಮೇಲೆ ರಾಜಶೇಖರನು, ಸಿಂಹಳನ ಗರ್ವ ಮುಱಿಯ ಬೇಕೆಂತ, ನಿಶ್ಚಯಿಸಿದದು

ವ || ಅಂತುಮಲ್ಲದೆ ಕಾಳಮೇಘಂ (ಕೊಱಿವೇಂಟೆಯುಮನಾಡಿ) ತಡಿಗೆಯ್ದಿ, ನಿಂದಿರ್ಪನಮಾಗಳೊಂದುದ್ದಂಡ-ಪ್ರಚಂಡ-ಕಂಠೀರವಂ ಗೆಂಟನೊಳ್ ವಿಲಯಾಗ್ನಿ ಮೈವೆತ್ತುದೆಂಬ ಗುರ್ವನೊಳಕೊಂಡು, ಗರ್ವಿಸಿ, ನಿಂದು,

ಚಂಪಕಮಾಲೆ

ಘನ-ನಿನದಕ್ಕಿದರ್ಗಳಮೆನಿಪ್ಪ ವೊಲಿಂದ್ರ-ಗಜೇಂದ್ರಮಟ್ಟಿ, ಗ
ರ್ಜನೆಗುಡುತೆಯ್ದಿ, ಲಂಘಿಸಿ, ವಿಜೃಂಭಿಸಿ, ಕುಂಭಿ-ಶಿರಃ-ಪ್ರದೇಶಮಂ|

ಕೊನೆವುಗುರಿಂದೆ ಸೀೞ್ದು, ರುಧಿರೋನ್ಮದ-ಕೃನ್-ಮಧುವೀಂಟಿ, ಗೆಂ
[ಟಿನೊಳ್
ತೊನೆದು, ಕುನುಂಗಿ, ಕುಪ್ಪಳಿಸಿ, ಕಣ್ಗಿಡಿ ಸಾಲಿಡೆ ನೋಡಿ ಬೇಡರಂ,
|| 449 ||

ಪ. ಘನ (=ಮೇಘ)-ನಿನದಕ್ಕೆ ಇದು ಅರ್ಗಳಂ ಎನಿಪ್ಪ ಪೊಲ್. ಗರ್ಜನೆ-ಕುಡುತ-ಎೞ್ದು. (ತಾನು ಸೀೞ್ದು ಕುಂಭಿಯು) ರುಧಿರವೆಂಬ ಉನ್ಮದ-ಕೃತ್-ಮಧು. ಟೀ. ಇದು ಬೇಟೆಯ ಅಂತ್ಯದಲ್ಲಿ ಆನೆಯನ್ನು ಸೀೞ್ದ ಒಂದು ಸಿಂಹದ ವರ್ಣನೆ. ಮೇಘದ ನಿನದಕ್ಕೆ ಇದು (ಈ ಸಿಂಹಗರ್ಜನೆ) ಅರ್ಗಳಂ ಎಂದು ಇಂದ್ರನೆಂಬ ಕವಿಕಲ್ಪಿತವಾದ ಭೂತದ ಆನೆ ನುಡಿದು ಅೞ್ಕಿದದು ವಿಪರೀತವೇ ಸರಿ.

ನೆಗೆದುದು; ಪಾಯ್ದು, ಪೊಯ್ದುದೊಡಲಿರ್ಕಡಿಯಾಗಿರೆ ಖಂಡ-ದಿಂಡೆ
[ಯಂ
ತೆಗೆತೆಗೆದಿಟ್ಟುದೊಟ್ಟಜೆಯಿನೊಟ್ಟಿದುದಟ್ಟಿಯನಟ್ಟಿ, ಗಂಡುಗೊಂ |
ಡುಗಿಬಗಿ ಮಾಡಿ, ಮೂರ್ಮಲೆತ ವೀರ-ಕಿರಾತರನೊಕ್ಕಲಿಕ್ಕಿ, ಧಾ
ತ್ರಿಗೆ ಪೊಸ ರಕ್ತ-ಪೂರಮೆಸಗಿತ್ತದು ಕೇಸರಿ. ಕೇಳ್, ಧರಾಧಿಪಾ!
|| 450 ||

ಪ. ಪೊಯ್ದುದು; ಒಡಲ್. ತೆಗೆದಿಟ್ಟುದು; ಒಟ್ಟಜೆಯಿಂ ಇತ್ಯಾದಿ. ಟೀ. ಇದೆಲ್ಲಕ್ಕೆ ಅದು ಕೇಸರಿ ಎಂಬ ಕರ್ತೃ. ಕೇಳ್, ಧರಾಧಿಪ ಎಂತ, ಆ ಕಿರಾತದೂತನು ತನ್ನ ಕಥೆಯನ್ನು ಆಲಿಸುತ್ತಿರುವ ರಾಜಶೇಖರನಿಗೆಂದದು.

ವ || ಆಗಳ್

ನಡುಗುವ ಕಾಲ್ಗಳುಬ್ಬರಿಸಿ ಸೂಸುವ ಸುಯ್ಬೆಮರೇಱಿದಾನನಂ,
ಪೊಡರ್ವೆರ್ದೆ, ಪೊಯ್ವ ಕಿರ್ಬರಿ, ಸಿಡುಂಬಿನ ಮುಳ್ಗಳ ಘೂಯಮಂ
[ಗದೊಳ್, |
ಬಿಡೆ ಬೆದರ್ವಕ್ಷಿ, ಬೆರ್ಚುವ ಮನಸ್-ಸ್ಥಿತಿ ತೋಱೆ, ಪುಳಿಂದನೆ
[ಯ್ದುತೆಂ
ಮೊಡೆಯನ ಮುಂದೆ ಕೈ ಮುಗಿದು, ನಿಂದವನೆಂದನಿದಂ, ಧರಾಧಿಪಾ!
|| 451 ||

ಪ. ಕಾಲ್ಗಳ್, ಉಬ್ಬರಿಸಿ ಸೂಸುವ ಸುಯ್-ಬೆಮರ್ ಏಱಿದ ಆನನಂ, ಪೊಡರ್ವ ಎರ್ದೆ. ಘಾಯಂ ಅಂಗದೊಳ್. ಟೀ. ಇದು ಆ ಸಿಂಹದ ಸುದ್ದಿಯನ್ನು ತನ್ನ ಒಡೆಯನಾದ ಕಾಲಮೇಘನಿಗೆ ಬಂದು ತಿಳಿಸಿದ ಒಬ್ಬ ಪುಳಿಂದನ (ಕಿರಾತನ) ವರ್ಣನೆ. ಅವನೆಂದದು ಮುಂದಿನ ಶ್ಲೋಕದಲ್ಲಿದೆ. ಪೊಡರ್ವೆರ್ದೆ ಎಂಬಲ್ಲಿಯೂ ಬೆದರ್ವ ಎಂಬಲ್ಲಿಯೂ ಶಿಥಿಲತ್ವ.

ಎಲೆ, ಶಬರೇಶ! ನೋಡಿದೆ ಇದೇೞ್ತಿರುತಿರ್ದಪುದಿತ್ತ! ನಿನ್ನ ಪೆ
ರ್ಬಲಮುಡಿದಸ್ಥಿಯಿಂ, ಸುರಿವ ರೋಹಿತದಿಂ, ಕಡಿವೋದ ಕಾಲ್ಗಳಿಂ,|
ತೊಲಗಿದ ತೋಳ್ಗಳಿಂ, ಪರಿದ ಪೆರ್ಗರುಳಿಂ, ಪೊಱಮಟ್ಟ ಖಂಡದಿಂ,
ವಿಲಯದ ಮೃತ್ಯುವಂತೆ, ತವೆ ಕೊಂದುದು! ತಿಂದುದದೊಂದಿಭಾಂ
[ತಕಂ! || 452 ||

ಪ. ನೋಡು! ಇದೆ ಇದೆ ಎೞ್ತಿರುತ್ತ ಇರ್ದಪುದು ಇತ್ತ! ಪೆರ್ಬಲಂ ಉಡಿದ ಅಸ್ಥಿಯಿಂ. ಕಡಿ-ಪೋದ. ತಿಂದುದು! ಅದು ಒಂದು ಇಭ-ಅಂತಕಂ! ಟೀ. ಆ ಕಿರಾತರು ಕಾಲಮೇಘನ ಬಱಿಗೆ ಕಳುಹಿದ ಆ ದೂತನ ಮಾತಿನಲ್ಲಿ ಈ ಸಿಂಹದ ಕೇಡು ಮೃಗಯೆಯನ್ನಾಡಿದ ಶಾಪದಿಂದ ತಮ್ಮ ಮೇಲೆ ಬಂತೆಂಬ ಭಾವವುಂಟು.

ವ || ಎಂದ ಕಿರಾತ-ದೂತೋಕ್ತಿಯಂ ಕೇಳ್ದು,

ಮಹಾಸ್ರಗ್ಧರೆ

ಘನ-ಕೋಪಾಟೋಪಮಂ ತಾಳ್ದರುಣತರ-ತರತ್-ತಾರ-ನೇತ್ರಂ, ತ
[ತ-ಸ್ವಿಂ
ದನ-ಯುಕ್ತೋಷ್ಠಂ, ಪ್ರಬುದ್ಧ-ಭ್ರುಕುಟಿ-ನಿಟಿಲನುತ್ಕೀರ್ಣ-ಘರ್ಮಾಂ
[ಬು-ಭೀಷ್ಮಾ |
ನನನುದ್ವೃತ್-ಖಡ್ಗಮೊಂದಂ ಪಿಡಿದು, ಜಡಿದದೇಂ ಧೀರನೊ? ಧೀವ
[ರಂ ಭೋಂ
ಕನೆ ಬಂದಂ-ದೇವ, ಕೇಳ್!-ಭೀಕರ-ಕರಿರಿಪುವಿರ್ಪಲ್ಲಿಗಾ ಕಾಳ
[ಮೇಘಂ. || 453 ||

ಪ. ಕೋಪ-ಆಟೋಪಮಂ ತಾಳ್ದು. ಯುಕ್ತ-ಓಷ್ಠಂ, ಪ್ರಬುದ್ಧ-ಭ್ರುಕುಟಿ-ನಿಟಿಲಂ, ಉತ್ಕೀರ್ಣ-ಘರ್ಮ-ಅಂಬು-ಭೀಷ್ಮ-ಆನನಂ, ಉದ್ವೃತ್. ಜಡಿದು-ಅದು ಏಂ ಧೀರನೊ?-ಧೀವರಂ (ಇದು ಕರ್ತೃವಾಗಿದೆ). ಕರಿ-ರಿಪು=ಸಿಂಹ. ಟೀ. ಇದು ಆ ಕಾಳಮೇಘನ ವರ್ಣನೆ.

ವ|| ಅಂತು ಪರಿತ್ರಾಸ-ನಿರ್ಯಾತ-ಕಿರಾತ-ಸಂಜಾತಮೊಡವರೆ (ಅವಂ) ಪನ್ನತಿಕೆಯಿಂ ಬರ್ಪಾಗಳ್ ಮುಂದೆ ಮಂದೈಸಿ ಮಡುಗಟ್ಟಿದ ನೆತ್ತರ ಪೆರ್ವೊನಲಿಂ, ಕುಪ್ಪಳಿಸಿ ಗುಪ್ಪೆಗೊಂಡದೊಂಡೆಗರುಳ್ಗಳಿಂ, ಪಿಂಡುಗೊಂಡು ಜೊಂಡೆದ್ದ ಕಾಳ್ಮದುಳ ಕೋಱ್ಗೆ ಸಱಿಂದರೆದೆಱೆದ ಕಣ್ಗಳಿಂ, ಕೆದರ್ದ ತಲೆನವಿರಿಂದ, ಜಿಗಿಜಿಗಿಯಾದ ಪೊಡೆಯಿಂದರೆಗರ್ಚಿದ ನಾಲಗೆಯಿಂ, ಕೆಲದೊಳೊಕ್ಕ ಬಿಲ್ಸರಳ್ಗಳಿಂ, ಕಡಿವಡೆದ ತೋಳ್ಗಳಿಂದುಡಿದ ನಡುಗಳಿಂ, ಜರಿದ ಮುಡುಪಿಂ ಪಾಸಿ ಪರಪಿದಂತೆ ಬಿದ್ದ ಪೆರ್ವಣಂಗಳಿಂದತಿ-ಭಯಾವಹವಾದ ಬಟ್ಟೆಯಂ ನಿಟ್ಟಿಸುತ್ತಿರೆ, (ಆ ಸಿಂಹಂ) ತೊಟ್ಟನೆ ಕಟ್ಟದಿರೊಳತಿ-ಭೀಕರಾಕೃತಿವೆತ್ತು, ಮುರಿದೆದ್ದುರಿಗೆದರ್ವ ಕಣ್ಗಳಿಂ ನುಂಗುವಂತೆ ನಿರೀಕ್ಷಿಸಿ, ಸಂಧ್ಯಾ-ರುಣಿತ-ಪಶ್ಚಿಮಾಚಲ-ಗುಹಾ-ವಿವರದಂತಿರ್ಪ ಬಾಯಂ ತೆಱೆದು, ಕಲ್ಪಾಂತ-ಕಠೋರ-ಘನ-ಘನ-ಧ್ವನಿಯನೇಱಿಪಂತೆ ಗಜರಿ, ಗರ್ಜಿಸಿ, ನಿಂದವ್ವಳಿಸಲುಜ್ಜುಗಿಪಾಗಳ್

ಕಂದಂ

ನಡೆನಡೆಯಿದಿರ್ಚಿದಿರ್ಕೊ
ರ್ಗೊಡೆಯದಿರೊರ್ಗೊಡೆಯದಿರ್! ಕರಂ ಕರವಾಳಿಂ |
ಪೊಡೆಪೊಡೆಯೆನುತ್ತೆ, ನಾಲ್ಕುಂ
ಕಡೆಯೊಳ್ ಕವಿದರ್ ಕಿರಾತರವನೀ-ನಾಥಾ! || 454 ||

ಪ. ಕಿರಾತರ್; ಅವನೀ-ನಾಥಾ (ಅವನೀನಾಥನಾದ ರಾಜಶೇಖರನೇ)!

ವ|| ಆಗಳ್ ವಿಲಯಾಗ್ನಿ ಮೈವೆತ್ತಂತೆ ಮಾಮಸಕಂ ಮಸಗಿ,

ಮತ್ತೇಭವಿಕ್ರೀಡಿತಂ

ಜಲಮಂ ಪೊಕ್ಕ ಲುಲಾಯಮಂ, ಪರಿದು ಪುತ್ತೇಱಿರ್ದ ಭಲ್ಲೂಕಮಂ,
ಸಲೆ ಪುಲ್ಗರ್ಚಿದ ಪುಲ್ಲೆಯಂ, ಕುಜದ ಕೊಂಬಂ ಸಾರ್ದ ಸತ್-ಪಕ್ಷಿ-ಸಂ |

ಕುಲಮಂ ಕುಂದದೆ ಕೊಂದಘುಕ್ಕಿದೆ ಫಲಂ! ನೋಡೆಂಬ ವೋಲ್,
[ಬೇಡರಂ
ಬಲಿಗೊಂಡತ್ತು, ಬಲಾಹಕ-ಧ್ವನಿ-ಮಿಳತ್-ಕಂಠೋಗ್ರ-ಕಂಠೀರವಂ.
|| 455 ||

ಟೀ. ಬೇಡರು ಮೃಗಗಳನ್ನು ಕೊಂದ ಪಾಪಕ್ಕೋಸ್ಕರ ಕಂಠೀರವ ಅವರನ್ನು ಬಲಿಗೊಂಡಿತು (ಬಲಿಯೆಂತ ಹಿಡಿಯಿತು) ಎಂಬಂತೆ ಆಯಿತು.

ವ || ಅಂತದಂ ಕಂಡು, ಕಾಲಮೇಘಂ ಪ್ರಲಯ-ಕಾಲ-ಮೇಘದಂತೆ
ಗಜರಿ, ಗರ್ಜಿಸಿ, ಕೆರಳ್ದು, ಕಿಡಿಕಿಡಿಯೋಗಿ, ನೋಡಿ,

ಚಂಪಕಮಾಲೆ

ಜಡಿದಸಿಯಂ ಝುಳುಂಪಿಸಿ, ಕರಾಗ್ರದೊಳೆತ್ತಿ, ಕಡಂಗಿ, ಸಾರ್ದು, ಬೊ
ಬ್ಬಿಡುತೆ ಪಳಂಚಿ, ದಂಡೆಗೊಡುತಾರೆ, ಪುಳಿಂದರಮಂದ-ಸತ್ವದಿಂ, |
ಕೆಡೆಕೆಡೆಯೆಂದು, ಪೊಯ್ದನದನಿರ್ಕಡಿಯಾಗಿರೆ ನಿನ್ನ ಭೃತ್ಯನಾ
ಕಡುಗಲಿ-ಕಾಳಮೇಘನವನೀಶ್ವರ-ಶೇಖರ-ರಾಜಶೇಖರಾ! ||456||

ಪ. ಜಡಿದ ಅಸಿಯಂ. ಕರ-ಅಗ್ರದೊಳ್. ದಂಡೆಗೊಡುತೆ ಆರೆ. ಪೊಯ್ವಂ ಅದಂ ಇರ್ಕಡಿಯಾಗಿರೆ (ರಾಜಶೇಖರನೇ!) ನಿನ್ನ ಭೃತ್ಯಂ, ಆ. ಟೀ. ಇದು ಕಾಳಮೇಘಂ ಆ ಸಿಂಹವನ್ನು ಕೊಂದ ವರ್ಣನೆ.

ವ || ಅಂತು ಪೊಯ್ದನಂತರಂ

ಉತ್ಪಲಮಾಲಿಕೆ

ಸೀಳ್ದು, ತದೀಯ-ಮಸ್ತಕದ ಮಾಣಿಕಮಂ ನಡೆ ನೋಡಿ, ಕೌತುಕಂ
ದಾಳ್ದದನರ್ಘ್ಯಮೆಂದು, ಬಗೆವುತ್ತಿರೆ; ಬಂದುದಿದೆಮ್ಮ ದೇಶದಿಂ, |
ಕೇಳ್! ದಿಟಮೆಮ್ಮದೀ ಮಣಿಯೆನುತ್ತಿರದೆಯ್ದಿ, ತೊಡಂಕಿ, ಸಿಂಹಳ
ಕ್ಕಾಳ್ದನ ಭಂಟರುರ್ವಿ ಮಿಗೆ, ಕಾಳಗಮಂ ತೆಗೆದರ್. ಧರಾಧಿಪಾ!
|| 457 ||

ಪ. ಕೌತುಕಂದಾಳ್ದು, ಇದು ಅನರ್ಘ್ಯಂ. ಟೀ. ಕಾಳಮೇಘಂ ಸಿಂಹದ ಮಸ್ತಕದ ಮಾಣಿಕಮಂ ನಡೆ ನೋಡಿ, ಸಂತೋಷಂಬಡಲಾಗಿ, ಸಿಂಹಳದೇಶದ ಅರಸನ ಬಂಟರು ಎಂದದು-ಇದು ಎಮ್ಮ ದೇಶದಿಂ ಬಂದುದು, ಕೇಳ್! ಇದು ದಿಟಂ! ಈ ಮಣಿ ಎಮ್ಮದು! ಎಂತ. ಅದು ಕಾರಣ ಕಾಳಗ ಹುಟ್ಟಿತು.

ವ || ಆಗಳ್

ಮತ್ತೇಭವಿಕ್ರೀಡಿತಂ

ಕರೆದೆನ್ನಂ ಕಲಿ-ಕಾಲಮೇಘನೆಲೆ, ನೀಂ ಪೋಗಲ್ಲಿಗಾ ರಾಜಶೇ
ಖರನೆಮ್ಮಾಳ್ದನವಂಗೆ ಕಾಣ್ಕೆಗೊಡು! ಕೊಳ್ಳೆಂದಿತ್ತು ತದ್-ರತ್ನಮಂ,|
ಭರದಿಂದಂ ಕಳುಪುತ್ತೆ, ಮತ್ತವರೊಳನ್ನುಂ ಕಾದುತಿರ್ದಪ್ಪನೀ
ಪರಿಯಂ ನಿಮ್ಮಡಿಗಿಂದು ಬಿನ್ನವಿಸಲಾಂ ಬಂದೆಂ, ನೃಪಾಲೋತ್ತಮಾ!
|| 458 ||

ಪ. ಕರೆದು ಎನ್ನಂ ಕಲಿ-ಕಾಲಮೇಘಂ, ಎಲೆ, ನೀಂ ಪೋಗು ಅಲ್ಲಿಗೆ! ಆ ರಾಜಶೇಖರಂ ಎಮ್ಮ ಆಳ್ದಂ; ಅವಂಗೆ ... ಕೊಳ್! ಎಂದು, ಇತ್ತು (ಈ ಎಂಬ ಧಾತುವಿನದು). ಕಾದುತೆ ಇರ್ದಪ್ಪಂ; ಈ. ಟೀ. ಇರ್ದಪ್ಪಂ=ಇರ್ದಪಂ, ಸೂ. 233. ಕಾಳಗ ಹತ್ತಿದಾಗ ಕಾಲಮೇಘನು ಆ ಮಾಣಿಕವನ್ನು ನನ್ನ ಮುಖಾಂತರ ನಿಮ್ಮ ಬಳಿಗೆ ಕಳುಹಿದನೆಂದು, ಆ ದೂತನು ರಾಜಶೇಖರನಿಗೆ ಹೇಳುತ್ತಾನೆ.

ವ || ಮತ್ತಮಾ ಸಿಂಹಳಂ

ಕಂದಂ

ಈ ಮಣಿಗೋರಗೆಯೆನಿಪ ಮ
ಹಾಮಣಿಯೊಳವೆಂಬ ಬಿಂಕದಿಂದಂಬುಧಿಯೊಳ್ |
ಶ್ರೀಮಹಿಮೆಯಾಂತೆನಾನ್ ಎಂ
ಬೀ ಮದದಿಂದೆನಗೆ ದೊರೆಯದಾರ್ ದೊರೆಯೆಂಬಂ. || 459 ||

ಪ. ಈ ಮಣಿಗೆ ಓರಗೆ (=ಸಮ). ಮಹಾಮಣಿ (=ಮಣಿಗಳು ನನ್ನ ಬಳಿಯಲ್ಲಿ) ಒಳವು ಎಂಬ. ಆಂತೆಂ ಆನ್. ಎನಗೆ ದೊರೆ (ಆದವನು) ಅದು ಆರ್ ದೊರೆ (ಯಾವ ದೊರೆ)? ಇದು ಸಿಂಹಳ ದೇಶದ ಅರಸನ ಗರ್ವದ ವರ್ಣನೆ. ಒಳವು ಎಂಬದಕ್ಕೆ, ಸೂ. 245.

ವ || ಎಂದುಸುರ್ದು, ಮತ್ತಮಿರದೆ

ದೇವರಡಿಗಂಡು, ಕಪ್ಪಮ
ನೀವರ್ ಚಪ್ಪನ್ನ-ದೇಶದರಸರ್; ವಸು-ರ |
ತ್ನಾವಳಿಯನತುಳ-ಸಿಂಹಳ
ನೇವೇೞ್ವಿಂ? ಗಣಿಸದಾಗಳುಂ ಬೆಱೆತಿರ್ಪರ್. || 460 ||

ಪ. (ನೀವಾದ) ದೇವರ ಅಡಿ-ಕಂಡು. ರತ್ನ-ಆವಳಿಯಂ ಅತುಳ-ಸಿಂಹಳಂ, ಏವೇೞ್ವೆಂ? ಬೆಱೆತು ಇರ್ಪರ್. ಟೀ. ಬೇಱೆ ಎಲ್ಲಾ ರಾಜರು ದೈನ್ಯಂಬಟ್ಟರೂ ಸಿಂಹಳನು ಬೆಱೆತಿರುವನು. ಗಣಿಸದಾಗಳುಂ ಎಂಬುದು ಗಣಿಸದಾಗಳ್ ಎಂತಲೇ ಆಗ ಬಹುದು; ಹ್ಯಾಗಂದರೆ ಶಬ್ದಮಣಿದರ್ಪಣದ ಬಿಂದು ಹಱೆ ಪ್ರತಿ 322ನೆಯ ಸೂತ್ರವೃತ್ತಿಗೆ ಕೂಡಿಸುವದೇನು—ವಿಕಲ್ಪದಿನವಱ ಬಿಂದುಗೆ | ಆಗಳುಂ, ಈಗಳುಂ, ಆಗಡುಂ, ಈಗಡುಂ. ಇಷ್ಟಱಲ್ಲಿ ಆ ಕಿರಾತದೂತನ ವರ್ತಮಾನ ತೀರಿತು.

ವ || ಎನೆ; ನಿರೀಕ್ಷಿಪರಸಂಗೆ, ದೇವಾ! ಸಿಂಹಳೇಂದ್ರನೆಂದುಂ ಕಪ್ಪಮಿತ್ತನಲ್ತೆಂದು, ಗಣಕ-ಗಣಮಣಿಯರಂ ನಿಂದು, ಕೈ ಮುಗಿದು, ಪೇೞೆ; ಕೇಳ್ದು, ಕೆರಳ್ದು,

ಸೊರ್ಕೊಗೆದಬ್ಧಿಯ ಮಧ್ಯದೊ
ಳುರ್ಕಿದ ಸಿಂಹಳನ ಮದಕಿದೌಷಧಮೆನಿಕುಂ |
ತೋರ್ಕೆವಡೆದೆಸವ ಬಾಳು! ಪೊ
ಣರ್ಕೆಗೆ ಪೊಡಯಿಪುದು ಭೇರಿಯಂ ಭರದಿಂದಂ! || 461 ||

ಪ. ಸೊರ್ಕು ಒಗೆದ (ಮತ್ತ) ಅಬ್ಧಿಯ ಮಧ್ಯದೊಳ್. ಮದಕೆ ಇದು (ಬಾಳು) ಔಷಧಂ ಎನಿಕುಂ. ಟೀ. ಆ ಗಣಕರ ಗಣಂ ಅಣಿಯರಂ ನಿಂದು ಹೇೞಿದದಕ್ಕೆ ಇದು ರಾಜಶೇಖರನ ಉತ್ತರ.

ವ || ಎಂದು, ನಿಜ-ಮಂತ್ರಿ-ವದನಮಂ ನೋಡಿ, ಮತ್ತಮಿಂತೆಂದಂ—

ಜಳನಿಧಿಯೊಳಿರ್ಪೆನೆಂಬ
ಗ್ಗಳಿಕೆಯದಂತಿರ್ಕೆ! ಮಿಕ್ಕ ಲೋಕಾಂತರದೊಳ್ |

ಬಳವೆರಸಿ ನಿಂದೊಡಂ ತಂ
ನಳವಂ ಬಱಿಕ್ಕೈದು, ತೋರ್ಪೆನೆನ್ನಯ ಬಳವಂ! || 462 ||

ಪ. ಎಂಬ ಅಗ್ಗಳಿಕೆ ಅದು ಅಂತೆ ಇರ್ಕೆ (ಸೂ. 229)! ಟೀ. ಎನ್ನಯ, ಸೂ. 53. ರಾಜಶೇಖರನ ಮಂತ್ರಿ ಆ ಮಿತವಚನನೆಂಬವನು.

ಉತ್ಪಲಮಾಲಿಕೆ

ಇಂತೆನೆ; ದೇವ! ದೇವ! ಪತಿ-ಮುಖ್ಯ! ದಿಶಾಧಿಪರಳ್ಕುತಿರ್ಪರೋ
ರಂತೆ ಭವತ್-ಪ್ರತಾಪ-ವಿಭವಕ್ಕೆನೆ, ಗಣ್ಯನೆ ಸಿಂಹಳಂ? ಮಹಾ- |
ದಂತಿಗಳಂ ಬೆಗಳ್ದಿಗೊಳಿಪ ಸಿಂಹಕೆ ಲಕ್ಷ್ಯಮೆ ಪುಲ್ಮಿಗಂ? ಮಹೀ
ಕಾಂತ-ವರೇಣ್ಯ! ಮಾಱ್ಪುದೆನಗೀ ಬೆಸನಂ! ಸೆಱಿಗಟ್ಟಿ, ತಂದಪೆಂ!
|| 463 ||

ಪ. ದಿಶಾ-ಅಧಿಪರ್ ಅಳ್ಕುತೆ ಇರ್ಪರ್ ಓರಂತೆ. ಟೀ. ಇದು ಮಿತವಚನನು ಧೈರ್ಯ ದಿಂದೆ ಕೊಟ್ಟ ಉತ್ತರ.

ವ || ಎಂದು, ನುಡಿದ ಮಿತವಚನ-ಕುಮಾರನ (ಮಿತವಚನನೆಂಬ ಕುಮಾರನ) ವದನಾರವಿಂದಮಂ (ರಾಜಂ) ನೋಡಿ,

ಕಂದಂ

ವಿತತ-ಚತುರಂಗ-ಬಳ-ಸಂ
ಯುತನತಿ-ಸಾಹಸಿ, ಸರೋಧಿ-ಮಧ್ಯ-ಸ್ಥಿತನು |
ದ್ಧತನಾ ಸಿಂಹಳನಲ್ಲದೊ
ಡಿತರರ ವೋಲ್ ಕಪ್ಪಮಿತ್ತುದೇಂ ಸೇವಿಸನೇ? || 464 ||

ಪ. ಸಂಯುತಂ, ಅತಿ-ಸಾಹಸಿ, . . . ಸ್ಥಿತಂ, ಉದ್ಧತಂ ಆ ಸಿಂಹಳಂ; ಅಲ್ಲದೊಡೆ ಇತರರ. ಟೀ. ರಾಜಶೇಖರನು ಸಿಂಹಳನು ದೊಡ್ಡವನಾಗಿರ ಬೇಕೆನ್ನುತ್ತಾನೆ.

ವ || ಇಂತೌದ್ಧತ್ಯ-ಸಾಹಸ-ಸಮಗ್ರನಾಗಿರ್ಪನಾಡೊಡಂ

ನಿನ್ನಿಂ ತೀರದ ಕಜ್ಜಮ
ದಿನ್ನೆನಗೊಂದುಂಟೆ? ನಿಜದಿನಂತಾದೊಡಮೇನ್? |
ಎನ್ನಯ ಭುಜ-ಕಂಡೂಹೃತಿ
ಯಂ ನೆಗೞ್ವಿಂ! ತೋರ್ಪೆನೆನ್ನ ಸಾಹಸದಿರವಂ! || 465 ||

ಸ್ರಗ್ಧರೆ

ಎಂದಲ್ಲಿಂದೆೞ್ದು ಮಾತ್ಯಂಬೆರಸು ಭರದಿನೆಯ್ತ್ತಂದು, ತದ್-ರತ್ನಮಂ ತಾಂ
ಮುಂದಿಟ್ಟಾದ್ಯಂತ-ಕಾರ್ಯ-ಸ್ಥಿತಿಯನೊಸೆದು ವಿಜ್ಞಾಪನಂಗೆಯ್ದಮಂ [ದಾ |
ನಂದಂಪೆತ್ತಂಘ್ರಿ-ಕಂಜಕ್ಕೆಱಗಿ, ಪರಕೆಯಂ ಕೊಂಡು, ಚೋೞೇಂ [ದ್ರನಿಂತಾ
ೞ್ದಂದೊಲ್ದಾ ದೇಶಮಂ ತದ್-ರಣಕೆ ತಳರಲುದ್ಯುಕ್ತನಾದಂ ಕುಮಾರಂ. || 466 ||

ಪ. ಎಂದು, ಅಲ್ಲಿಂದೆ ಎೞ್ದು. ಆದಿ-ಅಂತ. ಗೆಯ್ದು, ಅಮಂದ-ಆನಂದಂ-ಪೆತ್ತು, ... ಚೋೞೇಂದ್ರಂ ಇಂತು ಆೞ್ದಂದು (ಆ ಮಿತವಚನನೆಂಬ ಮಂತ್ರಿಯ) ಕುಮಾರಂ ಒಲ್ದು, ಆ.

90. CHANDRAHASA SENDS HIS TRIBUTE TO DUSHTABUDDHI

(see No. 88)

ಚಂದ್ರಹಾಸನು ದುಷ್ಟಬುದ್ಧಿಗೆ ಕಪ್ಪವನ್ನು ಕಳುಹಿದದು

ವಾರ್ಧಕಷಟ್ಪದಿ

ಈ ತೆಱದೊಳಿರೆ, ಕುಳಿಂದಂ ಚಂದ್ರಹಾಸನಂ
ಪ್ರೀತಿಯಿಂದಲಿ ಕರೆದು, ನುಡಿದನೆಲೆ, ಮಗನೆ! ವಿ
ಖ್ಯಾತಮಾಗಿಹ ರಾಜಧಾನಿ-ಕುಂತಳಮಿಲ್ಲಿಗಾಱು ಯೋಜನದೊಳಹು [ದೂ; |
ಭೂತಳಮಿದಾ ನಗರದರಸಿನದು; ನಮಗೊಡೆಯ

ನಾತನ ಶಿರಃಪ್ರಧಾನಂ ದುಷ್ಟಬುದ್ಧಿ; ಸಂ
ಜಾತ-ವಸ್ತುಗಳ ಸಿದ್ಧಾಯಮಂ ಕೊಡವೇೞ್ಪುದರಸಂಗೆ ನಾವೆಂದನೂ.
|| 467 ||

ಟೀ. ಕೊಡವೇೞ್ಪುದು=ಕೊಡ ಬೇಡ್ಪುದು=ಕೊಡ ಬೇಕು.

ರಾಯಂಗೆ ವರುಷವರುಷಕೆ ನಾವು ಕೊಡುವ ಸಿ
ದ್ಧಾಯಮಂ, ದುಷ್ಟಬುದ್ಧಿಗೆ ಸಲಿಸಿ ಬಪ್ಪ ನಿ
ಷ್ಕಾಯುತ-ದ್ರವ್ಯಮಂ, ನೃಪನ ರಾಣಿಗೆ ಪುರೋಹಿತನಾದ ಗಾಲವಂಗೇ|
ಪ್ರೀಯದಿಂದುಪಚರಿಸುವರ್ಥಮಂ ತತ್ಕಾಲ
ಕೀಯ ಬೇಕೆಲೆ, ಮಗನೆ! ಧನವನೊದವಿಸಿ ಕಳುಹ
ಸೂಯೆಗೀಡಾಗ ಬೇಡೆಂದು, ನಿಜ-ನಂದನಂಗಾ ಕುಳಿಂದಂ ಪೇೞ್ದನೂ.
|| 468 ||

ಪ. ಕಳುಹೆ, ಅಸೂಯೆಗೆ.

ಹಸ್ತಿ-ಹಯ-ರತ್ನ-ವಸ್ತ್ರಾಭರಣ-ಕರ್ಪೂರ-
ಕಸ್ತೂರಿ-ಮಲಯಜ-ಸುವರ್ಣ-ರಜತಾದ್ಯಖಿಳ-
ವಸ್ತು-ಚಯಮಂ ಕೊಂಡು, ಚಂದ್ರಹಾಸನ ಚರರ್ ಬಂದು ಕುಂತಳ-
[ನಗರಿಗೇ, || 469 ||

ಸುತ್ತಲುಂ ದಿಗ್ವಿಜಯಮಂ ಮಾಡಿ, ಪಿತೃ-ರಿಪುಗ
ಳೊತ್ತಿ, ಭುಜ-ಬಲದಿಂದಂ ಕಪ್ಪಮಂ ಕೊಂಡು, ಬಂ
ದುತ್ತಮ-ಸು-ವಸ್ತುಗಳನೆಂದುಮಿೂವರ್ಥಮಂ ಚಂದ್ರಹಾಸಂ ಕಳುಹ
[ಲೂ, |
ಪೊತ್ತು ತಂದಿಹೆವನೇಕ-ದ್ರವ್ಯವರಮನೆಗೆ,

ಹತ್ತು ನಿನಗೊಂದಬಿಣಿಕೆಯೊಳೆಂದು, ಲೇಖನಮ
ನಿತ್ತೊಡೆ, ಕುಳಿಂದಕನ ಸೇವಕರ್ಗಾ ದುಷ್ಟಬುದ್ಧಿ ನುಡಿದಿಂತೆಂದ
[ನೂ— || 470 ||

ಪ. ಎಂದುಂ ಈವ ಅರ್ಥಮಂ. ತಂದು ಇಹೆವು ಅನೇಕ ದ್ರವ್ಯವ ಅರಮನೆಗೆ.

ಏನಿದೆತ್ತಣ ಕೌತುಕದ ನುಡಿ? ಕುಳಿಂದಂಗೆ
ಸೂನು ಜನಿಸಿರ್ದಪನೆ? ಬಂಜೆಯಾಗಿಹಳವನ
ಮಾನಿನಿ! ವಿಚಿತ್ರಮೆನಲಾ ಚರರ್, ಜೀಯ! ಪುಸಿಯಲ್ಲವಂ ಬೇಂಟೆ
[ಗೆಯ್ದೀ, |
ಕಾನನದ ಮಧ್ಯದೊಳನಾಥನಾಗಿಹ ಶಿಶು-ನಿ
ಧಾನಮಿರೆ, ಕಂಡೆತ್ತಿ ಕೊಂಡು, ಬಂದಾತ್ಮಜ-ವಿ
ಧಾನದಿಂದೋವಿದಂ, ಪ್ರೀತಿ ಮಿಗೆ, ಚಂದ್ರಹಾಸಾಭಿಧಾನದೊಳೆಂದ
[ರೂ. || 471 ||

ಪ. ಚಂದ್ರಹಾಸ (ಎಂಬ)-ಅಭಿಧಾನದೊಳ್.

ಕೇಳಿ, ವಿಸ್ಮಿತನಾದನಾ ದುಷ್ಟಬುದ್ಧಿ. ನಾಂ
ಪಾಟಿಟವಿಯೊಳ್ ಪಸುಳೆಯಂ ಕೊಂದು ಬಹುದೆಂದು
ಪೇಳಿದರೆ ಚಂಡಾಲರಂದುಳುಹಿ ಬಂದರಹುದೆಂದು, ನಿಶ್ಚಯಿಸಿ, ಬ
[ಟಿಕಾ |
ತಾಳದಂ ದ್ವೇಷಮಂ ಚಿತ್ತದೊಳ್; ಪೊಱಗೆ ಕರು
ಣಾಳುಗಳ ತೆಱದಿಂದವರ್ಗಳಂ ಮನ್ನಿಸಿ, ನಿ
ಜಾಲಯಕೆ ತೆಗಿಸಿದಂ ಚಂದ್ರಹಾಸಂ ಕಳುಹಿದಗಣಿತ-ಸು-ವಸ್ತುಗಳ
[ನೂ. || 472 ||

ಟೀ. ಕೊಂದು ಬಹುದು=ಕೊಂದು ಬರ ಬೇಕು.

ದುಷ್ಟಬುದ್ಧಿಯ ಚಿತ್ತಮಂ ತಿಳುಪಿ, ಮಱುದಿನದೊ
ಳಿಷ್ಟ-ಭೋಜನದಿಂದ ಸನ್ಮಾನಮಂ ತಳೆದು,
ಹೃಷ್ಟ-ಮಾನಸರಾಗಿ, ಬೀೞ್ಕೊಂಡು, ತಿರುಗಿದರ್ ಚಂದ್ರಹಾಸನ ದೂ
[ತರೂ. || 473 ||

91. IN AUTUMN RAJASEKHARA STARTS WITH HIS ARMY TO MAKE WAR UPON SIMHALA (see No. 89)

ರಾಜಶೇಖರನು ಶರತ್ಕಾಲದಲ್ಲಿ ದಂಡೆತ್ತಿಕೊಂಡು ಸಿಂಹಳರಾಯನ
ಕಾಳಗಕ್ಕೆ ಹೊಱಟದು

ವ || ಆಗಳಾ ರಾಜಶೇಖರ-ನರೇಂದ್ರನ (ಸಿಂಹಳಭೂಪತಿಯ ಮೇಲಣ) ವಿ
ಜಯ-ಯಾತ್ರೆಗೆ ಸಹಾಯಂ ಬರ್ಪಂತೆ ಶರದಂ ಬರಲೊಡನೆ

ಮಹಾಸ್ರಗ್ಧರೆ

ಮೊಳೆವೋದತ್ತಬ್ಜ-ಕಂದಂ ಕೊಳದೊಳೆ; ಬೆಳೆದಾಳ್ದತ್ತಿಳಾ-ಮಂಡ
[ಳಂ; ಮಂ
ಡಳಗೊಂಡಾಗಳ್ ಮರಾಳಾವಳಿ ನೆಗೆದ ಬಿಲ-ದ್ವಾರದಿಂದೆೞ್ದುದಾಶಾ-
ವಳಯಂ ತೋರ್ಪಟ್ಟುದಬ್ಜಂ ಪಳಚನಲರ್ದುದಬ್ಜಾರಿ-ಬಿಂಬಂ ಕ
[ಳಂಕಂ
ಕಳೆದತ್ತೆಂಬಂತೆ ನೀಡುಂ ತೊಳಗಿತು; ತಿಳಿದತ್ತಾಪಗಾ-ವಾರಿ-ಪೂರಂ.
|| 474 ||

ಪ. ವೊಳೆ-ಪೋದತ್ತು (ಹೋಯಿತು) ಅಬ್ಜ-ಕಂದಂ. ಬೆಳೆ-ತಾಳ್ದತ್ತು ಇಳಾ-ಮಂಡಳಂ; ಮಂಡಳಿ-ಕೊಂಡು, ಆಗಳ್ ಮರಾಳ-ಆವಳಿ. .. ದ್ವಾರದಿಂದೆ ಎೞ್ದುದು; ... ತೋಱ್-ಪಟ್ಟುದು; ಅಬ್ಜಂ ಪಳಚನೆ ಅಲರ್ದುದು; ಅಬ್ಜಾರಿ ... ಕಳೆದತ್ತು ಎಂಬಂತೆ. ತಿಳಿದತ್ತು. ಟೀ. ಇದು ಆ ಸಮಯದ ಶರತ್ಕಾಲ ಬಂದದಱ ವರ್ಣನೆ. ಅರ್ಥವು ಸ್ಪಷ್ಟ. ಅಲರ್ದುದು ಎಂಬಲ್ಲಿ ಶಿಥಿಲತ್ವ.

ವ || ಅಂತುಮಲ್ಲದೆಯುಂ

ಕಂದಂ

ಅತಿ-ನಿರ್ಮಲತೆಯನೀ ಮಲಿ
ನತೆಯಾಂತ ಪಯೋದ-ಮಾಲೆಗಾಗಿಪ ಶರದಂ |
ವಿತತ-ಸಿತ-ದ್ಯುತಿ-ತತಿ-ರಂ
ಜಿತ-ಚಂದ್ರಂಗೀವನೆಂಬುದೊಂದಚ್ಚರಿಯೇ? || 475 ||

ಅ. ಮಲಿನತೆ ಆಂತ ಈ ಪಯೋದ-ಮಾಲೆಗೆ (ಈಗ) ಅತಿ-ನಿರ್ಮಲತೆಯಂ ಆಗಿಪ (ಆಗಿಸುವ) ಶರದಂ (ಅಂಥ ನಿರ್ಮಲತೆಯಂ ಈಗ ಇಂತಿಂತಾಗಿರುವ) ಚಂದ್ರನಿಗೆ ಸಹ ಈವನು ಎಂಬುದು ಒಂದು ಅಚ್ಚರಿಯೇ?

ವ|| ಮತ್ತಂ

ಮಹಾಸ್ರಗ್ಧರೆ

ಘನ-ನಾಮಂ ಲೋಕದೊಳ್ ಪೆರ್ನಗೆಗೆಡೆಯೆನಿಸಿತ್ತಕ್ಕಟಾ! ಕೆಮ್ಮನೀ ಮಿ
ತ್ರನ ತೇಜಕ್ಕಡ್ಡಲಾದೆಂ, ದ್ವಿಜ-ಗತಿಗೆಡಿಸಿರ್ದೆಂ, ಜಗತ್-ಪಂಕಮೆನ್ನಿಂ|
ಜನಿಸಿತ್ತಾ ರಾಜಹಂಸಾಹಿತನೆನಿಸಿದೆನೆಂದುಂ ಜಡ-ಗ್ರಾಹಿಯಾನ್ ಆ
ದೆನೆನುತ್ತಂ ಚಿಂತೆಯಿಂ ಬೆಳ್ಪಡರ್ದುದೆನೆ ತದಬ್ದಂ ಶರನ್-ಮೇಘಮಿರ್ಕುಂ. || 476 ||

ಪ. ಘನ-ನಾಮಂ, ಲೋಕದೊಳ್ ಪೆರ್-ನಗೆ-ಕೆಡೆ, ಎನಿಸಿತ್ತು; ಅಕ್ಕಟಾ! ಕೆಮ್ಮನೆ ಈ ಮಿತ್ರನ ತೇಜಕ್ಕೆ ಅಡ್ಡಲ್ ಆದೆಂ, ದ್ವಿಜ-ಗತಿ-ಕೆಡಿಸಿ ಇರ್ದೆಂ, ಜಗತ್-ಪಂಕಂ ಎನ್ನಿಂ ಜನಿಸಿತ್ತು; ಆ ರಾಜಹಂಸ-ಅಹಿತಂ ಎನಿಸಿದೆಂ, ಎಂದುಂ ಜಡ-ಗ್ರಾಹಿ ಆನ್ ಆದೆಂ ಎನುತ್ತಂ, ಚಿಂತೆಯಿಂ ಬೆಳ್ಪು-ಅಡರ್ದುದು ಎನೆ, ತದ್-ಅಬ್ದಂ. ಟೀ. ಆ ಶರತ್ತಿನ ಮೇಘದ ಪ್ರಲಾಪ ಇಲ್ಲಿ ಉಂಟು. ಅದು ಎಂದರು-ಮೊದಲಲ್ಲಿ ಘನ-ನಾಮ ಎನಗಿತ್ತು (ಘನ=ದೊಡ್ಡವೂ ಮೋಡವೂ); ಆದರೆ ನಾನು ಸೂರ್ಯನಿಗೆ ಹಗೆ ಮಾಡಿ, ಪಕ್ಷಿಗಳ (ಅಥವಾ ಬ್ರಾಹ್ಮಣರ) ಗತಿಯನ್ನು ಕೆಡಿಸಿದದರಿಂದ ಕೆಸರೂ (ಪಾಪವೂ) ಆಯಿತು; ನಾನು ಅರಸಂಚೆಗಳ (ಅಥವಾ ಕ್ಷತ್ರಿಯರ) ಹಗೆಯಾಗಿ, ಜಡ (=ಚಳಿಯೂ ದಡ್ಡವೂ ನೀರೂ)-ಗ್ರಾಹಿ ಆದೆನು. ಅಡರ್ದುದು ಎಂಬಲ್ಲಿ ಶಿಥಿಲತ್ವ. ಹಂಸಗಳಿಗೆ 244ನೆಯ, 342ನೆಯ ಶ್ಲೋಕ.

ಅಡ್ಡಮಿರೆ ಕಾರ ಕಾರ್ಮುಗಿ
ಲೊಡ್ಡಣಮಿಳೆಗಿೞಿಯದೊತ್ತರಿಸಿ ಮಂದೈಸು |
ತ್ತಿಡ್ಡಮೆನೆ ನಿಂದ ಚಂದ್ರಿಕೆ
ಯೊಡ್ಡೆನೆ, ಬೆಳ್ಮುಗಿಲದೇಂ ಮನಂಗೊಳಿಸಿದುದೋ? || 477 ||

ಟೀ. ಕಾರ ಕಾರ್ಮುಗಿಲ ಒಡ್ಡಣಂ ಮುಂಚೆ ಚಂದ್ರನ ಬೆಳಕಿಗೆ ಎಲ್ಲೆಲ್ಲಿ ಅಡ್ಡವಾಗುತ್ತ ಇತ್ತೋ, ಅಲ್ಲಲ್ಲಿ ಚಂದ್ರಿಕೆ ಭೂಮಿಗಿೞಿಯದೆ ಒತ್ತರಿಸಿ ಮಂದೈಸುತ್ತ ಎಡ್ಡವಾಗಿ ಈಗ ನಿಲ್ಲುವದು, ನಿಂದಂಥ ಆ ಚಂದ್ರಿಕೆಯ ಒಡ್ಡೆಂಬಂತೆ ಬೆಳ್ಮುಗಿಲ್ ಮನಂಗೊಳಿಸಿದುದು.

ಬಾಂಬೊೞೆಯೊಳಗಿದು ಮುೞುಗಿ
ರ್ದಂಬುದಮದು ತೊಲಗೆ ನೆಗೆದು ನಿಂದಂಚೆಯ ಪಿಂ |
ಡೆಂಬಂತಿರೆ ಬೆಳ್ಮುಗಿಲದ
ಱಿಂ ಬೀೞ್ವ ತುಷಾರಮದಱ ಗಱಿವನಿಯಕ್ಕುಂ. || 478 ||

ಪ. ಮುೞುಗಿ ಇರ್ದು, ಅಂಬುದಂ ಅದು ತೊಲಗೆ, ನೆಗೆದು ... ಬೆಳ್-ಮುಗಿಲ್; ಅದಱಿಂ. ಟೀ. ಇದು ಒಂದು ವಿಪರೀತವಾದ ಉಪಮೆ. ಕವಿ ಒಂದು ಬಾನಿನ ಹೊೞೆ ಉಂಟು, ಅಂಚೆಗಳು ಮೞೆಯ ಮೋಡಕ್ಕಂಜಿ ಅದಱೊಳಗೆ ಮುೞುಗಿದ್ದು, ಆ ಮೋಡ ಹೋದಾಗ ತಿರಿಗಿ ಹೊಱಟು ನಿಂದವು ಎಂತ ಕಲ್ಪಿಸಿ, ಅಂಥ ಬಾಂಬೊೞೆನೀರು ನನೆದ ಅಂಚೆಗಳ್ಗೆ ಬೆಳ್-ಮುಗಿಲ್ ಸರಿ ಎನುತ್ತಾನೆ.

ಉತ್ಸಾಹಂ

ನಾಕ-ಪುಂಡರೀಕಮಂಬರಾಪಗಾ-ಪಯಸ್-ಸ್ಥಿತ-
ಸ್ತೋಕ-ಪುಂಡರೀಕ-ರಾಜಿಯಂ ಕರಾಗ್ರದಿಂದೆ ಕಿ |
ೞ್ತೀಕ-ಕಾಲದಲ್ಲಿ ಚೆಲ್ಲಿದಂತೆವೋಲ್, ಮೃಣಾಳ-ನಾ
ೞೀ-ಕದಂಬ-ಶುಭ್ರಮಭ್ರಮಭ್ರದೊಳ್ ವಿರಾಜಿಕುಂ. || 479 ||

ಪ. ನಾಕ-ಪುಂಡರೀಕಂ (ಅಂದರೆ ಕವಿಗಳು ಒಂದು ದಿಕ್ಕಿನಲ್ಲಿ ಉಂಟು ಎಂತ ಭಾವಿಸುವ ಒಂದು ಆನೆ) ಅಂಬರ-ಆಪಗಾ (ಅಂದರೆ 478ನೆಯ ಶ್ಲೋಕದಲ್ಲಿ ಹೇೞಿದ ಆ ಬಾಂಬೊೞೆ)-ಸ್ಥಿತ-ಸ್ತೋಕ-ಪುಂಡರೀಕ (=ಕಮಲ)-ರಾಜಿಯಂ ಕರ-ಅಗ್ರದಿಂದೆ ಕಿೞ್ತು ... ಮೃಣಾಳ (=ನಾೞಿ ಎಂಬ ಕಮಲಗಳ ಬಿಳಿ ನಾರಿನ)-ನಾೞೀ (=ಮತ್ತೆ ಕಮಲಗಳ)-ಕದಂಬ (=ಕದಂಬ

ದಂತೆ)-ಶುಭ್ರಂ (=ಬಿಳಿದಾದ) ಅಭ್ರಂ (=ಮೋಡಂ) ಅಭ್ರದೊಳ್ (=ಆಕಾಶದೊಳ್). ಟೀ. ಇದು ಅಂದಿನ ಮೋಡಗಳ ರೂಪಿನ ವಿಪರೀತವಾದ್ದೊಂದು ವರ್ಣನೆ.

ಚಂಪಕಮಾಲೆ

ತಡಿವಿಡಿದೇಕ-ಪಾದದೊಳೆ ನಿಂದರೆಗಣ್ ಮುಗಿದಾತ್ಮ-ಚಂಚುವಂ
ನಿಡುಗೊರಲಿಂ ಮರಳ್ಚಿ, ನಿಜ-ಪಕ್ಷದೊಳೊಯ್ಯನೆ ಸಾರ್ಚಿ, ಮೌನ
[ಮಂ |
ಪಿಡಿದೆಡೆಗೈದಿದಂಬು-ಚರಮಂ ಜವದಿಂ ತವೆ ನುಂಗಿ, ಸಾರ್ದು, ಸಾ
ಲ್ವಿಡಿದೆಡೆಗೊಂಡನೇಕ-ಬಕ-ಪಂಕ್ತಿಗಳಿಂ ಕೆಱೆ ತಟ್ಟು, ರಂಜಿಕುಂ.
|| 480 ||

ಪ. ತಡಿ-ಪಿಡಿದು, ಏಕ. ನಿಂದು, ಅರೆ-ಕಣ್ ಮುಗಿದು, ಆತ್ಮ (=ತನ್ನ). ಪಿಡಿದು, ಎಡೆಗೆ ಐದಿದ. ಸಾಲ್-ಪಿಡಿದು, ಎಡೆಗೊಂಡ. ಟೀ. ಕೆಱೆಯ ತಡಿಯಲ್ಲಿ ಬಕಪಕ್ಷಿಗಳು ನಿಂತ ವರ್ಣನೆ.

ಮತ್ತೇಭವಿಕ್ರೀಡಿತಂ

ಪರಿದೆಯ್ತಂದರಸಂಚೆಯಂ ಕರೆದು ಭೃಂಗೀ-ನಾದದಿಂದಿತ್ತು ಗಂ
ಧ-ರಜಸ್-ಪೂರ್ಣ-ಮರಂದದರ್ಘ್ಯಮನಮರ್ಚುತ್ತಂಬು-ರುಟ್-
[ಪೀಠಮಂ |
ಮರುದಾನೀತ-ದಳಾಂಬರಂಬೊದಿಸುಣಲ್ಕಿತ್ತಬ್ಜ-ಬೀಜಂಗಳಂ,
ಶರದಂಭೋಜಿನಿ ಮಾಡಿದಳ್ ದ್ವಿಜ-ವರಂಗಾತಿಥ್ಯ-ಸತ್ಕಾರಮಂ.
|| 481 ||

ಪ. ಪರಿದು ಎಯ್ತಂದ ಅರಸು-ಅಂಚೆಯಂ. ನಾದದಿಂದೆ, ಇತ್ತು (=ಈಟಿ) . . . ಮರಂದದ ಅರ್ಘ್ಯಮಂ ಅಮರ್ಚುತ್ತೆ . . . . ಮರುತ್-ಆನೀತ-ದಳ-ಅಂಬರಂ-ಪೊದಿಸಿ, ಉಣಲ್ಕೆ ಇತ್ತು . . ಶರತ್-ಅಂಭೋಜಿನಿ. ಟೀ. ಶರತ್ತಿನ ಅಂಭೋಜಿನಿ ಎಂಬುದನ್ನು ಒಬ್ಬ ಸ್ತ್ರೀ ಎಂದೂ ಇವಳು ಅರಸಂಚೆಗೆ ಆತಿಥ್ಯ ಮಾಡಿದಳೆಂದೂ ಕವಿಯ ಕಲ್ಪನೆ. ದ್ವಿಜ=ಪಕ್ಷಿಯೂ ಹಾರುವನೂ.

ವ|| ಇಂತೊಗೆತಂದ ಶರದ್-ಋತುವಿನೊಳಾ (ರಾಜಶೇಖರನೆಂಬ ಅರಸ) ಕುಮಾರಂ ವಿಜಯ-ಯಾತ್ರೆಗೆ ಪೋಗಲುಜ್ಜುಗಿಸಿ, ಪೊಱಮಟ್ಟು, ಪೊ

ಬಿಗಿಕ್ಕಿದ ಪಟ್ಟವಣಿಯನಳಂಕರಿಸಿ, ಕುಳ್ಳಿರ್ದಮಾತ್ಯ-ವದನಾರವಿಂದಮಂ ನಡೆ ನೋಡಿ, ಸಮರ-ಪ್ರಸ್ಥಾನ-ಭೇರಿಯಂ ಪೊಡೆಯಿಸೆಂಬುದುಮವಂ ತಂತ್ರಾಧ್ಯಕ್ಷನಪ್ಪ ಮೇಘನಾದನಂ ಬರಿಸಿ, ಬೆಸಸುವುದುಮವಂ ಬಂದು, ಕನತ್-ಕನಕ-ಕೋಣಮಂ ಪಿಡಿದಡಸಿ, ಪೊಡೆದಾಗಳ್

ಮತ್ತೇಭವಿಕ್ರೀಡಿತಂ

ಕಡಲೇೞುಂ ಕದಡೆೞ್ದು ತುಳ್ಕೆ, ಫಣಿ-ರಾಜಂ ಬಳ್ಕೆ, ದಿಕ್-ಪಾಲಕರ್
ಸೆಡೆಯಲ್, ದಿಕ್-ಕರಿ-ವೃಂದಮಬ್ಬಿ, ಭಗಣಂ ಪಾಯ್ದುಳ್ಕೆ, ಭೂಭೃ
[ತ್-ಕುಳಂ |
ಕಡುಪಿಂ ಕಂಪಿಸೆ, ಭೂಮಿಯಂಡ-ಘುಟಮಂ ತುಂಬಿತ್ತು, ಕಲ್ಪಾಂತದು
ಗ್ಗಡದಂಭೋದ-ರವಂಬೊಲಿಂಬುವಡೆದಾ ಗಂಭೀರ-ಭೇರೀ-ರವಂ.
|| 482 ||

ಪ. ಕಲ್ಪಾಂತದ ಉಗ್ಗಡದ ಅಂಭೋದ-ರವಂ-ಪೊಲ್, ಇಂಬು-ಪಡೆದ ಆ. ಟೀ. ಇದು ಆ ಭೇರಿಯು ರವದ ವಿಪರೀತವಾದ ವರ್ಣನೆ.

(ಮುಂದಿನ ಗದ್ಯದಲ್ಲಿ ಕವಿ ಗಜಂಗಳನ್ನೂ ನೋಡುವ ಪುರಜನರನ್ನೂ ಆಧೋರಣರನ್ನೂ ಗಜಭೂಷಣವಿಲಾಸವನ್ನೂ ಅಶ್ವಂಗಳನ್ನೂ ಘೋಟಕಾಯ್ಲರನ್ನೂ ಅಶ್ವಭೂಷಣವನ್ನೂ ರಥಾದಿಸಾಮಗ್ರಿಗಳನ್ನೂ ಪಾರ್ಥಿವರನ್ನೂ ಬಿರುದುಗಳ ಪದಾತಿಗಳನ್ನೂ ವಾದ್ಯಂಗಳನ್ನೂ ರಾಜಶೇಖರನು ಪರೀಕ್ಷೆ ಮಾಡಿದ್ದನ್ನೂ ವರ್ಣಿಸುತ್ತಾನೆ.)

ವ|| ಅದಂ ಕೇಳ್ದು, ಕಡುಸಡಗರಂ ಮಿಕ್ಕು, ಮಾಱಿಂಕಮಾವುತಂಗಿಕ್ಕಿದ ಬಿರುದಿನ ತೊಡರ್ ಝುಣಝುಣಿಸಲೆೞ್ದು, ಸಪ್ತ-ಮದಾವಸ್ಥೆಯಿಂ ಮುಂದುಗಾಣದೆ, ಬಲ್ಲಂಬಮಂ ಮುಱಿದು, ನಿಗಳಮಂ ಪಱಿದು, ನಿಟ್ಟೋಟದಿಂ ಬೀದಿವರಿದಾರೆಕಾಱರನಱಿಯಟ್ಟಿ, ಕೆಂಗಣ್ ಮಸಗಿ, ಕೇರ್ಗಳಂ ನುರ್ಗಿ, ಸಿಲ್ಕಿದರಂ ಸೀೞ್ದು, ಕಂಡರಂ ಕಾಲ್ಗೆಡಿಸಿ, ಪೊಡೆದು, ಕಡಂಗಿ, ಕಾಯ್ಪೇಱಿ, ದಿಕ್-ಕುಂಭಿಗಳಬ್ಬಿ ಬೃಂಹಿತಂಗೆಯ್ದುಂಗಡಿಗಳನಣೆದು, ಪೊಯ್ದು, ಮಾಮಸಕಂ ಮಸಗಿ, ಕೋಲಾ

ಹಲಮನೆಸಗಿ, ಬಾಳೆಮೀನಂತೆ ಬರಿಕಯ್ಯ ನೆಟಿಲೊಳ್ ಪರಿವ, ಕುಸಿದಿಟ್ಟ ಚಕ್ರದಂತೆ ಕುನುಂಗಿ ಪರಿವ, ಸುಂಟುರೆಗಾಳಿಯಂತೆ ಸುೞಿಸುೞಿದು ಪರಿವ, ತೋರಣದೊಳ್ ನುಸುಳ್ವಂತೆ ತಲೆದರ್ಗಿ ಪರಿವ, ಕಳಕಳಮನಾಲಿಸುತಡ್ಡವರಿಯೊಳಾಂತು ನಿಂದಿದಿರ್ಚಿ ಪರಿವೊಟ್ಟಜೆಯಿಂ ಸಿಲ್ಕಿದರಂ ಪಿಡಿವ, ಜಡಿವ, ಜಾಡಿಸುವ, ತುಡುಂಕಿ ತೆಗೆವ, ತೊಡಂಗಿ ಪಾಯ್ವ, ಕಡಂಗಿ ಪೊಯ್ದೆತ್ತಿಯಿೞಿಪುವ, ಪೊತ್ತು ಪರಿವ, ಸುತ್ತಿ ತೆಗೆವ, ಮೆಟ್ಟಿ ಸೀೞ್ವ, ಕಟ್ಟುಬ್ಬಟೆಯ ದುಷ್ಟ-ಗಜಂಗಳಂ (ಇದು ಕರ್ಮವಾದ ಮಾತು) ಸರಿಸದೊಳ್ ನಿಂದು, ಸರಂದೋಱಿ, ಸಮ್ಮುಖಂಗೆಯ್ದು, ಗಜಾರಿ-ಗರ್ಜನೆಯಿಂ ಗಜರಿ, ಗರ್ಜಿಸಿ, ನೆರೆದು ನೋೞ್ಪ ಪುರಜನಮರಿದರಿದೆನೆ (ಪುರಜನಂ ಎಂಬುದು ಕರ್ತೃ)—ಸರಸರನೆ ಪರಿದು, ಬರಿಕಯ್ಯಂ ಪಿಡಿದಡರ್ದು, ಬಿದುವನಪ್ಪಳಿಸಿ, ಚಪ್ಪರಿಸಿ, ಕೂಟಿಂಕುಶಮನಿಕ್ಕಿ, ಸೆಳೆದೆಳೆದಂಗುಟದ ತುದಿಯಿಂ ಕರ್ಣ-ಮೂಲಮನಣೆದಲೆದು, ನೂಂಕಿ, ಶಂಕೆಯಿಲ್ಲದೆ ಪಿಂಡಾನೆಗಳೊಂದುಗೂಡಿ, ಶಿಕ್ಷೋಪಕರಣಂಬೆರಸು ಸುೞಿದೇಱುವ, ಸುತ್ತಂ ಮೆಟ್ಟಿಸುವ, ವಿಸಟಂಬರಿಯಿಪಡ್ಡತರದೊಳಕ್ಕುವ, ತಟ್ಟುವರಿಯಿಪ, ತೇರ್ೖಪ, ಬೋಳೈಪ, ಜೋಹರ[ಣ]ದೊಳ್ ಸೆಱಿಗೈವ, ಚೌವಟದೇರಾಟದೊಳ್ ಚದುರಂ ತೋರ್ಪ, ಕೈಗೊಲೆ ಬಾಯ್ಗೊಲೆ ಮೈಗೊಲೆ ಕಾಲ್ಗೊಲೆ ಕೊರಲ್ಗೊಲೆಯಂ [ಕೋಳ್ಗೊಲೆ] ಕಲಿಪ, ಕಡುಬಿನ್ನಣಂಬಡೆದು ಕಟ್ಟಾಳ್ತನಂಬೆತ್ತಿಂತು ಗಜಾರೋಹಣ-ಧುರೀಣರಾದಾಧೋರಣರ್ (ಧುರೀಣರ್ ಆದ ಆಧೋರಣರ್ ಎಂಬುದು ಕರ್ತೃ) ನೆರೆನೆರೆದು, ಪರಿಪರಿದು, ಬೇೞಿಬೇೞಿ ನಿಜ-ಗಜಂಗಳಂ ಪಣ್ಣಿ, ಕೈಗೆಯ್ದು, ಪೂರ್ವಾಸನಮನವಷ್ಟಂಭಿಸಿ, ಸಂಭ್ರಮಂ ಮಿಗೆ ನೆೞಿಪಿದಾಗಳ್—ಕೋಡ ಮೊನೆಯೊಳ್ ತಗುಳ್ಚಿದ ಸೂನುಗಿಗತ್ತಿಯ, ಕೊನೆಗೊಡಂಕೆಯೊಳ್ ತೊನೆವ ಬಿಳಿಯ ಚಾಮರದ,

ಬಿದುವ್ರೊಳ್ ಬರೆದು ಬರ್ಚಿಸಿದ ಸಿಂಧೂರದ, ಬರ್ಚಣೆಯ ಪಣೆವಾಸರೆ [-ನೆಲೆ] ಯೊಳಮರ್ಚಿ ರಚಿಸಿದ ತಮಾಲ-ರೇಖೆಯ, ತಲೆವಳಸಿ ನೆಲೆಗೊಳಿಸಿದ ಮಾಣಿಕ್ಯದ ತಲೆಮಾಲೆಯ, ಪರಿಸರದೊಳೆಱಲೆವಿಟ್ಟ ಕನಕದರಳೆಲೆಮಾಲೆಯ, ಕಟ-ತಟದೊಳೆಱಿಪಿದಾಣಿಮುತ್ತಿನಚ್ಚಕುಚ್ಚುಗಳ, ಕನಕ-ಘಂಟೆಗಳ [ಘಂಟಿಗಳ್], ಮಿಳಿರ್ವ ಕೊರಲ ಮಿಸುನಿಯ ತೊಂಗಲ್ವರಜೆಯ, ಚಿನ್ನ-ಮಣಿ ಪುದಿದ ಪಕ್ಕ-ಘಂಟೆಯ, ಬೆನ್ನೊಳೆತ್ತಿದ ಕದಳೀ-ಕಂಭದ, ಋಕ್ಷ-ಚರ್ಮದ ಪಕ್ಷ-ರಕ್ಷೆಯ ಮೇಲೆ ಪೊಡೆವ ಬೀರದಾಡೆಯ [-ಡಾಡೆಯ], ಪಿಂಗಾಲೊಳೆಱಿಲ್ವ ಭಾರಿ ಸಂಕಲೆಯ, ಝುಣಝುಣಿಪ ಪೊನ್ನಂದುಗೆಯ ವಿಳಾಸಮಳವಡೆ, ಬಳವೈರಿಯೊಳ್ ಪಳಂಚಲೆಂದು ನೀಲಾಚಲಂಗಳ್ ಸಾಲಿಟ್ಟವೆಂಬ ಬಿಂಕಮನಂಕಿಸಿ ಕಣ್ಗೆವಂದ ಗಂಧ-ಸಿಂಧುರ-ಸಂದೋಹದಿಂ— ।

ಮತ್ತಂ ಕಿಳಿರ್ವ ಗೋಱಿಗೆಯ ದನಿ ಕಿವಿವ್ರೊಗದ ಮುನ್ನಂ, ಮಂದುರದೊಳಂದಂಬಡೆದು, ನಿಂದ ಬಲ್ಗಚ್ಚಿನ ಮುಂಡಿಗೆಯಂ ಮುಱಿದು, ಪಿಂಗಾಲ್ಗೆ ತೊಡರ್ಚಿದಗ್ಗದಗ್ಗರಣೆಯಂ ಛಟಛಟನೆ ಕಿೞ್ತು, ಕಿಳಿರ್ದು, ಪಿಡಿಯಲೊಡರ್ಚಿ, ತಡೆದು, ತೊಡಂಕಿ, ತುಡುಂಕಿದ ಗೋವಳನಂ ಕೊಡಪಿ, ಕೆಡಪಿ, ಕಡೆವಾಯ್ದು, ನಡುವೀದಿಗೆ ಕಡುವೇಗದಿಂ ಪರಿತಂದು, ನಿಂದು, ನೆರೆದ ಜನಂ ಕಲ್ಲೊಳಟ್ಟ ಕವಡಿಕೆಯ ರಾಶಿಯಂತೆ ಝುಲ್ಲನೆ ಕೆದಱಿ, ಖರ-ಖುರಾಗ್ರ-ಘಾತ-ಜಾತ-ವಿತತ-ಧರಾತಳ-ರಜಃ-ಪಟಲಂ ರವಿ-ಮಂಡಲಮನಂಡಲೆದು, ಮುಸುಂಕೆ—ವಿಸಟಂಬರಿವ ಶೂಕಳಾಶ್ವಂಗಳನಂಕಣಿಯಂ [ಸೂಕಳಾ-] ಬಗೆಯದೆ, ಮುಂಕೊಂಡು, ಶಂಕಿಸದೇಱಿ, ಮೀಱಿ, ಬೀದಿಗೊಂಡು, ಪರಿಯಿಪಾಗಳ್— ಮುಂಗಾಲ್ಗಳಂ ನೆಗಪಿ ನಿಲ್ವ, ಪಿಂಗಾಲ್ಗಳಂ [ಳಿಂ] ಕಿೞ್ತು ದಾಂಟುವ, ಪೊಱಿಕಾಲ್ಗೊಳ್ವ, ಮರಳಿ ಮೆಟ್ಟುವ, ಬವಱಿವರಿವ [ಬರಿವರಿಪ],

ಸರಳಿಸಿ ಪಾಯ್ವ, ಚಪ್ಪರಿಸುತುಪ್ಪರಿಪ [-ವ], ಮಿಡಿವ, ಕಡೆಗಣಿಸಿ
ಪಾರ್ವ, ದುಂಡಿಪ, ದಿಂಡುವಾಯ್ವ, ಬವಱಿವರಿವ, ಚಮ್ಮಟಿಗೆಗೆ
ಚಳಿಯದ, ಕಡಿಯಾಣಮಂ ಕೈಕೊಳ್ಳದ ಬಗೆಯಂ ಬಗೆದಂತೆ (ಘೋ
ಟಿಾಯ್ಳರ್) ಕಂಡು, ಮನಮಱಿದು, ಮೈಯಱಿದು, ಪೊಲಂಬಱಿದು,
ಪೊೞ್ತಱಿದು, ದನಿಯಱಿದು, ದೆಸೆಯಱಿದು [ದಶೆ-], ಬೋಳೈಸಿ, ಹ
ಜ್ಜೆಗೊಳಿಸಿ, ತೊಡೆ ಮಡ ದನಿ ಚಮ್ಮಟಿಗೆಗಳನೊಯ್ಯನೊಯ್ಯನೆ ಮೈ
ವಳಿಗೆ ತಂದೊಡಂಬಡಿಸಿ, ಕಡಂಗಿ, ನಡಯಿಪ, ಪೊಳಯಿಪ, ದುವ್ವಾ
ಳಿಪ, ಪೊಱಮಡಿಪಿದಿರೇಱಿಪಡ್ಡಂಬರಿಯಿಪ, [ರಾಪು] ವಾಘೆಯೊಳ್
ಸರಿಸಂಗೊಂಡೊಂದೆ ಮೈಯೊಳ್ ಸೂಟಱಿದೇಱುವ, ಸುತ್ತೇಱುವ,
ಚಿತ್ತರಂಬಡೆದ ವಾಹಳತನದೊಳ್ ನಳನನಿೞಿಕ್ಕೈವ (ನಳನೆಂಬ ರಾಯ
ನಂ-), ಶಾಲಿಹೋತ್ರನನಾಳಿಗೊಳ್ವ (ಶಾಲಿಹೋತ್ರನೆಂಬ ಅಶ್ವವೈದ್ಯನಂ-)
ಘೋಟಿಾಯ್ಳರ್ ನೆರೆದು, ಕನತ್-ಕನಕ-ಕವಚಮಂ ತೊಟ್ಟು, ಕಾ
ಲ್ಗುಪ್ಪಸಮನಿಟ್ಟು, ಸೀಸಕಮಂ ಸಿಂಗರಿಸಿ, ಬಾಹುರಕ್ಕೆಯನಾಂತು,
ಸಾಂಬ್ರಾಣಿಯಂ ಬಿಗಿದುಡಿಯೊಳ್ ಪೊಂಬುರಿಗೆಯಂ ಕಟ್ಟಿ, ಗಱಿಗ
ಣೆಗಳ್ ತುಱುಗಿದ ಪೊನ್ನ ಬತ್ತಳಿಕೆಯಂ ಬೆನ್ನೊಳ್ ತಳೆದು, ತರಕ
ಸಮನೆಡವೆಗಲೊಳ್ ತೊಡರ್ಚಿ, ಪಂಚವಣ್ಣದ ಪಟ್ಟೆಯ ಬಿರಿದಿನ
[ಬಿರುದಿನ] ಬೀರಗಚ್ಚೆಗಟ್ಟಿ [-ಗಚ್ಚೆಗಟ್ಟಿರ್ದ], ಪಿರಿಯ ನೇಜೆಯನೋ
ಜೆಯಿಂದೆತ್ತಿ, ಪಿಡಿದು, ಸಮರ-ಸಮಯ-ಸಮುಚಿತ-ನೈಪಥ್ಯಂಬಡೆದ
ಬ್ಬರಿಸಿ, ಬೊಬ್ಬೆಗೊಟ್ಟೇಱಿ, ಸರಭಸಂ ಪರಿಯಿಪಾಗಳ್—ಪೊನ್ನ ಕ
ಡಿವಾಣದ, ರನ್ನದ ಮೊಗರಂಬದ, ಕಿವಿಯ ಚಾಮರದ, ಸುತ್ತು ಝು
ಲ್ಲಱಿಯ ನೆತ್ತಿಯ ಬೆಳ್ಗಱಿಯ, ನೊಸಲ ಕನ್ನಡಿಯ, ರೇವಂತ-ಮಾ
ಲೆಯ ಗರ್ಗರದ ತರಜೆಗತ್ತರಿಯ [ತರಜ-], ಪೊರ್ಕುಟಿ ಘಂಟೆಯ,
ಪೊಂಬೆಸದ ಗುಬ್ಬಿಯ ಪಾರಿವದ ಸಂಧ್ಯಾ-ರಾಗದ, ದೇವಾಂಗದ (=ನೇ

ಯಿಕಾಱಿರ ವಿದ್ಯೆಯು) ನವ-ರಂಗದ ಸುವರ್ಣ-ಪಱಿಯ, ಪೞದಿಯ ಜೋನೆಗವೞಿಯ, ಪಲಬಗೆಯ ಪಲ್ಲಣದ ಪಕ್ಕರ್ಝುಲ್ಲಿಯ ಪದ್ಮರಾಗದ ಪಾವುಡದ ಪರುಠವಣೆ ಪಸರಿಸೆ, ಶರಧಿ-ಮಂಥನ (=ತೆರೆ ಒಂದಕ್ಕೊಂದು ಬಡಿದಾಡುವ) ಸಮಯದೊಳ್ ಘುಱಿಘುಱಿಸಿ, ಘುಱಿಲನೆ ಪರಿವ ಪೆರ್ದೆರೆಯ ದೊರೆಗೆವಂದು, ರಯದಿಂ ಪರಿದು, ನೆಱಿದು, ತರಂಗೊಂಡ ತುರಂಗ-ಸಂಘಾತದಿಂ—|

ಮತ್ತಂ ಪೂಡಿದ ಹಯಂಗಳ, ಜೋಡಿಸಿದ ಚಕ್ರಂಗಳ, ಮುಗಿಲೊಳ್ ಪೞಂಚುವ ಪಟಿಯಿಗೆಯ, ಸುವರ್ಣದೊಡ್ಡುವಲಗೆಯ, ನೆಗಪಿ ನೆಟ್ಟ ಘನ-ತ್ರಿಶೂಲದ, ಕೆಲದೊಳಱಿಪಿದಂಬಿನ ಪೊದೆಯ [ಪೆಡೆಯ], ಸಾರ್ಚಿ ನಿಲಿಸಿದ ಶರಾಸನದ, ಕಿಱುಮ್ರೆಳೆಯೊಳಱಿಪಿದ [ಕೆಱ್-] ಪಾಱುಂಬಳೆಯ, ಸಂಗಳಿಸಿದ ಮುಕುರ-ತೋರಣದ, ಮುಂಗಡೆಯೊಳಕ್ಕುವ ಧವಳ-ಚಾಮರದ, ಮೇಲೆ ಮೆಱೆವ ಮೇಘ-ಡಂಬರದ, ರಣ-ಕಬಳ-ರಕ್ಕೆ-ಮರ್ದುಗಳ್ ಪುದಿದ ಭರಣಿಗಳ, ಪೊಸ ಸವಗ ಸೀಸಕಂಗಳ ಪೆಟ್ಟಗಳ [ಪೆಟ್ಟಿಗೆ-], ಚಕ್ರ-ಚಿತ್ಕೃತಿಗೆ ಜತಿಗೊಡುವ ಮೂಲೆಘಂಟೆಯ [ಮಾಲಿ-], ಸಾರಿ ನಿಂದ ಧೀರ-ಸಾರಥಿಯ ಸಮ್ಮುಖದೊಳ್ ಬಿರಿದನುಘ್ಘಡಿಪ ವಂದಿ-ವೃಂದದ ಸಂಭ್ರಮಂಬೆರಸು ನಿಂದ ನಿಜ-ರಥಂಗಳಂ (ಸಾರಥಿಗಳ್) ಬೀರಸಿರಿಯ [-ಸಿರಿಯು] ಮಣಿ-ಮಂಚಮನೇಱುವಂತೇಱಿ, ಮಣಿ-ಮಕುಟ-ಕಿರಣಮಿನ-ರುಚಿಯನೊತ್ತರಿಸೆ, ಕಲಿತ-ಕರ್ಣಾಭರಣ-ಕಾಂತಿ ಕಪೋಲದೊಳ್ ನರ್ತಿಸೆ, ತೊಡೆದ ಯಕ್ಷಕರ್ದಮದ ಕಡುಗಂಪಿಂಗೆ ಮದಾಳಿ ಮೊಱೆದೆಱಗೆ, ಕನಕ-ಕವಚ-ರುಚಿರ-ರುಚಿಯೊಳ್ ಹಾರ-ರುಚಿ ಮಲ್ಲಗಾಳಗಮನೊಡರ್ಚೆ, ಭುಜ-ವಲ್ಲರಿಯ ಮಂಜರಿಯ ಸಿರಿಯಂ ಭುಜಕೀರ್ತಿ ತಳೆದು, ತೆಱಿಂಬೊಱೆಯೆ, ಪೊಂದೊಡರ [ಪೊಂದಡ] ನುಣ್ಗದಿರ್ ಚರಣಾಂಬುಜಕ್ಕೆ

ಪೊಸವಿಸಿಲಂ ಪಸರಿಸೆ, ಪಸದನಸಿರಿ ಮಿಸುಗೆ, ರಥಾರೋಹಣ-ನಿಪು ಣತೆಯೊಳ್ ಪಾರ್ಥನಂ (ಅಂದರೆ ಅರ್ಜುನನಂ) ಪೞಿವ ಪಾರ್ಥಿವ-ಸ ಮುದಯಂ ಮುದಂದಳೆದೇಱೆ, ಪನ್ನತಿಕೆಯಿಂ ಪರಿಯಿಪಾಗಳಂಬು ಧಿಯ ತರಂಗದ ಬೆಂಬೞಿಯೊಳ್ ಪರಿವ ವಹಿತ್ರಂಗಳಂತೆ ತುರಂಗದ ಬೆಂಬೞಿಯೊಳ್ ಪರಿದು, ಪಾೞಿವೆತ್ತ ರಥಂಗಳಂ— ।

ಮತ್ತಂ ರಣ-ರಂಗದೊಳದಿರ್ಚಿದ ವೀರನಂ ಸದೆದು ಬಿಸುಡು ವ, ತೊಡಂಕಿದ ವೀರನನಡಂಗಿ ಪೊಯ್ವ, ವಂಚಿಸಿ ಪಾಯ್ವ ವೀರನಂ ಸಂಚಱಿದೆೞಿಗುವ [ಸಂಚಮಱಿದೆ-], ತೊಲಗದೆ ನಿಂದ ವೀರನಂ ತಲೆ ಗಡಿದುರುಳ್ಚುವ, ಮೂದಲಿಪ ವೀರನಂ ತಾದಲೆಗಾಣಿಪ, ಮಾಯದ ವೀರನಂ ನೊಯ್ಯಲಿೞಿದು ಕೆಡವುವ ಪರಾಕ್ರಮಕ್ಕೆ ಪಕ್ಕಾದಡವಣೆವರೆ ಯ, ಕಾಲ ಸರಪಳಿಯ, ಬಾವುಲಿಯ ಬೊಂಬೆಯ ಭುಜಕೀರ್ತಿ-ಮು ಖದ, ಬೀರಜೇಗಟೆಯ, ಬೆನ್ನ ಚಾಮರದ, ಪಳದಿಯ ಸೀಗುರಿಯ, ಪಗಲ ಕೈದೀವಿಗೆಯ, ವಜ್ರದಂಕುಶದ, ವಿಜಯ-ಪತಾಕೆಯ, ಪುಲಿಯ ಚರ್ಮದ, ಪಲುಂಬಿಯ ಗೞಿಯ, ತೋೞ ಕಚ್ಚುಟಿಯ, ತೊಂಗಲ್ಘಂ ಟೆಯ, ಜೋಡುಶಂಖದ, ಜಗಜಂಪಿನ ಸತ್ತಿಗೆಯ ಪಲಬಿರುದುಗಳ್ ನೆಗೞ್ತಿವಡೆಯೆ—ಘುಡುಘುಡಿಸಿ ಜಡಿದು ಪಿಡಿದ ಕರವಾಳ, ಕಕ್ಕಡೆ ಯ, ಸಬಳದುಲ್ಬಣದ, ಕುಂತದ, ಕೌಕ್ಷೇಯಕದಡ್ಡಣದಡಾಯುಧದ, ಮುಸಲದ, ಮುದ್ಗರದ, ಪರಶುವಿನ, ಪಟ್ಟಿಯದ [ಪಟ್ಟಿಯದ], ಪಾಶ ದಂಕುಶದ ವಂಕೆಯ [ವಂಕಿಯ], ಲೌಡಿಯ, ಜಮದಾಡೆಯ, ಚಾಪ ದ, ಚಕ್ರದ, ಶರದ, ಶೂಲದ, ಸಲ್ಲೆಹದ [ಸೆ-], ಬಲ್ಲೆಹದ ಪೊಡರ್ಪು [-ರ್ಪ] ಪಡಿತಳಸೆ, ಸಿಡಿಲ ಪಡೆ . . . . ಕಟ್ಟಾಳ್ಗನಂಬೆತ್ತಂತೆ ಮೆಱೆದು, ನೆಱೆದ ಪದಾತಿ-ವ್ಯೂಹದಿಂ— ।

ಮತ್ತಂ ಮೊೞೆವ ಚಂಬಕವಱೆಯ, ಮೋೞಿಗುವ ಪಳಹದ,

ಸೂಳೈಪ ನಿಸ್ಸಾಳದ, ಘೂರ್ಮೈಪ ಶಂಖದ, ಡಮಡಮಮೆಂಬ [-ಡಮೆಂಬ] ಡಿಂಡಿಮದ, ಭೋರೆಂಬ ಕಹಳೆಯ, ಬೊಬ್ಬಿಡುವ ಬೀರಮದ್ದಳೆಯ, ಜತಿಗುಡುವ ತಂಬಟದ, ಬೆಂಬಱಿವಿಡಿದ ಬೊಂಬುಳಿಯ, ಗಿರ್ರೆಂಬ ಗಿರುಗಟಿಯ ನಿಬಡತರ-ಪಟುರವಸದೊಡನೆ [-ರಟನದೊಡನೆ] ಘುಡುಘುಡಿಪ ಸು-ಭಟ-ಪಟಲ-ಕಳಕಳಂ ರಥ-ಚಕ್ರ-ಚಟುಲ-ಚಿತ್ಕಾರಂ ।

ಮತ್ತ-ಮಾತಂಗ-ಸಂಘಾತ-ಸಮುದಿತ-ಬೃಹದ್-ಬೃಂಹಿತಂ ತರಂಗ-ತರಳ-ತುರಂಗ-ಸಂಘ-ಹೇಷಾ-ಸಮುದ್ಘೋಷಂಬೆರಸಿ, ನಭೋಮಂಡಲಮನಳ್ಳಿಱಿದಳುರ್ಕೆಗೊಳೆ, ಸೇನಾ-ರಜಂ ಬಾನಂ ಬಾಸಣಿಸೆ, ಕರತಳದೊಳೊಱೆಗಳೆದು ಝಳುಂಪಿಸುವ ಕೈದುಗಳ ಬಳ್ಳಿವೆಳಗು ಬಳಸಿ ಬೆಳೆದು [ಬಳೆದು] ಕವಲಿಱಿದು ಕವಿಯೆ, ನೀಳ್ದ ಪತಾಕೆಗಳ ಪಸರಿಸಿದ ಪಟಪಟಲಂ ಪದ್ಮಸಖ-ರುಚಿಯಂ ಪರಿಭವಿಸೆ, ಪೆರ್ಮೆವೆತ್ತು, ಕಲ್ಪಾಂತದೊಳ್ ಕವಿತರ್ಪ ಕಡಲಂತೆ ಘುೞುಘುೞಿಸಿ, ನೆನೆವ ಮನಕ್ಕಂ ನೋೞ್ಪ ಕಣ್ಗಂ ನುತಿಪ ರಸನೆಗಸದಳಮೆನಿಸಿ, ಜಗದಗಲಕ್ಕೆ ತೆಕ್ಕನೆ ತೀವಿದ ಚತುರಂಗ-ಬಲಮಂ ಚತುರ-ಚಮೂ-ಪತಿ ತೋಱಿದಾಗಳದಂ ಕಂಡು, ಕೌತುಕಂಗೊಂಡಾರ್ಪು ಮಿಗೆ, ರಾಜಶೇಖರ-ರಾಜೇಂದ್ರನೋಜೆಯಿಂದಾಜಿ-ಸನ್ನದ್ಧನಾಗಿ, ಯಥೋಚಿತ-ನೈಪಥ್ಯಂದಳೆದಮಾತ್ಯ-ಸಮೇತಂ ಪಣ್ಣಿ, ಬಂದಿಭೇಂದ್ರಮನೇಱಿ, ಸಮರ-ಸಮುಚಿತ-ಸಂಭ್ರಮಂ ಮಿಗೆ, ಶುಭ-ಮುಹೂರ್ತದೊಳ್ ಶಿಬಿರಕ್ಕೆ ನಡೆತಪ[illegible]ಗಳ್ ।

ಮಹಾಸ್ರಗ್ಧರೆ

ಬಳವದ್-ದೋರ್ದಂಡ-ದಂಡಾಧಿಪ-ಮಿತವಚನಾಮಾತ್ಯರೊಂದೊಂ [ದಿಭೇಂದ್ರಂ

ಗಳನಾರ್ಪಿಂದೇಱಿ, ಪಿಂದೆಯ್ತರೆ, ರವಿ-ಶಶಿ-ವಂಶೋದ್ಭವರ್ ಸದ್-
[ವರೂಥಂ |
ಗಳೊಳೊಪ್ಪಂಬೆತ್ತು, ಸುತ್ತುತ್ತೊಡವರೆ, ಚತುರಂ ಚಾತುರಂಗಾನ್ವಿ
[ತಂ ಮಂ
ಜುಳ-ಖಡ್ಗ-ನ್ಯಸ್ತ-ಹಸ್ತಂ ತಳರ್ದನಹಿತ-ಸೇನಾಬ್ಜಿನೀ-ಕುಂಜರೇಂ
[ದ್ರಂ. || 483 ||

ಪ. ಮಿತವಚನ-ಅಮಾತ್ಯರ್. ಆರ್ಪಿಂದೆ ಏಱಿ. ಸುತ್ತುತ್ತೆ ಒಡ-ಬರೆ. ಚಾತುರಂಗ-ಅನ್ವಿತಂ. ತಳರ್ದಂ ಅಹಿತ. ಸೇನಾ-ಅಬ್ಜಿನೀ-ಕುಂಜರ-ಇಂದ್ರಂ. ಟೀ. ಬಳವದ್-ದೋರ್ದಂಡನು=ರಾಜಶೇಖರನು, ದಂಡಾಧಿಪನು=ಮಿತವಚನನು ಎಂಬಂತೆ ಅಮಾತ್ಯರ್ ಎಂಬ ಬಹುವಚನದಿಂದ ತಿಳಿಯ ಬೇಕು; ರವಿ-ಶಶಿ-ವಂಶ-ಉದ್ಭವರ್ ಎಂಬವರು ಸಹ ಅವರಿಬ್ಬರೇ. ಅಬ್ಜನೀಸಂಹಾರವ ಕುಱಿತು 479ನೆಯ ಶ್ಲೋಕ ನೋಡಿರಿ.

ವ || ಮತ್ತಮಾ ಸೈನ್ಯಮುದ್ಯಾನದಂತೆ ಮಹಾಗಜಾತಿಶೋಭಿತಮುಂ (ಮಹಾ-ಗಜ=ದೊಡ್ಡ ಆನೆ, ಮಹಾ-ಅಗಜ=ದೊಡ್ಡ ಮರ), ರಣಾಜಿರಂಗದಂತೆ ಮನೋಗಮನವಾಜಿರಂಜಿತಮುಮಯೋಧ್ಯಾ-ನಗರದಂತೆ ಸಮಾಶ್ರಿತ-ಮಹಾ-ದಶರಥ-ಸಮಂಚಿತಮುಂ, ತ್ರಿವಿಕ್ರಮಮೂರ್ತಿಯಂತೆ(ಮೂಱು ಪದವೆಂಬ ಹೆಜ್ಜೆಯಿಂದೆ, ಉದಯ-ಮಧ್ಯಾಹ್ನ-ಸಾಯಂಕಾಲ ಎಂಬವುಗಳಿಂದ, ನಡೆವವನು=ಸೂರ್ಯನು) ವಿಪುಳಪದಾತಿಮಂಡಿತಮುಂ, ಘನಾಗಮದಂತೆ ಜಿಷ್ಣುಚಾಪಶರ-ಕರಕೋದಂಚಿತಮುಂ (ಘನ-ಆಗಮ=ಮೋಡದ ಅಥವಾ ಮಹಿಮೆಯ ಆಗಮ; ಜಿಷ್ಣು ಚಾಪ=[illegible]ಬಿಲ್ಲು, ಜಿಷ್ಣು—ಜಯಶೀಲ, ಚಾಪ=ಬಿಲ್ಲು; ಶರ=ನೀರೂ ಬಾಣವೂ; ಕರಕ=ಆನೆಕಲ್ಲೂ ಕಪ್ಪವೂ; ಉದಂಚಿತಂ), ಸಭಸ್ಥಳದಂತೆ ಸಮುಚ್ಛಾಮರಸಮಂಚಿತಮುಂ, ಪೃಥುಳಪುರದಂತೆ ಮಿಳಿತಘಂಟಾಧ್ವನಿಕೇತನಾಲಂಬಿತಮುಂ, ... ಸಾಮ್ರಾಜ್ಯದಂತೆ ಸಮುತ್ಕೀರ್ಣಧರಾಪರಾಗಮುಂ, ಶರ

ಧಿತಟದಂತೆ ಮಹಾಪ್ರಭಾವನೀಪಾಲಂಕೃತಮುಮೆನಿಸಿ*, ಸಡಗರಿಸಿ, ನಡೆತರ್ಪಾಗಳ್|

ಮಹಾಸ್ರಗ್ಧರೆ

ತಡಿಯೊಳ್ ನೀರ್ಗೊಂಬ ಕಾಡಾನೆಗಳನಳಗಳಂ ತಟ್ಟಿ ಕಂಜಾತದಿಂ, [ಜಾ
ಣ್ಬಡೆದೆತ್ತಂ ಕೂಡಿ ಕೋಲಾಹಲಮನೆಸಪ ಚಕ್ರಾಳಿಯಿಂ, ಪಾಱಿ [ಯಿಂ ಮೆ |
ಲ್ನಡೆದೋರ್ಪುದ್ಯನ್-ಮರಾಳಾವಳಯಿನೊಳಗೆ ಮೇಲ್ವಾಯ್ವ ಮತ್ಸ್ಯಂ [ಗಳಂ, ಪೆಂ
ಪಿಡಿದೊಪ್ಪಿತ್ತಲ್ಲಿ ಫೇನ-ಸ್ಮಿತೆಯೆನಿಸುವ ಪೊಳ್ಚಂ, ಪೊದಱಿಪ್ಪುದಿಂ [ದಂ. || 484 ||

ಪ. ಆನೆಗಳಂ. ಮೆಲ್-ನಡೆ-ತೋರ್ಪ ಉದ್ಯನ್-ಮರಾಳ-ಆವಳಿಯಿಂ. ಟೀ. ಇದೊಂದು ಪೊಳ್ಚದ (ಹೊಱೆಯ) ವರ್ಣನೆ.

ವ|| ಮತ್ತಮಿತ್ತರಂಬಿಡಿದೊತ್ತರಿಸಿ ಬಳೆದ ಮರದುಱುಗಲ್ಗಿರದೆಱರಗಿ ಮುಱಿವ ಕರಿ-ಕರಕಂಜೆ, ನೀರ್ವೊಕ್ಕು, ನಡುಗುವಂತೆ, ತೆರೆವೊಯ್ಲಿಂ ಕಂಪಿಪದಱ ಪಡಿನೆೞಲ್ ಪರಿರಂಜಿಸೆಯುಂ—ನಡುವಗಲೊಳ್ ಕಡುನೀರನೊಳೊಡವೆರೆದು [-ದ] ಬೞಲ್ಕೆಗಳೆಯಲೆಳಸಿ, ಘುೞಿಲನೊಳಪೊಕ್ಕು, ಮೆಯ್ದೊಳೆದು, ನಡುನೀರೊಳೊಗೆದ ನಳಿನಮಂ ಮುಱಿಯಲೆಳಸಿ, ಮಗುೞ್ದು, ತೆರೆವಿಡಿದೀಸುವೆಳೆವೇಡತಿಯ (ಬೇಡತಿ=ಬೇಡರ ಹೆಣ್ಣು) . . . ಬಿಂಬಮಂ ಮುೞುಂಗಿ ತೋರ್ಪ ಕರಿಣಿಯ ಶಿರಂಗೆತ್ತು, ತುಡುಂಕಲೊಡರ್ಚಿ, ತಡಿಯೊಳ್ ನಿಂದು, ನಿಳ್ಕಿ, ನೀಡಿದ ಮದ-ಗಜದ ಕರದ ಮಾರ್ಪೊಟಿಪು ನಿಜ-ಸ್ವಚ್ಛತೆಯಿಂ ರಸಾತಳದಹಿಕ

*ಈ ವಚನದಲ್ಲಿ ಇರುವ ಶ್ಲೇಷಾಲಂಕಾರದ ಸಮಾಸಪದಗಳನ್ನು ಕುಱಿತು ವಚನಮಧ್ಯದಲ್ಲಿ ಹೆಚ್ಚು ಹೇೞಲಾಗದು: ನಿಘಂಟುವಿನಲ್ಲಿ ಅವುಗಳ ವಿವರವದೆ.

ಣ್ಗೆ ಕಾಣಿಪಂತೆ ಕಮನೀಯಮಾಗೆಯುಂ—ಪುಳಿನ-ತಳದೊಳೆಣೆವಕ್ಕಿ ಗಳುಡಿದುಡಿದು ಸೂಸಿದ ಮೃದು-ಮೃಣಾಳ-ನಾಱ-ತಂತು-ಜಾಲಕದೊ ಳೊಯ್ಯನೊಯ್ಯನೆ ರಯ್ಯಮೆನೆ ನಡೆವೆಡೆಯೊಳಡಿ ತೊಡಂಕಿ, ತಡೆಗೆಡೆ ವ ತರುಣ-ಮರಾಳಂಗಳಂ ಕಂಡು, ಗಹಗಹಿಸಿ ನಗುವಂತೆ ಘುಱಿಘು ಱಿಸಿ ನೊರೆವಿಂಡು ಪಸರಿಸೆಯುಂ—ಆ ಪೆರ್ವೊಱೆ ಪರಿಯುಡುಗದ ಸಿ ರಿಯನೊಳಕೊಂಡು, ಭೂಮಂಡಲಕ್ಕೆ ಮಂಡನಮೆನಿಸಿ, ರಂಜಿಸಿಪ್ಪು ದದಱ ತೀರದ ಮಣಿ-ಕಟಕ-ನಗೇಂದ್ರ-ಕಟದೊಳ್ ನರೇಂದ್ರ-ಕಟಕಂ (ಅಂದರೆ ರಾಜಶೇಖರಂ) ಪಾಱೆಯಿಂ ಪಾಳೆಯಂಗೆಯ್ದು, (ಇರ್ದಂ). |

92. DUSHTABUDDHI HAVING APPOINTED HIS SON MADANA ACTING MINISTER AT KUNTALA, PROCEEDS TO CHANDRANAVATI (see No. 90)

ದುಷ್ಟಬುದ್ಧಿ ಮದನನೆಂಬ ತನ್ನ ಮಗನ ಕೈಗೆ ಪ್ರಧಾನತ್ವವನ್ನೊಪ್ಪಿಸಿ ಚಂದ್ರನಾವತಿಗೆ ಹೋದದು

ವಾರ್ಧಕಷಟ್ಪದಿ

ಮನ್ನಿಸಿ ಕುಳಿಂದಕನ ಚರರಂ, ಕಳುಹಿ, ಮಂತ್ರ-
ಭಿನ್ನವಾಗದ ವೊಲರಮನೆಗೆ ಬಂದಾಗ ತಾ
ಮನ್ನಿಸಿದ ಬಗೆಯನಾಳೋಚಿಸಿ, ನೃಪಾಲನಂ ಬೀೞ್ಕೊಂಡು, ಮದ [ನನೆಂಬಾ |
ತನ್ನ ತನಯನ ಮೇಲೆ ರಾಜ-ಕಾರ್ಯದ ಭಾರ
ಮಂ ನಿಯೋಗಿಸಿ, ದುಷ್ಟಬುದ್ಧಿ ಪೊಱಮಡುತಿರ್ದ
ನನ್ನೆಗಂ ವಿಷಯಾಭಿಧಾನದಿಂದೆಸೆವ ನಿಜ-ಸುತೆ ಭರದೊಳೆಯ್ತಂದಳೂ.

|| 485 ||

ಪ. ವಿಷಯಾ (ವಿಷಯೆ)-ಅಭಿಧಾನದಿಂದೆ. ಟೀ. ದುಷ್ಟಬುದ್ಧಿಗೆ ವಿಷಯೆ (ವಿಷಯಾ) ಎಂಬ ಮಗಳಿದ್ದಳು.

ಕನ್ನೆವೆಣ್ಗಳ ಕೆಳದಿಯರ ಕೂಡೆ ಶೈಶವೋ
ದ್ಭಿನ್ನ-ಯೌವನೆಯಾದ ವಿಷಯೆ ಬರೆ, ಕಂಡಿವ
ಳ್ಗಿನ್ನು ವರನಾಗ ಬೇಕೆಂದು, ಚಿಂತಿಸಿ ಮನದೊಳಾ ದುಷ್ಟಬುದ್ಧಿ,
[ಬಟಿಕಾ || 486 ||

ಮನೆಗೆ ಮಗಳಂ ಕಳುಹಿ, ರಾಜ-ಕಾರಿಯಕೆ ಮದ
ನನ ನಿಲಿಸಿ, ತನ್ನ ಪರಿಜನ-ಸಹಿತ ಪೊಱಮಟ್ಟು,
ದಿನವೆರಡಕೆಯ್ತಂದು, ಮುನ್ನಿರ್ದ ಕಾಡೆಲ್ಲಮೆಸೆವ ನಾಡಾಗಿರಲ್ಕೇ,
ಮನದೊಳ್ ಕಱುಬನಾಂತು, ಮೆಚ್ಚಿದವನಾಗಿ, ಲೇ
ಸಿನೊಳಾ ಕುಳಿಂದಕನಿದಿರ್ವಂದು ಸತ್ಕರಿಸೆ,
ಘನ-ವಿಭವದಿಂದ ರಾಜಿಪ ಚಂದನಾವತಿಗೆ ಬಂದನಾ ದುಷ್ಟಬುದ್ಧೀ.
|| 487 ||

ರಿಪು-ಮಥನ, ಕೇಳ್! ಕುಳಿಂದಂ ಬಹಳ ವೈಭವದೊ
ಳುಪಚರಿಸಿ, ತನ್ನ ನಂದನ-ಚಂದ್ರಹಾಸನಂ
ವಿಪುಲ-ಪರಿತೋಷದಿಂದೊಡೆಯಂಗೆ ಕಾಣಿಕೆಯ ನೀಡಿ, ಕಾಣಿಸಿದ
[ಬಟಿಕಾ |
ವಿಪಿನದೊಳ್ ತನಗೀ ಕುಮಾರಕಂ ಮುಂಗೆಯ್ದ
ತಪದ ಫಲದಿಂ ತಾನೆ ದೊರೆಕೊಂಡನೀತನಂ
ಕೃಪೆಯಿಂದ ನೀವೆ ಪಾಲಿಸವೇಟ್ಟುದೆಂದು, ನಿಜ-ಪತಿಗೆ ಕೆಯ್ವರ್ತಿಸಿ
[ದನೂ. || 488 ||

ಟೀ. ಪಾಲಿಸ-ಬೇಟ್ಟುದು=-ಬೇಡ್ಪುದು,=-ಬೇಕು (ಬೇಡ್ಕುಂ).

ಗಾಡಿಸಿದ ನೃಪ-ಲಕ್ಷಣದ ಚಂದ್ರಹಾಸನಂ
ನೋಡಿ, ವಿಸ್ಮಿತನಾಗಿ, ತನ್ನ ಮನದೊಳ್ ಪಿಂತೆ
ಮಾಡಿಸಿದಕೃತ್ಯಮಂ ನೆನೆದು, ವಂಚಿಸಿದರೇ ಚಂಡಾಲರೆಮ್ಮನೆಂದೂ,|
ಕೂಡೆ ಮಮ್ಮಲಮರುಗಿ, ಪುಸಿಗೆ ನಸು ನಗುತ, ಕೊಂ
ಡಾಡಿ, ಮನ್ನಿಸಿ, ತನಗೆ ನಿನ್ನ ಸುತನಂ ಕಂಡು
ಮೂಡಿತುತ್ಸಹಮೆಂದನಾ ದುಷ್ಟಬುದ್ಧಿ ವಿನಯದೊಳಾ ಕುಳಿಂದನೊ
[ಡನೇ. || 489 ||

ಟೀ. ಮಮ್ಮಲಮರುಗಿ ಎಂಬುದು ಅನುಮಾನದ್ದು; ಅರುಗು ಎಂಬ ಧಾತು=ಕಡಿಮೆಯಾಗು, ಸವಿದು ಹೋಗು; ಮಮ್ಮಲ ಎಂಬುದು ಮಮ್ಮರೆಂಬುದೋ? ಮಮ್ಮರೆಂದು ಕರಕರೆ.

ವ್ಯಾಳದಂಗದ ನಯವೊ? ಗರ್ತ-ಸಂಛಾದಿತ-ತೃ
ಣಾಳಿಗಳೊ? ಮಕರದಿಕ್ಕೆಯ ಮಡುವಿನಂಬುಜವೊ?
ಬಾಳ ಧಾರೆಗೆ ಲೇಪಿಸಿದ ಮಧುವೊ? ಕಮಲಾಂಬಕಿಯರ ಕೃತಕದ
[ಬೇಟವೋ? |
ಕಾಳಕೂಟಂ ಬೆರಸಿದಮೃತಾನ್ನ-ಭೋಜನವೊ?
ಪೇಟಿಲಱಿಯದೆನೆ, ಸೊಗಸಿತು ದುಷ್ಟಬುದ್ಧಿ ಘೂ
ತಾಳಿಕೆಯನೊಳಗೊಂಡು ಹರುಷ-ಲಾಂಛನದಿಂದ ನಸು ನಗುತ ನು
[ಡಿದ ಮಾತೂ. || 490 ||

ಟೀ. ಇದು ದುಷ್ಟಬುದ್ಧಿ ನಗೆಯೊಡನೆ ನುಡಿದ ಕಪಟವುಳ್ಳ ಮಾತಿನ ವರ್ಣನೆ. ಒಂದು ಗರ್ತವು (=ಕೊಂಡ) ಸಂಛಾದಿತವಾದ (=ಮುಚ್ಚಲ್ಪಟ್ಟ) ತೃಣ-ಆಳಿಗಳೋ? ಅಂಥ ತೃಣ ನಂಬಿ ಮೆಟ್ಟುವವರು ಕೊಂಡದೊಳಗೆ ಬೀಳುವರು. ಕಮಲಾಂಬಕಿಯರ (=ಹೆಣ್ಣುಮಕ್ಕಳ) ಕೃತಕದ (=ವಂಚನೆಯಿಂದ ತೋಱಿಸಿದ) ಬೇಟವೋ (=ನೀ ಬೇಕೆಂಬ ಪ್ರೀತಿದೃಷ್ಟಿಯೋ)?

ಎತ್ತ ಬಲ್ಲರ್ ಸುಜನರೆಲೆ, ಪಾರ್ಥ, ಕಪಟಿಗಳ
ಚಿತ್ತದೊಳ್ ಪುದುಗಿರ್ದ ಮಾಟಮಂ? ವೀಳಯವ

ನಿತ್ತು, ಮನ್ನಿಸಿ, ಮಂತ್ರಿ-ಪತಿ ಚಂದ್ರಹಾಸನಂ ಕರೆದು, ಕುಳ್ಳಿರಿಸಿ
[ಕೊಂಡು, |

ಮತ್ತೆ ವನದೊಳ್ ಮುನ್ನ ವಿಪ್ರವಿರ್ ತನಗೆಂದ
ವೃತ್ತಾಂತಮಂ ನೆನೆದು, ತನ್ನ ಸುತರಾಳ್ಕೆಗಾ
ಯಿತ್ತು ಕಂಟಕಮಕಟ! ಪಗೆಯೂದನಿವನೊರ್ವನೆಂದು, ಚಿಂತಿಸು
[ತಿರ್ದನೂ. || 491 ||

ಪ. ಸುತರ ಆಳ್ಕೆಗೆ ಆಯಿತ್ತು ಸಂಕಟಂ ಅಕಟ!

93. SIMHALA BEING DEFEATED RETREATS INTO HIS FORT KAMALAVATI, FOLLOWING THE ADVICE OF HIS MINISTER NITIBHUSHANA MAKES PEACE WITH RAJASEKHARA, AND GIVES HIM HIS DAUGHTER SARVAMANGALA IN MARRIAGE (see No. 91)

ಸಿಂಹಳರಾಯನು ಅಪಜಯ ಪಟ್ಟು, ಹಿಂದಿರುಗಿ, ಕಮಲಾವತಿ
ಎಂಬ ಕೋಟೆಯೊಳಗೆ ಆಶ್ರಯಗೊಂಡು, ನೀತಿಭೂಷಣನೆಂಬ ಮಂತ್ರಿಯ
ಮಾತು ಕೇಳಿ, ರಾಜಶೇಖರನ ಸಂಗಡ ಸಂಧಾನ ಕಟ್ಟಿ ಕೊಂಡು,
ಅವನಿಗೆ ಸರ್ವಮಂಗಳೆ ಎಂಬ ಮಗಳನ್ನು
ಮದುವೆ ಮಾಡಿ ಕೊಟ್ಟದು

ವ|| ಮತ್ತಂ [ಒಗೆದ ಯಾಮಿನೀ-ಪ್ರಥಮ-ಯಾಮಂಗಳೆದ] ಆ ಸಮಯ
ದೊಳಾ ರಾಜಶೇಖರಂ . . . . ಯಥೋಚಿತ-ಪ್ರಾತರಾಚಾರಮಂ
ನಿವರ್ತಿಸಿ, ನಿತನವಚನನೊಡನೆಟ್ಟು, ನಡೆಗೊಂಡು, ದಂಡನಾಥ-ಮು
ಖ-ಮಂಡಲಮಂ ನಡೆ ನೋಟ್ಟಿದುಂ (=ನೋಡಲಾಗಿಯುಂ) ತದ್-ಭ್ರೂ-
ವಿಕ್ಷೇಪಣ-ಪ್ರೇರಿತಂ ಮೇಘನಾದನಾದರದಿಂ ಬಂದು, ಸಮರ-ಸನ್ನಾ
ಹ-ಭೇರಿಯಂ ಪೊಂಗುಡುಪಂ ಪಿಡಿದಡಸಿ, ಪೊಡೆಯಲೊಡನೆ, |

ಕಂದಂ

ಆ ರವಮಂ, ಜಳಧರದ ಮ
ಹಾ-ರವಮಂ ಕೇಳ್ದ ಸಿಂಹದಂತಿರೆ, ಕೇಳ್ದಾ ।
ಧೀರೋತ್ತಮ-ಸಿಂಹಳ-ಧರ
ಣೀ-ರಮಣಂ, ಕೆರಳ್ದು, ನೋಡಿದಂ ನಾಲ್ದೆಸೆಯಂ. ॥ 492 ॥

ಟೀ. ಸಿಂಹಳರಾಜನು ಗುಡುಗನ್ನು ಕೇಳಿದ ಒಂದು ಸಿಂಹದಂತೆ ಆ ರವವನ್ನು ಕೇಳಿದನು.

ವ ॥ ಅಂತು ನೋಟ್ಪಾಗಳ್ ನಿಜ-ಸಭಾ-ಸದರೆಲ್ಲರದ್ಭುತಾಕ್ರಾಂತ-ಸ್ವಾಂತರಾಗಿರ್ಪಿನಮೊರ್ವ ಚರಂ ತ್ವರಿತ-ಗತಿಯಿಂ ಬಂದು,

ದಡದಡಿ ಪಡಿಪಡಿ ಮಾತಂ
ಪಡೆಯಲೊಡರ್ಚುವ ಮನಂತಡಂಬಡಿಪ ತಳ ।
ರ್ನುಡಿಯಡಿಗಡಿಗೊಡನೊಡನಿ
ಟ್ಟೆಡೆಗೊಂಡಿರೆ ನುಡಿದನಾಗಳಾ ಚರ-ಮುಖ್ಯಂ— ॥ 493 ॥

ಪ. ಪಡೆಯಲ್ ಒಡರ್ಚುವ, ಮನಂ-ತಡಂ-ಪಡಿಪ ತಳರ್-ನುಡಿಯ ಅಡಿಗಡಿಗೆ ಒಡನೊಡನೆ ಇಟ್ಟೆಡೆಗೊಂಡು ಇರೆ. ಟೀ. ಇದು ಸಿಂಹಳನ ಬಳಿಗೆ ಬಂದ ಆ ಚರಮುಖ್ಯನ ಅವಸರದ ಭಾವದ ವರ್ಣನೆ.

ಚಂಪಕಮಾಲೆ

ಎಲೆ, ಎಲೆ, ದೇವ! ದೇವ! ಪಿರಿದದ್ಭುತಮದ್ಭುತಮೇನನೆಂದಪೆಂ?
ನೆಲನಿರದೀದುದೋ? ದೆಸೆಯೆ ತಾಂ ಬೆಸಲಾದುದೊ? ಪೆತ್ತುದೋ [ನಭಂ? ।
ಬಲಮಿದೆ ಬಂದುದದ್ರಿ ಪುಡಿಯಪ್ಪಿನಮಗ್ಗದರಣ್ಯಮೆಲ್ಲಮುಂ
ನೆಲಸರಿಯಪ್ಪಿನಂ, ಘನ-ತರಂಗಿಣಿ ಪಂಕಿಳಮಾಗುತಿರ್ಪಿನಂ! ॥ 494 ॥

ಪ. ಬಂದುದು, ಅದ್ರಿ ಪುಡಿ ಅಪ್ಪ ಇನಂ, ಅಗ್ಗದ ಅರಣ್ಯಂ. ಟೀ. ಇದು ಆ ಚರನ ಆಶ್ಚರ್ಯದ ಮಾತು.

ವ ॥ ಅಗೆತ್ತಣದೆಂಬುದು ಮಾತನಿಂತೆಂದಂ ।

ಮತ್ತೇಭವಿಕ್ರೀಡಿತಂ

ಚತುರಂಭೋಧಿ-ಪರೀತ-ಭೂತಳದ ಭೂಪರ್ ಕಪ್ಪಮಂ ತರ್ಪರು
ದ್ಧತ-ವೃತ್ತ-ಪ್ರಭು-ವಿಷ್ಣುಸಿಂಹಳನದೆಂದುಂ ತೆತ್ತನಲ್ತೆಂದು, ಪೇ ।
ೞೆ ತದುದ್ಯದ್-ಗಣಕಾಳ; ಕೇಳ್ದು, ಕೇರಳ್ದಾ ಸತ್ಯೇಂದ್ರ-ಚೋೞೇಂ
[ದ್ರ-ಚಂ
ದ್ರ-ತನು-ಪ್ರೋದ್ಭವ-ರಾಜಶೇಖರ-ನರೇಂದ್ರಂ ಬಂದಪಂ. ಭೂಮಿಪಾ!
|| 495 ||

ಪ. ವಿಷ್ಣುಸಿಂಹಳಂ ಅದು (ಆ ಕಪ್ಪವನ್ನು) ಎಂದುಂ ತೆತ್ತಂ (=ತೆತ್ತವನು) ಅಲ್ತು! ಎಂದು. ತದ್-ಉದ್ಯತ್-ಗಣಕ-ಆಳಿ ಪೇೞೆ. ಟೀ. ಇದು ಆ ಚರನು ಅದ್ಭುತದ ಕಾರಣವನ್ನು ತಿಳಿಸಿದ್ದು.

ವ || ಎಂಬ ಮಾತಂ (ಸಿಂಹಳಂ) ಕೇಳ್ದತ್ಯಂತ-ಕೋಪಾರೂಢನಾಗಿ,

ಕಂದಂ

ಕುಡಿ ನಿಮಿರ್ದ ಪುರ್ಬು ಕುಣಿವು
ತ್ತೊಡನಿರೆ ನೆೞೆ ಮುರಿದು ಮೀಸೆಯಂ, ಕಣ್ಗಳ ಕೆಂ ।
ಗಿಡಿ ಸೂಲಿಡೆ ಕರವಾಳಂ
ಜಡಿದೆಂತೆಂತೆಲವೊ? ಮಗುೞ್ದು ಪೇೞ್! ಎನುತೆೞ್ದಂ. || 496 ||

ಟೀ. ಸಿಂಹಳನು ಕುಡಿ ನಿಮಿರ್ದ (ಇದಬಲ್ಲಿ ಶಿಥಿಲತ್ವ) ಪುರ್ಬು ಒಡನೆ ಕುಣಿವುತ್ತೆ ಇರುವಲ್ಲಿ ತನ್ನ ಮೀಸೆಯಂ ನೆೞೆ ಮುರಿದು ಇತ್ಯಾದಿ. (ಬೞಿಕಂ ಕಾಳಗಮಾಯ್ತು; ಮತ್ತಂ)

ಅಡ್ಡಣಮೊಡ್ಡಿದ ಕಾರ್ಮುಗಿ
ಲೊಡ್ಡಣಮಿರದಿೞಿದು ವಂಚಿಪಸಿ ಮಿಂಚುವ ಮಿಂ ।
ಚೆಡ್ಡಮೆನಿಸಿರೆ, ಸಿಡಿಲ್ ಪಡೆ
ಯೊಡ್ಡೆನೆ, ಘುಡುಘುಡಿಸಿ ಕಾದಿದರ್ ಕಲಿ-ಸು-ಭಟರ್. || 497 ||

ಟೀ. ಇದು ಆ ಕಾಳಗವನ್ನು ಮೞೆಗಾಲಕ್ಕೆ ಸರಿ ಮಾಡಿದಂತಾಯಿತು (477ನೆಯ ಶ್ಲೋಕ ನೋಡಿರಿ). ಒಡ್ಡಿದ ಕಾರ್ಮುಗಿಲ ಒಡ್ಡಣಂ=ಅಡ್ಡಣಂ, ಮಿಂಚ ಎಡ್ಡಂ=ಇರದೆ ಇೞಿದು ವಂಚಿಪ ಅಸಿಯ ಮಿಂಚು, ಇತ್ಯಾದಿ.

ವ|| (ಮತ್ತಂ ಕಡೆಯೊಳ್ ಸಿಂಹಳಂ ಬೆಡಮಟ್ಟಿ.) ನಿಜ-ಬಳಂ ಮುದಂಬಡುತ್ತಿರೆ, ಪಡಿಬಳಂ ಕಣ್ಗೆಡುತ್ತಮಿರೆ, ಕಡುವೇಗದಿಂ ಕಮಲಾವತಿಯೆಂಬ ನಿಜ-ದುರ್ಗಮನವಂ ಪೋಗಿ ಪೊಕ್ಕಾಗಳ್ ಕುಪಿತ-ರಿಪು-ಪನ್ನಗ-ಸುಪರ್ಣಂ (ಆ ಕುಪಿತ-ರಿಪುವೆಂಬ ಪನ್ನಗಕ್ಕೆ ಸುಪರ್ಣದಂತಿರುವವಂ) ಬೆನ್ನನೆ ಪೋಗಿ, ಪನ್ನತಿಕೆಯಿಂ ತನ್ನ ಬಳಂಬೆರಸು ಸುತ್ತಿ, ಪತ್ತಿ, ಮುತ್ತಿದಾಗಳ್

ಚಂಪಕಮಾಲೆ

ಉರಿವರಿವೆಣ್ಣೆ [ಉರಿವು-] ಪಂದಿದಲೆ ಪೆರ್ದೊಲೆ ಬಲ್ಮೊನೆಗಳ್ ಕೃಶಾನುವೊಳ್

ಬೆರಸಿದ ಪುಲ್ಲ ದೊಂದೆ ಪೆಟಲುಪ್ಪಿನ ಪೆರ್ದಿದಿಮುರ್ದಿವೆಂಬಿವಂ |

ಸುರಿದಿಟಿವಾಯ್ಕಿ, ನೂಂಕಿ, ಸೆಳೆದಿಟ್ಟೊಡನಲ್ಲಿಟಿದಿಟ್ಟು, ಸೂಸಿ, ಪೊಯ್ದರಿ-ಭಟರಿಂತು ಕಾದುತಿರೆ, ಮುತ್ತಿದರಟ್ಟಿದೆ ತನ್-ಮಹಾ-ಭಟರ್. || 498 ||

ಪ. ಎಂಬ ಇವಂ (ಅಂದರೆ ಹಿಂದೆ ಹೇಟಿದ ಉರಿವೆಣ್ಣೆ ಮೊದಲಾದ ವಸ್ತುಗಳಂ) ಸುರಿದು, ಇಟಿ-ವಾಯ್ಕಿ (=ಹಾಕಿ). ಟೀ. ಕಾದುತಿರೆ ಎಂಬದಱ ವರೆಗೆ ಕೋಟೆಯೊಳಗಣ ಸಿಂಹಳನ ಅರಿಭಟರ್ ಎಂಬುದು ಕರ್ತೃ.

ವ || ಇಂತು ಮೊತ್ತಂಬೆತ್ತು, ಮುತ್ತಿ, ಲಗ್ಗೆಗಗ್ಗಟಿಸಿಪರ್ಪಾಗಳಾ ಸಿಂಹಳೇಂದ್ರಂ ಘೂರ್ಮಿಸಿ, ನಿಜ-ಬಳಂಬೆರಸು ಕಾಳಗಕ್ಕೆ ಪೊಱಮಡಲುಜ್ಜುಗಿಸಿ, ಸಜ್ಜುಗೆಯ್ವುತಿರ್ಪಿನಮಾಗಳ್ ನೀತಿಭೂಷಣನೆಂಬ ಮಂತ್ರಿ ಪಂಕೃತಾಂಜಲಿ-ಪುಟನಾಗಿ (ಕೃತ-ಅಂಜಲಿ-), ವಿನಯದಿಂದಿಂತೆಂದಂ—

ದೇವ! ನೃಪ! ನೀತಿ-ಸಾರಮ
ನಾವಂ ನಿನ್ನಂತೆ ಬಲ್ಲನೀ ಭುವನದೊಳೇಂ? |
ನೀಂ ವಿಜ್ಞಾಪನಮಂ ಪರಿ
ಭಾವಿಸಿ, ಸಂತಕ್ಕೆ ನಡೆ, ಸಮುನ್ನತ-ಸತ್ವಾ! || 499 ||

ವ || ಎಂದನೇಕ-ವಿಧದಿನಾ ನೀತಿಭೂಷಣ-ಮಂತ್ರಿಪಂ ಸಾಭಿಪ್ರಾಯ-ಹಿತ-ಮಿತ-ಪ್ರಚುರ-ವಚನ-ವಿಚಯದಿನೊಡಂಬಡಿಸುತ್ತಲಿಂತಳ್ವದೆ, ಕೊಳುಗುಳದೆಡೆಗೆ ತಳರ್ದು, ತನ್-ಮಂತ್ರಿಪನಂ ಸಂಧಿಸಿ, ಸಂಧಿ-ಕಾರ್ಯೋಚಿತ-ವಚನ-ನಿಚಯದಿನೊಪ್ಪುಗೊಳಿಸಿ, ತತ್-ಸಮೇತಂ ಬಂದು, ಮಣಿ-ರಥದೊಳಿರ್ದ ರಾಜಶೇಖರ-ರಾಜೇಂದ್ರಂಗೆ ಮಣಿ-ಮಕುಟಮಂ ಮಣಿದು, ಬದ್ಧಾಂಜಲಿಯಾಗಿ (ಬದ್ಧ-ಅಂಜಲಿ-), ನಿಂದಿರ್ಪುದಂ ನಿಜ-ಮಂತ್ರಿ-ವದನ-ವಿಜ್ಞಾಪನ-ವಿದಿತಾಖಿಳ-ವೃತ್ತಾಂತನುಪಶಾಂತ-ಚಿತ್ತನಾಗಿ (-ವೃತ್ತಾಂತನು ಉಪಶಾಂತ-), ನಡೆ ನೋಡಿಬ್ಬಾಗಳ್

ಅಱಿಯೆ ತಮಮಿಂದು ಚೆಂಗದಿ
ರ್ಗಳನುಱಿದಮಳಾಂಶುಗಱಿವ ವೋಲ್; ರಿಪು-ಗರ್ವಂ |
ಕಳಿಯೆ, ಗತ-ರಾಗ-ನಯನಾ
ಚಳ-ರುಚಿಯಂ ತನ್-ಮುಖಾಬ್ಜಮೇಂ ಸೂಸಿದುದೋ? || 500 ||

ಪ. ತಮಂ ಅಱಿಯೆ, ಇಂದು (=ಚಂದ್ರಂ) ಚೆಂಗದಿರ್ಗಳಂ ಉಱಿದು (ಬಿಟ್ಟು) ಅಮಳ-ಅಂಶು-ಕಱಿವ. ನಯನ-ಅಚಳ. ಟೀ. ಇದು ಸಿಂಹಳನನ್ನು ನೋಡುವ ರಾಜಶೇಖರನ ಮುಖದ ವರ್ಣನೆ. ಚಂದ್ರನು ನಿರ್ಮಳಾಂಶುಗಳನ್ನು ಕಱೆಯುವಂತೆ ಅದಾಗಿತ್ತು.

ವ || (ಬಱಿಕಂ ಸಂಧಿಯಾದನಂತರಂ) ಪಟ್ಟಣಮಂ ಸಿಂಗರಿಸಿ, ನಿಜ-ಸಚಿವ-ಸಾಮಂತ-ದಂಡನಾಥ-ಮಂಡಳಿಕರ್ವೆರಸು ವಿತತ-ಕರಿ-ತುರಗ-ರಥ-ಸುಭಟ-ಪಟಲ-ಪರಿವೃತಂ ಪಟಹ-ಡಿಂಡಿಮ-ಶಂಖ-ತಾಳ-ಕಹಳಾ-ಬಹುಳ-ನಾದ-ಬಧಿರೀಕೃತ-ದಿಶೇಂದ್ರಂ ಸಿಂಹಳೇಂದ್ರಂ ಸಾಂದ್ರ-ಹರ್ಷಮನಾಂತು, ನಡೆದಿದಿರ್ಗೊಂಡು, ರಾಜಶೇಖರ-ರಾಜೇಂದ್ರನಂ ರಾಜ-ವೀಥಿಯೊಳೋಜೆ ಮಿಗೆ ತರ್ಪಂ. | . . . . . . (ಮತ್ತಂ) ಸಿಂಹಳೇಂದ್ರಂ ಮಱುದಿವಸದುದಯ-ಸಮಯದೊಳೇಕಾಂತ-ಭವನದೊಳ್ ಮಣಿ-ಪೀಠದೊಳ್ ಕುಳ್ಳಿರ್ದು, ನಿಜಾಮಾತ್ಯನೊಡನೆ ತತ್-ಪರಿಣಯ

(ಅಂದರೆ ಸರ್ವಮಂಗಳೆ ಎಂಬ ತನ್ನ ಮಗಳನ್ನು ಕುಱಿತಾದ ಆ ಪರಿಣಾಯ) -ಪ್ರಸಂಗಂಗೆಯ್ಯುತಮಿರ್ಪ್ಪಾಗಳ್ (ಆ ಮಿತವಚನನೆಂಬವನ ತಂದೆಯಾದ) ಪತಿಮೋಹಿ-ಮಂತ್ರಿಪಂ ರಾಜಶೇಖರ-ಪ್ರೇಷಿತನಲ್ಲಿಗೇೞ್ತಂದು, ನಿಜ-ವಿನಯಮಂ ಮೆಱೆದು, ತನ್-ನರೇಂದ್ರ-ಸನ್ಮಾನಿತನುಚಿತ-ವಚನದಿನಿಂತೆಂದಂ—

ವರ-ರಾಜಶೇಖರಂಗೆಲೆ,
ನರೇಂದ್ರ, ಕೊಡು ಸರ್ವಮಂಗಳೆಯನನುನಯದಿಂ! || 501 ||

ವ|| ಎಂದ ಮಾತಿಗೆ ಮನೋರಥಂ ಕೈಸಾರ್ದಂತೆ ಸಂತಸಂಬಟ್ಟು, ಕೊಟ್ಟೆಂ! ಕೊಟ್ಟೆನೆಂದು, ಸಿಂಹಳೇಂದ್ರಂ ನುಡಿದು, . . . ಮಗಳ ಪರಿಣಯಕ್ಕೆ ತಕ್ಕ ಕಲ್ಯಾಣ-ಮಂಟಪಮಂ ಕೌತುಕ-ವಹಮಪ್ಪಂತೆ (ಕೀರ್ತಿಗೊಂಡ ಶಿಲ್ಪಿಕರಾದ) ಮಯ-ಮಾಂಡವ್ಯರಂ ಪೞಿವ ಶಿಲ್ಪವಿದ್ಯಾ-ವಿಶಾರದರಿಂ ರಚಿಸುವನಾದಂ.

94. DUSHTABUDDHI SENDS BY CHANDRAHASA A SEALED LETTER TO MADANA, CONTAINING THE CRUEL ORDER TO GIVE THE BEARER POISON (VISHA, TO EAT). CHANDRAHASA ENTERS THE KING'S GARDEN AT KUNTALA (see No. 92)

ದುಷ್ಟಬುದ್ಧಿ ಚಂದ್ರಹಾಸನ ಕೈಯಲ್ಲಿ ತಾನು ಬರೆದು ಮುದ್ರಿಸಿದ ಒಂದು ಪತ್ರವನ್ನು ಕೊಟ್ಟು, ಅವನನ್ನು ಮದನನ ಬೞಿಗೆ ಕಳುಹಿಸಿದದು; ಮದನನು ತಂದವನಿಗೆ (ಅವನನ್ನು ಕೊಲುವಂತೆ) ವಿಷವನ್ನು ಕೊಡ ಬೇಕೆಂತ ಆ ಕಾಗದದ ದುರಭಿಪ್ರಾಯ

ಬಂಜೆಯಾಗದು ವಿಪ್ರರಂದೆನ್ನೊಳೆಂದ ನುಡಿ;
ರಂಜಿಸುವ ರಾಜ-ಲಕ್ಷಣದೊಳೊಪ್ಪುವನಿವಂ;

ಭಂಜಿಸದೊಡೀ ಧರಣಿಗೀತನರಸಾದಪಂ; ಬಱಿಕ ತನ್ನಾತ್ಮಜರ್ಗೆ।
ಸಂಜನಿಸಲಱಿಯದು ನೃಪಾಲತ್ವಮಗ್ಗಱಿಕೆ
ಗಂಜುವವನಲ್ಲ, ಬಲವಂತನಹನೀತಂಗೆ
ನಂಜನೂಡಿಸಿ ಕೊಲ್ವುಪಾಯಮಂ ಮಾಡ್ಪೆನೆಂದೆಣಿಸಿದಂ ದುಷ್ಟ
[ಬುದ್ಧಿ. ॥ 502 ॥

ಪ. ನೃಪಾಲತ್ವಂ; ಅಗ್ಗಱಿಕೆಗೆ. ಬಲವಂತಂ ಅಹಂ; ಈತಂಗೆ.

ರಾಕಾ-ಶಶಾಂಕನಭ್ಯುದಯಮಂ ಕೆಡಿಸಿ, ತಂ
ನಾಕಾರಮಂ ತೋಱಿಸುವೆನೆಂಬ ಕತ್ತಲೆಯೊ
ಲಾ ಕಮಲ-ಲೋಚನನ ಭೃತ್ಯನಂ ಕೊಲಿಸಿ, ತಾ ಬಾಳ್ವೆನೆಂಬುಜ್ಜ
[ಗದೊಳು ।
ಆ ಕುಮತಿಯಹ ಮಂತ್ರಿ ಬಱಿಕೊಂದು ಲೇಖನಮ
ನೇಕಾಂತದೊಳ್ ಬರೆದು, ಮೇಣ್ ಅದಕೆ ಮುದ್ರೆಯಂ
ಜೋಕೆಯಿಂದಳವಡಿಸಿ, ಕರೆಸಿ ಶಶಿಹಾಸನಂ, ನೋಡಿ, ನಗುತಿಂತೆಂ
[ದನೂ— ॥ 503 ॥

ಪ. ಕತ್ತಲೆಯ ಒಲ್ (=ಕತ್ತಲೆಯ ಪೋಲ್).

ಉರ್ವ-ಮಂತ್ರದ ಕಜ್ಜಮಿದು, ಚಂದ್ರಹಾಸ! ನೀ
ನೊರ್ವನೆ ಹಯಾರೂಢನಾಗಿ, ನಾಲ್ವರು ಸೇವ
ಕರ್ವೆರಸಿ, ರಾಜಧಾನಿಗೆ ಪೋಗಿ, ತನ್ನ ಮಗ-ಮದನಂಗೆ ಮುದ್ರಿಸ
[ಹಿತಾ, ।
ಸರ್ವ-ಜನಮಱಿಯದಂತೀವುದೀ ಪತ್ರಿಕೆಯ
ನುರ್ವರೆಯೊಳಾವೆಸಗಿದತಿಶಯದ ಮಾಡ್ಕೆ ನಂ
ಮಿರ್ವರೊಳ್ ಗುಪ್ತಮಾಗಿರಲೆಂದು, ಕೊಟ್ಟನಾ ಮಂತ್ರಿ ತಲ್-ಲೇ
[ಖನವನೂ. ॥ 504 ॥

ಪ. ಅಱಿಯದಂತೆ, ಈವುದು ಈ ಪತ್ರಿಕೆಯಂ, ಉರ್ವರೆಯೊಳ್ ಆಂ.

ಪ್ರೀತಿಯಿಂ ಪೇೞ್ದನಂತಸ್ಥಮಂ ತನ್ನೊಳೀ
ಮಾತು ನಿಶ್ಚಯಮೆಂದು, ನಂಬಿ, ಕೈಕೊಂಡು, ಹರು
ಷಾತಿಶಯದಿಂದ ಮಂತ್ರಿಗೆ ಮಣಿದು, ಬೀೞ್ಕೊಂಡು, ವಂದಿಸಿ ಕುಳಿಂ [ದನಡಿಗೇ, |
ಆತನೊಳ್ ಪರಕೆವೆತ್ತೊಡನೆ ಕಳುಹಿಸಿ ಕೊಂಡು,
ಮಾತೆ-ಮೇಧಾವಿನಿಗೆ ಬಂದು, ನಿರ್ಗಮಮನಾ
ಖ್ಯಾತಿಸಿ, ಪದಾಂಬುಜಕೆ ಪಣೆಯಿಟ್ಟನಾ ಚಂದ್ರಹಾಸನಭ್ಯಗ್ರದಿಂದಾ. || 505 ||

ಪ. (ದುಷ್ಟಬುದ್ಧಿ) ಪ್ರೀತಿಯಿಂ ತನ್ನೊಳ್ ಅಂತಸ್ಥಮಂ ಪೇೞ್ದಂ, ಈ ಮಾತು ನಿಶ್ಚಯಂ! ಎಂದು, (ಚಂದ್ರಹಾಸಂ) ನಂಬಿ. ನಿರ್ಗಮಮಂ ಆಖ್ಯಾತಿಸಿ.

ಹಯ-ವರ-ಸಮಾರೂಢನಾಗಿ ಸೇವಕ-ಚತು
ಷ್ಟಯದೊಡನೆ, ವಿಧವಿಧ-ಶುಭೋದಯದ ಶಕುನಾವ
ಳಿಯನಾಲಿಸುತ, ಬಟ್ಟೆವಿಡಿದು, ಕುಂತಳ-ಪುರದ ಬಾಹ್ಯೋಪವನಕೆ [ಬರಲೂ, |
ನಯ-ರಸದ ಕೋಗಿಲೆಯ ಸಾದರದ ನುಡಿಯೊಳತಿ
ಶಯ-ಫಲೋತ್ಕರದ ತರು-ಶಾಖೆಗಳ ಕೈಯ್ಗಾಣಿ
ಕೆಯೊಳದಿರ್ಗೊಂಡುಪಚರಿಸುವಂತೆ, ಚಂದ್ರಹಾಸನ ಮುಂದೆ ಕಣ್ಗೆ [ಸೆದುದೂ. || 506 ||

ಪ. ಶುಭ-ಉದಯದ ಶಕುನ-ಆವಳಿಯಂ. ಬಾಹ್ಯ-ಉಪವನಕೆ. ನುಡಿಯೊಳ್ (ಮತ್ತೆ) ಅತಿಶಯ-ಫಲ-ಉತ್ಕರದ . . . ಕೈಯ್-ಕಾಣಿಕೆಯೊಳ್.

ತಳಿರ್ದುಱುಗಿದೆಳೆಮಾವುಗಳ ನೆೞಲ್ಗವಿದ ನಿ
ರ್ಮಳ-ಪುಳಿನ-ತಳದಿಂ, ತೊಡರ್ದಡರ್ದಲರ್ವಳ್ಳಿ
ಗಳ ಮಂಟಪಂಗಳಿಂ, ವಿವಿಧ-ಮಣಿ-ಮಯ-ಕೃತಕ-ಗಿರಿ-ಕಂದರಂಗ [ಳಿಂದಾ, |

ತೊಳೆಪ ರನ್ನದ ಪಾಸಱೆಗಳಿಂದ, ರಂಜಿಸುವ
ನಳಿನೋತ್ಪಲ-ಪ್ರಕರ-ಶೋಭಿತ-ಸರೋವರಂ
ಗಳ ರಮ್ಯ-ಸೋಪಾನದಿಂದ ತದ್-ರಾಜ-ಕೇಳೀ-ವನಂ ಕಣ್ಗೆಸೆದುದೂ.
|| 507 ||

ಪ. ತಳಿರ್-ತುಱುಗಿದ. ನಳಿನ-ಉತ್ಪಲ. ಟೀ. ತಳಿರ್ ಎಂಬಲ್ಲಿಯೂ ಅಲರ್ (-ಬಳ್ಳಿ) ಎಂಬಲ್ಲಿಯೂ ಶಿಥಿಲತ್ವ.

ಸರಸ ಮಿಗೆ ನಲಿದಾಡುವಂಚೆಗಳ ಕೊಂಚೆಗಳ,
ಬೆರಸಿ ರಮಿಸುವ ಕುಣಿವ ಕೋಕಿಗಳ ಕೇಕಿಗಳ,
ನೆರೆನೆರೆದು ಮೊಱೆವ ಮಱಿದುಂಬಿಗಳ ಡೊಂಬಿಗಳ, ಚೀರ್ವ ಗಿಳಿ
[ಕೋಗಿಲೆಗಳಾ, |
ತರು-ಲತೆಯ ತುಱುಗಲರ ಸಾಲ-ಪ್ರವಾಳ-ಪ್ರ
ಕರದ ಶೋಭೆಗಳ, ಕುಸುಮಾಳಿಗಳ ಗಾಳಿಗಳ
ಪರಿಮಳದ ಮನದಿಂದ ಸೊಗಯಿಸುವ ಬಗೆಯಿಸುವ ರಾಜೋಪವನ
[ಮೆಸೆದುದೂ. || 508 ||

ಟೀ. ಆ ಮುಖ್ಯ ಷಷ್ಠಿಗಳು ಮನದಿಂದ ಎಂಬದಕ್ಕೆ ಹೋಗುತ್ತವೆ. ಮನ=ಅಂತಃಕರಣ, ಒಳಭಾವವೂ ಮಾನಸಸರೋವರವೂ.

95. THE RAINY SEASON IS SPENT BY RAJASEKHARA AND SARVAMANGALA IN SIMHALA'S PALACE (see No. 93)

(Their journey to the Husband's home is related in the next chapter of the poem)

ರಾಜಶೇಖರನೂ ಸರ್ವಮಂಗಳೆಯೂ ವರ್ಷಕಾಲವನ್ನು ಸಿಂಹಳನ ಅರಮನೆಯಲ್ಲಿದ್ದು ಕಳೆದದು

ವ|| ಮತ್ತಂ ರಾಜಶೇಖರ ಸರ್ವಮಂಗಳೆಯರ ವಿವಾಹಮಾಗಿ, ದಂಪತಿಗಳ್ಗೆ ಮಾಸಂಗಳ್ ದಿವಸಂಗಳಾಗಿ, ದಿವಸಂಗಳ್ ನಿಮಿಷಂಗಳಾಗಿ ಸಲುತಮಿರೆಯಿರೆ,

ಕಂದಂ

ಧೃತ-ಚಂಚಲ-ಮತಿ ಚಪಲ-
ಸ್ಥಿತಿ ಜಡ-ಭರಿತಂ ಕಟು-ಸ್ವರಂ ಬರೆ ಮೇಘಂ, |
ನುತ-ಹಂಸಂ ತಳರ್ದುದು; ಮಲಿ
ನತರಂ ಬರೆ, ಶುಚಿ-ಸು-ವೃತ್ತನೇನ್ ಇರ್ದಪನೇ? || 509 ||

ಟೀ. ಇದು ಮೇಘ ಬಂದು, ಸೂರ್ಯ (ಹಂಸ) ಹೋದ ವರ್ಣನೆ; ಆದರೆ ಶ್ಲೇಷಾಲಂಕಾರದ ಮೇಲೆ ಇದು ಹಂಸಪಕ್ಷಿ ಸಹ ಮಱೆಗಾಲಕ್ಕೆ ಹೋಗುವ ವರ್ಣನೆ; ಅಲ್ಲದೆ ನುತಹಂಸಂ ಕೊಂಡಾಡಲ್ಪಟ್ಟವರಲ್ಲಿ ಶ್ರೇಷ್ಠನೆಂತ ಅರ್ಥ ಮಾಡಿದರೆ ಮತ್ತು ಮೇಘಂ (ಜನರ) ಗುಂಪೆಂದು ಟೀಕಿಸಿದರೆ ಇನ್ನೊಂದು ಗ್ರಹಿಕೆ ಆಗುತ್ತದೆ. ಧೃತಚಂಚಲಮತಿ ಎಂದು ಮೊದಲಾದ ನಾಲ್ಕು ಸಮಾಸಗಳು ಮೇಘಕ್ಕೆ ವಿಶೇಷಣಗಳು. ಚಂಚಲ=ಅಸ್ಥಿರವೂ ಮಿಂಚೂ; ಚಪಲ=ವೇಗವೂ ಲಕ್ಷ್ಮ್ಯಹೀನತ್ವವೂ; ಜಡ=ಮೂರ್ಖತ್ವವೂ ನೀರೂ. ಸ್ವರಂ=ಶಬ್ದವೂ ಮಾತೂ.

ಗಱಿ ನೆಱಿಯದ ಕಿಱುವಱಿಗಳ
ನಿಱುಂಕಿ ಪಕ್ಷದೊಳೆ, ಪಾಱಲಾಱದೆ, ಪಿರಿದುಂ |
ಮಱುಗುವ ಮರಾಳಗಳ ನು
ಣ್ಗಱಿವೊತ್ತೆಡೆವಿಡದೆ ತಳರ್ದವಂಚೆಗಳಾಗಳ್. || 510 ||

ಟೀ. ಇದು ಅಂಚೆಗಳು ಬಿಟ್ಟು ಹೋಗುವ ರೀತಿಯ ವರ್ಣನೆ. ಮರಾಳಗಳೆಂಬ ಹೆಣ್ಣಂಚೆಗಳು ತಮ್ಮ ಚಿಕ್ಕ ಮಱಿಗಳನ್ನು ಪಕ್ಷದೊಳಗೆ ಇಱುಂಕಿ, ಚನ್ನಾಗಿ ಹಾಱ ಕೊಡದಲ್ಲಿ ಗಂಡಂಚೆಗಳು ಅವಱ ನುಣ್ಗಱಿಗಳನ್ನು ಹೊತ್ತು ಹೋಗುತ್ತವೆ.

ಮತ್ತೇಭವಿಕ್ರೀಡಿತಂ

ರವಿ-ಚಂದ್ರ-ಪ್ರಚುರ-ಪ್ರಭಾ-ಪ್ರಚಯಮಂ ಮೇಘಂ ಮುಸುಂಕುತ್ತೆ [ಕಾ
ಪ್ಪರ್ಯ-ವಿಶಿಷ್ಟಂ, ತಟಿದಂಕುರಾಲ್ಪ-ರುಚಿಯಂ ಬೀಱಿತ್ತುದಗ್ರ-ಸ್ಫುರತ್-|
ಕವಿ-ಕಾವ್ಯ-ಪ್ರಕಟ-ಪ್ರಭಾವಮನದಂ ಕಿಱು-ಕಬ್ಬಿಗಂ ಗುಪ್ತಗೈ
ದವರಾತ್ಮೀಯ-ಕೃತಿ-ಪ್ರಭಾವತೆಯನಾದಂ ತೋರ್ಪ ವೋಲ್ ಧಾ [ತ್ರಿಯೊಳ್. || 511 ||

ಟೀ. ಕಾರ್ಷ್ಣ್ಯ-ವಿಶಿಷ್ಟನಾದ ಮೇಘಂ ಹೇಱಿದ ಪ್ರಭೆಯ ಪ್ರಚಯಮಂ ಮುಸುಂಕುತ್ತೆ, (ತನ್ನ) ತಟಿತ್-ಅಂಕುರ-ಅಲ್ಪ-ರುಚಿಯಂ ಬೀಱಿತ್ತು; ಇದು ಕಿಳ್ಕಿಬ್ಬಿಗರು ಮಾಡುವಂತೆ ಆ ಗುತ್ತದೆ. ಅವರ=ವರವಲ್ಲದ, ಹೀನತರ. ಆದಂ=ಹೆಚ್ಚಾಗಿ.

ಚಂಪಕಮಾಲೆ

ಅಡಿಗಡಿಗುರ್ವಿ ಮಿಂಚುವೆಳೆಮಿಂಚು ಮರುದ್-ಭಟನೆತ್ತಿ ಬೇಗದಿಂ
ಪೊಡೆವ ಸುವರ್ಣ-ಕೋಣಮೆನೆ ತಟ್ಟಿರೆ, ತಾನೊಗೆದತ್ತು ಕಾರ್ಮುಗಿ [ಗಿ |
ಲ್ಗಡಣಮೆನಿಪ್ಪ ದಂತಿ-ತತಿಯಗ್ರದ ಡಿಂಡಿಮ-ನಾದದಂತೆ ಪೆ
ರ್ಗುಡುಗು, ನಿದಾಘನಂ ತಗುಳಲೈದಿದ ನೀರದ-ಕಾಲ-ರಾಜನಾ. || 512 ||

ಟೀ. ಅಡಿಗಡಿಗೆ ಉರ್ವಿ ಮಿಂಚುವ ಎಳೆಮಿಂಚು ಯಾತಱಂತೆ ತಟ್ಟಿತ್ತು? ಮರುದ್-ಭಟನೆತ್ತಿ ಬೇಗದಿಂ ಪೊಡೆವ ಸುವರ್ಣಕೋಣದಂತೆ. ಹಾಗೆ ತಟ್ಟಿರುವಲ್ಲಿ ನಿದಾಘನೆಂಬ ವೈರಿಯನ್ನು ತಗುಳಲ್ ಎಯ್ದಿದ ನೀರದಕಾಲರಾಜನ ಗುಡುಗು ತಾನು ಕಾರ್ಮುಗಿಲ್-ಗಡಣಮೆನಿಸುವ ದಂತಿ-ತತಿಯ ಅಗ್ರದ ಡಿಂಡಿಮ-ನಾದದಂತೆ ಒಗೆದತ್ತು (ಒಗೆಯಿತು).

ಕಂದಂ

ಗಱಿ ಮೂಡಿದಂತೆ ಕೆಲದೊಳ್
ಕಿಱುಮುಗಿಲಿರೆ ಜಲದ-ನೀಲ-ಗಿರಿ ನೆಗೆಯೆ, ಕರು |
ತ್ತೆಱಗಿದ ವಜ್ರಿಯ ವಜ್ರದ
ಬಿಱುವೊಯ್ಲ ರವಕ್ಕೆ ಬಱಿಸಿಡಿಲ್ ಸರಿ ಬರ್ಕುಂ. || 513 ||

ಟೀ. ಕವಿ ಇದಱಲ್ಲಿ ಅತಿವಿಪರೀತಭಾವವನ್ನು ತೋಱಿಸುತ್ತಾನೆ; ಏನಂದರೆ ಜಲದನೀಲಗಿರಿಗೆ ರೆಕ್ಕೆ ಬಂದಂತೆ ಆಯಿತು; ಆ ರೆಕ್ಕೆ ಯಾವದು? ಅದಱ ಕೆಲದೊಳಿರುವ ಚಿಕ್ಕ ಮೋಡಗಳು; ಅಂತಹದು ಮೇಲಕ್ಕೆ ಹಾಱಿದಂತಾಗ ಬಱಿಸಿಡಿಲ್ ಆಯಿತು; ಯಾತಱಂತೆ? ಕರುತ್ತೆಂಬ ಸಪ್ಪಳಿಂದ ಅದಱ ಮೇಲೆ ಬಿದ್ದ ವಜ್ರಿ ಎಂಬ ಗುಡುಗುದೊರೆಯ ವಜ್ರವೆಂಬ ಸಿಡಿಲುಕೊಯ್ದಿನ ಪೊಯ್ಲಿನ ರವದಂತೆ. ಕವಿಯ ಮನೋರಥಕ್ಕೆ ಹತ್ತು ಕುದುರೆಯಲ್ಲವೋ?

ನೆರೆದು, ಘನ-ಘನ-ಮದೇಭೋ
ತ್ಕರಮಿಾಂಟಿ ಮರುತ್-ತರಂಗಿಣೀ-ಜಳಮಂ, ಪೂ |

ತ್ಕರಿಸೆ, ಸಿಡಿದಿೞಿವ ಕಣ-ಗಣ
ದಿರವೆನಿಸಿದುದರರೆ ಸುರಿವ ಪೆರ್ಮೞೆ ನಭದಿಂ! ‖ 514 ‖

ಪ. ಘನ (=ಮೇಘವೆಂಬ)-ಘನ (=ದೊಡ್ಡ)-ಮದ-ಇಭ-ಉತ್ಕರಂ. ಕಣ-ಗಣದ ಇರವು ಎನಿಸಿದುದು, ಅರೆಅರೆ! ಟೀ. ಗಾಳಿಯ ಹೊಡೆನೀರು; ಇದು ತಿರಿಗಿ ಎಂಥಾ ಭಾವನೆ! ಆದರೆ ದಕ್ಷಿಣದಿಸೆಯ ಮರುತ್ತು ಮೋಡವಾಗುವದಕ್ಕೆ ಕಾರಣವೆನ್ನ ಬಹುದು.

ಸುರಚಾಪ-ಚಂಪಕ-ಸ್ರಜ
ಕುರವಣಿಸುತ್ತಸಿತ-ಜಳದ-ಮದ-ಮಧುಪ-ಸಮು ।
ತ್ಕರಮೆೞಿಗಿದಂತೆ ಮೆೞೆದುದು
ಪರಿಕಿಸದಾತ್ಮೀಯ-ಜೀವನ-ವ್ಯಯ-ಭಯಮಂ. ‖ 515 ‖

ಪ. ಸುರಚಾಪ (ಎಂಬ)-ಚಂಪಕ-ಸ್ರಜಕೆ ಉರವಣಿಸುತ್ತೆ, ಅಸಿತ. ಟೀ. ಕಪ್ಪಾದ ಮೋಡವು ಸೊಕ್ಕಿನ ತುಂಬಿಯ ಸಮುತ್ಕರದಂತಿತ್ತು ಇತ್ಯಾದಿ; ತುಂಬಿಗೂ ಸಂಪಗೆಗೂ ಇರುವ ಪರಸ್ಪರಭಾವವನ್ನು ಕವಿ 359ನೆಯ ಶ್ಲೋಕದಲ್ಲಿ ತೋಱಿಸಿದಂತಾಯಿತು.

ಮೆಲ್ಸರಿ, ಸೂಸ್ಸರಿ, ಮುಗಿಲೊ
ೞ್ಗಿಲ್ಸರಿ, ತೆಳ್ಸರಿ, ಕರಂ ಪೊನಲ್ವರಿಯಿಪ ಬಂ ।
ಬಲ್ಸರಿ, ನಿಲ್ಲದೆ ಕಾಲ್ಸರಿ,
ಸೊಲ್ಸರಿ ಸಲೆ ಸುರಿದು, ಕೞೆದವಿರುಳುಂ ಪಗಲುಂ. ‖ 516 ‖

ಘುಡುಘುಡು ಛಿಳಿಛಿಟಿಲೆಂದು
ಗ್ಗಡದ ಸಿಡಿಲ್ದನಿಯ ಪೊಡೆಯೆ, ಗಗನ-ಸ್ಥಳದಿಂ ।
ದುಡುಗಳ್ ಪಟಿಪಟಿನುದುರ್ವ ವೊ
ಲೆಡೆವಿಡದಿೞಿವಾಲಿವರಲ ಮೞೆ ಬಗೆಗೊಳಿಕುಂ. ‖ 517 ‖

ಪ. ಉಡುಗಳ್ ಪಟಪಟನೆ ಉದುರ್ವ (ಇದಱಲ್ಲಿ ಶಿಥಿಲತ್ವ) ವೊಲ್ ಎಡೆ-ಬಿಡದೆ ಇೞಿವ.

ಉತ್ಪಲಮಾಲೆ

ಎನ್ನ ಸಹಾಯದಿಂ ನೆಱೆದು, ತಾಳ್ದ ಘನತ್ವಮನಸ್ಮದೀಯ-ಮಿ
ತ್ರೋನ್ನತ-ತೇಜಮಂ ತವಿಪನೆಂದನಿಲಂ ಮುಗಿಲಂ ಕನಲ್ದು, ಘೋ।
ಯ್ದಂ; ನೆಗಟಿಲ್ ಘನ-ಧ್ವನಿ, ಕಳಲ್ದುದಿರ್ದತ್ತು ಘನೋಪ [ಲಾಚ್ಛ-ದಂ
ತಂ. ನಿಜಮಲ್ಲದಿರ್ದೊಡಿಳೆಯಲ್ಲಿದು ನೀರದ-ನಾಮಮಾಂಪುದೇ?
|| 518 ||

ಪ. ಘನತ್ವಮಂ, ಅಸ್ಮದೀಯ-ಮಿತ್ರ-ಉನ್ನತ-ತೇಜಮಂ ತವಿಪಂ! ಎಂದು, ಅನಿಲಂ. ಕಳಲ್ದು ಉದಿರ್ದತ್ತು (ಉದಿರಿತು) ಘನ-ಉಪಲ-ಅಚ್ಛ-ದಂತಂ. ನಿಜಂ ಅಲ್ಲದೆ ಇರ್ದೊಡೆ. ಟೀ. ಅನಿಲನ ಮಿತ್ರ=ಬೆಂಕಿ. ಮುಗಿಲು ಇದನ್ನು ಆಱಿಸುವದಱಿಂದೆ ಅನಿಲನು ಕೋಪ ಪಟ್ಟು ಮೋಡಕ್ಕೆ ಹೊಯ್ದನು; ದೊಡ್ಡ ಶಬ್ದ ನೆಗಟುವಲ್ಲಿ ಏನಾಯಿತೆಂತ ಪಾಠಕರೇ ಹೇಟಬೇಕು. ನೀರ-ದ=(ನೀರ ಕೊಡುವದು) ಮೋಡ; ನಿರ್-ರದ=ಹಲ್ಲಿಲ್ಲದವನು. ಉದಿರ್ದತ್ತು ಎಂಬಲ್ಲಿ ಶಿಥಿಲತ್ವ.

ಕಂದಂ

ಎಳಸಿ, ನಿಜ-ಚಂಚು-ಪುಟದೊಳ್
ತಳೆದಿನೆಯಳ್ಗೆಱೆದು, ಮಱಿಗಳಂ ತಣಿಪಿ, ಮನಂ।
ಗೊಳುತಱಿಪಿ, ಸೆಳೆದು ಜಲ-ಕಣ-
ಕುಳಮಂ, ಪೀರ್ದತ್ತು ಚಾತಕಂ ಚದುರಿಂದಂ. || 519 ||

ಪ. ತಳೆದು, ಇನೆಯಳ್ಗೆ ಎಱೆದು. ಮನಂಗೊಳುತ ಅಱಿಪಿ. ಟೀ. ಚಾತಕಪಕ್ಷಿ ತನ್ನ ಹೆಂಡತಿಗೂ ಮಕ್ಕಳಿಗೂ ಮಳೆಹನಿ ಕುಡಿಸಿ, ತಾನು ಕುಡಿಯುತ್ತದೆ. 244ನೆಯ ಶ್ಲೋಕ.

ಉತ್ಪಲಮಾಲೆ

ಮಂಗಳ-ವಾದ್ಯಮಬ್ದ-ರವಮುಣ್ಮುವ ಮಿಂಚದು ದೀಪ-ಮಾಲೆಯು
ತ್ತುಂಗ-ಪಯೋದಮಿಟ್ಟ ತೆರೆ ತೋರಣಮಿಂದಿರವಿಲ್-ಸು-ವೃಷ್ಟಿಯೇ।

ಸಂಗತ-ಧಾರೆಯಾಲಿವರಲೊಪ್ಪುವ ಮುತ್ತಿನ ಸೇಸೆಯಾಗೆ ಕಾ
ರುಂ ಗಗನ-ಸ್ಥಳೀ-ರಮೆಯುಮೊಂದಿದರೊಂದು ವಿವಾಹ-ಲೀಲೆಯಂ.
|| 520 ||

ಅಣಿಯರದಿಂ ಕೇಗಿ ಕುಣಿವ ನವಿಲೆಸೆದಿರ್ಕುಂ | 120

ಪ. ಮಂಗಳವಾದ್ಯಂ ಅಬ್ಧರವಂ, ಉಣ್ಮುವ ಮಿಂಚು ಅದು ದೀಪಮಾಲೆ, ಉತ್ತುಂಗ ಪಯೋದಂ ಇಟ್ಟ ತೆರೆ ತೋರಣಂ, ಇಂದಿರವಿಲ್ (=ಇಂದ್ರವಿಲ್ಲಿನೊಡನೆಯ)-ಸುವೃಷ್ಟಿಯೇ ಸಂಗತ-ಧಾರೆ, ಅಲಿ-ವರಲ್ ಒಪ್ಪುವ ಮುತ್ತಿನ ಸೇಸೆ ಆಗೆ, ಕಾರುಂ ಗಗನಸ್ಥಳೀರಮೆಯುಂ ಒಂದಿದರ್. ಟೀ. ಕಾರಿಗೂ ಗಗನಕ್ಕೂ ಮದುವೆಯಾದಂತಾಯಿತು.

ಜಳ-ಮಯಮಿಳೆ, ಜಳದ-ಮಯಂ
ಜಳಧರ-ಮಾರ್ಗಂ, ತಟನ್-ಮಯಂ ದಿಗ್-ವಳಯಂ; |
ಕೆಳೆಗೊಳೆ, ನವ-ಸೃಷ್ಟಿಯನೇಂ
ತಳೆದುದೊ ಭುವನಂ ಘನಾಗಮಾಖ್ಯ-ಪ್ರಭುವಿಂ? || 521 ||

ಟೀ. ಇಳೆ ಜಳ-ಮಯವಾಗಿತ್ತು ಇತ್ಯಾದಿ. ಪರಸ್ಪರವಾದ ಗೆಳೆತನವಿರುವಲ್ಲಿ ಭುವನವು ಘನಾಗಮ ಎಂಬ ಸೃಷ್ಟಿಕರ್ತನಿಂದ ಇತ್ಯಾದಿ.

ವ|| ಫಣಿಯಂ ತುಂಡಿಸಿ, ವಿಷಮಂ ನೊಣೆದು . . . . . ಅಣಿಯರದಿಂ ಕೇಗಿ [ಕೇಕಿ], ಕುಣಿವ ನವಿಲೆಸೆದಿರ್ಕುಂ (335ನೆಯ ಶ್ಲೋಕ) || 522 ||

ಉತ್ಪಲಮಾಲೆ

ಚಾದಗೆಯಂತೆ ಮುಂಬನಿಯನೇಂ ಬರೆ ಪೀರ್ದುದೆ? ವಲ್ಲಿಯಂತಿದೇಂ
ತೋದುದೆ ವಾರಿಯಿಂ? ಕಣವಿನಂತೆ ಮುಗುಳ್ತುದೆ ತತ್-ಸಹಾಯದಿಂ? |
ಕೇದಗೆಯಂತೆ ಪೂತುದೆ? ಮುಗಿಲ್ಗಳ ಪಂಗಿನಿತುಂಟೆ? ಕೇಕಿಯಾ
ಹ್ಲಾದದೆ ಕಂಡು, ನರ್ತಿಪುದಿದಲ್ತೆ ಸಮಾನ-ವಯಃ-ಪ್ರವರ್ತನಂ?
|| 523 ||

ಟೀ. ಬಾದಗೆ ಮುಂತಾದಕ್ಕೆ ಮುಗಿಲ್ಗಳಿಂದ ಸ್ಪಷ್ಟವಾದ ಪ್ರಯೋಗವುಂಟು; ಆದರೆ ನವಲಿಗೆ ಇಲ್ಲ. ಮುಗಿಲ್ಗಳ ಪಂಗು ಅದಕ್ಕೆ ಇನಿತೂ ಉಂಟೇ? ಹಾಗಾದರೆ ಅದು ಕಂಡೇ ನರ್ತಿಸುವದು. ಇದು ಸಮಾನ-ವಯಸ್ಸಿನಿಂದ ಹುಟ್ಟುವ ಪ್ರವರ್ತನವಲ್ಲವೇ?

ಮತ್ತೇಭವಿಕ್ರೀಡಿತಂ

ತಳರಲ್ಕೆಂದಡಿಯಿಟ್ಟು, ಜಾಱಿ, ಜವದಿಂ ಕೆಯ್ಯಾರಿ, ಬಿೞ್ದೆೞ್ದು, ಪಂ
ಕಿಳಮಾದಂಶುಕಮಂ ಪೊನಲ್ವರಿವ ನೀರೊಳ್ ಕರ್ಚಿ, ಮೆಯ್ಸಾರ್ಚಿ, [ಪ |
ಲ್ಗಳ ನಾದಂ ಪುಳಕಾಂಕುರಂ ಮೊಳೆಯೆ [ಪೊಱೆಯೆ], ಮೇಣ್ ಅರ [ಯ್ದು, ಕಾಲಿಟ್ಟು, ಕೋ
ಲ್ಗಳನಾಂತೆಯ್ದುವ ಪಾಂಥರಂ ನಗುವರಾ ಹರ್ಮ್ಯಾಗ್ರದಬ್ಜಾಕ್ಷಿಯರ್. ||524||

ಪ. ತಳರಲ್ಕೆ (ತಳರ ಬೇಕು) ಎಂದು ಅಡಿ ಇಟ್ಟು. ಪಂಕಿಳಂ ಆದ ಅಂಶುಕಮಂ. ಪುಳಕ-ಅಂಕುರಂ. ಹರ್ಮ್ಯ-ಅಗ್ರದ ಅಬ್ಜಾಕ್ಷಿಯರ್. ಟೀ. ಎಯ್ದುವ ಎಂಬದಱ ವರೆಗೆ ಇರುವ ಕ್ರಿಯೆಗಳು ಪಾಂಥರಂ ಎಂಬದಕ್ಕೆ ಸಂಬಂಧಿಸುತ್ತವೆ. ಪಾಂಥರಂ ನಗುವರ್=ಪಾಂಥರಂ ಕುಱಿತು ನಗುವರ್.

ವ|| ಇಂತೊಗೆತಂದ ಸಕಲ-ಜನ-ಮನೋ-ನಯನ-ಹರ್ಷ-ಪ್ರದಮಾದ ವರ್ಷಾ-ಕಾಲದೊಳ್ (ರಾಜಶೇಖರಂ ತಾಂ ಮದುವೆಯಾದ) ಇನೆಯಳೊಡನೆ ಸಡಗರಂ ಮಿಗೆ ಗಗನಮಂ ತುಡುಂಕುವ ಭರ್ಮ-ಹರ್ಮ್ಯಮನಾರೋಹಿಸಿ, ಮೇಲ್ನೆಲೆಯ ಕನಕ-ಪರ್ಯಂಕ-ಪೀಠದೊಳ್ ಗಾಡಿಯಿಂ ಕುಳ್ಳಿರ್ದು (ನೋಡುತ್ತಮಿರ್ದಂ).

96. CHANDRAHASA BEFORE DELIVERING THE LETTER IS TAKING A NAP IN THE KING'S GARDEN, WHEN HE IS SEEN BY DUSHTABUDDHI'S DAUGHTER VISHAYE, THE PLAYMATE OF THE KING'S DAUGHTER CHAMPAKAMALINI, WHO OBSERVES THE LETTER BROUGHT BY THE MESSENGER THAT IS FAST ASLEEP, TAKES AND READS IT, THINKS THAT A DREADFUL MISTAKE HAS HAPPENED, AND BY CHANGING VISHA (POISON) INTO VISHAYE GIVES A QUITE DIFFERENT MEANING TO HER FATHER'S WORDS (see No. 94)

ರಾಜವನದಲ್ಲಿ ನಿದ್ರೆಗೊಂಡಿರುವ ಚಂದ್ರಹಾಸನನ್ನು ದುಷ್ಟಬುದ್ಧಿಯ ಮಗಳಾದ ವಿಷಯೆ ಕಂಡು, ಅವನು ಅಱಿಯದಂತೆ ತಂದೆಯ ಆ ಪತ್ರವನ್ನು ತೆಕ್ಕೊಂಡು, ಓದಿ, ತಂದೆಯಿಂದ ಒಂದು ಬರಹ ತಪ್ಪಾಯಿತೆಂತ ನೆನಸಿ, ತಿದ್ದಿ, ಪತ್ರವನ್ನು ಇದ್ದಂತೆ ಇಟ್ಟು ಹೋದದು

ವಾರ್ಧಕಷಟ್ಪದಿ

ತೇಜಿಯಂ ಕಟ್ಟಿದೆಡೆಯೊಳ್ ಸೇವಕರನಿರಿಸಿ,
ರಾಜವನದೊಳ್ ಪೊಕ್ಕು, ಶಶಿಹಾಸನಲ್ಲಿ ವಿ
ಭ್ರಾಜಿಸುವ ನಿರ್ಮಲ-ಸರಸ್-ತೀರದೊಳ್ ಮಿಂದು, ಶುಚಿಯಾಗಿ,
[ಸು-ಸ್ಥಳದೊಳೂ || 525 ||

ತಱಿದೆಳೆದಳಿರ್ಗಳಂ ಪಾಸಿ, ಕುಳ್ಳಿರ್ದೊಯ್ಯ
ನೊಱಿಗಲ್ಕೆ, ನಡುವಗಲ ಬಿಸಿಲಿಂದ ಮಾರ್ಗದೊಳ್
ನೆಱೆ ಬೞಲ್ದಿಹ ಚಂದ್ರಹಾಸಂಗೆ ತಣ್ಣೆಲರ ಸೊಗಸಿಂದ ಕಣ್ಣೆವೆಗಳೂ|
ಸೆಱೆಗೊಂಡವಾಲಿಗಳನಾತ್ಮೀಯ-ಕೃತ್ಯಮಂ
ಮಱೆದು, ನಿದ್ರಾ-ಲೋಲನಾಗಿ, ಮಲಗಿದನವಂ. . . . || 526 ||

ಪ. ಕಣ್-ಎವೆಗಳು ಆಲಿಗಳಂ ಸೆಱೆಗೊಂಡವು; ಆತ್ಮೀಯ.

ಕುಂತೀಕುಮಾರ, ಕೇಳ್! ಚಂದ್ರಹಾಸಂ ಬನದೊ
ಳಂತು ಸುಖ-ನಿದ್ರೆಯಿಂದಿರುತಿರ್ಪ ಸಮಯದೊಳ್
ಕುಂತಳೇಂದ್ರಂಗೆ ಚಂಪಕಮಾಲಿನೀ-ನಾಮದೊರ್ವ ಮಗಳುಂಟ
[ವಳ್ಗೇ ।
ಸಂತತಂ ಮಂತ್ರಿ-ಸುತೆ-ವಿಷಯೆ ಸಖಿಯಾಗಿರ್ಪ
ಳಂತರಿಸದವರಿರ್ವರುಂ ಬಂದರಲ್ಲಿಗೆ, ವ
ಸಂತ-ಕಾಲಂ ಪ್ರಾಪ್ತಮಾಗಿರೆ, ಜಲ-ಕ್ರೀಡೆಗಾಳಿಯರ ಗಡಣದಿಂದಾ.
|| 527 ||

ಪ. ಆಗಿರ್ಪಳ್; ಅಂತರಿಸದೆ.

ಅಲರ್ಗೊಯ್ವ

ಬೇಳಂಬದಿಂದ ಕೆಲಸಿಡಿದು, ಬಂದಾ ವಿಷಯೆ ಚೂತ-ದ್ರುಮದ ನೆಟಿ
[ಲೊಳೂ ।
ತೋಳ ತಲೆದಿಂಬಿನ ತಳಿರ್ವಸೆಯ ಮೇಲೆ ತಂ
ಗಾಳಗೊಡ್ಡಿದ ಮೆಯ್ಯ ಸೊಗಸಿಂದ ಮಱಿದು ನಿ
ದ್ರಾ-ಳೋಲನಾಗಿ ಮಲಗಿಹ ಚಂದ್ರಹಾಸನಂ ಕಂಡು, ಸ್ಯೆವೆಱಗಾ
[ದಳೂ. || 528 ||

ದಿವಿಜೇಂದ್ರತನಯ, ಕೇಳ್! ಈ ತೆಱದೊಳಾಗ ನವ-
ಯುವತಿ ನಿಂದೀಕ್ಷಿಸುತ, ಕಂಡಳವನಂಗದೊಳೆ
ಸೆವ ರುಚಿರ-ಕಂಚುಕದ ತುದಿಸೆಱಗಿನೊಳ್ ಕಟ್ಟಿ ಕೊಂಡಿರ್ದ ಪತ್ರಿ
[ಕೆಯನೂ; ।
ತವಕದಿಂ ಬಿಟ್ಟು, ಮುದ್ರೆಯನೋಸರಿಸಿ, ತೆಗೆದು,
ವಿವರದೊಳ್ ತನ್ನ ತಂದೆಯ ಪೆಸರ ಬರಹಮಿರೆ,
ಲವಲವಿಕೆ ಮಿಗೆ, ನೋಡಿ, ಹರುಷ-ಪುಳುಕದೊಳಂದು ನಿಂದೋದಿ
[ಕೊಳುತಿರ್ದಳೂ. || 529 ||

ಟೀ. ಬಿಟ್ಟು=(ಪತ್ರಿಕೆಯನ್ನು) ವಿಮೋಚಿಸಿ.

ಶ್ರೀಮತ್-ಸಚಿವ-ಶಿರೋ-ಮಣಿ-ದುಷ್ಟಬುದ್ಧಿ ಸು-
ಪ್ರೇಮದಿಂ ತನ್ನ ಮಗ-ಮದನಂಗೆ ಮಿಗೆ ಪರಸಿ,
ನೇಮಿಸಿದ ಕಾರ್ಯಮಿ ಚಂದ್ರಹಾಸಂ ಮಹಾಹಿತನೆಮಗೆ, ಮೇಲೆ
[ನಮ್ಮಾ |
ಸೀಮೆಗರಸಾದಪಂ, ಸಂದೇಹಮಿಲ್ಲಿದಕೆ,
ಸಾಮಾನ್ಯದವನಲ್ಲ, ನಮಗೆ ಮುಂದಕೆ ಸರ್ವ
ಥಾಮಿತ್ರನಹವನೆಂದೀತನಂ ಕಳುಹಿದೆವು ನಿನ್ನ ಬಳಿಗಿದನಱಿವುದೂ;
|| 530 ||

ಪ. ಕಾರ್ಯಂ; ಈ ಚಂದ್ರಹಾಸಂ ಮಹಾ-ಅಹಿತಂ ಎಮಗೆ. ಸೀಮೆಗೆ ಅರಸು ಆದಪಂ (ಆಗುತ್ತಾನೆ). ಸರ್ವಥಾ ಅಮಿತ್ರಂ ಅಹವಂ.

ಹೊತ್ತುಗಳೆಯದೆ, ಬಂದ ಬಳಿಕಿವನ ಕುಲ-ಶೀಲ-
ವಿತ್ತ-ವಿದ್ಯಾ-ವಯೋ-ವಿಕ್ರಮಂಗಳನೀಕ್ಷಿ
ಸುತ್ತಿರದೆ, ವಿಷವ ಮೋಹಿಸುವಂತೆ ಕೊಡುವುದೀತಂಗೆ ನೀನ್! ಅ
[ದಱಿಕೊಳೆಮಗೇ |
ಉತ್ತರೋತ್ತರಮಪ್ಪುದೆಂದು, ಬರೆದಿಹ ಲಿಪಿಯ
ನೆತ್ತಿ, ವಾಚಿಸಿ ಕೊಂಡು, ತರಳಾಕ್ಷಿ ತಾನ್ ಅದಕೆ
ಮತ್ತೊಂದಭಿಪ್ರಾಯಮಂ ತಿಳಿದಳುಲ್ಲಂಘಿಸುವರುಂಟೆ ವಿಧಿ-ಕೃತ
[ವನೂ? || 531 ||

ಪ. ಉತ್ತರ-ಉತ್ತರ (=ಮೇಲಿನ ಉತ್ತರ) ಅಪ್ಪದು (ಆಗ ಬೇಕು)! ತರಳ-ಅಕ್ಷಿ (-ಅಕ್ಷಿ ಯುಳ್ಳವಳು). ತಿಳಿದಳ್; ಉಲ್ಲಂಘಿಸುವರ್. ಟೀ. ಮೋಹಿಸುವಂತೆ=(ಚಂದ್ರಹಾಸನಿಗೆ) ಹುಚ್ಚು ಹಿಡಿಯುವಂತೆ; ಅಥವಾ=(ನೀಂ) ಅಪೇಕ್ಷಿಸುವಂತೆ.

ಈತಂ ತಮಗೆ ಮಹಾ-ಹಿತನೆಂದು, ತಮ್ಮ ಧರೆ
ಗೀತನರಸಹನೆಂದು, ಕುಲ-ಶೀಲ-ವಿದ್ಯೆಗಳ

ನೀತನೊಳಟಿಸ ಬೇಡವೆಂದು, ಮುಂದಕೆ ಸರ್ವಥಾ ಮಿತ್ರನಹವ
[ನೆಂದೂ, ।
ಈತಂಗೆ ವಿಷಯೆ ಮೋಹಿಸುವಂತೆ ಕೊಡುವುದೆಂ
ದಾ ತಾತನಣ್ಣಂಗೆ ಬರೆಸಿ, ಕಳುಹಿದ ಪತ್ರ
ಮೇ! ತಪ್ಪದಿದು ವರ್ಣ-ಪಲ್ಲಟದ ಮೋಸಮೆಂದಬಲೆ ಭಾವಿಸುತಿ
[ರ್ದಳೂ. ॥ 532 ॥

ಪ. ತಾತಂ (ನನ್ನ) ಅಣ್ಣಂಗೆ. ಎಂದು ಅಬಲೆ. ಟೀ. ಮೋಹಿಸುವಂತೆ=(ವಿಷಯಿ) ಬಹುಪ್ರೀತಿ ಪಟ್ಟಂತೆ.

ಕಡುಚೆಲ್ವನಾದ ವರನಂ ಕಂಡು, ನಿಶ್ಚಯಿಸಿ,
ತಡೆಯದಿಂದೀತಂಗೆ ವಿಷಯೆ ಮೋಹಿಸುವಂತೆ
ಕೊಡುವುದೆಂದಲ್ಲಿಂದ ತನ್ನ ಪಿತನೀತನಂ ಕಳುಹಿದಂ ಸುತನ ಬ
[ಟಿಗೇ, ।
ಒಡಗೂಡದಿರದೆನ್ನ ಮನದೆಣಿಕೆ, ಪತ್ರಿಕೆಯೊ
ಳೆಡಹಿ ಬರೆದಕ್ಕರದ ಬೀಟಿರ್ದೊಡಿದಟಿಂದ
ಕೆಡುವುದಗ್ಗದ ಕಜ್ಜಮೆಂದಾ ತರುಣಿ ತಾನ್ ಅದಂ ತಿದ್ದಲನುಗೆಯ್ದಳೂ.
॥ 533 ॥

ಪ. ಒಡಗೂಡದೆ ಇರದು. ಬೀಟು್ ಇರ್ದೊಡೆ ಅದಟಿಂದ.

ತಪ್ಪಿರ್ದ ಲಿಪಿಯೊಳ್ ವಕಾರಮಂ ತೊಡೆದಲ್ಲಿ
ಗೊಪ್ಪುವ ಯೆಕಾರಮಂ—ಕೆಲಬಲದ ಮಾಮರದೊ
ಳಪ್ಪ ನಿರ್ಯಾಸಮಂ ತೆಗೆದು—ಕಿಱುವೆರಲುಗುರ್ಗೊನೆಯಿಂದ ತಿದ್ದಿ,
[ಬರೆದೂ, ।
ಅಪ್ಪಂತೆ ಮೊದಲಿರ್ದ ಮುದ್ರೆಯಂ ಸಂಘಟಿಸಿ,

ಕುಪ್ಪಸದ ಸೆಱಗಿನೊಳ್ ಕಟ್ಟಿ, ಪಱಿಯೋಲಿರಿಸಿ,
ಸೊಪ್ಪುಳಾಗದ ತೆಱದೊಳಿರ್ದು, ಮೆಲ್ಲನೆ ಮಂತ್ರಿಸುತೆ ತೊಲಗಿ, ಬ
[ರುತಿರ್ದಳೂ. ‖ 534 ‖

ಪ. ತೊಡೆದು, ಅಲ್ಲಿಗೆ. ಕಿಱು-ಬೆರಲ ಉಗುರ್-ಕೊನೆಯಿಂದ. ಟೀ. ಪಱಿ ಓಲ್= ಪಱಿವೋಲ್=ಮುಂಚಿನ ವೋಲ್ ಎಂಬಂತೆ ಕಾಣುತ್ತದೆ.

97. IN THE SEASON OF SPRING RAJASEKHARA GOES WITH HIS WIFE TO THE ROYAL GARDEN AT DHARMAVATI (see No. 77), AND ENTERS A GROVE (see No. 95)

ವಸಂತಕಾಲದಲ್ಲಿ ರಾಜಶೇಖರನು ತನ್ನ ಹೆಂಡತಿಯ ಸಂಗಡ ರಾಯತೋಟಕ್ಕೆ ಹೋದದು.

ವ ‖ ಅಂತುಮಾ ಯುವ-ರಾಜಂ ರಾಜಿಸುತ್ತಿರ್ಪಿನಮೊರ್ವಂ ದ್ವಾರಪಾಲ-ನಿವಾರಿತಂ ವೇತ್ರಧರ-ನಿವೇದಿತನಾ (ರಾಜಶೇಖರನ) ಮಹಾಸ್ಥಾನಮಂ ಪೊಕ್ಕು, ಮೆಯ್ಯಿಕ್ಕಿ, ಕಯ್ಯಂ ಮುಗಿದು, ನಿಂದು,

ಮಹಾಸ್ರಗ್ಧರೆ

ವನ-ಪಾಲಂ ಕಾಣ್ಕೆಗೆಯ್ದಂ ವಿಚಕಲದಲರಂ, ಪಚ್ಚೆಯಂ, ಬಾಳೆವ
[ಣ್ಣೊ
ಳ್ಗೊನೆಯಂ, ದಾಳಿಂಬವಣ್ಣಂ, ಸುರಯಿಯನುರು-ಚಾಂಸೇಯಮಂ,
[ಚೈತ್ರದೂತೀ-
ಘನ-ಗುಚ್ಛ-ವ್ರಾತಮಂ, ಪಾಟಳಿಯನೆಸೆವಶೋಕ-ಪ್ರಸೂನಾಳಿಯಂ,
[ಮಾಂ
ಗೊನರಂ, ಮಾಧೂ-ಫಲ-ಶ್ರೇಣಿಯನರೆವಿರಿದಂಭೋಜಮಂ ಕೂರ್ಮೆ
[ಯಿಂದಂ; ‖ 535 ‖

ಪ. ವಿಚಕಿಲದ ಅಲರಂ. ಬಾೞೆ-ಪಣ್ಣ ಒೞ್ (=ಒಳ್ಳೆ)-ಕೊನೆಯಂ. ಸುರಯಿಯುಂ, ಉ
ರು. ಪಾಟಳಿಯಂ, ಎಸೆವ ಅಶೋಕ-ಪ್ರಸೂನ-ಆಳಿಯಂ. ಅರೆ-ಬಿರಿದ ಅಂಭೋಜಮಂ.
ಟೀ. ಇದು ವನವೆಂಬ ಅರಸನು ಮಧುಮಾಸದಲ್ಲಿ ತಂದ ಕಾಣ್ಕೆಯ ವರ್ಣನೆ.

ವ॥ ಆ ನಂದನಮಂ ನಿರೀಕ್ಷಿಸಲ್ ನಡೆ, ನೃಪತೀ! ಎಂದು, ಬಿನ್ನಪಂ ಗೆಯ್ದ ತೋಟವಾಳಂಗೆ [-ವಳ್ಗಂಗೆ] (ರಾಜಂ) ಪಸಾಯನಮನಿತ್ತು, ಪಟ್ಟವಣೆಯಿಂದೆೞ್ದೋಲಗಮಂ ಪರಯಿಸಿ, ವನ-ಕೇಳೀ-ಲೋಲ-ಮಾನಸಂ ಮಾನವೇಶ್ವರಂ ಮಹೋತ್ಸವಂಬೆರಸಂತಃಪುರಕ್ಕೆೞ್ತಂದು, ಸರ್ವಮಂಗಳಾ (ಸರ್ವಮಂಗಳೆ ಎಂಬ)-ಮಹಾದೇವಿಯಿರ್ಪ ಮಣಿ-ಮಯ-ಮಂದಿರದೊಳಗನೆ ಪೊಕ್ಕು, ನಿರೀಕ್ಷಿಸಿ . . . . . ಕೆಯ್ಯನೊಯ್ಯನೆ ಪಿಡಿದು . . ಪಱಿಲೀಯದೆ, ಮಣಿ-ಮಂಚದೊಳವಳ್ಗೂಡಿ ಗಾಡಿಯಿಂ ಕುಳ್ಳಿರ್ದು . . . ಅರಸಿಯ ಮೊಗದಾವರೆಯಂ ನಡೆ ನೋಡಿ, ನೇಹದಿಂದಿಂತೆಂದಂ| ವಿನುತ-ಮಧು (ಮಾಸ)-ಲಕ್ಷ್ಮಿ ನಿಜ-ನಂದನಾವಲೋಕನಮನೆಳಸಿ . . . ಭೋಂಕನೆ ಬಂದು, ನಿಂದು, ಚಂದ್ರಾನನೆ, ನಿನ್ನಂ ಕರೆದಪಳ್; ಅದು ಕಾರಣದಿಂ, . . . ಬಪಳೆ, ನಡೆ ನಂದನಕ್ಕೆ! ಎನೆ, ನಿಜ-ವಲ್ಲಭೆ . . . ಉಚಿತ-ವಚನ-ನಿಚಯದಿನೊಡಂಬಟ್ಟುದಂ ಪ್ರಕಟಿಸಲೊಡನವಳ್ಗೂಡಿ, ಗಾಡಿಯಿಂದೆೞ್ದನಂತ-ಕಾಂತಾ-ಜನಂಬೆರಸು ಪೊಱಮಟ್ಟು, ಚೈತ್ರೋದ್ಯಾನ-ಕೇಳೀ-ಪ್ರಸ್ಥಾನ-ಭೇರಿಯಂ ಪೊಯ್ಸಿದಂ. (ಬೞಿಕಂ ರಾಜಶೇಖರನುಂ ಸರ್ವಮಂಗಳೆಯುಮಿವಳ ಸಖಿಯರುಂ ಬನಂ ಪೊಕ್ಕು, ಸ್ಥಳಸ್ಥಳದ ಪೊಱಿಪಂ ನೋಡುತ್ತೆ ಮಾತಾಡುತ್ತಿರೆ, ರಾಜಶೇಖರಂ)

ವ॥ ಸೊಂಪುವಡೆದಲರ್ದ ಚಂಪಮಂ ತೋಱಿ . . . ಅಲ್ಲಿಂತಳರ್ದು, ಮಧು-ಲಕ್ಷ್ಮಿ-ಮಧುತರ-ವಿಳಾಸಮಂ ಬಗೆಗೊಂಡು, ಪೊಗೞುತ್ತಂ ಬರೆವರೆ, ವನ-ಮಧ್ಯದ ತೆಱಂಬೊಱೆವ ತೆಱಪಿನೊಳಳವಟ್ಟ ಕೊಳವೇರ್ಗಳ ಕೇರ್ಗಳೊಳಗೆ ತಮಾಲದೆಳೆದಳಿರಂ ಕೊಱೆದು ಚಿತ್ರಪತ್ರಮ

ಪ್ಪಂತೆ ಪತ್ತ್ರಿಸಿ ನಟ್ಟ ಪೊಂಬಾಳೆಯ ಬಾಟ್ಗಿಂಬಂಗಳಂ | ಸೋಗೆವೆರಸಿದ ಪುಂಡ್ರೇಕ್ಷು-ದಂಡಂಗಳನಮರ್ಚಿ ಬಾಳವೇರ್ಗಳಂ ಬಿಗಿದೆಡೆಯೆಡೆಯೊಳ್ ಸಂಪಗೆಯ ಬಿರಿಮುಗುಳ್ಗಳಂ ತೆತ್ತಿಸಿ ನಿಬಿಡಮೆನಿಸಿ ನಿಮಿರ್ಚಿದ ಪೊಂಗೇದಗೆಯ ನುಣ್ಗಱಿಯ ಬಲ್ಜಂತೆಗಳಂ | ಚಂದನ-ರಸಂಗಳಂ ತೊಯ್ದಿಳೆಯ ದವನದ ಮೇಲ್ವೊದಕೆಯಿಂದೆ | ಬಳಗೆ ಬಾಳೆಯ ಪಲಗೆಗಳ ಪರಿಸರದೊಳೊಂದಿ ಸಂದುವಿಡದಂತೆ ತರಂಗೊಳಿಸಿ ರಚಿಸಿದ ಕರ್ಣಿಕಾರದ ಪಲಗೆಗಟ್ಟಂ | ಎಡೆಯೆಡೆಯೊಳರೆಯೆಸಳ್ಗಳಂ ನೆಗಪಿ ಕೀಲಿಸಿದ ಪೊಂದಾವರೆಯ ಮೊಗ್ಗೆಗಳ ನುಣ್ಬೊಗರಿಗಳಂ| ಮಲ್ಲಿಗೆಮುಗುಳ ಸೂಸಕಂಗಳಂ ತೊಡರ್ಚಿ ನಿಮಿರ್ಚಿದ ಚೂತ-ಪಲ್ಲವದ ಚುಂಚುಲೋವೆಯಿಂ | ಸರಸ-ಪರಿಮಳಕೆ ಸಾಲ್ಗೊಂಡೆಱಗಲ ವ್ವಳಪಳ-ಪ್ರತಾನಮನೊಳಗಣ್ಗೆ ಪೋಗಲೀಯದೆ ಸೋದುಕಳೆವೆಳೆ ಗೌಂಗಿನ ಬಾಗಿಲ್ವಾಡದ ಕಾಪಿನ ಚಾಂಪೇಯ-ನಿರ್ಮಿತಮಾದ ಜಂತ್ರದ ಪುತ್ತ್ರಳಿಗಳಂ | ಕುಂಕುಮ-ರಸದೊಳಟ್ದಿದ ಕುಮುದ-ಮುಕುಳದ ಮೊಳೆಗಳಂ ತೊಡರ್ಚಿ ಮಾಡಿದ ಮೃಣಾಳ-ನಾಟಿದಮಳ್ಗದಂಗಳಂ| ರಂಜಿಸಿ, ಕಂಪಿನ ಕರಂಡಕಮುಂ ತಣ್ಪಿನ ತವರ್ಮನೆಯುಂ ಸಿಂಗರದ ಲೀಲಾ-ಭವನಮುಮೆನಿಸಿರ್ದ ವಸಂತ-ಮಂಟಪದ ಮಧ್ಯದ ಮಕರಂದ-ರಸದ ತುಂತುಱಿಂ ತೂಱುವ ಪಜ್ಜಳಪ ಗೊಜ್ಜಗೆಯರಲ ಜಂತ್ರದ ಬೆಳ್ಮುಗಿಲ ಕೆಳಗಳವಡಿಸಿದ ಸುರಯಿಯರಲ ಪರಾಗದ ಪೊಂಜಗಲಿಯ ಮೇಲಣಸುಗೆದಳಿರಲವಾರ್ಸಿನೊಳರಸಿವೆರಸಿ, ಕುಳ್ಳಿರ್ದಂ ನರೇಂ[ದ್ರಂ ಇತ್ಯಾದಿ. || 536 ||

98. MADANA RECEIVES THE LETTER, READS IT ACCORDING TO HIS SISTER'S CORRECTION, AND FIRMLY BELIEVING THAT HE FOLLOWS HIS FATHER'S INSTRUCTION, HAS CHANDRAHASA AND VISHAYE MARRIED. MEANWHILE DUSHTABUDDHI DEPOSES KULINDAKA AND RETURNS TO KUNTALA

ಮದನನು ವಿಷಯೆ ತಿದ್ದಿದಂತೆ ಆ ಪತ್ರವನ್ನು ಓದಿ ಗ್ರಹಿಸಿ,
ಚಂದ್ರಹಾಸನಿಗೂ ತನ್ನ ಸಹೋದರಿಗೂ ಮದುವೆ ಮಾಡಿಸುವಾಗ ದುಷ್ಟಬುದ್ಧಿ
ಕುಳಿಂದಕನ ಉದ್ಯೋಗ ತೆಗೆದು, ಕುಂತಳಕ್ಕೆ ತಿರುಗಿದದು

ವಾರ್ಧಕಷಟ್ಪದಿ

ವಿಜಯ, ಕೇಳ್! ಇತ್ತ ಬನದೊಳ್ ಚಂದ್ರಹಾಸನಂ
ಬುಜ-ಮಿತ್ರನಪರಾಹ್ನಕೆಯ್ದಲ್ಕೆ ನಿದ್ರೆಯಂ
ತ್ಯಜಿಸಿ, ಮೊಗದೊಳೆದು, ಮುಕ್ಕುಳಿಸಿ, ಕರ್ಪೂರ-ವೀಳೆಯಂಗೊಂಡು,
[ಬಟಿಕ ಬಿಗಿಸೀ |
ನಿಜ-ವಾಜಿಯಂ, ಬಂದಡರ್ದನುಚರರ್ವೆರಸಿ,
ರುಜುವಾದ ಶಕುನಂಗಳಂ ಕೇಳುತೊಲೆದು, ಪೌ
ರ-ಜನಮಿವನಾರೆಂದು ನೋಡಲ್ಕೆ, ನಗರಮಂ ಪೊಕ್ಕು, ನಡೆತರುತಿ
[ರ್ದನೂ. || 537 ||

ಪ. ಚಂದ್ರಹಾಸಂ, ಅಂಬುಜಮಿತ್ರಂ ಅಪರಾಹ್ನಕೆ ಎಯ್ದಲ್ಕೆ. ಬಂದು, ಅಡರ್ದು, ಅನುಚರರ್-ವೆರಸಿ.

ಕೇಳ್ದು,
ಶಾತಕುಂಭಾಲಂಕೃತಾಸನವನಿಟಿದು, ಹರು
ಷಾತಿಶಯದಿಂದ ಮದನಂ ಚಂದ್ರಹಾಸನನಿದಿರ್ವಂದು, ಕಂಡು, ನಗು
[ತಾ, |

ಪ್ರೀತಿಯಿಂದಪ್ಪಿ, ಕೆಯ್ವಿಡಿದೊಡನೆ ಸಭೆಗೆ ತಂ
ದಾತನಂ ಸತ್ಕರಿಸಿ, ಚಂದನಾವತಿಯ ತದ್-
ಭೂತಳದ ಮೇಧಾವಿನಿಯ ಕುಳಿಂದನ ಕುಶಲದೇಱಿಗ್ಗಿಯಂ ಬೆಸಗೊಂ
[ಡನೂ. ‖ 538 ‖

ಪ. ಶಾತಕುಂಭ-ಅಲಂಕೃತ-ಆಸನ.

ವಿನಯದಿಂ ಮತ್ತೆ, ನಸುನಗೆವೆರಸಿ, ನಿನ್ನ ದರು
ಸನಮಿಂದಪೂರ್ವಮಾದುದು! ಬಂದ ಕಾರ್ಯಮಂ
ತನಗೊರೆವುದೆಂದು, ಮದನಂ ಚಂದ್ರಹಾಸನಂ ಕೇಳ್ದೊಡಾತಂಗೆ ನಿನ್ನಾ
ಜನಕನೆನ್ನಂ ನಿನ್ನ ಬಱಿಗತಿ-ರಹಸ್ಯದಿಂ
ದನುಮತಿಸಿ ಕಳುಹಲಾನ್ ಎಯ್ತಂದೆನೆಂದು, ಕುಱು
ಪಿನ ಮುದ್ರೆ ಸಹಿತ ನಿಜ-ಕರದೊಳಹ ಪತ್ರಮಂ ಕೊಟ್ಟನಾತನ ಕೈ
[ಯ್ಯೊಳೂ. ‖ 539 ‖

ಇದ್ದವರನಾ ಸಭೆಯೊಳಿರಿಸಿ, ಶಶಿಹಾಸನಂ
ಗದ್ದುಗೆಗೆ ನೆಲೆಗೊಳಿಸಿ, ಮದನನಾಸ್ಥಾನದಿಂ
ದೆದ್ದಮಲನೆಂಬ ತನ್ನನುಜನಂ ಕೂಡಿಕೊಂಡೇಕಾಂತ-ಭವನಕೆಯ್ದಿ,
ಹೊದ್ದಿಸಿದ ಮುದ್ರೆಯಂ ತೆಗೆದು, ಪತ್ರಮನೋದಿ,
ತಿದ್ದಿದಕ್ಕರಮನಱಿಯದೆ, ನಿಜದ ಬರಹಮೆಂ
ದದ್ದನತಿ-ಹರುಷಾರ್ಣವದೊಳಾಗ; ಶತಯಾಗತನಯ, ಕೇಳ್ ಕೌತು
[ಕವನೂ! ‖ 540 ‖

ಪ. ಎದ್ದು, ಅಮಲನೆಂಬ ತನ್ನ ಅನುಜನಂ. ಅದ್ದನು (=ಅದ್ದಿನು) ಅತಿ-ಹರುಷ-ಅ
ರ್ಣವದೊಳ್. ಟೀ. ಶತಯಾಗತನಯ=ಅರ್ಜುನ.

ಲೇಸಾದುದಯ್ಯನಿಂದೆನಗೆ ನೇಮಿಸಿ ಕಳುಹಿ
ದೀ ಸು-ವಕ್ಕಣೆಗಳ್! ಮಹಾ-ಹಿತಂ ತನಗೀತ
ನೀ ಸೀಮೆಗರಸಾದಪಂ, ಸರ್ವಥಾ ಮಿತ್ರನಹನಹುದು, ನಿಶ್ಚಯಮಿ
[ದೂ! |
ಮೋಸವೆ ಕುಲಾಚಾರ-ಗತಿಯನಾರಯ್ವೊಡೆ! ವಿ
ಲಾಸದಿಂ ವಿಷಯೆ ಮೋಹಿಸುವಂತೆ ಕೊಡುವೆನಿದ
ಕೋಸರಿಸಲೇಕೆ? ತಂಗಿಗೆ ತಕ್ಕ ವರನೀತನೆಂದು, ಮದನಂ ತಿಳಿದ
[ನೂ. || 541 ||

ಪ. ಲೇಸು ಆದುದು ಅಯ್ಯಂ ಇಂದು ಎನಗೆ. ಆ.-ಗತಿಯಂ ಆರಯ್ವೊಡೆ ಮೋಸವೆ!

ಬಂಡಾರದಖಿಳ-ವಸ್ತುಗಳೊಂದು ತೃಣವಾಗಿ
ಕಂಡು, ವೆಚ್ಚಿಸಿ, ಚಂದ್ರಹಾಸನ ವಿವಾಹಮಂ
ಕೊಂಡೆಸುಗುತಿರ್ದನೊಲವಿಂ ಮದನನಿತ್ತ ಕುಂತಳ-ಪುರದೊಳವನ
[ತ್ತಲೂ |
ಅಂಡಲೆದು ಚಂದನಾವತಿಯೊಳ್, ಕುಳಿಂದನಂ
ದಂಡಿಸಿದನಾ ದುಷ್ಟಬುದ್ಧಿ, ಜಱೆದುಱೆ ಬಯ್ದು,
ಹಿಂಡಿ, ಹಿಱಿದರ್ಥಮಂ ತೆಗೆದು, ಸೆಱೆಮನೆಗಿಕ್ಕಿ, ನಿಗಳಮಂ ಕಾಲ್ಗೆ
[ಪೂಡೀ, || 542 ||

ಪ. ಮದನಂ ಇತ್ತ (=ಈ ದೆಸೆಯಲ್ಲಿ) ಕುಂತಳಪುರದೊಳ್ ಅವಂ; ಅತ್ತಲು (=ಆ ದೆಸೆಯಲ್ಲಿ ದುಷ್ಟಬುದ್ಧಿ).

ಹೆಕ್ಕಳಿಸಿ ರಾಜ್ಯಮಂ ಕೊಟ್ಟರೆನ್ನಂ ಮಱೆದು,
ಸೊಕ್ಕಿ, ತನಗೊರ್ವ ಮಗನಂ ಮಾಡಿ ಕೊಂಡವನ
ಮಕ್ಕಳಾಟಿಕೆಯಿಂದ ದೇವತಾಲಯ-ತಟಾಕಾರಾಮ-ಕೋಟೆಗಳಿಗೇ|

ಇಕ್ಕಿ, ಕೆಡಿಸಿದನೆಂದವನ ವಳಿತಮಂ ತೆಗೆದು,
ಕಕ್ಕಸದ ಬಂಧನದೊಳಿರಿಸಿ, ಕುಂತಳ-ನಗರಿ
ಗಕ್ಕಱಿಂದೆಯ್ತಂದನಾ ದುಷ್ಟಬುದ್ಧಿ, ವಾಹಕರನವಘುಡಿಸಿ, ನಡಿಸೀ.
|| 543 ||

ಪ. (ನಾನು) ಹೆಕ್ಕಳಿಸಿ ರಾಜ್ಯಮಂ ಕೊಟ್ಟರೆ (ಅವಂ) ಎನ್ನ. ತಟಾಕ-ಆರಾಮ. ವಾಹಕರಂ ಅವಘುಡಿಸಿ. ಟೀ. ಅವನ=ಅವನಂ .... ಕೋಟಿಗಳಿಗೆ (ಅಂದರೆ ಕೋಟಿಗಳ ಮೇಲೆ) ಇಕ್ಕಿ. (ಅವನ್ನು) ಕೆಡಿಸಿದಂ.

ಕೊಂದಪನೊ, ವಿಷಮನೂಡಿಸಿ, ಚಂದ್ರಹಾಸನಂ?
ಮಂದ-ಮತಿಯಾಗಿ ಮಱಿದಿರ್ದಪನೊ ಮಗನೆಂಬ
ಸಂದೇಹದಿಂ ಚಂದನಾವತಿಯೊಳಿರದೆ, ಕುಂತಳ-ಪುರಕೆ ದುಷ್ಟಬುದ್ಧೀ|
ನಿಂದಲ್ಲಿ ನಿಲ್ಲದೆಯ್ತರೆ; ಪಥದೊಳಿದಿರಾಗಿ
ಬಂದು, ನುಡಿದುದು ಸರ್ಪಮೊಂದು—ನಿನ್ನಾಲಯದೊ
ಳಿಂದುವರೆಗೊಡವೆಯಂ ಕಾದಿರ್ದೆನದು ನಿನ್ನ ಸುತನಿಂದ ಪೋದುದೆಂ
[ದೂ. || 544 ||

ಪ. ಮಗಂ? ಎಂಬ. ನಿಲ್ಲದೆ ಎಯ್ತರೆ. ಇಂದು ವರೆಗೆ (ಬಂದು) ಒಡವೆಯಂ ಕಾದು ಇರ್ದೆಂ, ಅದು. ಟೀ. ಕವಿ ಬಂದು ಸರ್ಪವನ್ನು ನುಡಿಸಿದಂತೆ ಆಯಿತು.

ಮಾನವರ ತೆಱದೊಳಂತೆಂದೊರೆದು, ಫಣಿ ಬಿಲಕೆ
ತಾನ್ ಇೞಿಯೆ; ಕೇಳ್ದು, ವಿಸ್ಮಿತನಾಗಿ, ಮಂತ್ರಿ ದುಂ
ಮಾನದಿಂ ನಗರದ ಸಮೀಪಕೆಯ್ತರೆ; ವಾದ್ಯ-ಘೋಷಿತಂ ಕಿವಿಯೊ
[ಳಿಡಿಯೇ; |
ಏಸಿದುತ್ಸಹಮೂರೊಳೆನೆ; ಕಂಡವರ್ ನಿನ್ನ
ಸೂನು-ಮದನಂ ಚಂದ್ರಹಾಸಂಗೆ ತಂಗಿಯ ವಿ
ಧಾನದಿಂ ಮದುವೆಯಂ ಮಾಡಿಸಿದನದಱೊಸಗೆ ಪೊಱಲೊಳಾದಪು
[ದೆಂದರೂ. || 545 ||

ಅ. ತಂಗಿಯ ಮದುವೆಯಂ ವಿಧಾನದಿಂ.

99. SUN-SET AND MOON-RISE

(The chapter from which this is taken introduces Rajasekhara as taking a walk through his capital by moon-light)

ಸೂರ್ಯಾಸ್ತಮಯವೂ ಚಂದ್ರೋದಯವೂ

ವ || ಅನಂತರಮರಸನಮಾತ್ಯ-ಸುತಂಬೆರಸು ರಾಜ-ಗೃಹ-ದ್ವಾರದ ಪಜ್ಜಳಿಪ ಬಜ್ಜರದ ಸೆಜ್ಜೆವನೆಯೊಳೊಡ್ಡೋಲಗಂಗೊಟ್ಟಿರುತ್ತಮಿರೆ,

ಗಗನ-ಗಜ-ನಿಟಿಲ-ತಟದಿಂ
ಜಗುೞ್ದಂತೆ ಪುರಾಣ-ರಶ್ಮಿ-ಮಣಿ-ಮಯ-ಮುಕುರಂ, |
ಮಿಗೆ ಮೆಱೆದುದರರೆ ಪಶ್ಚಿಮ-
ನಗದಗ್ರದೊಳೞಿದು ತೋರ್ಪ ದಿನಕರ-ಬಿಂಬಂ! || 546 ||

ಪ. ನಗದ ಅಗ್ರದೊಳ್. ಮೆಱೆದುದು, ಅರರೆ! ಟೀ. ಗಗನವೆಂಬ ಗಜದ ನಿಟಿಲ-ತಟದಲ್ಲಿಂದ ಪುರಾಣವಾದ ರಶ್ಮಿಯುಳ್ಳ (=ಕಾಲಗತಿಯಿಂದ ಮಂದವಾದ ಪ್ರಕಾಶವುಳ್ಳ) ಮಣಿಗಳಿರುವಂಥ ಮುಕುರಂ ಜಾಱಿ ಬಿದ್ದಂತೆ. ಜಗುೞ್ದ ಎಂಬಲ್ಲಿ ಶಿಥಿಲತ್ವ.

ಅರುಣಂ ಬೞಿಲ್ದ ತುರಗೋ
ತ್ಕರಮಂ ಮೆಯ್ದೊಳೆಯಲಬ್ಧಿಯೊಳ್ ತೆಗೆದು, ಕೆಲ |
ಕ್ಕಿರಿಸಿದ ರನ್ನದ ಪಲ್ಲಣ
ದಿರವೆನೆ, ನೆಱೆ ನೆಗೆದ ಸಂಜೆಗೆಂಪೆಸೆದಿರ್ಕುಂ. || 547 ||

ಟೀ. ಸಂಜೆಗೆಂಪನ್ನು ಬಹುವಿಪರೀತವಾಗಿ ವರ್ಣಿಸುತ್ತಾನೆ; ಹ್ಯಾಗಂದರೆ ಸೂರ್ಯನೆಂಬ ರಥಿಕನು ತನ್ನ ತುರಗ-ಉತ್ಕರವನ್ನು ತೊಳೆಯಕ್ಕೆ ತೆಗೆದಲ್ಲಿ ಕೆಲಕೆ ಇಟ್ಟ ರನ್ನದ ಪಲ್ಲಣದ ಇರವು ಅದಱಲ್ಲಿತ್ತು ಎಂತ ಹೇೞುತ್ತಾನೆ.

ವ || ಮತ್ತಮಾಗಳ್

ಇನ-ವಿರಹಿಣಿ ತನ್ನಯೆ ಕಾಂ
ತನಗಲ್ಕೆಯನಾಂತರಸುಗೆ ಮುಳಿವ ನಿಶಾ-ಕಾಂ |

ತನ ಕರಕೆ ಬೆರ್ಚಿ, ಮುೞ್ಗಿದ
ಳನೆ, ಮೊಗವಂ ಮುಗಿವ ಪಂಕಜಂ ಕರಮೆಸೆಗುಂ. ॥ 548 ॥

ಪ. ಕಾಂತನ ಅಗಲ್ಕೆಯಂ ಆಂತು, (ತನ್ನ) ಅರಸುಗೆ (ಅಂದರೆ ಇನಕ್ಕೆ) ಮುಳಿವ ನಿಶಾಕಾಂತನ (ಅಂದರೆ ಚಂದ್ರನ) ಕರಕೆ (ಪ್ರಕಾಶವೆಂಬ ಕೆಯ್ಗೆ). ಟೀ. ಇದು ಇನವಿರಹಿಣಿಯಾಗಿ ಮುೞ್ಗಿ ಕೊಳ್ಳುವ ಕಮಲದ ವರ್ಣನೆ.

ಮಹಾಸ್ರಗ್ಧರೆ

ಘನ-ಸಂಧ್ಯಾ-ರಾಗ-ತೀವ್ರಾನಲನೊಳೊಲವಿನಿಂ ಕಾಸಿ ತಿಗ್ಮಾಂಶು [ವೆಂದೆಂ
ಬ ನವೀನ-ಸ್ವರ್ಣ-ಸತ್-ಪಿಂಡಮನಮಳ-ನಭಃ-ಶ್ರೀಗಲಂಕಾರಮಂ [ಮಾ ।
ಡ್ಪೆನೆನುತ್ತಿಚ್ಛೈಸಿ, ಪೂರ್ವೇತರ-ಶರನಿಧಿಯೊಳ್ ಕಾಲಮೆಂಬೋಜನ [ಡ್ದಿಲ್,
ಜನಿಸುತ್ತುರ್ಬಿಡ್ದುದೋ ಕಾರ್ಬೊಗೆಯೆನೆ, ದೆಸೆದೀವಿತ್ತು ಘೋರಾಂ [ಧಕಾರಂ. ॥ 549 ॥

ಅ. ಕಾಲಂ (ಎಂಬ) ಓಜಂ ಘನ-ಸಂಧ್ಯಾ-ರಾಗ (ಮೋಡ ಬಂದಾಗ ಒಂದು ತಿದಿಯ ಉಸುರಂತೆ ಬೀಸುವ)-ತೀವ್ರ-ಅನಲನೊಳ್ ತಿಗ್ಮಾಂಶು ಎಂದೆಂಬ ನವೀನ-ಸ್ವರ್ಣ-ಸತ್ (=ಇರುವ)-ಪಿಂಡಮಂ ಕಾಸಿ, ಅಮಳ-ನಭಃ (ಎಂಬ)-ಶ್ರೀಗೆ (=ಉತ್ತಮಸ್ತ್ರೀಗೆ) ಅಲಂಕಾರಮಂ ಮಾಡ್ಪೆಂ ಎನುತ ಇಚ್ಛೈಸಿ, (ಕೆಂಪಗೆ ಕಾಸಿದಂತಿರುವ ಆ ಪಿಂಡಮಂ) ಪೂರ್ವೇತರ (=ಪಶ್ಚಿಮ) ಶರನಿಧಿಯೊಳ್ ಅಡ್ದಲ್, ಕಾರ್ಬೊಗೆ ಜನಿಸುತ್ತ ಉರ್ಬಿ ಎಡ್ದುದೋ? ಟೀ. ಕವಿ ಅಂಧಕಾರದ ಉತ್ಪತ್ತಿಯನ್ನು ಹೇಳುತ್ತಾನೆ.

ದ್ರುತವಿಲಂಬಿತಂ

ಬಿಗಿದ ಬೆಳ್ಳಿಯ ನುಣ್ಮಣಿಯಂತೆವೋಲ್
ಭಗಣಮೊಪ್ಪಿರೆ, ಕಾಳ-ವನೇಚರಂ
ಜಗದ ಲೋಚನ-ಮೀನಕೆ ಬೀಸಿದಾ
ನೆಗಟ್ದಿ ಕಾರ್ಬಲೆವೋಲ್ ತಮಮೊಪ್ಪುಗುಂ. ॥ 550 ॥

ಟೀ. ಬೆಳ್ಳಿಯಲ್ಲಿ ಬಿಗಿದ ನುಣ್ಮಣಿಗಳಂತೆ ಭಗಣಿ ಎಂಬ ಮಾನಗಳ (ನಕ್ಷತ್ರಗಳ) ರಾಶಿ ಒಪ್ಪಿರೆ, ಒಬ್ಬ ಕರಿಮೆಯ್ಯ ಕಿರಾತನು ಬಂದು, ಜಗದ ಲೋಚನಗಳಾದ ಆ ಮಾನಗಳಿಗೆ ಮತ್ಸ್ಯಗಳೆಂದು ಬೀಸಿದ ಆ ನೆಗಟ್ಟಿ ಕಾರ್ಬಲೆಯ ಹಾಗೆ ತಮಂ ಒಪ್ಪಿದಂತಾಯಿತು. ನೆಗಟ್ಟ ಎಂಬಲ್ಲಿ ಶಿಥಿಲತ್ವ.

ವ || ಮತ್ತಂ (ಮೃಗಧರಂ ಮೂಡೆ)

ಮಹಾಸ್ರಗ್ಧರೆ

ಧರೆಯೆಲ್ಲಂ ಚಾರು-ಚಂದ್ರೋಪಳ-ವಿರಚಿತಮಾದಂತೆ ತೋರ್ದತ್ತು; [ಮೇಲ್ ಅಂ
ಬರಮೆಲ್ಲಂ ಕೂಡೆ ಧೌತಾಂಬರದ ನವ-ವಿತಾನಂಬೊಲಿಂಬಾದುದಾ [ಶೋ |
ತ್ಕರಮೆಲ್ಲಂ ಚಂದನಾಲೇಪನದೆ ಬಳದ ವೋಲ್ ಒಪ್ಪುತಿರ್ದತ್ತು; [ಧಾತ್ರೀ-
ನರರೆಲ್ಲಂ ಚಂದ್ರ-ಸಾರೂಪ್ಯಮನೆ ಪಡೆದರೆಂಬಂತೆ ಕಣ್ಗೊಪ್ಪುತಿರ್ದರ್.
|| 551 ||

ಪ. ಧೌತ-ಅಂಬರದ ನವ-ವಿತಾನಂ-ಪೋಲ್ ಇಂಬು ಆದುದು; ಆಶಾ (=ದಿಶಾ)-ಉತ್ಕರಂ. ಚಂದನ-ಆಲೇಪನದೆ.

ಚಂಪಕಮಾಲೆ

ಗಗನಮೆನಿಪ್ಪ ಪಾಟಿಯ್ವೊಲದೊಳರ್ಕ-ಸಮುದ್ಧೃತಿಗೆಯ್ದು ಸಂಜೆಯೆಂ
ಬಗಿನಿಯನಿಟ್ಟು ಮರ್ಬೆನಿಪ ಗೊಬ್ಬರಮಂ ತಳೆದಲ್ಲಿ ಚೆಲ್ಲಿ ತಾ |
ರಗೆಗಳೆನಿಪ್ಪ ಬಿಟ್ಟುಗಳನಂತವರ್ಕೈಂದವ-ಬಿಂಬ-ರೌಪ್ಯ-ಕುಂ
ಭ-ಗತ-ಸುಧಾ-ಮರೀಚಿ-ಜಲಮಂ ಸುರಿದಂ ಸಲೆ ಕಾಲ-ಪಾಮರಂ.
|| 552 ||

ಟಿ. ಕಾಲ (ಎಂಬ)-ಪಾಮರಂ ಗಗನಮೆನಿಪ್ಪ ಪಾೞ್-ಪೊಲದೊಳ್ ಅರ್ಕ (ಅರ್ಕವೆಂಬ ಕಳೆಯ)-ಸಮುದ್ಧೃತಿಗೆಯ್ದು, ಸಂಜೆ ಎಂಬ ಅಗಿನಿಯುಂ ಇಟ್ಟು, ಮರ್ಬು ಎನಿಪ ಗೊಬ್ಬರಮಂ ತಳಿದು, ತಾರಗೆಗಳ್ ಎನಿಪ್ಪ ಬಿತ್ತುಗಳಂ ಅಲ್ಲಿ ಚೆಲ್ಲಿ, ಅಂತೆ ಅವರ್ಕೆ ಐಂದವ .... ಸಲೆ ಸುರಿದಂ. ಅವರ್ಕೆ ಎಂಬಲ್ಲಿ ಶಿಥಿಲತ್ವಂ.

100. AT SUN-RISE RAJASEKHARA GOES TO HIS COURT, AS A SECOND SUN

ಸೂರ್ಯೋದಯದಲ್ಲಿ ರಾಜಶೇಖರನು ಆಸ್ಥಾನಕ್ಕೆ ಹೋದದು

ಕಂದಂ

ಜವದಿನುಷಃ-ಕಾಲ-ವೃಷಂ
ತವೆ ಕದಡಿದುದೆನಿಸಿ ಮರ್ಬುವೆಳಗಂ ತಳೆದೊ |
ಪ್ಪುವ ಬಾಂಗೆಱೆಯೊಳ್ ಮೀಂಗಳ್
ತವಕದೊಳೆ ಮುೞುಂಗುವಂತಡಂಗಿದುವಾಗಳ್. || 553 ||

ಪ. ಜವದಿಂ ಉಷಃ-ಕಾಲ (ಎಂಬ)-ವೃಷಂ (=ಹೋರಿ) ತವೆ ಕದಡಿದುದು. ಟೀ. ಮೀಂಗಳೆಂಬ ನಕ್ಷತ್ರಗಳು ಹೇೞಿದ ವೃಷದಿಂದ ಕದಡಿಯಲ್ಪಟ್ಟ ಬಾಂಗೆಱೆಯೊಳ್ ಮುೞುಗಿದಂತಾಯಿತು.

ಬೆಳ್ವೆಳಗಿನ ಬಾೞ್ವೆಳೆಯಂ,
ತಳ್ವದೆ ಬಾಂಬೊಲದೊಳರುಣಕರ-ಶಿಖಿ-ಶಿಖೆ, ಪಾ |
ೞ್ವೇೞ್ವಿನಮಳುರ್ದು, ಚಿಂತೆಯ
ನಾಳ್ವಂತೆವೊಲೋಷಧೀಶ್ವರಂ ಕಳೆಗೆಟ್ಟಂ. || 554 ||

ಟೀ. ಓಷಧೀಶ್ವರಂ (=ತೃಣರಾಶಿಗಳನ್ನು ಅಭಿವರ್ಧಿಸುವ ಚಂದ್ರಂ) ಅಳುರ್ದು, ಚಿಂತೆಯಂ ಆಳ್ವ ಅಂತೆವೊಲ್ ಕಳೆಗೆಟ್ಟಂ; ಯಾವಾಗಂದರೆ ಬಾಂಬೊಲದೊಳ್ ಅರುಣಕರನ ಶಿಖಿ-ಶಿಖೆ ತಳ್ವದೆ (ಬಂದ ಕಾರಣ) ಚಂದ್ರನ ಬೆಳ್ವೆಳಗುಳ್ಳ ಬಾೞ್-ಬೆಳೆಯುಂ (ಅಂದರೆ ಬೆಳೆಯೂ) ಎಂಬ ನಕ್ಷತ್ರರಾಶಿಗಳೂ ಪಾೞ್ ಬೀೞ್ವ ಇನಂ (=ಬೀೞ್ವಾಗ). ಪಾೞ್ವೇೞ್=ಕೆಟ್ಟು ಹೋಗೆಂತ ಗ್ರಹಿಸ ಬೇಕು.

ಜಳ-ಕಣ-ಕಲಿತ-ದಳಂ ನೀ
ರ್ದಳಿದಿಟ್ಟೆಲೆಯಾಗೆ, ನಳಿನಿ ಕೆಲದಟ್ಟೆಗಳಿ |
ಟ್ಟಳೆನಿಸೆ ವಿಕಚಾಬ್ಜಂಗಳ್,
ಕೊಳನೆಸೆದುದು ರಾಜಹಂಸದೌತಣದೆಡೆವೋಲ್. || 555 ||

ಅ. ನೀರ್-ತಳಿದು ಇಟ್ಟ ಎಲೆ ಆಗೆ, ವಿಕಚ-ಅಬ್ಜಂಗಳ್ ನಳಿನಿ (ಎಂಬ ಸ್ತ್ರೀ) ಕೆಲ-ತಟ್ಟೆಗಳ್ (ತಟ್ಟೆಗಳಂ) ಇಟ್ಟಳ್ (ಎಂಬಂತೆ) ಎನಿಸೆ, ರಾಜಹಂಸದ ಔತಣದ ಎಡೆವೋಲ್ ಕೊಳಂ ಎಸೆದುದು.

ಪಾಡುವ ಪರಮೆಗಳಿಂದೊ
ಲ್ದಾಡುವ ಮುದ್ದಂಚೆವಱಿಗಳಿಂ, ನಱುಗಂಪಿಂ |
ತೀಡುವೆಳಗಾಳಿಯಿಂ ಸಿರಿ
ಗೂಡಿದ ಗೃಹದಂತಿರಿರ್ದುದಲರ್ದಂಭೋಜಂ. || 556 ||

ಪ. ಒಲ್ದು ಆಡುವ. ಸಿರಿ-ಕೂಡಿದ (ಒಂದು) ಗೃಹದ ಅಂತಿರೆ ಇರ್ದುದು ಅಲರ್ದ ಅಂಭೋಜಂ. ಟೀ. ಅಲರ್ದ ಎಂಬಲ್ಲಿ ಶಿಥಿಲತ್ವಂ.

ತೀರದೊಳಿರೆ ವಿದ್ರುಮ-ತತಿ,
ವಾರಿಯೊಳಿರೆ ಪದ್ಮರಾಗಮಬ್ಜಾಕರಮಾ |
ನೀರಾಕರಮೆನೆ ಕಂಗ್ಗೇಂ
ರಾ ರಾಜಿಸಿದುದೊ ಸಿತಾಬ್ಜ-ಮುಕ್ತಾಳಿಗಳಿಂ? || 557 ||

ಪ. ಪದ್ಮರಾಗಂ, ಅಬ್ಜ-ಆಕರಂ ಆ ನೀರ-ಆಕರಂ. ಟೀ. ತೀರದಲ್ಲಿ ವಿದ್ರುಮ ಎಂಬ ತಳಿರ ತತಿ, ವಾರಿಯಲ್ಲಿ ಪದ್ಮದ ರಾಗ (ಬಣ್ಣ); ಇಂತು ಆ ನೀರ-ಆಕರಂ ಒಂದು ಅಬ್ಜ (ಎಂಬ ಕಮಲ)-ಆಕರಂ ಎನೆ ಸಿತ-ಅಬ್ಜ (=ತಮ್ಮನ್ನು ರಾತ್ರಿಯೊಳಗೆ ಮುಚ್ಚಿ ಕೊಂಡಿದ್ದ ಬಿಳಿಯ ಕಮಲದೊಳಗಿಂದ)-ಮುಕ್ತ (=ಬಿಡಲ್ಪಟ್ಟ)-ಅಳಿಗಳಿಂ (=ತುಂಬಿಗಳಿಂ) ಏಂ ರಾ (=ವಿಭ್ರಮ) ರಾಜಿಸಿದುದೊ?—ಹೀಗೆ ಅರ್ಥ ಮಾಗಿ, ಇನ್ನೊಂದು ಅರ್ಥ ಮಾಡ ಬಹುದು, ಹ್ಯಾಗಂದರೆ ವಿದ್ರುಮ=ಪವಳ; ಪದ್ಮರಾಗ=ಕೆಂಬರಲು; ಅಬ್ಜ=ಶಂಖ (ಚಿಪ್ಪು); ರಾ=ಪ್ರಕಾಶ; ಸಿತ-ಅಬ್ಜ=ಬಿಳಿಯ ಶಂಖ; ಮುಕ್ತಾ-ಆಳಿ=ಮುತ್ತುಗಳ ರಾಶಿ. ಇದು ಸಮುದ್ರದ ಲಕ್ಷಣ ಆ ಕೆಱೆಯೊಳ್ ಇದ್ದಂತಾಯಿತು.

ವ || (ಬಟಿೀಕಂ) ಕುಮುದ-ವೃಂದಂ ಸಮ್ಮದಂಗುಂದೆ, ಬಂದಂ . . . ನಿರ್ಮಳಾಂಗಂ ಪತಂಗಂ.

ಚಂಪಕಮಾಲೆ

ಖರ-ಕರ-ಸಿದ್ಧನೆಬ್ಬಿ ದಿವಿಜೇಂದ್ರ-ದಿಶಾದ್ರಿ-ಗುಹಾ-ನಿವಾಸದಿಂ
ದುರು-ತಮಿರಾಭಿಭೂತ-ಭುವನೋನ್ನತ-ಲೋಹಕೆ, ತನ್ನ ವಿದ್ಯೆಯಂ|
ಧರೆಗಱಿಪಲ್ಕೆ, ಮುಟ್ಟಿಸೆ ಕರೋತ್ಕರ-ಸಿದ್ಧರಸ-ಪ್ರವಾಹಮಂ,
ಪಿರಿದುದು ಚಿನ್ನಮಾದುದೆನೆ, ಪೊಂಬಿಸಿಲೊಂದಿರೆ ಕಣ್ಗೆ ರಂಜಿಕುಂ. || 558 ||

ಪ. ಖರ-ಕರ-ಸಿದ್ಧನು (=ರವಿಯೂ ಲೋಹವಿದ್ಯೆಯುಳ್ಳ ಒಬ್ಬ ಪುರುಷನೂ) ಎದ್ದು ದಿವಿಜೇಂದ್ರ (=ಪೂರ್ವ)-ದಿಶಾ (=ದಿಶೆಯ)-ಅದ್ರಿ-ಗುಹಾ-ನಿವಾಸದಿಂದೆ, ಉರು-ತಮಿರ (=ತಮಿರದಿಂದೆ)-ಅಭಿಭೂತ (=ಮುಚ್ಚಲ್ಪಟ್ಟ)-ಭುವನ (ಎಂಬ)-ಉನ್ನತ-ಲೋಹಕೆ (=ಕಬ್ಬಿಣದ ದೊಡ್ಡ ತುಂಡಿಗೆ), ತನ್ನ ವಿದ್ಯೆಯಂ ಧರೆಗೆ ಅಱಿಪಲ್ಕೆ, ಕರ (=ಕೆಯ್, ಕಿರಣ)-ಉತ್ಕರ-ಸಿದ್ಧರಸ-ಪ್ರವಾಹಮಂ ಮುಟ್ಟಿಸೆ, ಪಿರಿದುದು ಚಿನ್ನಂ ಆದುದು ಎನೆ. ಟೀ. ಕವಿ ತನ್ನ ಪ್ರಕಾರವಾಗಿ ಪೊಂಬಿಸಿಲಿನ ಉತ್ಪತ್ತಿ ಹೇೞಿದ್ದಾನೆ. ತಮಿರ ತುಂಬಿದ ಭೂಮಿಯೆಂಬ ಕಬ್ಬಿಣಕ್ಕೆ ಒಬ್ಬ ಸಿದ್ಧನು (=ಸೂರ್ಯನು) ಸಿದ್ಧರಸ ಮುಟ್ಟಿಸಿದಂತಾಯಿತು.

ವ || ಆಗಳ್ . . . . ಬಂದನೆಸೆವೋಲಗ-ಶಾಲೆಗಿಳಾಧಿನಾಯಕಂ (ರಾಜಶೇಖರಂ). ಅಂತೇಱ್ತಿಂದು, ಮಣಿ-ಗಣಾಗಣಿತ-ರುಚಿ-ನಿಚಯ-ನಿಚಿತ-ಸಮುತ್ತುಂಗ-ಮಂಗಳ-ಮೃಗೇಂದ್ರ-ವಿಷ್ಟರೋಪವಿಷ್ಟನಾಗಿ, ಸಲ್ಲೀಲೆಯಿಂ ಮೆಲ್ಲನೆ ಕುಳ್ಳಿರ್ದು,

ಕಂದಂ

ಉದಯಾಚಳಾಗ್ರದೊಳ್ ಮೂ
ಡಿದ ಪೂರ್ಣ-ಸುಧಾಕರಂಗೆ ದೊರೆಯಾದಂ, ತಾ |
ಳ್ದಿದ ಮಣಿದೊಡವಿನ ಕೆಂಬೆಳ
ಗೊದವಿರೆ, ರಾಜಂ ಸಭಾ-ನಭಸ್-ಸ್ಥಳದೆಡೆಯೊಳ್. || 559 ||

ಟೀ. ಮೃಗೇಂದ್ರ-ವಿಷ್ಟರದೊಳ್ ಕುಳ್ಳಿರ್ದ ರಾಜನು ಸಭಾ-ನಭಸ್-ಸ್ಥಳದಲ್ಲಿ ಮೂಡಿದ ಸೂರ್ಯನಂತಿದ್ದನು.

101. THE WRATH OF DUSHTABUDDHI

(Who then intends to kill Chandrahasa by another scheme. He orders him to go to a jungle and worship a certain demon, at the same time sending there a band of murderers. Meanwhile the old king of Kuntala is persuaded by his Purohita to give his daughter to Chandrahasa and to appoint him as his successor, and sends Madana to call him. Madana finds Chandrahasa on his way to the jungle, sends him to the king, and goes in his stead to the temple where he is killed by the murderers. Afterwards his father goes there, and kills himself by knocking his head against the temple-posts)

ದುಷ್ಟಬುದ್ಧಿಯು ಕೋಪವನ್ನು ತೋಱಿಸಿದದು

ವಾರ್ಧಕಷಟ್ಪದಿ

ಕೂರ್ದಸಿಯನಿಱುಹಿದಂತಾಯ್ತು ಕರ್ಣದೊಳಾಗ
ಕಾರ್ದವಕ್ಷಿಗಳರುಣತೆಯನುಗ್ರ-ಕೋಪದಿಂ,
ಮಿಾರ್ದನೇ ತನ್ನ ನೇಮಮನಕಟ, ಮಗನೆಂದು, ಪಲ್ಗಡಿವುತೆಯ್ತರ
[ಲ್ಕೆ; |
ಸಾರ್ದ ಸಂತೋಷದಿಂ ಬಂದು ಕಾಲ್ಗೆಱಗಿದೊಡೆ,
ಚೇರ್ದು, ಸುತನಂ ಬಯ್ದು, ಮಂತ್ರಿ ನಿಜ-ಸದನಮಂ
ಸೇರ್ದು, ಪೊನ್ನಂದಣಮನಿೞಿದಾತ್ಮಜಾತನಂ ನೋಡಿ, ಮುಳಿದೆ
[ಯ್ತಂದನೂ. || 560 ||

ಪ. ಕರ್ಣದೊಳ್ ಕೂರ್ದ ಅಸಿಯಂ ಇಱುಹಿದಂತೆ ಆಯಿತು; ಅಕ್ಷಿಗಳ್ ಅರುಣತೆಯಂ ಕಾರ್ದವು. ಟೀ. ದುಷ್ಟಬುದ್ಧಿ ಬಯ್ದ ಆ ಸುತನು ಮದನನ ತಮ್ಮನು; ಆ ಬೇಱೆ ಆತ್ಮಜನು ಮದನನು.

ಮದನನಂ, ಮದವಕ್ಕಳಂ, ಮಹಾ-ವೈಭವದ [-ವರ್ಗಳಂ]
ಮದುವೆಯಂ, ತ್ಯಾಗ-ಭೋಗಮನುಚಿತ-ರಚಿತಮಂ,
ಮುದದಿಂದ ಬಣ್ಣಿಸುವ ಭಟರನುಂ, ಬಿತ್ತರಿಸಿ ಪರಸುವ ಬ್ರಾಹ್ಮಣರ
[ನೂ, |

ಸುದತಿ-ವಿಷಯೆಗೆ ತಕ್ಕ ವರನಿಂದುಹಾಸನೆಂ
ದಿದಿರಾಗಿ ಬಂದಾರತಿಯನೆತ್ತಿ ನುಡಿವ ಶಶಿ
ವದನೆಯರನವಗಡಿಸಿ, ಮಂತ್ರಿ ಬಯ್ದಂ ತನ್ನ ಮನೆಗಾಪ್ತರಾದವರ
[ನೂ. ‖ 561 ‖

ಪ. ಭೋಗನುಂ, ಉಚಿತ. ವರಂ ಇಂದುಹಾಸಂ. ಶಶಿವದನೆಯರಂ ಅವಗಡಿಸಿ.

ಮೂಢ ನೀನೆಲವೆಲವೊ, ಮದನ! ನಿನ್ನೆಡೆಗೆ ನಾಂ
ಗೂಢದಿಂ ಬರೆಸಿ ಕಳುಹಿದೊಡುಬಿವ ಕಜ್ಜಮಂ
ರೂಢಿಯಂ ಮಾಡಿ ಕೆಡಿಸಿದೆ, ಪಾಪಿ! ಹೃದಯ-ಶೂಲಮನೆನಗೆ ಮೇ
[ದಿನಿಯೊಳೂ |
ಗಾಢದಿಂ ಬಲಿದೆ! ಸಾಮ್ರಾಜ್ಯ-ಸಿಂಹಾಸನಾ
ರೂಢನಾಗಿರಲೊಲ್ಲದಾರ್ಜಿಸಿದ ವಿತ್ತಮಂ
ವೇಡ್ಕೈಸದಖಿಳ-ಜನಕಿತ್ತೆ! ವನವಾಸವೇ ಗತಿ ನಿನಗೆ! ಹೋಗೆಂದನೂ.
‖ 562 ‖

ಪಿತನ ಮಾತಂ ಕೇಳ್ದು, ಮದನನುಬಿ ಬೆಬಿಗಾಗಿ,
ಖತಿಯೇಕೆ? ಜೀಯ್ಯ! ನಿಮ್ಮಡಿಗಳ ನಿರೂಪಮಂ
ಪ್ರತಿಪಾಲಿಸಿದೆನಲ್ಲದಾನ್ ಅತಿಕ್ರಮಿಸಿ ಮಾಡಿದ ಕಜ್ಜಮೇನ್ ಇದ
[ಬಿಳೊಳೂ? |
ಕ್ಷಿತಿಗೆ ಕೌತುಕಮೆ? ತಂದೆಯ ಮಾತಿಗಾಗಿ ರಘು
ಪತಿ ವರ್ತಿಸನೆ ವಿಪಿನ-ವಾಸಮಂ? ಪತ್ರ-ಸಂ
ನುತವಿಡಿದು, ವಿಷಯೆಗೆ ವಿವಾಹಮಂ ವಿರಚಿಸಿದೊಡಾಯ್ತೆನಗೆ ವನ
[ಮೆಂದನೂ. ‖ 563 ‖

ಟೀ. ರಘುಪತಿ ಎಂಬವನು ದಶರಥನ ಪ್ರಥಮಜ-ಕುಮಾರನು; ತಂದೆ ಇವನಿಗೆ ಪಟ್ಟ ವನ್ನು ಕಟ್ಟುವದಲ್ಲೆಂದು ಕೆಲವು ವರುಷದ ವನವಾಸಕ್ಕೆ ಕಳುಹಿದನಂತೆ. ಸಮ್ಮತವಿಡಿದು=ಸಮ್ಮತ-ಹಿಡಿದು.

ಗನ್ನಗತಕದ ಮಾತು ಸಾಕೆನ್ನ ಕಣ್ಣ ಮುಂ
ದಿನ್ನಿರದೆ, ಪೋಗೆಂದು, ಮಂತ್ರಿ ಮಗನಂ ಬೆಯ್ದು,
ಮುನ್ನ ತಾಂ ಬರಸಿ ಕಳುಹಿದ ಪತ್ರಮಂ ತರಿಸಿ, ನೋಡಿ ಕೊಂಡದ
[ಱಿಯೊಳಿರ್ದಾ |
ಭಿನ್ನಿಸಿದ ಭಾವಾರ್ಥಮಂ ತಿಳಿದು, ತಪ್ಪಿಲ್ಲ
ತನ್ನ ತನಯನೊಳು! . . . . . .
. . . . ಪೊಸತೆಂದು, ಬಿಸುಸುಯ್ದು, ಬೆಱಗಾದನೂ.
|| 564 ||

ವಿಷವೆ ಮೋಹಿಸುವಂತೆ ಕೊಡುವುದೆನಲೀತಂಗೆ
ವಿಷಯೆ ಮೋಹಿಸುವಂತೆ ಲೇಖನದ ಬರಹ ತಾಂ
ವಿಷಯಮಿದು ವಿಧಿ-ಕೃತವೊ? ತನ್ನ ಮೋಸವೊ? ಬರೆದವನ ಮ
[ಱಿಹೊ? ಶಶಿಹಾಸನಾ |
ಮೃಷೆಯೊ? ಮದನನ ಮೇಲೆ ತಪ್ಪಿಲ್ಲ! ಮೊದಲೆನಗೆ
ಋಷಿಗಳಾಡಿದ ಮಾತು ಪುಸಿಯದೆಂದಾ ಮಂತ್ರಿ
ವಿಷಮ-ಬುದ್ಧಿಯೊಳೊಂದುಪಾಯಮಂ ಮನದೊಳಗೆ ನೆನೆದು, ಚಿಂತಿ
[ಸುತಿರ್ದನೂ. || 565 ||

ಪ. ವಿಷಯಂ; ಇದು.

ವಿಧುಹಾಸನಂ ಪಲವುಪಾಯದಿಂದೀಗ ನಾಂ
ವಧಿಸದಿರ್ದೊಡೆ, ತನ್ನ ಸಂತತಿಗೆ ಧರೆಯನಾ
ಳ್ವಧಿಕ-ಸಂಪದವಾಗದದಱಿಂದ ಕುಲ-ಘಾತಕಗೆ ಮದುವೆಯಾದ ವಿ
[ಷಯೇ |
ವಿಧವೆಯಾಗಿರಲೆಂದು, ಹೃದಯದೊಳ್ ನಿಶ್ಚಯಿಸಿ,

ಮಧುರೋಕ್ತಿಯಿಂದ ಮದವಕ್ಕಳಂ ಮನ್ನಿಸಿ, ವಿ [-ವರ್ಗಳಂ]
ವಿಧ-ವೈಭವಂಗಳಂ ನಡಿಸಿ, ಜಾಮಾತನಂ ಮಂತ್ರಿ ಕರೆದಿಂತೆಂದನೂ—
|| 566 ||

ಈ ವರೆಗೆ ಆ ಕಥೆಯನ್ನು ತಂದಲ್ಲಿ ಮೂಱು ಮಾತಿನಲ್ಲಿ ತೀರಿಸಿ ಬಿಡೋಣ. ಆ ಮಂತ್ರಿ ತನ್ನ ಜಾಮಾತಿಗೆ—ಒಬ್ಬನೇ ಹೋಗಿ ಹೊಱಬನದೊಳಗೆ ಪೂಜೆ ಮಾಡಿ ಬಾ! ಎಂದು, ಕಳುಹಿಸಿ, ಅವನನ್ನು ಕೊಲುವದಕೆ ಚಂಡಾಲರನ್ನು ಸಹ ಗುಪ್ತವಾಗಿ ಕಳುಹಿಸಿದನು. ಅಷ್ಟರಲ್ಲಿ ಕುಂತಳದ ರಾಜನು ಗಾಲವನೆಂಬ ಪುರೋಹಿತನ ಆಲೋಚನೆಯ ಮೇರೆಗೆ, ತನ್ನ ಮಗಳಾದ ಚಂಪಕಮಾಲಿನಿಯನ್ನು ಚಂದ್ರಹಾಸನಿಗೆ ಮದುವೆ ಮಾಡಿ ಕೊಟ್ಟು, ಪಟ್ಟ ಕಟ್ಟಿಸ ಬೇಕೆಂದು, ಮನಸು ಮಾಡಿಕೊಂಡು, ಅವನನ್ನು ಕರಕೊಂಡು ಬರಲಿಕ್ಕೆ ಮದನನನ್ನು ಕಳುಹೆ, ಇವನು ಹೋಗಿ, ದಾರಿಯಲ್ಲಿ ಅವನನ್ನು ಕಂಡು, ಹಿಂದಕ್ಕೆ ಕಳುಹಿಸಿ, ಆ ಪೂಜೆಯನ್ನು ತಾನು ಮಾಡಲಿಕ್ಕಾಗಿ ವನದೊಳಪೊಗೆ, ಚಂಡಾಲರು ರಾಜ ಹೇೞಿದವನೆಂದು ಅವನನ್ನೇ ಕೊಂದರು. ಆಗ ಚಂದ್ರಹಾಸನ ಮಂಗಳಕಾರ್ಯವಾಗುವಲ್ಲಿ ಅವನು ದುಷ್ಟಬುದ್ಧಿಗೆ, ನಿಮ್ಮ ಮಗನು ಆ ಪೂಜೆ ಮಾಡಲಿಕ್ಕೆ ಐದಿದ್ದಾನೆಂದು, ತಿಳಿಸೆ, ಇವನು ಹೋಗಿ, ಮಗನ ಹೆಣ ಕಂಡು, ಕಂಬಕ್ಕೆ ತಲೆ ಬಡಿದು, ಸತ್ತನು. ಚಂದ್ರಹಾಸನು ಅವರಿಬ್ಬರನ್ನು ತಿರಿಗಿ ಬದುಕಿಸಿದನೆಂದೂ ಕಡೆಯಲ್ಲಿ ಕವಿ ಹೇೞುತ್ತಾನೆ.

102. GOOD COMPANY IS TO BE SOUGHT FOR

ಸತ್ಸಂಗವನ್ನು ಪಡಕೊಳ್ಳ ಬೇಕು

ತ್ರಿಪದಿ

ಬಂಧನವ ಮಾಡಿದರು, ಸಂದ ಜ್ಞಾನಿಯೆ ಲೇಸು!
ಹೊಂದಿ, ಸಾಸಿರವ ಕೊಡುತಿರಲು, ಕರ್ಮಿಯ
ದಂದುಗವೆ ಬೇಡ! ಸರ್ವಜ್ಞ! || 567 ||

ಟೀ. ಮಾಡಿದರೂ, ಕೊಡುತಿರಲೂ ಎಂಬಂತೆ ದೀರ್ಘವ ತಿಳಿಯ ಬೇಕು.

ನೀರ ಬೊಬ್ಬುಳಿ ನೆಚ್ಚಿ, ಸಾರಿ, ಕೆಡದಿರು, ಮರುಳೆ!
ಸಾರ-ಗುಣಿಯಾಗು! ಸರ್ವರೊಳು ನಿಜ ತಿಳಿ!
ಕಾರಣಿಕನಾಗು! ಸರ್ವಜ್ಞ! || 568 ||

ತೆಱೆದ ಕೆಂಡವ ಮೆಟ್ಟ ಮಱುಗುವಾ ತೆಱನಂತೆ
ಯೆಱೆಯದರ ಕೂಟ; ಬಱಿಕೂಟ ತನ್ನನೆ
ಯಿಱಿದು ಕೊಂಡಂತೆ. ಸರ್ವಜ್ಞ! || 569 ||

ಒಳ್ಳಿದರ ಒಡನಿರ್ದು, ಕಳ್ಳನೊಳ್ಳಿದನಕ್ಕು;
ಒಳ್ಳಿದ ಕಳ್ಳನೊಡನಾಡೆಯವ ಶುದ್ಧ
ಕಳ್ಳನೇ ಅಕ್ಕು. ಸರ್ವಜ್ಞ! || 570 ||

ಒಳ್ಳೆಯನಿರದ ಊರು, ಕಳ್ಳನೊಡನಾಟವೂ,
ಸುಳ್ಳನ ಮಾತು, ಇವು ಮೂಱು ಕೆಸಱೊಳಗೆ
ಮುಳ್ಳು ತುೞಿದಂತೆ. ಸರ್ವಜ್ಞ! || 571 ||

103. RAJASEKHARA, AGAINST MITAVACHANA'S ADVICE, PERFORMS A HORSE-SHOW AT WHICH THE LITTLE SON OF THE WOMAN TIRUKOLAVINACHI IS UNFORTUNATELY KILLED BY A KICK OF MITAVACHANA'S HORSE

(The drift of the remaining portion of the poem is given in Canarese at the end of this chapter; here only so much: Rajasekhara is able to persuade his judges to believe that *he* is the culprit, and thus is condemned to suffer death. Then follows the description how the chief personages of the poem, including Tirukolavinachi and Rajasekhara's father, "cut their own heads off", are brought to life again, and taken up to heaven)

ವ || ಅನಂತರಮಾ ಮಹಾನುಭಾವಂ (ರಾಜಶೇಖರಂ) ಮಿತವಚನ-ಸಮೇತಂ . . . . ಕರ್ಪೂರ-ತಾಂಬೂಲ-ಮುಖಾಂತರ್ವಳಯ-ವಿಳಸಿತಂ (ಪೂಜಾಗಾರದ) ಅಲ್ಲಿಂದೇೞ್ತಂದು, ಮುತ್ತಿನ ಕರುಮಾಡದ ಮುಂ

ದಣ ಮೊಗಸಾಲೆಯ ಪಜ್ಜಳಿಪ ಬಜ್ಜರದ ವೇದಿಕಾಗ್ರದ ಮಣಿ-ಮ
ಯ-ಮೃಗೇಂದ್ರ-ಪೀಠದೊಳ್ ಸಲ್ಲೀಲೆಯಿಂ ಕುಳ್ಳಿರ್ದು, ಕಟ್ಟೆದಿರೊಳ್
ಕಟ್ಟಿರ್ದ ವಾಜಿಗಳಂ ನೋಡಿ,

ಕಂದಂ

ಈ ನವ್ಯ-ವಾಜಿಗಳನಿಂ
ದಾನುಂ ನೀನುಂ ವಿಳಾಸದಿಂದೇಱಿ, ಮಹಾ- |
ಸೇನೆಯೊಡಗೂಡಿ, ವಿಹರಿಪ
ಮಿೀ ನಗರದ ರಾಜ-ವೀಥಿಯೊಳ್ ಸಂಭ್ರಮದಿಂ! || 572 ||

ಪ. ಇಂದು ಆನುಂ. ವಿಹರಿಪಂ ಈ.

ವ || ಎಂದತಿ-ಪ್ರೀತಿಯಿಂ ನುಡಿಯೆ, ಚತುರ-ಮತಿ-ಮಿತವಚನನುಚಿ
ತ-ವಚನ-ಜ್ಞನನುಚಿತಮಿದೆಂದು, ತನ್ನೊಳ್ ಭಾವಿಸಿ, ಕಾರ್ಯಮಂ
ಬಗೆದಿಂತೆಂದಂ—

ಸರಸ-ಗುಣ-ಹಾರ! ವಿನಯಾ
ಭರಣ! ವಿವೇಕೈಕ-ನಿಧಿ! ಕಳಾ-ನಿಳಯ! ದಯಾ |
ಕರ! ಸತ್ಯ-ಶಾಲಿ! ಸು-ಯಶೋ-
ಭರಿತಾಶಾ-ವಳಯ-ಭಕ್ತ-ಶರಧಿ-ಶಶಾಂಕಾ! || 573 ||

ಪ. ಭರಿತ! ಆಶಾ-ವಳಯ (=ದಿಕ್ಕುಗಳನ್ನು ಸುತ್ತಿಕೊಳ್ಳುವ)-ಭಕ್ತ (=ಭಕ್ತರೆಂಬ)-ಶರಧಿ-ಶಶಾಂಕಾ!

ಚಂಪಕಮಾಲೆ

ಬೆಸಸಿದ ಕಜ್ಜಮಂ ನೆಗಬಿದುತ್ತರಮಿತ್ತಪನೆಂದು, ನಿನ್ನ ಮಾ
ನಸದೊಳಧೀಶ, ನೀಂ ಬಗೆಯದಿರ್, ಗಡ! ಭಕ್ತ-ಜನ-ವ್ರಜಂ ನಿಜ್ಯಂ|

ಭಿಸಿ ನೆಲಸಿರ್ದ ಪಟ್ಟಣಮಿದಿಂತಿದಱೊಳ್ ಬಳಗೂಡಿ, ಗಾಡಿ ರಂ
ಜಿಸೆ, ಪೊಸ ವಾಜಿಯೇಱಿ ವಿಹರಿಪ್ಪುದು ಬಲ್ಲತನಕ್ಕೆ ತಕ್ಕುದೇ?
|| 574 ||

ಪ. ನೆಗಱಿದ ಉತ್ತರಂ (ಉತ್ತರಮಂ) ಇತ್ತಪಂ (ಈ ಮಿತವಚನಂ) ಎಂದು. ಪಟ್ಟಣಂ ಇದು; ಇಂತು (ಅದು) ಇದಱೊಳ್.

ವ || ಅಂತುಮಲ್ಲದೆಯುಂ

ಕಂದಂ

ಮೊದಲೊಳಭಿನವ-ತುರಂಗಮ
ನೊದವಿದ ಸಹಣಿಗಳನ್ನೈದೆ ತಿರ್ದಿಸಿ, ಬಸಮಾ |
ದುದನಱಿದೇಱುವುದರಸ
ರ್ಗಿದು ವಿಹಿತಂ, ವಿಶ್ವ-ವಿಬುಧ-ಜನ-ಮಂದಾರಾ! || 575 ||

ಪ. ಅಱಿದು ಏಱುವದು.

ಏನಾನುಮೆಮ್ಮ ದೆಸೆಯಿಂ
ದೀ ನಗರದ ಭಕ್ತ-ಜನಕೆಡಱ್ ಬಂದೊಡೆ, ಮದ್- |
ಭೂನಾಥಂ ಚೋಟಿನೃಪಂ
ತಾನೇಂ ಸೈರಿಪನೆ? ಶಾರದಾ-ಮಣಿ-ಮುಕುರಾ! || 576 ||

ಮಹಾಸ್ರಗ್ಧರೆ

ಎನಗತ್ಯಂತ-ಪ್ರತಾಪಂಗತುಳ-ಗಜ-ಹಯಾರೋಹಣಾರೂಢ-ಸು-ಪ್ರೌ
ಢಿ-ನಿಯುಕ್ತಂಗೀ ಹಯಾರೋಹಣದೊಳವನದೇಂ ಭೀತಿಯಂ ಪೇ
[ಟ್ವಿನೆಂಬೀ |

ಮನವಂ ನೀಂ ಮಾಡದಿರ್! ವ್ಯಗ್ರತೆಯನುೞಿದು, ಸಂದಿಗ್ಧ-ಕಾರ್ಯಂ
[ಗಳಂ ಮೆ
ಲ್ಲನೆ ಮಾೞ್ಪೊಂದಂಗಮೆನ್ನೀ ಬಗೆಗಭಿಮತಮಾಗಿರ್ಪುದೈ, ರಾಜ-
[ಪುತ್ರಾ! || 577 ||

ಪ. ಎನಗೆ, ಅತ್ಯಂತ-ಪ್ರತಾಪಂಗೆ, ಅತುಳ. ಹಯ-ಆರೋಹಣದೊಳ್ ಇವಂ ಅದು ಎಂ. ಮಾಡ್ಪ ಒಂದು ಅಂಗಂ ಎನ್ನ ಈ.

ಕಂದಂ

ಕೇಳದತಿ-ಹಿತರ ವಚನಮ
ನಾಳೋಚಿಸದಗ್ರ-ಕಾರ್ಯಮಂ, ವ್ಯಗ್ರತೆಯಂ |
ತಾಳಿ, ಕಡುಗಜ್ಜಮೆಸೆವುದ
ನೇೞಿಪುದುರ್ವೀ-ಜನಂ? ಜಗನ್-ನುತ-ಚರಿತಾ! || 578 ||

ಅ. (ಯಾರಾದರೂ) ಅತಿ-ಹಿತರ ವಚನಮಂ ಕೇಳದೆ, ಅಗ್ರ-ಕಾರ್ಯಮಂ ಆಳೋಚಿಸದೆ, . . . ಕಡು-ಕಜ್ಜಂ ಎಸೆವುದಂ ಉರ್ವೀಜನಂ ಏೞಿಪುದು?

ಸಿರಿಯೊಳ್ ಪರ-ಹಿತಮನಮ
ತ್ಸರ-ಮತಿಯಂ ವಿದ್ಯೆಯೊಳ್, ವಿಭುತ್ವದೊಳ್ ನಯಾ |
ಚರಣಮನತಿ-ಶೌರ್ಯದೊಳೊ
ಪ್ಪಿರೆ ವಿನಯಮನಾಳ್ದ ಬಾೞ್ವಿವಂಗೆಣೆಯುಂಟೇ? || 579 ||

ಪ. ಹಿತಮುಂ, ಅಮತ್ಸರ. ನಯ-ಆಚರಣಮಂ, ಅತಿ.

ಭಾವಿಯೆನಿಸಿರ್ದುದದು ಪರಿ
ಭಾವಿಸಿ ಕಳೆಯಲ್ಕೆ ಸಾಧ್ಯಮಾಗದು ಜಗದೊಳ್ |
ದೇವಂಗಾದೊಡಮೆಂದೆಲೆ
ದೇವ, ಬುಧಂ ನೆಗೞಿಲಕ್ಕುಮೇ ಪೊಲ್ಲದುದಂ? || 580 ||

ಟೀ. ದೇವಂಗೆ ಆದೊಡಂ=ರಾಜನೆಂಬ ದೇವಂಗೆ ಆದೊಡಂ=ರಾಜರಿಗಾದರೂ. ಎಲೆ, ದೇವ!=ಎಲೆ, ರಾಜಶೇಖರನೆ! ಎಂದು, ಬುಧಂ (ಹೇಟಿ,) ಪೇಳ್ದುದಂ ಎಂಬಂತೆ ಅನ್ವಯಂ.

ತುದಿಗೆಯ್ದಿದುದಂ, ಫಲಮಿ
ಲ್ಲದುದಂ, ಪಟಿಗೀಡು ಮಾಳ್ಪುದಂ, ಪರ-ಸಂತಾ |
ಪದಮಂ, ಪರ-ಗತಿ-ವಿಲಯಾ
ಸ್ಪದಮಂ ಕಾರ್ಯಮನುದಾರ-ಮತಿ ನೆಗಟ್ದಿಪನೇ? || 581 ||

ಪ. ವಿಲಯ-ಆಸ್ಪದಮಂ ಕಾರ್ಯಮಂ ಉದಾರ. ಟೀ. ನೆಗಟ್ದಿಪನೇ ಎಂಬಲ್ಲಿ ಶಿಥಿಲತ್ವ.

ಕರಣೀಯಮಿಷ್ಟ-ಕರಣಮ
ಕರಣೀಯಮನಿಷ್ಟ-ಕರಣಮೆಂಬೀ ನಯಮಾ |
ದರಣೀಯಮಲ್ಲದುದು ಪರಿ
ಹರಣೀಯಂ ಭೂಮಿಪಂಗಿಳಾಧಿಪ-ತಿಳಕಾ! || 582 ||

ಪ. ಕರಣೀಯಂ ಇಷ್ಟಕರಣಂ, ಅಕರಣೀಯಂ. ನಯಂ ಆದರಣೀಯಂ. ಭೂಮಿಪಂಗೆ.

ಬಿಡದೆಸೆಪ ಕಜ್ಜಮಾವುದ
ನಡಿಗಡಿಗಾಪ್ತರ್ಕಳೊಳ್ ವಿಚಾರಿಸಿ ಮಾಳ್ಪಿಂ |
ಗೆಡಱುಂಟೆ? ಕಾರ್ಯ-ಸಿದ್ಧಿಗೆ
ತೊಡಂಕು ತೋರ್ಪುದೆ? ವಿದಗ್ಧ-ಜನ-ವನ-ಚೈತ್ರಾ! || 583 ||

ಪ. ಅಡಿಗಡಿಗೆ ಆಪ್ತರ್ಕಳೊಳ್.

ನೆರಪಲ್ ಸಿರಿಯಂ, ದುರಿತಮ
ನುರುಪಲ್, ದಶ-ದಿಶೆಯೊಳಿಂದು-ಕರ-ರುಚಿ-ಯಶಮಂ |
ಪರಪಲ್, ಪರ-ನೃಪರುಮನೊ
ತ್ತರಿಸಲ್, ಸಾಲ್ಪುದು ನಯಜ್ಞ-ಹಿತ-ಮಿತ-ವಚನಂ. || 584 ||

ಭ್ರಮರ-ಹಿತಾಮೋದ-ಪ್ರದ-
ಸುಮನೋ-ಗಣ-ಹೃದ್ಯಮವಿಕಲ-ಸ್ವಸ್ಥಮುದ |
ಗ್ರ-ಮನೋಜ್ಞ-ಫಲದಮಖಿಲಾ
ಗಮ-ವಿನುತಂ ನೀತಿ, ಸುರ-ಮಹೀ-ರುಹಮರಸಾ! || 585 ||

ಟೀ. ಇದಱಿಂ ನೀತಿಯನ್ನು ವರ್ಣಿಸುತ್ತಾನೆ. ಭ್ರಮರ=ತುಂಬಿ; ಆಮೋದ=ಪರಿಮಳ; ಸುಮನಸ್=ಹೂವು. ಆದರೆ ಇಲ್ಲಿ ಶ್ಲೇಷಾಲಂಕಾರವಾದ್ದಱಿಂದ ಭ್ರಮರ=ಯೌವನಸ್ಥ, ಆಮೋದ=ಸಂತೋಷ, ಸುಮನಸ್=ಜ್ಞಾನಿ ಎಂತ ತಿಳಿಯ ಬೇಕು. ಯೌವನಸ್ಥರಿಗೆ ಹಿತವಾದ ಸಂತೋಷ ಕೊಡುವ ಜ್ಞಾನಿಗಳ ಗಣಕ್ಕೆ ಹೃದ್ಯವಾದಂಥದು ಎಂಬಂತೆ. ಅವಿಕಲ-ಸ್ವಸ್ಥಂ, ಉದಗ್ರ. ಅಖಿಲ-ಆಗಮ. ಸುರಮಹೀರುಹಂ=ಪರಲೋಕದಲ್ಲಿ ಹುಟ್ಟಿದ್ದು; ಕಲ್ಪವೃಕ್ಷವೆಂತಲೂ ಆಗುತ್ತದೆ.

ತನುಭೃದ್-ಗಣದೊಳ್ ತೋಪಿರ್
ತನು-ಧನ-ಲೋಭಂಗಳೆಂತುಮೇಂ ತೋರ್ಕುಮೆ, ಪೇೞ್, |
ನಿನಗೆ? ಭುವನಾಕ್ಷಿಗಡಸುವ
ಘನ-ತಿಮಿರಂ ಭುವನದಕ್ಷಿಯಂ ಮುಸುಕುಗುಮೇ? || 586 ||

ಪ. ಲೋಭಂಗಳ್ ಎಂತುಂ ಏಂ. ಟೀ. ಭುವನ-ಅಕ್ಷಿಗೆ=ಭುವನವೆಂಬ ಮನುಷ್ಯ ಮೊದಲಾದ ಜೀವಿಗಳ ಅಕ್ಷಿಗೆ. ಭುವನದ ಅಕ್ಷಿಯಂ=ಸೂರ್ಯನಂ.

ಅದು ಕಾರಣದಿಂ ನಿಜ-ಧೈ
ರ್ಯದೆ ಗಣಿಸದೆ ಮುಂದೆ ಬರ್ಪುದಂ ಬುಧರಲ್ತೆಂ |
ಬುದನೆಸಗದೆ ಬೆಳ್ಜಸವಾ
ಳ್ವುದು ಕಜ್ಜಂ, ಸಜ್-ಜನಾಬ್ಜ-ವನ-ದಿನನಾಥಾ! || 587 ||

ಟೀ. ತಾನು ಮುಂದೆ ಬರ್ಪುದಂ ಗಣಿಸದೆ ಇರುವಂಥ ಮತ್ತೆ ಬುಧರ್ ಅಲ್ತು ಎನುವಂಥ ಕಜ್ಜವಂ ಎಸಗದೆ, ಬೆಳ್-ಜಸವಾಗುವ ಕಜ್ಜಂ (ಕಜ್ಜವನ್ನು) ಆಳ್ವುದು (ಆಳ ಬೇಕು). [ಅಥವಾ . . . ಎಸಗದಿದ್ದರೆ ಕಜ್ಜಂ ಬೆಳ್ಜಸಂ (ಬೆಳ್ಜಸವನ್ನು) ಆಳುವದು ಎನಲೂ ಬಹುದು].

ವ || ಎಂದವಂ ನುಡಿಯೆ, ಮೊಗದೊಳ್ ಮಂದ-ಸ್ಮಿತಂ ಮೊಳೆಯೆ, ನರೇಂದ್ರ-ತನಯನಿಂತೆಂದಂ—

ಉತ್ಪಲಮಾಲೆ

ತೀರದ ನೀರದಂ ನೆಗೆದು ಗರ್ಜಿಪುದೆಂದು, ಪಯೋಧಿ-ಕೇಳಿಯಂ
ಸಾರ-ಮರಾಳನೇನ್ ಉೞಿದುದೇ? ನವ-ಚಂಪಕ-ಗಂಧ-ಭೀತಿಯಿಂ|
ಸಾರದೆ ಮಾಣ್ದುದೇ ವನ-ವಿಹಾರಮನಾೞಿಡಿ? ಮುಳ್ಗಳಂಘ್ರಿಯಂ
ಬಾರಿಪುದೆಂದು ಬಿಟ್ಟುದೆ ಮದ-ದ್ವಿರದಂ ಗಹನ-ಪ್ರಚಾರಮಂ?
|| 583 ||

ಟೀ. ಅರ್ಥವು ಸ್ಪಷ್ಟ. ಆೞಿಡಿ ಎಂಬ ತುಂಬಿಗೂ ಚಂಪಕಕ್ಕೂ ಇರುವ ಭಾವದ ಸ್ಥಿತಿಯನ್ನು ಕುಱಿತು 515ನೆಯ ಶ್ಲೋಕ ನೋಡು.

ವ || ಅದು ಕಾರಣದಿಂ

ಕಂದಂ

ಮುಂದೇಂ ಬರ್ಪುದೊ ಹಾನಿಯ
ದೆಂದಟ್ಟಿ ವಿನೋದ-ಕೇಳಿಯಂ ತೊರೆವಾತಂ |
ಪಂದೆಯಿವನೆಂಬ ನಿಂದೆಯ
ನೊಂದುವನಿದು ರಾಜ-ಧರ್ಮಮೇ, ಬಗೆವಾಗಳ್. || 589 ||

ಟೀ. (ಚನ್ನಾಗಿ) ಬಗೆವಾಗಳ್, ಇದು (ನಾನು ಮಾಡಲಿಕ್ಕಿರುವದು) ರಾಜಧರ್ಮಮೇ!

ವ || ಎಂದು ತಾನೆಂದುದನಪ್ಪುಗೆಯ್ಯದೆ ನುಡಿದ ನರೇಂದ್ರ-ನಂದನಂಗೆ ಪತಿಮೋಹಿ-ನಂದನನಿಂತೆಂದಂ--

ಉತ್ಪಲಮಾಲೆ

ಧರ್ಮಜನಂಬರ-ಧ್ವನಿಯನಾಲಿಸಿ, ತಾನ್ ಉೞಿದಂಬು-ಪಾನಮಂ,
ನಿರ್ಮಳ-ಬುದ್ಧಿ ತನ್ನನುಜರಾಯುಮನಾಗಳೆ ಸತ್-ಪ್ರಸಂಗದಿಂ |
ಕೂರ್ಮೆಯೊಳಲ್ಲಿ ಮೇಣ್ ಪಡೆದನಾಪ್ತ-ನಯೋಕ್ತಿಯನೊರ್ಮೆ ಕೇ
[ಳ್ದೊಡೇಂ
ಪೆರ್ಮೆಗೆ ಹಾನಿ ಬರ್ಪುದೆ? ವಿಚಾರಿಪುದಾತ್ಮ-ಹಿತಾಹಿತಂಗಳಂ!
|| 590 ||

ಪ. ಧರ್ಮಜಂ ಅಂಬರ. ಉಟಿದು ಅಂಬು. ತನ್ನ ಅನುಚರ (ತಾನಲ್ಲದ ಬೇಱೆ ಪಾಂಡವರ) ಆಯುಮಂ. ಪಡೆದಂ; ಆಪ್ತ-ನಯ-ಉಕ್ತಿಯಂ ಒರ್ಮೆ ಕೇಳ್ದೊಡೆ, ಐಂ. ಟೀ. ಧರ್ಮಜಂ=ಯುಧಿಷ್ಠಿರಂ; ಮಿತವಚನನು ಇವನದೊಂದು ಕಥೆ ಸೂಚಿಸಿ, ರಾಜಶೇಖರನ ಮನಸ್ಸನ್ನು ಬೇರ್ಪಡಿಸಲಿಕ್ಕೆ ನೋಡುತ್ತಾನೆ.

ಕಂದಂ

ವಿತತಾಭಿಮಾನ-ನೀತಿ-
ಕ್ಷತಿಗಂ, ಸದ್-ಭಕ್ತಿ-ಧರ್ಮ-ನಿರ್ಮಳ-ಕೀರ್ತಿ- ।
ಚ್ಯುತಿಗಧಟನಪ್ಪೊಡಂ, ಭೂ
ಪತಿಯಟ್ಕಿಲ್ವೇಟ್ಕುಮಮಳ-ಗುಣ-ಗಣ-ನಿಳಯಾ? ‖ 591 ‖

ಪ. ವಿತತ-ಅಭಿಮಾನ. ಚ್ಯುತಿಗೆ, (ತಾನು) ಅಧಟಂ ಅಪ್ಪೊಡಂ, ಭೂಪತಿ ಅಟ್ಕಲ್-ಬೇಟ್ಕಂ, ಅಮಳ.

ವಿದಿತ-ನಿಜ-ರೂಪಮಂ ಮುಕು
ರದೊಳೀಕ್ಷಿಪ ವೋಲ್ ತ್ವದೀಯ-ನಯ-ಕೌಶಲ-ಸಂ ।
ಪದಮನಿದನೆನ್ನೊಳೀಕ್ಷಿಪು
ದಿದು ಯುಕ್ತಂ ನಿನಗೆ, ನೀತಿ-ವಿದ್ಯಾಭರಣಾ! ‖ 592 ‖

ಪ. ಸಂಪದಮಂ ಇದಂ ಎನ್ನೊಳ್ ಈಕ್ಷಿಪುದು! ಇದು.

ವ ‖ ಎಂದತಿ-ಹಿತಕರ-ಪ್ರಸನ್ನತರ-ಸದರ್ಥ-ಸಮರ್ಥನ ಪ್ರಸಂಗಮನವಂ ನುಡಿಯಲೊಡನೆ,

ಮಹಾಸ್ರಗ್ಧರೆ

ಪೊಸತುದ್ವೇಗಾಶ್ವಮೆಂದೇಱಿದೊಡೆ, ಸಮನಿಕುಂ ವಾಹಕತ್ವಕ್ಕೆ ಭಂ
[ಗಂ,
ನಿಸದಂ! ವೈಹಾಳಿಯೊಳ್ ದೇವರ ಶರಣ-ಜನಂ ನೋಯೆ, ಕಾಯ್ದಪ್ಪ
ನೆಮ್ಮಾ ।

ವಸುಧೀಶಂ ಮಾಣದೆಂದಟ್ಟುವುದನುಚಿತಮಿಾಶಾಜ್ಞೆಯಂ ಬಲ್ಲನಾರ್?
[ಮುಂ
ದೆ ಸಮಂತಂತಾಗೆ, ತೋರ್ಪೆಂ ವಿಪುಲ-ಮಹಿಮೆಯಂ, ಮುಕ್ತಿಯಂ
[ಸೂಱೆಗೊಂಬೆಂ. ‖ 593 ‖

ಪ. ಪೊಸತು (ಆದ) ಉದ್ವೇಗ-ಅಶ್ವಂ. ಕಾಯ್ದುಪ್ಪಂ ಎಮ್ಮ ಈ ವಸುಧೀಶಂ, ಮಾಣದೆ (ಕಾಯ್ದುಪ್ಪಂ ಎಂಬಂತೆ) ಎಂದು, ಅಟ್ಟುವುದು ಅನುಚಿತಂ. ಮುಂದೆ ಸಮಂತು ಅಂತೆ ಆಗೆ (ಸಮಂತಂ ತಾಗೆ ಎಂತಲೂ ಆದೀತು).

ಚಂಪಕಮಾಲೆ

ಬಗೆಗೊಗೆದಟ್ಟಿಯಂ ಸಲಿಸವೇೞ್ಪುದು! ಬೇಡೆನವೇಡ! ತಂದೆ ನೆ
ಟ್ಟಗೆ ಮುಳಿದಪ್ಪನೆಂದೆಣಿಸದಿರ್! ನಿನಗಾದಪರಾಧಮೆನ್ನದೆಂ ।
ದಗಣಿತ-ಸಂಭ್ರಮಂ ಮಿಗೆ ತುರಂಗಮ-ಯುಗ್ಮಮನೇಱಿ, ನೋೞ್ಪ
[ರೊಳ್
ನೆಗೞೆ, ಮಹೋತ್ಸವಂ ವಿಹರಿಪಂ ಪುರದೊಳ್ ಪರಮಾನುರಾಗದಿಂ!
‖ 594 ‖

ಪ. ಬಗೆಗೆ ಒಗೆದ. ಮಹಾ-ಉತ್ಸವಂ (=ಮಹೋತ್ಸವಮಾಗಿ). ಪರಮ-ಅನುರಾಗದಿಂ.

ವ ‖ ಎಂದ ರಾಜೇಂದ್ರನುಕ್ತಿಯನೆಂತಾನುಂ ಮನದೆಗೊಂಡು, ನಿಜ-ಮಹತ್ವ-ದರ್ಶನಾರ್ಥಮಿದು ದೈವ-ಕೃತಮಕ್ಕುಮೆಂದು, ನಿರ್ಧರಂಗೈದು,

ಮತ್ತೇಭವಿಕ್ರೀಡಿತಂ

ಇನಿತೊಂದಾಗ್ರಹಮಂ, ಮದೀಯ ನಯ-ವಾಕ್ಯೋಲ್ಲಂಘನಂಗೆಯ್ದು,
[ಮಾ
ಣ್ಪನಿವಂ ನೀತಿ-ವಿದಂ! ನವಾಶ್ವ-ಗತಿಯಿಂದೇನಾನುಮೊಂದಕ್ಕುಮ
ಲ್ತೆ ನವೀನಂ? ಕಡುಗಜ್ಜಮೆಂದೆಣಿಸಿಯುಂ, ತಾನ್ ಅಪ್ಪುಕೆಯ್ದಿರ್ದನಾ
ತನ ಮಾತಂ ಪುದುವಾೞ್ತನಂ ಗಡ ಸಖರ್ಗೆಂತಾದೊಡಂ ಮಿತ್ರರೊ
[ಳ್! ‖ 595 ‖

ಪ. ವಾಕ್ಯ-ಉಲ್ಲಂಘನಂ. ಮಾಣ್ಬಂ; ಇವಂ. ತಾನ್ ಅಶ್ವಕೆಯ್ದು ಇರ್ದಂ; ಆತನ ಮಾತಂ (=ಮಾತು ಸಹ) ಮಿತ್ರರೊಳ್ ಸಖರ್ಗೆ (=ಅತಿಪ್ರೀತಿಯುಳ್ಳವರ್ಗೆ) ಎಂತಾದೊಡಂ ಪುದು-ಆಳ್ತನಂ (=ಹೊಸ ಸೇವೆ ಎಂಬ ಆಳ್ತನ ಮಾಡುವದಕ್ಕೆ ಆಸ್ಪದವಾಗುತ್ತದೆ), ಗಡ!

ವ || ಅಂತಿರ್ಪನ್ನೆಗಂ . . . (ಒರ್ವನೊರ್ವನಂ) ನಿಜ-ಪಕ್ಷದೊಳಪ್ಪಿ . . . ಇರ್ಪ ವೇಳೆಯೊಳ್ ವನರುಹ-ಮಿತ್ರನಸ್ತ-ಗಿರಿ-ಮಸ್ತಕದಲ್ಲಿರೆ . . . ತೊಲಗಿದವು ಜಕ್ಕವಕ್ಕಿಗಳ್ . . . ಬಂದುದಾಲಂಬಿತ-ರಾತ್ರಿ-ರಮ್ಯ-ರಮಣೀ-ಕುಂಡಳಮಿಂದು-ಮಂಡಳಂ . . . . ಶರನಿಧಿಯಲ್ಲಿ ವೃಕ್ಷ-ತತಿಯಲ್ಲಿ ಮರುತ್ಪಥದಲ್ಲಿ ಪಂಕಜಾಕರದೆಡೆಯಲ್ಲಿ ತಟ್ಟಿತಿಳಜೊನ್ನಮನಂಚೆಗಳಾದರಾಳಿಗಳ್ . . . ಗಜಂಗಳೊಸೆದೀಂಟಪುದು . . . . . (ಬಳಿಕಂ ರಾಜಶೇಖರನುಂ ಸರ್ವಮಂಗಳೆಯುಂ ಬಳಿಗಿ) ಪರಮ-ಸುಖ-ನಿದ್ರಾನುಭವದೊಳಿರ್ವರಿರ್ಪನ್ನೆಗಂ,

ಮಹಾಸ್ರಗ್ಧರೆ

ಇದೆ ಪದ್ಮಾಮೋದಮಂ ತಾಳ್ದೊಲೆದು ಸುಳಿವ ಮಂದಾನಿಲಂ! ಕಾಂ [ತಿಗುಂದು
ತ್ತಿದೆ ನಕ್ಷತ್ರಾಳಿ! ಶಂಖ-ಧ್ವನಿಯಿದೆ ಮಠ-ಗೇಹಂಗಳೊಳ್! ಕೆಂಪು [ಮೂಡು
ತ್ತಿದೆ ಪೂರ್ವಾದ್ರೀಂದ್ರದೊಳ್! ಚಂದ್ರಿಕೆ ಕಳೆಗಳೆದೀಗಳ್ ಪೆಡಂ [ಮೆಟ್ಟ, ಪೋಗು
ತ್ತಿದೆ! ತಳ್ವೇಕೀಗಳೊಲ್ದು ಪ್ಪವಡಿಸು ಜಗತೀಮಾನಿನೀ! ಜೇವಿತೇ [ಶಾ! || 596 ||

ಪ. ಪದ್ಮ-ಆಮೋದಮಂ. ಮಂದ-ಅನಿಲಂ. ಪೂರ್ವ-ಅದ್ರಿ-ಇಂದ್ರದೊಳ್ (=ಪೂರ್ವದಲ್ಲಿಯ ಪರ್ವತರಾಜನೆನ್ನಿಸುವ ಪರ್ವತದೊಳ್). ಕಳೆ-ಕಳೆದು. ತಳ್ವು ಏಕೆ?

ವ || ಎಂದುಪ್ಪವಡಕಮುಂ ಪಾಡುವ ರಾಗಾಧರೆಯರ ರಾಗ-ರಸ-ಪೂರಂ ಮೇಲೆಬಪ್ಪಿ, ಮೇಲ್ವರಿಯೆ; (ಅರಸಂ) . . . ಮೃದುಳ-ಶಯ್ಯಾ-ತಳ

ದಿನೆಟ್ಟಿಂ . . . . . (ತದನಂತರಂ ಭೂಷಣಮನಾಂತು,) ತೊಳಗಿದನಿಂ ದ್ರನಂದನನ (=ಅರ್ಜುನನ) ಮೈಸಿರಿ ಜಱಿದಾ ಮೃಗಾಂಕನುಜ್ಜ್ವಳಮ ನಿಱಿಂಕೆಗೆಯ್ದು, ನಳಕೂಬರನ (ಅಂದರೆ ಕವಿಗಳು ಕಲ್ಪಿಸುವ ದ್ರವ್ಯದೇವತೆ ಯಾದ ಒಬ್ಬ ರಾಜನ ಮಗನ) ಅಗ್ಗದ ಗಂಡುಗಾಡಿಯಂ ಪಱಿದು, ... ಕಾಯ-ಕಾಂತಿ-ಮಂಜುಳ-ವದನಾಂಶು-ವಿಭ್ರಮ-ವಿಳಾಸ-ವಿರಾಜಿತ-ರಾಜಶೇಖರಂ || 60 || ಆಗಳ್ ಮಿತವಚನ-ಕುಮಾರನಂತೆ (ಅಂದರೆ ರಾಜಶೇಖರನಂತೆ) ತಾನುಮನೂನಾಲಂಕಾರಾಲಂಕೃತನಾಗಿ,

ಉತ್ಪಲಮಾಲೆ

ನುಣ್ಗಿದಪಂ ಪಳಂಚಲೆಯೆ, ಕುಂಡಳ-ಮಂಡಳಮಾನನಾಂಬುಜಂ
ತಣ್ಗಿದಿರಂಗೆ ಸೋಲಮನಮರ್ಚೆ, ವಿಭೂಷಣ-ಕಾಂತಿ ಭಾನುನಂ |
ನಾಣ್ಗೆಡಿಪಂತೆ ಪರ್ಬಿರೆ, ಕನತ್-ಕವಚಾಂಶು-ಸಮೇತಮೊಪ್ಪಮಂ
ಕಣ್ಗಿರದೀಯೆ ರತ್ನ-ಮುಕುಟ-ದ್ಯುತಿ, ಬಂದನಮಾತ್ಯ-ನಂದನಂ.
|| 597 ||

ಪ. ಪಳಂಚಿ ಅಲೆಯೆ, ಕುಂಡಳ-ಮಂಡಳಂ (ಉಳ್ಳ) ಆನನ-ಅಂಬುಜಂ. ಕವಚ-ಅಂಶು-ಸಮೇತಂ (ಆದ) ರತ್ನ-ಮುಕುಟ-ದ್ಯುತಿ ಒಪ್ಪಮಂ ಕಣ್ಗೆ ಇರದೆ ಈಯೆ.

ವ || ಆನಂತಮವಂಬೆರಸಲ್ಲಿಂ ಸಲ್ಲೀಲೆಯಿಂದೇೞ್ತಂದು, ಭದ್ರ-ಮಂಟಪದ ಮುಂದಣ ಮುತ್ತಿನ ಮೊಗಸಾಲೆಯೊಳ್ ಕತಿಪಯ-ಭಟ-ಪಟಲ-ಪರಿವೃತನೋಲಗಂಗೊಟ್ಟು, ಮಿತವಚನ-ವದನಮಂ ನಿರೀಕ್ಷಿಸಿ, ರಾಜಾಲಯದೊಳೋಜೆ ಮಿಗೆ, ರಾಜಿಪ ರಾಜ-ವಾಜಿಗಳಂ ಬರಿಸೆಂಬುದುಮವಂ ಬೆಸಸಲೊಡನೆ ಕಡುವೇಗದಿ ಕೈಗೈದು, ಪಲ್ಲಣಿಸಿ, ಪಟ್ಟ-ಸಹಣಿಗಳಕೆರ್ಲದೊಳ್ ಪಿಡಿದು, ತಡೆಯದೆ ತರ್ಪಾಗಳ್

ಚಂಪಕಮಾಲೆ

ಮಿಸುನಿಯ ಪಕ್ಕರಕ್ಕೆ, ಪೊಸ ಮಾಣಿಕ-ವಲ್ಲಣಮಚ್ಚ ಮುತ್ತು ತ
ಟ್ರಿಸೆವ ಮುಖ-ಪ್ರಸಾಧನಮುರ-ಸ್ಥಿತ-ಕಿಂಕಿಣಿಕಾಳಿ, ಪಕ್ಕದೊಳ್|
ಮಿಸುಗುವ ಜಲ್ಲಿ [ಜೆಲ್ಲಿ], ಬೆಳ್ಗೞಿಕೊಡಂಕೆಯ ಚಾಮರಮೊಪ್ಪೆ, [ಬಂದವಂ
ದಸದೃಶ-ವಾಜಿಗಳ್, ಸುಗುಣ-ರಾಜಿಗಳುತ್ತಮ-ಸತ್ವ-ಭಾಜಿಗಳ್. || 598 ||

ಪ. ಕಿಂಕಿಣಿಕಾ-ಆಳಿ. ಬಂದವು ಅಂದು ಅಸದೃಶ.

ಕಂದಂ

ನೊಸಲೊಳ್ ಮಿಸುಗುವ ಮಿಸುನಿಯ
ಪೊಸ ಕನ್ನಡಿ ಕಣ್ಗೆವಂದುದಿನ-ಬಿಂಬಂ ಬಂ |
ದೆಸೆವಂತೆ, ನಿಜ-ಸಮನ್ವಯ-
ವಸುಧೀಶ್ವರ-ವಿಹರಣೇಕ್ಷಣಾಪೇಕ್ಷತೆಯಿಂ. || 599 ||

ಅ. ನಿಜ-ಸಮನ್ವಯ (=ವಂಶ)-ವಸುಧೀಶ್ವರ-ವಿಹರಣ-ಈಕ್ಷಣ-ಅಪೇಕ್ಷತೆಯಿಂ ಇನ-ಬಿಂಬಂ ಬಂದು ಎಸೆವಂತೆ.

ವ || ಅಂತುಮಲ್ಲದೆಯುಂ

ಜವದಿಂ ಗಮಿಪುದನೆನ್ನೊಳ್
ತವೆ ಕಲ್ತಂ ಪವನನವನನಹಿ ನುಂಗುಗುಮೆಂ |
ದವಧರಿಸಿ ಕರ್ಚಿದಂತಿರೆ,
ಸವಾಶ್ವಮಾಸ್ಯದ ಖಲೀನದಿಂ ಕಣ್ಗೊಳಿಕುಂ. || 600 ||

ಅ. ಪವನಂ ಜವದಿಂ ಗಮಿಪುದಂ ಎನ್ನೊಳ್ ತವೆ ಕಲ್ತಂ, ಅಹಿ ಅವನಂ ನುಂಗುಗುಂ ಎಂದು, ಅವಧರಿಸಿ. ಟೀ. ಅಹಿಗಳು ಪವನಾಶನರಂತೆ.

ವ || ಅಂತೆಸೆದು ಬಂದಾ ಸಗರ್ವ-ಗಂಧರ್ವಂಗಳಂ ಸಸಂಭ್ರಮಂ ನಿರೀಕ್ಷಿಸಿ, ಸಂತಸಂಬಟ್ಟು, ವಿಹರಣ-ಪ್ರಸ್ಥಾನ-ಭೇರಿಯಂ ಪೊಯ್ಸೆಂದು, ದಂಡ-ನಾಥಂಗೆ ಧರಾಧಿಪಂ ಬೆಸಸೆ, ತನ್-ನಿರೂಪದಿಂ ಮೇಘನಾದಂ ಬಂದು, ಭೇರಿಯಂ ಭೂರೀ-ಸ್ವನಂ ನೆಗೞೆ ಕನಕ-ಕೋಣಮನಡಸಿ, ಪಿಡಿದು, ಪೊಡೆಯಲೊಡನೆ

ಮತ್ತೇಭವಿಕ್ರೀಡಿತಂ

ಬಿಡುಗಣ್ಣರ್ ಕಡು ಬೆರ್ಚೆ, ಬೞ್ಕಿ ದಿಗಿಭಂಗಳ್, ಭೋಗಿಪಂ ಬಾಗಿ [ಕುಂ
ಬಿಡೆ, ಭಾಸ್ವದ್-ರಥದಶ್ವಮೞ್ಕಿ, ಕದಡೆಟ್ದಿಂಬೋಧಿಯುಂ ತುಳ್ಕೆ, ಕ|
ಣ್ಗೆಡೆ ವಿದ್ವಿಟ್-ತತಿಯುರ್ಬೆ, ಪರ್ಬೆ, ವಿಪುಳ-ಬ್ರಹ್ಮಾಂಡಮಂ ತುಂ [ಬಿ, ತ
ೞ್ತಿಡೆಗೊಂಡತ್ತು ಧೞಿಂಧೞಿಂಧೞಿ-ನದದ್-ಗಂಭೀರ-ಭೇರೀ-ರವಂ. || 601 ||

ಪ. ವಿದ್ವಿಷ-ತತ್ತಿ, ಉರ್ಬೆ. ಟೀ. ಇದಱಲ್ಲಿ ಕವಿಯ ಮನೋರಥವು ಎಷ್ಟೋ ಉದ್ದಕ್ಕೆ ಹೋಯಿತು! ವಾಸ್ತವವಾದದು ಒಂದಾದರೂ ಅವನ ಮಾತಿನಲ್ಲಿ ಇಲ್ಲ!

ವ || ಆಗಳಾ ವಿಹರಣ-ವಿಳಾಸ-ವಿಪುಳ-ಭೇರೀ-ರವಂಗೇಳ್ದು, ಮೇಘ-ನಾದಮಂ (=ಮೋಡದ ದನಿಯುಂ) ಕೇಳ್ದ ಮಯೂರಂಗಳಂತೆ, ಕಡುಸಡಗರಂ ಮಿಕ್ಕು, ಪೊಕ್ಕು, ಗಂಧ-ಸಿಂಧುರಂಗಳಂ ಬಂಧುರಮೆನೆ ಪಿಂಗದೆ ಸಿಂಗರಿಸಿ, ಗಜಾರೋಹಕರ್ ಪಸದನಂಬಡೆದೇಱಿ, ಮಿಾಱಿ, ನೆರಪಿದಾಗಳ್

ಮಹಾಸ್ರಗ್ಧರೆ

ಪೃಥು-ಕುಂಭಂ, ದೀರ್ಘ-ಹಸ್ತಂ, ವಿಪುಳತರ-ರದಂ, ಪೀನ-ಬದ್ಧೋ [ದರಂ, ಸಂ

ಗ್ರಥಿತೋದ್ಯಚ್-ಚಾಮರ-ಪ್ರಸ್ಫುರಿತ-ಚಳಿತ-ಕರ್ಣಂ, ಭ್ರಮದ್-
[ಭೃಂಗ-ಸಂಗ- ¦
ಪ್ರಥಿತ-ಪ್ರೋದ್ದಾನ-ಧಾರಾ-ಘಟಿತ-ತಟ-ಕಟಂ, ಮೇಚಕೋಚ್ಚಂಡ-
[ಚಂಚತ್-
ಪೃಥಿವೀಭೃತ್-ಸಾಮ್ಯ-ಕಾಯಂ, ಘನ-ವಿನದಮದೇಂ ಬಂದುದೋ
[ದಂತಿ-ಜಾಲಂ? ॥ 602 ॥

ವ ॥ ಏಟ್ರಿಂದ ಪಂಚಪಲ್ಲವದ ವಾಜಿಗಳ ರಾಜಿಗಳ ಪಿಂದೆ ಸಂದಣಿ ಗೊಂಡು,

ಮಹಾಸ್ರಗ್ಧರೆ

ಮಿಳಿರ್ದತ್ತಂ ತೋಱಿ ಪೊಂಬಟ್ಟೆಯ ಪಟಿಯಿಗೆಗಳ್, ಮೇಲೆ ಮು
[ಕ್ತಾತಪತ್ರಾ.
ವಳಿ ಚೆಲ್ವಂ ಬೀಱಿ, ಚಕ್ರೋಚ್ಚಳಿತ-ಚಟುಳ-ಚಿತ್ಕಾರವಾಶಾ-ಪ್ರ
[ದೇಶಾ ।
ವಿಳವಾಗಲ್ ಮೀಱಿ, ಸೂತ-ವ್ರಜದ ಬಗೆ ತುರಂಗಂಗಳಾದಂತೆ
[ಮುಂದು
ಜ್ಜ್ವಳಿಸುತ್ತಂ ಪಾಱಿ, ಕೂಡಿತ್ತಮಮ, ಪೃಥು-ವರೂಥ-ವ್ರಜಂ ಪೆ
[ರ್ಮೆಯಿಂದಂ. ॥ 603 ॥

ಪ. ಚಕ್ರ-ಉಚ್ಚಳಿತ. ಪ್ರದೇಶ-ಆವಿಳಂ ಆಗಲ್ (=ಆಗುವಂತೆ). ಕೂಡಿತ್ತು, ಅಮಮ, ಪೃಥು. ಟೀ. ಮಿಳಿರ್ದು ಎಂಬಲ್ಲಿ ಶಿಥಿಲತ್ವ.

ವ ॥ ಅಂತು ನೆರೆದೇೞ್ತಿಂದು ನಿಂದ ವರೂಥ-ವಾಜಿಗಳಲ್ಲದೆಯುಂ

ಮಹಾಸ್ರಗ್ಧರೆ

ಎಡಗಾಲೊಳ್ ಪೊಂದೊಡರ್ ತಳ್ತಿರೆ ಝಣಝಣ-ನಿಕ್ವಾಣಮ
[ಧೋರುಕಂ ನೇ

ಪರ್ಡೆ ಚೆಲ್ವಂ ಬೀೞ್ತೆ, ಗೇಣಂ ತಳೆದು ಮಿಸುಗೆ ಕೆಂದಟ್ಟ, ಪೊಂಗು
[ಪ್ಪಸಂದೊ |
ಟ್ಟೊಡನಿಟ್ಟೋರಂತೆ ಮಾಣಿಕ್ಯದ ಕಿವಿದೊಡವಂ, ಸೀಸಕಂದಾಳ್ದು,
[ಕಾಲಾ
ಳ್ಗಡಣಂ ಕೈಕೊಂಡು ನಾನಾಯುಧಮನವಮ ಬಂದತ್ತದಂ ಪೇೞ್ವೆ
[ನೇನಂ? || 604 ||

ಪ. ನಿಶ್ವಾಣಂ, ಅರ್ಧೋರುಕಂ. ಕುಪ್ಪಸಂದೊಟ್ಟು, ಮಾಣಿಕ್ಯದ ಕಿವಿದೊಡವಂ ಒಡನೆ ಓರಂತೆ ಇಟ್ಟು, ಸೀಸಕಂ. ನಾನಾ-ಆಯುಧಮಂ ಕೈಕೊಂಡು, ಅವುಮ!

ವ|| ಇಂತನಂತ-ಸಂಭ್ರಮದಿಂ ನೆಲನೆಲ್ಲಮನಱುರ್ಕೆಗೊಂಡು, ಘುಱುಘುಱಿಸಿ, ನೆರೆದು ತೆಕ್ಕನೆ ತೀವಿದ ಚತುರಂಗ-ಬಲಮಂ ಕಂಡು, ಕಡುಸಂತಸಂ ಮಿಕ್ಕು,

ಕಂದಂ

ವಂದಿಗಳುಘ್ಘಡಿಸುತ್ತಿರೆ,
ದುಂದುಭಿ ಮಿಗೆ ಮೊಱಗೆ, ಬಹಳ-ಕಹಳಾ-ನಾದಂ |
ಮುಂದೆಸೆಯೊಳೆಸೆಯೆ, ನೃಪನೊಲ
ವಿಂದಡರ್ದಂ ಪವನಗಮನನಾ ಮದ-ಹಯಮಂ. || 605 ||

ವ|| ಅಂತೇಱಿದಾಗಳಾ ಮಿತವಚನ-ಕುಮಾರಂ ಹರಿಣಗತಿಯೆಂಬೆರಡನೆಯ ತುರಂಗಮನಾರೋಹಿಸಿ, ತನ್ನೊಡನೆ ಸಡಗರಂ ಮಿಕ್ಕು, ಸುರ-ತುರಂಗಮನಡರ್ದ ಜಯಂತನೊಡನೆ (ಜಯಂತನೆಂಬವನು ಕವಿಗಳು ಕಲ್ಪಿಸಿ ಹೇಳುವ ಇಂದ್ರನ ಮಗ) ಧನದಾಶ್ವಮನಡರ್ದು ತಳರ್ವ ನಳಕೂಬರನಂತೆಸೆದು (ಇವನು ಕವಿಗಳು ಕಲ್ಪಿಸಿ ಹೇಳುವ ಕುಬೇರನ ಮಗ), ಬರೆ, ನಿಜ-ಮಕುಟ-ರುಚಿರ-ರುಚಿ ರವಿ-ಕಿರಣಮಂ ಪಳಂಚಲೆಯೆ, ತೊಡೆದ ಮೃಗ-ಮದ-ಕರ್ದಮದ ಕಡುಗಂಪಿಂಗೆ ಪಿಂಗದೆ ಭೃಂಗಾಳಿ ಕವಿ

ತರೆ ಪುಷ್ಕರ-ಪುಂಡರೀಕಮಿಲ್ಲೆಂಬ ಬಗೆಯನಿಲ್ಲೆನಿಪಂತೆ, ಸಲ್ಲಲಿತ-ಮುಕ್ತಾ-ಮಯಾತಪತ್ರಂಗಳ್ ಮೇಲೆ ಲೀಲೆಯಿಂ ಬರೆ ಗಗನ-ಲಕ್ಷ್ಮಿಯ (=ಗಗನವೆಂಬ ಐಶ್ವರ್ಯವುಳ್ಳ ಸ್ತ್ರೀಯ) ಪಯೋಧರಮಂ ಮುಸುಂಕಿದ ಚೀನಾಂಬರದ ಸೆಱಗಿನಂತೆ, ತೊಳತೊಳಪ ಪಟಿಯಿಗೆಯ ಪಟಂಗಳ್ ಮಿಳಿರುತ್ತಿರೆ ವಿಭವ-ರಮೆಯ (=ಉನ್ನತಿಕೆಯುಳ್ಳ ಬಬ್ಬ ಸ್ತ್ರೀಯ) ಕಟಾಕ್ಷಮೆಂಬಂತೆ, ಭಾಮಿನೀ-ಚಾಲಿತ-ಚಾರು-ಚಾಮರಂ ಮುಂಬಿನೊಳಂಬುವಡೆಯೆ, ಪಿರಿದು ಸಂಭ್ರಮದಿಂ ಪುರ-ವೀಥಿಯೊಳ್ ಬರ್ಪಾಗಳ್

ಚಂಪಕಮಾಲೆ

ಮಣಿ-ಮಯ-ಭೂಷಣಾಂಶು, ಮಕುಟ-ದ್ಯುತಿ, ಹಾರ-ಮರೀಚಿ, ವಜ್ರ-[ಕಂ
ಕಣ-ರುಚಿ, ಮಯ್ಯ ನುಣ್ಬೆಳಗು, ಕಯ್ಯ ಸಿತಾಸಿಯ ಕಾಂತಿ, ಪೊನ್ನ [ಪೇ ।
ಕಣೆಯ ಪೊಗರ್ ಥಳಥ್ಥಳಿಸೆ, ದಿವ್ಯ-ಹಯಂಗಳನೇಱಿ ಬಂದುದಂ
ದೆಣಿಕೆಗಳುಂಬಮಾಗಿ ವಿಭವಂ ಮಿಗೆ, ರಾಜಕುಮಾರ-ಸಂಕುಳಂ.
॥ 606 ॥

ಪ. ಬಂದುದು ಅಂದು, ಎಣಿಕೆಗೆ ಅಳುಂಬಮಾಗಿ. ಟೀ. ರಾಜಕುಮಾರರು=ರಾಜಪುತ್ರರೆಂಬ ಕುಲವಂಶಸ್ಥರು.

ಕಂದಂ

ಆ ರಾಜಸುತರ ನಡುವೆ ಮ
ಹಾರಾಜ-ಸುತಂ ಸಿತಾಶ್ವದಗ್ರದೊಳೆಸೆದಂ, ।
ಶಾರದ-ನೀರದದಗ್ರದೊ
ಳಾ ರಾಜಂ ಭಗಣ-ಪರಿವೃತಂ ರಂಜಿಪ ಪೋಲ್. ॥ 607 ॥

ಟೀ. ಆ ರಾಜಂ=ಚಂದ್ರನು.

ಕೆಂಬಟ್ಟಿಯಿಗೆ ಲಂಬಿಸೆ, ತ
ಟ್ಟಿಂಬುಜ-ಸಖ-ಬಿಂಬಮಕ್ಷಿಗಿಂಬಾದುದು, ಕೆಂ ।
ಕಂಬಡೆದೆಸೆವಂಬುದದಿಂ
ಚುಂಬಿತಮಾಯ್ತೆಂಬ ತೆಱದೊಳಂಬರ-ತಳದೊಳ್. ॥ 608 ॥

ಟೀ. ಕೆಂಬಟ್ಟಿಯಿಗೆ ಆಗ ಹಾಱಿ, ಏಱಿ, ಆಗ ಲಂಬಿಸುತ್ತಿತ್ತು; ಅದು ಲಂಬಿಸೆ, ಸೂರ್ಯನ ಬಿಂಬ ಕಾಣುವದು; ಅದು ಹಾಱಿ ಹೋಗಿ ಇರುವಲ್ಲಿ ಕೆಂಕಣ್-ಪಡೆದು ಎಸೆವ ಮೋಡದಿಂದ (ಸೂರ್ಯನಿಗೆ) ಮುದ್ದಿಕ್ಕಲ್ಪಟ್ಟಂತಾಯಿತು.

ಮಹಾಸ್ರಗ್ಧರೆ

ವಿತತಾತೋದ್ಯ-ಪ್ರಣಾದಂ, ರಥ-ನಿಕರ-ಲಸಚ್-ಚಿತ್ಕೃತಿ-ಧ್ವಾನ [ಮುಜ್ಜೃಂ
ಭಿತ-ರಾಜ್ವದ್-ವಾಜಿ-ಹೇಷಾ-ರಸಿತಮಿಭ-ಘಟಾ-ಬೃಂಹಿತೋದ್ಯದ್- [ರವಂ, ವಿ ।
ಶ್ರುತ-ವಂದಿ-ವ್ರಾತ-ಕೋಲಾಹಲ-ರುತಿ, ಸು-ಭಟ-ಸ್ಫಾರ-ಹೂಂಕಾರ- [ರಾವಂ,
ಶ್ರಿತ-ಚಂಚತ್-ಕೇತು-ಘಂಟಾರಣಿತಮಖಿಳ-ದಿಗ್-ದೇಶಮಂ ತೀವಿ [ತಾಗಳ್. ॥ 609 ॥

ಪ. ವಿತತ-ಆತೋದ್ಯ. ಧ್ವಾನಂ, ಉಜ್ಜೃಂಭಿತ. ರಸಿತಂ, ಇಭ. ಘಂಟಾ-ಆರಣಿತಂ ಅಖಿಳ.

ಮತ್ತೇಭವಿಕ್ರೀಡಿತಂ

ಬಳಭಾರಕ್ಕೆ ಧರಾ-ತಳಂ ಕುಸಿಯೆ, ಸೇನಾ-ಧೂಳಿಯಿಂ ಮಿಕ್ಕು ಬಾಂ
ಬೊಟ್ಟಿ ಪಂಕಾವಿಳಮಾಗೆ, ಭೇರಿಯ ಗಭೀರ-ಧ್ವಾನದಿಂ ದಿಗ್-ಗಜಾ ।
ವಳಿ ಕಂಪಂಗೊಳೆ, ದೀರ್ಘ-ಕೇತನ-ಪಟಂ ಸಂದೋಹದಿಂದೊಂದಿ [ಮಂ
ಜುಳ-ಸೂರ್ಯಾತಪಮಿಲ್ಲಮಾಗೆ, ಪದೆದೇಟ್ಟಿಂದಂ ನರೇಂದ್ರಾತ್ಮಜಂ. ॥ 610 ॥

ಪ. ಪಂಕ-ಆವಿಳಂ ಆಗೆ. ಸೂರ್ಯ-ಆತಪಂ.

ವ॥ ಅಂತೇೞ್ತ್ರಿಪರ್ಗಗಳ್ ಕಲಿಗಳ್ ಕರತಳದಿನೊಱಿಗಳೆದು ಕುರುಳ್ಚುವ ಕೈದುಗಳ ಬಳ್ಳಿವೆಳಗಿಂ ಗೊಂಚಲ್ಮಿಂಚುಗಳ್ ಸಂಚಳಿಸಿದಂತೆಯುಂ। ಪಡಿತಱಿಸಿ ನಡೆಗೊಳ್ವ ಸಿಂಧೂರಾರುಣಿತ-ಗಂಧಸಿಂಧುರ-ಸಂದೋಹದಿಂ ಸಂಧ್ಯಾರುಣಿತ-ಪಶ್ಚಿಮಾಚಲಂ ಪಲವು ರೂಪಾಂತು ನಡೆಗೊಳ್ವಂತೆಯುಂ। ಪಕ್ಕಜಲ್ಲಿಗಳಿಂ [ಜೆಲ್ಲಿ-] ಪರಿಶೋಭೆವಡೆದು ಪರಿವ ತುರಂಗ-ಸಂಘದಿಂ ನೊರೆವಾಲೆವೆರಸಿ ತರಂಗೊಂಡು ತರಂಗ-ಸಂಘಾತಂ ಬಳ್-ಜಳಧಿಯೊಳ್ ನೆಗೆದಂತೆಯುಂ। ಮೇಲೆ ನೆಗೆದೊತ್ತರಿಸಿ ನಡೆವ ಮುತ್ತಿನ ಸತ್ತಿಗೆಗಳಿಂ ಚಂದ್ರರ್ ಭುವನಮವತರಿಸಿದಂತೆಯುಂ। ಸಾಲ್ವಿಡಿದು ಸೂಸುವ ಧವಳ-ಚಾಮರಂಗಳಿಂದಂಚೆವಿಂಡನೆಱಿದಂತೆಯುಂ। ಭೋಂಕನೆ ನೂಂಕಿ ಬರ್ಪ ಮಣಿ-ಮಯವಾದ ತೇರ್ಗಳಿಂದಿಂದ್ರಚಾಪಂಬೆತ್ತ ನೀರ ತೇರ್ಗಳಳೆಗಿಱಿದು ತಳರ್ವಂತೆಯುಂ। ಕವಿತರ್ಪ ಕರಿಣಿ-ಬೇಟಕಂಗಳಿಂ [ಭೇಟಕಂ-] ಕಮಠ-ಕೋಟ ಕಣ್ಗೆ ಗೋಚರಿಸಿದಂತೆಯುಂ। ಮಕುಟ-ವರ್ಧನ-ರಮಣಿ-ಮಕುಟಂಗಳಿಂ ಮಾರ್ತಾಂಡ-ಮಂಡಳಂಗಳಱುರ್ಕೆಗೊಂಡುದಿಸಿದಂತೆಯುಂ। ನೆರೆನೆರೆದು ತರಂಬೆತ್ತು ಭರ್ಮ-ಹರ್ಮ್ಯಂಗಳೊಳ್ ಕೂರ್ಮೆಯಿಂ ನೋೞ್ಪ ಪೊೞಲ್ವೆಂಡಿರ ಕಣ್ಗೆ ಕೌತುಕಾವಹಮಾಗೆ [ಕೌತುಕವಹ-] ನರೇಂದ್ರಂ ತುರಂಗಮಂ ಕರತಳಾಸ್ಫಾಲನಂಗೈದು, ಮಡಸನ್ನೆಯಂ ಮನದೊಳ್ ನೆನೆವಲ್ಲಿ ಮುನ್ನಮೆ

ಉತ್ಪಲಮಾಲೆ

ಕಂತುಕದಂತೆ, ಪುಷ್ಕರ-ತಳಕ್ಕೊಗೆದೂರ್ಮಿಕೆಯಂತೆ ಪಾಯ್ದು, ಮೀ
ನಂತಿರೆ ಮೀಱಿ ಲಂಘಿಸಿ, ಲಸನ್-ಮೃಗದಂತಿರೆ ತಾಂಟ [ದಾಂಟಿ],
[ಮಿಂಚಿದೆಂ।

ಬಂತೆ ನಭೋಂತದೊಳ್ ಪೊೞೆದು, ಸುಂಟುರೆಯಂತಿರೆ ಸುತ್ತಿ, ಪ
[ತ್ತಿ, ನಾ
ಗಾಂತಕನಂತೆ ಪಾಱಿದುದು ತುಂಗ-ತುರಂಗಮಿಳಾಧಿನಾಥನಾ. ॥ 611 ॥

ಪ. ಮಿಂಚು ಇದು ಎಂಬಂತೆ ನಭಸ್-ಅಂತದೊಳ್.

ಕಂದಂ

ಆ ವಾಜಿಯ ಹೇಷಾ-ರವ
ಮಾವಾಸವನಶ್ವ-ಕರ್ಣಮಂ ಪುಗೆ, ಭಯಮು |
ತ್ತ್ರೀವೇಱಿಪ್ಪಿನಿನ್ನುಮದನೇ
ಭಾವಿಸುತುಚ್ಚೈಶ್ರವಸ್ವಮಾಳ್ದುದು ತೋಱುರ್ಗಂ. ॥ 612 ॥ [ಉಚ್ಚೈಶ್ರ
ವತ್ವಂ]

ಪ. ರವಂ ಆ ವಾಸವನ (=ಕವಿಗಳುಂಟೆಂತ ಕಲ್ಪಿಸುವ ಆಗಸದ ಅರಸನ) ಅಶ್ವ. ಭಯ-ಮುತ್ತ್ರಿ. ಇನ್ನುಂ ಅದನೇ ಭಾವಿಸುತೆ ಉಚ್ಚೈಶ್ರವಸ್ವಂ ಆಳ್ದುದು ತೋಱುರ್ಗ. ಟೀ. ಉಚ್ಚೈಶ್ರವಸ್ ಎಂತಲೂ ಉಚ್ಚೈಶ್ರವನ ಎಂತಲೂ (ಉಚ್ಚೈಶ್ರವತ್ವ ಎಂತಲೂ?) ಕುದುರೆಗಳಲ್ಲಿ ಶ್ರೇಷ್ಠವಾದದಱ ಅಂಕಿತನಾಮ.

ವ ॥ ಅಂತುಮಲ್ಲದೆಯುಂ ತುರಗ-ಖರ-ಖುರ-ಸಮುತ್ಥಿತ-ಧರಾ-ರಜಂ ನೆಗೆದು, ತೀವಿದುದು; . . . . ಆಗಳ್

ಚಂಪಕಮಾಲೆ

ಪರಿಯಿಪ, ನೆಟ್ಟನಟ್ಟುವಿದಿರೇಱಿಪ, ಪಾಱಿಪ, ಕಿೞ್ತು ದಾಂಟಿಪಿ
ರ್ಬರಿಯೊಳೆ ಸುತ್ತಿಪಾಯತಿಕೆಯಿಂ ಮಿಗೆ ನರ್ತಿಪ, ದಿಂಡುವಾಯಲು |
ಪ್ಪರಿಪ, ಬೆಡಂಗಿನಿಂ ನಡಯಿಪಂಗಮಲುಂಗದೆ ಪಂಚಧಾರೆಯೊಳ್
ಪರಿಣತೆದೋರ್ಪ ವಾಹಳಿತನಂ ಬಗೆಗೊಂಡುದು ಮಂತ್ರಿ-ಪುತ್ರನಾ.
॥ 613 ॥

ಪ. ನೆಟ್ಟನೆ ಅಟ್ಟುವ, ಇದಿರ್. ದಾಂಟಿಪ, ಇರ್ಬರಿ. ಸುತ್ತಿಪ, ಆಯತಿಕೆ. ನಡಯಿಪ, ಅಂಗಂ.

ವ || ಇಂತತುಳ-ವಿಳಾಸಂಬಡೆದಶ್ವಾರೋಹಣ-ಪರಿಣತೆಯಿಂ ಪತಿ-ಕೋಭೆವಡೆದಾ ಮಿತವಚನಂಬೆರಸು ರಾಜಶೇಖರ-ರಾಜೇಂದ್ರಂ ರಾಜ-ವೀಥಿಯಂ ದಾಂಟ, ಪುರ-ಬಹಿರ್ದೇಶದ ವೈಹಾಳಿಯ ಬಯಲ್ಗೆ ಸಸಂಭ್ರಮಂ ಬರೆ, ತದ್-ಆದೇಶಮಮಂ ಪಡೆದು,

ಚಂಪಕಮಾಲೆ

ಬಲಮೆರಡಾಗಿ, ಪೆರ್ಮೆವಡೆದೊಡ್ಡಿ, ವಿಳಾಸದಿ ನಿಂದು, ಬೊಬ್ಬೆಗೊ
ಟ್ಟುಲಿದು, ವಿನೋದ-ಯುದ್ಧಮನಮರ್ಚಲೊಡರ್ಚೆ, ಹಯಂಗಳೊಳ್ [ಹಯಾ |
ವಲಿ, ಪೊಸ ತೇರ್ಗಳೊಳ್ ಮಿಸುಪ ತೇರ್ಗಳಭಂಗಳೊಳೊಲ್ದಿಭಂ [ಗಳು
ಜ್ಜ್ವಲ-ಭಟ-ರಾಜಿಯೊಳ್ ಸುಭಟ-ರಾಜಿ ಪಳಂಚಿದುದೇನನೆಂದಪೆಂ? || 613^b. ||

ಪ. ತೇರ್ಗಳ್, ಇಭಂಗಳೊಳ್ ಒಲ್ದು ಇಭಂಗಳ್, ಉಜ್ಜ್ವಲ.

ವ || ಅಂತುಭಯ-ವಾರ್ದಿಗಳಿರ್ದಿರ್ಚೆ ಪಳಂಚುವಂತೆ ಪಳಂಚೆ, ಮಿಸುನಿವೆಸೆದ ಪುಟ್ಟಗೋಲ್ಗಳಂ ಪಿಡಿದು, ಜಡಿದೊಟ್ಟಜೆಯಿಂದಿಟ್ಟಣಿಸಿ, ನಿಂದು,

ಚಂಪಕಮಾಲೆ

ತಿವಿವ ಮರಳ್ಚುವಬ್ಬರಿಪ ಗರ್ಚಿಪ ಬೊಬ್ಬಿರಿಪಾರ್ವ ಸಾರ್ವ ಮೇಣ್
ಕವಿವ ಕಡಂಗುವಿಟ್ಟಣಿಪ ಸುತ್ತುವ ಪತ್ತುವ ನಿಲ್ವ ಗೆಲ್ವ ಪೊ |
ಣ್ಮುವ ಪುಟವೇಟ್ಟಿ ಸಾಯ್ವ ಮಿಗೆ ಪೊಯ್ವ ತೊಡಂಕುವ ತೋಟಿಗೆ [ಯ್ವ ಕೂಂ
ಕುವ ನೆಟ್ಟಿ ನೂಂಕುವೇಟ್ಗೆಯ ಬಲಂ ಬಗೆಗೊಂಡುದು ತತ್-ಕು [ಮಾರನಾ. || 614 ||

ವ || ಮತ್ತಮಾ ಸೇನಾ-ಚಕ್ರದೊಳಟ್ಟುರ್ಕೆವೆತ್ತು,

ಕಂದಂ

ಸುೞಿಸುೞಿದಶ್ವಮನೇಱುತೆ,
ಪೊಳಯಿಸಿ, ಮಿಗೆ ದಂಡೆಗೊಡುತಿದಿರ್ಚುತೆ, ಪೆಱಕಾ ।
ಲ್ಗೊಳಿಸಿ, ಪೆಡಂಮೆಟ್ಟುತ್ತ
ವ್ವಳಿಸುತ್ತೆ, ಪಳಂಚಿದರ್ ತುರಂಗಿಗಳದಱೊಳ್. ॥ 615 ॥

ಪ. ಸುೞಿದ ಅಶ್ವಮಂ. ಪೆಱಕು-ಆಲ್-ಕೊಳಿಸಿ (ಮೂಲದಲ್ಲಿ 'ಪೆರಕಾಲ್ಗೊಳಿಸಿ ಎಂತ ಇತ್ತು). ಪೆಱ-ಕಾಲ್-ಕೊಳಿಸಿ ಎಂಬಂತೆ ಕಾಣುತ್ತದೆ.

ವ ॥ ಇಂತು ಪಳಂಚುವ ತುರಂಗಿಗಳಂ ಕಂಡು, ಸಡಗರಂ ಮಿಕ್ಕು,

ಅಣೆದಲೆದು, ನೂಂಕಿ, ಗರ್ಜಿಸು
ತಣಿಯರಮೆಣೆಗೊಂಡಿಭಂಗಳಂ, ಬರಿಕೈಗಳ್ ।
ಪೆಣೆದಿರೆ, ಕಾದಿಸಿತಾ ಮುಂ
ಪೊಣರ್ದರಿಭಾರೋಹಕರ್ ವಿಳಾಸದಿನಾಗಳ್. ॥ 616 ॥

ಪ. ಎಣೆಗೊಂಡ ಇಭಂಗಳಂ. ಕಾದಿಸಿತು (ಬಹುವಚನಾರ್ಥವೆಂತ ತಿಳಿಯ ಬೇಕು) ಆ ಮುಂಪೊಣರ್ದರ್ (ಆದ) ಇಭ-ಆರೋಹಕರ್.

ವ ॥ ಇಂತು ಪೊಣರ್ವಿಭಾರೋಹಕರ ಕಡುಪಂ ನೋಡಿ, ನೀಡುಂ [ಕಡಂಗಿ,

ಇದಿರೊಳ್ ಪರಿಯಿಸಿ ರಥಮಂ,
ತುದಿಯೊಳ್ ಮಿಳಿರ್ದಾಡೆ ಕೇತನಂ, ಪೊಸರದಿಂ । [-ಸರಳಿಂ]
ಪದೆದೆಚ್ಚಾಡಿದರಥಟಿಂ
ದದಟಿ ಪರಾಗಂ ನಿಜಾಂಗದೊಳ್ ಪೊರೆವಿನೆಗಂ. ॥ 617 ॥

ಪ. ಪದೆದು ಎಚ್ಚು ಆಡಿದರ್ ಅಥಟಿಂದೆ, ಅದಟಿ.

ವ ॥ ಆರಥಿಕರಾಟೋಪಮನುಭಯ-ಪದಾತಿ ಕಂಡು, ಕೈಗಣ್ಮಿ ನಿಂದು,

ಚಂಪಕಮಾಲೆ

ಅಲರ್ಗಳ ಚಂಡು [ಚೆಂಡು], ಕುಂಕುಮದ ನೀರ್ಗಳ ಕುಪ್ಪಿಗೆ, ಚಂದ
ನ-ಚ್ಛಟಾ-
ಕಲಿತ-ಸರೋಜ-ಕೋರಕಮುದಾತ್ತ-ಮೃಗೋದ್ಭವ-ಚೂರ್ಣ-ಪೂ
[ರ್ಣಮು |
ಜ್ಜ್ವಲಿತ-ರಸಾಲ-ಪಲ್ಲವದ ಪೊಟ್ಟಣಮೆಂಬಿವಱಿಂದಿದಿರ್ಚೆ, ತದ್-
ಬಲಮೆರಡಿಟ್ಟು, ತಟ್ಟಿಡಸಿ, ಬೊಬ್ಬಿಱಿದಾಡಿದುದೇನನೆಂದಪೆಂ?
|| 618 ||

ಪ. ಕೋರಕಂ, ಉದಾತ್ತ. ಪೂರ್ಣಂ, ಉಜ್ಜ್ವಲಿತ. ಪೊಟ್ಟಣಂ ಎಂಬ. ಟೀ. ಅಲ ರ್ಗಳ ಎಂಬಲ್ಲಿ ಶಿಥಿಲತ್ವ.

ವ || ಇಂತು ವಿನೋದ-ಯುದ್ಧಮಂ ಚತುರತೆಯಿಂ ರಚಿಸಿ, ಚಾತು ರಂಗಂ ಪುರಾಭಿಮುಖಮಾಗಿ ತಿರುಗಿ, ಸರಭಸಂ ಬರೆವರೆ,

ಮಹಾಸ್ರಗ್ಧರೆ

ಕರಿ-ದಾನಾಸಾರದಿಂ ತಟ್ಟಿೞ್ತೆ ಬಳ-ಭರದಿಂ ತಾಂ ಬೆಮರ್ತಂತೆ ತೋಱು
ತ್ತಿರೆ, ವಾಜಿ-ವ್ರಾತ-ವಕ್ತ್ರ-ಚ್ಯುತ-ಸಿತ-ವಿಸರತ್-ಫೇನ-ಪಿಂಡೌಘಮೊ
[ಕ್ಕಂ |
ತಿರೆ, ಭೇರೀ-ಧ್ವಾನದಿಂದಂ ಭಗಣಮಿನನಡಂಗಿರ್ದ ಪೋಲ್ ತೋಱಿ,
[ಕೇತೂ
ತ್ಕರ-ಭೀತಂ ಧೂಳಿ-ಜಾಳಂ ಕವಿಯೆ, ಱವದಿನೆಯ್ತಂದುದಾ ರಾಜ-
[ಸೈನ್ಯಂ. || 619 ||

ಪ. ದಾನ-ಆಸಾರದಿಂ. ಪಿಂಡ-ಓಘಂ. ಇನನಂ ಅಡಂಗಿ. ಕೇತು-ಉತ್ಕರ.

ಚಂಪಕಮಾಲೆ

ಖರ-ಖುರ-ಘಾತ-ಜಾತ-ಧರಣೀತಳ-ರೇಣುವಜಾಂಡ-ಪಂಕಜಾ
ತ-ರಜಮಿದೆಂಬಿನಂ ನೆಗೆದು ತೀವಿರೆ, ವೇಗಕೆ ಸೋಲ್ತು ಗೊಂಟನೊ
[ಳ್ |
ಮರುತನಡಂಗೆ, ಮೆಯ್ಗರೆಯೆ ಪುಲ್ಲೆ ವನಾಂತದೊಳಿಂದ್ರನಶ್ವಮ
ಟ್ಟಿರೆ ಸುರಲೋಕದೊಳ್, ಕಿಳರ್ದಿದುದೇಂ ಪರಿದತ್ತೊ ತುರಂಗಮ-
[ದ್ವಯಂ. || 620 ||

ಪ. ರೇಣು ಅಜಾಂಡ. ವನಾಂತದೊಳ್, ಇಂದ್ರನ ಅಶ್ವಂ. ಕಿಳರ್ದುದು,-ಎಂ ಪರಿದತ್ತೊ?-ತುರಂಗಮ-ದ್ವಯಂ. ಟೀ. ಇದಱಲ್ಲಿ ಕಿರಿಗಿ ಕವಿಯ ವಾಸ್ತವ್ಯ ಮಾಡಿದ ಕಲ್ಪನೆ ಕಾಣುತ್ತದೆ. ಕಿಳರ್ದುದು ಎಂಬಲ್ಲಿ ಶಿಥಿಲತ್ವ.

ವ || ಮತ್ತಂ

ಚಂಪಕಮಾಲೆ

ಸುೞಿಸುೞಿದೊತ್ತಿ, ಪತ್ತಿ, ತವೆ ಸುತ್ತಿ, ಕಡಂಗಿ, ಬೆಡಂಗುವೆತ್ತು,
[ಸಂ
ಚಳಿಸಿ, ನಭಕ್ಕೆ ಮೀಱಿ ಮಿಗೆ ಪಾಱಿ, ಚಮತ್ಕೃತಿವೀಱಿ, ತೋಱಿ
[ತಂ |
ನಳವನಿಳಾ-ತಳಕ್ಕೆ, ಕಿಳರ್ದುಪ್ಪರಿಸುತ್ತುಱಿ ಮಿಂಟಿ, ದಾಂಟಿ, ಕಂ
ಟಳಿಸಿ, ಪೊದಟ್ದಿ, ಪಾಯ್ದು, ಪರಿಯಿಟ್ಟುದು ವಾಯು-ರಯಂ ಹಯ-
[ದ್ವಯಂ. || 621 ||

ಪ. ಕಿಳರ್ದು ಎಂಬಲ್ಲಿ ಶಿಥಿಲತ್ವಂ.

ವ || ಇಂತನಂತಂ ಭ್ರಮಂ ಮಿಗೆ, ಜವ-ಗಜವಮನತಿಕ್ರಮಿಸಿ (ಜವ-ಗಜವನ್ನಾದರೂ ಅತಿಕ್ರಮಿಸಿ) ಪರಿವಾ ರಾಜ-ವಾಜಿಗಳನೋಜೆ ಮಿಗೆ ರಾಜ-ವೀಥಿಯೊಳಾ ಕುಮಾರರೀರ್ವರ್ ವಿವಿಧತರ-ಗತಿ-ಚತುರತೆಯಿನೇಱುತ್ತಂ ಬರ್ಪಾಗಳ್

ಮತ್ತೇಭವಿಕ್ರೀಡಿತಂ

ಕನಕ-ಸ್ಫಾಟಿಕ-ರತ್ನ-ಹರ್ಮ್ಯ-ಚಯಮಂ ಬಂದೇಱಿ ನಿಂದಲ್ಲಿ ಕಾ
ಮಿನಿಯರ್ ಸಾಲ್ವಿಡಿದೀಕ್ಷಿಸುತ್ತಿರೆ, ತದಾಸ್ಯ-ಶ್ರೇಣಿಯುಂ ದೀರ್ಘ- [ಲೋ |
ಚನ-ದಿದ್ಯುದ್-ದ್ಯುತಿಯುಂ ಪಳಂಚಲೆದುದುದ್ಯದ್-ದರ್ಪಣೇಂದೀ [ವರಾ
ಳಿ-ನಿಯುಕ್ತೋಂನತ-ಚಾರು-ತೋರಣಮನಾ ವೀಥೀ-ಪುರೋ-ಭಾ [ಗದೊಳ್. || 622 ||

ಟೀ. ಹೇೞಿದ ಶ್ರೇಣಿಯುಂ ದ್ಯುತಿಯುಂ ಉದ್ಯದ್-ದರ್ಪಣಗಳ ಆಳಿಯಿಂದಲೂ ಇಂದೀವರಗಳ ಆಳಿಯಿಂದಲೂ ನಿಯುಕ್ತವಾದ ಉನ್ನತ-ಚಾರು-ತೋರಣಮಂ (ತೋರಣದೊಳಗೆ) ಪಳಂಚಿ ಅಲೆದುದು.

ಚಂಪಕಮಾಲೆ

ಕ್ಷಿತಿ-ಪತಿ-ರಾಜಶೇಖರನಿವಂ! ನವ-ಮೌಕ್ತಿಕ-ಭೂಷಣಾಂಶು-ಭೂ
ಷಿತ-ತನು! ಮುಂದೆ ಮುಂಬರಿವ ತುಂಗ-ತುರಂಗಮನೇಱಿ ಬರ್ಪ [ವಂ! |
ಮಿತವಚನಂ, ಮೃಗಾಕ್ಷಿ, ನಡೆ ನೋಡಿವನಲ್ತೆ ನವೀನ-ಭೂಷಣ-
ಪ್ರತತಿಯನಾಂತು ನರ್ತಿಪಸಿತಾಶ್ವಮನೇಱುತೆ ಪಿಂದೆ ಬರ್ಪವಂ? || 623 ||

ಟೀ. ಇವು ಹೆಣ್ಣುಮಕ್ಕಳ ಮಾತುಗಳು.

ವ || ಎಂದಲ್ಲಿ ವಿದಗ್ಧೆಯರ್ (=ಬಲ್ಲವರಾದ ಹೆಣ್ಣುಮಕ್ಕಳು) ಮುಗ್ಧೆಯರ್ಗೆ (=ಅಱಿಯದವರಾದ ಹೆಣ್ಣುಮಕ್ಕಳಿಗೆ) ತೋಱಿ, ನುಡಿವುತ್ತಿರೆ; ಮಂತ್ರ-ಲಕ್ಷ್ಮಂ ಮಿತವಚನ-ಸಮೇತಂ ವಿವಿಧ-ವಿಳಾಸಮಂ ತಳೆದು, ಮುಂದಣ್ಗೆ ಬರೆವರೆ; . . ತಿರುಕೊಳವಿನಾಚಿಯೆಂಬ . . ಭಕ್ತೆಯಣುಗಂ ಶಂಕರನೆಂಬ ಪೆಸರ ಪಂಚ-ವರ್ಷದ ಕುಮಾರಂ ನಿಜ-ಜನನಿ ನೀರ್ಗೆ ಪೋದ

ಪೊೞ್ತಿನೊಳಾ ಕಳಕಳಮಂ ಕೇಳ್ದು, ನೋಡಲೆಳಸಿ, ಸಡಗರಂ ಮಿಗೆ ನಡುವೀದಿಗೆ ತಡೆಯದೆ ಬಂದು, ಸಂದಣಿಪ ಮಂದಿಯೊಳಪೊಕ್ಕು, ನಿಂದು, ನಿರೀಕ್ಷಿಪಾಗಳ್ ಕವಿವ ಪಡೆಯ ತಡೆಗಾಲ್ ಪೊಡೆಯೆ ಪೊಡ ವಿಯೊಳ್ ಕೆಡೆದು, ಕಣ್ಗೆಟ್ಟಟಿಲ್ದು, ತಾಯಂ ಕರೆಕರೆದು, ಬಾಯಂ ಬಿಟ್ಟಟಿಲ್ದು, ಕಯ್ಯೂರಿ, ಮೆಲ್ಲನೇೞ್ವನಿತಱಲ್ಲಿ

ಚಂಪಕಮಾಲೆ

ದಿವಪತಿ! ಪೇೞ್ವೆನೇನನವನೀ-ಪತಿ ತನ್ನ ತುರಂಗಮಂ ಮಹಾ-
ಜವದೊಳೆ, ಕಂಡು, ದಾಂಟಿಸಿ, ಕೆಲಂದೆಗೆಯೆಂಬನಿತರ್ಕೆ ಮುಂಚಿ [ಮುಂ |
ನವೆ ಸಚಿವಾಶ್ವಮೆಯ್ದಿ, ಕೊೞಗಿಂ ತಲೆ ಖಂಡಿಸ ಪಾಱೆ ಮೆಟ್ಟಿತಂ
ದವಿರಳ-ರಕ್ತ-ಧಾರೆ ಪೊಱಸೂಸಿರೆ ಬಾಳನ ಕಂಠ-ನಾಳಮಂ. || 624 ||

ಟೀ. ರಾಜಶೇಖರನ ಕುದುರೆ ಶಂಕರನೆಂಬ ಹುಡುಗನನ್ನು ಮುಟ್ಟದೆ ದಾಂಟಿತು, ಮಿತವಚನನೆಂಬ ಸಚಿವನದು ಅವನ ತಲೆ ಖಂಡಿಸಿತು.

ವ || ಅಂತು ಪಱಿದಾ ರಕ್ತ-ರಸದೊಳಟ್ಟಿ ಬಿೞ್ದ ಶಿರಃ-ಪುಂಡರೀಕ ಮಂ ಕಂಡು, ಸಚಿವ-ಸುತನುಂ ತಾನುಂ ಮನಂ ನೊಂದು, ಮತಿಯುಡುಗಿ, ಮಱುಗಿ, . . . ದೇವ-ಭಕ್ತ-ಶಿಶು-ವಧಮಾದುದಿದಂ ದೇವಂ ಬಲ್ಲನೆಂದುಮ್ಮಳಿಸುತಿನಿಸಾನುಂ ಬೇಗಮಿರ್ದು, ಇನ್ನಿದಕೆ ಚಿಂತೆಗೆಯ್ದೊಡೆ ಪನ್ನತಿಕೆಗೆ ಬನ್ನವಲ್ತೆ? . . ದೇವಂ ನೆಟ್ಟನೆ, ಮೞ್ಚಿರೆ, ತೋರ್ಪಂ ನಿಜ-ಸಾಹಸಮನಿದಕೆ ತಕ್ಕುಜ್ಜುಗಮಂ! ಎಂದು, ನಿಶ್ಶೈಸಿ, ಮನಸ್ತಾಪಮಂ ಧೃತಿ-ಸಾಂದ್ರ-ಚಂದ್ರಿಕೆಯಿಂ ನಂದೆವೊಯ್ದು, ನಡೆತಂದು, ರಾಜಾಲಯ-ದ್ವಾರೋಪಾಂತದೊಳ್ ವಾಜಿಗಳನಿೞಿದು, ದಂಡ-ನಾಥ-ಮಂಡಳಿಕಾದಿಯಂ ಯಥಾ-ಕ್ರಮಂ ಬೀೞ್ಕೊಟ್ಟು, ನಿಜ-ಗೃಹಂಗಳಂ

ಪೊಕ್ಕಿರ್ದರನ್ನೆವರಮಿತ್ತಲ್ ನೆರೆದು, ಪುರ-ಜನಮಾ ರುಂಡಮುಂ ಮುಂ
ಡಮುಂ ಕಂಡು,

ಕಂದಂ

ಅಕಟಕಟದಾರಣುಗನೀ
ಸುಕುಮಾರಂ ಮಡಿದನಶ್ವ-ಖುರ-ಹತಿಯಿಂ! ಬಾ ।
ಲಕ-ವಧಮಿದನಱಿದೊಡೆ ತಾನ್
ಅಕುಟಿಲ-ಮತಿ-ಚೋೞ-ನೃಪತಿಯೇಂ ಸೈರಿಪನೇ? ॥ 625 ॥

ಶರಣ-ಜನ-ವನಜ-ವನ-ದಿನ-
ಕರನಾ ಸತ್ಯೇಂದ್ರ-ಚೋೞ-ಧರಣೀಶ್ವರನೀ ।
ಶ್ವರ-ಭಕ್ತ-ವಧಮನಿದನಾರ್
ದೊರಕೊಳಿಸಿದರೆಂದು, ಮುಳಿಯದಿರ್ಪನೆ ಬೞಿಯಂ? ॥ 626 ॥

ಮನು-ಚೋೞಿಂ ಮನ್ನಿಸಿದನೆ
ತನಯನನಪರಾಧ-ಯುಕ್ತನಂ? ಪಿತನೆಂದೇಂ ।
ನೆನೆದನೆ ಚಂಡೇಶಂ? ತಂ
ನನೆ ಬಗೆದನೆ ಬಗೆಯೊಳಾ ಪಗಲ್ಚೋೞ-ನೃಪಂ? ॥ 627 ॥

ಪ. ಚಂಡ-ಈಶಂ = ಘುಟ್ಟಿಗತನವುಳ್ಳ ರಾಜಂ (ಒಬ್ಬ ಚೋೞನೃಪಂ)

ಅದಱಿಂದೇನ್ ಅಪ್ಪುದೊ? ಬ
ರ್ಪುದನೀಶಂ ಬಲ್ಲನೆಂದು, ಮಱುಗುತ್ತಿರೆ; ತ ।
ಳ್ವದೆ ಘುಟಮನಿೞಿಪಿ, ಕಾಣದೆ,
ಸುದತಿ ನಿಜಾತ್ಮಜನನಱಿಸಿ, ತೊೞಲುತ್ತಿರ್ದಳ್. ॥ 628 ॥

ವ ॥ ಅಂತು ತೊೞಲ್ದು, ಕಾಣದೆ, ತಲ್ಲಣಿಸಿ, ತಳವೆಳಗಾಗಿ,

ಚಂಪಕಮಾಲೆ

ಎಲೆ, ಸು-ಕುಮಾರ! ಶಂಕರ-ಕುಮಾರಕ, ಬಾರ! ಮದೀಯ-ಲೋಚ
[ನೋ
ತ್ಪಲ-ರಜನೀಶ, ನಿನ್ನ ಮೊಗದಾವರೆಯಂ ಮಿಗೆ ತೋಱದೆತ್ತ ಪೋ |
ದೆ? ಲಲಿತ-ಮಂದಹಾಸ-ಲಲಿತ-ಸ್ಖಲದಕ್ಷರ-ವಾಣಿ, ಗೆಜ್ಜೆ ಮೆ
ಲ್ಲುಲಿಗುಡೆ, ಬಂದು, ಬಲ್ಮಿಱಿಯನಪ್ಪದೆ, ತಳ್ವದೆಯೆಯ್, ತನೂಭವಾ?
|| 629 ||

ಪ. ಲಲಿತ-ಮಂದಹಾಸದಿಂದ ಲಲಿತವಾದ ಸ್ಖಲತ್ (=ತೊದಲುಳ್ಳ) ಅಕ್ಷರದ ವಾಣಿ (ವಾಣಿಯೇ!), ಗೆಜ್ಜೆ ಮೆಲ್-ಉಲಿ-ಕುಡೆ (ಕೊಡುವಂತೆ).

ವ || ಎಂದು ನಿಡುಸರದಿಂ ಕೂಗಿ, ಕರೆಕರೆದು, ಕಾಣದೆ, ಕರಕರಿಸಿ, ರಾಜ-ಪುತ್ರನ ವಿಹರಣಮಂ ನೋಡಲೆಳಸಿ ರಾಜ-ವೀಥಿಗೆ ಬಂದನೆಂದು, ಬಗೆದು, ಬಗೆಗೆಟ್ಟು, ಬಾಯ್ವಿಟ್ಟು, ಜನನಿ ಜವದಿನೆಯ್ತಂದಲ್ಲಿಯುಮಱಿಸಿ, ಕಾಣದೆ,

ಕರಿಗಳ ಕಾಲ್ಗೊಳಗಾದನೊ?
ವರೂಥ-ಚಕ್ರಕ್ಕೆ ಸಿಲ್ಕಿದನೊ? ಹಯ-ಚಂಚತ್- |
ಖುರ-ಹತಿಯಿಂದಱಿದನೊ ಶಂ
ಕರನಕಟಕಟೆಂದು, ಬಗೆದು, ಬಾಯ್ವಿಡುತಿರ್ದಳ್. || 630 ||

ತನುಭವನೆಲ್ಲಿದನೆಲ್ಲಿದ
ನಿನಿವಾತಿನ ನೀಱನೆಲ್ಲಿದಂ ಮೆಲ್ನಗೆಯಿಂ |
ಪಿನ ಸೊಬಗನೆಲ್ಲಿದಂ ಚೆ
ಲ್ವಿನ ಕಣಿಯೆಲ್ಲಿದನೊ, ಮನ್-ಮನೋಂಬುಜ-ಹಂಸಂ? || 631 ||

ವ || ಎಂದು ಪಲುಂಬಿ ಪಲವಾಡಿ ಬರ್ಪಾಗಳಾ ಪುರ-ಜನಂ ಕಂಡೀ

ಮಡಿದ ಶಿಶುವಿವಳದೆಂದು, ತಿಳಿದಳವಱಿದು ಪಳಯಿಸುವಳಂ ಕರೆದು, ನೆರೆದ ಜನದೊಳಪೊಗಿಸಿ, ನರೇಂದ್ರ-ತುರಗ-ಖುರ-ಹತಿಯಿಂ ಮಡಿದನೆಂದು, ತೊಟ್ಟನೆ ತೋಱಲೊಡನಾ ರುಂಡಮಂ ಮುಂಡಮಂ ಕಂಡಡವಿಗಿಚ್ಚುಗೊಂಡ ಪುಲ್ಲೆಯಂತೆ ಹರಣಂ ಹಂಮೈಸಿ, ಪರ್ದೆಱಗಿದುರಗಿಯಂತೆ ಮಿಡುಮಿಡನೆ ಮಿಡುಕಿ, ಕಡಿವಡೆದೆಳೆವಳ್ಳಿಯಂತೆ ಕೊಱಗಿ, ಪೊಸದಿಟ್ಟ ಪೂಮಾಲೆಯಂತೆ ಕಂದಿ, ಕುಂದಿ, ಮಂದೈಸಿದಱಲಿಂ ಮುಂದುಗೆಟ್ಟು, ಕೆಟ್ಟೆಂ ಕೆಟ್ಟೆನೆಂದು ಬಸಿಱಂ ಪೊಸೆದು, ದೆಸೆದೆಸೆಗೆ ಬಾಯಂ ಬಿಟ್ಟು, ಮೊೞೆಯಿಟ್ಟು, ಮೞುಗಿದಳ್ ಇತ್ಯಾದಿ.

(ಆ ಮೇಲೆ ಸತ್ಯೇಂದ್ರಚೋಳನು ಆ ಸ್ತ್ರೀಯ ಮಾತು ಕೇಳಿ, ರಾಜಶೇಖರನನ್ನೂ ಮಿತವಚನನನ್ನೂ ತರಿಸಿ, (XIV., v. 5), ಅವರಿಬ್ಬರನ್ನು "ಜಡಿದು, ನುಡಿದುಮಿಾ ಶಿಶುವನೀರ್ವರೊಳ್ ಆವಾತಂ ಕೊಂದನೆಂಬುದಂ ಬೇಗಂ ಬೆಸಸಿಂ! ಎನೆ," ಮಿತವಚನನು ತಾನಪರಾಧಿ ಎಂದು ಹೇಳುವಲ್ಲಿ "ಆ ಸತ್ಯೇಂದ್ರನಾ ಮಾತಂ ಬಗೆಗೊಂಡು, ನಿಜಮಂತ್ರಿಯನೀಕ್ಷಿಸುತ್ತಮಾತನ ಶಿರವನರಿದೀ ಶಿಶುಶಿರಕ್ಕೆ ಪಱಿಗೊಡುವದೆನೆ, ಘುೞಿಲನೆ ಪಱಿ ಪೊರ್ದದಮಳ-ಚರಿತನಿದಿರ್ಗೆವಂದೆನ್ನ ಶಿರಮಿದರ್ಕೆ ಪಱಿಯೆಂದು, ತೋರ್ಪಂತೆ ಪಣೆವೆಱೆಯೊಳ್ ಕರಾಂಜುಲಿಯನಮರ್ಚಿ ನಿಂದು," ತಾನಪರಾಧಿಯೆಂದು ಖಂಡಿತವಾಗಿ ಹೇೞೆ, ಪತಿಮೋಹಿ-ಸಚಿವನು ಹೋಗಿ, "ಚಂಡಿಕೆಯಂ ತನ್ನೆಡಗೈಯಿಂದಡಿಸಿ, ಪಿಡಿದು, ಸಾರ್ಚಿ, ಕೊರಲ್ಗೆ ಕಡುಗಮನೆ ಘುರಿಘುರಿಲನೆಡೆಯುಡುಗದೆ ಕೊೞೆದಂ" (v. 29). ಬೞಿಕ ಸತ್ಯೇಂದ್ರನು "ಸಂದಾಯಿೞಯೆಂಬ ಹದಪದವನಾನನಮಂ, ಪಿಂದಿರುಗಿ, ನಿರೀಕ್ಷಿಸಿ, ಕುವರನ ಶಿರಮಂ ಮಿಗೆ ತರ್ಪುದೆಂದು ಬೆಸಸಿದಂ". ತೞವಾಱಿಂದ ಇವನು ರಾಜಶೇಖರನನ್ನು ಕರೆದೊಯ್ದು ಹೋದಲ್ಲಿ ರಾಜಶೇಖರನೆಂಬ "ಅರಸಂ ಖಡ್ಗಮಂ ಕೊರಲ್ಗೊಂದಿಸಿದಂ" (v. 55). ಈೞೆ ಸುದಾಯಿ ಸಹ ತನ್ನನ್ನು ಕೊಂದು ಕೊಂಡ ಬೞಿಕ (v. 57) ತಿರುಕೊಳವಿನಾಚಿ ಇದನ್ನು ತಿಳಿದು, ಸತ್ಯೇಂದ್ರನಿಗೆ "ನಿನ್ನಾಳೆನಿಸಿರ್ದನೀ ಶಿರಕೆ ಮಚ್ಛಿರಮೇ ಪಱಿ ನೋೞ್ಪುದೆಂದವಳ್; ಬಾಳನಮರ್ಚಿ, ಗೋಣ್ಗೊೞೆದಳ್ (v. 75). ಈೞೆ ಸತ್ಯೇಂದ್ರನೂ (v. 77) ಮಿತವಚನನೂ (v. 81) ತಮ್ಮ ತಮ್ಮ ಶಿರವನ್ನು ಕೊಯಿದು ಕೊಂಡರು. ಆ ಮೇಲೆ ಅರೆಮನೆಯ ಅವರವರ ಹೆಂಡರು ಸಹ ತಂತಮ್ಮನ್ನು ಕೊಂದು ಕೊಳಲಿಕ್ಕೆ ಖಡ್ಗಗಳನ್ನು ಹಿಡಿದು ನಿಲೆ (v. 85), ದೇವನು ತಡೆಸಿ, ಏೞು ಸಂಖ್ಯೆಯ ಸತ್ತವರೆಲ್ಲರನ್ನು ತಿರಿಗಿ ಬದುಕಿಸಿ (v. 92) ಪರಲೋಕಕ್ಕೆ ತೆಕ್ಕೊಂಡು ಹೋದನಂತೆ. ಇದು ಬಹು ವಿಪರೀತ.)

EMENDATIONS AND ADDITIONS.

(Observe that several emendations refer only to Punctuation).

V. 7: ಅರಿದಲ್ತೆ, and note: (instead of ತಿಳಿದು ಬಂದು) ಅರಿದು. P. 5. Before ದ್ರುತಪೂರ್ವವಿಲಂಬಿತಂ (that thus is to become No. 6) insert, as No. 5, ಸ್ವಾಗತಂ. ಇದು ಪದಪದದಲ್ಲಿ 11 ಅಕ್ಷರದ್ದು

ಸ್ವಾಗತಂ

ಏಗಳುಂ ಯತಿ ದಿಶಾಗಜದೊಳ್ ನಿಂ
ದಾಗಳಗ್ನಿ ದ್ವಿಜೇಂದು ಹರರ್ ಸಂ।
ಯೋಗಮಾಗಿರೆ, ಪಯೋರುಹ-ವಕ್ತ್ರೇ,
ಸ್ವಾಗತಂ ನೆಗೞ್ದ ಪಿಂಗಳನಿಂದಂ.

ಟೀಕು, ಯತಿ ಯಾವಾಗಲೂ ದಿಶಾಗಜದೊಳ್ ಅಂದರೆ 8ನೆಯ ಅಕ್ಷರದಲ್ಲಿ ನಿಂದಾಗಳ್ ಅಗ್ನಿ (—∪—), ದ್ವಿಜ (∪∪∪), ಇಂದು (—∪∪), ಹರರ್ (— —) ಎಂಬ ಗಣಗಳು ಕೂಡಿರೆ, ಕಮಲಮುಖಿಯಾದ ಹೆಂಡತಿಯೇ, ಕೀರ್ತಿ ಪಟ್ಟ ಪಿಂಗಳಪಂಡಿತನಿಂದ ಸ್ವಾಗತಮೆಂಬುದು ಆಯಿತು. V. 13. The praise of Nâgavarma's wife in the last two lines has been somewhat altered. V. 37. Strike the stop after ಆಕಾಶಮಂ. V. 54: ನಾಱುವ. V. 62, note: ಗೆಲ್ದಂ ಎಂದು. V. 67, note, add: ಪುಣ್ಯಶ್ಲೋಕನೆಂಬುದು ನಳನದೊಂದು ಹೆಸರೂ ಉಂಟು. V. 68: ಅರಿದನಿದಂ (*i. e.* this strange thing). V. 133: ಸೈವಱಿಸು. V. 134: ಬಳಸಿದವು, ಮೆಲುವಾಯಿಬಿದವು etc. V. 137: ಪಡಿತಱಿಸಿ. V. 145, probably: ತಕ್ಕೆ ಸಿಡಿಲಿತು;— —ಹೊದಱ್ ಇಕ್ಕರಿಸೆ ಮೆಯ್ etc. V. 158: ಹಱಿವ (?). V. 167: ಮೆಱೆದವು. V. 178: ಬೀಱಿಸಿದರಹಿತರಂ, ಪೊಯ್ದಾಡಿ ತಲೆಯಂ; ನಿವಾಳಿಸಿದ— — ಕೆಯ್ದುಗಳ, ಹೋರಟೆಯ etc. V. 185: ಪಂಚಗೌಳ-ವರಾಳವೊದ್ದಿಯ-ರಂಧ್ರ etc. V. 199, note, add: ಅಥವಾ ಮುಂದೆ ಓರ್ವಂ. V. 208, note: (ಯಾರಾದರೂ) ಅಡಗಿಸಿಯೆ (ತನ್ನನ್ನು ಅಡಗಿಸಿ ಕೊಂಡ ರೀತಿಯಾಗಿಯೇ) ಹಾಲೆಱೆದು etc. V. 210: ಪಾಱಿಯಾಯ್ತು etc. V. 213: ಗುಡಿಯ, ಪಲ್ಲವ- etc. V. 217: ಬಿಂಗಾರಿಗಳ, ಮಿಸುನಿಯ etc. V. 218 disjoin ಹೊಂಬೆಸೆವ ರಂಜಣಿಗೆಗಳ. V. 219, note: (ಯಾರೂ) ತುಡುಕಿದರೆ ತೂಳುವಂಥ ಸೂತ್ರಯಂತ್ರದ ಗದಣದಲ್ಲಿ ಗತಿಗೊಂಡು (ಮತ್ತೆ) ಬೇಡಿದ (ಬೇಡಿದುದಂ) ಕೊಡುವ etc. V. 262 join ವಾರಿಯುಂನೀಂಟೆ (=ವಾರಿಯುಂ ಈಂಟೆ). V. 269: ಕೀರ-ವಿಸರ- etc. V. 275: ಮೃಗಯಾ-ಸ್ತ್ರೀ-ವ್ಯಸನ. V. 280: ಕೀಱು. V. 303: ಎಳೆದುಂಬಿ, ತುಂಬಿಗಳ. V. 304:

ಬೆಳ್ದಾವರೆಗಳಲರ್ಗಳೆಯದ. V. 305: ಮಗುಱೇಱ್ವ. V. 308: ಭೂಪತಿ-ತಿಲಕ. V. 331: ತೊಳೆಪ ಕಲಶದ, ಗುಡಿಯ etc. V. 338 join ಎಸೆವಮಂದ (=ಎಸೆವ ಅಮಂದ). V. 349 join ತೆಂಗುಂಗೌಂಗು (=ತೆಂಗುಂ ಕೌಂಗು). V. 360: ಪಾಱಿಯಿಂ. V. 365, note: ಪರಿಘಾತ-ಜಯ. V. 371: ಕಳಕಳ-ರವದ. V. 425 strike the stop after ಸಮನಂತರದೊಳ್. V. 428: ಬೂದಿಯ. V. 430: ಉರ್ಕಱಿದರ್. V. 451: ಸೂಸುವ ಸುಯ್, ಬೆಮರೇಱಿದ, and note: ಸುಯ್, ಬೆಮರ್ etc. V. 452: ಪಱಿದ(?). P. 184: ಸಂಧ್ಯಾರುಣಿತ (=ಸಂಧ್ಯಾ-ಅರುಣಿತ). V. 457: ಭಂಟರುರ್ವಿ, ಮಿಗೆ ಕಾಳಗಮಂ etc. V. 482: ಬಳ್ಕಿ. P. 197: ನೆಳೆದೆಱೆದಂಗುಟದ. P. 197: ಚೌವಟದೇಱಾಟದೊಳ್. P. 197: ಕಲಿಪ ಕಡುಬಿನ್ನಣಂ etc. P. 198: ಪಣಿವಾಸಱೆ. P. 198: ಪಿಡಿಯಲೊಡರ್ಚಿ ತಡೆದು ತೊಡಂಕಿ ತುಡುಂಕಿದ *ಗೋವಳನಂ*. P. 198: ಶೂಕಳಾಶ್ವಗಳನಂ (-ಗಳನ್ನಾದರೂ) ಕಣೆಯುಂ. P. 200: ಪಕ್ಕರ್ಝುಲ್ಲಿಯ, ಪದ್ಮರಾಗದ. p. 199: ಪಾರಿವದ, (ಮತ್ತೆ) ಸಂಧ್ಯಾ-ರಾಗದ, (ಮತ್ತೆ) etc. P. 201: ಬೊಂಬೆಯ, ಭುಜಕೀರ್ತಿ-etc. P. 201: ಪಡಿತಱಿಸೆ. P. 202, strike the comma after ಬೊಂಬುಳಿಯ. P. 202: ನಿಬಿಡತರ. P. 203: ಜಿಷ್ಣುಚಾಪ-ಶರ- etc. P. 205 in the brackets: (ಅಂದರೆ ರಾಜಶೇಖರನದು) and (ಇರ್ದುದು). P. 209, note: ತಳರ್-ನುಗಿಯ. V. 397: ಉರ್ವ (=ಉರ್ವಿನ) ಕತ್ತುರಿಯ. V. 498: ಇಱಿವಿಟ್ಟು. P. 212: ಅಲ್ಲಿಂ ತಳ್ವದೆ. V. 500: ನಯನಾಚ್ಛಳ. V. 504: ಉರ್ವ (=ಉರ್ವಿನ) ಮಂತ್ರದ. V. 508: ತಱುಗಲರ, ಸಾಲ- etc. V. 512: ತಗುಬಿಲ್ಯೆದದ. P. 228: ಚಂಪಕಮಂ ತೋಱಿ. V. 548: ಮುಚ್ಚಿದಳೆನೆ ಮೊಗವಂ (=ಮೊಗವಂ ಮುಚ್ಚಿದಳ್ ಎನೆ). V. 549, in the note, strike: ಒಂದು ಕಿಡಿಯ ಉಸುರಂತೆ ಬೀಸುವ, and put instead: ಉರಿಯಲ್ಕೆ ಹತ್ತಿದಂತಾದ. P. 237 not "sun", but "luminary". V. 553, note: ಕದಡಲ್ಪಟ್ಟ. V. 554. The text is: ಬೆಳ್ವೆಳಗಿನ ಬಾಱ್ವೆಳೆಯುಂ, ತಳ್ವದೆ, ಬಾಂಬೊಲದೊಳರುಣ-ಕರ-ಶಿಖಿ-ಶಿಖೆ ಪಾಱೇಱ್ವಿನಮಳುರ್ದಱೆ, ಚೆಂತೆ etc. ಟೀ. ಓಷಧೀಶ್ವರಂ (=ತೃಣ etc.) ಚೆಂತೆಯುಂ ಆಳ್ವ ಅಂತೆವೊಲ್ ಕಳೆಗೆಟ್ಟಂ; (ಯಾವಾಗಂದರೆ) ಬಾಂಬೊಲದೊಳ್ ಅರುಣಕರದ ಶಿಖಿಯ ಶಿಖೆ, ತಳ್ವದೆ, ಚಂದ್ರನ ಬೆಳ್ವೆಳಗುಳ್ಳ ಬಾಱ್-ಬೆಳೆಯುಂ (ಎಂಬ ನಕ್ಷತ್ರಗಳನ್ನು), (ಈ ಬೆಳೆ) ಪಾಱ್ ಏಱ್ವಂತೆ, ಅಳುರ್ದು ಇರುವಾಗ. ಅಳುರ್ದಱೆ ಎಂಬಲ್ಲಿ ಶಿಥಿಲತ್ವ. V. 557: ಕಣ್ಗೀಂ. V. 559, note: ಮೂಡಿದ ಚಂದ್ರನಂತಿದ್ದನು. V. 572: ವಿಳಾಸದಿಂದೇಱಿ. V. 589: ತೊಱೆವಾತಂ. V. 596: ಸುಱಿವಮಂದಾನಿಲಂ(?). V. 597: ಪಳಂಚಲೆಯೆ ಕುಂಡಳ-etc.; note ಕುಂಡಳ-ಮುಂಡಳಂ ನುಗ್ಗದಪಂ ಸಳಂಚೆ ಅಲೆಯೆ, ಆನನ-etc.

ನಿ ಘಂ ಟು

ಅ

ಅ, ಅನ್. A Sanscrit prefix implying negation.

ಅಂ. The foot; the bottom (ground). 386.

ಅಂಕ. A mark, sign.

ಅಂಕಿಸು. To point out, show.

ಅಂಕುರ. A shoot, germ; a point; the hair about the body.

ಅಂಕುಶ. An iron goad.

ಅಂಗ. A member; learning (or a sentence) dependent upon the Vedas; the body; one who has a certain body.

ಅಂಗಚಿತ್ತ. (Body-thought), wish. 115.

ಅಂಗಡಿ. A shop. 205. 296. p.196.

ಅಂಗಣ. A court, yard, province.

ಅಂಗನೆ. A woman.

ಅಂಗಿ. A bodice, jacket.

ಅಂಗುಟ (ಅಂಗುಷ್ಟ). The thumb.

ಅಂಗೆಯ್. The palm of the hand. 386.

ಅಂಘ್ರಿ. A foot.

ಅಂಚೆ. = ಹಂಸ. 303. 322. 342. 348. 378. 478. 508. 510. (555). 556. p. 253. p. 261. ಅಂಚೆವಱಿ. A young, ಅಂಚೆ. ಅಂಚೆವಿಂಡು. = -ಪಿಂಡು.

ಅಂಜಲಿ. The cavity formed by putting the hands together (in raising them to the forehead as a salutation). ಅಂಜಲಿಪುಟ=ಕರಪುಟ; see ಪುಟ.

ಅಂಜು. To fear. 55. 60. 113. 285. 430. 502.

ಅಂಟು. Gum; bird-lime. 442.

ಅಂಡ. An egg; a terrestrial object; the world.

ಅಂಡಲೆ. To squeeze much, to vex greatly. p. 198. 542.

ಅಂತ. End; extremity; border.

ಅಂತಃ, ಅಂತರ್. Within.

ಅಂತಃಕರುಣ. Compassion.

ಅಂತಃಪುರ. The inner (the queen's) apartments.

ಅಂತಃಸ್ಥ. Standing in the interior; a thought.

ಅಂತಕ. An ender, killer; death.

ಅಂತರ. The interior; an interval; a distance; foreignness.

ಅಂತರಂಗ. The heart; secresy.

ಅಂತರಿಸು. To make an interval, to interrupt. 527.

ಅಂತರ್ವಳಯ. Enclosing, putting into.

ಅಂತಸ್ಥ.=ಅಂತಃಸ್ಥ.

ಅಂತಿರೆ (ಅಂತೆ-ಇರೆ). Just as, like.

ಅಂತು. (ಅಂತುಂ). In that manner, so, so much.

ಅಂತೆ (ಅಂತು-ಎ). Just as, like.

ಅಂತೆವೋಲ್. = ಅಂತೆ. 432. 479. 550. 554.

ಅಂದ. (Right) manner, nature; beauty, lustre. 2. 159. 199. 278. p. 198.

ಅಂದಣ. = ಅಂದಳ. 560.

ಅಂದಳ. A palankeen. 296.

ಅಂದು. That time or day, then. 248. 257. 258. 278. 288. 324. 398. etc. 448. 466. 502. 624.

ಅಂದುಗೆ. A tie, fetter; an ornament worn round the anoles. p. 198.

ಅಂದ್ರ. = ಅಂಧ್ರ.

ಅಂಧ. Blind; obstructing the sight; the name of a people.

ಅಂಧಕಾರ. Darkness.

ಅಂಧ್ರ. = ತೆಲುಗು.

ಅನ್ನ. What is eaten, food; boiled rice.

ಅಂಬಕ. An eye. ಅಂಬಕಿ. She who has an eye.

ಅಂಬರ. The sky; cloth; a garment.

ಅಂಬರಮಣಿ. The sky-jewel, the sun.

ಅಂಬಲಿ. A kind of pap; rice gruel. 200.

ಅಂಬು. (A creeper), an arrow. 402. 421. 442. p. 200.

ಅಂಬು. Water.

ಅಂಬುಚರ. The water-goer, an aquatic animal.

ಅಂಬುಜ. The water-born, a lotus. ಅಂಬುಜಮಿತ್ರ-ಸಖ. The lotus-friend, the sun.

ಅಂಬುದ. The water-giver, a cloud.

ಅಂಬುಧಿ. The water-hold, the ocean.

ಅಂಬುರುಹ್,-ಟ. = ಅಂಭೋರುಹ.

ಅಂಬೆಗಾಲ್. (=ಹಟ್ಟೆ-). The hands and feet used for crawling. 327.

ಅಂಭಸ್ (ಅಂಭೋ). Water.

ಅಂಭೋಜ. = ಅಂಬುಜ.

ಅಂಭೋಜಾತ. = ಅಂಬುಜ.

ಅಂಭೋಜಿನಿ (feminine). The lotus plant; an assemblage of lotus flowers.

ಅಂಭೋದ. = ಅಂಬುದ.

ಅಂಭೋಧಿ. = ಅಂಬುಧಿ.

ಅಂಭೋರುಹ. The water-growing, a lotus.

ಅಂಶ. A portion, part.

ಅಂಶು. A ray.

ಅಂಶುಕ. A garment.

ಅಕಟ, ಅಕಟಾ. Alas! 83. 326. 491. 560. 625. 630.

ಅಕರಣೀಯ. Unfit to be done.

ಅಕಳಂಕ. Spotless, pure.

ಅಕುಟಿಲ. Not crooked, upright, candid.

ಅಕೃತ್ಯ. One who does unlawful things; unkind.

ಅಕ್ಕಟಾ. = ಅಕಟ. 476.

ಅಕ್ಕರ = ಅಕ್ಷರ.

ಅಕ್ಕಱು, ಅಚ್ಚಱು. Emotion; love. 206. 378. 397.

ಅಕ್ಷಾಡು, ಅಬ್ಯಾಡು. To be destroyed, finished, gone. 147.

ಅಕ್ಕಿ. Rice deprived of its husk. 77.

ಅಕ್ಕು, ಅಕ್ಕುಂ, ಅಕ್ಕೆ. √ ಆಗು.

ಅಕ್ಕುಳಿಸು. (ಅಬ್ಬುಳಿಸು.) To draw in or contract the body; to fear. 184.

ಅಕ್ಷ. An axle-tree; a die for gambling.

ಅಕ್ಷರ. A letter, syllable.

ಅಕ್ಷಿ. An eye; one who has eyes.

ಅಖರ್ವ. Not little, much.

ಅಖಿಲ, ಅಖಿಳ. Without remainder, all.

ಅಖ್ಯಾತಿ. Dishonor.

ಅಗ. A mountain; sin.

ಅಗಜ. The hill-born, a tree.

ಅಗಣಿತ. Numberless, immeasurable.

ಅಗರು. Red sandal wood.

ಅಗಲ, ಅಗಳ. (Space), extensiveness, breadth, (left and right); excessive. 135. 216. p.202.

ಅಗಲ್. To be far or separated from; to leave. 322. 340. 380.

ಅಗಲ್ಕೆ. The state of being separated. 548.

ಅಗಿ. To chew, eat. 46. 161.

ಅಗಿ. To fear. 391.

ಅಗಿನಿ. = ಅಗ್ನಿ.

ಅಗ್ಗ. (cf. ಅಗ್ರ). Great, large, excessive; greatness, pre-eminence. 193. 416. p.198. 494. 533. p.254.

ಅಗ್ಗರಣೆ. (cf. ಅಗ್ಗಳ). A peg. p.198

ಅಗ್ಗಳಿಕೆ. Greatness, power. 89. 447. 462. 502. cf. ಅಗ್ಗಳ.

ಅಗ್ಗಳಿಸು. To begin. p. 211.

ಅಗ್ನಿ. Fire.

ಅಗ್ರ. Beginning, precession; front; tip, point, summit, (the back); great.

ಅಘ, ಅಗ. Sin.

ಅಚಮತ್ಕಾರ. Not surprising, commonplace.

ಅಚಲ, ಅಚಳ. Immovable, firm; a mountain.

ಅಚ್ಚ. = ಅಚ್ಛ.

ಅಚ್ಚರಿ, (ಅಚ್ಚರಿಯ). = ಆಶ್ಚರ್ಯ.

ಅಚ್ಚಳ. = ಅಚ್ಚ.

ಅಚ್ಛ. Transparent, clear, pure, white, beautiful.

ಅಜಸ್ರ. Not being finished; continually.

ಅಜಾಂಡ. = ಬ್ರಹ್ಮಾಂಡ.

ಅಜಾಣ (ಅಜ್ಞಾನ). An unwise, foolish man. 298.

ಅಜಿರ. A yard, field.

ಅಟಮಟಿಸು. To deceive, play tricks. 146.

ಅಟವಿ. = ಅಡವಿ.

ಅಟ್ಟಳೆ. A parapet; a bastion. 211.

ಅಟ್ಟು. To run after; to drive; to drive off, (push away), persue. 156. 171. 289. 420. 450. 613.

ಅಟ್ಟು. √ ಅಡು.

ಅಟ್ಟೆ. A headless trunk. 450.

ಅಡಂಗು. = ಅಡಗು. 389. p.201. 553. 619. 620.

ಅಡಕು. To confine, ram in, pack closely, fill up to the rim. 76. 219. cf. ಅಡೆ.

ಅಡಗಿಸು. To conceal one's self; to hide. 208.

ಅಡಗು. To be hidden, hide, disappear, abate. 288. 372. 399. 427.

ಅಡರ್, ಅಡರು. To ascend, rise; to be or get in possession of. 79. 122. 174.

176. 303. 322. 353. 383. 393. 399. 400. 417. 437. 476. p. 197. 507. 537. 605.

ಅಡವಣಿವರೆ? p. 201.

ಅಡವಿ. A forest. ಅಡವಿಗಿಚ್ಚು=ಕಾಡ್ಗಿಚ್ಚು. p. 271.

ಅಡಸು. To come to close quarters; to hold confined or firm, to grasp. 137. 328. p. 196. p. 208. 586. p. 256. 618.

ಅಡಾಯುಧ. A drawn sword. 442. p. 201.

ಅಡಿ. The foot; a verse-foot; the bottom. 15. 117. 141. 327. 377. 379. 436. 438. 458. 460. p. 205. 505. 512. 524. 563. ಅಡಿಗಡಿಗೆ. Step by step, gradually; continually. 122. 144. 309. 388. 399. 493. 583. ಅಡಿಯೊಳ್. Beneath, under.

ಅಡಿಗೆ. The act of cooking; what is cooked. 44. 209. 281.

ಅಡಿಸು.=ಅಡಸು. p. 271.

ಅಡು. To cook, dress. 44. 281. 428.

ಅಡೆ (ಅರೆ).=ಒಡೆ. If.

ಅಡ್ಡ. Half a Fanam. 205.

ಅಡ್ಡ.=ಅಡ್ಡಲ್. 477. p. 197. ಅಡ್ಡತರದೊಳ್ ಇಕ್ಕು. To make kneel down (?), p. 197.

ಅಡ್ಡಂಬರಿಯಿಸು. To make go transversely. p. 199.

ಅಡ್ಡಣ. A shield. 442. p. 201. 497.

ಅಡ್ಡಲ್. Transverse, across, opposite. 476.

ಅಡ್ಡವಱ,(—ವಟ್ಟೆ). A bye-path, foot-path (?). p. 197.

ಅಡ್ಡೈಸು. To cross; to oppose. 242.

ಅಣಿಯರಂ. Nicely; greatly. p. 187. 522. 616.

ಅಣು. An atom. ಅಣುಮಾತ್ರ. As much as an atom.

ಅಣುಗ. A boy.

ಅಣೆ. To come in or bring into contact with, to touch (with a pressure), to strike. 334. p. 196. p. 197. 616.

ಅಣ್ಣ. An elder brother. 532.

ಅಣ್ಮು. To be strong or courageous. p. 264. ಕೈಗಣ್ಮು, to exceed.

ಅತಿ. Over, beyond, much, great.

ಅತಿಕ್ರಮಿಸು. To transgress; to overcome, leave behind.

ಅತಿಜೀವ. Life remaining, or much life-time.

ಅತಿರೇಕ. Excess.

ಅತಿಶಯ. Abundance; importance, excellence.

ಅತಿಶೋಭಿತ. Much shining.

ಅತುಲ, ಅತುಳ. Unequalled, unrivalled.

ಅತ್ತಲ್.=ಅತ್ತು. 200. 402. 542.

ಅತ್ತು. That direction; in that direction, there. 200. 391. ಅತ್ತಣಿಂ. On account of, for.

ಅತ್ಯಂತ. Very much, very great.

ಅದಱ್, ಅದಱು. To tremble. 117.

ಅದು. That, it. ಅವು. Those, they.

ಅದ್ದು.=ಅೞ್ದು. To immerse. 36. 138. 196.

ಅದ್ದು.=ಅೞ್ದು. Participle of √ ಆೞ್, to immerse.

ಅದ್ಭುತ. Very great, monstrous; wonder.

ಅದ್ರಿ. A mountain. ಅದ್ರೀಂದ್ರ. The chief of mountains.

ಅಧಟ. A violent man. 591.

ಅಧಟು. Might. 617.

ಅಧಮ. Low, vile; a low-minded person.

ಅಧರ. The lower lip; the lip. ಅಧರೆ. She who has lips.

ಅಧಿಕ. Exceeding.

ಅಧಿಕತರ. Very great.

ಅಧಿಕರಿಸು. To master.

ಅಧಿನಾಯಕ. A ruler.

ಅಧಿಪ. A ruler, king.

ಅಧೀಶ, ಅಧೀಶ್ವರ. = ಅಧಿಪ.

ಅಧ್ಯಕ್ಷ. An overseer, master.

ಅಧ್ವ. A road.

ಅಧ್ವಗ. A road-goer, traveller.

ಅಧ್ವರ. A sacrifice.

ಅನಂತ. Endless, eternal; since very long. 180.

ಅನಂತರ. Without an interval, soon afterwards; subsequent time.

ಅನರ್ಘ್ಯ. Invaluable.

ಅನರ್ಥ. Want of means, poverty; nonsense.

ಅನಲ. Fire.

ಅನವರತ. Uninterrupted, eternal; continually.

ಅನಾಥ. Masterless; an orphan.

ಅನಿತು. So much (as that), so many, (all). 164. 165. 211. 268. 388. p.268. 624.

ಅನಿಬದ್ಧ. The violation of the rules of composition.

ಅನಿಬರ್, of ಅನಿತು. So many persons (as those), (all). 229. 231.

ಅನಿಲ. The unsteady, wind.

ಅನಿಲಜ. = ಭೀಮ.

ಅನಿಲನಂದನ. = ಭೀಮ.

ಅನಿಷ್ಟ. Not wished for, harmful.

ಅನೀಕ. A multitude.

ಅನು. Afterwards, then; after; according to; proper time. 78. 68.

ಅನುಗೆಯ್. To work up to, attempt. 533.

ಅನುಚರ. A follower, servant.

ಅನುಚಿತ. Unfit, improper.

ಅನುಜ. A younger brother.

ಅನುದಿನ. Daily.

ಅನುನಯ. Courtesy, tenderness, kindness.

ಅನುಪಮ. Peerless, excellent, strange.

ಅನುಭವ. Experiencing; enjoying.

ಅನುಭವಿಸು. To experience.

ಅನುಭಾವ. Dignity, power; one who has power.

ಅನುಮತಿಸು. To assent; to give directions.

ಅನುಮಾನ. What is arrived at after proper thought; inferring, conjecture; suspicion.

ಅನುರಾಗ. Passion, love, satisfaction, good will.

ಅನೂನ. Wanting nothing, unlessened, all, perfect.

ಅನೆಗಂ. = ಅನ್ನೆಗಂ. p. 170.

ಅನೇಕ. Not (only) one, much.

ಅನ್ನಂ. Then, at that time. 363.

ಅನ್ನೆಗಂ. Till then; meanwhile. 289. 341. 485. p. 253.

ಅನ್ನೆವರಂ. = ಅನ್ನೆಗಂ. p. 269.

ಅನ್ಯ. Other, foreign.

ಅನ್ಯಾಯ. Injustice.

ಅನ್ವಯ. Succession; lineage, race.

ಅನ್ವಿತ. Accompanied with; ಅನ್ವಿತೆ. She who possesses.

ಅಪರ. Posterior, latter; western.

ಅಪರಾಧ. Transgression, offence.

ಅಪರಾಹ್ಣ. (Latter day-time), afternoon.

ಅಪರಿಮಿತ. Boundless.

ಅಪಶಬ್ದ. An ungrammatical or unclassical way of expression.

ಅಪಹೃತ. Captivated, enclosed (by shores, etc.); stolen.

ಅಪಾಂಗ. The outer corner of the eye; a side-glance.

ಅಪೂರ್ವ. New, uncommon; unknown; incomparable; (newly, just now).

ಅಪೇಕ್ಷತೆ, ಅಪೇಕ್ಷೆ. Desire.

ಅಪ್ಪಳಿಸು. To slap, to beat. 183. 184. 185. 309. p. 197.

ಅಪ್ಪು. To embrace. 72. 227. 228. 286. 416. 443. 538. p. 253. 629.

ಅಪ್ಪು. An embrace. ಅಪ್ಪುಕೆಯ್, ಅಪ್ಪುಗೆಯ್. To embrace, lay hold of, assent to. p. 172. p. 250. 595.

ಅಪ್ಪು, ಅಪ್. Water.

ಅಪ್ಪುದು, ಅಪ್ಪು. etc. √ ಆಗು. ಅಪ್ಪಂತೆ, As well as possible. 534.

ಅಬಲೆ. A woman.

ಅಬ್ಜ. The water-born, a lotus; a conch shell. ಅಬ್ಜಾರಿ. The lotus-enemy, the moon.

ಅಬ್ಜಭವಾಂಡ. The earth.

ಅಬ್ದ. The water-giver, a cloud.

ಅಬ್ಜಾಕರ. (Lotus-mine), a pond abounding in lotus flowers.

ಅಬ್ಜಿನಿ. = ಅಂಭೋಜಿನಿ.

ಅಬ್ಧಿ. The water-receptacle, the ocean.

ಅಬ್ಬರ. Vehemence, power; a cry, noise, report. 243. 313. 395. 401.

ಅಬ್ಬರಿಸು. To urge on, drive; to cry aloud, shout. 70. 80. 400. p. 199. 614.

ಅಭಯ. Fearlessness, confidence.

ಅಭಿಧಾನ. A name.

ಅಭಿನಯ. A gesture.

ಅಭಿನವ. Very new; very nice, interesting.

ಅಭಿಭೂತ. Overspread, covered.

ಅಭಿಮತ. Assented to, agreeing with.

ಅಭಿಮಾನ. Egotism, pride; honour, feeling of honour; affection.

ಅಭಿಮುಖ. Facing, fronting.

ಅಭ್ಯಾಸ. Near; proximity.

ಅಭ್ಯುದಯ. Rising; prosperity; ಅಭ್ಯುದಯತರ. Very auspicious.

ಅಭ್ರ. A cloud; the sky.

ಅಮಂದ. Not slow, brisk, lively.

ಅಮತ್ಸರ. Free from jealousy.

ಅಮಮ. Ha! ha! 603. 604.

ಅಮರ್. To be joined; to come about; to join, be accessory to. 349. 386. 393. 422. 441.

ಅಮರ. Immortal; a fabulous superior being.

ಅಮರಾರಿ. A giant.

ಅಮರ್ಚು. To lay hold on, obtain; to make obtain or suffer, to offer; to make fit or nice; to put to; to perform. 380. 481. p.198. p.229. 597. 613[b]. p. 271.

ಅಮರ್ದು.=ಅಮೃತ.

ಅಮಲ, ಅಮಳ. Spotless, pure.

ಅಮಳ್. (ಯಮಲ.) A pair. ಅಮಳ್ದ=ಅಮಳ್-ಕದ.

ಅಮಾತ್ಯ. A counsellor, minister.

ಅಮಿತ್ರ. Loveless, hostile; a foe.

ಅಮೂಲ್ಯ. Inestimable; a very great amount.

ಅಮೃತ. Ambrosia. ಅಮೃತಾನ್ನ. A superior kind of food or rice.

ಅಮ್ಮು. To wish, desire. 188. 240.

ಅಯ್.=ಎಯ್. Five.

ಅಯ್.=ಎಯ್. Sir!

ಅಯ್ಯ. Master, (father). 541.

ಅಯೋಗ್ಯ. Unfit, unworthy, shameful.

ಅಯ್ವಡಿ. (-ಮಡಿ). Five-fold. 434.

ಅಯ್ದು.=ಎಯ್ದು. 372.

ಅರನೇಱಿಲ್. The kingly rose-apple tree. 349.

ಅರಮನೆ. A king's house, palace. 163. 167. 221. 226. 229. 296. 328. 470. 485.

ಅರಣ್ಯ. A forest. 430. 440.

ಅರಲ್, ಅರಲು. (ಅಲರ್.) To open, blow. 194.

ಅರಲ್. A flower. 236. p. 229.

ಅರವಿಂದ. A lotus.

ಅರಸ, ಅರಸು. A king. 53. 68. 85. 164. 205. 249. 257. 267. 275. etc. 502. etc.

ಅರಸಂಚೆ.=ರಾಜಹಂಸ. 372. 481.

ಅರಸಿ. A queen, princess. 229. 231. 338. p. 229.

ಅರಳ್.=ಅರಲ್. A flower. p. 198.

ಅರಳಿ. The Ficus Religiosa.

ಅರಿ. To cut, cut off. p. 271.

ಅರಿ. A foe.

ಅರಿದು. Great, extraordinary, wonderful. 7. 68. 150. p. 197.

ಅರಿಷ್ಟ. Favourable; unfavourable.

ಅರುಗು, ಅಱುಗು. To be deminished, cease. 489 (?).

ಅರುಣ. The sun; dark red. ಅರುಣತರ. Very red. ಅರುಣಕರ. A sun-ray.

ಅರುಣತೆ. Redness.

ಅರುಣಿತ. Made red.

ಅರೆ. Eh! 356. 514. 546.

ಅರೆ. To grind. 240.

ಅರೆ. Half. 84. p.184. 480. 535. p. 229.

ಅರೆವಣ್. A fruit that is half ripe. 355.

ಅಱತು. √ ಆಱ್, to be dried.

ಅಱಬು. Drying up, dearth. 27.

ಅಱಸು. To seek, search. 120. 185. 186. 304. 314. 372. 397. 532. 628. p. 270.

ಅಱಿ. To know, learn to know, discern, take to heart, remember; to be able or possible. 5. 26. 44. 46. 48. 49. 52. 58. 66. 71. 72. 78. 109. 177. 179. 182. 198. 204. 247. 271. 273. 275. 276. 286. 363. 374. 379. 446. p. 199. p. 201. 490. 502. 504. 530. 540. 569. 575. 625.

ಅಱಿಪು. = ಅಱುಪು. 558.

ಅಱಿವು. = ಅಱುಹು. 286.

ಅಱು. Six. 323.

ಅಱುಪು. To make known. 443.

ಅಱುಹು. Knowledge, wisdom. 281.

ಅಱೆ. A (flat) rock or stone. 235. 287. p. 198. 507.

ಅಱೆಯಟ್ಟು, ಅರೆಯಟ್ಟು. To persue. 143. p. 196.

ಅರ್ಕ. A ray of light; the sun; a weed: swallow wort.

ಅರ್ಗಳ (cf. ಅಗ್ಗಳಿಕೆ). Powerful. 449.

ಅರ್ಘ್ಯ. Fit to be appreciated, estimable; a respectful oblation (to friends, etc.).

ಅರ್ಥ. Meaning; means, riches; thing; business; wish; on account of.

ಅರ್ಧ. Half; a half.

ಅರ್ಧೋರುಕ. Breeches that reach only to the middle of the thighs.

ಅರ್ಬುದ. A hundred millions.

ಅರ್ಭಕ. A child.

ಅಲಂಕರಿಸು, ಅಳಂ—. To decorate.

ಅಲಂಕಾರ. An ornament, decoration.

ಅಲಂಕೃತಿ. = ಅಲಂಕಾರ.

ಅಲಂಕೃತ. Decorated.

ಅಲಂಘನ. Not jumping over, regard.

ಅಲಂಪು. Neatness; pleasure. 420.

ಅಲಕ. A ringlet. ಅಲಕಿ. She who has ringlets.

ಅಲರ್. = ಎಲರ್. 426. 428.

ಅಲರ್ (ಅರಲ್). To open, blow, flower. 474. p. 228. 556.

ಅಲರ್, ಅಲರು. A flower. 241. (ಅಲರ್-ತೊಂಗಲ್). 261. 268. 303. 304. 307. 322. 334. 340. 350. 351. 352. 372. 507. 508. 528. 585. p. 229. (ಅಲರ್ವಾಸು=-ಪಾಸು). 618.

ಅಲುಂಗು. = ಅಲುಗು. 613.

ಅಲುಗು. To shake. 388. 393.

ಅಲೆ (ಒಲೆ). To wave, wander about, to rove all over; to make go about (?). 120. p. 197. 597. p. 258. 616.

ಅಲ್ತು. see ಅಲ್ಲ. 461. 495. 523. 587. 623. p. 268.

ಅಲ್ಪ. Little.

ಅಲ್ಲ, ಅಲ್ಲದು, ಅಲ್ತು. ಅಲ್ಲದೆ. Negative forms of √ ಅಲ್, to be nice, fit, true, sufficient: not (so, this, that, such a one, etc.), no; besides. 464. 518. 563. 582. 595. etc. ಅಲ್ತೆ. Is it not true?

ಅಲ್ಲದಹುದು (ಅಲ್ಲದೆ ಅಹುದು). To prove unworthy. 298.

ಅಲ್ಲಿ. There. ಅಲ್ಲಿಗಲ್ಲಿಗೆ. Here and there, everywhere. ಅಲ್ಲಿಪರಿಯಂತ. As far as that place, till that time. 328. ಅಲ್ಲಿಗೆ, ಅಲ್ಲಿಂ. To that place, from—. 393. 453. 458. 466. p.212. 527. 583. p. 228. p.254.

ಅವ. That man, he. ಅವಳ್. She.

ಅವಗಡಿಸು. To be quick, hasten; to urge on; to attack. 137. 180. 316. 412. 543. 561.

ಅವಗಡೆ. Haste, impulse, vehemence. 144.

ಅವಗಾಹಿಸು. To immerse; to obtain.

ಅವಘಡಿಸು. = ಅವಗಡಿಸು. 543.

ಅವತರಿಸು. To go or come down.

ಅವದೋಹ. Milking; milk. 112 (?).

ಅವಧರಿಸು. To consider, take to heart.

ಅವಧಿ. Impediment.

ಅವನತ. Bowed, bent. ಅವನತಶಿರಸ್ಕ. With (his) turban bent.

ಅವನಿ. The earth. ಅವನೀನಾಥ, ಅವನೀಪ, ಅವನೀಪತಿ, ಅವನಿಪ, ಅವನೀಶ, ಅವನೀಶ್ವರ. A king.

ಅವರ. Not desired, inferior.

ಅವಲಂಬನ. Hanging down from, laying hold on.

ಅವಲೋಕನ. Sight, observation (its being looked at).

ಅವಸ್ಥೆ. State, condition.

ಅವಷ್ಟಂಭಿಸು. To bind; to rest on.

ಅವಿಕಲ. Unimpaired, excellent.

ಅವಿರಳ. Not separated, close, thickset, excessive, large.

ಅವಿರಳಿತ. Thickset.

ಅವಿಷಮ. Not odd; an even number or place.

ಅವುಡು. To chew. 112 (?).

ಅವ್ಯಯ. Indestructible; imperishable nature.

ಅವ್ವಳಿಸು. To jump up or upon. 184. 170. p. 184. p. 229. 615.

ಅಶನ. Eating.

ಅಶೋಕ, ಅಶೋಕೆ. A kind of tree.

ಅಶ್ವ. A horse.

ಅಷ್ಟು. So much (as that), (all). 44.

ಅಸದಳ. (ಅಸಹ್ಯ). Inability; impossible. 141. p. 202.

ಅಸದೃಶ. Not similar; unequalled; unbecoming.

ಅಸನ. Shooting.

ಅಸವಸ (ಅಸ್ವವಶ). Urgency, hurry, flurry. 393.

ಅಸಿ. A sword.

ಅಸಿತ. (Not white), black.

ಅಸು. Life. ಅಸುವಳಿ. To die. 189.

ಅಸುಗೆ. = ಅಶೋಕೆ.

ಅಸುರ. A giant.

ಅಸುವಾಸನೆ. A state without fragrance.

ಅಸೂಯೆ. Envy.

ಅಸ್ತ. Sun-set.

ಅಸ್ತಮಯ. = ಅಸ್ತ.

ಅಸ್ಥಿ. A bone.

ಅಸ್ಥಿರ. Unstable, frail.

ಅಸ್ಮದೀಯ. Our.

ಅಹ, ಅಹಂ, ಅಹುದು. √ ಆಗು. 2. 5. 52. 72. 153. 233. 272. 287. 339(?). 363. 472. 502. 503. 530. 532. 541. ಅಹುದು also = yes.

ಅಹಂ. I.

ಅಹಂಕಾರ. Egotism, pride.

ಅಹಹಾ. Alas!

ಅಹಿ. A serpent.

ಅಹಿತ. Not fit, wholesome, unfriendly; a foe.

ಅಹ್ನ. Day, daytime.

ಅಳ. = ಅಳತೆ, ಅಳವು.

ಅಳತೆ. Measuring; measure. 210. 366.

ಅಳವಡಿಸು (-ಪಡಿಸು). To make fit, to join, attach. 305.

ಅಳವಡು (-ಪಡು). To be equal, to come

within the limits of; to be contained in; to be nice. 366. p. 171; p. 198. p. 228. p. 229.

ಅಳವಡು. To faint. p. 271.

ಅಳವಿ. Measure; contiguity, vicinity, friendship, confidence. 133. 311. p. 177.

ಅಳವು. (Equality), possibility; strength; possible. 436. 462. 621.

ಅಳಿ. A bee; the black bee.

ಅಳಿಯ. A son-in-law. 65.

ಅಳುಂಬ (ಅಱುಂಬ). Surpassing, excess. 606.

ಅಳುರ್ (ಅಱುರ್). To cover; to abound. 439. p. 177. 554.

ಅಳುರ್ಕೆ (ಅಱುರ್ಕೆ). Covering. p. 202. p. 258. p. 261. p. 263. ಅಳುರ್ಕೆಗೊಳ್, -ವೆಱು. To cover, to fill; to be under cover or hidden; to be abundant.

ಅಳ್ಳೆ. The groin or hip. 241. 277. p. 202. ಅಳ್ಳಾಡು. To agitate, shake.

ಅಱ್. = ಆಱ್.

ಅಱ್, ಅಱು. (To be full of emotion); to weep. 377. 378. 379. 415.

ಅೞಲ್, ಅೞಲು. To weep. 325. 326. 328. p. 268.

ಅೞಲ್. Weeping, sorrow. 90. p. 271.

ಅೞಿ. To wear off, go off, go out, cease, faint, die, be ruined or worsted. 2. 189. 316. 320. 426. 433. 500. 600.

ಅೞಿ. Waste; vanity, faintness. 66.

ಅೞಿಸು. To cause to be ruined, to ruin. Its participle appears as ಅೞುಪ, 228.

ಅೞುಕು. = ಅೞ್ಕು. 376.

ಅೞುಪು. To ruin, destroy; to cause one's self to faint, to faint. 233. 519.

ಅೞ್ಕಱ. Pleasure; love. 405. 543.

ಅೞ್ಕು. (To be affected with any emotion), to fear. 449. 463. 482. p. 196. 498. 589. 591. 593. 601. 620.

ಅೞ್ತಿ. Love, pleasure. 43. 329. 414. 594.

ಅೞ್ದು. To be immersed or dipped into, to immerse. p. 229. 549.

ಅೞ್ದು. participle of ಅೞ್. p. 268.

ಆ

ಆ. That; those; = what (in ಆವದು, etc.).

ಆಂ. (ಆವು). I; we. 271. 273. 276. 572.

ಆಂತು, ಆಂಪುದು. √ ಆನ್.

ಆಕರ. A multitude; a receptacle; a mine.

ಆಕಳಿತ. Fastened. see ಕಲಿತು.

ಆಕಾರ. Form, shape; a figure.

ಆಕೀರ್ಣ. Crowded.

ಆಕೃತಿ. — ಆಕಾರ.

ಆಕೆ. That woman, she.

ಆಕ್ರಾಂತ. Approached, seized.

ಆಖ್ಯ. Named, called; ಆಖ್ಯೆ. She who is called.

ಆಖ್ಯಾತ. Reported, named, praised.

ಆಖ್ಯಾತಿಸು. To tell. 505.

ಆಗ. At that time, then. √ಆಗು.

ಆಗತ. Arrived, come.

ಆಗಮ. Advent; sacred science.

ಆಗರ. A house, dwelling place.

ಆಗಸ (ಆಕಾಶ). The sky.

ಆಗಳ್. = ಆಗ. 370, etc.

ಆಗಾರ. = ಆಗರ.

ಆಗಿಸು. To make take place, cause. 475.

ಆಗು. To take place, become, be fit.

ಆಗುಳಿಕೆ. Gaping, yawning. 116.

ಆಗ್ರಹ. Seizing; pertinacious conduct.

ಆಚರಣ. Conduct.

ಆಚಾರ. A ceremony, observance.

ಆಜಿ. War; level ground, a field.

ಆಜ್ಞೆ. A command.

ಆಟ. A play. 285. 309. 446.

ಆಟಿಕೆ. = ಆಟ. 543.

ಆಟೋಪ. Inflation, pride, prowess.

ಆಡಂಬರ. A display. 394.

ಆಡಿಸು. To make play. 326.

ಆಡು. To play; to say. 95. 149. 199. 271. 272. 303. 330. 348. 361. 362. 375. 508. 556. 565. 617. 618.

ಆಡುಂಬೊಲ. A play-field, place of resort. 111. 397.

ಆಢ್ಯ. Being in possession of, (holding).

ಆಣೆ. Chief, costly. p. 198. cf. ಅಣೆಯರಂ.

ಆಣ್ಮ. A holder, ruler, king. 131.

ಆತ. That man, he.

ಆತಪ. Shine, heat; sunshine.

ಆತಪತ್ರ. A parasol.

ಆತಿಥ್ಯ. Hospitality.

ಆತೋದ್ಯ. A musical instrument.

ಆತ್ಮ. A spirit; a person; his, her, its.

ಆತ್ಮಜ, ಆತ್ಮಜಾತ, ಆತ್ಮಭವ. A son.

ಆತ್ಮೀಯ. Own.

ಆದ, ಆದುದು, etc. √ಆಗು.

ಆದಂ. Further, much. 511. cf. ಆನುಂ.

ಆದರ. Care, love, passion.

ಆದರಣೀಯ. Proper to be considered or cared for.

ಆದರಿಸು. To lust after, love.

ಆದಿ. Beginning; and so on.

ಆದಿತ್ಯ. The sun.

ಆದೇಶ. Instruction, order.

ಆಧಿಪತ್ಯ. Government, administration.

ಆಧೋರಣ. The driver of an elephant.

ಆನ್. To obtain, gain (experience), hold, put on; to halt, stop; (to put down). 78. 269. 331. 332. 354. 355. 396. 407. 459. 475. p. 197. p. 199. 487. p. 212. 518. 524. 548. p. 261. 623.

ಆನಂದ. Joy.

ಆನಂದಕರ. Pleasing.

ಆನನ. The face, mouth. ಆನನೆ. She who has a face.

ಆನೀತ. Brought.

ಆನುಂ. = ಆದರೂ. 576. p. 252. 595. p. 268.

ಆನೆ. An elephant. 227. 284. 285. 287. 334. 397. 398. p. 197. 484.

ಆಪಗೆ. The water-goer, a river.

ಆಪ್ತ. Desired; a friend.

ಆಭರಣ. An ornament, decoration.

ಆಮಂತ್ರ. Calling; -ಶಾಲೆ. A drawing room.

ಆಮೂಲ. The very root; ಆಮೂಲಾಗ್ರ. From bottom to top.

ಆಮೋದ. Fragrance; joy.

ಆಯ್. To select.

ಆಯ. Approaching (entrance?); income.

ಆಯತ. Extended, drawn, long; extension, expanse.

ಆಯತಿಕೆ. Dignity (?); or (of √ ಆಯ್) selection, choice (?).

ಆಯಸ (ಆಯಾಸ). Fatigue, trouble.

ಆಯು. Life.

ಆಯುತ. Endowed with, (consisting of).

ಆಯುಧ. A weapon.

ಆರ್, ಆರು. The plural of ಆವ. Who? which? 188. 593.

ಆರ್. cf. ಆಲ್. To cry aloud. 401. 456. 614.

ಆರಂಭಿಸು. To begin.

ಆರಣಿತ. Sound, noise.

ಆರಣ್ಯ. Related to ಅರಣ್ಯ; a forest.

ಆರತಿ. The act of waving a lamp or a certain mixture on auspicious occasions; the lamp or mixture itself.

ಆರಯ್. To look for or after; to be cautious. 379. 524. 541.

ಆರಾಜಿಸು. To shine.

ಆರಾಮ. Pleasure; a garden.

ಆರೂಢ. Mounted, taken possession by. p. 196.

ಆರೆಕಾಱ. A fosterer, tender. p. 196.

ಆರೋಹಕ. A man who mounts or is mounted.

ಆರೋಹಣ. Ascending, mounting.

ಆರೋಹಿಸು. To ascend, mount.

ಆಱಡಿ. The six-footed, the black bee. 268. 351. 353. 588.

ಆಱ್, ಆಱು. To be powerful, able or possible. 41. 42. 48. 68. 341. 342. 388. 391. 439. 510.

ಆಱ್, ಆಱು. Six.

ಆಱ್, ಅಱು. To be dried. 259. 427.

ಆರ್ಜಿಸು. To acquire.

ಆರ್ಣವ. The ocean.

ಆರ್ತ. Distressed, afflicted; ಆರ್ತೆ. She who is sorrowful.

ಆರ್ದ. = ಆರ್ದ್ದ, √ ಆಱ್. 124.

ಆರ್ಭಟ. A loud cry. p. 202. 488.

ಆಲ್. cf. ಆರ್. To cry out. 338.

ಆಲ್. A cry. 615 (?).

ಆಲ. = ಆಲಯ. 360.

ಆಲ. The Banyan tree. 388.

ಆಲಂಬಿತ. Hanging, laid on; supported; accompanied with.

ಆಲಯ, ಆಳಯ. A house.

ಆಲಲಿತ. Beautiful.

ಆಲವಾಲ. A water-basin round the foot of a tree.

ಆಲಿ. The eye; a row. ಆಲಿಗೊಳ್. To see; to stand in a row.

ಆಲಿಂಗಿಸು. To embrace, seize.

ಆಲಿಕಲ್. A water-stone, hail. 243.

ಆಲಿವರಲ್ (-ಪರಲ್). = ಆಲಿಕಲ್. 517. 520.

ಆಲಿಸು. To listen, hear. (Lit. to have sounded or uttered to one's self). 323. 329. p.197. 506. 590.

ಆಲೇಪನ. Smearing on; ointment.

ಆಲೋಕ. Seing; light; bright.

ಆಲೋಚಿಸು. ಆಳೋ-. To eye, consider; to put before the eyes. 485.

ಆವ (ಆ). Who? what? which? 333. ಆವುದು. Which? what? 272. 583.

ಆವಗಂ. Always. 140. 335. 340.

ಆವರಿಸು. To surround; to be spread about.

ಆವಳಿ. A row, number, assemblage.

ಆವರ್ತ. Turning about; a whirlpool.

ಆವಹ. Bringing; causing.

ಆವಾಸ. An abode.

ಆವಿಳ, ಆವಿಲ. Turbid; without splendour.

ಆಶ. Eating; going to.

ಆಶೆ. Desire, hope; a point of the compass, direction.

ಆಶ್ಚರ್ಯ. Astonishing; wonder, surprise.

ಆಶ್ರಯ. Coming to; refuge; protection. ಆಶ್ರಯಾಶ. The eater of what he comes in contact with; fire; the south-east quarter.

ಆಶ್ರಿತ. Gone to, being.

ಆಶ್ವಾಸಿಸು. To breathe upon.

ಆಸನ. A seat; the anus.

ಆಸಱ್. Fatigue, weariness. 304. 307. 315.

ಆಸಾರ. Flowing; a stream.

ಆಸುರ. Giant-like; excess. 106.

ಆಸ್ಥಾನ. An assembly; a court.

ಆಸ್ಪದ. A place; what tends to.

ಆಸ್ಫಾಲನ. Flapping, patting.

ಆಸ್ಫುರಿತ. Trembling; glittering, shining.

ಆಸ್ಯ. The face; the mouth.

ಆಸ್ವಾದಿಸು. To taste, eat.

ಆಹವ. Calling, challenging; war, battle.

ಆಹಾರ. That which is taken, food.

ಆಹ್ಲಾದ. Gladness, joy.

ಆಹ್ವಯ. Name; named.

ಆಳ್, ಆಳು. To obtain, hold (undertake), possess, rule; to experience, (to behave). 74. 189. 324. p.172. 446. 466. 554. 566. 579. 587. 612.

ಆಳ್, ಆಳು. A servant, soldier. 179. 185. 243. 287. 604. p.271.

ಆಳಾಪ. Conversation; thought.

ಆಳಿ. A female friend. 527.

ಆಳಿ, ಆಲಿ. A row; a multitude; ಆಳಿಗೊಳ್. To come in a line or on a par with. p.199.

ಆಳುವೇಱ್. A rampart. 211.

ಆಳ್ಕೆ.=ಆಳ್ತನ. 491.

ಆಳ್ತನ. Ruling, mastership, reign, royalty. 178. p.197. 595.

ಆಳ್ದ. A ruler, king. 178. 240. 457. 458.

ಆೞ್. To be immersed, immerse. 124. 214. 540. p. 268.

ಇ

ಇಂ.=ಇರ್. Two.

ಇಂ. Sweet, lovely.

ಇಂಗಿತ. Gesture, hint; inquiry, thought. 57.

ಇಂಚರ (-ಸರ). A lovely voice. 322.

ಇಂತು. In this way, thus. 3. 17. 19. 21. 267. 288. 311. 328. p. 140. 361. 362. 370. p. 163. etc. 420. p. 171; p. 187. 498. p. 213. 503. 545. ಇಂತುವುಂ=ಇಂತು ಉವುಂ, 267.

ಇಂದಿರ.=ಇಂದ್ರ.

ಇಂದಿರವಿಲ್.=ಇಂದ್ರಚಾಪ. 520.

ಇಂದೀವರ. The blue lotus.

ಇಂದು. This time or day; to-day, now. 89. 273. 533. 539. 544.

ಇಂದುವರೆಗೆ. Till now.

ಇಂದು. The moon. ಇಂದುಮಂಡಲ. The moon's orb.

ಇಂದುಹಾಸ.=ಚಂದ್ರಹಾಸ.

ಇಂದ್ರ. Strong; a king; the guardian of the east; the king of the sky or of the fabulous demigods.

ಇಂದ್ರಗೋಪ The firefly. 345.

ಇಂದ್ರಚಾಪ. The rainbow.

ಇಂದ್ರಜಾಲ. Juggling, legerdemain.

ಇಂದ್ರನೀಲ. A sapphire.

ಇಂಧನ. Fire-wood, fuel.

ಇಂಪು. Sweetness, loveliness; sweet, pleasant. 303. 321. 631.

ಇಂಬು (ಇಱ್ಬು). A place, (occasion). 331. 357. 482. 551. p. 259. 608. ಇಂಬಾಗು, ಇಂಬುವಡೆ. To take place, come about; to appear.

ಇಕೊ. Lo! look here! 398.

ಇಕ್ಕಡಿ.=ಇಱ್ಕಡಿ. 133. 398. ಇಕ್ಕಡಿಯ ಕೋಱು. To cut in two.

ಇಕ್ಕರಿಸು. To be compressed; (to rustle?). 145.

ಇಕ್ಕು (ಇಱ್ಕು). To place, put, put down or on; to kill; to be placed. 88. 120. 133. 189. 309. 378. 391. 393. p. 171. 433. p. 196. p. 197. p. 200. 542. 543.

ಇಕ್ಕೆ (ಇಱ್ಕೆ). A place, abode. 111. 114. 144. 212. 396. 398. 490.

ಇಕ್ಕೆಲ.=ಇಱ್ಕೆಲ. 140. 305.

ಇಕ್ಷು. Sugar-cane.

ಇಚ್ಛೆ, ಇಚ್ಛೆ. A wish, desire.

ಇಚ್ಛೈಸು. To desire.

ಇಟ್ಟಣಿಸು. To be crowded, thronged, abundant; to come to close quarters. 102. 198. 289. 614.

ಇಟ್ಟ. A form of the Adjective ಇಡು (ಇಡಿ) before vowels: (placy), thronged. ಇಟ್ಟೆಡೆಗೊಳ್. To be thronged, closely follow one another. 493.

ಇಟ್ಟು. √ ಇಡು.

ಇಡಿ. To be or become crowded, heaped, collected; to abound. 213. 269. 304. 318. 327. 331. 339. 340. 345. 355. 357. 364. 369. 388. 399. 411. 484. 545.

ಇಡಿಕಿಱಿ. To be crowded or in large numbers. 122. 294.

ಇಡು. To place, put, (cast), (put on), establish, give, (begin). 141. 274. 326. 334. 379. 387. 399. 401. 403. 436. 450. p. 197. p. 198. p. 199. 498. 505. 520. 524. 552. 555. 604. p. 271 (twice).

ಇಡು. A putting, (throwing); ಇಡುಕಲ್. 442. ಇಡುವಲೆ. 442.

ಇತರ. Other.

ಇತ್ತ.=ಇತ್ತಲ್. 452. 537. 542.

ಇತ್ತಂಡ (ಇರ್ತಂಡ). Two companies; two persons. 402.

ಇತ್ತರ (ಇರ್ತರ). Both banks. 360. p.204.

ಇತ್ತಲ್, ಇತ್ತಲು.=ಇತ್ತು. This direction, etc. 83. 84. 398. p.269.

ಇತ್ತು. This direction, here, now, meanwhile. 200. 402. 250. 481. ಇತ್ತಣ. Of this place.

ಇತ್ತು. √ ಈ.

ಇದಿರ್. Front, presence; forwards; opposite. 181. 240. 308. 443. p.199. 487. p.212. 506. 538. 544. 561. p.245. 613. 617. p.271. ಇದಿರಾಗಿ ನಡೆ. To go out and meet; ಇದಿರ್ಗೊಳ್, ಇದಿರ್ಗೆವರ್, ಇದಿರ್ವರ್, ಇದಿರಾಗಿ ಬರ್. To come and meet; ಇದಿರೇಱಿಸು. To cause to rear up.

ಇದಿರ್ಚು. To come into hostile contact; to oppose, resist. 454. p.197. p.201. p.263. 615. 618.

ಇದು. This, it; ಇವು. These, they.

ಇದ್ದಲ್. Charcoal. 101. cf. ಇಂಧನ.

ಇದ್ದು.=ಇರ್ದು. √ ಇರ್.

ಇನ. The sun.

ಇನಂ. Now, here, then; thus, so that. 12. 241. 329. 492. 494. p.211. p.227. 554. 620.

ಇನಿ.=ಇಂಪು. 348. 631. ಇನಿವಾತು= ಇನಿ-ಮಾತು.

ಇನಿತು. So much (as this). 341. 523. 595.

ಇನಿದು.=ಇಂಪು. 356.

ಇನಿಸು. (=ಇಷ್ಟು?). So much (as this). p. 268.

ಇನೆಯ. A beloved man; ಇನೆಯಳ್. A beloved female, a wife. 518. p. 222.

ಇನ್ನು. Up to this time, still, yet; from this time, hence, further. 1. 2. 89. 301. 315. 323. 458. 465. 486. 564. 612. p. 268.

ಇನೆಗಂ.=ಇನ್ನೆಗಂ. 617.

ಇನ್ನೆಗಂ. Till now; so that. 337.

ಇಪ್ಪತ್ತು.=ಇರ್ಪತ್ತು.

ಇಪ್ಪುದು, ಇಪ್ಪ, etc.=ಇರ್ಪುದು, etc. √ ಇರ್. 15. 51. 165. 267. 305.

ಇಬ್ಬರ್.=ಇರ್ವರ್.

ಇಭ. An elephant. (ಇಭದಲೆ=-ತಲೆ). ಇಭಾಂತಕ. An elephant-destroyer. ಇಭೇಂದ್ರ. A kingly elephant.

ಇಭಪುರಿ.=ಹಸ್ತಿನಾಪುರ.

ಇಮ್ಮಡಿ (ಇರ್ಮಡಿ). Twofold, double, (twice as large). 250.

ಇವ. This man, he; ಇವಳ್. She.

ಇರ್. Two.

ಇರ್, ಇರು. To be; to halt, stop, delay. 16. 19. 21. 80. 92. 126. 268. 274. 305. 326. 337. 340. 373. 457. p.204. 497. 544. 571. 597.

ಇರಲು. Being, staying, state. 44.

ಇರವು.=ಇರಲು. 405. 465. 514. 547.

ಇರಿಸು. To put; to let be, remain, or grow; to keep. 205. 363. 376. 525. 534. 540. 548. 547.

ಇರುಳ್, ಇರುಳು. Night. 60. 248. 322. 411. 516.

ಇಱಿ. To pierce, stab; to peck. 148. 277. 392. p. 201. 497. 569.

ಇಱುಂಕು. To be held compressed; to hold compressed. p. 171. 510.

ಇಱುಕು. The state of being compressed; a dilemma; distress; a firm hold. 136.

ಇಱುಬೆ. A compressed state; a throng, crowd, large number. 401.

ಇರ್ಗಡಿ. Two cuts or parts; in two. 450 456.

ಇರ್ಗೆಲ. Both sides. p. 254.

ಇರ್ದಪ. Perhaps = ಇರ್ದಪ, ಇರ್ಪ. 339.

ಇರ್ಪತ್ತು. Twenty.

ಇರ್ಬರಿ. Both flanks. 613. (ಬರಿ here = ಬಱಿ?).

ಇರ್ವರ್. Two persons; both.

ಇಲ್ಲ, ಇಲ್ಲದು, ಇಲ್ಲದೆ. √ ಇಲ್ = ಇರ್. To be: there is not; not; not being or existing. 417. 581.

ಇಲ್ಲಮಾಗು. To go away, disappear. 610.

ಇಲ್ಲೆನ್. To deny, do away with. ಇಲ್ಲೆನಿಸು. p. 259.

ಇವ. This man, he; ಇವಳ್. This woman, she.

ಇಷ್ಟ. Wished, delicious, beneficial; desire.

ಇಸು. To throw, shoot. 396. 402. 617.

ಇಹುದು, ಇಹೆಂ, ಇಹಂ, ಇಹರ್. ಇಹ, etc. = ಇರ್ಪುದು (ಇಪ್ಪುದು), etc. 31. 45. 93. 151. 159. 208. 236. 246. 271. 327. 330. 340. 361. 363. 375. 377. 414. 415. 467. 470. 471. 526. 531. 539.

ಇಳಾಧಿನಾಥ, ಇಳಾಧಿನಾಯಕ, ಇಳಾಧಿಪ, ಇಳಾರಮಣ. A king.

ಇಳೆ. The earth, ground; a place.

ಇೞಿ. To go down, descend. 71. 105. 141. 162. 181. 227. 255. 314. 353. 368. 416. 477. 514. 517. 538. 545. 546. 560. p. 261. p. 268.

ಇೞಿಂಕೆ. A going down; decrease. ಇೞಿಂಕೆಗೆಯ್. To surpass. p. 254.

ಇೞಿಕೆಯ್, -ಕೈ. To subdue, surpass. p. 199.

ಇೞಿತರ್. To come down. 385.

ಇೞಿಪು. = ಇೞುಪು. 140. p. 198. p. 200. 628.

ಇೞಿವಾಯ್ಕು (-ಪಾಯ್ಕು). To cast down. 498.

ಇೞಿವಿಡು. To lower down. 498.

ಇೞುಪು. To make descend, to let or put down; to make one's self descend, to come down. 407. p. 171. p. 197.

ಇೞುಹು. = ಇೞುಪು. 309. 560.

ಈ

ಈ. This; these.

ಈ. To give, allow, fulfil; to bring forth. 25. 115. 234. 236. 289. 333. 339. 358. 360. 381. 420. 422. 444. 448. 458. 460. p. 187. 464. 468. 470.

475. 491. 494. 504. p.228 (twice). p. 229. 562. 574. 597.

ಈಂಟು. To suck in, drink. 262. 449. 514. p.253.

ಈಕ್ಷಣ. Seeing, sight.

ಈಕ್ಷಿಸು. To see, look at.

ಈಗ. Now. 326. 566.

ಈಗಳ್. = ಈಗ. p. 170. 596.

ಈಡು. Something put; a mark, object; equivalent, equal. 287. 328. 468. 581.

ಈತ. This man, he. 530. 531. etc.

ಈರ್. = ಇರ್. Two.

ಈರೆಯ್ದು. Ten.

ಈರ್ಪರ್. = ಇರ್ಪರ್.

ಈಶ. Strong; ruler; God.

ಈಶತ್ವ. Rulership, supremacy.

ಈಶ್ವರ. = ಈಶ.

ಈಸು. So much (as this). 103 (?). 251. (cf. ಇನಿಸು).

ಈಸು. To make give; to allow, let. 203. 321.

ಈಸು. To swim. p. 204.

ಈಳೆ. A sour kind of orange. 349.

ಉ

ಉಂಟು. √ ಉಳ್. 323.

ಉಂನತ. = ಉನ್ನತ.

ಉಂಬುದು. = ಉಣ್ಬುದು. 190. 200. 246.

ಉಃಫ. Ugh! (an exclamation of horror). 426.

ಉಕ್ತಿ. A word, expression.

ಉಗಿ. To draw, pull, pull out; to seize, plunder; to emit, spit; to loosen. 103. 313. 398. 400. cf. ಉಗು.

ಉಗಿಬಗಿ. Pulling and tearing. 450. (Reeve: ಉಗಿಬಿಗಿ. Haste).

ಉಗು. To become loose; to flow, emanate, proceed; to let loose, shoot. 88. 118. p. 184. 619.

ಉಗುರ್. The finger or toe nail; a claw. 400. 449. 534.

ಉಗುಳ್. To emit, spit. 122. 341.

ಉಗ್ಗಡ, ಉಘ್ಘಡ. An excess, overflow; hugeness. 87. 219. 482. 517.

ಉಘ್ಘಡಿಸು. To make abundant, to repeat or declare often, (praise). p. 200. 605.

ಉಗ್ರ. Ugly, fierce; fierceness.

ಉಗ್ರಾಣ. A store.

ಉಚಿತ. Proper, fit, suitable.

ಉಚ್ಚಂಡ. Passionate; (= ಅವಲಂಬಿತ) depending; large, bulky.

ಉಚ್ಚಯ. A gathering, collection, multitude.

ಉಚ್ಚರಿಸು. To utter.

ಉಚ್ಚಾರ. An utterance, speech.

ಉಚ್ಚಲಿತ. Set out, proceeding from. 603.

ಉಚ್ಛಳಿಸು, ಉಚ್ಚಲಿಸು. To burst forth, be discharged, run over. 101. 402. 435.

ಉಜ್ಜಗ, ಉಜ್ಜುಗ (ಉದ್ಯೋಗ). Exertion. 503.

ಉಜ್ಜುಗಿಸು. To exert one's self, to make preparations.

ಉಜ್ಜೃಂಭಿತ, ಉಜ್ಜೃಂಭಿತ. Yawning with the mouth wide open.

ಉಜ್ಜ್ವಳ, -ಲ. Splendour; radiant.

ಉಜ್ಜ್ವಳಿತ, -ಲಿತ. Shining.

ಉಜ್ಜ್ವಳಿಸು. To shine.

ಉಡಿ (ಉಡೆ). To break; to pull to pieces. 134. 452. p. 184. p. 205. see ಒಡೆ.

ಉಡಿ. The hip; the pouch formed by the folds of the garment; the lap. (442?); p. 199.

ಉಡು. A star. ಉಡುಕಾಂತ. The star-friend, the moon. ಉಡುರಾಜ. The star-king, the moon.

ಉಡುಗಿಸು. To cause to shrivel up or to abate. 260. 410.

ಉಡುಗು. To contract, be diminished; to be impaired. 382. p. 205. p. 268. p. 271.

ಉಡುಗೊಱೆ (= ಪಾವಡ). A garment, dress. 231.

ಉಣ್. To eat, enjoy. 40. 44. 55. 82. 190. 200. 246. 307. 481.

ಉಣಿಸು. Eating, food. 379.

ಉಣ್ಮು. To rise up, break forth. 520.

ಉತ್ಕಂಠತೆ. The state of having the neck raised; longing for, desire.

ಉತ್ಕಟ. Excessive, abundant; fierce, quick.

ಉತ್ಕರ. A heap, assembly; plenty.

ಉತ್ಕ್ಷಿಪ್ತ. Thrown up, sprung forth.

ಉತ್ತಮ. Highest, best, very good.

ಉತ್ತರ. Crossing; superior; fit; the north, northern; answer. ಉತ್ತರೋತ್ತರ. A becoming answer (or command).

ಉತ್ತರಿಸು. To cross. 409.

ಉತ್ತುಂಗ. High, prominent.

ಉತ್ಪನ್ನ. Produced, born.

ಉತ್ಪಲ. The blue lotus; a water-lily.

ಉತ್ಸವ. Elation (joy), festivity.

ಉತ್ಸಹ. = ಉತ್ಸವ.

ಉತ್ಸಾಹ. Effort, energy, ardour, eagerness.

ಉತ್ಸುಕ. Longing for; care; on account of.

ಉದಂಚಿತ. Covered, filled.

ಉದಕ. Water.

ಉದಗ್ರ. Pointing upwards, lofty, excellent.

ಉದಧಿ. The water-hold, the ocean.

ಉದಯ. Rising, (dawn); one in whom has come into being.

ಉದಯಿಸು. To rise. 199. 263.

ಉದರ. The belly, centre.

ಉದಾತ್ತ. Prominent.

ಉದಾರ. Excellent, gentle.

ಉದಿತ. Risen.

ಉದಿತ. Uttered, spoken of.

ಉದಿರ್. To fall or drop down or off. 92. 398. 518.

ಉದಿರ್ಚು. To let drop. 378.

ಉದಿಸು. = ಉದಯಿಸು. 76. p. 261.

ಉದು. That, (this). ಉವು, they.

ಉದುರ್. = ಉದಿರ್. 517.

ಉದ್ಗಮ. Rising, standing on end.

ಉದ್ಘ. Excellence; excellent.

ಉದ್ಧ (ಊರ್ಧ್ವ). High, tall, proud. 50. 204.

ಉದ್ಧಂಟ. Proud behaviour. 343.

ಉದ್ದಂಡತನ. A high or proud behaviour or state. 82.

ಉದ್ದಂಡತೆ. = ಉದ್ದಂಡತನ. 240.

ಉದ್ದಾಮ. Unfettered, long, great, generous; greatness. 228. 337. cf. ಪ್ರೋದ್ದಾಮ.

ಉದ್ಧು. To rub. 398.

ಉದ್ದ್ರವ. A running up, the tide. 292.

ಉದ್ಧತ. Raised, puffed up, haughty.

ಉದ್ಧೃತ. Raised.

ಉನ್ನತ. Raised, exalted, lofty, high, sublime.

ಉದ್ಭವ. Birth; born.

ಉದ್ಭಾಸ. A ray; lustre.

ಉದ್ಭಿನ್ನ. Broken forth; opened; budded; (tender).

ಉನ್ಮದ. Great madness, fury.

ಉದ್ಯತ (-ಋ, -ದ್, -ನ್). Risen, exalted; shining.

ಉದ್ಯಾನ. A garden.

ಉದ್ಯುಕ್ತ. Busy.

ಉದ್ಯೋಗ. Exertion, work, occupation, business, affair.

ಉದ್ವೃತ್ತ. Excitement, overbearing.

ಉದ್ವೇಗ. Rising; eager, violent.

ಉಪಕರಣ. An implement.

ಉಪಕರಿಸು. To benefit.

ಉಪಚರಿಸು. To serve, show kindness.

ಉಪಚಾರ. Practice; homage, kind treatment.

ಉಪಚಿತ. Loaded or endowed with.

ಉಪಟಳ. Trouble. 395 (?); 436.

ಉಪದ್ರವ. What assails; trouble, distress.

ಉಪನಯನ. Investiture with the sacrificial thread.

ಉಪಮೆ. A comparison, simile.

ಉಪಲ, ಉಪಳ. A stone. ಘನೋಪಲ, The cloud-stone, hail.

ಉಪವನ. A garden near a city.

ಉಪವಿಷ್ಟ. Seated.

ಉಪಶಾಂತ. Calmed.

ಉಪಶಾಖೆ. A twig.

ಉಪಹತಿ. Killing, death, ruin.

ಉಪಾಂತ. Proximity

ಉಪಾಯ. A device, contrivance, expedient.

ಉಪೇಕ್ಷಿಸು. To contemn.

ಉಪೇತ. Joined; an assemblage.

ಉಪ್ಪರ. An upper portion.

ಉಪ್ಪರಿಗೆ. An upper story. 167. 212.

ಉಪ್ಪರಿಸು. To jump up; to make to rise. 368. p. 199. 613. 621.

ಉಪ್ಪವಡ. Rising; (a morning song). 596.

ಉಪ್ಪವಡಿಸು. To rise, awake. 91. 249. 596.

ಉಪ್ಪಾರತಿ (= ಉಲಪಾರತಿ?). A wick-lamp. 230.

ಉಪ್ಪು (= ಉರುಪು). The burning substance, salt. 168.

ಉಬ್ಬಟೆ (ಉರ್ಬಟೆ). Swelling, excess, greatness, (pride), fullness, power, excellence. 127. p. 197.

ಉಬ್ಬರ. Swelling, etc. = ಉಬ್ಬಟೆ. 144. 196. 372.

ಉಬ್ಬರಿಸು. To be swollen (also with

trouble) or be elated with pride, courage, joy, etc. 134. 451.

ಉಬ್ಬಸ. Swelling (also with trouble, anxiety), excessive merriment, wantonness. 117.

ಉಬ್ಬಿಸು. To make swell (with anguish), to trouble. 401.

ಉಬ್ಬು.=ಉಬ್ಬುೞ, ಉವ್ವೞ. 5. 132. 400. 416.

ಉಬ್ಬು. The state of being swollen with joy, etc. 70. 178. 312.

ಉಬ್ಬೆಗ. Swollenness from trouble, shortness of breath, anguish. 171.

ಉಬ್ಬೇಱು. To become puffed up with joy, pride, etc. 70.

ಉಬ್ಬೇಱು. To be elated, aroused. 178. 312.

ಉಭಯ. Both; two.

ಉಮ್ಮಳಿಸು. To grieve. p. 268.

ಉರ. The breast.

ಉರಗ. The breast-walker, a serpent. ಉರಗಿ. A female serpent; ಉರಗೇಂದ್ರ. The chief of serpents.

ಉರವಣಿಸು. To be powerful, vehement. 85. 178. 515.

ಉರವಣೆ. Power, vehemence. 78. 174.

ಉರಿ. To burn, flame. 104. 268. 291. 431. 437. 440. p. 184. 498.

ಉರಿ. Burning, a flame. 95. 100. 103. 157. 169. 316. 341. 428. ಉರಿಗೊಳ್. To catch flames.

ಉರಿವೆಣ್ಣೆ. Blazing oil. 498. (ಅರಿವೆಣ್ಣೆ — ಅೞಿವೆಣ್ಣೆ, Oil of destruction?)

ಉರು. Broad, great, large, tall.

ಉರುಟು. Trespassing (=ಅತಿಕ್ರಮಣ), arrogant. 50.

ಉರುಪು. To cause to flame, to burn. 315. 584.

ಉರುಳ್. A noose, snare. 401.

ಉರುಳ್. To fall (or roll) down. 122. 402.

ಉರುೞ್ಚು. To make fall down. p. 201.

ಉೞು. To be abundant, en masse. 98.

ಉೞುಬೆ. Abundance, greatness, valour, fierceness. 148. 169. 171.

ಉೞುವು.=ಉವ್ವೞ. 562.

ಉೞಿ. Expanded, great; much, strongly. 51. 88. 137. 165. 305. 337. 373. 439. 542. 563. 621.

ಉಕ್ಕೞ. To be puffed up, be arrogant or strong. 461.

ಉಕ್ಕೞ. Elation, pride, arrogance. 381. 430. ಉಕ್ಕೞೞಿ. To be humbled.

ಉಬ್ಬೞ. To swell, rise up, be puffed up, be massy. 380. 549. 601.

ಉರ್ವರೆ. The earth; a corn-field.

ಉರ್ವಿ. The large one, the earth. ಉರ್ವೀಧ್ರ. The earth-supporter, a mountain.

ಉವ್ವೞ.=ಉಬ್ಬೞ. 360. 457. 512.

ಉವ್ವೞ (=ಬೆಱಗಪ್ಪ ಭಾವ). Greatness, wonder, astonishment. 397. 504.

ಉಲ್. To be hot. 329.

ಉಲಿ. To cry, cry out, crow, sound, speak. 87. 110. 144. 199. 263. 618[b].

ಉಲಿ. A cry, sound. 305. 629.

ಉಲಿಪು. A cry. 238.

ಉಲ್ಬಣ. Abundance.

ಉಲ್ಲಂಘನ. Transgression.

ಉಲ್ಲಂಘಿಸು. To jump over, evade, transgress.

ಉಲ್ಲಸತ್. Shining.

ಉಲ್ಲಾಸ. Moving, sport; shining, delight.

ಉಷಃ. Dawn, morning.

ಉಷ್ಣ. Heat.

ಉಸುರ್. To utter, speak. p. 186.

ಉಳ್. To be. ಉಳ್ಳ. Being. 341. 459.

ಉಜ್ಜ್ವ. To shine. 482.

ಉೞಿ. To be left, remain, survive, remain behind; to leave, leave behind, put off. 22. 31. 148. 210. 268. 269. 320. 322. 437. 444. 500. 577. 588. 590.

ಉೞಿವು. Remaining, surviving. 65.

ಉೞುಹು. To let remain, to spare. 472.

ಊ

ಊಟ. A meal. 40. 43. 54.

ಊಡಿಸು. To cause to eat. 502. 544.

ಊಡು. To eat.

ಊದು. To blow. 387. 390. 394. 434.

ಊಱ್. To put down, fix firmly. 524. p. 268.

ಊರ್, ಊರು. A settlement, town, village. 45. 54. 80. 206. 303. 378. 545. 571.

ಊರ್ಮಿಕೆ. A wave, surge.

ಊಳ್. To howl, bark. 117.

ಋ

ಋಕ್ಷ. A bear.

ಋತು. A season.

ಋಷಿ. A learned man.

ಎ

ಎಂ, ಎಣ್, ಎಟ್.=ಎಂಟು.

ಎಂಟು. Eight.

ಎಂಣೆ, ಎಣ್ಣೆ. Oil. 38. 326.

ಎಂತು. What manner? in what manner? how? 251. 283. 385. 496. 536. p. 252.

ಎಂತುಂಟು. How much? 440.

ಎಂದು. At what time? when? 333. 334 (?, ಎಂದು=ಎಂದೂ, ಎಂದುಂ; or could it be ಎಂದು, having said?) p.187. ಎಂದಿನ ಪೊಲ್. As usually. 288.

ಎಂಬುದು, ಎಂಬ. etc. √ ಎನ್.

ಎಂಮೆ, ಎಮ್ಮೆ (=ಎರ್ಮೆ, ಎೞ್ಮೆ). A female buffalo. 41. 413.

ಎಕ್ಕಡ. A kind of sandal or shoe. 115.

ಎಕ್ಕಲ. [Reeve: An elephant, (but verse 135 ಎಕ್ಕಲ is distinguished from ಕಾಡಾನೆ); Rice in his ಪದ್ಯಸಾರ ad. v. 394: a tiger, ಹುಲಿ, (but there ಪುಲಿ appears side by side with it]. A wild hog. 133. 135. 137.

ಎಕ್ಕತುಳ. Excitement, haste. 145.

ಎೞ್ಚಱಿಸು (ಎೞ್ಚ್ಚಱಿಸು). To make rise, awaken, give a warning, put in mind. 288.

ಎೞ್ಚು. √ ಏೞು.

ಎಡ. The left side; to the left; left. 128. 134. 213. 323. 376. 377. p. 199. 607. p. 271.

ಎಡರ್. Trouble, misfortune. 576. 583.

ಎಡಹು. To stumble, go wrong. 533.

ಎಡೆ. (ಇಡೆ). A place; room; (time); a road; a placing, an offering. 26. 80. 81. 131. 212. 259. 303. 327. 333. 335. 369. 376. 399. 428. 480. p. 205. p. 212. 525. p. 229.

ಎಡೆಗೊಳ್. To obtain; to take place, come about; to reside, stand. 345. 379. 480. 601.

ಎಡೆಯಾಟ. Playing at (various) places, moving about. 296.

ಎಡೆಯಾಡು. To play or move about. 370.

ಎಡೆಯುಡುಗು. To fall short of a time, to loiter. p. 271.

ಎಡೆವಿಡು (-ಬಿಡು). To leave room, to loiter. 510. 517.

ಎಡ್ದ. (cf. the Tulu ಎಡ್ದೆ). Nice, agreeable; beauty. 477. 497. (Another ಎಡ್ದ = Stult, stupid).

ಎಣ್. Eight. 332. 343. 372. 446.

ಎಣಿಕೆ. Calculation; thought. 153. 470. 533. 606.

ಎಣಿಸು. To count, reckon, think. 181. 502. 594. 595.

ಎಣೆ. Equal, par. pair; nice proportion. 130. 168. 327. 428. 579. 616. ಎಣೆಗೊಳ್. To vie with. ಎಣೆವಕ್ಕಿ. = ದಂಪತಿ ಪಕ್ಕಿ. p. 205.

ಎತ್ತಲ್. What manner or place? whereto? (=ಎತ್ತಲುಂ. Everywhere). 12. 83. 108. 260. 263. 264. 334. 453.

ಎತ್ತು, ಎತ್ತ. = ಎಂತು. And: what place? what direction? 103. 171. 198. 250. 363. 386. 393. 471. 484. 491. p. 209. 603. 619. (ಎತ್ತಣ).

ಎತ್ತು (ಎೞ್ತು). To lift up, raise. 137. 200 (?). 240. 287. 329. 417. 443. 456. 471. p. 197. p. 198. p. 199. 512. 561.

ಎತ್ತು (ಎೞ್ತು). An ox. 60. 79. 93.

ಎದೆ. = ಎರ್ದೆ. 259.

ಎದ್ದು. = ಎೞ್ದು. √ ಏೞ್.

ಎನ್, ಎನು, ಎನ್ನು. To say. 52. 240. 374. 419. 451. p. 187. 463. 467. 491. 494. p. 209. p. 213. 502. 503. 545. 589.

ಎನಿತು. How much? 363.

ಎನಿಸು (ಎನಿಪುದು, ಎನಿಪ). To make one's self tell, to be called.

ಎನ್ನ, ಎಂನ, ಎನ, ಎಮ್ಮ, etc. of ಆನ್. I.

ಎಬ್ಬಿಸು. = ಎರ್ಬಿಸು. 401.

ಎಯ್. = ಅಯ್. Sir!

ಎಯ್. Five.

ಎಯ್. Going, walking.

ಎಯ್ಕಿಲ್. Cold, frost; cold dew. 381. 386. 393. 409. 410.

ಎಯ್ತರ್. To come. 80. 121. 125. 229. 294. 326. 371. 395. p. 179. 448. 460. 461. 483. 485. 487. 539. 543. 544. 515. 560. 610.

ಎಯ್ದು. To go, walk; to go to, reach, come near; (to follow). 174. 328. 376. 414. 434. 442. 446. p. 181. 451. 457. 471. 480. 512. 524. 537. 540. 621.

ಎಯ್ದು. Five.

ಎಯ್ವರ್. Five persons.

ಎಯ್ದೆ. √ ಎಯ್. Becomingly, well, much. 9. 361. 372. 385. 411. 446.

ಎಯ್ಮಡಿ. Five-fold.

ಎಯ್ಸಲ್. = ಎಯ್ದೆ. 316. cf. ಐಸಲೇ.

ಎರಡು. Two. ಎರಡನೆಯ. Second. ಎರಡಾಗು, ಎರಡಿಡು. To be divided. 613. 618.

ಎರಲೆ. An antelope or deer. 98. 413.

ಎರೆ. Bait. 442.

ಎರೆ. Black earth. 31.

ಎಱಕೆ. A wing; a branch; a roof. 146. 370. 378. 416.

ಎಱಗಿಸು. To make come or fall down, bend down. 260. 303.

ಎಱಗು. To come down (upon), descend, fall down, to obeisance. 84. 198. 227. 232. 238. 319. 352. 358. 398. 419. 466. p. 200. p. 201. p. 204. 513. 515. p. 229. 560. p. 271.

ಎಱೆ. A master, lord. 198.

ಎಱೆ. To pour. 37. 92. 131. 208. 326. 519.

ಎರ್ದೆ. The breast. 451.

ಎೞ್ (ಎೞ್ಬು). = ಎೞ್ಚಿಸು. 261.

ಎೞ್ಚಿಸು (ಎೞ್ಪಿಸು). To cause to rise; to raise, arouse. 305.

ಎಲರ್ (ಅಲರ್). Wind; breath. 259. 260. 262. 315. 348. 394. 428. 438. 526.

ಎಲವೊ, ಎಲಾ. Ah! aha! eh! holla! 82. 156. 232. 250. 274. 496. 562.

ಎಲು. A bone. 88.

ಎಲೆ, ಎಲೇ. = ಎಲವೊ. 71. 233. 273. 356. 365. 377. 452. 457. 468. 491. 494. 501. 580. 629.

ಎಲೆ. A leaf, (wing). 92. 241. 388. 442. p. 198. p. 229. 554.

ಎಲ್ಲ, ಎಲ್ಲಾ. All.

ಎಲ್ಲಿ. Where? ಎಲ್ಲಿಂದೆ, ಎಲ್ಲಿಗೆ.

ಎಲ್ಲಿದ. A of-what-place-he. 631.

ಎವೆ. An eye-lid. 70. 526.

ಎಷ್ಟು. How much? 224.

ಎಸಕ. Shining; appearance, resemblance. 426.

ಎಸಗು. To make; to engage in; to cause to shoot or flow. 384. 450. p. 197. 504. 587.

ಎಸಸು. = ಎಸಗು. 484.

ಎಸೞ್. A leaf, petal. 101. 196. 319. 339. p. 229.

ಎಸುಗು. = ಎಸಗು. 542.

ಎಸುವ್ವಲೆ. (?) 113.

ಎಸೆ. To shoot (= ಎಸು). 399. to begin. 578 (?). to shine, be renowned or great. 21. 122. 126. 127. 140. 163. 164. 166. 167. 196. 213. 219. 220. 239. 240. 252. 261. 262. 263. 268. 269. 289. 296. 306. 318. 322. 331. 334. 336. etc. 346. 351. 353. 354. 355. 356. 358. 362. 364. 372. 383. 391. 416. 418. p. 171. etc. 461. 487. etc. 547. etc. 583. etc. 605.

ಎಳ. = ಎಳೆ. Tender, etc.

ಎಳವಳ್ಳಿ (-ಬಳ್ಳಿ). A tender creeper. 241.

ಎಳವೆಱೆ (-ಪೆಱೆ). The young or new moon (crescent). 241.

ಎಳಸು. (probably ಎೞಸು, to make one's self drawn to). To desire, long for. 35. 336. 392. 395. 402. 418. 433. p.204. 519. p.228. p.268. p.270.

ಎಳೆ, ಎಳೆಯ (ಎಳೆದ). Young, tender, gentle, soft, frisky, etc. 93. 195. 236. 253. 322. 325. 330. 345. 348. 349. 353. 368. 392. 396. 397. 507. 512. 526. p. 228. p. 229. p. 271.

ಎಳೆಗಾಳಿ. A breeze. 556.

ಎಳೆದುಂಬಿ, (-ತುಂಬಿ). A youngor beautiful black bee. 264. 308.

ಎಳೆವೆಲರ್ (ಎಳೆ-ಎಲರ್). A gentle wind, breeze. 259. 384.

ಎೞಲ್. To hang down; to be drawn along. p. 198 (twice). ಎೞಲೆವಿಡು. To let hang down.

ಎೞೆ. To draw, drag. 341. p. 197.

ಎೞ್ದ. √ ಏೞ್.

ಏ

ಏ. What? 240. 326. 460. 612. ಏಕೆ. What for? ಏತಱ. Of what? etc.

ಏಕ. One, alone, the same.

ಏಕಾಂತ. Solitude; solitary, private.

ಏಕಾವಳಿ. A necklace formed of a single string.

ಏಗಿಸು. To vituperate; to mock threateningly. 83.

ಏಣ. An edge, point (?). 442.

ಏನ್, ಏನು. = ಏ. 251.

ಏಱ್, ಏಱು. To go up or on high, ascend; to increase. 50. 70. 72. 149. 155. 182. 193. 278. 341. 430. 451. 455. p. 196. p. 197. p. 198. p. 200. p. 201. p. 202. 483. 572. 574. 575. 593. p. 256. 605. 615. p. 266. 622.

ಏಱ್, ಏಱು. A wound. 135. 148.

ಏಱಾಟ. Mounting, riding. 446. p. 197.

ಏಱಿಸು. To raise. 178. p. 199. 618.

ಏಱೆ. Ascending. ಏಱೆದೆಗೆ. To draw up, raise. 400.

ಏಳ್ದಂಗೆಯ್. To fancy, imagine. 238.

ಏೞ್. To stand up, rise. 49. 73. 83. 251. 305. 307. 332. 337. 343. 366. 389. 393. 439. 449. p. 184. 466. 474. 482. p. 196. p. 208. 496. 524. p. 228. 540. 549. 558. p. 254. 601. 623. p. 268.

ಏೞ್, ಏೞು. Seven.

ಏೞಿಗೆ. = ಏೞ್ಗೆ. 21. 291. 412.

ಏೞಿಸು. To raise; to extol. p. 184. 578.

ಏೞ್ಗೆ. Rising, growth, greatness, glory, magnificence. 121. 533. 614.

ಏೞ್ತರ್. To come near, come. 452. p. 212. p. 228. p. 239. p. 244. p. 254. p. 257. 610. p. 270.

ಐ

ಐಂದವ. Relating to the moon, lunar.

ಐತರ್. = ಎಯ್ತರ್. p. 171.

ಐದು. = ಎಯ್ದು. Five. = ಎಯ್ದು. To go.

ಐವರ್. = ಎಯ್ವರ್.

ಐಸಲೇ. Well! bravo! cf. ಎಯ್ಸಲ್. 251.

ಒ

ಒಂ, ಒಮ್. = ಒರ್. (cf. ಇಂ = ಇರ್). One.

ಒಂದಿಸು. To join, put to. p. 271.

ಒಂದು (ಒದುಱ). One; in company with. 441. p. 197.

ಒಂದು. To be one, together or joined; to come about; to obtain; to perform. 352. 403. 520. p. 229. 558. 589. 610. cf. ಪೊಂದು.

ಒಂದುಗೂಡು. To be joined or in company. 339. p. 197.

ಒಂಬತ್ತು (-ಪತ್ತು). Nine.

ಒಕ್ಕರಿಸು. To vomit, emit. 193.

ಒಕ್ಕಲ್ (ಒಕ್ಕಱಲ್ ?). A tenant; tenancy. 54. 206. cf. ಒಗುಱ.

ಒಕ್ಕಲ್. (A making loose), a threshing. 450. ಒಕ್ಕಲಿಕ್ಕು. To beat out; to slay.

ಒಕ್ಕು. √ ಉಗು.

ಒಗು. = ಉಗು. 327.

ಒಗುಮಿಗೆ. Overflowing, surpassing. 197.

ಒಗೆ. (cf. ಉಗು, ಉಗ, ಒಗು). To come forth or about, be born, proceed. 335. 461. p. 204. p. 208. 512. 594. 611.

ಒಗೆ. Birth. ಒಗೆತರ್. To be born. p. 195. p. 222.

ಒಗ್ಗರಣೆ. Seasoning. 75.

ಒಟ್ಟಜೆ. A heap, mass; a line, row. 450. p. 197.

ಒಟ್ಟಲ್. = ಒಟ್ಟಜೆ. 368.

ಒಟ್ಟು. To put together. 450.

ಒಡ, ಒಡಂ. Together.

ಒಡ (ಉಡ). Breaking, cracking; broken. 53.

ಒಡಂಬಡಿಸು. To make consent. p. 199. p. 212.

ಒಡಂಬಡು (-ಪಡು). To be in company, accompany; to consent. 10. 131. 403. 408. p. 228.

ಒಡಕು (ಉಡಕು). A fracture, crack, the state of being broken. 55.

ಒಡಗೂಡು (-ಕೂಡು). To join; to assent. 403. 533.

ಒಡನಾಟ. Company. 298. 299. 571.

ಒಡನೆ. Together with, in company; withal, at once; then. 78. 144. 155. 171. 208. 272. 290. 307. 311. 329. 370. 398. 401. 402. 418. 489. p. 208. 496. 498. p. 212. 505. p. 228. 570.

ಒಡನಾಡು. To be in company. 570.

ಒಡನೊಡೆ, ಒಡನೊಡನೆ. Forthwith. 340. 401. 493.

ಒಡರ್ಚು. To make effort, begin; to assume. 337. 399. 426. p. 198. p. 200. p. 204. 493. 613[b].

ಒಡಲ್, ಒಡಲು. An aggregate; the body. 45. 374. 385. 395. 400. 402. 416. 450.

ಒಡವರ್ (-ಬರ್). To come along with. p. 184. 483.

ಒಡವೆ. Possession, property, substance. 209. 544.

ಒಡವೆರೆ (-ಬೆರೆ). To be in company. p. 204.

ಒಡೆ (= ಉಡೆ, ಉಡಿ). To break, split,

burst; to break loose, up or forth, be scattered. 104. 132. 143. 144. 174. 326. 368. 386. 435. 454.

ಒಡೆ. Together with; (then) if (later: ಅಡೆ, ಅರೆ).

ಒಡೆಯ. Owner, master, king. 180. 209. 222. 363. 451. 467. 488.

ಒಡ್ಡ. A putting up, wager, bet, stake. 309. 311.

ಒಡ್ಡಣ. A mass. 477. 497.

ಒಡ್ಡಿಯ. A name of the country of the ಒಡ್ಡ tribe and of its tribe.

ಒಡ್ಡು (ಒಡ್ಡ್). To heap up; to place (or be placed) or put across, in opposition, before or to, (put at stake). 158. 262. 308. 312. 497. 528. 613[b].

ಒಡ್ಡು. A mass, multitude, army. (ಒಡ್ಡೊಕ್ಕ probably = ಒಡ್ಡೊಕ್ಕ: "what is the use of a soldier entering the army of a rude king?"). ಒಡ್ಡುಮೆಱೆ. To shine in masses. 200. 242. 257. 477. 497.

ಒಡ್ಡುವಲಗೆ (-ಪಲಗೆ). A massy or strong shield. p. 200.

ಒಡ್ಡೋಲಗ. A general audience, an audience. cf. ಓಲಗ. p. 169. p. 234.

ಒಣಗಿಲು. Dryness; dry. 102.

ಒಣಗು. To dry up; to wither. 96.

ಒತ್ತರಿಸು. To come (or be) *en masse* or by force; to be abundant; to excel. 316. 422. 477. p. 200. p. 204. p. 261.

ಒತ್ತು (ಒತ್ತ್). To come together or upon; to heap up; to come into close contact; to press down, subdue, rule. 108. 447. 470. 621.

ಒತ್ತು. Accumulation, closeness, nearness, union. 122. 153. 296. 331.

ಒದಗಿಸು. To make to come on, to cause. 316.

ಒದಗು. To be at or come to hand, be ready, prepared or obtained, set in. 96. 151.

ಒದಱು. To cry, shout. 309.

ಒದವಿಸು. To make ready. 468.

ಒದವು. = ಒದಗು. 20. 445. 559. To obtain. 416. 575.

ಒದೆ. To kick, knock against. 96. 117.

ಒನಕೆ. A wooden pestle. 53.

ಒಪ್ಪ. Neatness, beauty. 368. 483. 484. 597.

ಒಪ್ಪಣ (ಒಪ್ಪಣ). One Fanam. 131.

ಒಪ್ಪಿಸು. To present, deliver. p. 170.

ಒಪ್ಪು (ಒಪ್ಪ್). To be (joined), fit or pleasant, (to shine); to agree with, assent to. 10. 164. 235. 296. 319. 346. p. 139. 349. 364. 368. 373. 380. 393. 419. 425. p. 179. 484. 502. 520. 534. 550. 551. 553. 579. 591. 598.

ಒಪ್ಪು. Agreement; lustre. 176. p. 212. ಒಪ್ಪುಗೊಳಿಸು. To make consent.

ಒಬ್ಬು. = ಒಬ್ಬ್.

ಒಬ್ಬುಳಿ. A mass, assemblage. 90.

ಒಮ್ಮೈ. = ಒಮ್ಮೆ. 328.

ಒಯ್, ಉಯ್. To carry off, carry. 125 (?). 232. 376.

ಒಯ್ಯನೆ. Slowly, with leisure, gently.

81. 306. 341. 480. p. 199. p. 205. 526. p. 228.

ಒಯ್ಯಾಲೆ (?). = ಒಯ್ಯಾನೆ (?). 125.

ಒರಸು. To rub, grind, crush. 183. 276. p. 169.

ಒರೆ. To tell, relate. 323. 539. 545.

ಒಱಗು. To lie down, be inclined. 351. 526.

ಒಱತೆ. Oozing; a spring. 314. 373.

ಒಱಲ್, ಒಱಲು. To cry out. 87. 135. 377.

ಒಱೆ. To (come forth,) ooze, trickle, flow. 237.

ಒಱೆ. A sheath, scabbard. p. 202. p. 261.

ಒಗ್ಗು. A settlement; a mass, multitude; a line. 424. 454. cf. ಒಱಗು.

ಒರ್ಮೆ. One time, once; at the same time. 389. 590.

ಒರ್ವ. One, one person. 129. 325. etc.

ಒಲ್. = ಪೊಲ್. 293. 410. 416. 418. 503.

ಒಲ್. To be pleased; to wish, like. 11. 214. 411. 466. 556. 562. 596. 613b.

ಒಲವು. Pleasure, love. 73. 91. 408. 542. 549. 605.

ಒಲಿ, ಒಲೆ. = ಒಲ್. To be pleased, etc. 73. 230. 265. 274. 288. 444. 537. 596 (?).

ಒಲೆ. cf. ಅಲೆ. To vibrate, wave; to make wave. 306. 596 (?).

ಒಲೆ. A fire-place. 428. cf. ಉಲ್.

ಒಲೆದಾಡು. To wave; to make wave or swing. 306.

ಒಲ್ಮೆ. = ಒಲವು. 93.

ಒಸಗೆ. Pleasure; joyous occasion, feast. 280. 545.

ಒಸರ್, ಒಸರು. To ooze, leak, drop. 196. 292. 377.

ಒಸೆ. To be pleased, delighted. 318. 329. 466. p. 253.

ಒಳ್. Good, nice. ಒಳ್ಗೊನೆ. A beautiful bunch. 535.

ಒಳ್, ಒಳ, ಒಳು. In. 27. 389. 421 (ಒಳಗಣ). 432. p. 198. p. 204. p. 228 (ಒಳಗನೆ). p. 229 (ಒಳಗಣ್ಕೆ, into). p. 268. p. 271.

ಒಳಕೊಳ್, ಒಳಗೊಳ್. To include, contain, assume. 366. p. 181. p. 205. 490.

ಒಳಗಾಂಡು. To prevail. 574.

ಒಳಗೆ. In, into, within. 141. 232. 484. p. 229.

ಒಳವು. They are. √ ಉಳ್.

ಒಳ್ವನೆ (-ಮನೆ). An inner house or apartment. 165.

ಒಳ್ಳಿತು. Good. 310. 378.

ಒಳ್ಳಿದ. A good man. 570.

ಒಳ್ಳೆ. Good. 571.

ಒಳ್ಳೆ. A blind worm. 168.

ಒಡ್ಡಲ್. Being mixed together. ಒಡ್ಡಲ್ಸರಿ. A kind of rain. 516 (?).

ಓ

ಓ. To love, pay regard. 36. 438. p. 228 (ಓಪಳ್).

ಓಗರ. Boiled rice. 32.

ಓಗು, ಓಂಗು. = ಉಗು. p. 185.

ಓಘು. A stream, flood.

ಓಜ. A clever fellow, an artisan. 549.

ಓಜೆ (ಓಜಸ್). Luster; valour, power; pomp; a mass. 81. p. 199. p. 202. p. 212. p. 254. p. 266.

ಓಟ. Running, a run. p. 196.

ಓಡು. To run; to run away, flee. 199. 200. 264. 342. 394. 413. 414.

ಓತು. √ ಓ.

ಓದು. To read, study. 34. 60. 403. 529. 540. ಓದಲ್ ಇಡು. To give one's self up to reading, to begin to study.

ಓವುದು. √ ಓ.

ಓರ್. One; equal, alike, like, fit. ಓರಂತೆ. Alike; nicely. 425. 463. 604.

ಓರಗೆ. Equality, similarity. ಓರಗೆಗೊಳ್. To be on a par with. 403. 459.

ಓರಣ. A line, row. 126. 226. 331.

ಓರಣಿಸು. To be in a line or row. 77.

ಓರೆ. = ಓರ್. 184 (?).

ಓರೆ (ವಾರೆ). Uneven, slanting; something uneven. 277.

ಓಲ್. = ಪೋल್. 222. 364. 409.

ಓಲಗ. A service; giving an audience; an audience; a levee; an assembly. 164. 338. 257. p. 228. 558. p. 254.

ಓಲಗಿಸು. To wait on, serve. 234.

ಓವು. = ಓ. 471.

ಓಷಧಿ. = ಔಷಧಿ. ಓಷಧೀಶ್ವರ. The lord of herbs, the moon.

ಓಷ್ಠ. The upper lip; one who has an upper lip.

ಓಸರಿಸು. To get something out of the way, do away with, remove; to keep aloof, doubt. 6. 276. 529. 541.

ಓಸುಗ. (cf. ಓಸ್ಕರ and the Tamil ಓಸರ, cause, reason; and ಉತ್ಸುಕ). Cause; for, on account. 275.

ಓಳಿ. A row, multitude, assemblage, mass. 318.

ಓಳೈಸು. To be together with or accompanied by. 128.

ಔ

ಔಕು. To press. 146. 253.

ಔಚಿತ್ಯ. Somebody to whom one is accustomed. 264.

ಔದುಂಬರ (= ಔದುಂಬರ). A kind of tree.

ಔತನ. A meal, feast. 555.

ಔದ್ಧತ್ಯ. Largeness, greatness.

ಔರಸ. Belonging to one's breast. -ಪುತ್ರ. A legitimate son.

ಔಷಧ. = ಔಷಧಿ.

ಔಷಧಿ. A herb; a medicine; the aggregate of all herbs. Of v. 365 the first translation is: "(The place that is) the aggregate of all the herbs (that are found on the surface) of the massy mountains, (of such herbs as are apt) to allay (the sicknesses of the body) by a great number of removing qualities."

ಕ

ಕ. This letter when the initial of the second member of a compound, often appears as ಗ.

ಕ, ಕಂ. Water.

ಕಂ. = ಕಮ್.

ಕಂಕಣ. An ornament, a bracelet.

ಕಂಕೆಲ್ಲಿ (ಕಂಕೇಲಿ). = ಅಶೋಕ. 349.

ಕಂಚುಕ. A jacket, dress.

ಕಂಚುಕಿ. A master of ceremonies. 419.

ಕಂಜ. The water-born, a lotus.

ಕಂಜಾತ. = ಕಂಜ.

ಕಂಟ. = ಕಂಠ.

ಕಂಟಕ. A thorn; an obstacle.

ಕಂಟಳಿಸು. To be vicious or capricious (?). 621.

ಕಂಠ. The throat, neck; an iron style.

ಕಂಠೀರವ. The throat-roarer, the lion.

ಕಂಡ (ಖಂಡ). Flesh. 390.

ಕಂಡು. Itching; the itch. ಭುಜಕಂಡೂಹೃತಿ. The taking away of the irritation in one's arms.

ಕಂಡು. √ ಕಾಣ್.

ಕಂತುಕ. A ball. 146. 611.

ಕಂದ. A child. 227. 443.

ಕಂದ. A root.

ಕಂದರ. A cave; a valley.

ಕಂದು. To fade, become pale. 278. p. 271.

ಕಂಪ. Quaking, trembling.

ಕಂಪಿಸು. To quake, be in motion.

ಕಂಪು. A smell; fragrance. 126. 195. 307. 318. 339. 352. 422. p. 200. p. 229. 556. p. 258.

ಕಂಬ, ಕಂಭ. A post, (stem), pillar.

ಕಂಬನಿ (ಕಣ್-ಪನಿ). A tear. 416.

ಕಂಸಾಳ (= ಜಗಳೆ). A round metal plate. 127.

ಕಕ್ಕಡೆ. A sort of weapon. p. 201.

ಕಕ್ಕಸ. = ಕರ್ಕಶ.

ಕಕ್ಷ. The side, flank; the armpit.

ಕಟ್ಟಣ. A honorary bracelet. p. 201.

ಕಚ್ಚು. = ಕಚುಗ. 150.

ಕಚ್ಚೆ. The end of a lower garment gathered up behind and tacked into the waist-band. p. 199.

ಕಜ್ಜ. = ಕಾರ್ಯ. 408. 465. 504. 533. 563. 574. 578. etc.

ಕಜ್ಜಾಯ. Sweetmeat. 329.

ಕಜ್ಜಿ. Scab, itch. 300.

ಕಟ. The hip; the temples of an elephant; a multitude; grass.

ಕಟಕ. A ring, circle, embrace; a bracelet; the side of a hill or mountain; a province, town; an army.

ಕಟಾಕ್ಷ. A side look, glance; a gracious look; favour.

ಕಟಿಲ. A trampling or bumping noise. 178. (313).

ಕಟು. Pungent; piercing. cf. ಕಡು.

ಕಟ್ಟಾಡು. To construct and play. 267.

ಕಟ್ಟಿಸು. To make tie or construct. 260.

ಕಟ್ಟು. = ಕಡು. Fierce, etc. 171. p. 184. p. 197 (ಕಟ್ಟುಬ್ಬಟೆ). (ಕಟ್ಟಾಳ್ತನ) p. 201. p. 245. ಕಟ್ಟಿದಿರ್. The very front.

ಕಟ್ಟು. To tie, fasten; to construct, build; to be joined or collected. 35.

102. 156. 189. 224. p. 165. 441. p. 184. 463. p. 199. 525. 529. p. 245.

ಕಟ್ಟು. A fastening, building; a tie. 163. 252. 421. p. 229.

ಕಟ್ಟೆ. A building, bank, dam, seat. 267.

ಕಟ್ಳೆ. (A fastening), stipulation, order, appointed time. 44.

ಕಠಿಣ. Hard, solid; cruel. cf. ಕಟ್ಟು and ಕಡು.

ಕಠೋರ. Harsh, terrible. ಕಠೋರತರ. Very cruel.

ಕಡಂಗು. To be full of desire, zeal or lust. 456. p. 196. p. 197. p. 199. 614. p. 264. 621.

ಕಡಗ. A bracelet. 207.

ಕಡಲ್. √ ಕಡೆ. The sea. 121. 242. 289. 290. 366. 368. 371. 482. p. 202.

ಕಡವು. A kind of shrub or tree. 523.

ಕಡಿ, ಕಡೆ. To cut, cut off, chop, hack, fell; to bite; to churn; to beat (or pull) the strings of a musical instrument. 92. 149. 207. p. 201. 560.

ಕಡಿ. A cutting, biting; a cut, bit. 133. 386. 398. 452. p. 184. p. 271. ಕಡಿವೋಗು, ಕಡಿವಡೆ. To be cut, be cut off.

ಕಡಿಯಾಣ. A bridle. 71. p. 199.

ಕಡಿವಾಣ. = ಕಡಿಯಾಣ. p. 199.

ಕಡು. Fierce (dangerous), strong, great, much, very. 36. 37. 51. 95. 107. 174. 307. 316. 338. 339. 357. 377. 383. 389. 399. 428. 437. 456. p. 196. p. 197. p. 198. p. 200. p. 204. p. 211. 533. 578. p. 258.

ಕಡುಗ. = ಖಡ್ಗ. p. 271.

ಕಡುವು. = ಕಡುಹು. 482. p. 264.

ಕಡುಹು. Excess, heaviness, valour. 87. 208.

ಕಡೆ. An end, extremity, (at the end of = worse than); a side; a direction, place; aside. ಕಡೆಮುಗಿಲ್. The whole sky round about. 19. 24. 45. 103. 160. 209. 268. 270. 315. 419. 454. p. 198. ಕಡೆವಾಯ್. To go aside, escape.

ಕಡೆಗಣಿಸು (ಕಡೆಗಣ್ಬು). To disrespect, contemn. p. 199.

ಕಡೆಗೋಲ್. A churning stick. 207.

ಕಡೆಸಾಲ್. A last or outer line. 214.

ಕಡ್ಡಾಯ. Medicine. 205.

ಕಡ್ಡಿ. A small stick. 242.

ಕಣ್, ಕಣ್ಣು. The eye. 52. 69. 72. 195. 198. 231. 240. 305. 318. 320. 327. 331. p. 139. 349. etc. 441. p. 184. 480. p. 198. p. 202. p. 204. 496. 526. 597. 599. ಕಣ್ದೆವರ್. To appear.

ಕಣ. A floor for beating or treading out corn; grain; a drop; a spark.

ಕಣಜ. A granary, barn. 165.

ಕಣಾ. Indeed! 62. 64. 66. 272.

ಕಣೆ (= ಶಿಲೆ). A stone, (a trifle). p. 198. ಕಣೆಯುಂ ಬಗೆಯದೆ. Not caring for in the least.

ಕಣಿ. A mine.

ಕಣೆ. An arrow. 402. p. 199.

ಕಣ್ಕಿಡಿ. An eye-spark. 449.

ಕಣ್ಗೆಡಿಸು. To cause to become bewildered. 289.

ಕಣ್ಗೆಡು. To become bewildered. 171. 289. p. 211. 601. p. 268.

ಕಣ್ಗೊಳಿಸು. To appear. 238. 289. 319. 439. 600.

ಕಣ್ಣಿ. A kind of string or rope. 119.

ಕಣ್ಣಿವಲೆ. A variety of net or snare. 99.

ಕಣ್ಣೊಳಸು. An eye-washing, weeping. 379.

ಕತಿಪಯ. Some.

ಕತ್ತರಿಸು. To cut. 240.

ಕತ್ತಲೆ. =ಕಟ್ಟಲೆ. 188. 198. 199. 264. 268. 269. 445. 503.

ಕತ್ತುರಿ. =ಕಸ್ತುರಿ.

ಕತ್ತೆ (ಕಟ್ಟೆ). A donkey. 57. cf. ಗರ್ದಭ.

ಕಥಾಂತರ. An intervention.

ಕಥೆ. A tale, speech.

ಕದ. A half of a folding door. 163. p. 229.

ಕದಂಬ. A kind of tree; plenty; a multitude.

ಕದಡು. To stir up, make turbid; to become stirred up or turbid. 398. 482. 553. 601.

ಕದಪು. The cheek. 327. 597.

ಕದಳಿ. The plantain.

ಕದಿರ್. A ray. 359. p. 200. 500. 597.

ಕದುಬು. To show violent agitation. 134. cf. ಕದಡು.

ಕದ್ದು. √ಕಳ್.

ಕನಕ. Gold.

ಕನತ್. Shining.

ಕನಲ್. To be angry. (c. Ac.). 518.

ಕನಸು. A dream. 248.

ಕನ್ನಡ. Canarese.

ಕನ್ನಡಿ. A mirror. 1. 123. 130. 166. 331. p. 199. 599.

ಕನ್ನೆ. =ಕನ್ಯೆ.

ಕನ್ಯೆ. A girl, virgin.

ಕಪ್, ಕಬ್, ಕರ್. Black.

ಕಪಟ. Fraud, hypocrisy. ಕಪಟಿ. A hypocrite.

ಕಪಿ. A monkey.

ಕಪಿಂಜ. The hazel hen. 100.

ಕಪಿತ್ಥ. The wood-apple.

ಕಪೋತ. A pigeon or dove.

ಕಪೋಲ. A cheek.

ಕಪ್ಪ (ಕರ್ಪ. What is called for? or ಕಬ್ಬಿ?). Tribute. 181. p 169. p. 170. 460. 495.

ಕಪ್ಪನೆ (ಕರ್ಪನೆ). Black. 396.

ಕಪ್ಪೆ (ಕರ್ಪೆ. The caller). A frog. 32. 51.

ಕಬಳ. A mouthful; a physic-ball. p. 200.

ಕಬ್ಬಕ್ಕಿ. The black bird, a kind of partridge (?). 100.

ಕಬ್ಬಿಗ. A poet. 511.

ಕಬ್ಬು. =ಕರ್ಪು. 2. 46. 240.

ಕಬ್ಬೊಗೆ. Black smoke. 102. 106.

ಕಮಠ. A tortoise.

ಕಮನೀಯ. To be loved, beautiful.

ಕಮಲ, ಕಮಳ. The lotus. 199. ಕಮಳಾಪ್ತ. The lotus-friend, the sun.

ಕಯ್. =ಕೆಯ್. 484. p. 197. p. 227. 606. p. 268.

ಕರ್. Black.

ಕರ. The hand; an elephant's trunk; a ray.

ಕರಂ. Eminently, exceedingly, much. 9. 11. 166. 239. 336. 381. 390. 393. 394. 454. 516. 548.

ಕರಂಡಕ. A small box.

ಕರಕ. Tribute; hail.

ಕರಕರಿಸು. To be grieved. p. 270.

ಕರಗಿಸು. To make liquid, melt, (make a paste of). 286. 315.

ಕರಗು. To become liquid, melt; to pine. 30. p. 271.

ಕರಡಿ. (A growler), a bear. 112. 413.

ಕರಡೆ. A double drum. 127.

ಕರಣ. Making (giving); an action; a document; an organ of sense.

ಕರಣೀಕ. An accountant.

ಕರಣೀಯ. Proper to be done.

ಕರತಳ. = ಕರ.

ಕರವಾಳ್ (-ಬಾಳ್). A scimitar. 454. p. 201. 496.

ಕರಿ, ಕರಿಯ. Charred, black. 53.

ಕರಿ. An elephant. ಕರಿರಿಪು. The elephant's foe, a lion.

ಕರಿಕು, ಕರಕು. Charring, parching. 432. ಕರಿಕುವರಿ (-ಪರಿ). To be parched.

ಕರಿಣಿ. A female elephant.

ಕರುಣೆ. Compassion. ಕರುಣಾಳು, -ಲು. Compassionate.

ಕರುಡು. Clashing. 513.

ಕರುವಾಡ. An upper story. p. 244.

ಕರುವಿಡು. To plaster; to make by plastering. 166. (cf. ಸಾರಣೆ?).

ಕರುಳ್. An entrail. 452. p. 184.

ಕರೆ. To cry out, call, invite. 55. 75. 78. 243. 263. 276. 329. 457. 467. 481. 491. p. 228. 566. p. 268. p. 270. p. 271.

ಕರೆತರ್. To bring. 188.

ಕರೆದೊಯ್ (ಕರೆದು ಒಯ್). To conduct somebody away along with one's self. 232.

ಕರೆಸು. To have called. 374. 503.

ಕರು. A calf. 93.

ಕರುಬ. An envious man. 378.

ಕರುಬು. Envy, desire. 487.

ಕರುಮ. = ಕರುಬು. 186.

ಕರೆ. To milk; to yield milk; to emit; to rain. 41. 198. 237. 315. 345. 373. 500. 516.

ಕರ್ಕಟ. A crab.

ಕರ್ಕಟಕ. = ಕರ್ಕಟ.

ಕರ್ಕಶ. Hard, rough; roughness, severity.

ಕರ್ಕೋಟಕ. A bad kind of serpent.

ಕರ್ಚು. To wash. 524.

ಕರ್ಚು. To bite, bite off; to chew. 391. p. 184. 455. 600.

ಕರ್ಣ. The ear.

ಕರ್ಣಿಕಾರ. The name of a certain tree and plant. p. 229.

ಕರ್ತ. A creator, maker, master.

ಕರ್ದಮ. Mud; a fetid exudation.

ಕರ್ಣಿಕಾರ. = ಕರ್ಣಿಕಾರ.

ಕಪ್ರ್. Charred, black, dark; blackness. 355.

ಕರ್ಪುರ, ಕರ್ಪೂರ. Camphor.

ಕರ್ಮ. An act, work, (bad deed); a ceremony.

ಕರ್ಮಿ. A worker; a bad man.

ಕರ್ವು. (Milk-yielding?), the sugarcane. 305.

ಕಲ್. To be hard, strong, united, mixed, adhering; to acquire, learn. 403 p. 200. 555. 600.

ಕಲ್, ಕಲ್ಲು. Firm; a stone. 24. 25. 52. 264. 298. 442.

ಕಲ, ಕಳ. The hum or buzz of a crowd; the uttering of a (low) plaintive, cooing or lusty sound. 317. 320. 336. 348. 360. 409.

ಕಲಂಕು. = ಕಲಕು. 433.

ಕಲಕಂಠ. What has the ಕಲ in its throat; a cuckoo, swan or dove.

ಕಲಕು. To stir up, disturb. 156. 334. 338. cf. ಕಲ್.

ಕಲಭ, ಕಳಭ. A young elephant.

ಕಲಮ, ಕಳಮ. A standing rice crop.

ಕಲವಿಂಕ. A sparrow.

ಕಲಿ. Hard, firm, brave, knowing; a hero.

ಕಲಿತ. √ ಕಲ್.

ಕಲಿಸು. To teach. 328. p. 127.

ಕಲ್ಪ. A precept, order; an aeon. ಕಲ್ಪಾಂತ. The end of the world.

ಕಲ್ಪಭೂರುಹ. A fabulous tree yielding all wishes.

ಕಲ್ಪಿತ. Made, ordered, created.

ಕಲ್ಯಾಣ. Prosperous; marriage.

ಕಲ್ಲಿ. Reeve: a small bunch or cluster; a coarse net used by shepherds for carrying their cooking utensils. 442.

ಕಲ್ಲುಣಿಸು. Stone-eating (a sign of sorrow). 379.

ಕಲ್ಲೋಲ. A billow.

ಕಲ್ಗಂಟೆ. A hard clod. 30.

ಕವಚ. A jacket; armour; a coat of mail.

ಕವಡಿಕೆ. A cowrie p. 198 (as if a heap of cowries were scattered by a stone thrown into it).

ಕವಡಿಕೆ (= ಕಪಟಿಕೆ?). The state of being connected with cheating (?), or a cowrie? 270.

ಕವತ (?). Falling upon, attack. 183.

ಕವಲ್. A pair. p. 202. ಕವಲಿಜು. To separate into branches, to be fickle.

ಕವಿ. A poet. ಕವೀಂದ್ರ. An excellent poet.

ಕವಿ. To fall upon, attack, overspread. 102. 253. 316. 412. 454. p. 202. 507. 614. 619. p. 268.

ಕವಿ. An attack, overspreading. p. 202.

ಕವಿತರ್. To fall upon, overspread. p. 202. p. 258. p. 261.

ಕವುಂಗು. = ಕಾಂಗು.

ಕಸ್ತುರಿ, ಕಸ್ತೂರಿ. Musk.

ಕಹಳೆ. A horn, bugle.

ಕಹಿ. Bitter. 55. cf. ಕೆಯ್ಪು.

ಕಳ್. To take away by force, steal. 204.

ಕಳ (ಕಣ). A floor, field. 319.

ಕಳಂಕ. A spot, stain.

ಕಳಕಳ. A confused noise. see ಕಲ, ಕಳ. 135. 144. 226. 309. 340. 371. p. 197. p. 202. p. 268.

ಕಳಚು. To strip or throw off, remove. 134.

ಕಳಮೆ. = ಕಲಮು.

ಕಳಲ್. cf. ಕಳೆ. To be loosened. 518.

ಕಳವಳಿಸು. To be confused, be filled with anxiety, faint. 147. 255.

ಕಳವು. Theft. 190. 223.

ಕಳವೆ. = ಕಳಮೆ. 77.

ಕಳಸ, ಕಳಶ, ಕಲಸ. A rounded pinnacle or ball; a vase.

ಕಳಾಪ, ಕಲಾಪ. A mass, bundle.

ಕಳಿಂಗ. The fork-tailed shrike.

ಕಳುಪು. = ಕಳುಹು. 420. p. 170. 458.

ಕಳುಹಿಸು. To have (one's self) sent. 505.

ಕಳುಹು. To send away, dismiss, send. 75. 364. 418. 468. 472. 485. 487. 530. 532. 533. 539. 541.

ಕಳೆ, ಕಳಿ. To remove, get rid of, leave behind, loose, spend, cross, go beyond; to go away. 2 3. 141. 156. 157. 262. 304. 307. 342. 383. 410. 436. p. 177. 474. p. 202. p. 204. 500. (p. 229?). 580. 596. p. 261.

ಕಳೆ. Brightness, lustre. 33. 289. 382. (p. 229?). 554. 596. ಕಳೆಗೆಡು. To loose one's lustre, become dim.

ಕಳ್ಳ. A robber, thief; a bad person. 204. 570. 571.

ಕಱಕಱ. = ಕಳಕಳ. 104.

ಕಱಕಱಿಸು. To utter a lusty sound. 444.

ಕೞ್ತಲೆ. Darkness. 359.

ಕಾಂಚನ. Gold.

ಕಾಂಚಿ. A string of the flowers of the Abrus precatorius.

ಕಾಂತ. A friend, master.

ಕಾಂತ. A stone.

ಕಾಂತಾರ. A wild, forest.

ಕಾಂತಿ. Lustre.

ಕಾಂತೆ. A mistress, lady, a woman.

ಕಾಕ. A crow. ಕಾಕಾವಳಿ. A multitude of crows.

ಕಾಕರಿಪು. The crow-foe, a kind of bird. 99.

ಕಾಗೆ. = ಕಾಕ. 390.

ಕಾಡ್, ಕಾಡು (ಕಾಱ್). A forest, wild. 59. 113. 142. 378. 401. 413. 484. 487.

ಕಾಡ್ಗಿಚ್ಚು (ಕಾಱ್ಕಿಚ್ಚು). Wild fire on mountains, etc. 158.

ಕಾಣ್. To perceive, see; to appear. 55. 65. 89. 131. 192. 223. 234. 237. 242. 248. 258. 296. 304. 326. 328. 329. 341. 360. 361. 371. 376. 377. 387. 389. 400. 402. etc. p. 185. 460. 471. p. 196. p. 199. p. 202. p. 205. 486. 489. 523. 528. 529. 533. 538. 542. 545. p. 258. 617. 624. p. 268. p. 269. 628. p. 270 (twice). p. 271.

ಕಾಣ್ಕೆ. (A seeing or showing), a present. 227. 229. 230. 234. 488. 506.

ಕಾಣಿಸು. To make appear (or experience), let see, show; to make one's self appear, to appear. 177. 263. 294. 314. 379. 397. 412. p. 201.

p. 205. 488. ಕಾಣಿಸಿಕೊಳ್. To have shown to one's self. 231.

ಕಾಣ್ಕೆ. = ಕಾಣಿಕೆ. 419. 422. 458. 535.

ಕಾತರಿಸು. To be in a hurry, be uneasy.

ಕಾದು. √ ಕಾಯ್.

ಕಾದು. To fight. 180. 181. 359. 458. 497. 498.

ಕಾನನ. A forest.

ಕಾಬುರುಲೆ (?). A kind of bird. 100.

ಕಾಮ. Love, desire; desirous.

ಕಾಮಿನಿ. A woman.

ಕಾಯ್. To guard, keep in check, protect. 34. 307. 544. 593.

ಕಾಯ್. To be or become hot. 101. 316. 437.

ಕಾಯ್. To get or bear young fruits. 345. 351.

ಕಾಯ್, ಕಾಯು. An unripe fruit. 54. 321.

ಕಾಯ. The body.

ಕಾಪು (ಕಾಯ್ಪು). Guarding, watching. p. 229.

ಕಾಯ್ಪು. Heat. 316. 430. p. 196.

ಕಾರ್, ಕಾರು. Black; the dark, *i. e.* rainy, season. 245. 344. 352. 380. 395. 477. 497. 512. 520.

ಕಾರಂಡ. A sort of duck.

ಕಾರಕ. Making. ಕಾರಕವಿರಹಿತ. A sentence in which the agent is not clearly pointed out.

ಕಾರಣ. Cause, reason. (ಅದುಕಾರಣ, p. 228 587.)

ಕಾರಣಿಕ. A man of judgment.

ಕಾರಣಿ. The red ornamental stripe or painting upon the lower parts of the walls of a house. 126. 166. 214.

ಕಾರಿಯ. = ಕಾರ್ಯ.

ಕಾರುಣ್ಯ. Pity.

ಕಾರ್ಬು. To vomit, emit. 560.

ಕಾರ್ಪಣ್ಯ. Poverty; avariciousness.

ಕಾರ್ಬಲೆ. (Black net?), a variety of net. 550.

ಕಾರ್ಬೊಗೆ. Black smoke. 549.

ಕಾರ್ಯ. A work, business, affair.

ಕಾರ್ಷ್ಣ್ಯ. Blackness, darkness.

ಕಾಲ್, ಕಾಲು. A foot, leg. 53. 232. 287. 288. 376. 386. 416. 451. etc. p. 196. p. 197. p. 198. p. 201. 524. 542. 560. 604. 630. ಕಾಲವ. A foot soldier. 178.

ಕಾಲ. Time; death.

ಕಾಲ, ಕಾಳ. = ಕಾಳ್, ಕಾಳು.

ಕಾಲಾನುಕಾಲ. From time to time, now and then.

ಕಾಲುಗಣ್ಣಿ (-ಕಣ್ಣಿ). A variety of string or snare. 119.

ಕಾಲ್ಚುಪ್ಪನ (ಕಾಲ್-). Trowsers. p. 199.

ಕಾಲ್ಗೆಡು. To become lame, be impeded. 341.

ಕಾಲ್ಗೊಳ್. To lift up one's foot. p. 198.

ಕಾಲ್ದುಳಿ (-ತುಳಿ). To trample upon with the feet. 240.

ಕಾಲ್ಸರಿ. A kind of rain. 516.

ಕಾವ (ಕಾಯ್ವ). √ ಕಾಯ್.

ಕಾವಲೆ (?). = ಕಾಲುವೆ. A channel. 235.

ಕಾವಿ. Red; red chalk, (cloth coloured with it). 34.

ಕಾವ್ಯ. Poetry.

ಕಾಸರ. A buffalo.

ಕಾಸು. To heat, to boil. 106. 240. 321. 549.

ಕಾಹು. Heat. 314.

ಕಾಹುರ. Vexation, trouble. 289.

ಕಾೞ. = ಕಾೞ್.

ಕಾೞಕೂಟ. A kind of virulent poison.

ಕಾೞಗ. A war, fight.

ಕಾೞ್, ಕಾೞು. Black; very wicked. 157. p. 184.

ಕಾಳೆ. = ಕಹಳೆ. 127.

ಕಿಂಕರ. A servant, slave.

ಕಿಂಕಿಣಿಕೆ. A small bell.

ಕಿಂಚಿತ್ತು. Whatsoever.

ಕಿಂಚುಲಕ. A worm, prawn, shrimp.

ಕಿಕ್ಕಿಱಿ. To be thickset, crowded. 239.

ಕಿಚ್ಚು. Fire. 60. 150. 291.

ಕಿಡಿ. A spark. 95. 101. 106. 107. 169. 170. 400. 449. 455. 496.

ಕಿತ್ತಳೆ. An orange. 140.

ಕಿತ್ತು. √ ಕೀೞ್.

ಕಿರಣ. A ray.

ಕಿರಯ (ಕ್ರಯ). A price.

ಕಿರಾತ. A forester, fowler.

ಕಿಱಿ, ಕಿಱಿಯ. Little, small. 282. 287.

ಕಿಱು. = ಕಿಱಿ. 513.

ಕಿಱು. To be veiled, darkened; to be separated. 278.

ಕಿಱುವಱಿ. A small young one. 510.

ಕಿಱುಬೆರಲ್. The little finger. 554.

ಕಿಱುವೆಲರ್ (-ಎಲರ್) A breeze. 260.

ಕಿರ್ಬಱಿ, ಕಿಬ್ಬಱಿ. The lower part of the side, the region of the stomach. 451.

ಕಿಲಕಿಲೆ. A cry expressing joy, etc. cf. ಕಿೞಕಿೞ.

ಕಿವಿ. The ear. 175. 237. 304. 399. 400. p. 198. p. 199. 545. 604. ಕಿವಿವೊಗು. To enter or fall into the ear.

ಕಿೞಕಿೞ. A screeching sound. 104.

ಕಿೞಱ್, ಕಿೞರ್. To neigh. p. 198. 620. 621.

ಕಿೞ್. Low; base, mean. ಕಿೞ್ವೊಟ್ಟೆ. The abdomen. 393. p. 200. 511.

ಕಿೞ್ತು. √ ಕೀೞ್.

ಕೀರ. A parrot.

ಕೀರ (ಕ್ಷೀರ). Milk.

ಕೀರ್ತಿ. Praise, honour.

ಕೀರ್ತ್ಯ. Praiseworthy, famous.

ಕೀಲಿಸು. To fix in. p. 229.

ಕೀೞು. = ಕಿೞ್, ಕೀೞ್. 280.

ಕೀೞ್. To draw or pull out; (to lift up one's legs). 402. 479. p. 198. 613.

ಕು. Bad, inferior.

ಕುಂಕುಮ. A crimson powder.

ಕುಂಜರ. An elephant. ಕುಂಜರೇಂದ್ರ. The chief among the elephants.

ಕುಂಡಳ. An ear-ring; a ring.

ಕುಂತ. A spear, lance.

ಕುಂದು. To shrivel, decrease, become fragile, fail. 93. 152. 289. 412. 455. p. 239. 596. p. 271.

ಕುಂಬಿ. = ಕೊಂಬಿ. A bow, obeisance. ಕುಂಬಿಡು. To do obeisance. 601.

ಕುಂಭ. A pot; = ಕುಂಭಸ್ಥಳ.

ಕುಂಭಸ್ಥಳ. The frontal globe of an elephant's head.

ಕುಂಭಿ. An elephant.

ಕುಕಿಲ. A kind of bird. 99.

ಕುಕ್ಕು. To peck. 390.

ಕುಕ್ಕೆ. A small basket. 206.

ಕುಗ್ಗು (ಕುಬ್ಗು). To contract, be decreased, sink. 409.

ಕುಚ್ಚು. A bunch, bouquet, tassel. 124. 166. p. 198.

ಕುಜ. A tree.

ಕುಟಜ. A thorn tree; a useful medicinal plant.

ಕುಟಿಲ. Crooked, deceitful.

ಕುಟ್ಟು. To strike, beat, pound. 146.

ಕುಡಿ. To drink. 5. 81. 427. ಕುಡಿವಾಲ್. milk to drink. 326.

ಕುಡಿ. A point; an eye, bud, germ, shoot; extremity. 243. 335. 348. 366. 496.

ಕುಡು. To give. 329. 358. p. 172. 449. p. 202. 629.

ಕುಡುಪು. The thing with which a musical instrument is struck. p.208.

ಕುಣಿ. To dance. 335. 496. 508. 522.

ಕುತ್ತುಱ್. A thicket. 401. 402.

ಕುದಿ. To be boiled, boil. 101. 121.

ಕುದುರೆ. A horse. 341. 409.

ಕುದ್ದಾಲ. A spade.

ಕುಸಿಕಿಲ್. A sack. 76. 77.

ಕುನುಂಗು. To bend, stoop, couch. 449. p. 197.

ಕುನ್ನಿ. A (young) dog. 81. 134.

ಕುಪಿತ. Enraged.

ಕುಪ್ಪಸ. = ಕೂರ್ಪಾಸ. 534. 604.

ಕುಪ್ಪಳಿಸು. To jump up with the feet kept together; to be together or in a heap. 449. p. 184.

ಕುಪ್ಪಿಗೆ. A small vessel. 618.

ಕುಮತಿ. An evil-minded person.

ಕುಮಾರ. A son. ಕುಮಾರಕ. A little son.

ಕುಮುದ. Wicked desire; the white water-lily.

ಕುರಂಗ. A monkey; an antelope (=ಎರಲೆ. 114); (a musk deer).

ಕುರುಜು. An artificial mound; a decorated car. 123. 125.

ಕುರುಡ. A blind man; blind. 60. 130.

ಕುರುವ. 184. An island. Bh. i. 12, 5.

ಕುರುವಕ. A crimson amaranth.

ಕುರುವು. = ಕುರುವ. 184.

ಕುರುೞ್, ಕುರುಳು. A curl of hair. 327.

ಕುರುಳ್ಚು. To turn about, flourish, brandish. p. 261.

ಕುಱಿ. A sheep. 46.

ಕುಱುಪು. A sign, token. 375. 376. 539.

ಕುಱುಹು. = ಕುಱುಪು. 46.

ಕುಲ, ಕುಳ. A flock, herd, tribe, family; a mass; massy.

ಕುವರ. = ಕುಮಾರಂ. 94. 127.

ಕುವಲಯ. A water-lily.

ಕುಶಲ. Healthy, clever; health.

ಕುಶೀಲಕ (= ಕುಶೀಲವ). A dancer.

ಕುಸಿ. To be damaged, break down or sink in. p. 197. 610.

ಕುಸುಬು. To beat, strike. 134.

ಕುಸುಮ. A flower. ಕುಸುಮರಸ. The flower-essence, honey.

ಕುಸುಮಿತ. Blossomed.

ಕುಸುರಿ. The pulp or small seeds of fruit. ಕುಸುರಿದಱಿ. To cut up fine. 42.

ಕುಹಕ. Fraudulence; fraudulent, hypocritical. ಕುಹಕಿ. A cheat.

ಕುೞ. A grammatical name of the true Canarese letter ೞ.

ಕುಳ್ಳಿರ್ (ಕುೞಿರ್). To be bent, sit down, sit. 361. 419. p. 196. p. 212. p. 222. 526. p. 228. p. 229. p. 239. p. 245.

ಕುಳ್ಳಿರಿಸು. To make sit down. p. 491.

ಕೂಂಕು. To soar upwards. 614.

ಕೂಗು. To cry aloud, shout. 263. 334. p. 270.

ಕೂಟ. A joining, meeting; company; a (fraudulent) admixture; deceit; arsenic (vide ಕಾಳಕೂಟ). 569.

ಕೂಡ. Together with. 299. 409.

ಕೂಡು. To come together, be joined, meet, be possible, be in company, accord as in music; to join. 149. 169. 173. 199. 259. 321. 334. 386. 446. 484. p. 228. 540. 556. 603.

ಕೂಡೆ. Together, together with; at once; at the same time. 10. 138. 174. 193. 264. 268. 269. 272. 330. 372. 378. 399. 401. 416. 418. 486. 489. 551.

ಕೂದಲ್. The hair. 136.

ಕೂರ್, ಕೂರ್ದು. Sharp, fierce; bad, rude. 54. 403. 441. 500.

ಕೂರ್ಪಾಸ. A bodice, jacket, etc.

ಕೂರ್ಮೆ. Love, respect. 535. 590. p. 261.

ಕೂೞ. A coarse net. 442.

ಕೂೞ್. Boiled rice, food. 77. 81. 82. 148.

ಕೂೞ್. = ಕೂರ್. p. 197.

ಕೃತ್. Creating, making.

ಕೃತ. Made; ordered.

ಕೃತಕ. Artificial, (hypocritical); artifice.

ಕೃತಿ. A work, deed, business.

ಕೃತ್ಯ. = ಕೃತಿ.

ಕೃಪೆ. Pity, grace.

ಕೃಪಾಣ. A scimitar.

ಕೃಶಾನು. Fire.

ಕೃಷಿಕ. An agriculturist.

ಕೃಷ್ಣ. Black. ಕೃಷ್ಣಮೃಗ. The black antelope.

ಕೆಂ, ಕೆನ್ (ಚೆಂ, ಚಂ). Red. 360. 368. 400. 441. p.196. 496. 559. 604.

ಕೆಂಕಣ್. A red (affectionate) eye (red colour). 608. ಕೆಂಕಂಬಡೆ. = ಕೆಂಕಣ್ ಪಡೆ.

ಕೆಂಗೆಂಡ. A red or shining coal. 268.

ಕೆಂಡ. A live coal. 268. 338. 387. 389. 390. 428. 569.

ಕೆಂದಳ. A red leaf. 319.

ಕೆಂದಳಿರ್. Red young sprouts or leaves. 241.

ಕೆಂಧೂಳ್. Red dust. 176.

ಕೆಂಪು. Red; redness. 195; 199. 261. 264. 269. 333. 355. 357. 547. 596.

ಕೆಂಬಱಯಿಗೆ. = ಕೆಂ-ಪಱಯಿಗೆ. 608.

ಕೆಚ್ಚು. Pith. p.198.

ಕೆಟ್ಟು. √ ಕೆಡು. ಕಿಡು.

ಕೆಡಪು. To make fall, throw down, fell. 399. p. 198.

ಕೆಡವು. = ಕೆಡಪು. p. 201.

ಕೆಡಹು. = ಕೆಡಪು. 180. 396.

ಕೆಡಿಸು. To destroy, ruin, impair, make disappear. 131. 170. 470. p. 196.

503. 543. 562. ಕಾಲ್ಗೆಡಿಸು. To retard, hinder.

ಕೆಡು, ಕಿಡು. To be ruined, go out, be impaired. 399. 476. 533. p. 271.

ಕೆಡೆ, ಕಿಡೆ. To fall, be beaten down. 456. p. 268.

ಕೆಣಕು. To provoke, irritate. 133. 158.

ಕೆತ್ತು. √ ಕಿಱು.

ಕೆದಱ್. To scratch, paw; to be dishevelled, be scattered about, to spread; to throw or scatter about. 117. 119. 169. 312. 345. 378. 392. 398. p. 184. p. 198.

ಕೆನೆ. Scum, cream. 368.

ಕೆಮ್ಮನೆ. Uselessly. 476.

ಕೆಯ್. The hand; the elephant's trunk. 50. 85. 156. 251. 260. 310. 332. 389. 524. p. 228. 538. ಕೆಯ್ಯಿಂ ಮುಟ್ಟು. To touch.

ಕೆಯ್. A field. 307.

ಕೆಯ್ಕೊಳ್. To seize, take, take possession of, hold; to regard. 260. 414. p. 199. 505. 604.

ಕೆಯ್ಗಾಣಿಕೆ. = ಕಾಣಿಕೆ. 506.

ಕೆಯ್ಬಿಡು. To loose the power (or hold) of one's hand. 399.

ಕೆಯ್ಗೆಯ್, ಕೈಗೆಯ್. To rub down (a horse); to decorate. p. 197. p. 254.

ಕೆಯ್ಗೊಡು. To shake hands. 251.

ಕೆಯ್ದು. A weapon. 169. 177. 178. p. 202. p. 261.

ಕೆಯ್ದುಡುಕು (-ತುಡುಕು). To stretch out the hand hastely for seizing. 389.

ಕೆಯ್ಪು. Bitterness; bitter. 36.

ಕೆಯ್ಮೀಱ್. To get or escape out of one's hands; to become excessive. 182. 386.

ಕೆಯ್ವರ್ತಿಸು. To deliver over. 488.

ಕೆರಳ್. To become furious or very angry. p. 185. p. 186. 492. 495.

ಕೆಱೆ. A tank. 235. 302. 314. 480.

ಕೆರ್ಪು. A sandal. 441.

ಕೆಲ. Side; left side or right side; aside; (= ಎಡೆ. A leaf-plate). 93. 186. 305. 308. 399. p. 184. p. 200. 513. 528. 534. 547. 555. 624. ಕೆಲದೆಗೆ. To go aside.

ಕೆಲವು. A few. 324.

ಕೆಲಸ. Work, business. 84.

ಕೆಸಱ್. Mud. 29. 196. p. 184. 571.

ಕೆಳಗೆ. Beneath; down. 388. p. 229.

ಕೆಳದಿ. A female friend. 230. 306. 486.

ಕೆಳೆ. Friendship, love. 382. 521. ಕೆಳೆಗೊಳ್. To be on intimate terms.

ಕೆಳೆಯ. A male friend. 362.

ಕೇಕಿ. A peacock.

ಕೇಗು. To cry, as a peacock. 522.

ಕೇಣ. Shame, hesitation. 177.

ಕೇತಕಿ. A tree, the pandanus odoratissimus.

ಕೇತನ. A banner, flag.

ಕೇತು. = ಕೇತನ.

ಕೇದಗೆ. = ಕೇತಕಿ. 523.

ಕೇರ್ (=ಗೋಡೆ). A wall. p. 196. p. 228.

ಕೇರಳ. = ಮಲೆಯಾಳ.

ಕೇರಿ. A street. 124.

ಕೇಶ. The hair.

ಕೇಸರ. A mane; the filament of a lotus,

etc.; pollen. ಕೇಸರಿ. The maned one, a lion.

ಕೇಸು. Red. ಕೇಸುರಿ. A red flame. 98. 106. 107.

ಕೇಳ್, ಕೇಳು. To hear, listen to; to ask. 20. 21. 37. 44. 74. 131. 210. 245. 258. 324. 362. p. 183. p. 187. etc. 563.

ಕೇಳಿ. Play, sport, pleasure.

ಕೇಳಿಸು. To play, perform. 178.

ಕೈ. = ಕೆಯ್. 433. 451. p. 201. 539.

ಕೈಗಣ್ಮು. To be transgressing, be overbearing. p. 264.

ಕೈಗೈ. = ಕೆಯ್ಗೆಯ್.

ಕೈಂಕರ್ಯ. Service.

ಕೈದು. = ಕೆಯ್ದು.

ಕೈಮೆ (ಕೆಯ್ಮೆ). Dexterity. 251.

ಕೈರವ. The white water-lily. 199.

ಕೈಸಾರ್. To come to hand, be obtained, p. 213.

ಕೊಂಕಣ. The Concan country.

ಕೊಂಕು. To be crooked or curved. 149.

ಕೊಂಕು. Crooked, curved, bent. 400. 441.

ಕೊಂಚೆ. = ಕ್ರೌಂಚ. 100. 196. 508.

ಕೊಂಡಾಡು (ಕೊಂಡು ಆಡು). To praise. 69. 256. 489.

ಕೊಂಡು. √ ಕೊಳ್.

ಕೊಂದು. √ ಕೊಲ್.

ಕೊಂಬುದು. √ ಕೊಳ್.

ಕೊಂಬು. A horn; a branch. 241. 389. 455. cf. ಕುಂಬು, ಕೊಂಕು.

ಕೊಂಬುಗಾಳೆ (-ಬಾಳೆ). A curved horn. 127.

ಕೊಕ್ಕು. The beak or bill. 390. 392.

ಕೊಟ್ಟು. A tuft, comb. 247. cf. ಕುಟಿ.

ಕೊಟ್ಟುಗ (=ಕೊಟ್ಟುಕ?). A paddy bird. 100.

ಕೊಡಂಕೆ. The ear. p. 197. 598.

ಕೊಡ. An earthen pot. 222. 422.

ಕೊಡವು. = ಕೊಡಹು. 437. p. 198.

ಕೊಡಹು. To shake off, throw off or down; (to shake). 87. 107. 137. 147.

ಕೊಡು, ಕುಡು. To give away, give, present, emit. 24. 27. 44. 86. 88. 136. 207. 219. 229. 230. 236. 251. 297. 311. 399. 456. 458. 467. 501. 504. 531. 532. 539. p. 234. 543. p. 254. ಕೊಟ್ಟು ಪೇಳ್. To upraid. 56.

ಕೊಡೆ. A parasol. 213. 371. 378. 438.

ಕೊತ್ತಳ. The bastion of a fort. 189.

ಕೊತ್ತಿ. A cat. 57.

ಕೊನರ್. A shoot, tendril. 335. 338. 535.

ಕೊನೆ. A point, extremity, top, branch, bunch (of plantains). 332. 337. 400. 449. p. 197. 534. 535. ಕೊನೆವುಗುರ್. A sharp claw.

ಕೊಬ್ಬು (ಕೊವ್ವು). To be fat, rank, proud. 186. 400.

ಕೊಬ್ಬು. Fat, rankness, luxuriance, pride. 240.

ಕೊಯ್, ಕುಯ್. To cut, cut off. 158. 376. 528.

ಕೊರಗು. To become sapless, wane, suffer pain. 268. 382. p. 271.

ಕೊರಲ್. The neck, throat. 158. 289. 306. 400. 480. p. 197. p. 198. p. 271.

ಕೊಱೆ. To cut or saw into, to cut into pieces, to break through. p. 228. p. 271.

ಕೊರ್ವು. = ಕೊಬ್ಬು. To be fat, etc. 305.

ಕೊಲ್, ಕುಲ್. To beat down, kill. 40. 89. 202. 246. 375. 400. 413. 452. 455. 502. 544.

ಕೊಲಿಸು. To have killed. 503.

ಕೊಲೆ. Killing, murder. 395. p. 197. ಕೈಗೊಲೆ. The act (or faculty) of killing with the trunk.

ಕೊಳ್. To take; to receive, obtain; to buy; to take possession of; to take to; to take away; to experience. 5. 37. 41. 131. 148. 229. 233. 259. 264. 268. 325. 349. 376. 388. 392. 418. 430. 458. 466. 469. p. 198. 537. 542. 593.

ಕೊಳ. A tank. 101. 235. 254. 255. 303. 304. 307. 318. 319. 334. 348. 360. 398. 432. 474. 555.

ಕೊಳಗು. A hoof. 624.

ಕೊಳವೇರ್ (= ಲಾಮಜ). A fragrant grass (a sort of Andropogon). p. 228.

ಕೊಳಿಸು. To make take, obtain or experience. 406. 463. p. 199. 615.

ಕೊಳುಗುಳ. = ಕಾಳಗ. p. 212.

ಕೊಳ್ಳ. (= ನಿಕುಂಜ). A thicket. 184.

ಕೊೞ್. Putridness. p. 184.

ಕೊೞಚೆ. Rot, putrid decay. 53.

ಕೊೞೆ. To rot, decay. 54.

ಕೋಕ. The ruddy goose.

ಕೋಕನದ. The red water-lily; the red lotus. 319.

ಕೋಕ. = ಚಕ್ರವಾಕ. 508.

ಕೋಕಿಲ. The cuckoo.

ಕೋಗಿಲೆ. = ಕೋಕಿಲ. (Regarding its eggs see v. 411.)

ಕೋಟಿ. A point; ten million.

ಕೋಟೆ. A fort. 189. 294. 332. 543. (p. 261 ?).

ಕೋಡಗ. A monkey. 59.

ಕೋಡು. A point, peak; a horn, (a husk); a branch. 264. 388. 392. p. 198.

ಕೋಣ. An instrument for beating a musical instrument. p. 196. 512. p. 256.

ಕೋಣ. A male buffalo. 60.

ಕೋದಂಡ. A bow; (the sugar-cane flag). 240.

ಕೋಪ. Anger, wrath.

ಕೋರಕ. A flower bud.

ಕೋಲ್. A stick, staff; an arrow. 232. 399. 401. 442. 524.

ಕೋಲಾಹಲ. A great and confused noise; shouting.

ಕೋಶ. A receptacle; a storehouse, store, treasure.

ಕೋೞಿ. A fowl (cock or hen). 199.

ಕೌಂಗು. The Areca nut and tree.

ಕೌಕ್ಷೇಯಕ. A sword.

ಕೌತುಕ. A novelty, wonder; surprise.

ಕೌರ್ (ಕವರ್). A fetid smell. 107.

ಕೌಶಲ. Happiness; skilfulness.

ಕೌಳಿಕ. Deceit. 232. cf. ಕೞ್. Bad.

ಕ್ರಮ. Step; order, arrangement.

ಕ್ರವ್ಯ. Raw flesh. ಕ್ರವ್ಯಾದ. Raw flesh-eater.

ಕ್ರಿಯೆ. Action; an act; the predicate. ಕ್ರಿಯಾಲಂಕಾರಹೀನ. A sentence that does not show any elegance in the use of the predicate.

ಕ್ರೀಡಿಸು. To play.

ಕ್ರೀಡೆ. Sport.

ಕ್ರೂರ. Cruel, harsh.

ಕ್ರೋಡ. A hog.

ಕ್ರೋಶ. A measure of length of about three Eng. miles.

ಕ್ರೌಂಚ. A kind of heron or curlew.

ಕ್ಷಣ. A moment.

ಕ್ಷತಿ. Hurting, destroying, harm.

ಕ್ಷತ್ರ. The military order.

ಕ್ಷತ್ರಿಯ. A man of the ಕ್ಷತ್ರ.

ಕ್ಷಯ. Decay, annihilation.

ಕ್ಷಳ. A grammatical name of the Sanscrit letter l, distinguishing it from the ಕುಳ.

ಕ್ಷಿತಿ. The earth. ಕ್ಷಿತೀನಾಥ, ಕ್ಷಿತಿಪತಿ, ಕ್ಷಿತಿಪಾಲ. A king.

ಕ್ಷೇತ್ರ. A field.

ಕ್ಷೋಣಿ. The earth.

ಕ್ಷೋಭ. Agitation, commotion.

ಕ್ಷ್ಮೆ. The earth. ಕ್ಷ್ಮಾಪಾಲ. A king.

ಖ

ಖ. The sky.

ಖಂಡ. A piece, part; flesh.

ಖಂಡವಲೆ. A variety of net. 119.

ಖಂಡಶರ್ಕರೆ. Sugar candy.

ಖಂಡಿಸು. To be broken or severed; to sever.

ಖಂಡೆಯ. A point. 114.

ಖಗ. The sky-goer, a bird.

ಖಚಿತ. Provided or enriched with, inlaid, tied.

ಖಡ್ಗ. A sword; a rhinoceros's horn; a rhinoceros. 98. 114.

ಖಣಿ. A rustling or clashing sound. 178.

ಖತಿ. Anger, passion.

ಖರ. Sharp; hot, rough.

ಖರ್ಜೂರ. The date tree.

ಖಲೀನ. The bit of a bridle.

ಖಳ (=ಕಳ್ಳ). A wicked person.

ಖಾಡಾಖಾಡಿ. A combat. 147.

ಖಾತಿ. = ಖತಿ. 85.

ಖಿೞ (=ಕಿಱಿ, ಖಿಱಿ?). A wild boar. 112.

ಖುರ. A hoof.

ಖೋಟಿ. Evil, deceit. 271.

ಗ

ಗ. This letter when the initial of the second member of a compound, often is a substitute for ಕ.

ಗ. Going; a place to go to.

ಗಂಗೆ. The going or flowing one; the Ganges.

ಗಂಟು. A knot, joint. 104.

ಗಂಡ. Huge, wonderful. 120; a husband. 55.

ಗಂಡು. Valiant, great; a male; valour. 53. 450. p. 254. ಗಂಡುಗೊಳ್. To become courageous or fierce.

ಗಂಡೂಪದ. The joint-walker, a worm.

ಗಂತು. A dance. 139.

ಗಂಧ. Fragrance, perfume; sandal.
ಗಂಧರ್ವ. A horse.
ಗಂಭೀರ. = ಗಭೀರ.
ಗಂಹರ. = ಗಹ್ವರ.
ಗಗನ, ಗಗನಸ್ಥಳ. The sky. ಗಗನಮಣಿ. The sky-jewel, the sun.
ಗಜ. An elephant. ಗಜೇಂದ್ರ. The chief of all elephants. ಗಜಾರಿ. The elephant-foe, a lion.
ಗಜಗಲಿಸು. To glitter. 91.
ಗಜರ್, ಗಜರು. To produce a loud sound. 91. 127. p. 184. p. 185. p. 197.
ಗಜುಗ. An unnatural protuberance from a perished eye. 52.
ಗಟ್ಟಿಸು. To knock against, beat. 137.
ಗಡ. Well! eh! 11. 271. 373. 382. 595.
ಗಡಣ. A mass, multitude. 102. 107. 128. 141. 219. 355. 512. 527. 604.
ಗಡಬಡಿಸು. To be confused, (difficult?). 113.
ಗಡಿ. A frontier; (district, place). 222. (296).
ಗಡ್ಡ. The beard. 205.
ಗಣ. A mass, assemblage, host; a metrical foot.
ಗಣಕ, ಗಣಿಕ. An accountant, clerk.
ಗಣಿಕೆ. A dancing girl.
ಗಣಿಸು. To count, esteem, think of.
ಗಣ್ಯ. Fit to be counted or esteemed.
ಗತ. Gone, gone to, entered, (having obtained).
ಗತಿ. A going, course, walk, behaviour; condition, destiny. ಗತಿಗೊಳ್. To walk, move, play. 219.
ಗದೆ. A club.
ಗದ್ಗದ. A faltering voice, a sob. 416.
ಗದ್ದಿಸು. To reprove, rebuke. 343.
ಗದ್ದುಗೆ. A seat, throne. 308. 540.
ಗದ್ಯ. Prose.
ಗನ್ನಗತಕ. Great deceit. 564.
ಗಬ್ಬಿ (ಗರ್ವ). Proud. 400.
ಗಬ್ಬರಿಸು. To dig. 279.
ಗಭೀರ. Deep; deep-toned.
ಗಮಕ. Leading; an impulse-compound, cf. Sûtras 168 seq.
ಗಮಕಿ. A lofty woman; a singer.
ಗಮನ. Going; departure.
ಗಮಿಸು To go.
ಗರಗಸ (ಕ್ರಕಚ). A saw. 158.
ಗರಮೊಟ್ಟಗೆ. Whirling; frenzy. 103.
ಗರಿಗ (ಗರುಗ). A kind of bird, the ಭೃಂಗರಾಜ. 100.
ಗರುವ (ಗರ್ವ). Haughty; a venerable person. 274. 276.
ಗಱಿ. A feather, wing; a leaf. 378. 392. 411. 440. 478. p. 199. p. 201. 510. 513. p. 229. 598. ಗಱಿಗಣೆ. A winged arrow. p. 199.
ಗಗ್ಗರ. A small round bell. p. 199.
ಗರ್ಜನೆ. Rolling, roaring, shouting.
ಗರ್ಜಿತ. = ಗರ್ಜನೆ.
ಗರ್ಜಿಸು. To roar, shout.
ಗರ್ತ. A hole; a ditch.
ಗರ್ವ. Pride.
ಗರ್ವಿಸು. To be proud.
ಗವಾಸ್ಪದ. A cow-pen.

ಗಹಗಹಿಸು. To produce the sound of loud laughter. p. 205.

ಗಹನ. A forest.

ಗಹ್ವರ. A thicket; a cave.

ಗಳ, ಗಲ. The throat.

ಗಳಿತ. Dropped.

ಗಳಪು. To chatter. 419.

ಗಳಿಗೆ. An Indian hour of twenty four Eng. minutes. 247.

ಗಾಡಿ. Beauty; nicely. p. 222. p. 228 (twice). 574. p. 254.

ಗಾಡಿಸು (ಗಾಢಿಸು). To be great or amassed. 489.

ಗಾಢ. Dived into; great, strong; excess.

ಗಾಣ. A mill. 240.

ಗಾನ. Song, music.

ಗಾಯಕ. A singer, musician.

ಗಾಲಿ. A wheel. 288. 332.

ಗಾವ. = ಗ್ರಾಮ. ಗಾವಸಿಂಗ. The village lion, a dog. 130.

ಗಾವಳಿ. A sound. 296. 340.

ಗಾವುದ. A distance of about ten or twelve Eng. miles. 210.

ಗಾಹು. Diving into; cunning, deceit; entrance. 113.

ಗಾಳ. A hook, an angle. 442.

ಗಾಳಿ. Wind. 224. 236. 259. 267. 303. 315. 335. 345. 411. p. 107. 506.

ಗಿಂಚಲ್. A kind of bird. 100.

ಗಿಡ. A small tree, plant. 87.

ಗಿಡಿಗ. The falcon or hawk. 146. 442.

ಗಿಡಿಬಿಡಿ. A small drum shaped like an hour-glass. 127.

ಗಿರ್, ಗಿಱ್. The sound of whirring or whirling. p. 202.

ಗಿರಿ. A mountain. ಗಿರಿವ್ರಜ. The name of a town.

ಗಿಱಿ. A whirring noise. 146. ಗಿಱಿಗಿಱಿ ಗುಟ್ಟು. To strike so that a whirring noise is heard. 146.

ಗಿರು. Whirling up and down. 170.

ಗಿರುಗಟಿ, ಗಿಱು-. Whirring, whirling. p. 202.

ಗಿಱು. To think about, to imagine (wrongly), take for. 393. 435. p. 204. (to disrespect? 103).

ಗಿಳಿ. A parrot. 194. 238. 261. 305. 348. 350. 351. 378. 508.

ಗೀಜಗ. The tailor bird. 100.

ಗೀತ. Singing, a song.

ಗುಂಡು. A ball, knob. 401.

ಗುಂಡುವಲೆ. A variety of net. 119.

ಗುಂಪು. A mass, flock, multitude. 195. 366. cf. ಗುಪ್ಪೆ.

ಗುಗ್ಗುಳ. A gum or resin tree.

ಗುಚ್ಛ. A cluster of blossoms.

ಗುಡ. Jaggery.

ಗುಡಿ. A temple; an ornamental vessel. 24. 123. 213. 226. 331.

ಗುಡುಗು. Thunder. 512.

ಗುಣ. A quality, property. ಗುಣವಂತ, A man of good qualities.

ಗುಣಿ. One who has a certain property.

ಗುಬ. A bunch, cluster. 124.

ಗುಪ್ತ. Hidden, secret.

ಗುಪ್ಪೆ. A heap, pile. ಗುಪ್ಪೆಗೊಳ್. To be piled up. p. 181.

ಗುಬ್ಬಿ. An (ornamental) sparrow. p. 199.
ಗುರು. Great; a teacher.
ಗುರಿ. An aim, mark; exposition (exposed). 62. 113. 308.
ಗುರ್ವು. A terrible form. p. 181.
ಗುಹೆ. A cave.
ಗುಳ್ಳೆ. A bubble. 267.
ಗೂಗೆ. An owl. 322. 379.
ಗೂಡಾರ. A tent. 294. 295.
ಗೂಡು. A nest. 268. 411.
ಗೂಢ. Concealed, secret; secretly.
ಗೃಹ. A house. ಗೃಹಶಾಂತಿ. A ceremony on completing a house.
ಗೆಂಟು. Distance. p. 181. 449.
ಗೆಜ್ಜೆ. A small tinkling ornament. 629.
ಗೆಣೆ. A friend. 56. cf. ಕೆಳೆ, ಗೆಳೆಯ.
ಗೆತ್ತು. √ ಗೆಲು.
ಗೆಯ್, ಗೆಯ್ಯು. To make, perform. ಉದಯಂಗೆಯ್. To rise. 190. 293. 324. 329. 336. 337. 361. 398. 444. 466. p. 196. p. 197. p. 205. p. 211. p. 213. 511. 535. p. 228. 552. p. 252. p. 268.
ಗೆಯ್ಸು. To make do or perform. 329.
ಗೆಲ್, ಗೆಲ್ಲು. To gain; to overcome. 74. 179. 181. 309. 614.
ಗೆಳೆಯ. A male friend. 341.
ಗೇಣ್. A finger-span; a sword. 386. 604.
ಗೇಯ. A song.
ಗೇರು (= ಅರುಷ್ಕರ). The marking nut. 387.
ಗೇಹ. = ಗೃಹ.
ಗೈ. = ಗೆಯ್.
ಗೊಂಚಲ್, ಗೊಂಚಲ. A bunch, cluster. 303. 331. p. 261.

ಗೊಂಟು. A point of the compass, direction. 381. 620.
ಗೊಂದಳ. A multitude, mass, throng. 296. 331.
ಗೊಜ್ಜಗೆ (ಗುಜ್ಜಂಗಿ). A cluster.
ಗೊಡ್ಡು. Barren; (a barren cow). 28. 129. 205.
ಗೊತ್ತು. Aim, mark, knowledge. 39.
ಗೊಬ್ಬರ. Manure. 552.
ಗೊರಸು. The hoof of an animal. 53.
ಗೊಲೆ. The noose or slipknot of a bowstring, the horns of a bow. 401.
ಗೋ. A cow; the eye.
ಗೋಚರಿಸು To enter the eye, appear.
ಗೋಣಿ. A sack. 59.
ಗೋಪುರ. A town-gate, tower.
ಗೋಮಾಯು. A jackal.
ಗೋರಿ. A ridge, pass. 113.
ಗೋವಳ. A cowherd.
ಗೋಷ್ಠಿ. An assemblage; a conversation.
ಗೋಟ (ಘೋಟ). A horse.
ಗೋಟಾಯ್ಲ. A horseman.
ಗೋಟಿಗೆ (ಘೋಟಿಕೆ). A mare. p. 198.
ಗೋಳಿಡು. To howl, lament. 171.
ಗೌಂಗು. = ಕೌಂಗು. 349.
ಗೌಜು. A wagtail. 100.
ಗ್ರಹ. A planet.
ಗ್ರಾಮ. A multitude, the aggregate; a village.
ಗ್ರಾಹ. A seizer; a shark; an alligator.
ಗ್ರಾಹಿ. Seizing, holding, containing.
ಗ್ರೀಷ್ಮ. Heat. ಗ್ರೀಷ್ಮಕಾಲ. The hot season, including the months of

ಜ್ಯೇಷ್ಠ and ಆಷಾಢ, from the middle of May to that of July.

ಘ

ಘಂಟೆ. A gong, bell.

ಘಟ. An earthen pot or jar.

ಘಟಿತ. Joined, put together.

ಘಟೆ. A mass, troop, herd.

ಘನ. A mass; solidity, strength, firmness; a cloud; greatness, dignity, honor; great, large. ಘನತರ. Very massive or important.

ಘನತೆ. = ಘನತ್ವ.

ಘನತ್ವ. Greatness, etc.

ಘರಿಘರಿಲನೆ. With a noise as proceeds from being grilled, ground, or cut (sawed). 431 (or = ಘಟಿಲನೆ, quickly?). p. 271.

ಘರ್ಮ. Heat. ಘರ್ಮಾಂಬು, (Hot water), sweat.

ಘಲ್ಲಿಸು. To strike, kill. 314.

ಘಟಿಲನೆ. Quickly. p. 200. p. 204. p. 271.

ಘಟಿಸು. To amass, acquire. 2. 40. 190. 191.

ಘಟುಘಟಿಸು. According to one Ms. = ಘುಟಿಘುಟಿಸು. p. 258.

ಘಾಟ. The nape of the neck.

ಘಾಡಿಸು. To become massive, strong, tight, great. 147.

ಘಾತ. A blow, stroke; murder.

ಘಾತಕ. = ಘಾತಕಿ.

ಘಾತಕಿ. A striker, slayer, destroyer.

ಘಾತಕಾಳಿಕೆ. Mischievousness. 490.

ಘಾತಿಸು. To slay.

ಘಾಯ. A stroke, wound. (ಘಾಯವಡೆ = ಘಾಯ-ಪಡೆ, 135).

ಘೀಟಿಸು. To roar. 433.

ಘುಡುಘುಡಿಸು (cf. ಗುಡುಗು). To make water bubble; = ಘುಟಿಘುಟಿಸು. 122. p. 201. p. 202. 497.

ಘುಡುಘುಡು. Roaring. 517.

ಘುಟಿಘುಟಿಸು. To produce a bubbling, roaring, thundering or whizzing noise. 366. p. 200. p. 202. p. 205.

ಘುಟುಘುಟು. The sound of running water or of large flames. 104.

ಘೂರ್ಣಿಸು. To roar.

ಘೂರ್ಮಿಸು. = ಘೂರ್ಣಿಸು. 139. 141. p. 211.

ಘೃತ. Clarified butter.

ಘೃಷ್ಟ. Ground, rubbed.

ಘೋರ. Horrible.

ಘೋಷ. A sound, roar, roaring.

ಘೋಷಣೆ. = ಘೋಷ.

ಘೋಷಿತ. Sounded; a sound.

ಘೋಟಾಯ್ಲ. = ಗೋಟಾಯ್ಲ. p. 199.

ಚ

ಚಂ (ಚಲ್). = ಚೆಂ (ಚೆಂ), ಕೆಂ (ಚೆಲ್).

ಚಂಚತ್. Moving.

ಚಂಚರೀಕ. The black bee.

ಚಂಚಲ. Moving to and fro, fickle, unsteady; wind; lightning; fortune. ಚಂಚಲಮತಿ. Fickle minded; full of lightning.

ಚಂಚು. A beak.

ಚಂಡ. Flaming, hot, fierce, wrathful.

ಚಂಡು. A ball. 618.

ಚಂಡಾಂಶು. He with hot rays, the sun.

ಚಂಡಾಲ. A man of fierce, cruel manners, a tribe so called.

ಚಂಡಿಕೆ. The lock of hair left on the head. p. 271.

ಚಂದ. Beauty. 230. 354.

ಚಂದನ. Sandal; its wood, oil, etc.

ಚಂದ್ರ. The moon.

ಚಂದ್ರಕಾಂತ. The moon-stone, a kind of crystal.

ಚಂದ್ರಮ. The moon.

ಚಂದ್ರಿಕೆ. Moonlight, a moonbeam; valour.

ಚಂದ್ರೋಪಳ. = ಚಂದ್ರಕಾಂತ.

ಚಂಪಕ (ಸಂಪಗೆ). A kind of tree with yellow, fragrant flowers.

ಚಂಬಕ. A kind of musical instrument. 127. ಚಂಬಕವಜೆ. A sort of drum. p. 201.

ಚಕೋರ. The Greek partridge. 99. 292.

ಚಕ್ರ. The ruddy goose or swan; a wheel; a discus; a circle; a circular position. 199. 264. 318. 322. 484. ಚಕ್ರಾಸಿ (ಚಕ್ರ-ಅಸಿ). Discus and sword.

ಚಕ್ರವಾಕ. = ಚಕ್ರ. 99.

ಚಟುಲ. Unsteady, beautiful; piercing.

ಚಡಾಳಿಸು. To fasten, put on. 115.

ಚಣ. = ಕ್ಷಣ.

ಚತುರ್. Four.

ಚತುರ. Dexterous.

ಚತುರತೆ. Cleverness.

ಚತುರಂಗ. An army of four constituents: infantry, cavalry, elephants and chariots.

ಚತುರ್ಬಲ. = ಚತುರಂಗ.

ಚತುಷ್ಟಯ. A collection of four.

ಚದುರ್, ಚದುರ. Clever; dexterity.

ಚನ್ನ. Nice, straight. 224.

ಚನ್ನಿಗ. A handsome, happy man. 189.

ಚಪಲ, ಚಪಳ. Fickle, unsteady; swift; inconsiderate.

ಚಪಲತೆ. Fickleness, unrest, swiftness.

ಚಪ್ಪನ್ನ. Fifty-six. p. 170. 460.

ಚಪ್ಪರ. A shed. 216.

ಚಪ್ಪರಿಸು. To smack the lips. p. 197. p. 199.

ಚಮತ್ಕೃತಿ. Surprise, wonder.

ಚಮರ. The tail of the yak. 128.

ಚಮರಿ. The yak; = ಚಮರ. 331.

ಚಮು (ಚಮೂ). An army.

ಚಮ್ಮಟಿಗೆ. A whip. p. 199.

ಚಯ. A heap, large number.

ಚರ. A walker, messenger.

ಚರಣ. A foot; a line.

ಚರಿತ. Conduct; a man who observes a certain conduct.

ಚರಿಸು. To walk, wander, roam, move.

ಚರ್ಮ. A skin; leather.

ಚಲ, ಚಳ. Moving, trembling, fickle; glittering.

ಚಲ (ಛಲ). Resolution; obstinacy, malice.

ಚಲುವು. = ಚಲ್ವು. 123. 209. 257.

ಚಲ್ವು. Beauty; beautiful, nice. 11. 12. 357.

ಚವುಳು. Brackish. 58.

ಚಳಕ. Skill. 177.

ಚಳಿ. Cold. 388. 389.

ಚಳಿ. To be deprived of power, to succumb. p. 199.

ಚಳಿತ, ಚಲಿತ. Moving about.

ಚಳಿಸು. To move about, go.

ಚಳೆಯ. Scattering, sprinkling. 123. 126.

ಚಾಂಪೇಯ (ಸಂಪಗೆ). = ಚಂಪಕ; a flower of the ಚಂಪಕ.

ಚಾಚು. To stretch or hold out; to offer. 107.

ಚಾಟಿ. A whip.

ಚಾಡಿ. Slander. 131.

ಚಾತಕ. A kind of cuckoo. 99. (244). 342. 343.

ಚಾತುರ. Charming.

ಚಾತುರಂಗ. = ಚತುರಂಗ.

ಚಾತುರ್ಯ. Charm, beauty; charming.

ಚಾದಗೆ. = ಚಾತಕ. 523.

ಚಾನ. A chisel.

ಚಾಪ. A bow.

ಚಾಪಳ,-ಲ. Fickleness, change of mind; unsteady, quick.

ಚಾಮರ. The tail of the Yak, used as a fly-brush, etc.

ಚಾರಣ. Moving, going; a strolling singer.

ಚಾರಿ. One who walks or roams about.

ಚಾರಿ. Observing; right aim. 177.

ಚಾರು. Beautiful. ಚಾರ್ವಾನನೆ. She who has a lovely face.

ಚಾಲಿತ. Moved about, shaken.

ಚಾವಡಿ. An office-room.

ಚಾಳಿ. Habit, practice. 177.

ಚಿಂತಿಸು. To think; to think of, consider; to be full of care.

ಚೀನ. Chinese; a sort of cloth.

ಚಿಂತೆ. Thought, consideration; grief.

ಚಿಗುರ್, ಚಿಗುರು. To sprout, get young leaves. 303. 322.

ಚಿತ್ಕಾರ. Chirping, screaming, croaking, creaking.

ಚಿತ್ಕೃತಿ. = ಚಿತ್ಕಾರ. p. 200. p. 202. 609.

ಚಿತ್ತ. Thought, will; the heart; one who has a wish.

ಚಿತ್ತವಿಸು. To pay attention, consider. 111. 112.

ಚಿತ್ರ. Variety of colour; a picture; variegated, wonderful, extraordinary. ಚಿತ್ರತರ. Very variegated, etc. ಚಿತ್ರಪತ್ರ. A wonderful variety of leaves.

ಚಿತ್ರಭಾನು. He of various lustre, the sun.

ಚಿನ್ನ. Gold. 207. p. 188. 558.

ಚಿಪ್ಪು. A shell. 360.

ಚೀರ್. To scream, cry out. 508. 560.

ಚುಂಚು. Coping of a wall; a porch; small. p. 229.

ಚುಂಬಿತ. Kissed.

ಚುಂಬಿಸು. To kiss.

ಚುದ್ರತನ. Niggardness.

ಚುಯ್ಯೆನ್. To hiss, fizz. 432.

ಚೂಣಿ. The front, van.

ಚೂತ. The mango tree.

ಚೂರ್ಣ. Powder.

ಚೆಂ, ಚೆಲ್. Red, (beautiful).

ಚೆಂಗದಿರ್. A red ray. 500.

ಚೆಂಡು. = ಚಂಡು.

ಚೆಂದಳಿರ್. A red young leaf. 303. 354.

ಚೆಂಬೋತ (ಕೆಂಬೋತ). A kind of bird.

ಚೆಲ್. To throw away, scatter about, disperse. 334. 479. 552.

ಚೆಲ್ವ. A beautiful man. 533.

ಚೆಲ್ವು. = ಚಲ್ವು. 166. 317. 329. 331. 345. 441. 603. 604. 631.

ಚೇತನ. Thought; the heart; he who has a heart.

ಚೇಳ್. A scorpion. 150. 157. 224.

ಚೈತ್ರ, ಚೈತ್ರಮಾಸ. The first lunar month (belonging to spring), March-April.

ಚೈತ್ರದೂತಿ. The messenger of ಚೈತ್ರ; a kind of flower.

ಚೊಕ್ಕ. Pure, neat, handsome. 206.

ಚೋಜಿಗ. Wonder. 184.

ಚೋರ A thief.

ಚಾ. Four.

ಚೌಕಿಗೆ. A square room. 255.

ಚೌವಟ, ಚೌವಟ್ಟ (ಚತುಃಪಟ್ಟ). Four methods. p. 197.

ಚ್ಯುತ. Departed, fallen.

ಚ್ಯುತಿ. Departing, deviation; perishing.

ಛ

ಛಂದ. = ಛಂದಸ್ಸು. 12.

ಛಂದಸ್ಸು. Prosody; a metre.

ಛಟಛಟನೆ. With the noise of breaking or crackling. 96. p. 198.

ಛಟಿಸು. To crackle. 96.

ಛಟೆ. A mass.

ಛತ್ರ. A parasol, used also as an emblem of rulership.

ಛದ. A cover; a wing; a leaf.

ಛವಿ. Lustre, colour; the skin, a hide.

ಛಳಛಟಿಲ್. Clash! clash! 517.

ಛಳೆಯು. = ಚಳೆಯು. 214.

ಛಟಿಛಟಿಲ್. Crack! crack! 431.

ಛಾಯೆ. Shade; hue.

ಛಿಟಿಸು. = ಛಟಿಸು. 102.

ಛಿದ್ರ. An opening.

ಛಿಳಛಿಳ. The sound of smacking or hissing. 104.

ಜ

ಜ. Born.

ಜಂಘೆ. The calf of the leg; the leg.

ಜಂಜಡ. Grief, scruple. 76.

ಜಂತು. A living creature; an insect or worm.

ಜಂತೆ. A rafter. 163. p. 229.

ಜಂತ್ರ. = ಯಂತ್ರ.

ಜಂಬೀರ. The lime tree.

ಜಂಬು. The rose-apple or its tree.

ಜಕ್ಕವಕ್ಕಿ. The ruddy goose. cf. ಚಕ್ರವಾಕ. p. 253.

ಜಗ. = ಜಗತ್.

ಜಗಜಂಪು. Glittering, lustre. p. 201.

ಜಗಜಗಿಸು. To glitter. 218. see ಜಗೆ.

ಜಗತಿ (ಜಗತ್). The world. ಜಗತೀಮಾನಿನಿ. A world-respected woman.

ಜಗಲಿ. A raised seat, a bench of stones, etc. 165. 217. p. 229.

ಜಗುಳ್. To slide; to drop. 546.

ಜಗೆ (ಝಗೆ). Radiance. 252.

ಜಠರ. The belly.

ಜಡ. Solid, rigid, material; cold; water; dumbness; dulness, stupidity.

ಜಡಿ. To be shaken, tremble, quake, be astir, to blow; to shake; to set in a quick motion, urge on, chase. 76. 79. 133. 144. 236. 270. 399. 401. 453. 456. p.197. p.201. 496. p.271.

ಜತಿ, ಜತೆ (ಯತಿ). A yoke, pair. p.200. p. 202. ಜತಿಗುಡು, ಜತಿಗೊಡು. To accompany, harmonize.

ಜನ. A person; people. ಜನಪ, ಜನಪತಿ. A king.

ಜನಕ. Generator, father.

ಜನನಿ. A mother.

ಜನಪದ. A country.

ಜನಿತ. Born.

ಜನಿಸು. To be born.

ಜಮದಾಡೆ (ಯಮ-ದಂಡೆ). A fencing sword. p. 201.

ಜಯ. Victory.

ಜಯದ್ರಥ. A king of the Sindhus.

ಜರಿ. To wear away, fall or slip down, drop. p. 184.

ಜಱೆ, ಜಱ್. To revile, (despise). 130. 165. 237. 542. p. 254.

ಜರ್ಕ. Whirring.

ಜಲ, ಜಳ. Water.

ಜಲಚರ. The water-goer, a fish.

ಜಲಜ, ಜಳಜ. = ಅಂಬುಜ.

ಜಲದ. = ಅಂಬುದ.

ಜಲಧರ, ಜಳ-. The water-carrier, a cloud. ಜಳಧರಮಾರ್ಗ. The sky.

ಜಲಧಿ = ಅಂಬುಧಿ.

ಜಲನಿಧಿ, ಜಳ-. = ಜಲಧಿ.

ಜಲವತಿ. Full of water.

ಜಲ್ಲಿ, ಜೆಲ್ಲಿ. Ornamental tassels of the hair of the yak. 123. 124. 166. 598. p.261.

ಜವ. = ಯಮ.

ಜವ. Strength, speed; quick, powerful, able; greatly, much. 76. 200. 394. 431. 414. 480. 524. 553. 600. 619. p. 266. 624.

ಜವಗೆಡಿಸು. To exhaust one's own power. 412.

ಜವಳಿಸು (ಜ್ವಳಿಸು). To be blazing or glittering. 253.

ಜವಾದಿ. Civet; ಜವಾದಿಬೆಕ್ಕು. A civet cat. 397.

ಜಸ. = ಯಶ.

ಜಳ. = ಜಲ. = ಝಳ. 315.

ಜಾಜಿ. The great-flowered jasmine; the nutmeg.

ಜಾಡಿಸು. = ಝಾಡಿಸು. p. 197.

ಜಾಣ್ಮೆ. = ಜ್ಞಾನ. 46. 484.

ಜಾತ. Born; belonging to a race or caste; birth.

ಜಾತಿ. Genus, race, caste.

ಜಾನು. The knee.

ಜಾಮಾತ. A son-in-law.

ಜಾಯಿಲ. (probably = ಝಲ್ಲಿ, ಜಲ್ಲಿ, ಝಿಲ್ಲಿ). The yak. 135.

ಜಾಱ್, ಜಾಱು. To slide, run off, flee. 70. 524.

ಜಾಲ, ಜಾಳ. A net; a dense mass, assemblage, large number.

ಜಾಲಕ. A net.

ಜಾಲೆ. = ಜ್ವಾಲೆ.

ಜಾವ. A watch of three hours. 199. 247.

ಜಾಹ್ನವಿ. The Ganges.

ಜಾಳಗೆ. A concourse, multitude, collection. 252.

ಜಾಳಿಸು (ಝಾಡಿಸು). To shake, shake off; to subdue. 179.

ಜಿಗಿ. Sticky, glutinous, diseased. p. 184.

ಜಿನುಗು. Fine rain. 245.

ಜಿಷ್ಣು. Victorious, excelling. ಜಿಷ್ಣು ಚಾಪ. The rainbow.

ಜೀಮೂತ. A cloud; ಜೀಮೂತಲತೆ. The cloud-creeper, lightning. ಜೀಮೂತ ವಸನ. Cloud-dwelling.

ಜೀಯು. Father! sir! 111. 112. 120. 471. 563.

ಜೀರ್ಣ. Worn, tattered, wasted.

ಜೀವ. Life; a living creature. ಜೀವಾ ಳಿ. A host of living creatures. ಜೀ ವರತ್ನ. The pearl which is life.

ಜೀವನ. Life; livelihood, food.

ಜೀವಾತ್ಮ. A created sentient being, living creature; a man.

ಜೀವಿ. = ಜೀವಾತ್ಮ. One who feeds on.

ಜೀವಿತ. Living, a living being; life. ಜೀವಿತೇಶ. A king.

ಜೀವಿಸು. To live.

ಜೂಜು. Gambling.

ಜೆಲ್. To be lofty or high. 327.

ಜೇಂ, ಜೇನ್, ಜೇನು. Honey. 222. 297. 422.

ಜೇಂಗೊಡ. A vessel containing honey. (222). 422.

ಜೇಗಟೆ (= ಡಿಂಡಿಮ). A circular gong (or drum). 127. p. 201.

ಜೊಂಡು (ಜೊಳ್ಳು). Empty, dry, insipid. ಜೊಂಡೇಱ್. To lose ones' sap. p. 184.

ಜೊಂಪ. A cluster, bunch. 351.

ಜೊತ್ತು. Closeness. 296.

ಜೊನ್ನ (ಜ್ಯೋತ್ಸ್ನ). The moonlight; valour. 260. p. 253.

ಜೊಲ್, ಜೊಲ್ಲು. Saliva, spittle. 327.

ಜೋಕೆ (ಯೋಗ?). Care, attention. 191. 503.

ಜೋಡಿ. Union, accompanying. 161.

ಜೋಡಿಸು. To become or be joined; to be ready. 77. 173. p. 200.

ಜೋಡು. A pair, junction, conjunction, meeting, concourse. 89. 288. p. 201.

ಜೋತಿ. Radiance, light; a lamp.

ಜೋದ. An elephant keeper. 178. 258.

ಜೋನೆಗವಳ. ? p. 200.

ಜೋಲ್. To wave, oscillate. 327. 400.

ಜೋಹ (ಯೋಗ, fraud?). Disguise, fancy. p. 197. ಜೋಹರಣ. A sham-fight.

ಜ್ಞ. One who knows.

ಜ್ಞಾನ. Wisdom, knowledge.

ಜ್ಞಾನಿ. A wise man, knower.

ಜ್ಯಾ. A bow-string.

ಜ್ವಾಲ, ಜ್ವಾಲೆ. Flame, heat.

ಝ

ಝಗೆ. Radiance. 102.

ಝಣಝಣ. Tinkling. 604.

ಝಣಝಣಿಸು. To tinkle. p. 196. p. 198.

ಝಲ್ಲನೆ. Suddenly. p. 198.

ಝಲ್ಲಬಿ, ಝಲ್ಲರಿ. A lock or curl; ornamental tassels. 213. p. 199.

ಝಲ್ಲಿ. = ಜಲ್ಲಿ. p. 200.

ಝಳ (ಜ್ವಲ). (Blazing); heat. 101. 105. 161. 171.

ಝಳಪಿಸು. To shine; to make shine; to brandish. 195. 253.

ಝಳುಂಪಿಸು. = ಝಳಪಿಸು. 456. p. 202.

ಝಾಡಿ. A stream; a mass. 72. 161.

ಝಾಡಿಸು. To flow in a stream; to shake off; to shake (so as to throw what is under uppermost). 96. 147.

ಝೇಂಕಾರ. Humming. 336.

ಝೋಂಪಿಸು (ಜೊಂಪಿಸು). To make start, to thrill 230.

ಟ

ಟಿಟ್ಟಿಭ. The quail.

ಟುಮುಕು. A tabret. 127.

ಠ

ಠಳಠಳತ್ಕಾರ. The sound of bursting or snapping. 104.

ಠಾವು. A place. 202. 315.

ಠೀವು. A high position. 164.

ಡ

ಡಂಬರ. Gracefulness; mass, assemblage.

ಡಮಡಂ. Tom, tom! p. 202.

ಡಮಾನ (ಡಮಾರ?). A double kettle-drum. 127.

ಡಾವರಿಸು. To fly about. 106. 170.

ಡಿಂಡಿಮ. A (small) drum. p. 202. p. 212. 512.

ಡೆಂಕಣಿ. The flag-staff of a fort-bastion. 332.

ಡೊಂಕಣಿ. A javelin. 177.

ಡೊಂಗುರ. A drum used in proclaiming something. 221. 243.

ಡೊಂಬಿ. A multitude. 508.

ಡೊಕ್ಕರ (= ಗುದ್ದು). A blow with the fist, (a blow or beating in general). 145.

ಡೊಕ್ಕರಿಸು. To box. 88.

ಡೊಳ್ಳಾಸ (= ಮಾಯೆ). Magical power, wickedness. 106.

ಡೌಡೆ. A small drum beaten on one side. 127.

ಢ

ಢಕ್ಕೆ. A small drum shaped like an hour-glass. 175.

ಢಾಳಿಸು. To make appear or shine. 128.

ಢೆಂಢಣಿಸು. To emit a sound like that of a large drum. 145.

ತ

ತ. This letter often appears as ದ when forming the initial of the second member of a compound.

ತಂ, ತಣ್. Cool.

ತಂಗಾಳಿ. A cool wind. 161. 193. 197. 264. 307. 528.

ತಂಗಿ. A younger sister. 541. 545.

ತಂಗೊಳ. A cool tank. 350.

ತಂಡ. A mass, multitude. 402.

ತಂತು. A thread.

ತಂತ್ರ. An extension, a warp; a scheme, system; a ceremony; an army.

ತಂದು. √ ತರ್.

ತಂದೆ. A father. 64. 247. 326. 529. 568. 594.

ತಂಪು. Coolness; cool (coolly). 161. 193. 199. 318.

ತಂಬಟ. A tambourine. 127. p. 202.

ತಂಬೆಲರ್ (ತಂ-ಎಲರ್). A cool wind. 291. 306. 339.

ತಕಪಕನೆ. The sound of boiling or bubbling. 121.

ತಕ್ಕ. √ ತಗು. Fit, proper. 206. p. 213. 541. 561. p. 268.

ತಕ್ಕುದು. = ತಕ್ಕ + ಉದು. 574.

ತಗುಳ್. To stick to; to run after, pursue. 170. 512.

ತಗುಳ್ಚು. To stick, fasten. p. 197.

ತಟ. A bank, shore; place.

ತಟಾಕ. A tank.

ತಟಿತ್ (-ನ್). Lightning.

ತಟ್ಟು. A side. ತಟ್ಟುವರಿಯಿಸು (-ಪರಿಯಿಸು). To make go to one side (?). p. 197. (or ತಟ್ಟುವ, ಅರಿಯಿಪ? ಅಱಿಯಿಪ?).

ತಟ್ಟು. To strike (p. 197?).

ತಟ್ಟೆ. A (metal) plate. 555.

ತಡ. Stopping. 493. ತಡಂಬಡಿಸು. To cause to stop, to perplex.

ತಡವು. To grope; to touch lightly, to stroke. 416.

ತಡಿ. = ತಟ. 122. 193. 366. p. 181. 480. p. 204.

ತಡಿಕೆ. The act of stopping or obstructing. 119. ತಡಿಕೆವಲೆ. A variety of net.

ತಡಿತ. = ತಡಿಕೆ. 103.

ತಡೆ. To stop, obstruct, restrain; to stop, wait. 70. 224. 242. 399. 427. p. 198. 533. p. 254. p. 268.

ತಡೆ. An obstacle; delay. p. 205. p. 268. ತಡೆಗಾಲ್. A foot that meets with an obstacle. ತಡೆಗೆಡು. To be aroused.

ತಣ್. Cool. 526. 597. ತಣ್ಗದಿರ. The cool-rayed, the moon.

ತಣಿಪು. To cool, satisfy. 519.

ತಣ್ಣಗೆ. Cool. 412.

ತಣ್ಪು. Coolness; happiness. p. 229.

ತತ್ (ತದ್, ತನ್, ತಲ್). That; of that, of her, of him.

ತತ. Extended.

ತತಿ. Extension, multitude.

ತದೀಯ. Relating to that, her or him; that. 72.

ತನಯ. A son.

ತನಿ. Mature, ripe, perfect, great, sweet, brilliant. ತನಿಗುದಿ. To be thoroughly boiled. 46. 101. 161. 186. 228. 307. 318. 329. 337. 338. 355. 428.

ತನಿವಣ್. A ripe fruit. 329. 355.

ತನು. Small. 95.

ತನು (ತನೂ). The body. ತನುಜ. A son.

ತನುತ್ರ. Armour, mail.

ತನುಭವ. = ತನೂಭವ.

ತನುಭೃತ್ (-ದ್). Body-bearing; a living creature; a man.

ತನೂಭವ. A son.

ತನ್ನ, ತನಗೆ. etc. √ ತಾಂ. ತನ್ನ ತಾನೆ. By one's self, on one's own accord. 417.

ತಪ. Heat; tormenting; penance.

ತಪ್ತ. Heated.

ತಪ್ಪದು. √ ತರ್.

ತಪ್ಪಲ್ (ತಪ್ಪಿಲ್), ತಪ್ಪಲು. The side of a mountain; table-land. 289. 368. 396. p. 179.

ತಪ್ಪು. To be missed, slip, fail; to be amiss; to be lost. 50. 153. 191. 373. 396. 532. p. 253.

ತಪ್ಪು. A mistake, misdemeanour. 51. 534. 564.

ತಮ. = ತಮಿಸ್ರ.

ತಮಗೆ, ತಮ್ಮ. etc. √ ತಾನ್.

ತಮಾಲ. The Honge tree; a sign made with its juice, etc. on the forehead.

ತಮಿರ. = ತಮಿಸ್ರ.

ತಮಿಸ್ರ. Darkness.

ತಮಿಸ್ರೆ. A dark night.

ತರ್ (= ಕೊಂಡು ಬರ್). To bring, (to take). 68. 69. 89. 201. 375. 463. 470. p. 199. 495. p. 212. 538.

ತರ (ತೆಱ). Manner. ತರತರ. Variety. 126. 165. 166. p. 197 (ಅಗ್ಗತರ).

ತರ. A row, line; bank. cf. ಥರ. 296. 360. p. 200. p. 261 (twice). ತರಂಗೊಳ್, ತರಂಬೆಱು (-ವೆಱು). To be in a line or properly arranged (or heaped?). ತರಂಗೊಳಿಸು, p. 229.

ತರಂಗ. A wave, surge.

ತರಂಗಿಣಿ. She full of waves, a river.

ತರಕಸ. A quiver (?). p. 199.

ತರಬಿಗತ್ತರಿ. (= ತ್ರಾಸ-?). A terrible sword. p. 199.

ತರಣಿ. The crosser; a ship; the sun.

ತರಣ. Passing over, conquering.

ತರಳ. Trembling; fickle.

ತರಳ. A boy. 375.

ತರಿಸು. To have brought. 230. 231. 564.

ತರು. A tree.

ತರುಣ. Young, fresh; just risen; a young man.

ತರುಣತೆ. Freshness, tenderness.

ತರುಣಿ. Tender, fresh, new; a young; a youth either male or female; a young wife; the lately risen, or the not powerful sun; the blossom of the Achyrantes aspera (ಉತ್ತರಣೆ ಪುಷ್ಪ); the name of several flower-plants.

ತಱುವಾಯ್. Succession, successive time.

ತರ್ಕ. The science of logic; disputation.

ತಗ್ಗು, ತಱ್ಗು. To lower. p. 197.

ತರ್ಜಿತ. Menacing.

ತಱಿ. To cut or strip off. 186. 526.

ತಲೆ. The head. 49. 247. 306. 398. 422. 437. p. 184. p. 197. p. 198. p. 201. 624.

ತಲೆಗಟ್ಟು. A head-tie. 421.

ತಲೆದಿಂಬು (-ತಿಂಬು). A head-cushion. 528.

ತಳ್ಳಣಿಸು. To fear. 314. 628.

ತವಕ. Eagerness, haste. 125. 529. 553.

ತವರ್, ತೌರ್. Akin, relationship (with regard to a woman). p. 229. ತವರ್ಮನೆ (that of ಸರ್ವಮಂಗಳೆ). A woman's native dwelling.

ತವಲಾಯಿ (ತಪ್ಪಲೆ). A large metallic vessel. 218.

ತವಿಸು. To make decrease; to appease. 342. 412. 518.

ತವುರು. = ತವರ್. 206.

ತವೆ. Nicely, greatly, much, etc. 176. 342. 350. 452. 480. 553. 600. 621.

ತಳ್, ತೞ. cf. ತಱ್, ತಳೆ, ತಾಳ್. To sprout, bud, bloom; to shine, glitter, glimmer. 138. 195. 262. 335. cf. also ಥಳಿಸು.

ತಳ. A place; the ground, bottom; a dale; the sole of the foot. 235. 319. 394. p. 171. see ಸ್ಥಳ.

ತಳರ್. To move; to start; to set in motion. 394. 466. 483. p. 212. 509. 510. 524. p. 228. p. 258. p. 261.

ತಳರ್. Agitation, excitement. 493.

ತಳವಾರ. A beadle. 223.

ತಳವೆಳಗು. Agitation, alarm. p. 269.

ತೞ. Shining, bright (?). 313.

ತೞಗೆ. A metal plate. 226. 230.

ತೞರ್. To sprout, get young leaves. 92.

ತೞರ್. A bud, sprout, young leaf. 260. 321. 331. 338. 350. 353. 354. 507. 526. p. 228. p. 229.

ತೞರ್ಪಸೆ (-ಪಸೆ). A bed of young leaves. 528.

ತಳೆ, ತೞ. cf. ತಳ್, ತಾಳ್ and ದಳೆ. To obtain, acquire, take, hold; to sprout, bud, bloom. 141. 259. 304. 306. 331. 364. 381. 407. 473. p. 199. p. 200. p. 201. p. 202. 518. 521. 552. 553. 555. 604. p. 267.

ತಳ್ವು. To halt, stop. p. 170. p. 212. 554. 628. 629.

ತಳ್ವು. Delay. 596.

ತಱ್. To be held, obtained, acquired, be possessed of; to come about; to go to. 351. 386. 387. 391. 480. 484. 512. p. 253. 598. 601. 604. 608. 618. 619.

ತಱಿಸು. (ತೞಸು). To hold forth, evince. 137. 399.

ತಱ್ಕೆ. A hold, an embrace. 303.

ತಾಂ, ತಾನು, ತಾ. He, she, it.

ತಾಂಟು, ತಾಟು. To put into close contact, strike. 611 (?). see ದಾಂಟು; cf. ತಟ್ಟು.

ತಾಂಬೂಲ. Betel.

ತಾಗು. To touch, hit; to charge. 108. 174. 402.

ತಾತ. A father.

ತಾಪ. Heat; pain.

ತಾಮರಸ. The lotus.

ತಾಮಸ. Darkness; anger, rancour.

ತಾಯ್. A mother. 78. 326. 434. p.266.

ತಾರ. Going through, piercing.

ತಾರಕೆ, ತಾರಕಿ. = ತಾರೆ.

ತಾರಗೆ. = ತಾರಕೆ.

ತಾರೆ. A star.

ತಾವರೆ. The lotus. 161. 196. 254. 304. 348. 359. p. 228.

ತಾಳ್, ತಾಳು. To obtain, hold, seize, possess, put on, bear, endure, experience. 157. 269. 337. 342. 347. 380. 395. 441. 446. 453. 457. 472. 474. 518. 578. 596. 604.

ತಾಳ. A cymbal. 127. p. 212.

ತಾಳಿ, ತಾಳೆ. The palmyra. (305). 349.

ತಾಳಿಗೆ. The throat. 88.

ತಾಳ್ದು. = ತಾಳ್. To put on. 559.

ತಿಂಗಳ್. The moon; a month. See ಬೆಳ್ದಿಂಗಳ್.

ತಿಂತ್ರಿಣಿ. The tamarind tree.

ತಿಂಥಿಣಿ. A multitude. 218. 335.

ತಿಂಬು. A filling; a cushion (?). 528.

ತಿಗ (ತ್ರಿಕ). A triad. 010.

ತಿಗುಡು. The bark of a tree. 398.

ತಿಗ್ಮ. Sharp, hot. ತಿಗ್ಮಾಂಶು, He with hot rays, the sun.

ತಿತ್ತಿರಿ. The francoline partridge.

ತಿದಿ. A leather bag. 498.

ತಿದ್ದು, ತಿದುಙ. To make straight, rectify, correct, train. 204. 208. 533. 534. 540.

ತಿನ್, ತಿನ್ನು. To eat. 81. 452.

ತಿಮಿ. A large fish, (a whale).

ತಿಮಿಂಗಿಳ. The ತಿಮಿ-swallower, a fish greater than the ತಿಮಿ.

ತಿಮಿರ. Darkness.

ತಿರಿ (ತ್ರಿ?). Holy, (sacrificial). 148.

ತಿರಿ. To move or wander about. 325.

ತಿರಿತಿರುಗು. To move forwards and backwards. 139.

ತಿರುಗು. To turn or go back or round; to roam about. 88. 288. 334. 370. 373. 473. p. 265

ತಿರುಹು. To turn round, whirl. 280.

ತಿಱು. To barter, pay, present. 179. 193. 495.

ತಿರ್ದಿಸು. To have corrected or trained. 575.

ತಿಲಕ, ತಿಳಕ. A certain tree with beautiful flowers; an ornament; the best man.

ತಿವಿ. To pierce, fix in; to enter in strongly, pervade. 87. 133. 137. 253. 312. 614.

ತಿಳಿ. To become clear; to be known; to know, learn to know, understand; (to be over). 2. 39. 52. 75. 144. 204. 320. 372. 444. 474. 531. 541. 564. 568.

ತಿಳಿ. Clear, transparent. 101. 307. 334.

ತಿಳಿಗೊಳ. A clear tank. 161.

ತಿಳಿವು. Understanding, reasoning. 280.

ತಿಳುಪು. To make known; to make one's

self acquainted with, have related to one's self; (to make clear or make cheer up). 416. 472.

ತೀಡು. To blow. 161. 199. 262. 556.

ತೀರ. A shore, bank.

ತೀರ್, ತೀರು. To end, be finished or accomplished. 33. 90. 336. 465.

ತೀರ್ಥ. The place where a river is crossed and people use to bathe.

ತೀವು. cf. ತಿವಿ. To be full, abound; to fill. 129. 175. 222. 258. 269. 333. 350. 401. 412. p.202. 549. p.258. 609. p.262. 620.

ತೀವೆ. Abundantly. 340.

ತೀವ್ರ. Sharp, hot, blazing, (quick).

ತುಂಗ. High.

ತುಂಡಿಸು. To make piece-meal. p.221.

ತುಂಡು. A fragment, piece. 53. 240.

ತುಂತುಱ್, ತುಂತುಱು. A drop. 267. 366. 378. p. 229.

ತುಂಬಿ. The black bee. 101. 194. 196. 260. 290. 303. 335. 336. 352. 397.

ತುಂಬಿಸು. To have filled. 184.

ತುಂಬು. To become full, to be fulfilled; to fill. 36. 44. 82. 85. 135. 206. 219. 222. 290. 356. 361. 482. 601.

ತುಂಬುರು. A kind of tree, the ಕಾಲಸ್ಕಂಧ. 97.

ತುಕ್ಕೆ. To come in force or *en masse*. 397.

ತುಡು. To be put on; to put on; to cover. 102. 115. 171. 441. p.199. 604.

ತುಡುಂಕು. = ತುಡುಕು. p. 171. p. 197. p. 198. p. 204. p. 222.

ತುಡುಕು. To seize hastily or vehemently; to reach to, touch. 87. 116. 134. 219. 389. 399. 400. 435.

ತುಡುಬು. A double drum. 207.

ತುತ್ತು. A handful of rice to be put into the mouth, a mouthful (trifle). 83. 84. 201; (another reading is ಹುತ್ತಿನ ಹುಱಿವ ತರುತಿಹುದು).

ತುದಿ. An extremity, end, point. 20. 50. 102. 392. 416. p.197. 529. 581. 617. (ತುದಿಸೆಱಗು=ಸೆಱಗಿನ ತುದಿ). ತುದಿಗೆಯ್, To go to the extreme, be hazardous.

ತುಪಾಕಿ. A musket. 442.

ತುಪ್ಪ. Ghee. 32. 77. 81.

ತುರಂಗ. = ತುರಗ.

ತುರಂಗಿ. A horseman.

ತುರಗ. A horse.

ತುರಂಗಮ. = ತುರಂಗ.

ತುಱುಗಲ್. Extension, multitude; (foliage). p. 204.

ತುಱುಗು. To be or become extensive, much or full, be crowded together. 198. 292. 337. 392. p. 199. 507.

ತುಱುಗು. Abundance. 508.

ತುಷಾರ. Thin rain.

ತುಳುಂಕು. To flow over. 222.

ತುಳ್ಕು. = ತುಳುಂಕು. 482. 601.

ತುಳಿ. To trample on. 240. 340.

ತೂಗು. To wave, nod; to weigh. 83. 167. 306.

ತೂಱು (ತೂಳ). Ecstasy, frenzy. 338.

ತೂತು. A hole. 47. 48. 53.

ತೂಱು. To shake, to winnow, to make to start up, to make to drop; to fly off, drop. 3. 70. 133. p. 229.

ತೂಳ್. To retreat; to spring back with elastic force. 219.

ತೂಳಿಸು (ತೂಣಿಸು?). To excite, urge on (?). 178.

ತೃಣ. Grass; a blade of grass (bagatelle).

ತೃಷೆ. Thirst.

ತೃಷ್ಣೆ. = ತೃಷೆ.

ತೆಂಗು. The cocoanut and its tree. 54. 140. 349. 356.

ತೆಕ್ಕನೆ (ತಱ್ಕನೆ). Tightly, strongly, densely. p. 202. p. 258.

ತೆಕ್ಕೆ (ತಱ್ಕೆ). An embrace, a coil. 113. 144. 161.

ತೆಗಿಸು. To have taken. 472.

ತೆಗಸು. To order to be taken. 115.

ತೆಗೆ. To lay hold of, (commence,) take, take out or away, remove; to be taken away. 76. 186. 193. 224. 240. 328. p.171. 430. 433. 434. 443. 450. 457. p.197. 529. 534. 540. 542. 543. 547. 624.

ತೆತ್ತಿಸು. To pierce, break through. p. 220.

ತೆತ್ತು. √ ತಿಱು.

ತೆನೆ. An ear or spike of corn or leaves; the ramparts of a fort. 240. 305. 332. 378.

ತೆಬ್ಬು (ತಬ್ಬು). To embrace, clasp. 132.

ತೆರಳ್. To set out. 183.

ತೆರಳಿಕೆ. Setting out, marching. 183.

ತೆರಳಿಚು. To set out, (march against). 103.

ತೆರೆ. A wave. 295. 360. 366. p.200. p.204.

ತೆರೆ. A cover, screen, curtain, (mask). 520.

ತೆಱ. Manner. ತೆಱತೆಱ. Variety. 139. 166. 176. 343. 373. 378. 411. etc.

ತೆಱಂಬೊಱೆ (-ಪೊಱೆ). To shine beautifully. p. 200. p. 228.

°ತೆಱಪು. = ತೆಱಹು. 419. p. 228.

ತೆಱಹು. An opening, interval, interruption, space. 258.

ತೆಱೆ. To open; to uncover; to be uncovered (with ashes). 198. 292. 393. p. 184. 569.

ತೆಳ್. Thin, delicate, soft, gentle.

ತೆಳುವೆಲರ್ (ತೆಳ್-ಎಲರ್). A breeze. 262.

ತೆಳ್ಸರಿ. A kind of rain. 516.

ತೇ, ತೆಯ್. To grind (with water). 34.

ತೇಗು. A belch. 85.

ತೇಜ. Sharpness, strength; splendour, light.

ತೇಜಿ. Strong; a horse.

ತೇರ್. A (large) cart, a chariot. 160. 175. 316. 341. p. 261. 613[b].

ತೇರ್ಕೈಸು, ತೇರಯಿಸು. To strengthen, give comfort, encourage. p. 197.

ತೈಲ. Oil.

ತೊಂಗಲ್. A cluster. 241. 336. p. 198. p. 201. ತೊಂಗಲ್ವರಜೆ. Beads in clusters.

ತೊಂಗು. To be in clusters. 140.

ತೊಟ್ಟನೆ. Readily, quickly, suddenly. p.184. p.271.

ತೊಂಡು. Mischievous, (cowardly?). 114. cf. the Tamil ತೊಡು, fraud, deceit. √ ತುಡು.

ತೊಂಡುಗೆಡು. To prate like a parrot. 351.

ತೊಗಲ್. The skin, a hide, leather. 56.

ತೊಟ್ಟಿಲ್. A cradle. 326.

ತೊಟ್ಟು. √ ತುಡು.

ತೊಡಂಕು. cf. √ ತುಡುಕು. To become entangled or entangling; to meet with; to oppose, hinder. 457. p. 198. p. 201. p. 205. 614.

ತೊಡಂಕು. Entanglement, hindrance; perplexity. 114. 588.

ತೊಡಂಗು. = ತೊಡಗು. p. 197.

ತೊಡಕು. = ತೊಡಂಕು. 102. 136.

ತೊಡಕುವಲೆ. A variety of net. 119.

ತೊಡಗು. To be entangled, come into close contact with, to meet; to begin. 83. 170. 372.

ತೊಡರ್. To get entangled, knock against, touch. 259. 339. 368. 507.

ತೊಡರ್ (= ಬಿರುದಿನ ಹಾಹೆ,-ಟೊಂಟೆ). A honorary ornament. p. 196. p. 200. 604.

ತೊಡರ್ಚು. To be joined or tied; to tie, join. p. 198. p. 199. p. 229 (twice).

ತೊಡವು. (Ornamental) dress; trinkets. 559. 604.

ತೊಡಿಕೆ. Dress, clothing; an ornament. 213.

ತೊಡಿಗೆ. = ತೊಡಿಕೆ. 326.

ತೊಡು. = ತುಡು. 232. 399.

ತೊಡೆ. The thigh. 309. 327. 366. p. 199.

ತೊಡೆ. To rub, smear; to rub out, to wipe away. 416. p. 200. 534. p. 258.

ತೊತ್ತು (ತೊಟ್ಟು). A female servant. 57.

ತೊದಳ್, ತೊದಳು. Entanglement; falsehood; stammering. 17. 113. 327.

ತೊನೆ. To swing backwards and forwards. 449. p. 197.

ತೊಪ್ಪನೆ (ತಪ್ಪನೆ). Quickly 396.

ತೊಯ್ = ತೊಃ. p. 229.

ತೊಱೆ. (To run off); to leave off, abandon, disregard. 237. 377. 380. 589.

ತೊಱೆ. A stream, river. 196. 302. 314. 371. p. 181.

ತೊಲಗಿಸು. To remove. 395.

ತೊಲಗು. To move or go away, be separated; to leave. 60. 160. 238. 292. 322. 334. 452. 478. p. 201. 534. p. 253.

ತೊಲೆ. A beam (of wood). 163.

ತೊಲೆ. Equality, likeness. 428.

ತೊಳಗು To shine. 327. 340. 474. p. 254.

ತೊಳಸು. The act of washing (weeping). 379.

ತೊಳೆ. To shine. 123. 295. 318. 319. 331. p. 259.

ತೊಳೆ. To wash. 36. 85. 416. p. 204. 537. 547. (cf. √ ತೊಡೆ. To rub out; and √ ತೊಳೆ. To make shine).

ತೊಳೆಸು. To make one's self shine, be brilliant. 507.

ತೊಬಲ್. To roam about. 325. 370. 412. 628. p. 269.

ತೊಬಲಿಕೆ. Wandering about. ಕಕ್ಕೆ ತೊಬಲಿಕೆ. Embracing, (leaving) and beginning to roam (again). 103. 161.

ತೊಬಲಿಚು. To make roam, send about. 65.

ತೋ. To become wet or moistened. 523. (p. 229).

ತೋಟ. A garden.

ತೋಟವಾಳ. A gardener. p. 228.

ತೋಟಿ (=ಹೊಡಕೆ). Beating, driving or forcing (into the mouth), force. 84. 113. 310. 614.

ತೋಮರ. An iron crow.

ತೋರ. Stout, large; largeness. 226. 336.

ತೋರಣ. A festoon of leaves, flowers, etc. 123. 126. 212. 226. 260. 331. p. 197. p. 200. 520. 622.

ತೋಱು, ತೋಱು. To shine, glitter, appear, be prominent; to show, point at. 83. 87. 133. 163. 167. 199. 207. 235. 310. 332. 341. 348. 349. 357. 375. 376. 385. 386. 398. 451. 462. 465. p. 197. p. 202. 484. 511. 546. 551. 583. 586. 598. 603. 613. 619. 621. p. 267. p. 268. 629. p. 271.

ತೋಱಿಸು. To show. 114. 503.

ತೋಱ್ಕೆ. Shining, appearance. 461. ತೋಱ್ಕೆವಡೆ. To glitter, (be drawn).

ತೋರ್ಪಡು. To be bright, appear. 474.

ತೋಹು. Reeve: Deception, guile, imposition. 113.

ತೋಳ್. The arm; a fore-foot. 87. 110. 203. 327. 386. p. 184. p. 201. 528.

ತೌಂದಲೆ, ತವುಂದಲೆ. Humiliation. p. 201.

ತೌಳವ. Relating to the ತುಳು country.

ತ್ಯಜಿಸು. To give up, abandon.

ತ್ಯಾಗ. Abandoning, giving away, liberality.

ತ್ಯಾಗಿ. A liberal person.

ತ್ರಿ. Three.

ತ್ರಿಗುಣ. Three times.

ತ್ರಿವಿಕ್ರಮ. Three steps; three kinds of heroism; the sun.

ತ್ರಿವೇಣುಕ. A certain part of a chariot.

ತ್ರಿಶೂಲ. A trident.

ತ್ವದೀಯ. Thine.

ತ್ವರಿತ. Quick.

ಥ

ಥರ. A row, (accumulation). 343. cf. ತರ.

ಥಳಿಸು. To shine. 606. cf. ತಳ್.

ದ

ದ. This letter when forming the initial of the second member of a compound, often is a substitute for ತ.

ದ. Giving; a donor.

ದಂಟು. A stalk. 119.

ದಂಡ. A staff.

ದಂಡ. =ದಂಡು. ದಂಡಾಧಿಪ. A general.
ದಂಡಿವಲೆ. A variety of net. 119.
ದಂಡಿಸು. To apply the stick, punish.
ದಂಡು. An army. 55.
ದಂಡೆ. A certain military performance. 456. 615. ದಂಡೆಗೊಡು. To execute that performance.
ದಂತ. A tooth, tusk; ivory. ದಂತಚ್ಛದ. The tooth-cover, lip.
ದಂತಿ. It with the tusk, an elephant.
ದಂದುಗ. Sport. 567.
ದಂಪತಿ. The dame and her husband. ದಂಪತಿವಕ್ಕಿ. The ruddy goose or swan. 196.
ದಕ್ಷಿಣ. Right (not left); upright, true, honest; the south; a present.
ದಟ್ಟ, ದಟ್ಟಿತು. Massy, thick. 327.
ದಟ್ಟಿ. A waist-band, sash. 604.
ದಡದಡಿ. In a hurry-flurry. 493.
ದಡ್ಡಿ. A blind or screen. 216.
ದಣಿ (ಧನಿ?). A master. 52.
ದಣಿ. To be or become fatigued, tired. 186.
ದತ್ತ. Given. ದತ್ತನಂದನ=ಸ್ವಯಂದತ್ತಪುತ್ರ. A boy who presents himself to somebody to be his son.
ದನ, ದನವು. Cattle. 205.
ದನಿ. =ಧ್ವನಿ.
ದನುಜ. A giant.
ದಯೆ. Compassion. ದಯಾಕರ. Compassionate, benevolent.
ದುರಿತ. Sin, crime.
ದರುಶನ. =ದರ್ಶನ.
ದರ್ಪಣ. A mirror.
ದರ್ಶನ. Seeing, a sight; showing, a display; a visit.
ದವ. A forest, wild.
ದವನ. A kind of fragrant shrub. p. 229.
ದಶ. Ten. ದಶರಥ. Ten chariots (ten being a numeral used in old times for denoting a good number of chariots); the name of a king.
ದಸ್ಯು. An aboriginal tribe.
ದಹನ. A burning, conflagration.
ದಹಿಸು. To burn.
ದಳ. A leaf.
ದಳೆ. To open, blow. 321. 340. 366. cf. ತಳೆ.
ದಳ್ಳುರಿ. An extended flame, a great blaze. 170. 171.
ದಱ. An army. 175. 181. 316. 320.
ದಾಂಟಿಸು. To cause to jump over. 613. 624.
ದಾಂಟು. To cross, jump over. p. 198. 611 (?). p. 263. 621.
ದಾಡೆ. The jaw. 241.
ದಾತ. =ದಾತೃ.
ದಾತಾರ. =ದಾತೃ.
ದಾತೃ. A donor, giver.
ದಾನ. A donation, gift; the fluid that flows from the temples of an elephant. 619. ದಾನಧರ್ಮ. The gift-law, liberality.
ದಾಯಾದ್ಯ. A distant relation.
ದಾಯಿಗ. =ದಾಯಾದ್ಯ.
ದಾರಿ. A road, way. 155. 345.
ದಾರಿಗ. A traveller. 305. 387.

ದಾಳಿಂಬ. The pomegranate.

ದಿಂಡು. The stem or trunk of a tree.

ದಿಂಡುರುಳ್ಚು. To make fall down like a log, (to slay). 240.

ದಿಂಡುವಾಯ್. To rise straight up on the hind legs. p. 119. 613.

ದಿಂಡೆ. Hugeness; a large piece. 450.

ದಿಕ್, ದಿಕ್ಕು, (ದಿಗ್), ದಿಶ್. A direction, point of a compass; a place; (cause).

ದಿಗಂತ. A district of one of the points of the compass.

ದಿಗಿಭ. = ದಿಗ್ಗಜ.

ದಿಗ್ಗಜ. A fabulous elephant belonging to a ದಿಕ್.

ದಿಗ್ವಿಜಯ. A conquest (of the countries) of the eight directions.

ದಿಟ. = ದೃಢ.

ದಿದ್ಯುತ್. Radiant.

ದಿನ. A day. ದಿನನಾಥ, ದಿನಪ. The day-ruler, the sun. ದಿನಮಣಿ. The day-jewel, the sun.

ದಿನಕರ. The day-maker, the sun.

ದಿವ. The sky, heaven; a day. ದಿವಪತಿ. The Lord of heaven, God.

ದಿವಾ. By day. ದಿವಾಕರ. The by-day-shiner, the sun; a crow.

ದಿವಸ. A day. ದಿವಸಾಧಿಪ. = ದಿನಪ.

ದಿವಿಜ. A fabulous demigod.

ದಿವಿಜೇಂದ್ರ. = ಇಂದ್ರ.

ದಿವಿಜೇಂದ್ರತನಯ. A name of ಅರ್ಜುನ.

ದಿಶೆ. = ದಿಕ್, ದಿಶ್. ದಿಶೇಂದ್ರ. A king of the eight ದಿಕ್.

ದೀಧಿತಿ. A ray; light, splendour.

ದೀಪ. A lamp.

ದೀರ್ಘ. Long.

ದೀವಿಗೆ. A lamp.

ದೀಹ. (= ದಿಗ್ಧ?). Smearing, poisoning. 442. (ದೀಹದ ಏಣಂ, ಏಣಂ the accusative of ಏಣ?).

ದುಂದಿಸು. To prance (?). p. 199.

ದುಂದುಭಿ. A kettle-drum.

ದುಮ್ಮಾನ (ದುರ್ಮಾನ). Bad *i. e.* broken self-confidence, humbled pride, grief.

ದುಃ (ದುರ್, ದುಷ್, ದುಸ್). Bad; difficult.

ದುಃಖ. (Bad-air), sorrow, affliction.

ದುಃಸ್ವಪ್ನ. A bad dream.

ದುಗ (ದ್ವಿಕ). A pair, a deuce at games. 313.

ದುಗುಡ. Injury. 279.

ದುರ್ಗ. (Difficult to go to), a fortress.

ದುರ್ಗಂಧ. A bad smell.

ದುರ್ಘಟ. Difficult.

ದುರ್ಜನ. A bad man.

ದುರ್ಧರ. Intolerable.

ದುರ್ನೀತಿ. Unwholesome doctrine.

ದುರ್ಮಾರ್ಗ. Wickedness. ದುರ್ಮಾರ್ಗಿ. A wicked person.

ದುರ್ವ್ಯಸನ. Evil inclination or practice.

ದುವ್ವಾಳಿಸು. To keep in exercise, to spur on. 178. p. 199.

ದುಷ್ಕೃತಿ (ದುಷ್ಕೃತ್ಯ?). A bad act.

ದುಷ್ಟ. Depraved, wicked.

ದುಸ್ಸಂಧಿ. A violation of the rules of euphony.

ದುಸ್ಸಹ. Intolerable.

ದೂತ. A male messenger; ದೂತಿ. A female messenger.

ದೂರ. Far; a great distance. 112. 193. p. 171.

ದೂಱ್. To blame, abuse, calumniate. 223.

ದೃಢ. Strict, firm, true.

ದೃಷ್ಟಿ. Sight, look.

ದೆಸೆ. = ದಿಶೆ. In the direction, 199. ದೆಸೆಗೆ. Into all directions, 132; on account of, 230.

ದೇವ. A Deity; God; a king, master; ದೇವಿ. A queen.

ದೇವತೆ. A deity.

ದೇಶ. A place, country.

ದೇಶಿ. The language of a country.

ದೇಶಿಗ (-ಕ). A traveller, stranger.

ದೇಸಿಗಾಱ (= ದೇಶ್ಯ, adjoining?). A kinsman. 251.

ದೇಹ. The body.

ದೈವ. Connected with a deity; superhuman.

ದೊಂಡೆ (ತೊಂಡೆ). The trunk of an elephant. p. 184.

ದೊಂದೆ. A bundle. 498.

ದೊಡ್ಡಿತು. Great, large, big, etc. 93.

ದೊರೆ. To be obtained, (come up to); to come about. 264. 417. 418. 488. 626. (ದೊರೆ ಕೊಳ್. To make one's self obtained). ದೊರಕೊಳಿಸು. To commit.

ದೊರೆ. Equal; equality. 168. 459. p. 200. 559. ದೊರೆಗೆವರ್. To liken.

ದೊರೆ. A master, king. 203. 208. 413. 459.

ದೋಣಿ. = ದ್ರೋಣಿ. 122. 196. 219.

ದೋರ್ದಂಡ. An arm. p. 202.

ದ್ರೋಹ. Treachery. 131.

ದೋಳ್. A drum. 127.

ದೌರ್ಜನ್ಯ. Wickedness. ದೌರ್ಜನ್ಯಕಾರಿ. A worker of evil.

ದ್ಯುತಿ. Splendour.

ದ್ಯೂತ. Gambling.

ದ್ರವ್ಯ. Wealth, property.

ದ್ರಾಕ್ಷೆ. A grape.

ದ್ರುಮ. A tree.

ದ್ರೋಣಿ. A tub, basin; a boat; a valley, chasm.

ದ್ವಯ. A couple, pair.

ದ್ವಾರ. A door.

ದ್ವಿ. Two.

ದ್ವಿಜ. Twice-born; a bird (born of hen and egg); a tooth; a Brahmin.

ದ್ವಿಪ. Twice-drinking (with trunk and mouth); an elephant.

ದ್ವಿರದ. Two-teethed; an elephant.

ದ್ವೀಪ. An island.

ದ್ವೇಷ. Hatred, aversion, dislike.

ಧ

ಧಗಧಗ. The sound of blazing flames.

ಧಗಧಗಿಸು. To blaze. 96.

ಧಗದ್ಧಗನೆ. Flaming. 170.

ಧಟ್ಟು. An army. 174.

ಧನ. Riches. ಧನಾಢ್ಯ. Possessing wealth.

ಧನುಸ್ (ಧನುರ್). A bow.

ಧನ್ಯ. Rich, fortunate, well-fated.

ಧರ. Bearing, enduring; a mountain.

ಧರಣಿ. The earth; a country. ಧರಣಿಪ, ಧರಣಿಪತಿ, ಧರಣೀರಮಣ, ಧರಣೀಶ್ವರ. A king.

ಧರಣೀತಳ. The earth.

ಧರಿತ್ರಿ. = ಧರಣಿ. ಧರಿತ್ರೀಶ. A king.

ಧರಿಸು. To bear, endure; to put on, wear.

ಧರೆ. = ಧರಣಿ. ಧರಾಪ, ಧರಾಧಿಪ, ಧರಾಧೀಶ. A king. ಧರಾತಳ. = ಧರೆ.

ಧರ್ಮ. Law; virtue.

ಧರ್ಮನಂದನ. = ಯುಧಿಷ್ಠಿರ.

ಧವಳ. White.

ಧಳ್ಳುಱಿ. = ದಳ್ಳುಱಿ. 95.

ಧಬಂಧಬಂ. The sound emitted by a ಭೇರಿ. 601.

ಧಾತು. An elementary thing; the pulse.

ಧಾತ್ರಿ. A nurse; a mother; the earth.

ಧಾನ್ಯ. Corn.

ಧಾಮ. A domicile, abode; province; splendour.

ಧಾರುಣಿ. = ಧರಣಿ.

ಧಾರೆ. A stream; a sharp edge; the water which is poured by the mother upon the hand of her daughter, (which is held by the father), the water flowing to the hand of the bridegroom, in token of their giving them in marriage; 520; a multitude.

ಧಾರ್ಮಿಕ. A virtuous man.

ಧಾಳಾಧೂಳಿ. A great excitement; confusion. 313.

ಧಾಳಿ. Pillage, sacking. 179. 185.

ಧಿ. A receptacle.

ಧೀರ. Firm, courageous, brave; a hero.

ಧೀವರ. A fisherman. 425. 453.

ಧುಮ್ಮಿಕ್ಕು. To jump down. 71.

ಧುರೀಣ. A conductor, chief.

ಧೂತ. shaken, whirled about.

ಧೂಪ. Perfume, incense.

ಧೂಮ. Fume, smoke.

ಧೂಳ್. Dust. 176. 198. 332.

ಧೂಳಿ. Dust, pollen. 307. 334. 345. 610. 619.

ಧೃತ. Carried; maintained, kept; ready; observed.

ಧೃತಿ. Holding; steadiness, firmness.

ಧೈರ್ಯ. Firmness, courage.

ಧೌತ. Washed, cleansed.

ಧ್ಯಾನ. Thought.

ಧ್ವಜ. A flag, standard.

ಧ್ವನಿ. A (tone), sound, voice.

ಧ್ವಾನ. = ಧ್ವನಿ.

ನ

ನಂಜು. Poison. 205.

ನಂದನ. Gladdening; a son; a garden. 95. 336. 329. ನಂದನೆ. A daughter.

ನಂದು. To be quenched. 385. 412. p. 268. ನಂದೆಪೊಯ್. To beat so as to quench.

ನಂಬು. To trust. 191. 505.

ನಕುಲ. A mungoose.

ನಕ್ಕು. √ ನಗು.

ನಕ್ರ (ನೆಗಳ್). A crocodile.

ನಕ್ಷತ್ರ. A star.

ನಗ. Not-going; a mountain; a tree. ನಗೇಂದ್ರ. A kingly, beautiful hill.

ನಗರ, ನಗರಿ. A town.

ನಗು. To laugh; to deride. 43. 84. 232. 250. 272. 273. 304. 310. 362. 382. 444. p. 205. 489. 490. 503. 524. 538.

ನಗೆ.=ನಗು. 55.

ನಗೆ. Laughter, a smile. 199. 327. 475. 539. 630.

ನಚ್ಚು (=ನಲ್ಚು). To wish for, love. 191.

ನಟ. An actor.

ನಡಯಿಸು.=ನಡಿಸು. p. 199. 613.

ನಡಿಸು. To make walk, urge on, carry on, rule. 81. 222. 288. 301. 543. 566. ನಡಿಸಿ ತರ್. To drive to or near.

ನಡು.=ನೆಡು. p. 229.

ನಡು. The middle, midst; the waist, loins. 24. 340. 435. p. 184. p. 198. p. 204. 526. p. 268. ನಡುನಡುವೆ, In the very middle. ನಡುರಂಗ, Middle place. ನಡುವಗಲ್, Noon. ನಡು ವೀದಿ, The road in the midst (main road).

ನಡುಕ. Trembling. 386.

ನಡುಗಿಸು. To cause to tremble, etc. 410.

ನಡುಗು. To tremble, shake, shiver. 388. 389. 393. 451. p. 204.

ನಡುವೆ.=ನಡು. In the middle. 123. 319. 339. 340. 607.

ನಡೆ. To move, walk, go, march; to behave. 54. 149. 155. 175. 179. 180. 182. 194. 224. 314. 338. 341. 366. 371. 399. 454. 457. p. 205. 499. p. 228. p. 261.

ನಡೆ. Walk; conduct. 33. 128. 328. 484. p. 208. p. 261. ನಡೆಗೊಳ್. To begin to walk or move.

ನಡೆ. Straight on, continually, much, well. 357. 434. p. 196. p. 208. p. 212. p. 228. 623.

ನಡೆಗೆಡಿಸು. To interrupt one's walk, to cause to stop. 306.

ನಡೆತರ್. To come. 122. 181. 225. 289. 409. p. 202. p. 204. 537. p. 268.

ನದ. A river.

ನದತ್ (-ದ್). Sounding.

ನದರ್ (ನಜರ್). A present to a superior; respectability; fear. 131. (either ನದರಿಲ್ಲದ or ನದರಿಲ್ಲದೆ).

ನದಿ.=ನದ.

ನನೆ. To become moistened or wet. 245. 378. 388.

ನನೆ. (What has moisture), a bud, germ, sprout. 350.

ನನ್ನ, ನಮ್ಮ.=ಎನ್ನ, ಎಮ್ಮ. 273.

ನಭ.=ನಭಸ್.

ನಭಸ್ (ನಭಃ, ನಭೋ). The sky. ನಭೋಂತ (ನಭಸ್-ಅಂತ). The sphere of the sky. ನಭೋಮಣಿ. The sky-gem, the sun.

ನಭಸ್ಥಳ.=ನಭಸ್.

ನಮಿಸು. To bow, do obeisance.

ನಮ್ಮ, ನಮಗೆ.=ಎಮ್ಮ, ಎಮಗೆ. 530.

ನಯ. Leading; a rule; political or polite conduct; nicety, polish; polite; fine.

ನಯನ. The eye; = ನಯ.

ನರ. A man. ನರನಾಥ, ನರೇಂದ್ರ. A king.

ನಱು. Smelling. 556.

ನರ್ತನ. Dancing.

ನರ್ತಿಸು. To dance, play; to cause to dance.

ನಲ್, ನಲಿ. To be pleased, love. cf. ನಚ್ಚು. 239. 326. 340. 443. 508.

ನಲವು. Pleasure. 371. 441.

ನಲಿದಾಡಿಸು. To fondle. 327.

ನಲಿನ, ನಳಿನ. A lotus flower. ನಲಿನಮಿತ್ರ. The lotus-friend, the sun.

ನಲಿನಿ, ನಳಿನಿ. The lotus.

ನವ. Nine; new, fresh, beautiful, wonderful.

ನವೀನ. = ನವ. New, etc.

ನವ್ಯ. = ನವೀನ.

ನವಿರ್. Hair. p. 184.

ನವಿಲ್. A peacock. 378. 435. 522.

ನಸಿಸು. To go to ruin, decay.

ನಸು. Little, slight, gentle; gently. 310. 359. 489. 490. 539.

ನಳಿ. (Pleasant), elegant, soft, delicate. 327.

ನಳಿಸು. To be (pleasing), nice, elegant. 77. 305. 331.

ನಾಂ, ನಾನ್, ನಾ; ನಾಂ, ನಾವು. I; we. see ಆಂ. 270.

ನಾಂದು. To moisten, cool. 381. cf. ನನೆ.

ನಾಕ. The heaven, sky.

ನಾಕು. = ನಾಲ್ಕು. 67.

ನಾಗ. A snake; an elephant. ನಾಗನಗರ = ಹಸ್ತಿನಾಪುರ. ನಾಗಾಂತಕ, The brahmany kite.

ನಾಚು (ನಾಂಚು). To be ashamed, become pale. 373. cf. ನಾಣ್.

ನಾಟ್ಯ. A dance.

ನಾಡ್, ನಾಡು, ನಾಣ್. A country. 236. 302. 305. 307. 330. 413. 446. 487.

ನಾಣ್ಣುಡಿ. A saying of the country, a proverb. 67.

ನಾಣ್. Shame. 597. ನಾಣ್ಗಿಡಿಸು. To shame.

ನಾತು. √ ನಾಱು.

ನಾಥ. A master, king.

ನಾದ. A sound.

ನಾನಾ. Various, many.

ನಾಭಿ. The navel.

ನಾಮ. A name; called.

ನಾಯ್. A dog. 224. 396. 400. 441.

ನಾಯ (ನ್ಯಾಯ). A law-suit.

ನಾಯಿ. = ನಾಯ್. 399.

ನಾರಂಗ. A kind of orange. 140.

ನಾರಾಚ. An iron arrow.

ನಾರಿ. A woman.

ನಾಱ್, ನಾಱು. see ನಱ್. To smell; to be fragrant; to stink. 54. 224. 266.

ನಾಲ್. Four. 492. ನಾಲ್ವರ್. Four persons. 504.

ನಾಲಗೆ. = ನಾಲಿಗೆ. 241. p. 184.

ನಾಲಿಗೆ. The tongue. 95. 103. 110. 202. 400.

ನಾಲ್ಕು. Four.

ನಾವ, ನಾವೆ. A (nave), boat, ship.

ನಾವಿಕ. A navigator, boat-man.

ನಾಳ. The clapper or tongue of a bell. 203.

ನಾಳೀಜಂಘ (ನಾಳೀ-). The stalk-legged one, a crow.

ನಾಳೆ. To-morrow. (ನಾಳಿನ, ನಾಳಿನಲಿ, etc.). 43. 68. 269.

ನಾಡಿ. A fibre, filament. p. 205; a tubular stalk, a tube. 644.

ನಾಳಿ. The stalk of a plant; a lotus flower. 479.

ನಿ. Downward, into, in.

ನಿಂದು. √ ನಿಲ್.

ನಿಂದೆ. = ನಿಂದ್ಯೆ.

ನಿಂದ್ಯೆ. Blame, censure.

ನಿನ್ನೆ. Yesterday. 41.

ನಿಂಬ, ನಿಂಬೆ. The lime tree. 97.

ನಿಃ (ನಿರ್, ನಿಶ್, ನಿಸ್). = ನಿ. Outward, forth; without.

ನಿಃಸ್ವನ. A noise.

ನಿಕರ. A multitude, troop, flock.

ನಿಕಾಯ = ನಿಕರ.

ನಿಕುರುಂಬ. = ನಿಕರ.

ನಿಕ್ವಾಣ. A sound.

ನಿಖಿಲ, ನಿಖಿಳ. All.

ನಿಗಳ, (ನಿಗಡ). A foot-fetter.

ನಿಗ್ಗವ. Ivory.

ನಿಚಯ. A heap, assemblage, plenty.

ನಿಚಿತ. Piled up, filled.

ನಿಚ್ಚ. Continual; perpetually.

ನಿಚ್ಚಯ. = ನಿಶ್ಚಯ.

ನಿಚ್ಚಳ. Firm; permanence; permanently.

ನಿಜ. Own; true; truth; certainly.

ನಿಜೃಂಭಿಸು. To increase.

ನಿಟಿಲ. The forehead; one who has a forehead.

ನಿಟ್ಟಿಸು. To see. 295. p. 184.

ನಿಟ್ಟು. = ನಿಡು. p. 196.

ನಿಡು. Long; large, great, loud. 214. 338. 379. 388. 399. 421. 480. p. 270.

ನಿದಾಘ. The hot season. see ಗ್ರೀಷ್ಮ.

ನಿದ್ರೆ. Sleep.

ನಿಧಾನ. Putting aside; a receptacle.

ನಿಧಿ. A receptacle; a treasure; an assemblage, multitude.

ನಿನದ. A sound. ಘನನಿನದ, Thunder.

ನಿನಾದ. = ನಿನದ.

ನಿನ್ನ, ನಿಮ್ಮ, etc. are forms of ನೀಂ.

ನಿಪಾತನ. Falling; death; killing.

ನಿಪುಣತೆ. Cleverness.

ನಿಬಿಡ. Thick-set; crowded. ನಿಬಿಡತರ, Very great.

ನಿಭ. Resembling.

ನಿಮಿರ್. To extend; to spread about. 431. 496. p. 229.

ನಿಮಿರ್ಚು. = ನಿಮಿರ್. p. 229.

ನಿಮಿಷ. A moment.

ನಿಯಮ. Rule, order.

ನಿಯುಕ್ತ. Joined, possessed of.

ನಿಯೋಗ. A joining; an appointment, order, commission.

ನಿಯೋಗಿ. An officer. cf. ವಿನಿಯೋಗ.

ನಿಯೋಗಿಸು. To put to or down.

ನಿರಂತರ. Without any interstice; great; continual.

ನಿರವಧಿ. Boundlessness, immensity.

ನಿರಾಕುಲ. Not bewildered, undisturbed, quiet; rest, etc.

ನಿರಾಲಂಬನ. The state of having no support.

ನಿರಾಹಾರ. Being without food, fasting.

ನಿರಿಲೆ. A kind of bird. 100.

ನಿರೀಕ್ಷಿಸು. To look at, see. 162. p.172. p.184. p.187. p.228. p.254. p.256. p. 268.

ನಿರುತ. Perpetual; always.

ನಿರೂಪ. Determination; order.

ನಿಱಿ. The folds in a woman's cloth tucked in in front. 629.

ನಿರ್ಗಮ. Going away.

ನಿರ್ಜರ. Not decaying; a fabulous superior being or demigod.

ನಿರ್ಧರ. Verification, ascertainment; certainty.

ನಿರ್ಮಲ, ನಿರ್ಮಳ. Spotless, pure.

ನಿರ್ಮಲತೆ. Pureness.

ನಿರ್ಮಿತ. Made, built.

ನಿರ್ಯಾತ. Tormented, afflicted.

ನಿರ್ಯಾಸ. Exudations of trees, such as gum, resin, etc.

ನಿರ್ವೃತಿಕರ. Pleasing.

ನಿಲ್, ನಿಲ್ಲು. To stand; to be, remain, stop (loiter), cease. 8. 12. 13. 84. 85. 90. 154. 230. 238. 274. 276. 289. 309. 315. 329. 362. 376. 377. 378. 380. 399. p.169. 419. 436. 438. etc. 462. etc. p.198. etc. 516. 544. 614. cf. ಇಲ್, ನಿಲ್.

ನಿಲಯ, ನಿಳಯ. A house, dwelling.

ನಿಲವು. Standing; rest. 250.

ನಿಲಿಸು. To put up, to place. 73. p.200. 487.

ನಿಲುಕು. To reach, (attack). 134.

ನಿವರ್ತಿಸು. To perform.

ನಿವಹ. A multitude.

ನಿವಾರಿತ. Stopped, opposed.

ನಿವಾಸ. Dwelling; an abode. ನಿವಾಸಿ. An inhabitant.

ನಿವಾಳಿಸು (=ಲೋಹಾಭಿಸಾರ). To perform a lustration of arms. 178.

ನಿವೇದಿತ. Made known, reported, presented.

ನಿವೇಶ. Entering, place of entrance.

ನಿಶೆ. Night. ನಿಶಾಕಾಂತ. The night-lord, the moon.

ನಿಶ್ಚಯ. Well-known; certainty; certain, certainly.

ನಿಶ್ಚಯಿಸು. To ascertain; to resolve, form a resolution.

ನಿಶ್ಚಲತೆ. Immovableness, firmness, stiffness.

ನಿಷಧ. The ruler of the country ನಿಷಧ.

ನಿಷಾಧ. The name of a people.

ನಿಷ್ಕ. A weight of gold.

ನಿಷ್ಟೆ (ನಿಷ್ಠೆ). Basis; accomplishment; ascertainment.

ನಿಸದ. = ನಿಶ್ಚಯ. 593.

ನಿಸ್ಪೃಹ. A man free from (bad) desire.

ನಿಸ್ಸಾಳ. A kind of ಭೇರಿ or kettle-drum. 127. p. 202.

ನಿಸ್ಸೀಮ. Boundless, very great.

ನಿಳ್ಕು (ನೀಳ್ಕು). To lift on high. p.204.

ನಿಳ್ದು. √ ನೀಳ್.

ನೀಂ, ನೀವು. Thou; you. 273.

ನೀಗು. To leave, forsake, loose. 68. 80.

ನೀಚ. Vile; a vile man.

ನೀಡು. To make long, stretch out; to present. 356. 419. 433. p. 204. 488. cf. ನೀಳ್, ನಿಡು.

ನೀಡುಂ. Largely, greatly. 474. p.264.

ನೀತಿ. Proper behaviour; law. ನೀತಿವಿದ. A man who knows how to behave well.

ನೀಪ. The Cadamba tree.

ನೀರ್, ನೀರು. Water. 30. 54. 58. 267. 285. 314. 326. 368. 383. 416. 430. 484. p.204. 524. 555. 568. 618. p.267. ನೀರ್ಗೊಳ್. To take water, drink.

ನೀರ. = ನೀರ್. ನೀರಾಕರ. A pond; the ocean.

ನೀರ. = ನೀಱ. p.204.

ನೀರಡಿಕೆ. (Water-boiling), thirst. 377.

ನೀರ ತೇರ್. A water-chariot, a cloud. p. 261.

ನೀರದ (ನೀರ-ದ). Water-giving, a cloud.

ನೀರದ (ನಿಃ-ರದ). Toothless.

ನೀರಸ. Tastelessness; uninteresting diction.

ನೀರಾನೆ. (Water-elephant), a kind of aquatic animal, (a whale?). 121. 369.

ನೀರುಡು. A water-iguana. 121.

ನೀಱ. A beloved person; husband. 631.

ನೀರ್ದಾಣ. A water-place, swamp. 111.

ನೀರ್ವಕ್ಕಿ. A water-bird. 318.

ನೀರ್ವನಿ. A water-drop. 139. 366.

ನೀರ್ವಾವು. A water-snake. 121.

ನೀಲ. Dark blue; the sapphire.

ನೀಲಕಂಠ. The blue-neck, a peacock.

ನೀಲಮಣಿ. The sapphire.

ನೀಳ್. To be tall. cf. ನೀಡು. 305. p.202.

ನುಂಗು. To swallow. 108. 370. p.184. 480. 600.

ನುಗ್ಗು (ನುಱ್ಗು, ನುರ್ಗು). A bruise. 88.

ನುಡಿ. To emit a sound; to speak; to utter, tell. 49. 61. 81. 87. 114. 144. 208. 223. 276. 311. 399. 463. 467. 490. 493. p.213. 544. p.251. p.267.

ನುಡಿ. A voice, word; language. 1. 2. 159. 208. 285. 327. 328. 364. 374. 378. 471. 493. 502. 506. 561.

ನುಣ್, ನುಂ. Smooth, soft, brilliant. 327. 335. 440. p. 200. 510. p. 229. 550. 597. 606.

ನುಣ್ಪು. Smoothness, elegance. 195.

ನುತ. Praised; a renowned person.

ನುತಿ. Praise.

ನುತಿಸು. To praise.

ನುರ್ಗು, ನುಱ್ಗು. To grind, crush. p. 196.

ನುಸಿ. Powder; the state of being broken. 88.

ನುಸುಳ್. To enter. 63. 117. p.197.

ನೂಂಕು. = ನೂಕು. p. 197. 498. p. 261. 614. 615.

ನೂಕು. To push or pull violently; to push on or away; to spend. 116. 248. 277.

ನೂತನ. = ನವ.

ನೂಱು. Hundred. ನೂಱೆಲೆ. The hundred-leafed, a lotus. 341.

ನೃಪ, ನೃಪತಿ. A king.

ನೃಪಾಳ, -ಲ, ನೃಪಾಳಕ. A king. ನೃಪಾಲತ್ವ. Dominion.

ನೆಂಟ. A relation. 55.

ನೆಗಪು. To raise up. p.198. p.200. p.229.

ನೆಗಬ್. To be or become conspicuous; to shine, be notorious, good or renowned; to be begun; to undertake. 123. 170. 316. 369. 434. 445. 518. 550. 574. 580. 581. 594. p.256.

ನೆಗಬ್ಬು. = ನೆಗಬ್. 354.

ನೆಗಬ್ತೆ. Fame, renown. 10. p.201.

ನೆಗಿಬ್. To grow lean, slip off. 380. (or ನೆಗಬ್, To clear up?).

ನೆಗೆ. To be bright (lighted up) or pure. 380. 474. 547.

ನೆಗೆ. To rise up; to leap. 170 (?). 450. 478. 513. 588. p.261 (twice). p.262. 620.

ನೆಗ್ಗ (ನೆಬ್ಗ). To sink in. 144.

ನೆಚ್ಚು. = ನಚ್ಚು. 568.

ನೆಟ್ಟು. √ ನೆಡು.

ನೆಟ್ಟಗೆ. Straight; nicely; straight on, much. 594. 613.

ನೆಟ್ಟನೆ. = ನೆಟ್ಟಗೆ. p.268.

ನೆಡು (ನಡು). To plant, fix into, put straight up. 207. p.200.

ನೆಡೆ. To be planted, be fixed. 114.

ನೆತ್ತ. Dice-playing, back-gammon. 371. 308. ನೆತ್ತಸಾರಿ. A die.

ನೆತ್ತರ್. Blood. 377. 398. 416. p.184.

ನೆತ್ತಿ. The crown of the head. 201. 435. 440. p.199.

ನೆನೆ. To think of, mind, remember. 40. 192. p.202. 489. 491. 565. p.261. 627.

ನೆಯ್ದಿಲ್. The water-lily. 360. 380.

ನೆಯ್ದಿಲೆ. = ನೆಯ್ದಿಲ್. 264. 382.

ನೆರಪು. To cause to assemble. p.256. (ನೆಱಪು?).

ನೆರವಿ. An assemblage, throng. 330. 371.

ನೆರಸು. To amass. 584.

ನೆರಳು. = ನೆೞಲ್. 51.

ನೆರೆ. To come together, assemble. 89. 139. 210. 221. 235. 257. 264. 340. 418. p.197. p.198. p.199. 508. 514. p.257. p.258. p.261. p.269. p.271.

ನೆಱೆ. To be full, ripe, mature; to be filled or fulfilled. 285. 407. p.200 (?). p. 201 (?). 510. 518.

ನೆಱೆ. Fully, well, much; great. 52. 186. 195. 327. 373. 411. 419. 438. 496. 526. etc.

ನೆಱೆಪು, ನೆಱಪು. To make every thing ready. p.197. p.256 (?).

ನೆಲ. √ ನಿಲ್. Ground, floor; earth, soil. 37. 189. 309. 345. 428. 436. 494.

ನೆಲಗಟ್ಟು. A foundation. 252.

ನೆಲಸರಿ. Level with the ground. 494.

ನೆಲಸು. To settle. 574.

ನೆಲೆ. √ ನಿಲ್. A place; an upper story. 111. 124. p. 222.

ನೆಲೆಗಟ್ಟು. = ನೆಲಗಟ್ಟು. 163.

ನೆಲೆಗೆಡು. To sink or go down. 395.

ನೆಲೆಗೊಳಿಸು. To fix, fasten; to make sit down. p.198. 540.

ನೆಲ್ಲಿ. The Emblic Myrobalan. 140.

ನೆವ. A pretence, pretext. 383.

ನೆೞಲ್. Shade; a shadow. 193. 255. 262. 314. 357. 436. p 197. 507. 528.

ನೇಜೆ. A lance. p. 199.
ನೇಣ್. A rope. 401.
ನೇತ್ರ. An eye; a man who has an eye; ನೇತ್ರೆ. She who has an eye.
ನೇಮ. An order.
ನೇಮಿ. The periphery of a wheel.
ನೇಮಿಸು. To appoint.
ನೇರ್. Straightness, regularity, harmony. 604. ನೇರ್ಪಡು. To be straight or exact.
ನೇರ. = ನೇರ್. 336.
ನೇಱಿಲ್. The rose-apple tree. 349. 354. 355.
ನೇಹ. = ಸ್ನೇಹ. p. 228.
ನೈಪಥ್ಯ. Dress.
ನೊಂದು. √ ನೋ.
ನೊಣೆ. To swallow. p. 221.
ನೊಯ್ಯು. = ನೋ. p. 201.
ನೊರೆ. Foam, froth. 139. 295. 366. 368. 371. p. 205 (ನೊರೆ-ಪಿಂಡು). p. 261.
ನೊಸಲ್. The forehead. p. 199. 599.
ನೋ. To suffer pain. 135. 286. 327. 377. 593. p. 268.
ನೋಡ್, ನೋಟ್, ನೋಡು. To look at, see; to search. 26. 68. 84. 155. 188. 223. 247. 250. 264. 271. 326. 330. 337. 340. 343. 356. 357. 362. 376. 377. 379. 392. 393. 398. 420. p. 172. 433. 434. 449. 452. 455. p. 185. 457. p. 187. p. 196. p. 197. p. 202. 489. p. 208. 492. p. 212. 503. 529. p. 228. 537. 564. p. 245. 594. p. 261. p. 264. 623. p. 268. p. 270.
ನ್ಯಗ್ರೋಧ. The banyan tree.
ನ್ಯಸ್ತ. Placed.

ಪ

ಪ. This letter often appears as ಹ, and, as the initial of the second part of a compound, as ಬ and ವ.
ಪ. Master, king.
ಪಂ, ಪನ್. Ten.
ಪಂಕ. Mud, mire; sin.
ಪಂಕಜ. The mud-born, a lotus flower. ಪಂಕಜಾಕರ = ಪದ್ಮಾಕರ.
ಪಂಕಜಾತ. = ಪಂಕಜ.
ಪಂಕಿಳ. Muddy.
ಪಂಕ್ತಿ. A line, row.
ಪಂಗು. Obligation. 523.
ಪಂಚ. Five. ಪಂಚವರ್ಣ. Five colours.
ಪಂಚಗೌಳ. The name of a country and of its people.
ಪಂಚಧಾರೆ. The five paces of a horse, as trot, canter, etc.
ಪಂಚಪಲ್ಲವ. The aggregate of five sprouts or shoots, for instance of the spondias, rose-apple, citron and wood-apple, with which the limbs of royal horses are compared.
ಪಂಡಿತ, ಪಣ್ಡಿತ. A scholar.
ಪಂಥ. A wager, challenge. 177. 178.
ಪಂದಿ. A pig, hog. 398. 400. 413.
ಪಂದಿದಲೆ. A pig's head, (a certain means of defence). 498.
ಪಂದೆ. (ಪಂದೆಯಿಸುವ?). A mean fellow. 589.

ಪಕ್ಕ. = ಪಕ್ಷ.

ಪಕ್ಕರಕ್ಕೆ. = ಪಕ್ಷರಕ್ಕೆ, sub ಪಕ್ಷ. 598.

ಪಕ್ಕಲೆ. A vessel without a neck. 81.

ಪಕ್ಕಿ. = ಪಕ್ಷಿ.

ಪಕ್ಕು. = ಪಕ್ವ. p. 201.

ಪಕ್ಕೆ. = ಪಕ್ಕ. 398.

ಪಕ್ವ. Baked, dressed; seasoned, mature, ripe; fit, suitable.

ಪಕ್ಷ. The side; a wing; a place, site. ಪಕ್ಷರಕ್ಷೆ. A horse's or an elephant's trappings.

ಪಕ್ಷಿ. A bird.

ಪಗಲ್. The day time; in the day time. 322. 382. 395. 411. p. 201. p. 204. 516 526.

ಪಗಲ್ಚೋೞ. The name of a king who lived before ಸತ್ಯೇಂದ್ರಚೋೞ.

ಪಗೆ. Enmity; an enemy. 382. 395. 491.

ಪಗೆತನ. Hatred. 359.

ಪಚ್ಚಳ (= ಪ್ರಚಲ). Trembling, moving to and fro. 400.

ಪಚ್ಚೆ. Green; green leaves; an emerald. 124. 163. 252. 261. 355. 535.

ಪಜ್ಜಳಿಸು (ಪ್ರಜ್ವಳಿಸು). To begin to blaze or glitter. 291. p. 229. p. 234. p. 245.

ಪಜ್ಜೆ. A foot-step; a foot-print, track. ಪಜ್ಜೆವಿಡಿ = ಪಜ್ಜೆ ಪಿಡಿ. 223. 399.

ಪಟ. Cloth; a flag.

ಪಟಹ. A kettle-drum.

ಪಟಳ, ಪಟಲ. A cover (of clouds, etc.); a guard; a multitude, mass. 395 (?). p. 198, etc. p. 212.

ಪಟು. Sharp, loud; smart, clever.

ಪಟ್ಟ. A badge of royalty; the state of royalty; a way, method. 323. p. 165. p. 197. p. 254.

ಪಟ್ಟಣ, ಪಟ್ಣ. A town.

ಪಟ್ಟವಣೆ,-ಣಿ (-ಮಣೆ). A royal-seat. p. 196. p. 228.

ಪಟ್ಟಿ. An ornamental metal plate; silk. 123. 603 (?).

ಪಟ್ಟು. √ ಪಡು.

ಪಟ್ಟೆ. = ಪಟ್ಟಿ. 124. 166. p. 199.

ಪಟ್ಟೆಯ, ಪಟ್ಟೆಯಂ. A sharp-edged lance. p. 201.

ಪಠಿಸು. To read, learn by heart.

ಪಡಿ. (What obtains), a measure; (what attains to), equality, likeness. 357. 423.

ಪಡಿಪಡಿ. By degrees. 493.

ಪಡಿತೞಿಸು. To evince equality, vie with; to be great. 137. 399. p. 201. p. 261.

ಪಡಿನೆೞಲ್. A reflection. 357. p. 204.

ಪಡಿಬಳ. A vying with, *i. e.* an opposing, army. p. 211.

ಪಡು. To obtain, receive, (experience). 222. p. 171. p. 211. p. 218. p. 256.

ಪಡು. To lie or fall down, repose; to die. ಪಡಲ್ ಪಡು. To sink down (from exhaustion). 386.

ಪಡು. Sinking, setting; western; the west. 289. 290.

ಪಡೆ. = ಪಡು. To receive, etc. 10. 87. 185. 320. 339. 395. p. 169. 488. p. 177. 461. 482. p. 197. p. 198.

p. 199. p. 201. 493. p. 228. 551. 590. p. 261. p. 263. 613[b].

ಪಡೆ. A multitude, an army. 137. 186. 395. p. 201. 484. 497. p. 268.

ಪಣ್. To make or become ready. p. 197. p. 202.

ಪಣ್. A ripe fruit. 92. 93. 321. 329. 337. 354. 373. 387. 535.

ಪಣಂ. A stake, bet. 312.

ಪಣೆ. The forehead. 327. p. 198. 505. p.271. ಪಣೆವಾಸಱ³(-ವಾ-). The forehead which is like a flag-stone. ಪಣೆವೆಱ³. A moon-like forehead.

ಪತಂಗ. A bird; the sun.

ಪತಾಕೆ. A standard, flag.

ಪತಿ. A master, king, husband.

ಪತಿವ್ರತೆ. She who is faithful to her husband.

ಪತ್ತಿಸು. To make to go to; to attach, etc. p. 229.

ಪತ್ತು. To go to, begin; to adhere; to climb, ascend, go on high. 264. 294. 415. p. 211. 611. 614. 621.

ಪತ್ತು. Ten.

ಪತ್ನಿ. A wife.

ಪತ್ರ. A leaf; a wing; the feather of an arrow; a letter.

ಪತ್ರಿಕೆ. A letter.

ಪಥ. A path, road.

ಪಥಿಕ. A traveller.

ಪದ. = ಹದ. 442.

ಪದ (ಪದ್). A foot; a verse-line; a place, site; a word.

ಪದಪು. Radiance, lustre. 122.

ಪದಪೂರಕ. A merely expletive word.

ಪದಶಯ್ಯೆ. The placing of words.

ಪದಾತಿ. A foot soldier.

ಪದಾಯುಧ. He with the foot-weapon, a cock.

ಪದೆ. To be full of desire. 610. 617.

ಪದ್ಧತಿ. A custom, practice, system.

ಪದ್ಮ. A lotus flower. ಪದ್ಮಸಖ. The lotus-friend, the sun.

ಪದ್ಮರಾಗ. The lotus-coloured, a ruby.

ಪದ್ಮಾಕರ. The lotus-mine, a lotus pond.

ಪದ್ಯ. Poetry, verse.

ಪನಸ. The jack fruit or tree.

ಪನಿ. A drop. 245. 373. 388. 416. 435. 478.

ಪನ್ನಗ. The not-foot-goer, a snake.

ಪನ್ನತಿಕೆ. Prowess. p. 184. p. 201. p. 211. p. 268.

ಪನ್ನೀರು. Scented water. 123. 126. 214. 218.

ಪನ್ನೆರಡು. Twelve.

ಪಯಣ (ಪ್ರಯಾಣ). A march, journey.

ಪಯಸ್ (ಪಯೋ). Water; milk.

ಪಯೋದ. The water-giver, a cloud.

ಪಯೋಧರ. The water-bearer, a cloud.

ಪಯೋಧಿ. = ಪಯೋನಿಧಿ.

ಪಯೋನಿಧಿ. The water- or milk-hold, the ocean.

ಪರ. Opposite, other, foreign, beyond, following, pre-eminent, distinguished. ಪರಬಲಾಂತಕ. A destroyer of the army of his enemies.

ಪರಕೆ. A blessing. 466. 505.

ಪರಪು. To make flow or go, to spread out. p. 184. 584.

ಪರಪುಷ್ಟ (-ಪುಷ್ಟ). Who is fed by strangers; a cuckoo (cf. 411). 330.

ಪರಮ. Highest, most excellent; very much. ಪರಮಾತ್ಮ. The Supreme Spirit.

ಪರಮೆ. The black bee. 236. 556.

ಪರಯಿಸು. = ಪರಿಯಿಸು. p. 228.

ಪರಲ್. A pebble, stone. 355. 517. 520.

ಪರಶು. A hatchet, axe.

ಪರಸು. To utter a benediction, bless. 361. 530. 561.

ಪರಾಕ್ರಮ. Valour.

ಪರಾಗ. The pollen or dust of flowers.

ಪರಿ. All round; about; after; manner, kind, sort, method.

ಪರಿ. To flow; to run; to go, proceed; to go or run away; to fly about; to be spread, spread about. 235. 264. 268. 302. 307. 332. 372. 398. 432. 452 (?). 455. 481. p. 196. p. 197. p. 198. p. 200. p. 201. 516. 524. p. 258. p. 261. 620. p. 268.

ಪರಿ. A flowing, etc. 423. 443. p. 198. p. 205. 621. ಪರಿಯಿಡು. To run.

ಪರಿಕಿಸು (ಪರೀಕ್ಷಿಸು). To examine, care about.

ಪರಿಗತ. Gone round. ಪರಿಗತಬಿಂಬ. Its disk having gone all over (the sky). ಪರಿಗತವಾಗು. To arrive, reach. 68. 388.

ಪರಿಘ. A moat, ditch.

ಪರಿಘಾತ. Removing, (a removing quality).

ಪರಿಚರ್ಯ. Attendance.

ಪರಿಜನ. An attendant; a retinue.

ಪರಿಣತ. Bent or turned after or into; changed; advanced, mature.

ಪರಿಣತೆ. Skill.

ಪರಿಣಯ. Conducting round (the sacrificial fire), marriage.

ಪರಿತರ್. = ಹರಿತರ್. 423. p. 198.

ಪರಿತೋಷ. Joy.

ಪರಿತ್ರಾಸ. Much trembling.

ಪರಿದಳಿತ. Full-blown. 195.

ಪರಿಧಿ. That by which something is bordered; circumference.

ಪರಿಪಕ್ವ. Quite baked or cooked; quite ripe.

ಪರಿಪಾಳಿ, ಪರಿಪಾಟಿ. Proper arrangement or order. 210. see ಪಾಟಿ.

ಪರಿಭವ. Disrespect, humiliation; disregard.

ಪರಿಭವಿಸು. To disrespect.

ಪರಿಭಾವಿಸು. To think of, mind; 499. to disrespect. 580.

ಪರಿಭ್ರಮಣ. Wandering about.

ಪರಿಮಳ, ಪರಿಮಳ. Fragrance.

ಪರಿಯಂತ. Till.

ಪರಿಯಿಸು. To make go or run; to send away, dismiss. p. 197. p. 198. p. 199. p. 201. 610. 617.

ಪರಿರಂಜಿಸು. To shine.

ಪರಿವಿಡಿ (-ಪಿಡಿ). The state of being methodically or regularly arranged, regularity, succession. 126. 213.

ಪರಿವಿಸ್ತರ. A great diffusion; very much.

ಪರಿವು. A flow (of water). 139.

ಪರಿವೃತ. Surrounded.

ಪರಿಶೋಭಿಸು. To shine much, be much adorned.

ಪರಿಶೋಭೆ. Great lustre.

ಪರಿಸರ. Encompassing; a border.

ಪರಿಹರಣೀಯ. Fit to be avoided or abandoned.

ಪರೀತ. Surrounded.

ಪರುಠವಣೆ. Readiness; pomp. p. 200.

ಪಱಿ. = ಹಱಿ. p. 196.

ಪಱೆ. A drum. p. 201.

ಪರ್ಚಿನ್. To sneeze. 393.

ಪರ್ಣ. A wing; a leaf.

ಪರ್ದು. An eagle. p. 271.

ಪರ್ಬು. To run or spread like a creeper; to creep over. 381. 438. 597. 601.

ಪರ್ಬುಗೆ. Spreading; mass, multitude. 396.

ಪರ್ಯಂಕ. A couch, pillow.

ಪರ್ವತ. A mountain.

ಪರ್ವು. = ಪರ್ಬು. 305.

ಪಲ್. A tooth. 327. 393. 441. 524. 560. ಪಲ್ಲಡಿ. To gnash the teeth.

ಪಲ, ಪಲವು. Several, sundry. 170. 395. 413. p. 200. p. 201. 566. p. 261. 270. ಪಲುನಾಗು. To utter many words.

ಪಲಗೆ. A plank, board; a shield. 124. p.200. p.229. ಪಲಗೆಗಟ್ಟು. A board-lining.

ಪಲಸು. = ಪನಸ. 349.

ಪಲಾಶ. A kind of tree.

ಪಲುಂಬಿ. A peacock. p. 201.

ಪಲುಂಬು. To grieve, (lament). p. 270.

ಪಲ್ಲಟ. Changing, mistake. 532.

ಪಲ್ಲಣ. = ಹಲ್ಲಣ. p. 200. 547. 598.

ಪಲ್ಲಣಿಸು. To saddle. p. 254.

ಪಲ್ಲವ. A sprout, shoot. ಪಲ್ಲವರುಚ್ಛಿಲ್ಲರಿ. Locks or curls consisting of fresh shoots.

ಪವಡಿಸು. To lie down, sleep. 261.

ಪವನ. Wind. ಪವನಜ, ಪವನಸುತ = ಭೀಮ.

ಪವಮಾನ. = ಪವನ.

ಪವಳ. = ಪ್ರವಾಳ.

ಪಶು. A beast; a tame animal; cattle.

ಪಶ್ಚಿಮ. Western; the west.

ಪಸದನ. = ಪ್ರಸಾಧನ. p. 201. p. 256.

ಪಸರಿಸು. = ಪ್ರಸರಿಸು.

ಪಸಾಯನ (ಪ್ರಸಾದನ). A present. p. 228.

ಪಸಾಯ್ತ (= ಪಟ್ಟಾಯ್ಲ?). A toilette-man, a male wardrobe-keeper. 234. 257.

ಪಸಾಯ್ತೆ. A female wardrobe-keeper. 231.

ಪಸಿವು. Hunger. 377.

ಪಸುರ್, ಪಸುರು. Green; greenness. 240. 305. 319.

ಪಸುರ್ವೆಳಗು. A green light used at illuminations. 261.

ಪಸುಳೆ. A child. 325. 328. 330. 361. 363. 376. 377. 472.

ಪಸೆ, ಹಸೆ. A layer, bed. 528.

ಪಳಂಚು. To touch, strike; to plunge; to dart, start suddenly and run; to go up. 303. 456. p. 198. p. 200. 597. p. 258. 613^{b}. p. 263. 615. 622.

ಪಳಕು, ಪಳುಕು (ಸ್ಫಟಿಕ). Crystal; white. 163. 261.

ಪಳಚನೆ. Dartingly, flashingly. 474.

ಪಳದಿ,-ಯು. Yellow. 261. p.200. p.201.

ಪಳಯಿಸು. To lament. p.271.

ಪಳಹ, ಪೞಹ. = ಪಟಹ. p.201.

ಪೞಪೞನೆ. In a rattling way. 517.

ಪೞಯಿಗೆ. A flag, standard. p.200. 603. p.259. 608.

ಪೞಿ[1]. To abuse, blame, revile. 319. p.200. p.213. p.254.

ಪೞಿ[2]. Blame; fault; a sin-offering. 581. p.271.

ಪೞಿ[3]. A cloth. p.200.

ಪೞೆ. Old; former. 534. ಪೞೆಯೋಲ್, As before.

ಪಾಂಥ. = ಪಥಿಕ.

ಪಾಂಡು. The name of a king.

ಪಾಕ. Baking, cooking.

ಪಾಗಾರ. = ಪ್ರಾಕಾರ.

ಪಾಠಕ. A lecturer; a bard.

ಪಾಡು. To sing. 61. 199. 264. 330. 555. p.258.

ಪಾಡು A song; a war-cry. 177.

ಪಾಡು. √ ಪಡು. State, manner. 258.

ಪಾಣಿ. The hand.

ಪಾಟಲಿ. The trumpet-flower.

ಪಾತ. Falling.

ಪಾತಕ. Causing to fall; sin; sinner.

ಪಾತಾಳ. The Hades.

ಪಾತಿವ್ರತ್ಯ. Truthfulness towards the husband, chastity.

ಪಾದ. A foot; a verse-line.

ಪಾದರಿ. = ಪಾಟಲಿ.

ಪಾನ. Drinking; a drink.

ಪಾನೀಯ. Water.

ಪಾಪ. Sin. ಪಾಪಿ. A sinner.

ಪಾಮರ. A servant-man, field-labourer; low, sinful.

ಪಾಮರಿ. A servant-woman (watching paddy fields). 238. 305. 306. 307.

ಪಾಯ್. To pass over, cross; to go to one side; to pass by or through; to pass on, proceed, go; to make a side-thrust, to gore with the horns; to be struck. 338. 400. 450. 482. p.197. p.198. p.199. p.201. 611. 614. 621.

ಪಾರಣೆ. A breakfast.

ಪಾರಿಪ್ಲವ. Roaming about.

ಪಾರಿವ. A dove. 379. p.199 (ornamental).

ಪಾರ್ಥಿವ. Terrestrial; royal; a king; one of the military tribe.

ಪಾರ್ವ. A Brahmin.

ಪಾಱ್, ಪಾಱು. To jump; to fly; to fly about or away; to run, flee. 28. 390. 411. 435. 440. p.199. 510. 603. 611. 621. 624.

ಪಾಱಿಸು. To cause to jump or run. 613.

ಪಾಱುಂಬಳೆ. A discus. p.200.

ಪಾಲ್, ಪಾಲು. A portion, lot. 38.

ಪಾಲ್, ಪಾಲು. Milk. 5. 305.

ಪಾಲ, ಪಾಲಕ. ಪಾಳ, ಪಾಳಕ. A keeper, ruler, king.

ಪಾಲಿಸು. To protect, take care of, nurse, rule.

ಪಾಲ್ದೆನೆ. A milky or young ear of corn. 305.

ಪಾವಕ. The purifier, fire.

ಪಾವು. A snake. 398.

ಪಾವುಡ. A cloth. p. 200.

ಪಾಶ. A string, rope, fetter.

ಪಾಷಾಣ. A stone.

ಪಾಸಾದ. = ಪ್ರಾಸಾದ.

ಪಾಸು (ಪಾಯ್ಸು). To make go (aside or to all sides), to spread, scatter. p. 184. 526.

ಪಾಸು. = ಹಾಸು. ಪಾಸಱೆ. A stone slab. p. 198. 507. p. 229.

ಪಾಳಕೆ. A margin; the lap; the haunch.

ಪಾಳೆಯ. An encampment. 138. 181. 264. 294. 296. p. 205.

ಪಾೞ್. = ಹಾೞ್. 478. 552. ಪಾೞ್ಪೊಲ. A waste field.

ಪಾೞಿ (= ಕ್ರಮ). Order, regularity. 360. p.201. 484. p. 205.

ಪಾೞೆೞ್. To be destroyed. 554.

ಪಿಂ. = ಹಿಂ. p. 198.

ಪಿಂಗು. = ಹಿಂಗು. 224. 380. 419. p.256. p. 258.

ಪಿಂಡ. A mass, lump.

ಪಿಂಡು. = ಹಿಂಡು. ಪಿಂಡುಗೊಳ್. To be amassed. p.184. 478. p.197. p.205.

ಪಿಂತೆ. = ಪಿಂದೆ. 489.

ಪಿಂದಿರುಗು. To turn backwards. p.271.

ಪಿಂದೆ. = ಹಿಂದೆ. 483. p.257. 623.

ಪಿಕ. The cuckoo.

ಪಿಡಿ. = ಹಿಡಿ. To seize; to hold; to occupy; etc. 303. 338. 360. 378. 381. 399. 418. p.169. 438. 442. 453. 480. p. 196. p. 197. p. 201. p. 204. p. 228. 537. p. 254. p. 256.

ಪಿಡಿ. A seizing, holding; the grasp (the hand that holds). 36. 126. 213. 289. 434. p. 198. p. 263.

ಪಿಡಿ. A (female) elephant. 434.

ಪಿತ. = ಪಿತೃ.

ಪಿತೃ. A father.

ಪಿತ್ಸಂತ. A bird.

ಪಿರಿ, ಪಿರಿಯ, ಪಿರಿದು. = ಹಿರಿದು. Great, etc. 268. p.199. 494. 510. 558. p.259. ಪಿರಿದುಂ. Further, (or greatly?). See ಹಿರಿ.

ಪಿೞ್. = ಹಿೞ್. 432.

ಪೀಠ. A seat, throne.

ಪೀನ. Fat, bulky.

ಪೀರ್. To suck in, drink. 519. 523.

ಪೀಲಿ. A peacock. 437.

ಪುಂಡರೀಕ. A white lotus flower; a lotus; the elephant of the south-east.

ಪುಂಡ್ರೇಕ್ಷು. White sugarcane.

ಪುಗು. To enter; to attack. 141. 223. 301. 316. 325. 371. 383. 397. 421. p.171. 433. 437. 455. p.204. p.211. 525. p.227. p.228. 538. p.256. 612. p.268. p.269.

ಪುಗುಳ್. A boil, pustule. 433.

ಪುಚ್ಛ. A tail.

ಪುಟ. A basket, concavity, etc.; ಕರ ಪುಟಂ. A man that (for saluting) forms a concavity with his hands (putting them before his fore-head).

ಪುಟ. Leaping, jumping, bouncing. ಪುಟವಿಡು. To leap. ಪುಟನೆಗೆ, ಪುಟನೇೞ್.

To rise up with a jump. 102. 146. 170. 614.

ಪುಟ್ಟಿಗೋಲ್. A staff for beating. cf. ಪೊಡೆ and ಹುಟ್ಟು. p.263.

ಪುಟ್ಟು. To be born, spring up. 129.

ಪುಡಿ. = ಹುಡಿ. 428. 494.

ಪುಣುಗು. Civet. 397.

ಪುಣ್ಯ. Virtuous, good, agreeable; a good quality; merit; beauty.

ಪುತ್ತಳಿ. = ಪುತ್ರಿಕೆ.

ಪುತ್ತು. = ಹುತ್ತು. 455.

ಪುತ್ರ. A son. ಪುತ್ರವತಿ. A woman who has a son.

ಪುತ್ರಿಕೆ. A puppet, figure.

ಪುದಿ. To come to, be joined, enter; to cover, spread over. 20. 175. 385. p.198. p.200.

ಪುದು. = ಪೊಸ. 595.

ಪುದುಗು. To be covered, hidden; to cover, conceal, hide, guard. 402. 411. 491.

ಪುನಃ (-ರ್). Again.

ಪುನರಪಿ. Once more.

ಪುನ್ನಾಗ. A kind of tree.

ಪುರ. A town. ಪುರಾಭಿಮುಖಮಾಗಿ, Turned to the town.

ಪುರಸ್ (ಪುರೋ). Before, in front.

ಪುರಾಣ. Old.

ಪುರುಷ. A man, person.

ಪುರೋಹಿತ. (Placed before), a king's or queen's priest.

ಪುರ್ಬು. The eye-brow. ಪುರ್ಬಿಕ್ಕು, To frown. 393. 441. 496.

ಪುಲ್. Grass; straw. 267. 321. 322. 391. 455. 498. cf. ಪೊಲ್.

ಪುಲಿ. A tiger. 398. 400. 402. 413. p.171. p. 201.

ಪುಲಿನ, ಪುಳಿನ. A sand-bank. ಪುಳಿನತಳ, ditto.

ಪುಲುಕ, ಪುಳುಕ. Hair standing on end.

ಪುಲ್ಲಿಗ. = ಪುಲ್ಲೆ. 463.

ಪುಲ್ಲೆ. A spotted female antilope. 398. 455. 620. p.271.

ಪುಷ್ಕರ. Water; a pond; also ಪುಷ್ಕರತಳ.

ಪುಷ್ಪ, ಪುಪ್ಪ. A flower.

ಪುಷ್ಪಕ, ಪುಪ್ಪಕ. The vehicle of the fabulous demigod of riches; any richly ornamented vehicle.

ಪುಷ್ಯರಾಗ. A topaz.

ಪುಸಿ. To be or become false, to lie. 565.

ಪುಸಿ. A lie; hypocrisy. 471. 489.

ಪುಳಿಂದ. A man of the tribe of the ಪುಳಿಂದರ್.

ಪುಳು. A worm, insect. 168.

ಪುಳುಕು. Rottenness, baseness. 233.

ಪೂ. To flower. 345. 351. 523. 617. p. 271.

ಪೂ. A flower. 126. 129. 307. 321. 335. 336. 339. 348. 410.

ಪೂಗ. The betel-nut tree.

ಪೂಗೊಳ. A flower-tank. 161.

ಪೂಡಿಸು. To have put together; to have brought to; to have made ready. 447.

ಪೂಡು. To put together, on or to; to

join; to cover; to put in order, to plan, scheme. 269. 288. 402. p.200. 542.

ಪೂತ್ಕರಿಸು. To blow the nose, sneeze. 514.

ಪೂಯಲ್. A loud cry. 334.

ಪೂರ. Filling; a stream, flood.

ಪೂರಣ. Completing; fulness.

ಪೂರಯಿಸು. To finish; to be completed; to emit a full or strong sound. 84. p. 202.

ಪೂರಾಯ. Largeness. 135.

ಪೂರೈಸು. = ಪೂರಯಿಸು. p.202.

ಪೂರ್ಣ. Filled, full; abundance. ಪೂರ್ಣೇಂದು. The full moon.

ಪೂರ್ವ. Former (customary), eastern; the east.

ಪೂರ್ವೇತರ. Western.

ಪೂಸು. To smear on (one's body). 84.

ಪೃಥಕ್, -ಗ್. Separate, individual.

ಪೃಥಿವಿ.=ಪೃಥ್ವಿ. ಪೃಥವೀಭೃತ್=ಭೂಭೃತ್.

ಪೃಥು. Broad, large.

ಪೃಥುಳ. = ಪೃಥು.

ಪೃಥ್ವಿ. The large one, the earth. ಪೃಥ್ವೀಪಾಳ. A king.

ಪಿಂಕುಳಿನಾಯ್. A mad, furious dog.

ಪೆಂಪು. Greatness, fame, pride, finesse. 126. 366. 484.

ಪೆಗಲ್. Shoulder. p. 199.

ಪೆಚ್ಚಿಸು (ಪೆರ್ಚಿಸು). To make many parts, to distribute. 418.

ಪೆಟಲುಪ್ಪು. Saltpetre. 498.

ಪೆಟ್ಟಿ, ಪೆಟ್ಟಿಗೆ. A box. p. 200.

ಪೆಡ, ಪೆಡಂ. = ಪೆಱಗು.

ಪೆಡಂಮೆಟ್ಟು. To retreat. 596. 615.

ಪೆಡೆ. The hood of a serpent. 314. 437. 438. 440.

ಪೆಣ್, ಪೆಂ. Female; a female, woman. 269. 348. 426. 486. p.261 (ಪೆಂಡಿರ್).

ಪೆಣ. A dead body, corpse. 89. p. 184.

ಪೆಣೆ. To link, plait; to be linked. 616.

ಪೆತ್ತು. √ ಪೆಱು.

ಪೆರ್. cf. ಪಿರಿ. Great, large, tall. 93. 337. 364. 366. 452. p. 184. 476. p.205. 512. 514.

ಪೆಱ. = ಪೆಱಗು. 419. 615. (ಪೆಱಕಾಲ್ಕೊಳಿಸು. To cause to rise on the hind legs).

ಪೆಱಗು. Back, backwards; behind.

ಪೆಱು. To obtain; to experience, (suffer); to bring forth. 11. 331. 347. 386. 393. p.184. 466 p.197. p.201. p.202 483. 494. p.211. 505. p.261 (twice). 621.

ಪೆಱೆ. The moon. 241. p.271.

ಪೆರ್ಚು. To increase, grow; to make increase (into parts), mince; to beat incessantly. 93. 124. 369. 410.

ಪೆರ್ಚುಗೆ. Increase, growth. 292. 330.

ಪೆರ್ಗಡಿ (-ತಿಡಿ). A large bag. 498.

ಪೆರ್ದೆರೆ. A large wave. p.200.

ಪೆರ್ದೊಱೆ. A large stream. 302.

ಪೆರ್ದೊಲೆ. A large beam (as a means of defence). 498.

ಪೆರ್ಮೆ. Greatness. p. 202. 590. 603. 613[b].

ಪೆರ್ವಡಗು. A large ship. 122.

ಪೆರ್ಪೊನಲ್. A large stream. p.184.

ಪೆಸರ್. A name; renown. 9. 12. 424. 444. 529. p.267.

ಪೆಣಕು. Fight, war. 615 (?).

ಪೇಠಣಿ. Ornamental work in the borders of a cloth. 606.

ಪೇರ್.=ಪೆರ್. 321. 349. 388. 442.

ಪೇರಡಿ. (A large foot). Reeve: a dog. 442.

ಪೇರ್ಚು.=ಪೆರ್ಚು. 260. 334.

ಪೇೞ್, ಪೇೞು. To say, tell, order. 109. 246. 385. p.170. 460. p.187. 472. etc. 577.

ಪೈರು. Standing or growing corn. 222.

ಪೊಂ.=ಪೊನ್. p.199. p.208. 558.

ಪೊಂಗದ. The golden (or gilt) halves of a folding door. 163.

ಪೊಂಗಾಳೆ. A gold-horn. 127.

ಪೊಂಗೇದಗೆ = ಪೊಂ-ಕೇದಗೆ. p. 229.

ಪೊಂಜಗಲಿ. A gold-coloured bench. p. 229.

ಪೊಂಜುರಿಗೆ (-ಸುರಿಗೆ). A gold knife or dagger. p.199.

ಪೊಂದಾವರೆ. A gold-coloured lotus. 261. 307. p. 229.

ಪೊಂದು, ಪೊರ್ದು. The act of being joined, coalescence. 122.

ಪೊಂದೇರ್. A gilt chariot. 296.

ಪೊಂದೊಡರ್.=ಪೊಂದೊಡಿಗೆ. p.200. 604.

ಪೊಂದೊಡಿಗೆ. A gold trinket. 326.

ಪೊಂಬಟ್ಟೆ. Yellow silk (-ಪಟ್ಟೆ), or yellow cloth (-ಬಟ್ಟೆ). 603.

ಪೊಂಬಣ್ಣ. Gold colour. 300.

ಪೊಂಬಾಳೆ. A red plantain. p. 229.

ಪೊಂಬುಲಿ. A gold-coloured tiger. p.171.

ಪೊಕ್ಕು. √ ಪುಗು.

ಪೊಗರ್. Effulgence, lustre. 118. 305. 335. 606.

ಪೊಗೞ್. To praise. 167. p.228.

ಪೊಗಿಸು (ಪುಗಿಸು). To cause to enter. p.170. p.271.

ಪೊಗು.=ಪುಗು. 443. p.198.

ಪೊಗು.=ಒಗು,=ಉಗು. 335.

ಪೊಗೆ. Smoke, (steam). 123. 385. 387. 549.

ಪೊಚ್ಚ.=ಪೊಸ. 261. 307.

ಪೊಚ್ಚ (ಪೊಜ್ಜ?). A river. 484.

ಪೊಟ್ಟಣಿ. An instrument for sprinkling (or squirting a coloured mixture). 618.

ಪೊಟ್ಟೆ. The belly. 393.

ಪೊಡಯಿಸು. To have beaten. 461.

ಪೊಡರ್. To tremble. 451.

ಪೊಡರ್ಪು. Trembling; glittering, shining, lustre. 424. p. 201.

ಪೊಡವಿ. The ground, the earth; a country. 207. 326. 363. 427. p.268.

ಪೊಡೆ. To beat, strike; to make go by beating. 399. 454. p. 196. p. 198. p. 208. 512. 517. p. 256. p. 268.

ಪೊಡೆ.=ಪೊಟ್ಟೆ. p. 184.

ಪೊಡೆಯಿಸು.=ಪೊಡಯಿಸು. p. 196.

ಪೊಣರ್. To meet together; to fight. 616. p.264.

ಪೊಣರ್ಕೆ. Assembling; a fight. 461.

ಪೊಣ್ಮು. To rise, go out or forth. 386. 430. 614.

ಪೊತ್ತು. √ ಪೊಱು.

ಪೊದಕೆ. A cover. p. 229. ಮೇಲ್ವೊದಕೆ. A roof. √ ಪುದು.

ಪೊದಱ್. A cover, bush, (thicket); a mass. 399. 401.

ಪೊದಱ್. To be shining, notorious or well known. 385. 484. 621.

ಪೊದಿಸು, ಪುದಿಸು. To make join; to put on or over. 411. 329. 481.

ಪೊದೆ. A cover, quiver. p. 200.

ಪೊನ್. Gold. p. 199. 560. 606.

ಪೊನಲ್. A stream. 373. p. 184. 516. 524. ಪೊನಲ್ವರಿ. To flow in streams.

ಪೊಯ್. = ಹೊಯ್. To beat; to cast into. 177. 178. 324. 385. 399. 450. 451. 456. p. 196. p. 197. p. 201. 498. 518. 614.

ಪೊಯ್ಲು. Beating; a blow. 332. p. 204. 513.

ಪೊಯ್ದು. To have beaten. p. 228. p. 256.

ಪೊರೆ. To be joined, etc.; to join, put on or over, cover; to protect, nourish; (to be satisfied). cf. ಹೊರೆ. 166. 617.

ಪೊರೆ. Nourishing; satisfaction, joy. ಪೊರೆಯೇಱ್. To be elated. 443.

ಪೊಱ. Outside; dative: ಪೊಱಗೆ. 472. p. 195. p. 198. 624.

ಪೊಱಮಟ್ಟು. √ ಪೊಱಮಡು.

ಪೊಱಮಡಿಸು. To make start; to drive outside. p. 199.

ಪೊಱಮಡು. To go or come forth, set out, start. 127. 260. 325. 365. 402. 411. 414. 452. p. 195. 485. 487. p. 211. p. 228.

ಪೊಱು. To bear or carry (a burden). 268. p. 197. 510.

ಪೊಕ್ಕುೞ್. The navel. p. 199.

ಪೊರ್ದು. To join, be connected or in company with. p. 271.

ಪೊಲ್. To shine, be nice. 580.

ಪೊಲ. A field. 111. 304. 307. 397. 552.

ಪೊಲಂಬು. = ಹೊಲಬು. p. 199.

ಪೊಸ. New, fresh, beautiful, wonderful. cf. ನವ. 164. 261. 318. 348. 350. 380. 437. 450. p. 200. p. 201. 574. 598. 599. 613[b].

ಪೊಸತು. See ಪೊಸ. 263. 399. 564. 593.

ಪೊಸೆ. To twist, plait. p. 271. ಪೊಸದಿಡು. To plait and throw away.

ಪೊಳಯಿಸು. To make roll. p. 199. 615.

ಪೊಳೆ. To roll, as a horse, etc.

ಪೊೞವು. Shine, lustre. p. 204.

ಪೊೞಲ್. A town. 223. 325. 363. 545. p. 261.

ಪೊೞೆ. To shine; (to appear). 295. 304. 327. 366. 421. p. 200. 524 (?). p. 228. 611.

ಪೊೞೆ. A river. 430. p. 205.

ಪೊೞ್ತು. Shining; the sun; time. p. 199. p. 268.

ಪೋಗು. To go, to go away. p. 211 (c. Acc.). ಪೋದೆ = ಪೋದಯ್. 629.

ಪೋದುದು, ಪೋಪುದು. √ ಪೋಗು.

ಪೋಲ್. To resemble. 344. cf. ಪೊಲ್.

ಪೊಳ್ಳು. Empty, hollow; an avoidable thing, chaff. 3.

ಪೌರ. Belonging to a town.

ಪ್ರ. Before; forward; pre-eminent.

ಪ್ರಕಟ. Manifest; public; spread about, abundant. ಪ್ರಕಟತರ. Very natural.
ಪ್ರಕಟಿಸು. To manifest.
ಪ್ರಕರ. A multitude.
ಪ್ರಚಂಡ. Excessively violent.
ಪ್ರಚಯ. A heap, multitude.
ಪ್ರಚಾರ. Moving, roaming.
ಪ್ರಚುರ. Much, many; ಪ್ರಚುರತರ. Very much.
ಪ್ರಣಾದ. A loud noise; roaring.
ಪ್ರತತಿ. Large extension, multitude.
ಪ್ರತಾನ. Extending, spreading, large number.
ಪ್ರತಾಪ. Lustre; renown; heat; one full of greatness.
ಪ್ರತಿಪಾಲಿಸು. To execute, fulfil.
ಪ್ರತೀಹಾರಕ. A door-keeper.
ಪ್ರಥಮ. First.
ಪ್ರಥಿತ. Spread, extended; renowned.
ಪ್ರದ. Presenting.
ಪ್ರದೇಶ. A district, region.
ಪ್ರಧಾನ. A principal, minister.
ಪ್ರಪಂಚ. Extent; analysis; the world; illusion.
ಪ್ರಬದ್ಧ. Bound, fastened.
ಪ್ರಬಲ. Great strength; powerful.
ಪ್ರಭ. A person who has a certain glory.
ಪ್ರಭಂಜನ. Breaking down; wind.
ಪ್ರಭಾವ. Power, majesty, excellence.
ಪ್ರಭಾವತೆ. = ಪ್ರಭಾವ.
ಪ್ರಭು. A lord.
ಪ್ರಭೆ. Light, splendour, glory.
ಪ್ರಮುಖ. Chief; and so on.
ಪ್ರಲಯ, ಪ್ರಳಯ. = ವಿಲಯ.
ಪ್ರವರ್ತನ. Activity, conduct.
ಪ್ರವರ್ತಿಸು. To act, behave.
ಪ್ರವಾಹ. A current, stream.
ಪ್ರವಾಳ. Coral; young foliage.
ಪ್ರವೇಶ. Entering.
ಪ್ರಸಂಗ. Reasoning; a conversation; an address.
ಪ್ರಸನ್ನ. Propitious. ಪ್ರಸನ್ನತರ. Very gratifying.
ಪ್ರಸರ. Proceeding; spreading; a multitude.
ಪ್ರಸರಿಸು. To spread.
ಪ್ರಸಾಧನ. Dressing, ornamenting; a dress, decoration.
ಪ್ರಸೂನ. A flower.
ಪ್ರಸ್ಥಾನ. Departing; march.
ಪ್ರಸ್ಫುರಿತ. Glittering, shining.
ಪ್ರಹಿತ. Put forward or down.
ಪ್ರಹಾರ. Striking; a blow.
ಪ್ರಳಯ. = ಪ್ರಲಯ.
ಪ್ರಾಕಾರ. A surrounding wall; a rampart, fence, inclosure.
ಪ್ರಾಣ. Breath; life. ಪ್ರಾಣಿ. A breathing or living being.
ಪ್ರಾತರ್ (-ತಃ). At dawn.
ಪ್ರಾಪ್ತ. Obtained, attained.
ಪ್ರಾಯ. Age, a year.
ಪ್ರಾಸ. Alliteration, especially towards the beginning of each verse-quarter.
ಪ್ರಾಸಾದ. A palace, temple.
ಪ್ರೀತಿ. Delight; love.
ಪ್ರೀಯ. = ಪ್ರೀತಿ.

ಪ್ರೇಮ. = ಪ್ರೀತಿ. ಪ್ರೇಮಿ. She who loves.

ಪ್ರೇರಕ. A sender, director, ruler, preserver.

ಪ್ರೇರಣೆ. Sending, directing, ordering, command.

ಪ್ರೇರಿತ. Sent; ordered.

ಪ್ರೇಷಿತ. Sent.

ಪ್ರೋದ್ದಾನ. = ಪ್ರೋದ್ದಾಮ? 602.

ಪ್ರೋದ್ದಾಮ. Very long, great, huge. 12.

ಪ್ರೋದ್ಭವ. Born.

ಪ್ರೋದ್ಭಾಸಿ. Very resplendent.

ಪ್ರೌಢ. Skilful, clever.

ಪ್ರೌಢಿ. Enterprize, skill.

ಫ

ಫಣಿ. A serpent.

ಫಲ, ಫಳ. Fruit; good fruit (581). ಫಲಿತ, having fruit.

ಫಲದ. Giving or producing fruit.

ಫಲಿಸು. To bear fruit.

ಫೇನ. Foam, froth, vapour.

ಬ

ಬಂಜೆ (ಬಂಧ್ಯಾ). Barren, fruitless; a barren woman. 130. 471. 502.

ಬಂಜೆತನ. Barrenness. 448.

ಬಂಟ, A soldier. 55. 205. 209.

ಬಂಡಾರ. = ಭಂಡಾರ. 542.

ಬಂಡಿ. A cart. 76. 169. 182.

ಬಂಡು. Honey (or pollen). 340.

ಬಂದು. √ ಬರ್.

ಬಂಧ. A band, fetter, tie.

ಬಂಧನ. Binding; arrest, imprisonment.

ಬಂಧಿಸು. To tie. 89.

ಬಂಧುರ (ವಂಧುರ). A charioteer's seat.

ಬಂಧುರ, ಬಂಧೂರ. Beautiful, pleasing; beauty. 176. 194. 253. p. 256.

ಬಂಬಲ್. A multitude, swarm. 352.

ಬಂಬಲ್ಸರಿ. A kind of rain. 516.

ಬಂಭೆ. Marching; humdrum.

ಬಕ. A crane. 480.

ಬಕುಳ. A kind of tree with red, fragrant flowers.

ಬಗಿ. Dividing, tearing asunder. 450.

ಬಗೆ. To mind, think, consider. 12. 18. 408. 457. p. 198. p. 199. p. 245. 574. 589. 627. p. 270. 630.

ಬಗೆ. Thought, notion; manner, sort, kind. 327. 331. 417. p. 199. p. 200. 485. 517. 228. 577. 594. 608. 613. 627. p. 270. p. 271. ಬಗೆಗೊಳ್. To appear; to think of; to be pleased with. ಬಗೆಗೆಡು. To become bewildered.

ಬಗೆಯಿಸು. To make mind, to captivate. 508.

ಬಗ್ಗ (ವ್ಯಾಘ್ರ). A tiger.

ಬಗ್ಗಿಸು. To cry, coo. 351.

ಬಚ್ಚಲ್. A drain (of a bath-room). 299.

ಬಜ್ಜರ. = ವಜ್ಜರ.

ಬಟ್ಟು, ಬಟ್ಟಿತು. Stout. 327.

ಬಟ್ಟೆ. Cloth. 603 (?).

ಬಟ್ಟೆ. A road. 281. 289. p. 184. 506. ಬಟ್ಟೆವಿಡಿ. To start.

ಬಡ. (Low, down); poor. 93.

ಬಡಬಾಗ್ನಿ. The fire of the deep.

ಬಡಿ. To beat. 5. 180. 207. 338.

ಬಡಿ. Beating. 401. 442. ಬಡಿಕೋಲ್= ಬಡಿಗೋಲ್.

ಬಡಿಗೆ. A hammer, mallet. 207.

ಬಡಿಗೋಲ್. A beating stick. 401.

ಬಡ್ಡು (= ಬಂಡು, ಬಱಡ). (Vain); obscene, rude. 205.

ಬಣ್ಣ. Colour. cf. ಬರೆ.

ಬಣ್ಣಿಸು. To paint, describe; to praise.

ಬತ್ತಳಿಕೆ. A quiver. 169. 421. p. 199.

ಬತ್ತೀಸು. Thirty-two. 103 (?).

ಬತ್ತು, ಬತ್ತುಂ. To dry up. 430. 432. 445.

ಬದಿ. The side. 88.

ಬದಿರ. = ಬಧಿರ.

ಬದುಕು (ಬರ್ದುಕು; cf. ಬಾೞ್). To live. 82.

ಬದುಕು. Life; livelihood. 42. 43.

ಬಧಿರ. Deaf. ಬಧಿರೀಕೃತ. Made deaf.

ಬದ್ಧ. Bound; firm; true. ಬದ್ಧಾಂಜಲಿ. The palms of the hands joined.

ಬನ. = ವನ. 140. 195. 236. 261. 303. 304. 339. 345. 355. 358. etc.

ಬನ್ನ. = ಭಂಗ. p. 268.

ಬಪ್ಪುದು. √ ಬರ್.

ಬಯ್. To abuse, revile. 376. 542. 560. 561.

ಬಯಲ್. An open space; a vacuum; vain. 374. p. 263.

ಬರ್, ಬರು. (ಬರೆವರ್ = ಬರೆ-ಬರ್. To continue one's coming). To come. 10. 16. 17. 66. 73. 76. 226. 234. 243. 245. 255. 259. 271. 276. 284. 308. 315. 329. 342. 360. 362. 365. etc. 417. 418. 469. p. 198. 485. etc. 505. 506. 528. 539. 587. 589. etc. ಬರ್ಕುಂ = ಬರ್ಕುಂ. 22. etc.

ಬರಹ. Writing. 529. 540. 565.

ಬರಸು. To have written. 564.

ಬರಸೆಳೆ. (To make somebody come near by drawing), to draw to one's bosom. 416.

ಬರಿ. = ಬಟ್ಟೆ. A road. p. 197.

ಬರಿ. The side, the body below the arm-pit. 451. (613).

ಬರಿಕೆಯ್,-ಕೈ. The trunk of an elephant. p. 197 (twice). 616.

ಬರಿಸು. To make come. p. 196. p. 254.

ಬರೆ. To write, paint. 166. p. 198. 503. 533. 534. 565.

ಬರೆಸು. = ಬರಸು. 189. 532. 562.

ಬಱ. = ಬಱಿ. Empty, etc.; emptiness, fasting. 78. 198. 513.

ಬಱಡ. A vain or low-minded person. 130.

ಬಱಿ, ಬಱಿಯ. Empty, bare; useless; vain; spectral; dry. 78. 81. 109. 198. 310.

ಬಱಿಕೆಯ್,-ಕೈ. To make bare, empty out, take away, strip, plunder. 462.

ಬಱಿಗೆಯ್. = ಬಱಿಕೆಯ್. 184.

ಬಱ್ತು To become empty, barren, destitute, dry. 314.

ಬಱ್ತೆ. = ಬಱಿ. 569. ಬಱ್ತೆಕೂಟ. Worthless company.

ಬರ್ಚಣೆ. (Writing), painting. p. 198.

ಬರ್ಚಿಸು (ಬಚ್ಚಿಸು). To paint. p. 198.

ಬಲ್, ಬಲಿ. To be or become strong, able, great or rich; to make firm (or great), tie, clench. 84. (93). 211. 260. 562.

ಬಲ್, ಬಲು. Great, large, much; knowing. 79. 106. 113. 123. 138. 188. 287. 380. When this Adjective is conjugated, the forms: ಬಲ್ಲ (ಬಲ್ಲಿದ), knowing, etc.; ಬಲ್ಲೆಂ, ಬಲ್ಲಯ್, ಬಲ್ಲಂ, ಬಲ್ಲಳ್, ಬಲ್ಲುದು, ಬಲುದು, etc. are produced. 48. 57. 58. 59. 60. 62. 69. 150. 198. 233. 282. 298. 310. 491. 499. p. 229. 593. p. 268. 628. 629.

ಬಲ, ಬಳ. Power, force; an army; a powerful man; the right side; to the right. 128. 134. 186. 218. 534.

ಬಲವತ್, ಬಳ-, -ದ್. Strong.

ಬಲವಂತ. Strong; force, violence, importunity. 203.

ಬಲವರ್. To come *en masse*, be crowded; or to grow in strength. 351.

ಬಲಾಹಕ. A cloud;-ಧ್ವನಿ. Thunder.

ಬಲಿ. Oblation, sacrifice. 455. ಬಲಿಗೊಳ್. To seize as a sacrificial victim.

ಬಲುಹು. Strength, power. 87. 203.

ಬಲೆ. A net. 308. 401. 442. cf. ಬಲ್.

ಬಲ್ದಿರ್ಚು. Strong pith. p. 198.

ಬಲ್ಪು. Strength. 433.

ಬಲ್ಮ. Strong, rich. 222.

ಬಲ್ಮೊನೆ. A large pointed instrument. 498.

ಬಲ್ಲಂಬ.? Probably ಬಲ್ಕಂಬ, A strong post. p. 196.

ಬಲ್ಲತನ. Discrimination. 574.

ಬಲ್ಲಾಳ. The name of a Dravidian country and dynasty. 216.

ಬಲ್ಲೆಹ. A javelin, spear. p. 201.

ಬವರಿ (ಭ್ರಮರಿ). Turning round. ಬವರಿವರಿ. To frisk about. p. 198. p. 199.

ಬಸ. = ವಶ.

ಬಸವಳಿ. To lose one's power, be worn out. 426.

ಬಸಿ. To ooze, drip. 377. 416.

ಬಸಿಱ್. = ಬಸುಱ್. p. 271. ಬಸಿಱಂ ಪೊಸೆ. To twist the body, to get convulsions.

ಬಸುಱ್. The belly, womb; being with child. 42.

ಬಹಿರ್, ಬಹಿಃ, ಬಹಿರ. Outward. ಬಹಿರಂಗ. The outside or outward appearence of something or some body.

ಬಹು. Much, many.

ಬಹುದು, ಬಹೆಂ, ಬಹ. = ಬಪ್ಪುದು, etc. √ ಬರ್. 41. 84. 117. 156. 157. 158. 272. 413. 472.

ಬಹುಳ. = ಬಹು.

ಬಳಗ. A spreading, multitude. 397.

ಬಳಸು (ಬಚಸು). To go, turn or wander round about; to environ; to turn or spread about; to be surrounded; to make spread; to use round about, to have in common use. 67. 77. 303. 336. 356. p. 198. p. 202.

ಬಳಸು. An encircling, covering. 348.

ಬಳಿ. To turn round or about; to be surrounded, covered or smeared. 313. 551.

ಬಳಿಗೆ. Turning round about; familiarity; (subjection). p. 199.

ಬಳಿಸು. = ಬಳಸು. 134.

ಬಳೆ. Something round; an arm-ring. 421. p.200.

ಬಳೆ. To grow. p. 163. 404. p. 202. p. 204.

ಬಳ್ಕು. To turn, bow, bend. 393. 482.

ಬಳ್ಳಿ. Turning about; what turns round about, a creeper. 236. p.202. 507. p. 261. p. 271. ಬಳ್ಳಿವೆಳಗು. A flickering or flashing light.

ಬಱಲ್. To be fatigued; to fade. 129. 161. 289. 325. 412. 433. 526. 547.

ಬಱಲಿಕೆ. Fatigue, weariness. 64.

ಬಱಲ್ಕೆ. = ಬಱಲಿಕೆ. p.204.

ಬಱಿ. Company; place, road; = ಬಱಿಕ. 65. 75. 303. 413. 436. 530. 533. 539. 626. ಬಱಿವಿಡಿ. To accompany. ಬಱಿಸಲ್. To follow, persue. ಬಱಿಗೊಳ್. To take shelter.

ಬಱಿಕ. (Passing current); afterwards.

ಬಱ್ಕು. = ಬಳ್ಕು. 601.

ಬಾಂ. = ಬಾನ್.

ಬಾಂಗೆಱೆ. The sky looked upon as a tank. 553.

ಬಾಂದಳ (ಬಾಂ - ತಳ). The sky. 305.

ಬಾಂಧವ. A relation, friend.

ಬಾಂಬೊಲ. The sky looked upon as a field. 554.

ಬಾಂಬೊಱೆ. The river that is fabled to be in the sky. 403. 478. 610.

ಬಾಗಿಲ್. A door. 163. 166. 167. 255. 269. p.229. ಬಾಗಿಲ್ವಾಡ (- ಮಾಡ). A door-frame.

ಬಾಗು. To be bent, bend. 49. 140. 239. 357. 358. 400. 601.

ಬಾಗು. A bend, leaning to one side. 184. 337.

ಬಾಡು. To fade, be dejected; to die. 149. 199. 322. 392. 433. 434.

ಬಾಣ. An arrow.

ಬಾಧಿಸು. To oppose, give trouble.

ಬಾನ್. The sky. p.202.

ಬಾಯ್. The mouth. 25. 83. 152. 246. 260. 292. 387. 427. 428. 430. 434. p. 184. p. 268. p. 270. 630. p. 271. ಬಾಯ್ವಿಡು. To open the mouth, (to cry).

ಬಾರ್. = ಬರ್. ಬಾರ. Oh come! 629.

ಬಾರಿಸು. To cause one self to come or enter, to enter. 588. (Is it ಬಾೞಿಸು?).

ಬಾಲ, ಬಾಳ. A tail. 157. 201. 224. 241. 393. 400.

ಬಾಲ, ಬಾಳ. Young; a boy; ಬಾಲೆ. A girl. (cf. ಬಳೆ, to grow).

ಬಾಲಕ. = ಬಾಲ.

ಬಾಲಮೃಗ. A young wild animal, (a young antilope).

ಬಾವನ್ನ. Sandal wood. 422.

ಬಾವಲಿ. An ornament for the ear. p. 201.

ಬಾಷ್ಪ, ಬಾಷ್ಪಿ. A tear.

ಬಾಸಣಿಸು. To veil. p. 202.

ಬಾಸೆ (ಭಾಷೆ). Language.

ಬಾಹು. The arm. ಬಾಹುರಕ್ಕೆ. A mail for the arm.

ಬಾಹೆ. = ಬಾಹ್ಯ. 89.

ಬಾಹೆ. = ಬಾಹು.

ಬಾಹ್ಯ. Outside; a place near a town, etc.

ಬಾಳ್, ಬಾಳು. A sword. 454. 461. 489.

ಬಾಳ (ಬಾಹುಳ). Much, many. 203.

ಬಾಳ (= ಲಾಮಜ). A scented grass (a sort of Andropogon). 339. p.229. ಬಾಳವೇರ್. Its roots.

ಬಾಳೆ. The plantain. 2. 349. 358. 535. ಬಾಳೆವಣ್. A ripe plantain.

ಬಾಳೆವಿಾನ್. A large kind of fish. p.197.

ಬಾೞ್. To live, prosper. 203. 503. 579.

ಬಾೞ್. The act or mode of living (household); prosperity. (To pour water to another's prosperity = to hinder his prosperity). 131.

ಬಾೞ್ಕೆ. = ಬಾೞ್. 445.

ಬಾೞ್ಗಂಬ. A living post. p.228.

ಬಾೞ್ವೆಳೆ. Full-grown corn (*i. e.* the stars). 554.

ಬಿಂಕ. Pride; pomp. 459. p.198.

ಬಿಂಗಾರ. A battlement; a vase (ಭೃಂಗಾರ).

ಬಿಂದು. A drop. √ ಬೀೞ್.

ಬಿಂನಾಣ. = ಬಿನ್ನಣ. 177.

ಬಿಂಬ. A disk; a reflected form.

ಬಿಕ್ಕಳ. Hiccough, sobbing. 88.

ಬಿಗಿ. To be tied, be tight, be fastened; to fasten, compress. 77. 88. 145. 147. 217. p.199. p.229. 550.

ಬಿಗಿ. Firm; firmly, closely. 416. 443.

ಬಿಗಿಸು. To cause to be fastened (or saddled). 537.

ಬಿಗುಹು. Tightness; a firm hold. 146. 147. 313.

ಬಿಚ್ಚು. = ಬಿಡಿಸು (or ಬಿದಿಚುರ್ಕ?). 146.

ಬಿಜಯಂಗೆಯ್ (ವಿಜಯ-). To go in procession; to go. 250.

ಬಿಜ್ಜಣ (ವ್ಯಜನ). A fan. 378.

ಬಿಟ್ಟು. √ ಬಿಡು.

ಬಿಡಯ. A swarm, flock, troop. 303. 397.

ಬಿಡಿಸು. To loosen. 260.

ಬಿಡು. To let go, to leave; to loosen, separate; to open; to put forth, to emit; to cease; to lie or settle down, halt. ಬಿಟ್ಟು ಆಡು. To slander, (deny). ದಾರಿ ಬಿಡು. To go out of the way. ಬಿಡದೆ. Without interruption. 25. 40. 41. 42. 56. 122. 156. 160. 181. 208. 209. 224. 225. 240. 289. 306. 315. 326. 335. 338. 350. 357. 386. 399. 400. 401. 412. 427. 430. 437. etc. 451. p.198. 510. 529. p.229. 583. 588. p.268.

ಬಿಡು. A looseness, an opening.

ಬಿಡುಗಣ್ಣ. A person with (always) open eyes, a fabulous demigod. 601.

ಬಿಡುವಲೆ. A variety of net. 442.

ಬಿಡುವಾಯಿ. An open mouth. 400.

ಬಿಣ್ಪು (= ಗುರು). Heaviness, weight; wonder. 195.

ಬಿತ್ತರ. = ವಿಸ್ತರ. 445. p.199.

ಬಿತ್ತರಿಸು. = ವಿಸ್ತರಿಸು. 561.

ಬಿದಿರ್. To be scattered; to expand, (shake out). 392.

ಬಿದಿರ್. A bamboo. 96.

ಬಿದಿರ್ಚು. To spread, expand, (shake out). 378.

ಬಿದು, ವಿದು. The hollow between the frontal globes of an elephant. p.197. p.198.

ಬಿದ್ದು. √ ಬೀಱು್.

ಬಿನದಿಸು (ವಿ-) To sound, cry. 318.

ಬಿನ್ನಣ (ವಿಜ್ಞಾನ). Skill, knowledge. 15. p.127.

ಬಿನ್ನಪ (ವಿಜ್ಞಾಪನ). = ಬಿನ್ನಹ. p. 170. p.228.

ಬಿನ್ನವಿಸು. To request. 458.

ಬಿನ್ನಹ. A request, petition. 111.

ಬಿರಯಿ. = ವಿರಹಿ.

ಬಿರಿ. To open. 199. 264. 427. 435. 440. 535.

ಬಿರಿ. An opening; open. p. 229.

ಬಿರಿದು. An honorary distinction; a badge of honor or mark. 240. p.199. p.200.

ಬಿರುದು. = ಬಿರಿದು. p.196. p.199. p.201.

ಬಿಱು. Harsh, violent. 285. 513.

ಬಿಱುಗಾಳಿ. A hurricane. 198. 321.

ಬಿಲ್, ಬಿಲು. A bow. 118. 413. 421. 442. 446. p.184. 520.

ಬಿಲ. A chasm, hole, cave.

ಬಿಲ್ವ. The Bel Aegle marmelos tree. 140.

ಬಿಸ (ವಿಸ). The film or fibres of the stalk of the water-lily.

ಬಿಷ. = ವಿಷ.

ಬಿಸರುಹ. The water-grown, a lotus.

ಬಿಸಿ, ಬಿಸಿಯ. Hot. 321. 341. 426. 439.

ಬಿಸಿಲ್. The heat or shine of the sun. 268. 314. 315. 321. 341. 378. 392. 409. 426. 428. 431. 436. 438. 439. p.201. 526. 558.

ಬಿಸಿಲ್ಗುದುರೆ. The sunshine which is the horse; mirage. 316.

ಬಿಸು. Hot, fervid. 107. 141. 315. 325. 326. 376. 426. 564.

ಬಿಸುಟು. √ ಬಿಸುಡು.

ಬಿಸುಡು. To throw away. 63. p.201.

ಬಿಳಿ, ಬಿಳಿಯ. White. p.197.

ಬಿತ್ತು. √ ಬೀಱು್. Seed. 552.

ಬಿಟ್ಟು. √ ಬೀಱು್.

ಬೀ. To go down, pass away, fail, be spoiled. 321. 322.

ಬೀಜ. Seed; cause.

ಬೀಡು. A halting place; the piles at such a place. 264. 268.

ಬೀಡೆ. A separation, crack, crevice. 427.

ಬೀದಿ. = ವೀಥಿ; the different chequered stripes on a dice cloth. 318. ಬೀದಿಗೊಳ್. To keep to the road or street. p.198.

ಬೀಯ. Failing, vain, fruitless. 78.

ಬೀರ. = ವೀರ. ಬೀರದಾಡೆ. (= ಬೀರ-ತಾಡೆ i. e. ತವಟೆ, ತಮಟೆ). A war drum. p.198.

ಬೀಱು್. To distribute or send forth freely, cast about, spread. 318. 511. 603. 604. 621.

ಬೀಸು. To swing, fling, toss; to blow. 137. 259. (291). 315. 321. 378. 426. 550.

ಬೀಸುವಲೆ. A variety of net. 119.

ಬೀೞ್. To fall. ತೂತು ಬೀೞ್, To fall into holes, be holed. 48. 50. 70. 243. 248. 433. 478. 524. p.268.

ಬೀೞ್, ಬೀೞು. A falling, obeisance; a mistake. 533. ಬೀೞುಕೊಡು, ಬೀೞ್ಕೊಡು. To give permission to go. 232. p. 268. ಬೀೞ್ಕೊಳ್. To take leave. 473. 485. 505.

ಬೀೞಿಸು. To make fall, knock down. 178.

ಬುಗುರು. (ಬುಗುರಿ). A kind of flute (blown by the nose). 127.

ಬುಗುರುಗಾಳೆ (-ಕಾಳೆ). A kind of horn. 127.

ಬುದ್ಬುದ. A water bubble.

ಬುಧ. Sensible; an intelligent man.

ಬುದ್ಧಿ. Understanding, intellect, intention; one who has understanding.

ಬೂತಾಟ. Exaggerative talk. 310.

ಬೂತು. Exaggeration, a fib.

ಬೂದಿ. Ashes.

ಬೃಂಹಿತ. Roaring.

ಬೃಹತ್.-ದ್. Big, great.

ಬೆಂ. = ಬೆನ್. p.201. = ಬೆಳ್. White.

ಬೆಂಕೆ. Fire. 268.

ಬೆಂಡು. Pith; tinder. 315.

ಬೆಂಣೆ. Butter. 38.

ಬೆಂದು. √ ಬೇ.

ಬೆಂಬತ್ತು (-ಪತ್ತು). To follow, persue. 415.

ಬೆಂಬೞಿ. (Back-place), rear. p. 201. p.202. ಬೆಂಬೞಿವಿಡಿ. To follow.

ಬೆಕ್ಕು. A cat. 397.

ಬೆಗಡು, ಬೆಗಡ್. Alarm, fright. 118. 463.

ಬೆಚ್ಚರ (ಬೆಚ್ಚಱ). A bewildered manner, haste. 334.

ಬೆಡಂಗು. = ಬೆಡಗು. 613. 621.

ಬೆಡಗು. A wonder, novelty. 122.

ಬೆಣ್ಣೆ. = ಬೆಂಣೆ. 207. 326.

ಬೆದಱ್. To be afraid or frightened. 137. 143. 169. 370. 451.

ಬೆನ್, ಬೆಂನು, ಬೆನ್ನು. The back. ಬೆನ್ನನೆಯ್ದು. To follow. 41. 84. 400. 414. 421. p. 198. p. 199. p.211.

ಬೆಮರ್. Sweat. 451. 619.

ಬೆಮಿಸು. = ಭ್ರಮಿಸು.

ಬೆಯ್. = ಬಯ್. 564.

ಬೆರಲ್. A finger, toe. 83. 323. 376. 386. 534.

ಬೆರಸು. To mix; to be joined, (possessed of); to meet; to overtake. 126. 158. 280. 441. 462. p.202. 490. 498. 504. 508. p.229 (twice). 537. 539. p.254. p.261.

ಬೆರಸು. Together with. 406. p. 165. p. 177. 466. p. 197. p. 200. p. 211. p.212. p.228. p.234.

ಬೆರೆ. To be mixed, joined or together with. 392.

ಬೆೞಗು. Wonder, surprise; astonished. 82. 362. 379. 528. 563. 564.

ಬೆಟಿ. To be proud or arrogant. 139. 460.

ಬೆಚ್ಚುಱ. To tremble, be afraid. 451. 548. 601.

ಬೆಲೆ. A price. 59.

ಬೆಲ್ಲ. Jaggory. 298.

ಬೆಸ (=ಪ್ರೈಷ್ಯ?). An order, command. 463. 538. ಬೆಸಗೊಳ್. To demand, ask for.

ಬೆಸಲ್. Giving birth to a child. 494.

ಬೆಸವು. Soldering, being soldered. 218.

ಬೆಸಸು. To order. 374. 375. p.196. 574. p.254. p.256. p.271.

ಬೆಸೆ. To solder. p.199. p.263.

ಬೆಳ್. cf. ಬಿೞ. White, clear, shining. 368. 371. p.199. p.229. 554. 587. 598.

ಬೆಳ್, ಬೆಳೆ. To become white, clear. 372. 477.

ಬೆಳಗು. To become white or bright. 293.

ಬೆಳಗು. Whiteness, brightness, dawn, shine, light. 90. 199. 368. p.202. 554. 559. 606. p.261.

ಬೆಳದಿಂಗಳ್. = ಬೆಳ್ದಿಂಗಳ್. 261.

ಬೆಳಸು. = ಬೆಳೆ. Growth, etc. 373.

ಬೆಳು. = ಬೆಳ್. White. 213.

ಬೆಳೆ. To grow, increase; to bear a crop. 52. 235. 261. 304. 305. 340. see ಬಳೆ.

ಬೆಳೆ. Growth; what is to grow (seedlings, etc.); standing corn, a crop. 207. 235. 302. 474. p. 202.

ಬೆಳೆವಾರ, ಬೆಳವಾರ (=ಬೇಳ್ವಾರ?). A fool. 223.

ಬೆಳೆಯಿಸು. To make grow, bring up. 337.

ಬೆಳ್ದಾವರೆ. A white or bright lotus. 304.

ಬೆಳ್ದಿಂಗಳ್. Moon-light. 263. 378. 382. 409.

ಬೆಳ್ಪು. White, pale; whiteness. 373. 476.

ಬೆಳ್ಮುಗಿಲ್. A white cloud. 477. 478.

ಬೆಳ್ವೊಳಗು. White lustre. 554.

ಬೆಳ್ವಾರವಲೆ (ಬೇಳಾರ-). A variety of net. 98. 119. 132.

ಬೆಳ್ವಾರಸುತ್ತು. = ಬೆಳ್ವಾರವಲೆ. (?). 120.

ಬೆಳ್ಳಿ. Silver. 293. 550.

ಬೇ. To be burnt, burn. 108. 286. 315. 430. 431. 440.

ಬೇಂಟೆ. = ಬೇಟೆ. p. 177. 442. 471. ಬೇಂಟೆ-ವೋಗು. To go a hunting.

ಬೇಕು. = ಬೇಡ್ಕುಂ, ಬೇಡ್ಕು. √ ಬೇಡು (see, for instance, 467. 488. 591). It is asked, wanted, desirable, fit; it must. 71. 276. 310. 325. 374. 417. 446. 468.

ಬೇಗ. = ವೇಗ.

ಬೇಗೆ. Burning; flaming. 109. 430. 489.

ಬೇಟ. (Cover), disguise; a disguising look. 490.

ಬೇಟಕ. A (cover), mail-coat (?). p.261.

ಬೇಟೆ. A hunt, chase. 305.

ಬೇಡ. A hunter. 395. 413. 424. 449. 455.

ಬೇಡತಿ. A female of the ಬೇಡ tribe. p. 204.

ಬೇಡ. = ಬೇಡದು. √ ಬೇಡು. The contrary of ಬೇಕು. 47. 281. 283. 468. 594.

ಬೇಡು, ಬೇಡ್. To ask, beg; to be required. 219. 330. 467. 488. 591. 594.

ಬೇರ್, ಬೇರು. A root. 155. 339.

ಬೇರೆ. Different; another; else; further. ಬೇರೆಬೇರೆ. One for one; various. 19. 24. 46. 228. 231. 233. 251. 281. 341. 374. p. 170. p. 197.

ಬೇಲಿ. A hedge. 109.

ಬೇಸಗೆ. = ಬೇಸಿಗೆ. 322. 426. 440.

ಬೇಸರ್. Weariness, fatigue. 342.

ಬೇಸರ. = ಬೇಸರ್. 246.

ಬೇಸಿಗೆ. Heat, sultry weather, the hot season. 314. 315. 342.

ಬೇಸು. To injure by fire, burn. 321.

ಬೇಹುಕಾರ. A spy. 188.

ಬೇಳಂಬ. Desire. 528.

ಬೇಡ್. = ಬೇಡು.

ಬೊಂಬುಳಿ. = ಬೊಬ್ಬುಳಿ. p. 202.

ಬೊಂಬೆ. An image, figure. 166. p. 201.

ಬೊಗರಿ. A kind of small ornamental buttress at each end of the main beam. p. 229.

ಬೊಗಳ್. To bark, make a great noise. 108. 284.

ಬೊಟ್ಟು. A spot of paint on the forehead. 421.

ಬೊಬ್ಬಾಟ. Making a loud noise (by the mouth). 310.

ಬೊಬ್ಬುಳಿ. A confused noise; a multitude. 233.

ಬೊಬ್ಬುಳಿ. A bubble. 139. 366. 568.

ಬೊಬ್ಬೆ. A loud cry or noise (made by beating the mouth etc.). 132. 144. 146. 338. 395. 399. 401. 456. p. 199. p. 202. 613^{b}. 614. 618. ಬೊಬ್ಬಿಡು, ಬೊಬ್ಬಿಟ್, ಬೊಬ್ಬೆಗೊಡು. To cry out, shout.

ಬೋದಿಗೆ. The upper ornamental part of a pillar. 24.

ಬೋದುಗೆ. = ಬೋದಿಗೆ. 163.

ಬೋನ. Food. 77.

ಬೋಳೈಸು. To caress. p. 197. p. 199.

ಬ್ರಹ್ಮಾಂಡ. The world.

ಭ

ಭ. A star. ಭಗಣ. The host of stars. 550.

ಭಂಗ. Breaking; a defeat; a wave.

ಭಂಜಿಸು. To break, to frustrate.

ಭಂಡಾರ. A treasury; a storehouse. 83. 222.

ಭಕ್ತ. A devotee. ಭಕ್ತೆ. A female devotee.

ಭಕ್ತಿ, ಭಕುತಿ. Devotion.

ಭಕ್ಷಿಸು. To eat, devour.

ಭಕ್ಷ್ಯ. A cake.

ಭಜಿಸು. To adore, honour.

ಭಟ. = ಬಂಟ.

ಭಣಿತಿ. A good report.

ಭದ್ರ. Excellent; safe; happiness; safety.

ಭಯ. Fear. ಭಯಂಗೊಳಿಸು. To frighten. 241.

ಭರ. A carrying manner; swiftness; vehemence; weight.

ಭರಣಿ. A small box.

ಭರತ. The name of a family; an actor.

ಭರದ್ವಾಜ. A king-crow.

ಭರಿತ. Loaded; filled, full.

ಭರ್ಮ. Gold.

ಭಲ್ಲೂಕ. A bear.

ಭವ. Birth, being; born.

ಭವಣಿ (ಭ್ರಮಣಿ). Going round, wandering; perplexity.

ಭವತ್. Master; your, thine.

ಭವನ. A place of being; a house, palace.

ಭಾಂಡ. A pot, vessel.

ಭಾಗ. A portion, lot.

ಭಾಗ್ಯ. Fortune, happiness, merit.

ಭಾಜಿ. Possessed of.

ಭಾನು. The sun.

ಭಾಮಿನಿ. A good woman.

ಭಾರ. A burden, weight, load; excess.

ಭಾರಿ. Heaviness; greatness; large, much.

ಭಾವ. Becoming; state of being, condition, quality; emotion; the mind, heart; meaning, purpose.

ಭಾವಿ. Future.

ಭಾವಿಸು. To think, mind.

ಭಾಸ್ವತ್ (-ದ್). Shining; the sun.

ಭಿಂನ. Divided, broken, neglected; difference.

ಭಿಂನಿಸು. To change.

ಭಿತ್ತಿ. A wall.

ಭಿನ್ನಿಸು. = ಭಿಂನಿಸು.

ಭೀಕರ. Causing fear, fearful, terrible.

ಭೀತ. Frightened, afraid.

ಭೀತಿ. Fear.

ಭೀಮ. = ಭೀಕರ.

ಭೀಷಣ. = ಭೀಮ.

ಭೀಷ್ಮ. = ಭೀಷಣ.

ಭುಗಿಲ್. The puffing or roaring sound of flames. 96. 102. 170.

ಭುಗಿಲನೆ. Puffingly. 431.

ಭುಜ. A bending; the arm. ಭೂಜಕೀರ್ತಿ. A badge of honour worn on the arm.

ಭುಜಗ. The bending-goer, a serpent.

ಭುವನ. A world.

ಭೂ. The earth; land.

ಭೂಕಾಂತ, ಭೂನಾಥ, ಭೂಪ, ಭೂಪತಿ, ಭೂಭುಜ, ಭೂರಮಣ, ಭೂವಧೂರಮಣ. A king.

ಭೂಚಕ್ರ. The orbit of the earth.

ಭೂಜಾತ. The earth-born, a tree.

ಭೂತ. Born; a living creature; an element; a deified element, demigod; a goblin.

ಭೂತಳ. The (earth-place), earth; a country.

ಭೂಧರ. The earth-holder, a mountain.

ಭೂಭೃತ್. The earth-bearer; a mountain; a king.

ಭೂಮಿ. = ಭೂ.

ಭೂಮಿಪ, ಭೂಮಿಪತಿ, ಭೂಮೀಪಾಳ, ಭೂಮೀಶ್ವರ. A king.

ಭೂರಿ. A large number; much; gold.

ಭೂರುಹ. The earth-grower, a tree.

ಭೂಷಣ. An ornament.

ಭೂಷಿತ. Decorated.

ಭೃಂಗ. The black bee.

ಭೃಂಗಿ. = ಭೃಂಗ.
ಭೃತ್ಯ. A (hired) servant.
ಭೇದ. Dividing; distinction; variety.
ಭೇದಿಸು. To divide; to break through; to make a difference, distinguish.
ಭೇರಿ. A kettle-drum.
ಭೋಂಕನೆ. Swiftly. 453. p. 228. p. 261.
ಭೋಗ. Enjoyment. ತ್ಯಾಗ-ಭೋಗ. Giving and living.
ಭೋಗಿ. A snake. ಭೋಗಿಪ, Snake-king.
ಭೋಜನ. Eating; a meal.
ಭೋರ್. The sound of a horn or bugle. p. 202.
ಭ್ರಮ. Whirling, roaming.
ಭ್ರಮತ್ (-ದ್). Flying or turning about.
ಭ್ರಮರ. Turning about; the black bee; a youth.
ಭ್ರಮಿಸು. To fly or run about; to be whirled about, confused, deceived.
ಭ್ರಷ್ಟ. Fallen, depraved, bad.
ಭ್ರುಕುಟಿ, ಭ್ರೂಕುಟಿ. A frown.
ಭ್ರೂ. An eyebrow.

ಮ

ಮ. This letter when forming the initial of the second member of a compound, often appears as ವ.
ಮಂಗಳ. Happy, auspicious, pleasant; happiness, welfare; a festivity; the planet Mars. ಮಂಗಳೆ. She who is beautiful.
ಮಂಚ. A cot.
ಮಂಜರಿ. A bunch.
ಮಂಜು. Dew, fog, mist. 380. 396.
ಮಂಜುಳ. Pleasing, beautiful. ಮಂಜುಳತರ. Very pleasing.
ಮಂಟಪ. A shed or hall.
ಮಂಡ. An ornament. 130.
ಮಂಡನ. = ಮಂಡ.
ಮಂಡಲ,-ಳ. An orbit, disk, circle, sphere.
ಮಂಡಲಿ,-ಳಿ. A circle; a province; a multitude; walking round. ಮಂಡಳಿಗೊಳ್. To be in company.
ಮಂಡಲಿಕ (ಮಾಂಡಲಿಕ). The governor of a province.
ಮಂಡಲಿಸು,-ಳಿಸು. To circle out, put in a circle; to do something in a nice manner; to be assembled. 77. 309.
ಮಂಡವಿಗೆಬಲೆ. A variety of net. 119.
ಮಂಡಿತ. Adorned.
ಮಂತ್ರ. Advice, counsel; an incantation, prayer.
ಮಂತ್ರಿ. A counsellor, king's minister. ಮಂತ್ರಿಪ. A premier.
ಮಂತ್ರಿಸು. To say prayers. 534.
ಮಂಥನ. Churning; the state of being agitated.
ಮಂದ. Sluggish, slow; gentle. ಮಂದಹಾಸ. A smile.
ಮಂದತ್ವ. Slowness; gentleness.
ಮಂದರಾದ್ರಿ. A fabulous mountain that is said to have been used as a churning stick during the churning of the ocean after the deluge.
ಮಂದಾಕಿನಿ. The Ganges.

ಮಂದಾನಿಲ. A breeze.

ಮಂದಾರ. A celestial tree; eminent.

ಮಂದಿ. A person; people. 188. p. 268.

ಮಂದಿರ. = ಮಂದುರ; a house, dwelling.

ಮಂದುರ. A horse-stable.

ಮಂದೈಸು. To be slow, loitering, sluggish, thick. p. 184. 477. p. 271.

ಮಕರ (ಮೊಸಳೆ). An alligator; a shark.

ಮಕರಂದ. Nectar, honey.

ಮಕುಟ. A crown. ಮಕುಟವರ್ಧನ. A king.

ಮಕ್ಕಳ್. = ಮಗುಕಳ್. Children. 54. 206. 247. 329. 330. 543.

ಮಗ. A son. 42. 43. 288. 335. 417. 467. 504. 530. 543. 544. etc.

ಮಗಳ್. A daughter. 65. 487. p. 213. 527.

ಮಗುೞ್. To return, turn round; to do something again; again. 305. 368. p. 204. 496.

ಮಗ್ಗುಲ್. The side. 411.

ಮಘಮಘಿಸು. To be fragrant. 218.

ಮಜ್ಜನ. Bathing, ablution.

ಮಠ. A habitation; a cloister, temple.

ಮಡ. The heel. 137. p. 190. p. 201.

ಮಡದಿ. A wife. 209.

ಮಡಲ್. Spreading as a creeper. ಮಡಲಿಸು. To spread, prevail. 409.

ಮಡಿ. To be put down, (to fold); to be low down or prostrated, die. 324. 359. 418. 625. p. 271 (twice).

ಮಡಿ. A fold (of a newly washed cloth); a clean cloth; purity; —fold, times. 36. 67. 199. 250. 258. 329. 400.

ಮಡಿಕೆ. An earthen vessel. 47.

ಮಡು. A deep place in a tank or river. 363. p. 184. 490. ಮಡುಗಟ್ಟು. To come together, gather in one place.

ಮಣ್, ಮಣ್ಣು. Earth, clay. 38. 106.

ಮಣಿ. A gem. 107. 123. 253. 314. etc. 550.

ಮಣಿ. To bend; to make obeisance. p. 169. p. 171. p. 212. 505.

ಮಣೆ, ಮಣಿ. A stool, seat. p. 196.

ಮಣಿ - ಖಣಿಲ. Tinkling and clashing. 313.

ಮತ್ (ಮದ್, ಮನ್). My.

ಮತಿ. Understanding; one who has a mind.

ಮತ್ತ. Mad, intoxicated, furious.

ಮತ್ತಂ. And further. p. 140. p. 141. p. 142. p. 169.

ಮತ್ತು. √ ಮಱ್. Again, further, and; (other). 52. 458. 531.

ಮತ್ತು. = ಮದ. (307).

ಮತ್ತೆ (ಮತ್ತು - ಎ). = ಮತ್ತು. Again, etc. 402. 412. 445. 491. 539.

ಮತ್ಸರ. Envy, jealousy.

ಮತ್ಸ್ಯ. A fish.

ಮಥನ (ಮಂಥನ). Churning; a destroyer.

ಮದ. Madness, intoxication, (rutting), pride, passion, joy. ಮದೋತ್ಕಟ.

Excess of pride. ಮದಾಳಿ. An intoxicated bee.

ಮದವಕ್ಕಳ್. The bride and bridegroom. 561. 566.

ಮದವತ್ (-ನ್). Possessed of ಮದ.

ಮದಿವೆ. Marriage. 41.

ಮದೀಯ. My.

ಮದುವೆ. = ಮದಿವೆ. 42. 545. 561. 566.

ಮದ್ದಳೆ (ಮರ್ದಲ). A small finger-drum. 127. p.202.

ಮದ್ದು. = ಮರ್ದು.

ಮಧು. Sweet, pleasing; honey; spirituous liquor; = ಮಧುಮಾಸ. ಮಧುತರ. Very sweet or agreeable.

ಮಧುಕರ. The honey-maker, a bee.

ಮಧುದೂತಿ. The female messenger of spring, a flower of that name.

ಮಧುಪ. The honey-drinker, a bee.

ಮಧುಮಾಸ. The month (season) of spring, from the middle of March to the middle of May.

ಮಧುರ. = ಮಧು.

ಮಧ್ಯ. The middle, midst; middle (position).

ಮನ, ಮನಸ್ (ಮನೊ). The mind; the interior (also of a garden, 508). ಮನೋಂಬುಜ = ಮನಸ್-ಅಂಬುಜ. ಮನಂಗೊಳ್. To feel inclined; to fancy. 241. 519. ಮನಂಗೊಳಿಸು. To captivate the mind. 477.

ಮನಸ್ತಾಪ. Mind-heat, grief.

ಮನದೆಗೊಳ್. To take to one's heart. p.252.

ಮನುಚಕ್ರೋಟಿ. The name of a king who lived before ಸತ್ಯೇಂದ್ರಚೋಳ.

ಮನುಜ. A man.

ಮನೆ. A house. 42. 64. 165. 188. 189. 203. 206. 265. 330. 361. 445. 446. 487. p.229. 542. 561.

ಮನೋಗಮನ. Fascinating, beautiful; running as quickly as thoughts.

ಮನೋಜ್ಞ. Pleasant, lovely.

ಮನೋರಥ. Desire.

ಮನ್ನಿಸು (ಮನ್ಯಿಸು?). To honour, treat kindly. 229. 232. 376. 472. 485. 489. 491. 566. 627.

ಮನ್ನಿಸು. To (declare), order. 485.

ಮನ್ನೆಯ (ಮನ್ಯ). A chief. 447.

ಮನ್ಮಥ. He who crushes. 228. cf. ಮಥನ.

ಮಮತೆ. Love.

ಮಮ್ಮರ್ (ಮಮ್ಮರ). Vexation. 489(?).

ಮಯ್. = ಮೆಯ್. 606.

ಮಯ. Consisting of, full of; abundance, excess.

ಮಯಣ (ಮದನ). Wax. 119.

ಮಯೂರ. A peacock.

ಮರ. A tree; wood. 50. 84. 92. 339. 352. 353. 383. 398. 399. p.204. 534.

ಮರಂದ. = ಮಕರಂದ.

ಮರಕತ. An emerald.

ಮರಕುಟಿಗ. A kind of bird. 100.

ಮರಗೊಡಲೆ. A kind of bird. 100.

ಮರಳ್ಚು. = ಮರಳ್ಚು. 480.

ಮರಳ್. To return; to turn back; to do something by turns. 78. 183. 186. 197. p.198.

ಮರಳ್ಚು. To turn away. 614.
ಮರಾಲ, - ಳ. A sort of goose or swan; a flamingo. ಮರಾಳೀ. A female swan.
ಮರೀಚಿ. A ray; the mirage.
ಮರುತ್, - ದ್. Wind; the air. ಮರುತ್ತರಂಗಿಣಿ. The fabulous sky-river. ಮರುತ್ಪಥ. The atmosphere, sky.
ಮರುತ. = ಮರುತ್.
ಮರುಳ್, ಮರುಳು. (Turning round about), confusion, frenzy; a fool. 233. 568.
ಮರುಳೆ. Again. 146.
ಮಱಗು. = ಮಱುಗು. 300.
ಮಱಸು. To make (forgetful or) unconscious. 158.
ಮಱಹು. Forgetfulness. 565.
ಮಱು, ಮಱ್. Changed; again; (next), another; opposite. 74. 473. p.212.
ಮಱಿ. The young of animals. 107. 136. 233. 392. 393. 398. 411. 413. 434. 438. 519.
ಮಱಿಗೋಗಿಲೆ. A young cuckoo. 260.
ಮಱಿದುಂಬಿ. A young black bee. 162. 259. 261. 306. 334. 508.
ಮಱುಕ. Affection, longing. 411. 438.
ಮಱುಗು. To be full of affection; to grieve, fret, sigh. 107. 141. 292. 325. 326. 327. 328. 376. 377. 378. 510. 569. p.268. 626. p.271.
ಮಱೆ. To be hidden; to forget. 157. 158. 237. 337. 526. 528. 543. 544.
ಮಱೆ. Concealment; cover, shelter. 164. 315.
ಮರ್ತ್ಯ. Mortal.

ಮರ್ದು. Powder; medicine. 442. p.200. 498.
ಮರ್ಬು (√ ಮಱೆ). Darkness. 380. 552. 553. ಮರ್ಬುವೆಳಗು. A gloomy or dim light.
ಮರ್ಮ. A secret; truth.
ಮಲಗಿಸು. To make lie down. 329.
ಮಲಗು. To lie down. 526. 528.
ಮಲಯಜ. What is born on the hills (or in Malabar), sandal wood.
ಮಲಯಾಚಲ. The Malabar hills.
ಮಲಿನ. Dirty, black. ಮಲಿನತರ. Very black, etc.
ಮಲಿನತೆ. Dirtiness, blackness.
ಮಲೆ. To be puffed up; to show disobedience, fight against. 181. 447. 450.
ಮಲೆ. A hill; a forest. 184.
ಮಲ್ಲ. A wrestler; wrestling. ಮಲ್ಲಗಾಳಗ. A wrestling match.
ಮಲ್ಲಿಗೆ. A jasmine. 261. 339. 350. 353. p.229.
ಮಸಕ. Excitement. p.184. p.196.
ಮಸಗು. To open, extend; to be elated, be excited, furious, exorbitant; to prevail. 117. 313. p.184. p.196.
ಮಸುಳ್. To be deprived of lustre, grow dim. 90. 410.
ಮಸೆ. To rub, whet. 261.
ಮಸ್ತಕ. The head; a summit.
ಮಹತ್ವ. Majesty.
ಮಹಾ. Mighty, great. ಮಹಾಪ್ರಭಾ-ಅವನೀಪಾಲ-ಅಲಂಕೃತ and ಮಹಾಪ್ರಭಾವ-ನೀಪ-ಅಲಂಕೃತ.

ಮಹಾವ್ಹಯ. Being called great.

ಮಹಿ. The mighty (great) one, the earth; a place. ಮಹೀಕಾಂತ. A king.

ಮಹಿತ. Mighty, renowned.

ಮಹಿಪ, ಮಹೀಪತಿ, ಮಹೀಶ. A king.

ಮಹಿಮೆ. Might, glory.

ಮಹಿಷ. A buffalo.

ಮಹೀರುಹ. The earth-grown, a tree.

ಮೞೆ. Rain. 226. 235. 245. 321. 322. 335. 345. 373. 514. 517.

ಮಾ. = ಮಹಾ. ಮಾಮಸಕ = ಮಹಾ-ಮಸಕ. p.184.

ಮಾ, ಮಾಂ. A mango. 195. 338. 352. 353. 354. 534. 535.

ಮಾಂಗಲ್ಯ. Propitiousness, festive appearance.

ಮಾಕಂದ. The mango.

ಮಾಗಧ. A bard.

ಮಾಗಿ, ಮಾಗೆ. The cool season, from the middle of January to that of March; cold. 260. 263. 322. 390. 409. 410.

ಮಾಟ. Doing; a bad design; magic. 491.

ಮಾಡ. A niche; a building, frame. p.229.

ಮಾಡಿಸು. To have made. 250. 444. 489. 545.

ಮಾಡು, ಮಾಟ್. To do, perform, make, cause, create, make up, commit, appoint. 12. 26. 30. 36. 78. 86. 92. 162. 168. 180. 183. 209. 277. 306. 324. 330. 337. 381. 394. 401. 406. 411. 419. 446. 450. 463. 481. 502. p.229. 543. 549. 562. 577. 581. 595.

ಮಾಣ್. To leave off, desist, cease, forbear, fail. 174. 314. 322. 341. 588. 593.

ಮಾಣಿಕ, ಮಾಣಿಕ್ಯ. A ruby. ಮಾಣಿಕವಲ್ಲಣ = - ಪಲ್ಲಣ.

ಮಾತಂಗ. An elephant.

ಮಾತು. A word. ಮಾತಾಡು, ಮಾತುಗಳನಾಡು. To speak. 48. 49. 50. 53. 61. 223. 308. 329. 348. 490. 493. p.210. p.213. 505. 563.

ಮಾತುಳಂಗ. A citron.

ಮಾತೆ. A mother.

ಮಾತ್ರೆ, ಮಾತ್ರ. A measure; the quantity of a short metrical syllable, a mora.

ಮಾಧು. = ಮಾಧುರ್ಯ.

ಮಾಧುರ್ಯ. Sweetness, gracefulness; graceful.

ಮಾನ. Minding one's self, self-confidence; honour.

ಮಾನವ. A man. ಮಾನವೇಶ್ವರ. A king.

ಮಾನಸ. Relating to the mind; one who has a mind; the mind.

ಮಾನಿನಿ. A respectable woman; a wife.

ಮಾನಿಸ. A man (a caste). 112. 180.

ಮಾನುಷ. Connected with man, human.

ಮಾನ್ಯ. An honorable man.

ಮಾಮರ. A mango tree. 241.

ಮಾಯು. Deceit. ಮಾಯುವಾದಿ. A liar.

ಮಾರ್, ಮಾರು. A fathom. 160.

ಮಾರಿ. Death (personified).

ಮಾರುತ. Related to the wind; wind; = ಭೀಮ.

ಮಾಱ್. = ಮಱು, ಮಱ್. 450. p.196. p.204. ಮಾಱಿಂಕೆ. A changed sign.

ಮಾರ್ಗ. A road.

ಮಾರ್ತಾಂಡ. The sun.

ಮಾರ್ಪೊಱು. Reflection. p.204.

ಮಾರ್ಮಲೆ. To oppose. 450.

ಮಾಲೆ, ಮಾಳೆ. A garland, wreath, necklace, string. ಮಾಲಿನೀ. She with a chaplet of flowers.

ಮಾಲ್ಯ. = ಮಾಲೆ.

ಮಾವ. An uncle. 311.

ಮಾವು. A mango tree. 236. 261. 303. 345. 348. 350. 507.

ಮಾವುತ (ಮಾವಂತ). An elephant driver. p.196.

ಮಾಸ. A month.

ಮಾಸು. To become dirty or dim. 321.

ಮಾೞ್ಕೆ. A work, business. 504.

ಮಾೞ್ಪುದು. = ಮಾಡುವದು.

ಮಿಂಚು. To shine, lighten. 244. 303. 343. 497. 512.

ಮಿಂಚು. Lightning. 321. 385. 497. 512. 520. p.261. 611.

ಮಿಂಚುಬುಬು. A fire-fly. 168.

ಮಿಂಡವಂದಿ. A lusty hog. 114.

ಮಿಂದು. √ ಮೀ.

ಮಿಕ್ಕು. √ ಮಿಗು.

ಮಿಗಿಲ್. Excessive, surpassing, great, renowned. 67. 74.

ಮಿಗು. To be or become excessive; to surpass; to remain; to excel. ಮಿಕ್ಕ, ಮಿಕ್ಕುದ. Being left; other. 72. 79. 80. 168. 225. 229. 230. 259. 330. 417. 462. 471. p.196. p.197. p 202. p.212. 508. p.222. 529. 594. p.256. p.258. 610. p.266.

ಮಿಗೆ. Excessively, much. 102. 118. 147. 279. 309. 327. 335. 377. 380. 395. 412. 427. 431. etc.

ಮಿಟ್ಟಿ. Projecting. 442.

ಮಿಡಿ. To strike or propel with the fingers. p.199.

ಮಿಡಿ. An unripe (grit-like) fruit. 93. 338. 355.

ಮಿಡಿವಿಲ್. A pellet bow. 442.

ಮಿಡುಕು (= ಪರಾಕ್ರಮ). Great strength. 116.

ಮಿಡುಕು (= ಬಸವೞಿ). To become unconscious, faint. 435. p.271.

ಮಿಡುಮಿಡನೆ. In a grievous manner (?). p.271.

ಮಿಣಿ. A rope, strap. 56.

ಮಿತ. Measured, temperate.

ಮಿತ್ರ. Friendship; a friend; the sun.

ಮಿದುಳ್. = ಮಿದುಳ್. p.184.

ಮಿನುಗು. To glitter. 295.

ಮಿಱುಗು. To glitter. 260.

ಮಿಱುಪು. Glittering, radiance. 373. (This form, however, like ಮಿಸುಪ (ಮಿಸುಗು), may be the Future of ಮಿಱುಗು. See rule 232).

ಮಿಲಿಗ. A kind of bird. 100.

ಮಿಸುಗು. To glitter, shine. 164. 327. p.201. 598. 599. 604. 613[b]. (For ಮಿಸುಪ cf. ಮಿಱುಪು).

ಮಿಸುನಿ. Gold. (The bad persons' ill-will was not understood by Yudhiṣṭhira). 217. 276. p.198. 598. 599. p.263.

ಮಿಳಿತ. Mixed, associated.

ಮಿಳಿತ. = ಮಿಳಿತ.

ಮಿಳಿರ್. To move to and fro. 218. 241. p.198. 603. p.259. 617.

ಮೀ. To bathe. 29. 36. 141. 525.

ಮೀಂ, ಮೀನ್, ಮೀನು. A fish; a star. 32. 58. 285. 360. 368. 369. p.197. 611.

ಮೀಂಟು. To draw out; to take a run (? for jumping). 621.

ಮೀಂಬುಲಿಗ. A kind of bird. 100.

ಮೀನ. = ಮೀಂ.

ಮೀಱ್, ಮೀಱು. To go beyond, cross, surpass; to be or become excessive or elated. 182. 288. 332. 341. 366. p.198. 560. p.256. 603. 611. 621.

ಮೀಸಲ್. Something not to be eaten; an unclean thing. 57.

ಮೀಸೆ. Whiskers. 441. 496.

ಮುಂ, ಮುನ್. See ಮುಂದೆ. p. 198.

ಮುಂಗಡಿ (ಮುಂ-ಗಡಿ? ಮುಂ-ಕಡಿ? ಮುಂ-ಕಡೆ?). The front. 296.

ಮುಂಗಡೆ. The front. p. 200.

ಮುಂಗುಡಿ (ಮುಂ-ಕುಡಿ). The front, van. 243.

ಮುಂಗೆಯ್. To perform before (formerly). 488.

ಮುಂಗೊಳ್. To come to the front; to commence. p. 198.

ಮುಂಚು. To be before, precede; to go forward or beyond; to excel. 70. 243. 414.

ಮುಂಡ. The head.

ಮುಂಡಿಗೆ. A post in a wall. p. 198.

ಮುಂತೆ. = ಮುಂದೆ. 12.

ಮುಂದಳೆ (ಮುಂ-ತಳೆ). To proceed. 141.

ಮುಂದು. = ಮುಂ. p. 196. ಮುಂದಕೆ, 530. ಮುಂದಣ, p. 244. p. 254. p. 271. ಮುಂದಣ್ಗೆ, p. 267. ಮುಂದುಗಾಣ್. To be with foresight, to know what to do. ಮುಂದುಗೆಡು. To despair.

ಮುಂದುಗಡೆ (ಮುಂದು-ಕಡೆ). In front. 399.

ಮುಂದೆ (ಮುಂದು + ಎ). Forwards, in front, before, further on, hereafter. ಮುಂದಿಡು. To offer for consideration. 6. 180. 199. 270. 301. 311. 317. 374. 443. 451. p. 184. 466. 587. 593. 603. 623.

ಮುಂದೆಸೆ. The front. 605.

ಮುಂದೋಱ್. To appear in front, be expected. 199. (The form ಮುಂದೋರ್ವರ್, however, may mean ಮುಂದೆ ಓರ್ವರ್, *i.e.* hereafter somebody).

ಮುಂನ. = ಮುನ್ನ.

ಮುಂಪುಗು. To go forwards, jut, project. 370.

ಮುಂಪೋಱರ್. To fight in the front. 616.

ಮುಂಬನಿ (ಮುಂ-ಪನಿ). Drops that precede (a shower). 245. 523.

ಮುಂಬರಿ (ಮುಂ-ಪರಿ). To go in front; to set out. 264. 623.

ಮುಂಬು. The front. p. 259.

ಮುಕುಟ. A crest, diadem.

ಮುಕುರ. A mirror; a bud; the Arabian jasmine.

ಮುಕುಳ. = ಮುಗುೞ್. p. 229.

ಮುಕ್ಕುಳಿಸು. To rinse the mouth with water. 537.

ಮುಕ್ತ. Loosened, released, freed.

ಮುಕ್ತಿ. Release, relief.

ಮುಕ್ತೆ. = ಮುತ್ತು.

ಮುಖ. The face, mouth. ಮುಖಿ. She who has a face.

ಮುಖ್ಯ. Chief; and so on.

ಮುಗಿ. To be contracted, to shut up; to join, put together, shut. 269. 290. 382. 451. p. 187. 480. p. 227. 548.

ಮುಗಿಲ್. A cloud; the sky. 167. 211. 242. 243. 321. 335. 343. 345. 352. 373. 380. 477. p. 200. 497. 512. 513. 516. 518. 523. p. 229.

ಮುಗುರ್. To fall or settle upon. 305.

ಮುಗುೞ್. To be shut, shut; to bud. 353. 523.

ಮುಗುೞ್. A bud. 338. 353. 380. p. 229.

ಮುಗ್ಗು. To stumble, fall. 107.

ಮುಗ್ಧ. Stupid. ಮುಗ್ಧೆ. A not-knowing female.

ಮುಚ್ಚಳ್. A covering, cover. 124.

ಮುಚ್ಚು. To cover. 77. 548.

ಮುಟ್ಟಿಸು. To cause to touch, apply. 558.

ಮುಟ್ಟು. To touch; to put to. 156. 167.

ಮುಡಿ. To tie (the hair); to insert in (the hair). 58.

ಮುಡಿ. A top-knot, coiffure of hair. 307.

ಮುಡಿವಾಳ (ಮುಡಿ-ಬಾಳ). A fragrant grass. 339.

ಮುಡುಃಖ. = ಮುಡುಹು. p. 184.

ಮುಡುಹು. The back of the neck, shoulder. 144.

ಮುತ್ತು. To come upon in large numbers; to cover so as to obstruct, to besiege. 324. 335. p. 211. 498. 612.

ಮುತ್ತು. A pearl. 122. 166. 213. 226. 253. 331. 368. 398. 421. 422 435. p. 198. 520.

ಮುದ. Joy.

ಮುದಯಿಸು. To be happy, play about. 369.

ಮುದ್ಗರ. A mallet, mace.

ಮುದ್ದಿಸು. To kiss. 325.

ಮುದ್ದು. A kiss; love; loveliness. ಮುದ್ದುಮೋಹಿಸು. To love so much as to kiss. 329. 330. 337. 556.

ಮುದ್ರಿಸು. To be sealed, be wrapt. p. 171.

ಮುದ್ರೆ. A seal.

ಮುನಿ. A learned man.

ಮುನ್ನ. (ಮುನ್ನಿನ). Before, formerly (in former times), ere, first. 30. 81. 86. 189. 311. 323. p. 198. 487. 491. 564. p. 261. 624.

ಮುರಿ. To bend, meander, wind; to stretch out (one's limbs); to twist. 83. 84. 144. 145. p. 184. 496.

ಮುರಿವು. A bend, turn, curve. 139.

ಮುಱಿ. To break (in two); to overcome; to be broken (also in spirit or strength). 53. 83 (? probably ಮುರಿ, to stretch one's limbs). 179. 183. 186. 242. 248. 264. 320. 381. p. 196. p. 198. p. 204.

ಮುಱುರ್ಚು. To make turn about; to wrench, writhe. 381.

ಮುಷ್ಟಿ. The fist.

ಮುಸಲ. A pestle, club.

ಮುಸುಂಕು. = ಮುಸುಕು. 381. 384. p. 198. 510. p. 259.

ಮುಸುಕು. To cover, veil; to be hidden. 172. 175. 176. 228. 263. 316. 586.

ಮುಸುಡು. The face, head. 278. 280.

ಮುಹೂರ್ತ. Time.

ಮುಳ್, ಮುಳು, ಮುಳ್ಳು. A thorn. 136. 451. 571. 588.

ಮುಳಿ. To become or be irritated or angry. 86. 171. 304. 548. 560. 594. 626.

ಮುೞುಂಗು. = ಮುೞುಗು. p. 204. 553.

ಮುೞುಗು. To immerse one's self; to sink under. 30. 290. 439. 478.

ಮೂ. Three. 288. 410. ಮೂವರ್. Three persons.

ಮೂಕ. A dumb man.

ಮೂಗು. The nose. 88.

ಮೂಡಲ್. Rising; the east; in or to the east. 91. 183.

ಮೂಡು. To become apparent, to rise. 176. 199. 288. 290. 291. 483. 446. 489. 513. 559. 596.

ಮೂಡು. = ಮೂಡಲ್. (ಮೂಡಣ). 264. 394.

ಮೂಢ. Foolish; a fool.

ಮೂದಲಿಸು. To taunt, upbraid. p. 201.

ಮೂರುತಿ. = ಮೂರ್ತಿ.

ಮೂಱು. Three.

ಮೂರ್ತಿ. A body; person.

ಮೂಲ. Root; capital; permanent tenancy. ಮೂಲನಕ್ಷತ್ರ. The 17th lunar mansion called ಮೂಲ. 203.

ಮೂಲೆ. A corner. 104. 216.

ಮೂಷಕ. A mouse, rat.

ಮೂಳ. = ಮೂಢ. 157.

ಮೃಗ. A (wild) animal; an antelope. ಮೃಗಪತಿ, ಮೃಗೇಂದ್ರ. A lion. ಮೃಗಧರ. The antelope-carrier, the moon. ಮೃಗಾಕ್ಷಿ. She who has eyes like an antelope.

ಮೃಗಯೆ. Chase, hunting.

ಮೃಗಾಂಕ. The antelope-marked, the moon. cf. ಶಶಾಂಕ.

ಮೃಗಾದನ. The animal-eater, a hyena or leopard.

ಮೃಗೋದ್ಭವ. Musk.

ಮೃಣಾಲ,-ಳ. The stalk of a lotus.

ಮೃತ್ಯು. Death.

ಮೃದಂಗ. A small drum.

ಮೃದು. Mild, soft. ಮೃದುತರ. Very mild.

ಮೃದುಳ. = ಮೃದು.

ಮೃಷೆ. Falsehood.

ಮೆಚ್ಚು (ಮೆಲ್ಚು ?). To be pleased. 310. 487.

ಮೆಟ್ಟಿಸು. To make tread or walk. p. 197.

ಮೆಟ್ಟು. To pace; to trample or tread upon; (to put on); to put down. 287. 441. p.197. p. 198. 569. 596. 624.

ಮೆತ್ತು. To force or press into. 83.

ಮೆದುಳ್. The brain, marrow. 398.

ಮೆಯ್. The body. 107. 113. 145. 159. 161. 193. 262. 373. 386. 411. 416. p.204. 528. 547. ಮೆಯ್ಯು ಮಱೆ. To be unconscious.

ಮೆಯ್ಕೊಡು. = ಮೆಯ್ಗೊಡು. 88.

ಮೆಯ್ಗರೆ. To hide one's self. 620.

ಮೆಯ್ಗೂಡು. To contract one's self. 147. cf. ಮೆಯ್ಸಾರ್ಚು.

ಮೆಯ್ಗೊಡು. To present or put one's body (or shoulders) to; (to come to close quarters). 208.

ಮೆಯ್ದೆಗೆ. To take one's self off, run away, keep from. 114.

ಮೆಯ್ಯಿಕ್ಕು. To place one's body, to posture one's self, to stand; or to make an obeisance. p. 227.

ಮೆಯ್ಸಾರ್ಚು. To draw in one's body. 524.

ಮೆಱೆ. To be public, to shine, sparkle; to show. 125. 165. 167. 218. 237. 242. 254. 302. 327. 345. 350. 367. 372. 373. 423. 424. 432. p.200. p.201. p.212. 515. 546.

ಮೆಲ್, ಮೆಲು. Mild, soft, gentle, pleasant. 484. 629. 631.

ಮೆಲ್. To reduce to pap (by the tongue), to sip, eat. 329.

ಮೆಲುವಾಯ್ (-ಹಾಯ್). To walk gently or cautiously. 134.

ಮೆಲ್ನುಡಿ. A soft voice. 378.

ಮೆಲ್ಲನೆ. Softly, gently, slowly. 289. 290. 325. 362. 391. 393. p.171. 446. 534. p. 239. 577. p. 268.

ಮೆಲ್ಲಿತು. Mild, soft, gentle. 348.

ಮೆಲ್ವಾಸು (-ಹಾಸು). A soft bed. 329.

ಮೆಲ್ವರಿ. A kind of rain. 516.

ಮೆಳೆ. A bush. 96. 396.

ಮೇ. To eat as beasts do. 390.

ಮೇಕೆ. A goat. 114.

ಮೇಘ. A cloud; a demon; the rainy season.

ಮೇಘನಾದ. The cloud-voice, thunder.

ಮೇಚಕ. Black; a cloud.

ಮೇಗ್. = ಮೇಲ್. 106. 271. 275. 393. 410. 417. 503. 524. 590. 614.

ಮೇದಿನಿ. The earth.

ಮೇರು. A fabulous mountain round which the sun is said to move. (ಮೇರುವೆಯೋ? Perhaps = Indeed it is the ಮೇರು! Is it not? 124).

ಮೇರುವೆ. An artificial mound. 124.

ಮೇರೆ. A measure, boundary. p. 253.

ಮೇಲ್, ಮೇಲು. Above; on, upon, upwards; further; after; afterwards; upper; excellent, an excellent person. 5. 21. 110. 163. 185. 393. 484. p. 229 (twice). 551. p. 253. (ಮೇಲಣ). ಮೇಲ್ವಾಯ್ (-ಪಾಯ್). To jump above (the surface). ಮೇಲ್ವರಿ. To flow upwards, ascend.

ಮೇಲುಕಟ್ಟು. = ಮೇಲ್ಕಟ್ಟು. 216.

ಮೇಲೆ. = ಮೇಲ್. 36. 44. 104. 106. 243. 288. 294. 319. 328. 332. 356. 373. 387. 400. p.198. p.200. 530. 565. 603.

ಮೇಲ್ಕಟ್ಟು An awning, ceiling. 166.
ಮೇಹು. Pasturage. 113.
ಮೇಳ. A union, concourse. ಮೇಳಂಗೊಳ್. To be united, closed. 393.
ಮೈ. = ಮೆಯ್. p. 197. p. 199. p. 254.
ಮೈಯಿಕ್ಕು. = ಮೆಯ್ಯಿಕ್ಕು. p. 171.
ಮೈವಳಗೆ (-ಬಳಗೆ?) ಆರ್. To get power over one's body. p. 199.
ಮೈವೆಱು, ಮೆಯ್ವೆಱು. To obtain a body, appear. p. 181.
ಮೊಂನೆ (cf. ಮುನ್ನ). The day before yesterday. 41.
ಮೊಗ. = ಮುಖ. 170. 315. p. 228. 537. 548. p. 249. etc. 629. ಮೊಗದಾವರೆ= -ತಾವರೆ.
ಮೊಗರಂಬ. A bridle-bit. p. 199.
ಮೊಗಸಾಲೆ. A front verandah. p. 245. p. 254.
ಮೊಗಸು. To engage in or plan a business. 170. 399.
ಮೊಗೆ. To remove water with a scoop, (to drain, make dry); to draw water. 170. 327. 368.
ಮೊಗೆ. A small earthen vessel. ಮೊಗೆವಾಲ್. Milk in such a vessel. 5 53.
ಮೊಗ್ಗೆ. = ಮುಗುಳ್. A bud. p. 229.
ಮೊತ್ತ. √ ಮುತ್ತು. A multitude, assemblage. 201. p. 211.
ಮೊದಲ್, ಮೊದಲು. Beginning; at the beginning, at first. 15. 20. 21. 100. 385. 413. 434. 534. 565. 575.
ಮೊನೆ. A point; a pointed instrument. 171. 338. 350. p. 197. 498. cf. ಮುನ್. ಮುಂ.

ಮೊಱಹು. Brawling, roaring, a loud cry or noise. 116.
ಮೊಱೆ. To brawl, murmur, roar, hum, hiss. 82. 139. 162. 194. 264. 292. 335. 336. 340. 378. 389. p. 200. p.201. 508.
ಮೊಱೆ. Brawling, etc. p.271. ಮೊಱೆಯಿಡು. To cry, lament.
ಮೊಲ. A hare. 98. 114. 413.
ಮೊಲೆ. The breast, nipple. 136. 247.
ಮೊಲ್ಲೆ. The many flowered jasmine. 380.
ಮೊಸಳೆ (ಮಾಚಲ). An alligator. 121.
ಮೊಳೆ. To germ, sprout, be born, come forth or about. 304. 524 (?). p.249.
ಮೊಳೆ. A sprout, shoot; a point, nail. 114. 474. p.200. p.229. ಮೊಳೆವೋಗು (-ಪೋಗು). To sprout.
ಮೊಳೆವಲ್. A coming forth or pointed tooth. 327.
ಮೊಱಗು. To roar, thunder. 243. 343. p.201. 605.
ಮೋದ. Joy.
ಮೋಱೆ. The face. 55. 134. 278.
ಮೋಸ. Deceit, trick. 532. 541. 565.
ಮೋಹ. Love. 416.
ಮೋಹಿಸು. To love; (to be deprived of consciousness). 333. 531. 541. 565.
ಮೋಹು. To strike, pierce. 91.
ಮೌಕ್ತಿಕ. = ಮುಕ್ತೆ.
ಮೌನ. Silence.
ಮೌರಿ. A kind of hautboy, a musical pipe. 127.

ಯ

ಯ. This letter, in new Canarese, appears before ಆ in ಯಾವದು, etc. (ಏವದು, ಏಸ್).
ಯಂತ್ರ. Machinery, an apparatus.
ಯಕ್ಷಕರ್ದಮ. A perfumed paste.
ಯಜಮಾನಿ. A mistress. 188.
ಯಜ್ಞಾಳಿ. The various sacrifices.
ಯತಿ. Restraining; an ascetic; a pause or Cæsura (in verses).
ಯಥಾ. How. ಯಥೋಚಿತ. Proper. ಯಥಾಕ್ರಮ. In the proper way.
ಯಮ. Twin; a pair; a subduer; death.
ಯಮಕ. The repetition of the same or similar syllables in the course of a sentence. Cf. rules 18. 19.
ಯಶ. = ಯಶಸ್.
ಯಶಸ್ (ಯಶೋ). Glory, fame.
ಯಾಚಕ. A beggar.
ಯಾತಱ, ಯಾತಕೆ are cases of ಏ.
ಯಾತ್ರೆ. Going, travelling, marching round, a march.
ಯಾಮ. A watch of three hours.
ಯಾಮಿನಿ. Night.
ಯುಕುತಿ. = ಯುಕ್ತಿ.
ಯುಕ್ತ. Yoked to, being endowed with, in possession of; fit, proper. ಯುಕ್ತೆ. She who possesses.
ಯುಕ್ತಿ. Union; suitable manner; an expedient, scheme.
ಯುಗ. A yoke; a pair. ಯುಗಾಕ್ಷ (ಯುಗ-ಅಕ್ಷ). Yoke and axle-tree. ಯುಗೆ. She who has a pair.
ಯುಗ್ಮ. = ಯುಗ.
ಯುತ. = ಯುಕ್ತ.
ಯುದ್ಧ. A war, battle.
ಯುವ. Young; a young man. ಯುವತಿ. A maiden, young woman or wife.
ಯೆಕಾರ. The letter ಯೆ.
ಯೋಜನ. A measure of distance equal to about ten English miles.
ಯೌವನ. Youth. ಯೌವನೆ. A young female, maiden.

ರ

ರಂಗ. Colour; a place, site; a stage; dancing.
ರಂಜಣಿಗೆ. A water-trough. 218.
ರಂಜನ. Shining, glittering.
ರಂಜಿಕೆ. = ರಂಜಕ. Gunpowder (?). 169.
ರಂಜಿತ. Illuminated, shining.
ರಂಜಿಸು. To shine; to be pleased.
ರಂಧ್ರ. A hole; a defect, weakness. 185.
ರಂಧ್ರಿಸು. To bore, enter into. 106.
ರಕ್ಕೆ. = ರಕ್ಷೆ.
ರಕ್ತ. Blood.
ರಕ್ಷಿಣಿ. A protectress.
ರಕ್ಷಿಸು. To protect, take care of.
ರಕ್ಷೆ. Protection, saving; an amulet.
ರಚನೆ. A construction; a nice array, display.
ರಚಿತ. Made; a construction; decoration.
ರಚಿಸು. To make, construct.

ರಜ. = ರಜಸ್.

ರಜನಿ. Night; ರಜನೀಶ. The night-lord, the moon.

ರಜಸ್, ರಜಃ. Dust, pollen.

ರಜಿತ, ರಜತ. Silver.

ರಟನ. A peal of applause. p.202.

ರಣ. Pleasure; a noise, sound; the bow of a lute; war. ರಣಾಜಿ = ರಣ-ಆಜಿ.

ರಣೆ. A sling (?). 401. (Whether ಅರಣೆ?).

ರತ್ನ, ರತುನ. A jewel, gem.

ರಥ. A chariot. ರಥಾಂಗ. The different parts of a chariot (wheels, etc.).

ರಥಿಕ. The rider in a car.

ರದ. = ರದನ.

ರದನ. A tooth.

ರನ್ನ. = ರತ್ನ

ರಭಸ. Passion, joy; velocity; a loud sound or cry.

ರಮಣ. A husband, master; ರಮಣೆ, a wife; = ರಮ್ಯ.

ರಮಿಸು. To be delighted; to be pleasant.

ರಮೆ. A woman, wife, mistress.

ರಮ್ಯ. Lovely, beautiful.

ರಮ್ಯಕ. Pleasing.

ರಯ. Velocity.

ರಯ್ಯ (ರೈ). Wealth; beauty.

ರವ. A sound, report, voice.

ರವಸ. = ರಭಸ.

ರವಿ. The sun.

ರಶನಿ (ರಶನೆ). A woman's girdle.

ರಶ್ಮಿ. A ray.

ರಸ. Juice, fluid, water; emotion, taste, pleasure.

ರಸದಾಳೆ. A juicy sugarcane. 305.

ರಸನೆ. The tongue.

ರಸಭಾಂಡ. A vessel for keeping liquids.

ರಸಿತ. A roar, sound.

ರಸಾತಳ. The hades.

ರಸಾಯನ. An elixir, or a medicine prolonging life.

ರಸಾಲ. cf. ರಸದಾಳೆ. The sugar-cane; the mango.

ರಹಸ್ಯ. Secrecy.

ರಹಿ. Wonder, surprise. 112.

ರಾಕೆ. Full moon, the day of full moon.

ರಾಗ. Redness, colour; passion, wrath, affection, desire; love; a song.

ರಾಗಿ. Impassioned; one agitated by desires.

ರಾಜ. A king. ರಾಜೇಂದ್ರ. Chief of kings.

ರಾಜಧಾನಿ. The king's abode, a capital.

ರಾಜಹಂಸ. A white swan with red legs and beak (ಅರಸಂಚೆ); an eminent man.

ರಾಜಿ. A row, multitude.

ರಾಜಿಸು. To shine.

ರಾಜೀವ. A lotus; a large fish.

ರಾಜ್ಯ. A kingdom.

ರಾಜ್ಯತ್ (-ದ್). Shining.

ರಾಣಿ. A queen.

ರಾತ್ರಿ. Night.

ರಾಯ. = ರಾಜ.

ರಾವ. = ರವ.

ರಾವುತ. A horseman, rider. 178.

ರಾವ್ತ. = ರಾವುತ. 258.

ರಾಸಿ, ರಾಶಿ. A heap, large number.

ರಾಷ್ಟ್ರ. = ರಾಜ್ಯ.

ರಾಹು. The fabulous giant who is said to produce the eclipses.

ರಿಣ (ಋಣ). Debt, obligation; guilt.

ರಿಪು. A foe.

ರಿಸಿ. = ಋಷಿ.

ರುಂಡ. A headless body.

ರುಚಿ. Splendour; a ray; appearance; taste.

ರುಚಿರ. Brilliant.

ರುಜು. Right, proper.

ರುಜೆ. Disease.

ರುತಿ. A cry. 609.

ರುಧಿರ. Blood.

ರುರು. A sort of deer.

ರುಹ, ರುಹ್. Growing.

ರೂಢಿ. Custom, common way; publicity.

ರೂಢಿಸು. To be customary; to be frequented. 147. 330.

ರೂಪ. Form.

ರೂಪು. = ರೂಪ. 240. 395. p.177. p.261.

ರೇಖೆ. A line.

ರೇಣು. Dust.

ರೇವಂತ. Brilliant; a certain constellation of stars.

ರೊಕ್ಕ. Money. 206.

ರೊಜ್ಜು. Mire. 299.

ರೋಚಿ. Light, luster.

ರೋದನ. Weeping.

ರೋಮ. Hair.

ರೋಲಂಬ. A bee.

ರೋಹಿತ. Red; blood.

ರೌಪ್ಯ. Of silver; silver.

ಱ

ಱ. An old Canarese letter, represented by ರ in new Canarese. 7.

ಲ

ಲಂಘಿಸು. To jump over or up; to curvet.

ಲಂಚ. A bribe. 131.

ಲಂಪಟ. Greedy for.

ಲಂಬಿಸು. To hang or fall downwards, hang on, be suspended.

ಲಕ್ಷ್ಯ. Having a characteristic property.

ಲಕ್ಷಣ. A peculiarity, property, indication, mark, sign.

ಲಕ್ಷ್ಮಿ. Riches; beauty.

ಲಕ್ಷ್ಯ. Deserving to be regarded; a mark; regard.

ಲಗ್ಗೆ (= ಧಾಳಿ). Pillage; (= ಲಗ್ನ), opportunity. 132; ascending, scaling. p.211.

ಲಘು. Light; metrically short; quick. 295.

ಲಜ್ಜೆ. Shame.

ಲಟಲಟಿಸು. To stretch out the body with a noise. 146.

ಲಡ್ಡುಗೆ. A sweetmeat ball. 242.

ಲತೆ. A creeper; a blade.

ಲಲಾಮ. A mark; chief, principal.

ಲಲಿತ, ಲಳಿತ. Pleasant, beautiful.

ಲವಂಗ. The clove tree.

ಲವಲವಿಕೆ. Excitement. 529.

ಲಸತ್ (-ಚ್, -ದ್, -ನ್). Radiant, brilliant; sporting; pleasant.
ಲಹರಿ. A wave (of beauty).
ಲಾಂಛನ. A mark, sign.
ಲಾಗು. Leaping. 95.
ಲಾಘುವ. Sleight of hand, dexterity.
ಲಾಜೆ. Fried grain.
ಲಾಭಿಸು. To gain. 342.
ಲಾಮಚ, ಲಾಮಂಚ. A fragrant kind of grass (the Andropogon muricatus).
ಲಾಲನೆ. A friendly play; caressing. 114. 328.
ಲಾಲಿತ್ಯ. Lovely; loveliness.
ಲಾಲಿಸು. To caress.
ಲಾವಣಿ. Beautiful.
ಲಾವಣಿಗೆ. Loveliness, beauty. 114.
ಲಾವುಗೆ. A quail. 100.
ಲಾಸ್ಯ. Dancing.
ಲಿಂಗ. A mark; a verbal theme.
ಲಿಪಿ. Writing; a letter.
ಲೀಲೆ. Play, ease; loveliness.
ಲುಬ್ಧಕ. A greedy man; a huntsman.
ಲುಲಾಯ, ಲೂಲಾಯ. A buffalo.
ಲೆಕ್ಕ. = ಲೇಖನ.
ಲೇಖನ. Writing; a letter; an account.
ಲೇಪನ. Smearing; ointment.
ಲೇಪಿಸು. To smear; to stick like smear. 29.
ಲೇಸು. Handsome, precious, good; nicety, etc. 6. 251. 274. 402. 408. 487. 541.
ಲೋಕ. The world; a man. ಲೋಕಾಂತರ. Another part of the world.
ಲೋಚನ. Sight; an eye; he who has eyes. ಲೋಚನೆ. She who has eyes.
ಲೋಭಿ. An avaricious person.
ಲೋಲ. Shaking; desiring.
ಲೋವೆ. The eves of a house, the cornice of a wall, the frame-work of a roof. 124. 252. p. 229.
ಲೋಹ. Iron; any metal.
ಲೌಡಿ. An iron club. p. 201.

ವ

ವ. This letter, as the initial of the second part of a compound, may be a substitute of ಪ, ಬ, ಮ, or ಹ.
ವಂಕೆ. The pommel of a saddle.
ವಂಗಡ. A multitude.
ವಂಚಿಸು. To deceive; to play tricks.
ವಂದಿ. A panegyrist, bard.
ವಂದಿಸು. To salute.
ವಂಶ. A lineage.
ವಕಾರ. The letter ವ.
ವಕ್ಕಣೆ. A saying, word, order. 541.
ವಕ್ತ್ರ. The mouth, face.
ವಚನ. A word; a sentence.
ವಚಸ. = ವಚನ.
ವಚಿಲಿ. A kind of bird. 100.
ವಜ್ಜರ. = ವಜ್ರ.
ವಜ್ರ. Hard; a thunderbolt; a diamond. ವಜ್ರಿ. The bearer of a thunderbolt (Indra).
ವಜ್ರಮುಷ್ಟಿ. A boxer's artificial knuckles.
ವಟ. The Banyan tree.

ವತ್ಸರ. A year.

ವದನ. The mouth; the face. ವದನೆ. She who has a face.

ವಧ. A slaughter, murder.

ವಧಿಸು. To kill.

ವಧು. A wife.

ವಧೆ. = ವಧ.

ವನ. A garden, grove; a forest; water; a residence. ವನಾಂತ. The region of a forest. ವನವಾಸ. Dwelling in a forest. ವನರುಹ. Water-growing, a lotus. ವನಜ. Water-born, a lotus.

ವನಚರ. A jungle-man.

ವನಪಾಲ. A gardener.

ವನಿತೆ. A woman, wife.

ವನೇಚರ. = ವನಚರ.

ವಯಃ, ವಯಸ್ (ವಯೋ). Youth; age; a bird. ವಯುಸ. A man who has a certain age.

ವರ. Solicited, lovely, excellent; chief; a gift; a bridegroom; a husband, master; an enclosure.

ವರಲೆ. A kind of bird. 100.

ವರಾಳ (ವರಾಟ). The name of a country and its people.

ವರಿಸು. To solicit, woo.

ವರುಷ. = ವರ್ಷ.

ವರ್ಷ, ವರ್ಷ. Rain; the rainy season, from the middle of July to that of September; a year.

ವರೂಥ. A carriage, chariot.

ವರೆ, ವರೆಗೆ. As far as, till. 544. p.201 (?).

ವರೇಣ್ಯ. Superior, excellent.

ವರ್ಗ. A tribe; a class.

ವರ್ಣ. Colour; a letter.

ವರ್ತಿಸು. To stay, abide; to be occupied; to turn, (deliver to); to go to.

ವರ್ಧನ. Growing, increasing; causing to increase.

ವಲಯ. = ವಳಯ.

ವಲ್ಲಭ. A lord, master, husband. ವಲ್ಲಭೆ. A wife.

ವಲ್ಲರಿ. = ಬಳ್ಳಿ.

ವಲ್ಲಿ. = ಬಳ್ಳಿ; the earth.

ವಶ. Will; power; willing, manageable, tamed, subject to, in the power of; grasp; possession.

ವಸಂತ. Spring-time, from the middle of March to that of May.

ವಸತಿ. A house.

ವಸು. Wealth.

ವಸುಧಾಧೀಶ, ವಸುಧೀಶ. ವಸುಧೀಶ್ವರ. A king.

ವಸುಧೆ. Wealth-holding, the earth.

ವಸುಮತಿ. Wealth-possessing, the earth.

ವಸ್ತು. A thing, substance.

ವಸ್ತುಕ. A substantial, true or real thing, a thing corresponding to essential property.

ವಸ್ತ್ರ. Cloth.

ವಹ. Carrying, causing.

ವಹಿತ್ರ. A boat, vessel.

ವಹಿಲ. Haste.

ವಹ್ನಿ. Fire.

ವಳಯ. Surrounding, encircling, circumference; sphere, circuit, range; district; encircled.

ವಳಿತ. Surrounded; administration, administrative power. 414. 543.

ವಳ್ಳಿ. = ವಲ್ಲಿ.

ವಾಕ್ಯ. A word.

ವಾಗ್ಮಿ. A rhetorician.

ವಾಘೆ. The reins of a horse's bridle.

ವಾಚ್ (ವಾಗ್). A word.

ವಾಚಾಟ. A babbler.

ವಾಚಿಸು. To speak, read.

ವಾಜಿ. Swift; a horse; a hero; an arrow; a bird.

ವಾಣಿ. Speaking, one who speaks.

ವಾದಿ. A speaker, expounder.

ವಾದ್ಯ. A musical instrument; music.

ವಾನರ. A monkey.

ವಾಮ. Left (not right); beautiful.

ವಾಯಸ. A crow.

ವಾಯು. Wind.

ವಾರವಧು. The head of a set of harlots.

ವಾರಿ, ವಾರ್. Water.

ವಾರುವ (ವಾರು, ವಾರ). A king's elephant. 160.

(ವಾರಿಧಿ. = ವಾರ್ಧಿ).

ವಾರ್ಧಿ. The water-hold, ocean.

ವಾಸ. Dwelling, living; an abode.

ವಾಸನೆ. Smell, odour.

ವಾಸಿ. An inhabitant.

ವಾಸ್ತು. A house.

ವಾಹಕ. A porter; a horseman.

ವಾಹಕತ್ವ. The act or art of mounting.

ವಾಹನ. Carrying; any vehicle.

ವಾಹಳಿತನ. Horse-exercise. p.199. 613.

ವಾಹಿನಿ. A river; an army.

ವಿ. Away; different; spread, much.

ವಿಕಚ. Expanded, blown.

ವಿಕಲ. Defective.

ವಿಕಾರ. Ugly.

ವಿಕಿರ. Scattering.

ವಿಕ್ರಮ. A step; heroism, valour.

ವಿಕ್ಷೇಪಣ. Casting, (moving).

ವಿಖ್ಯಾತ. Renowned.

ವಿಘಾತ. Opposition; the place where one is opposed.

ವಿಚಕಲ. A variety of the jasmine.

ವಿಚಯ. Search, research; enumeration.

ವಿಚಾರ. Inquiry, investigation; curiosity; sorrow.

ವಿಚಾರಿಸು. To examine, seek for.

ವಿಚಿತ್ರ. Variety; a wonderful thing; variegated, wonderful, strange.

ವಿಜಯ. Victory; a victor.

ವಿಜಾತಿ. Heterogeneousness, low caste; wickedness.

ವಿಜಿತ, ವಿಜಿತಬಲ. A victor. 91. 423.

ವಿಜೃಂಭಿಸು. To yawn; to sport.

ವಿಜ್ಞಾಪನ. Informing, communication; an advice, request.

ವಿಟ. A whoremaster, catamite.

ವಿತ್ತ. Known; acquired; wealth.

ವಿತತ. Extended, abundant, great.

ವಿತಾನ. Extension, spreading out; an assemblage, multitude.

ವಿದ. Knowing.

ವಿದಗ್ಧ. Burnt, inflamed; digested; clever. ವಿದಗ್ಧೆ. A knowing female.

ವಿದಿತ. Known.

ವಿದೇಹ. The name of a country (Tirhut).

ವಿದ್ಯುತ್. Lightning.

ವಿದ್ಯೆ. (Wit), knowledge; art.

ವಿದ್ರುಮ. Coral; a tender leaf; a tree bearing gems.

ವಿದ್ವಿಷ್. An enemy.

ವಿಧ. Manner, kind.

ವಿಧವೆ. A widow.

ವಿಧಾನ. (Proper) form, ordinance, ceremony.

ವಿಧಿ. Order; destiny (divine will); misfortune; the place where one's lot is to be.

ವಿಧು. The moon.

ವಿಧುಹಾಸ. = ಚಂದ್ರಹಾಸ.

ವಿನಯ. Good, modest or gentle behaviour, civility.

ವಿನದ. = ವಿನಾದ.

ವಿನಾದ. A sound.

ವಿನಿಹಿತ. Put on or to.

ವಿನಿಯೋಗ. An office, service.

ವಿನುತ. Much praised.

ವಿನೋದ. Play, pastime, joy.

ವಿಪತ್, ವಿಪತ್ತು. Misfortune, trouble.

ವಿಪಿನ. A forest.

ವಿಪಿರ. = ವಿಪ್ರ.

ವಿಪುಳ, -ಲ. Large, great. ವಿಪುಳತರ. Very great.

ವಿಪ್ರ. A brahmin.

ವಿಬುಧ. = ಬುಧ.

ವಿಭವ. Magnificent display, pomp, magnificence; magnanimity; power.

ವಿಭಿನ್ನ. Pierced.

ವಿಭು. A ruler, king.

ವಿಭುತ್ವ. Power.

ವಿಭೂಷಣ. An ornament.

ವಿಭ್ರಮ. Going round, play; error, doubt; beauty.

ವಿಭ್ರಾಜಿಸು. To shine brilliantly.

ವಿಮಲ, ವಿಮಳ. Spotless, pure.

ವಿಮೋಚನ. Release, removal.

ವಿಯಚ್ಚರ. The sky-goer, a bird.

ವಿಯತ್. The sky.

ವಿಯತಿ. A violation of the rules of ಯತಿ (Cæsura).

ವಿಯೋಗಿ. = ವಿರಹಿ.

ವಿರಚಿತ. Made, built.

ವಿರಚಿಸು. To make, prepare, perform.

ವಿರತಿ. Rest; a pause, Cæsura.

ವಿರಹಿ. A being that is separated from or devoid of (what it loves or wants).

ವಿರಹಿಣಿ. She who is separated from.

ವಿರಾಜಿತ. Irradiated, made beautiful.

ವಿರಾಜಿಸು. To shine.

ವಿರುದ್ಧ. Opposite. ವಿರುದ್ಧಾರ್ಥ. A meaning that is contradictory to common notions or that may be contradicted.

ವಿಲಯ. Dissolution, destruction (of the world by fire, etc.).

ವಿಲಸತ್, ವಿಳಸತ್ (-ದ್,-ನ್). Resplendent, splendid.

ವಿಲಸಿತ. Resplendent; rejoiced. ವಿಲಸಿತೆ. She who shines.

ವಿಲಾಸ, ವಿಳಾಸ. Beauty; merriness, play, joy; pleasing.

ವಿಲಾಸಿನಿ. A woman, a female attendant.

ವಿಲೋಲ. Tremulous, sparkling.

ವಿವರ. Separation, detail, peculiar feature.

ವಿವಾಹ. Marriage.

ವಿವಿಧ. Various; variety. ವಿವಿಧತರ. Very various.

ವಿವೇಕ. Discrimination, judgment.

ವಿಶಾರದ. A learned man.

ವಿಶಾಲ. Extension, greatness; great, large.

ವಿಶಿಷ್ಟ. Being distinguished.

ವಿಶೇಷಕ. Discriminating, distinguishing, speciality.

ವಿಶ್ರಮ, ವಿಶ್ರಮಣ, ವಿಶ್ರಾಮ. = ವಿರತಿ.

ವಿಶ್ರುತ. Celebrated.

ವಿಶ್ವ. All; the world.

ವಿಷ. Water; poison.

ವಿಷಮ. Odd, uneven, rough, strange. bad; an odd number; a strange object.

ವಿಷಯ. A country; an object (of the senses); a concern.

ವಿಷ್ಟರ. A couch, seat.

ವಿಸಟ, ಬಿಸುಟ. A free, uncontrolled act; according to one's pleasure. p. 197. p. 198. (cf. ವಿಷ್ವಂಚ್?).

ವಿಸರ. A flowing about, abundance, multitude.

ವಿಸರಣ. Spreading.

ವಿಸ್ತರ. A stretching or spreading about, dilatability; detail; prolixity, tediousness.

ವಿಸ್ತರಣ. = ವಿಸ್ತರ.

ವಿಸ್ತರಿಸು. To spread; to perform to a great extent; to detail.

ವಿಸ್ತಾರ. = ವಿಸ್ತರ.

ವಿಸ್ಫುರಿತ. Tremulous; glittering.

ವಿಸ್ಮಿತ. Surprised.

ವಿಹಗ. A bird.

ವಿಹರಣ. = ವಿಹಾರ.

ವಿಹರಿಸು. = ವಿಹಾರಿಸು.

ವಿಹಾರ Walking, going about. ವಿಹಾರಿ. One who roams about.

ವಿಹಾರಿಸು. To go or walk about.

ವಿಹಿತ. Fixed, appointed; proper. ವಿಹಿತಾವ್ಯಯ. The part of a verb which is ordained to be uninflected *i. e.* the Gerund. Rule 236.

ವೀಚಿ. A wave.

ವೀಣೆ. The Indian lute.

ವೀಥಿ. A line, street; a road, path.

ವೀರ. A hero; brave; heroism; ostentation, pomp.

ವೀರಣ. A kind of musical instrument. 127.

ವೀಳಯ, ವೀಳೆಯ. The betel leaf.

ವೃಂದ. A heap, multitude.

ವೃಂದಾರಕ. Great; an eminent person.

ವೃಕ. A wolf.

ವೃಕ್ಷ. A tree.

ವೃತ್ತ. Done; practice; round; a sort of metre; one who acts or behaves.

ವೃತ್ತಾಂತ. Occurrence; tidings; one that has the knowledge of occurrences.

ವೃತ್ತಿ. Action, activity.

ವೃಷ. A bull.

ವೃಷ್ಟಿ. Rain.

ವೆಗ್ಗಳಕೆ. Excess, mass, power. 195.

ವೆಗ್ಗಳಿಸು. To be excessive, increase; to be implusive. 134. 378.

ವೆಚ್ಚಿಸು. To spend. 542.

ವೆರ್ಥ(ವ್ಯರ್ಥ). Vain, useless, miserable.

ವೆವಹಾರ (ವ್ಯವ-). Dealing, transaction, trade.

ವೇಗ. Quickness, haste; quick.

ವೇಡೆ. An ambuscade (?). 120. 132.

ವೈಡೈಸು. To hide, care about. 562.

ವೇಣಿ. Braided or plaited hair.

ವೇಣು. A bamboo.

ವೇತ್ರ. cf. ಬೆದರ್,ಬಿದರ್, ಬೆತ್ತ. A cane, reed. ವೇತ್ರಧರ. A cane-bearer, peon.

ವೇದ. (Wit), knowledge; a Veda.

ವೇದನೆ. Woe, pain.

ವೇದಿ. A raised floor, bench.

ವೇದಿಕೆ. = ವೇದಿ

ವೇಳೆ, ವೇಳ್ಯ. Time, opportunity.

ವೈಡೂರ್ಯ, ವೈಡೂರಿಯ. The Lapis lazuli.

ವೈದೇಹಿ. = ಸೀತೆ.

ವೈಭವ. = ವಿಭವ.

ವೈರ. Enmity.

ವೈರಿ An enemy. ವೈರಿಪದ. A word that is out of place or wrong in itself.

ವೈಹಾಳಿ (= ವೈಹಾರಿ?). Running round, as a horse. 593. p. 263.

ವೋಲ್. = ವೋಲ್. 264. 288. 343. 352. 353. 403. 449. etc. 485.

ವೋಲ್. As, like as. 5. 356. etc.

ವ್ಯಗ್ರತೆ. Bewildered or zealous occupation.

ವ್ಯಯ. (An outlet); expenditure, loss.

ವ್ಯಸನ. Passion.

ವ್ಯಾಘ್ರ. A tiger.

ವ್ಯಾಜ. Deceit; pretence.

ವ್ಯಾಧ. = ಬೇಡ (ಬ್ಯಾಡ).

ವ್ಯಾಲೋಲ. Shaking, waving.

ವ್ಯೂಹ. Military array; a multitude.

ವ್ಯಾಳ. A snake.

ವ್ರಜ. A multitude, mass, flock, herd.

ವ್ರತ. A vow.

ವ್ರಾತ. A multitude.

ಶ

ಶಂಕಿಸು. To fear.

ಶಂಕೆ. Doubt; fear.

ಶಂಖ. A conch shell.

ಶಕುನ. An omen (of birds, etc.).

ಶಕುನಿ. A bird.

ಶಕ್ತಿ. An iron spear or dart.

ಶಕ್ರಧನು. The rainbow.

ಶಠ. A wicked person.

ಶತ. Hundred. ಶತಪತ್ರ. The hundred-leaved, a lotus.

ಶತಯಾಗತನಯ. = ಅರ್ಜುನ.

ಶತ್ರು. An enemy.

ಶಫರಿ. A small fish.

ಶಬರ. = ಪುಳಿಂದ. 113. (111). 441. (442). 452. ಶಬರೇಶ. The ಶಬರ chief.

ಶಬ್ದ. A sound, word, a noise, cry; grammar.
ಶಮನ. Tranquillity; tranquillising, allaying.
ಶಯನ. Sleeping, reposing,
ಶಯಿ. Reposing; (placing).
ಶಯ್ಯೆ. A bed, couch.
ಶರ. An arrow; water.
ಶರತ್ (-ದ್,-ನ್). Autumn, from the middle of September to that of November.
ಶರಣ. Refuge; a refugee.
ಶರದ.=ಶರತ್.
ಶರಧಿ. The water-hold, the ocean.
ಶರನಿಧಿ.=ಶರಧಿ.
ಶರಭ. A fabulous animal with eight legs.
ಶರಾಸನ. The arrow-shooter, a bow.
ಶರ್ಮ. Blessing; happiness, delight.
ಶಲ. The quill of a porcupine; a porcupine. 98.
ಶಲ್ಯಕ. An arrow, dart.
ಶಶ. A hare.
ಶಶಾಂಕ. The hare-marked, the moon.
ಶಶಿ. It with the hare, the moon. ಶಶಿಕಾಂತ.=ಚಂದ್ರಕಾಂತ.
ಶಶಿಹಾಸ.=ಚಂದ್ರಹಾಸ.
ಶಸ್ತ್ರ. A sword; a weapon.
ಶಾಂತಿ. Appeasing; tranquillity, peace.
ಶಾಕ. Roots, leaves and other such vegetable substance.
ಶಾಖೆ. A branch.
ಶಾದ್ವಲ. Verdure.
ಶಾಣೋಪಲ. A grind-stone.
ಶಾತಕುಂಭ. Gold.
ಶಾರದ. Autumnal; ಶಾರದೆ. Deified speech.
ಶಾರ್ದೂಲ. The royal tiger.
ಶಾಲಿ. Endowed with.
ಶಾಲಿ, ಶಾಳಿ. Paddy.
ಶಾಲೂರ. A frog.
ಶಾಲೆ. A hall, room.
ಶಾಸನ. An order, grant, deed.
ಶಾಸ್ತ್ರ. An order, precept.
ಶಿಕ್ಷೆ. Learning; training.
ಶಿಖರ. A point, top.
ಶಿಖಿ. Flame, fire; flaming; a peacock.
ಶಿಥಿಲತ್ವ. The mode of fleetingly pronouncing certain double consonants. Rules 42, seq.
ಶಿಬಿರ. An encampment, camp.
ಶಿರ, ಶಿರಸ್ (ಶಿರಃ, ಶಿರೋ). The head, top; one who has a head; chief.
ಶಿರಸ್ಕ. A helmet, turban.
ಶಿರಿಸ. The tree Mimosa sirisha.
ಶಿರೋಮಣಿ. A crest gem; the chief person or thing.
ಶಿಲೆ. A stone. cf. ಕಲ್.
ಶಿಲ್ಪ. Mechanical art.
ಶಿಲ್ಪಕ. A mechanic.
ಶಿಶಿರ. The cool or cold season, from the middle of January to that of March.
ಶಿಶು. A child.
ಶೀಕರ. Spray.
ಶೀತ. Cold; chillness.
ಶೀತಳ.=ಶೀತ.
ಶೀರ್ಣ. Decayed.

ಶೀಲ. Disposition, character; inclined to.
ಶೀಋಙ್. = ಸೀಋಙ್. 148.
ಶುಕ. A parrot.
ಶುಚಿ. Resplendent, pure.
ಶುದ್ಧ. = ಶುಚಿ; complete.
ಶುನಕ. A dog.
ಶುಭ. Shining, auspicious, good; auspiciousness.
ಶುಭ್ರ. White; shining.
ಶೂಕರ. A hog.
ಶೂಕಳ, ಸೂಕಳ. Impracticable, savage.
ಶೂರ. A hero.
ಶೂಲ. A pin, point; a pike; sharp pain.
ಶ್ರುತಿ. The ear.
ಶಿಖಿ. Flame; heat.
ಶೇಖರ. A crest; chief.
ಶೇಷ. A remnant; left.
ಶೈಥಿಲ್ಯವರ್ಣ. Inexactness regarding letters.
ಶೈಲ. A mountain.
ಶೈವಾಲ. A place in which a ಶಿವ idol is.
ಶೈಶವ. Childhood.
ಶೈಶಿರ. Relating to ಶಿಶಿರ, cold.
ಶೋಕ. Grief.
ಶೋಣ. Crimson colour.
ಶೋಧಿಸು. To examine, search for. 186.
ಶೋಭಿತ. Shining.
ಶೋಭಿಸು. To shine.
ಶೌರ್ಯ. Heroism, strength.
ಶ್ರಮ. Weariness, fatigue.
ಶ್ರಿತ. Gone to, joined with, contiguous to.
ಶ್ರೀ. Wealth, excellence, honour, beauty; excellent; an excellent female. **ಶ್ರೀಮತ್.** Honorable.
ಶ್ರೀಕರ. A splendid object.
ಶ್ರೀಪರ್ಣ. A tree the wood of which is used to procure fire by attrition.
ಶ್ರೇಣಿ. A line, row, multitude.
ಶ್ರೇಷ್ಠ. Pre-eminent, best.
ಶ್ರೋತ್ರಿಯ. A man whose office is to perform the precepts of the Vedas.
ಶ್ಲೋಕ. A verse; (a eulogist).
ಶ್ವಾನ. A dog.

ಷ

ಷೋಡಶ. Sixteen.

ಸ

ಸ, ಸಂ (ಸನ್, ಸಮ್, ಸಲ್). With, together; much; well.
ಶಂಕಲೆ (ಶೃಂಖಲ). A fetter, chain.
ಸಂಕುಳ,-ಲ. A mass, assemblage, flock.
ಸಂಖ್ಯಾತ. Counted.
ಸಂಖ್ಯೆ. A number, amount. **ಸಂಖ್ಯೆಯರ್.** Persons that number.
ಸಂಗ. A meeting, company, crowd.
ಸಂಗಡ. Together. 440.
ಸಂಗಡಿಸು. To be one, joined or together; to affix. 175. 440.
ಸಂಗತ. Entered into, joined.
ಸಂಗತಿ. A meeting, union, accumulation.

ಸಂಗಮ. A union, confluence.

ಸಂಗಳಿಸು, ಸಂಗಟಿಸು. = ಸಂಗಡಿಸು. p. 200.

ಸಂಗೀತ. A harmonious song.

ಸಂಗ್ರಥಿತ. Tied together.

ಸಂಘ. A mass.

ಸಂಘಟಿಸು. = ಸಂಗಡಿಸು.

ಸಂಘಾತ. A striking together; killing; a multitude.

ಸಂಚರಿಸು. To wander about, roam.

ಸಂಚಳನ. Roaming, travelling.

ಸಂಚಳಿಸು. To move about.

ಸಂಚು. A device, stratagem. p. 201.

ಸಂಛಾದಿತ. Put on as a covering.

ಸಂಜನಿಸು. To be born, produced.

ಸಂಜಾತ. Born, existing; birth; multitude.

ಸಂಜೆ. = ಸಂಧ್ಯೆ. 269. 290. 547.

ಸಂಜ್ವರ. One who has a bad fever.

ಸಂತ. Peace, agreement. 499.

ಸಂತತ. Extended; continually.

ಸಂತತಿ. Extension; assemblage; = ಸಂತಾನ.

ಸಂತರ್ಪಣ. Well feeding, satisfying.

ಸಂತವಿಡು. To stow away. 85.

ಸಂತಸ (ಸಂತೋಷ). Joy. 236. p. 213. etc.

ಸಂತಾನ. Extension; progeny; a row, lineage, family; a multitude.

ಸಂತಾಪ. Affliction. ಸಂತಾಪದ. Giving pain.

ಸಂತೈಸು. To become calm. 146.

ಸಂದಣಿ. A crowd, mass, throng. 124. 296. p. 169. p. 257.

ಸಂದಣಿಸು. To come together, come to close quarters, be crowded, throng. 174. 176. 230. 234. 354. p. 268.

ಸಂದಿ. = ಸಂಧಿ.

ಸಂದಿಗ್ಧ. Dubious.

ಸಂದಿಸು. = ಸಂಧಿಸು.

ಸಂದು. = ಸಂಧಿ. ಸಂದುವಿಡು = -ಬಿಡು. p. 229.

ಸಂದು. √ ಸಲ್.

ಸಂದೇಹ. Doubt, distrust.

ಸಂದೋಹ. = ಸಂದೋಹನ.

ಸಂದೋಹನ. A multitude, mass, assemblage.

ಸಂಧಿ. Joining; euphony; peace; a confluence; a chasm, fissure, hole.

ಸಂಧಿಸು. To be together or joined; to come together, meet.

ಸಂಧ್ಯೆ. Twilight, dawn.

ಸಂಪಗೆ. = ಚಂಪಕ. 261. 322. p. 229.

ಸಂಪದ (ಸಂಪತ್). Gain, wealth, power.

ಸಂಪನ್ನ. Obtained; possessed of; complete.

ಸಂಪ್ರಿಯ. A very lovely thing.

ಸಂಭಾಳಿ. Perfection. 216.

ಸಂಮತ. Opinion; agreement.

ಸಂಮದ. Intoxication; joy.

ಸಂಭ್ರಮ. Turning round; cheerful quickness, elation.

ಸಂಯುತ. Yoked to, possessed of.

ಸಂಸ್ಕಾರ. Accomplishing; the ripening cause.

ಸಂಸ್ಕೃತ. Accomplished; Sanscrit.

ಸಂಹತಿ. A multitude.

ಸಂಹಾರ. Destruction, ruin.

ಸಂಹೃತಿ = ಸಂಹಾರ.

ಸಕಲ. All.

ಸಕ್ಕರೆ. Sugar.

ಸಖ. A male friend. ಸಖಿ. A female friend.

ಸಗರ್ವ. Proud.

ಸಗ್ಗಳೆ. A hide; a skin flask. 416.

ಸಚಿವ. A friend; a counsellor, minister.

ಸಜ್ಜು (ಸಜ್ಜ). Armed; ready; readiness. p. 211.

ಸಡಕು. Decoration, beauty. 213.

ಸಡಗರ. Elation; pomp, decoration. 219. p. 196. p. 222. p. 256. p. 258. p. 268.

ಸಡಗರಿಸು. To be elated. p. 204.

ಸಡಿಲ್ (or ಸಿಡಿಲ್?). To become slack, untied, uncoiled. 145.

ಸಣ್ಣ (ಶರಣ, ಶೀರ್ಣ?). Small. 400.

ಸಣ್ಣಗೆ. Fineness. 318.

ಸತ್ (ಸಜ್, ಸದ್, ಸನ್). Being, good, nice, well.

ಸತತ. = ಸಂತತ.

ಸತಿ. A wife.

ಸತಿಸಪ್ತಮಿ. The local case expressed by certain verbal affixes. Rule 246.

ಸತ್ಕರಿಸು. To treat well, show honour.

ಸತ್ಕಾರ. = ಸತ್ಕ್ರಿಯೆ; politeness.

ಸತ್ಕ್ರಿಯೆ. A good, virtuous deed.

ಸತ್ಕೃತ. Well treated.

ಸತ್ತಿಗೆ. A parasol. 194. p. 201. p. 261.

ಸತ್ತು. √ ಸಾಯ್.

ಸತ್ಪದ. A proper verse or verse-foot.

ಸತ್ಯ. Truth; truthful.

ಸತ್ವ. Strength, vigour, valour.

ಸದ. One who is seated.

ಸದನ. A dwelling.

ಸದಾ. Always. ಸದಾನಂದ. Perpetual joy.

ಸದೆ. To crush. ಸದೆಬಡಿ. To crush by beating. 78. 180. 181. p. 201.

ಸದ್ಭಾವ. An excellent nature.

ಸದ್ಯ. Present time.

ಸನ್ನದ್ಧ. Ready, armed.

ಸನ್ನಾಹ. Preparing, arming, assembling.

ಸನ್ನುತ, ಸಂನುತ. Much praised.

ಸನ್ನೆ (ಸಂಜ್ಞೆ). Knowledge; a sign.

ಸನ್ನೆ. A lever. 287.

ಸನ್ಮಾನ. Honour.

ಸನ್ಮಾನಿತ. Honoured.

ಸಪ್ತ. Seven.

ಸಪ್ತಚ್ಛದ. Seven leaved, a kind of tree = ಸಪ್ತಪರ್ಣ, the echites scholaris.

ಸಬಳ. A javelin, spear. 133. 295. p. 201.

ಸಬುದ. = ಶಬ್ದ.

ಸಬ್ಬ (ಸರ್ವ). All. 132.

ಸಭೆ. An assemblage; a hall.

ಸಮ. Same, even, equal, good, well.

ಸಮಂಚಿತ. Compressed, including.

ಸಮಂತ. Entire, all; (good end). 593 (?).

ಸಮಂತು (ಸಮಂ-ತು). Like, so, thus.

ಸಮಗ್ರ. Entireness; all, whole, complete.

ಸಮದ. Intoxicated, delighted.

ಸಮನಂತರ. The time immediately or without delay following.

ಸಮನಿಸು. To be obtained, to occur; to exist. 359. 384. 593.

ಸಮನ್ವಯ. Lineage, race.

ಸಮಯ. Opportunity, time.

ಸಮರ. Fight, battle.

ಸಮರ್ಥ. Adequate; expert, strong.

ಸಮರ್ಪಿಸು. To offer, present.

ಸಮಸಂಸ್ಕೃತೋಕ್ತಿ. A word that is a Tatsama.

ಸಮಸ್ತ. All.

ಸಮಾನ. Same, equal; good, friendly.

ಸಮಾರೂಢ. Having mounted.

ಸಮಾಶ್ರಯ. A dwelling place; protection.

ಸಮಾಶ್ರಿತ. Gone to, entered, joined, protected.

ಸಮಾಸ. A compound.

ಸಮೀಪ. Nearness; near.

ಸಮುಂನತ. High, sublime, prominent.

ಸಮುಚಿತ. Proper.

ಸಮುಚ್ಚಾಮರ.1)=ಸಮುಚ್ಚ, Very great + ಅಮರ, A demigod, powerful person; 2) = ಸಮುದ್, Very great + ಚಾಮರ, The tail of the yak.

ಸಮುತ್ಕರ. A large multitude.

ಸಮುತ್ಕೀರ್ಣ. Raised, high. ಸಮುತ್ಕೀರ್ಣ-ಧರಾಪ-ರಾಗ and ಸಮುತ್ಕೀರ್ಣ-ಧರಾ-ಪರ-ಅಗ.

ಸಮುತ್ತುಂಗ. Very high.

ಸಮುತ್ಥಿತ. Raised.

ಸಮುತ್ಸುಕ. = ಉತ್ಸುಕ.

ಸಮುದಗ್ರ. Great excitement or fierceness.

ಸಮುದಯ. An assemblage.

ಸಮುದಿತ. Risen together, risen.

ಸಮುದ್ಘೋಷ. Accompanying loud sound.

ಸಮುದ್ಧೃತಿ. Pulling out.

ಸಮುನ್ನತ. Very high.

ಸಮುದ್ರ. The ocean.

ಸಮುನ್ಮಿಳಿತ. Mixed together.

ಸಮುಲ್ಲಾಸ. Great delight.

ಸಮೂಹ. A multitude.

ಸಮೇತ. Together with.

ಸಮ್ಮುಖ. Facing; presence.

ಸಮ್ಮೇಳ. Mixing, communion.

ಸರ. A wreath.

ಸರ. = ಸ್ವರ.

ಸರ. = ಸರಸ್.

ಸರಕು. An article, goods. 85.

ಸರಣಿ. A road, path, custom (verse 4 another division is possible, namely: ದೇಶೀ-ಸರಣಿ-ಶಬ್ದಾರ್ಥ, and ಉಪಮಾ-ಚಾತುರ್ಯ, and ಮಾಧುರ್ಯ etc.)

ಸರಪಳಿ. A chain. p. 201.

ಸರಭಸ. With velocity, quickly.

ಸರಸ್. A pond; water.

ಸರಸ. Sapid, tasteful, charming; beauty.

ಸರಸರನೆ. Hastily, speedily. p. 197.

ಸರಸಿ. A tank, lake.

ಸರಸಿಜ. The tank-born, a lotus.

ಸರಳ್, ಸರಳು. An arrow. 118. 399. p. 184.

ಸರಳ. Straight (on), even, proper. 4.

ಸರಳಿಸು. To (fly,) leap, jump. p. 199.

ಸರಿ. Rain. 368. 516.

ಸರಿ. Equal; evenness, finish. ಸರಿಗಾಣ್, ಸರಿನೋಡು. To compare. 167. 168. 252. 356. 405. 428. 494. 513.

ಸರಿಸ. Exactness; suitableness; nearness, proximity. 158. 402. p. 197. p. 199.

ಸರೀಸೃಪ. = ಸರ್ಪ.

ಸರೋಜ. The water-born, a lotus.

ಸರೋಧಿ. The water-hold, the ocean.

ಸರೋವರ. The water-enclosure, a tank, lake.

ಸರ್ಪ. A serpent.

ಸರ್ವ. All.

ಸರ್ವಜ್ಞ. Omniscient.

ಸರ್ವಥಾ. In all ways.

ಸಲ್, ಸಲು. To go, go on, be or become current or fit, come to pass, be obtained, be acknowledged or known. 9. 27. 32. 89. 413. 424. 442. p. 216. 567. cf. ಸಾಲ್.

ಸಲಕ್ಷಣ. Having marks, being distinguished by.

ಸಲಪು. = ಸಲಹು. 358.

ಸಲಹು. To make go on, bring up, nourish, foster, protect. 64. 239.

ಸಲಿಲ. Water.

ಸಲಿಸು. To make to go, perform; to pay. 468. 504.

ಸಲೆ. √ ಸಲ್. (Passably), well, (entirely). 247. 303. 334. 337. 445. 455. 516. 552.

ಸಲ್ಲಲಿತ. Pleasant, fine.

ಸಲ್ಲಾಪ. A familiar discourse, talk.

ಸಲ್ಲೀಲೆ. Great loveliness.

ಸಲ್ಲೆಹ. = ಶಲ್ಯಹ.

ಸವಗ. = ಕವಚ.

ಸವಿ. To taste, eat. 61. 297. 299. 340.

ಸವಿ. Taste, sweetness; sweet. 40. 152.

ಸವೆ. To be finished; to be made ready, be prepared. 163. 210.

ಸವ್ವಳಿ (ಸಂವಳಿ). A ruffle on the surface of water. 121.

ಸಸಂಭ್ರಮ. With elation.

ಸಹ. Together; also.

ಸಹ. Suffering.

ಸಹಕಾರ. A fragrant kind of mango.

ಸಹಣಿ. A groom. 575. p. 254.

ಸಹಾಯ. (Going together), help.

ಸಹಿತ. Together with.

ಸಹೋದರ. One of the same womb, a brother.

ಸಹ್ಯ. Powerful; (fit to be overcome), bearable, not offensive.

ಸಾಂದ್ರ. Thick; stout; much.

ಸಾಂಬ್ರಾಣಿ. Benzoin. p. 199.

ಸಾಕಾರ. The state of having one's real or proper form.

ಸಾಕು. = ಸಲಹು. 87. 325.

ಸಾಕು (ಸಾಕುಂ). An old future of ಸಾಲ್, ಸಲ್; = it is passable, sufficient, enough; there has been enough of. 80.

ಸಾಗರ. The ocean.

ಸಾತಿಶಯ. Very excellent.

ಸಾದರ. Passion, love.

ಸಾದು. = ಸ್ವಾದು.

ಸಾಧನ. Accomplishing, readiness; exercise; a performance; a means, expedient; ready.

ಸಾಧಿಸು. To achieve; to charge upon another.

ಸಾಧು. Tame; virtuous.

ಸಾಧ್ಯ. Possible.

ಸಾನಂದ. Joyfulness.

ಸಾನು. A tableland.

ಸಾಭಿಪ್ರಾಯ. Full of opinion; resolute.

ಸಾಮಂತ. A chief (of a district); a leader.

ಸಾಮಜ. An elephant.

ಸಾಮ್ಯ. Equality, likeness; similar.

ಸಾಮಾನ್ಯ. Common; common character.

ಸಾಮ್ರಾಜ್ಯ. An empire.

ಸಾಯ್. To die. 39. 41. 42. 43. 50. 80. 300.

ಸಾಯ. = ಸಹಾಯ.

ಸಾರ್, ಸಾರು (ಸೇರ್). To go or come near or to; to go; to reach; to arrive; to enter; to go to one side, make place. 63. 64. 65. 72. 80. 160. 161. 262. 289. 343. 381. 387. 416. 419. 455. 456. 480. p.200. p.218. 560. 568. 588. 614.

ಸಾರ. A fluid, essence; honey; water; excellent.

ಸಾರಂಗ. A deer.

ಸಾರಣೆ. A smearing or washing (of walls, etc.) 126. 166. 214.

ಸಾರಥಿ. A charioteer.

ಸಾರಸ. The Indian crane.

ಸಾರಿ (ಶಾರಿ). A piece or man at chess, draughts, etc. ನೆತ್ತಸಾರಿ. A die. 270. 308. 309. 312. 313.

ಸಾರೂಪ್ಯ. Likeness.

ಸಾರ್ಕೆ. Nearness. p.179.

ಸಾರ್ಚು. To draw near; to make go (or to put) into, to or near. 399. 480. p.200. 524. p.271.

ಸಾರ್ವಭೌಮ. Relating to the whole earth.

ಸಾಱ್, ಸಾಱು. To shout, proclaim in a loud voice.

ಸಾಱಿಸು. To have proclaimed in a loud voice. 260.

ಸಾಲ್. To be current, (sufficient), accepted or desirable. 584.

ಸಾಲ್, ಸಾಲು. A row, line. 163. 211. 294. 295. 331. 332. 349. 449. 480. p.198. 496. p.229. p.261. 622. ಸಾಲಿಡು. To put, be or go in rows; to beam. ಸಾಲ್ವಿಡಿ. To form a line. ಸಾಲ್ಗೊಳ್. To be in rows or large numbers.

ಸಾಲ. A debt. 44.

ಸಾಲ. The sal tree.

ಸಾಲಭಂಜಿಕೆ. A puppet.

ಸಾಲದು. √ ಸಾಲ್, ಸಲ್. It does not pass, is not sufficient or possible. 2. 266. 288.

ಸಾಲ್ಸರಿ. A kind of rain. 516.

ಸಾಲೆ. = ಶಾಲೆ.

ಸಾವಿರ. Thousand.

ಸಾಸಿ. = ಸಾಹಸಿ.

ಸಾಸಿರ. = ಸಾವಿರ.

ಸಾಹಸ. Effort; daring.

ಸಾಹಸಿ. A man of effort or prowess.

ಸಾಳು. A kind of bird. 100.

ಸಿಂಗ. = ಸಿಂಹ.

ಸಿಂಗರ (ಶೃಂಗಾರ). Decoration.

ಸಿಂಗರಿಸು. To decorate.

ಸಿಂಧ. A kind of flag. 169. 176.

ಸಿಂಧು. The ocean.

ಸಿಂಧುರ. An elephant.

ಸಿಂಧೂರ. Red lead.

ಸಿಂಹ. A lion.

ಸಿಂಹಳ. The name of Cylon and that of its king.

ಸಿಂಹಾಸನ. A lion-seat, throne.

ಸಿಕ್ಕು. = ಸಿಲುಕು. 88. 145. 190. 418.

ಸಿಗುರ್. = ಸಿಬರ್ (?). 2.

ಸಿಡಿ. To be scattered, snap, burst forth, fly about, spring aside, spring. 93. 101. 122. 368. 399. 414. 439. 514. 528.

ಸಿಡಿಗುಂಡು. A kind of ball. 401.

ಸಿಡಿಮಿಡಿ. (Starting up and shaking), confusion, perplexity, consternation. 171. 388.

ಸಿಡಿಲ್ (?). To burst open, be suddenly unloosed. 145. cf. ಸಡಿಲ್.

ಸಿಡಿಲ್. A thunder-bolt. ಬಱಸಿಡಿಲ್. Lightning unaccompanied by rain. 116. 198. 243. 321. p.201. 497. 513. 517.

ಸಿಡುಬು. Bursting forth, projecting(?). 451.

ಸಿತ. White; moonlight.

ಸಿದ್ಧಾಯ (ಸಿದ್ಧ-ಆಯ). Tribute. 467. 468.

ಸಿದ್ಧ. Accomplished, ready; possessed of; an alchemist. ಸಿದ್ಧಾಂತ. An established thing; astrology.

ಸಿದ್ಧರಸ. Mineral; chemical fluid; quicksilver.

ಸಿದ್ಧಿ. Accomplishment; discharge.

ಸಿಬರ್. The outer coat of sugar-cane. 2.

ಸಿಮಿಸು. To fall or pour down. 96.

ಸಿರಿ. = ಶ್ರೀ.

ಸಿರಿಗಂಧ. Scented sandal.

ಸಿರಿದ. A giver of wealth or welfare.

ಸಿಲುಕು, ಸಿಲ್ಕು. To be caught in, be entangled, be seized. 136. 138. 308. p. 196. p.197. 630.

ಸೀಕರ. = ಶೀಕರ.

ಸೀಗುರಿ. A kind of fan. 169. 213. 331.

ಸೀತ್ಕಾರ. Sighing, groaning. 379. 386.

ಸೀದು. √ ಸೀಯ್.

ಸೀಮಂತ. The parting of the hair on the top of the head; the head.

ಸೀಮೆ. A seam, a boundary; a country.

ಸೀಯ್. To be singed. 101. 440.

ಸೀವರಿಸು. To hiss. 170.

ಸೀಸಕ. A helmet.

ಸೀಳ್. To spilt, tear asunder. 137. 287. 430. 449. 457. p.196. p.197.

ಸೀಳ್. A split, a piece rent off. 148.

ಸು. Good; well.

ಸುಂಟುರೆ. A whirl (-wind). p.197. 611.

ಸುಂಮಾನ, ಸುಮ್ಮಾನ. Joy. 76. 225.

ಸುಕರ. Practicable, convenient, beneficial.

ಸುಕುಮಾರ. A good son.

ಸುಖ. (Good air), joy, happiness.
ಸುಖಿಸು. To rejoice.
ಸುಕೋದಂಡ. = ಸು-ಕೋದಂಡ.
ಸುಗುಣ. A good nature.
ಸುಜನ. A good man.
ಸುಟ್ಟು. √ ಸುಡು.
ಸುಡು. To burn. 171. 224. 391. 435. 436. 439.
ಸುತ. A son. ಸುತೆ. A daughter.
ಸುತ್ತಲ್. = ಸುತ್ತು. Round about. 291.470.
ಸುತ್ತಿಸು. To cause to turn round. 613.
ಸುತ್ತು. To go round; to surround. 170. p.197. p.199. 483. p.211. 611. 621.
ಸುತ್ತು. Round about; a surrounding, fetter, tie (?). 120. 217. 218. 219. p.197. p 199. (ಸುತ್ತಣ).
ಸುದತಿ. She with beautiful teeth.
ಸುಧಾಕರ. The nectar-rayed, the moon.
ಸುಧೆ. Water; nectar.
ಸುದ್ದಿ. News, report. 66.
ಸುನಿಳಯ. A handsome house.
ಸುಪರ್ಣ. The brahmany kite.
ಸುಬುದ್ಧಿ. Good or prominent intellect.
ಸುಬ್ಬಲೆ. ? 113.
ಸುಭಟ. = ಸು-ಭಟ.
ಸುಮನಸ್. A good or wise man; a flower.
ಸುಮ್ಮನೆ. Quietly, without emotion. 224.
ಸುಯ್. To sigh, breathe deeply. 67. 107. 141. 325. 326. 376. 426. 564.
ಸುಯ್. A sigh; the breath. 315. 451.
ಸುಯಿಬದಾನ (ಸಂವಿಧಾನ). Joining; meditation.
ಸುಯೋಧನ. A nick name of ದುರ್ಯೋಧನ.
ಸುರ. A fabulous demigod; ಸುರೇಂದ್ರ. The king of such demigods.
ಸುರಗಿ. A sword, knife. 133. 177.
ಸುರಗಿ. A variety of the jasmine. 535.
ಸುರಚಾಪ. The rainbow.
ಸುರಯಿ. = ಸುರಗಿ. Jasmine. p.229.
ಸುರಿ. To flow, (fall); to pour or throw forth; to give in large quantities. 81. 170. 227. 296. 336. 452. 498. 516. 552.
ಸುರಿಗೆ. = ಸುರಗಿ. Knife. p.199.
ಸುರ್ಕು. Shrivelling, a feeling of emptiness or uneasiness. 393.
ಸುಲಭ. Easy to be obtained; easy; delicious.
ಸುಲಲಿತ, ಸುಳಲಿತ. Very beautiful.
ಸುಲಿ. To peal. 2.
ಸುಲಿ. Pealing; uncovering, showing. 441.
ಸುವರ್ಣ. = ಸ್ವರ್ಣ.
ಸುವಾರಿ. Nice water; an excellent vegetable perfume.
ಸುವ್ವಲೆ. ? 113.
ಸುಹೃದಯ. A good hearted person.
ಸುಳ್ಳ. A liar. 571.
ಸುಳಿ. To move about, roam; to be quick; to shine, to begin to appear, to peep. 75. 139. 263. 302. 303. 307. 335. 370. p. 197. 596. 615. 621.
ಸುಳಿ. Rambling or flying about; an eddy; a curve. 121. 138. 139. 295. 327. 366.

ಸೂಚನೆ. A hint, sign, intimation.

ಸೂಚಿಸು. To hint, indicate.

ಸೂತ. A charioteer; the sun.

ಸೂತ್ರಯಂತ್ರ. A thread-mechanism.

ಸೂನು. A son.

ಸೂನುಗಿಗತ್ತಿ, ಸೂನಗಿ-. A kind of sword. p.197.

ಸೂಪ. Cooking.

ಸೂಱೆ. Plunder. ಸೂಱೆಗೊಳ್. To plunder, to acquire; ಸೂಱೆವಿಡು (-ಬಿಡು). To give to be plundered. 182. 186. 260. 593.

ಸೂರ್ಯ. The sun.

ಸೂಸಕ. A flower. 213. p. 229.

ಸೂಸು. To flow over or forth, to drop down, to be scattered or spread; to make flow, to scatter or spread about. 106. 107. 132. 246. 321. 352. 388. 393. 451. p.205. 498. 500. 624.

ಸೂಳೈಸು. To sound, clang. p.202.

ಸೂಱ್. A turn, time. p.199.

ಸೂಱ್ಸರಿ. A kind of rain. 516.

ಸೃಜಿಸು. To create.

ಸೃಷ್ಟಿ. Creation.

ಸೆಗಳಿಕೆ. Vapours arising in sultry weather. 193.

ಸೆಜ್ಜೆ. = ಶಯ್ಯಾ. ಸೆಜ್ಜೆವನೆ, A dormitory. p.234.

ಸೆಡೆ. To become stiff; to suffer consternation, to fear. cf. ಸಿಡಿಮಿಡಿ. 119. 309. 399. 482.

ಸೆಡೆ. Contraction, curvature. 224.

ಸೆಣಸು. To provoke. 343.

ಸೆಱಗು. Border, end, edge, boundary. 24. 529. 534. p.259.

ಸೆಱೆ. Hold, captivity, imprisonment; captive; the palm of the hand bent so as to hold something. 186. 260. 268. 313. 463. p.197. 526. 542. ಸೆಱೆಗಟ್ಟು, -ಗೆಯ್, -ಗೊಳ್, -ವಿಡಿ (-ಪಿಡಿ). To take captive.

ಸೆಳೆ. To pull, draw, drag, (take in); to carry away, to take by force. 71. 134. 180. 181. 195. 366. 388. 400. 498. 519.

ಸೇಡು. Stiffness; consternation. 392.

ಸೇಣಿ. A line, row.

ಸೇನೆ. An army, a multitude.

ಸೇರ್ (ಸಾರ್). To reach, arrive; to join, enter, agree to, be obedient, follow. 51. 151. 155. 160. 256. 387. 560.

ಸೇವಕ. A servant.

ಸೇವನ. Enjoying.

ಸೇವೆ. Service.

ಸೇವಿಸು. To enjoy, eat or drink. 139. 307.

ಸೇವಿಸು. To serve.

ಸೇಸೆ. A pouring or sprinkling (on the heads of persons). 520.

ಸೈ (ಸರಿ, ಸಹಿ). ಸೈವೆಱಗು (-ಬೆಱಗು). Greatly surprised. 528.

ಸೈನಿಕ. A body of forces in array, an army. 198.

ಸೈನ್ಯ. = ಸೇನೆ.

ಸೈರಿಭ. A buffalo.

ಸೈರಿಸು (ಸಹಸಿಸು). To bear, put up with, be patient.

ಸೈಪು (ಸಹಿಪು). Calmness, goodness, merit, truth; happiness; beauty. ಸೈಪಿಡು. To calm, appease. 416.

ಸೈವು. = ಸೈಪು. ಸೈವಡು (-ಱಿ). To distinguish one's self. 133.

ಸೊಂಕು (ಸೋಂಕು). To come into contact, be contagious, to meet with, knock against. 112. 144. 339.

ಸೊಂಪು. Beauty, charm, sweetness. 126. 195. 264. 321. 331. 333. 345. p.228.

ಸೊಕ್ಕು. = ಸೊಂಕು. 133.

ಸೊಕ್ಕು (ಸೊಕ್ರ್). To be insolent or proud. 54. 543.

ಸೊಕ್ಕು. = ಸೊಕ್ರ್. cf. ಮದ. 334. 397. 410.

ಸೊಗಡು. A peculiar fetid smell. 397. 410.

ಸೊಗಯಿಸು. To be pleasant; to cause pleasant feelings. 218. 327. 335. 346. 424. 508.

ಸೊಗಸು. To be pleasant. 193. 216. 217. 340. 490.

ಸೊಗಸು. Pleasant; nicely; loveliness, beauty. 69. 162. 211. 262. 306. 526. 528.

ಸೊಡರ್. A lamp. 138. 267. 442.

ಸೊನ. = ಸ್ವನ.

ಸೊಪ್ನ. = ಸ್ವಪ್ನ.

ಸೊಪ್ಪಳ್. cf. ಸಬುದ. Noise. 534.

ಸೊಪ್ಪು. Foliage. 396.

ಸೊಬಗ (ಸುಭಗ). A beautiful person. 631.

ಸೊಬಗು. Beauty. 327.

ಸೊಯಂವರ (ಸ್ವ-). Self-selection (of a husband).

ಸೊರ. = ಸ್ವರ.

ಸೊರೆ. = ಸೋರೆ. 36.

ಸೊರ್ಕು. Pride, insolence, (strength), (rutting). ಸೊರ್ಕುಮರ್ದು (= ಬಳಮ ರ್ದು). Gunpowder. 442. 461.

ಸೊರ್ಗ. = ಸ್ವರ್ಗ.

ಸೊಲ್. To sound, speak. 329.

ಸೊಲ್, ಸೊಲ್ಲು. A sound, voice, speech. 202.

ಸೊಲ್ಲಿಸು. To make say. 282.

ಸೊಸ್ತ. = ಸ್ವಸ್ಥ.

ಸೋ. = ಸೋವು. 238.

ಸೋಕು. To touch, to affect. 67.

ಸೋಗೆ. The peculiar branch or leaf of the palm, sugar-cane, etc.; a peacock. 46. 240. 305. 335. 437. p. 229.

ಸೋಜಿಗ. Wonder. 202.

ಸೋತು. √ ಸೋಲ್.

ಸೋದು. = ಸ್ವಾದು.

ಸೋನ. = ಶ್ವಾನ.

ಸೋನೆ. A thin, but incessant rain. 170.

ಸೋಪಾನ. A flight of steps. 101. 217. 318. 507.

ಸೋಮ. The moon.

ಸೋರೆ. A gourd. 55.

ಸೋಲ್. To loose, be overcome. 62. 620.

ಸೋಲ. Losing, defeat. 597.

ಸೋವು. To drive or chase away or in; to beat. 306. 315. 396. 401.

ಸೋಷ್ಣ (ಸ-ಉಷ್ಣ). Hot.

ಸೋಹು. = ಸೋವು. 113.

ಸೋಹು. Chasing, a chase. 182.

ಸೋಹೆ. A (beaten track,) trace, mark. 111.

ಸೌಖ್ಯ, ಸೌಕ್ಯ. Pleasure, happiness.

ಸೌಧ. A grand edifice, an upstair house.

ಸೌಭಾಗ್ಯ. Good fortune; beauty, charm.

ಸೌರಭ, ಸೌರಂಭ. Fragrance, odour; pleasingness, beauty; pride.

ಸ್ಖಲಿತ. Stumbling, stuttering, faltering.

ಸ್ತಂಭ. A pillar.

ಸ್ತುತಿ. Praise.

ಸ್ತೋಕ. Little, small, few.

ಸ್ತೋಮ. A mass, assemblage.

ಸ್ಥ. Standing.

ಸ್ಥಳ. A place; the floor, ground, bottom.

ಸ್ಥಾನ. A place, spot.

ಸ್ಥಿತ. Placed, standing, dwelling.

ಸ್ಥಿತಿ. A state; a place; a standing; honour; one being in a state.

ಸ್ಥೂಲ. Bulky, big, huge.

ಸ್ನೇಹ. Attachment, love.

ಸ್ಪಂದ, ಸ್ಪಂದನ. Trembling.

ಸ್ಫಟಿಕ. Crystalline; crystal.

ಸ್ಫಾರ. Large, great.

ಸ್ಫುರತ್. Trembling, sparkling, shining.

ಸ್ಫುಲಿಂಗ. A spark.

ಸ್ಮರಿಸು. To remember.

ಸ್ಮಿತ. Smiling; a smile; ಸ್ಮಿತೆ. She who smiles.

ಸ್ರಜ್, ಸ್ರಜ್ಜು (ಸ್ರಗ್). A wreath, garland.

ಸ್ರಜ. = ಸ್ರಜ್. 515.

ಸ್ವ. Self. ಸ್ವಸ್ಥ. Standing in one's own nature, easy (in mind or body), healthy, beneficient; health.

ಸ್ವಚ್ಛತೆ. Whiteness, pureness.

ಸ್ವನ. A sound.

ಸ್ವಪ್ನ. Sleep; a dream.

ಸ್ವರ. A voice, sound, word.

ಸ್ವರ್ಗ. The sun-going (place), heaven.

ಸ್ವರ್ಣ. Gold.

ಸ್ವಾಂತ. The mind; one who has a mind.

ಸ್ವಾದು. Sweet, agreeable.

ಸ್ವಾಮಿ. An owner, master.

ಸ್ವೈರ. Self-will, unrestraint.

ಹ

ಹ. This letter often appears in the form of ಪ, and when forming the initial of the second part of a compound, in that of ವ.

ಹಂತಿ. = ಪಂಕ್ತಿ.

ಹಂಮೈಸು. To faint, dispair of. p.271.

ಹಂಸ, ಹಂಸೆ. A goose or swan; the sun; the best of.

ಹಕ್ಕರಿಕೆ. A horse's or an elephant's trappings. 169. cf. ಪಕ್ಕರಕ್ಕೆ.

ಹಕ್ಕೆ. = ಪಕ್ಕೆ. 111.

ಹಗಲ್. = ಪಗಲ್. 60. 193. 196.

ಹಗ್ಗ. (ಪ್ರಗ್ರಹ?). A rope. 70.

ಹಜ್ಜೆ. = ಪಜ್ಜೆ. 193. p.199.

ಹಡಗು. A ship. 122.
ಹಡಪ. A betel-pouch. p.271.
ಹಣ್, ಹಂಣು. = ಪಣ್. 88.
ಹಣ. Money; a Fanam. 41. 181.
ಹಣುಗು. To look slily. 184.
ಹತ. Beaten, struck, killed; a stroke, blow. ಹತೋದ್ಧತ. = ಹತದಿಂದ ಉದ್ಧತ.
ಹತಿ. A stroke, blow.
ಹತ್ತು. = ಪತ್ತು. Ten.
ಹದ. The state of being tempered; hardness, sharpness, strength. ಹದವಿಲು. A strong bow. 117.
ಹಬ್ಬ (ಪರ್ವ). A festivity. 43. 182.
ಹಬ್ಬು. = ಪರ್ಬು. 145.
ಹಬ್ಬುಗೆ. = ಪರ್ಬುಗೆ. 103. 400.
ಹಯ. A horse.
ಹರಡೆ. The Indian (Numidian) crane. 99.
ಹರಣ. Taking away, carrying off.
ಹರಣ. = ಪ್ರಾಣ. p.271.
ಹರವಿ. An earthen vessel. 55. 77. 81.
ಹರಸು. = ಪರಸು. 78. 229.
ಹರಿ. = ಪರಿ. To flow, etc. 80. 83. 73. 109. 110. 158 (?). 183. 185. 193. 289. 300. 825.
ಹರಿ. Running. 79.
ಹರಿಗೆ. (cf. ಪಲಗೆ). A shield. 169.
ಹರಿಣ. A buck deer; = ಎರಲೆ. 415.
ಹರಿತರ್. To come quickly. 79.
ಹರಿದ್ರ. Turmeric, yellow.
ಹರಿಯಂತರ (= ಹರದಾರಿ?). A measure of about two miles and a half, a coss. 258. (cf. ಕ್ರೋಶ. 252).
ಹರಿಸು. = ಪರಿಯಿಸು. 80.
ಹರುಷ. = ಹರ್ಷ.
ಹರುಸ. = ಹರ್ಷ.
ಹಱಕು. A rent, slit; rent, torn. 56.
ಹಱಿ. To tear. 117. 132. 148. 158 (?).
ಹಱಿವು. The act of being torn. 117.
ಹರ್ಮ್ಯ. A palace, mansion.
ಹರ್ಷ. Joy.
ಹರ್ಷಿತ. Joyful.
ಹಲ್, ಹಲ್ಲು. = ಪಲ್. 202.
ಹಲ, ಹಲವು, ಹಲು. = ಪಲ, ಪಲವು. 77. 82. 247. 308.
ಹಲಗೆ. = ಪಲಗೆ. 809.
ಹಲಿಗೆ. = ಹಲಗೆ. 79.
ಹಲ್ಲಣ. A saddle. 169.
ಹವಣ್, ಹವಣು (ಪ್ರಮಾಣ). Decision; intention, purpose. 71.
ಹವಿ. Clarified butter.
ಹಸನು. Tilled; in good order or state. 42.
ಹಸರ. = ಪ್ರಸರ.
ಹಸಿವು. = ಪಸಿವು. 83.
ಹಸು. = ಪಶು. 117.
ಹಸುರ್. = ಪಸುರ್. 115.
ಹಸ್ತ. The hand; an elephant's trunk.
ಹಸ್ತಿ. An elephant.
ಹಳ್ಳಿ. A village. 65.
ಹಱುವೆ. A forest. 65. 141.
ಹಾಕು. = ಹಾಯ್ಕು. 189.
ಹಾದಿ. A road. 26. 390.
ಹಾದು. = ಹಾಯ್ದು. √ ಹಾಯ್.
ಹಾನಿ. Hurt, injury, loss.
ಹಾಯ್. = ಪಾಯ್. 132. 134. 137. 143. 145. 196. 255. 298.

ಹಾಯಿಕೆ. A throw. 313.

ಹಾಯ್ಕು. (To make go); to throw, cast; to be cast. 309. 313. 498.

ಹಾರ. Taking, comprising; one who possesses; a string of pearls, a garland.

ಹಾಱ್, ಹಾಱು. = ಪಾಱ್. 280. 313.

ಹಾಲ್. = ಪಾಲ್. Milk. 2. 43. 57. 77. 81.

ಹಾವಸೆ. Duck-weed. 193.

ಹಾಸ. Laughing; sport. 116.

ಹಾಸ. = ಹಾಸು. 134.

ಹಾಸಂಗಿ. A die; a dice cloth. 270.313.

ಹಾಸು (ಹಾಯ್ಸು). Something spread or laid flat; a bed, couch; a dog's collar (rope). 117. 329. 396. 400.

ಹಾೞ್, ಹಾೞು. Destruction, ruin. 45. 203.

ಹಿಂ. Behind; (off).

ಹಿಂಗು (= ಬಿಟ್ಟು ಹೋಗು). To remain behind; to go or be backwards; to leave off, let go; to cease. 87. 140. 209.

ಹಿಂಡು. To wring out, squeeze; to milk; to punish. 82. 240. 542.

ಹಿಂಡು. A mass, multitude, herd, flock. 114. 132. 261. 303. 305.

ಹಿಂಡುವಲೆ. A variety of net. 119.

ಹಿಂದೆ. Behind. 89.

ಹಿಂದೆಯಾಡು. cf. ಬಿಟ್ಟಾಡು. To calumniate. 159.

ಹಿಗ್ಗು. To be elated. 325. 328.

ಹಿಡಿ. = ಪಿಡಿ. To seize, etc. 79. 86. 87. 106. 137. 164. 185. 201. 202. 223. 224. 242. 563.

ಹಿಡಿ. Seizing, holding; what is seized.

ಹಿಡಿತರ್. To bring what is seized, (to seize and bring). 156.

ಹಿಡಿಮೃಗ. A beast that has been taught to seize wild animals. 117.

ಹಿಡಿಯಾಳ್. A person that is going to catch. 242.

ಹಿಡಿಸು. To cause to be received, to make go in. 76.

ಹಿತ. Put down; fit; beneficial, good; a friend; welfare.

ಹಿತಕರ. Beneficial.

ಹಿಮ. Cold (cool); snow; winter; the moon (the cool-rayed).

ಹಿಮಕರ. The cool-rayed, the moon.

ಹಿರಿ. Great; old; much. 1. 30. 282.

ಹಿಳಿ. To burst. 101. 104.

ಹಿೞಿ. (cf. ಹಿಂಡು). To empty, take out, make dry. 542.

ಹೀನ. Deprived, being without something; deficient, dim, low, vile.

ಹುಗು. = ಪುಗು. 46. 88. 109. 120. 133. 143. 197. 255.

ಹುಟ್ಟು. = ಪುಟ್ಟು. 43.

ಹುಟ್ಟು. A ladle. 281.

ಹುಡಿ. Powder, dust. 180.

ಹುತ್ತು. A white ant's nest or a snake's hole. 105. 106. 156.

ಹುದಿ. = ಪುದಿ. 280.

ಹುದುಗು. = ಪುದುಗು. 136.

ಹುರಿ. Twine. 79.

ಹುಲಿಮುಖ. (Tiger-face), the ornamental work over the gate of a fort. 211.

ಹುಲ್ಲೆ. = ಪುಲ್ಲೆ. 136.
ಹುಹು. Ugh! ugh! 386.
ಹೂ. = ಪೂ. 266.
ಹೂಂಕಾರ. Hum, murmur. 609.
ಹೂಡಿಸು. = ಪೂಡಿಸು. 185.
ಹೂಡು. = ಪೂಡು. 68. 69. 76. 79. 80. 309.
ಹೂವು. = ಹೂ. 58.
ಹೂಸು. To sizzle. 106.
ಹೃತಿ. Taking away.
ಹೃದಯ. The heart; knowledge.
ಹೃದ್ಯ. Belonging to the heart, hearty; dear, pleasant.
ಹೃಷ್ಟ. Gladdened, joyful.
ಹೆಂ. Female.
ಹೆಂ, (ಹೆರ್), ಹೆಗ್, ಹೆಜ್, ಹೆದ್, ಹೆಟ್, ಹೆವ್. = ಹೆರ್.
ಹೆಂಟೆ. A clod. 30.
ಹೆಂಡತಿ. A wife. 247.
ಹೆಕ್ಕಳಿಸು. To act overbearingly. 543.
ಹೆಗ್ಗಣ. (The great mass), a bandicoot. 131.
ಹೆಗ್ಗೋಡೆ. A large horn. 127.
ಹೆಚ್ಚು. = ಪೆರ್ಚು. 83. 146.
ಹೆಜ್ಜೆ. = ಪಜ್ಜೆ. 111. 193.
ಹೆಜ್ಜೇನ್. Great *i. e.* excellent honey. 299.
ಹೆಣ. = ಪೆಣ.
ಹೆಡತಲೆ. The back of the neck. 43.
ಹೆಡೆ. = ಪೆಡೆ. 51. 107.
ಹೆಡೆಗೆ. A basket. 77.
ಹೆಡ್ಡ. Stupid; a fool. 51. 205.
ಹೆಣ್, ಹೆಣ್ಣು. = ಪೆಣ್. 52.
ಹೆಣ. = ಪೆಣ. 60.
ಹೆದೆ. A bow-string. 117.
ಹೆದ್ದೊಡೆ. A big or stout thigh. 145.
ಹೆಬ್ಬಲ್. A large tooth. 400.
ಹೆಬ್ಬಿದಿರ್. A big or tall bamboo. 104.
ಹೆಬ್ಬಂದಿ. A large hog. 143.
ಹೆಮ್ಮರ, ಹೆಂಮರ. A tall tree. 86. 102. 144. 287.
ಹೆಮ್ಮಾರಿ. A big bad woman. 55.
ಹೆರ್. = ಪೆರ್.
ಹೆಸರ್. = ಪೆಸರ್. 47. 117.
ಹೆಸರಿಸು. To name, appoint. 312.
ಹೇಡಿ. A coward. 59.
ಹೇನ್. A louse. 58.
ಹೇಮ. Gold.
ಹೇಮಂತ. The wintry season, from the middle of November to that of January.
ಹೇಱಿಸು. To make lade or load. 182. 183.
ಹೇಱ್. To lade, load, burden. 28.
ಹೇವ. Shame.
ಹೇಷೆ. The neighing of a horse.
ಹೇೞ್. = ಪೇೞ್. 71. 181. 216. 243. 271. 309. 311.
ಹೈನು. (A cow) giving milk. 28.
ಹೈಮ. = ಹೇಮಂತ.
ಹೊಂ, ಹೊನ್, ಹೊಂನು. = ಪೊಂ. 31. 38. 41. 309. 373.
ಹೊಂಗಱಿ. A gold coloured arrow-feather. 118.
ಹೊಂಗೇಸರ. Gold coloured filament or pollen. 319.
ಹೊಂಚು. To lurk, spy. 244. 322.
ಹೊಂದು. = ಪೊರ್ದು.

ಹೊಂದೇರ್. = ಪೊಂದೇರ್. 69.

ಹೊಂದೋಣಿ. A golden basin or trough. 219.

ಹೊಕ್ಕರಣಿ (ಪುಷ್ಕರಣಿ). A lotus tank.

ಹೊಕ್ಕು. √ ಹುಗು.

ಹೊಗಲ್. = ಪೊಗಲ್. 255.

ಹೊಗು. = ಹುಗು. 83. 170.

ಹೊಗೆ. To smoke. 170.

ಹೊಗೆ. = ಪೊಗೆ. Smoke. 103. 170.

ಹೊಡೆ. = ಪೊಡೆ. 81. 87.

ಹೊತ್ತು. √ ಹೊಱು.

ಹೊತ್ತು. = ಪೊತ್ತು. 44. 57. 246. 279. 530.

ಹೊದಕುಳಿ. Torment, great distress. 171.

ಹೊದಲ್. = ಪೊದಲ್. 96. 102. 106. 133. 145.

ಹೊದಳಿಕ್ಕು. To be thick set or in a heap together. 112. (cf. ಹೊದಳಿಕ್ಕರಿಸು. 145.)

ಹೊದೆ. To put on; to cover. 34.

ಹೊದೆ. A (cover), quiver. 118. cf. ಪುದಿ.

ಹೊದ್ದಿಸು, ಹೊಂದಿಸು. To attach. 540.

ಹೊಯ್, ಹುಯ್. = ಪೊಯ್. ಕೆಯ್ ಹೊಯ್. To clap hands. 80. 87. 146. 180. 182. 195. 310. 311.

ಹೊಯ್. A blow. 86.

ಹೊಯ್ಕೆ. A cast, image, representation. (ಹೊಯ್ಕ್ಕೃ = ಹೊಯ್ಕೆ, ಎಯ್!). 254.

ಹೊಯ್ಲು. = ಪೊಯ್ಲು. 243.

ಹೊಯ್ಲ್ಸ. = ಪೊಯ್ಲ್ಸ. 221.

ಹೊರಳ್. To roll about. 171.

ಹೊರಳಿ. A heap, mass, assemblage. 102. 106.

ಹೊರೆ. = ಪೊರೆ. 197. 214.

ಹೊಱ. = ಪೊಱ. 46. 106. 189. 258. 294. (ಹೊಱಗಣ, ಹೊಱಗೆ).

ಹೊಱತು. Outside, except. 207.

ಹೊಱವಂಡಿಸು. = ಪೊಱಮಡಿಸು. 80.

ಹೊಱು. = ಪೊಱು. 57. 110.

ಹೊಱೆ. = ಹೊಱು. 208.

ಹೊಲ. = ಪೊಲ. 112.

ಹೊಲಬು. Proper way or limit; concern. 49. 69.

ಹೊಲಸು. Fetid matter or smell. 53.

ಹೊಲ್ಲಹ. Nastiness, wickedness, falsehood. 272.

ಹೊಸ. = ಪೊಸ. 42.

ಹೊೞಲ್. = ಪೊೞಲ್. 65.

ಹೊೞಹು. Glittering, flashing. 114.

ಹೊೞೆ. = ಪೊೞೆ. 215. 319.

ಹೋಗು. = ಪೋಗು. ಹೋಗಾಡು. To wander about. 50.

ಹೋರಟೆ. A strife, battle. 178.

ಹೋರಿ. A bull, bullock. 80.

ೞ

ಳೋಲ. = ಲೋಲ.

ೞ

ೞ. An old letter instead of which ಳ is used in new Canarese.

CANARESE SCHOOL-BOOKS

Published at the Basel Mission Book & Tract Depository

Mangalore

Kesirâja's Jewel Mirror of Grammar with the Commentary of Nishṭhurasaṇjayya, 420 pp. ಕೇಶಿರಾಜಕವಿಯ ಶಬ್ದಮಣಿದರ್ಪಣಂ ನಿಷ್ಠೂರಸಂಜಯ್ಯನ ವ್ಯಾಖ್ಯಾನಂ ಸಹಿತಮಾದುದು . . . . . Rs. 2 0 0

Catechism of Canarese Grammar, 60 pp., 7th Edition. ಕನ್ನಡ ಬಾಲವ್ಯಾಕರಣ, ಪ್ರಶ್ನೋತ್ತರ ಸಂವಾದ . . . . „ 0 2 0

First Canarese and English Translator, a Course of 42 Exercises, 93 pp., 2nd Edition. ಕನ್ನಡ ಇಂಗ್ಲಿಷ್ ಮೊದಲನೇ ಭಾಷಾಂತರ ಪುಸ್ತಕವು „ 0 8 0

Proverbs, A Collection of 3547, 151 pp., 3rd Edition. ಕನ್ನಡ ಗಾದೆಗಳು . . . . „ 0 6 0

Canarese School-Panchatantra, 146 pp., 2nd Edition. ಕನ್ನಡ ಪಂಚತಂತ್ರವು . . . . „ 0 6 0

Æsop's Fables, 200 pp., 4th Edition. ಈಸೋಪನ ನೀತಿಕಥೆಗಳು . . . . „ 0 6 0

A Moral Class-Book in Canarese, 142 pp. ದೃಷ್ಟಾಂತಮಂಜರಿ	Rs.	0	4	0
English-Canarese Short Stories, 70 pp. ಇಂಗ್ಲಿಷ್ ಕನ್ನಡ ಕಥೆಗಳು.	,,	0	2	0
First Canarese Instructor, 86 pp., 7th Edition ಬಾಲಶಿಕ್ಷೆಯು	,,	0	1	6
Sheet Lessons: 5 Sheets, mounted on paste-boards. ಶಬ್ದಾವಳಿಹಲಿಗೆ, ದೊಡ್ಡ ಅಕ್ಷರದಲ್ಲಿ ಛಾಪಿಸಿದ್ದು (ಇದು ಗೋಡೆಗೆ ಶಿಕ್ಕಿಸಿ ಓದಿಸುವದಕ್ಕೆ), ಒಂದೊಂದಕ್ಕೆ.	,,	0	3	0
A short Description of Coorg, 33 pp. with a Map. ಕೊಡಗು ದೇಶದ ವರ್ಣನೆ	,,	0	2	0
Description of South-Canara with an Introduction to Geography for Beginners, 18 pp. ದಕ್ಷಿಣ ಕನ್ನಡವು	,,	0	1	0
Geographical Primer, 35 pp. ಭೂಗೋಳವರ್ಣನೆಯ ಮೊದಲನೇ ಪುಸ್ತಕ	,,	0	1	6
Outlines of Geography, 88 pp., 3rd Edition. ಭೂಗೋಳಶಾಸ್ತ್ರಸಾರ	,,	0	3	0
Outlines of the History of India, 22 pp. ಹಿಂದುಸ್ಥಾನದ ಚರಿತ್ರೆಸಂಗ್ರಹವು	,,	0	1	0
A short Account of the Method of Surveying, by Capt. Best. ಶಂಕ್ಲಿನಿಂದ ಆಗುವ ಪೈಮಾಯಶಿಯ ಲೆಖ್ಖದ ವಿವರವು. Canarese Edition.	,,	0	2	0
Do. English ,, ...	,,	0	2	0

Arithmetical Exercises for Beginners.
ಪೂರ್ಣಾಂಕ ಗಣಿತಾಭ್ಯಾಸಕ್ಕೆ ತಕ್ಕ ಉದಾಹರಣೆಗಳು.

First Book, 31 pp. ಮೊದಲನೇ ಪುಸ್ತಕ. .	Rs.	0	2	0
Second do. 30 pp. ಎರಡನೇ ಪುಸ್ತಕ . .	,,	0	2	0
Third do. 65 pp. ಮೂರನೇ ಪುಸ್ತಕ . .	,,	0	3	0

Answers to the Arithmetical Exercises, 3rd Book, 29 pp. ಗಣಿತಾಭ್ಯಾಸಕ್ಕೆ ತಕ್ಕ ಉದಾಹರಣೆಗಳಿಗೆ ಉತ್ತರಗಳು. ಮೂರನೇ ಪುಸ್ತಕ . . . . . ,, 0 2 0

Method of teaching Arithmetic to Beginners, 100 pp. ಗಣಿತನ್ಯಾಯ . . . . ,, 0 4 0

Hymns for Children, 3rd Edition. ಬಾಲಕರ ಗೀತ ,, 0 4 0

Selected Scriptural Sentences, large print, 120 pp., 3rd Edition. ರತ್ನಮಾಲೆ ಅಂದರೆ ಶಾಲೇ ಹುಡುಗರು ಪಾಠ ಮಾಡುವದಕ್ಕೆ ಆರಿಸಿದ ದೇವವಾಕ್ಯದ ವಚನಗಳು . . . . ,, 0 2 0

Bible Stories, Old Testament, 248 pp., 5th Edition. ದೇವವಾಕ್ಯದ ದ್ವಿಪಂಚಾಶತಾ ಪೂರ್ವನಿರ್ಧಾರ. . . . . ,, 0 3 0

Bible Stories, New Testament, 186 pp., 5th Edition. ದೇವವಾಕ್ಯದ ದ್ವಿಪಂಚಾಶತಾ ನವನಿರ್ಧಾರ. . . . . ,, 0 2 6